ആദ്യത്തെ ഇന്ത്യൻ സ്വാതന്ത്ര്യസമരം
1857–1859

aadyathe indian swathanthryasamaram
1857-1859

•

marx, engels

•

translated
m s rajendran

•

first chintha edition
january 2010

•

second edition
november 2017

•

typesetting & published
chintha publishers, thiruvananthapuram

•

cover
sanal

•

വിതരണം

ദേശാഭിമാനി ബുക്ക് ഹൗസ്

H O തിരുവനന്തപുരം-695 035
phone: 0471-2303026, 6063026
www.chinthapublishers.com
chinthapublishers@gmail.com

ബ്രാഞ്ചുകൾ

ഹെഡ്ഡാഫീസ് ബ്രാഞ്ച് കുന്നുകുഴി • സ്റ്റാച്യു തിരുവനന്തപുരം • കെ എസ് ആർ ടി സി ബസ് സ്റ്റേഷൻ ആലപ്പുഴ • കെ എസ് ആർ ടി സി ബസ് സ്റ്റേഷൻ എറണാകുളം • മച്ചിങ്ങൽ ലെയിൻ തൃശൂർ • ഐ ജി റോഡ് കോഴിക്കോട് • മാവൂർ റോഡ് കോഴിക്കോട് • എൻ ജി ഒ യൂണിയൻ ബിൽഡിങ് കണ്ണൂർ • സെൻട്രൽ ബസ് ടെർമിനൽ കോംപ്ലക്സ് താവക്കര കണ്ണൂർ

CR - 1733 / 4430
ISBN - 978-81-26204-48-9

ആദ്യത്തെ ഇന്ത്യൻ സ്വാതന്ത്ര്യസമരം
1857–1859

മാർക്സ്, എംഗൽസ്

പരിഭാഷ:
എം എസ് രാജേന്ദ്രൻ

ചിന്ത പബ്ലിഷേഴ്സ്
തിരുവനന്തപുരം-695 035

ഉള്ളടക്കം

ഭാഗം ഒന്ന്
ലേഖനങ്ങൾ

ഭാഗം ഒന്ന്

ലേഖനങ്ങൾ

ഇന്ത്യയിലെ ബ്രിട്ടീഷ് ഭരണം[1]

കാൾ മാർക്സ്

ടർക്കിഷ് പ്രശ്നവും[2] സാർഡീനിയൻ പ്രശ്നവും സ്വിസ് പ്രശ്നവും ശാന്തമായി പരിഹരിക്കപ്പെടുമെന്ന് തന്നെയാണ് പ്രതീക്ഷിക്കപ്പെടുന്നതെന്ന് വിയന്നയിൽ നിന്നുള്ള കമ്പിവാർത്തകൾ വ്യക്തമാക്കുന്നു.

ഇന്നലെ രാത്രി കോമൺസ് സഭയിൽ ഇന്ത്യയെപ്പറ്റിയുള്ള വാദപ്രതിവാദങ്ങൾ[3] പതിവുപോലെ വിരസമായി തുടർന്നു. സർ ചാൾസ് വുഡും സർ ജെ ഹോഗും ചെയ്ത പ്രസ്താവനകൾ ശുഭാപ്തിവിശ്വാസപരമായ നുണകളാണെന്ന് മി. ബ്ലാക്കറ്റ് കുറ്റപ്പെടുത്തി. മന്ത്രിമാരുടെയും ഡയറക്ടർ ബോർഡിന്റെയും[4] ആൾക്കാർ ആവുംവിധം ഈ ആരോപണത്തിന്റെ ഖണ്ഡനം നടത്തി. മന്ത്രിമാരോട് ഈ ബില്ല് പിൻവലിക്കാൻ ആവശ്യപ്പെട്ടുകൊണ്ടാണ് അനിവാര്യനായ മി. ഹ്യൂം തന്റെ പ്രസംഗം ഉപസംഹരിച്ചത്. ചർച്ച പൂർത്തിയാക്കാതെയാണ് സഭ പിരിഞ്ഞത്.

ഏഷ്യൻ തോതിലുള്ള ഒരു ഇറ്റലിയാണ് ഹിന്ദുസ്ഥാൻ. ഹിമാലയത്തിന് ആൽപ്സിന്റെയും ബംഗാൾ സമതലങ്ങൾക്ക് ലൊംബാർഡി സമതലങ്ങളുടെയും ഡെക്കാണിന് ആപ്പെനീനയുടെയും സിംഹളദ്വീപിന് സിസിലിയുടെയും സ്ഥാനമാണുള്ളത്. മണ്ണിന്റെ ഉൽപ്പന്നങ്ങളുടെ വൈവിധ്യത്തിന്റെയും രാഷ്ട്രീയമായ ഭിന്നിപ്പിന്റെയും കാര്യത്തിൽ രണ്ടിനും തമ്മിലുള്ള സാജാത്യം ആശ്ചര്യാവഹമാണ്. ആക്രമണകാരിയുടെ വാൾച്ചുഴറ്റിൽപ്പെട്ട് ഇറ്റലി പല ദേശീയ ഖണ്ഡങ്ങളായി ഇടയ്ക്കിടയ്ക്ക് വിഭേദിക്കപ്പെട്ടിരുന്നതുപോലെ മുഹമ്മദീയരുടെയോ മുഗളന്മാരുടെയോ ബ്രിട്ടീ

ഷുകാരുടെയോ സമ്മർദത്തിൻകീഴിൽ അല്ലാതിരുന്നപ്പോഴെല്ലാം ഹിന്ദുസ്ഥാനും പരസ്പരം പടവെട്ടുന്ന എണ്ണമറ്റ സ്വതന്ത്ര രാജ്യങ്ങളായി വേർപെട്ടുനിന്നിരുന്ന കാഴ്ചയാണ് നാം കാണുന്നത്. ഓരോ പട്ടണവും, എന്തിന്, ഓരോ ഗ്രാമംപോലും ഓരോ രാജ്യമായിരുന്നു. എന്നാൽ, സാമൂഹ്യ വീക്ഷണത്തിൽ നിന്ന് നോക്കിയാൽ ഇറ്റലിയെക്കാൾ അയർല ണ്ടിനോടാണ് ഹിന്ദുസ്ഥാന് കൂടുതൽ സാമ്യം. പൗരസ്ത്യദേശത്തെ അയർലണ്ടാണത്. ഇറ്റലിയുടെയും അയർലൻഡിന്റെയും കൂടിയുള്ള വിചിത്രമായ ഈ സംലയനം, സുഖഭോഗങ്ങളുടെ ലോകവും കഷ്ടപ്പാ ടുകളുടെ ലോകവും തമ്മിലുള്ള ഈ ചേരുവ, ഹിന്ദുസ്ഥാനിലെ പ്രാചീന മതപാരമ്പര്യങ്ങൾ വിഭാവനം ചെയ്തിട്ടുള്ള ഒന്നുമാണ്. അതിരുകടന്ന കാമാസക്തിയുടെയും അതേസമയംതന്നെ ആത്മപീഡനത്തോളമെ ത്തുന്ന സർവസംഗപരിത്യാഗത്തിന്റെയും മതമാണത്; ലിംഗാരാധനയു ടെയും ആത്മബലിയുടെയും മതമാണത്; ഭിക്ഷുവിന്റെയും അതേസമയം തന്നെ ദേവദാസിയുടെയും മതമാണത്.

ഹിന്ദുസ്ഥാന്റെ സുവർണയുഗത്തിൽ വിശ്വസിക്കുന്നവരുമായി യോജിപ്പില്ലാത്ത ഒരാളാണ് ഞാൻ. പക്ഷേ, ഇതിന് ഉപോൽബലകമായി സർ ചാൾസ് വുഡിനെപ്പോലെ കുലിഖാന്റെ അക്രമങ്ങളെ[5] പരാമർശി ക്കേണ്ട ആവശ്യം എനിക്കില്ല. ഉദാഹരണത്തിന് ഔറംഗസീബിന്റെ കാല ത്തിലേക്കോ വടക്ക് മുഗളന്മാരും തെക്ക് പറങ്കികളും രംഗപ്രവേശം ചെയ്ത ആ ഘട്ടത്തിലേക്കോ ഒന്ന് തിരിഞ്ഞുനോക്കാം. അതല്ലെങ്കിൽ മുഹമ്മദീയാക്രമണത്തിന്റെയോ ദക്ഷിണേന്ത്യയിലെ 'സപ്തരാജഭരണ'[6]- ത്തിന്റെയോ കാര്യം നമുക്കൊന്ന് പരികോധിക്കാം. അതുമല്ല, കുറച്ചു കൂടി പ്രാചീനകാലത്തേക്ക് ഇറങ്ങിച്ചെല്ലാനുദ്ദേശ്യമുണ്ടെങ്കിൽ സാക്ഷാൽ ബ്രാഹ്മണന്റെ തന്നെ പുരാണകഥ എടുത്തുനോക്കാം. അതുപ്രകാരം ഇന്ത്യക്കാരുടെ യാതനയുടെ തുടക്കം ക്രൈസ്തവ ലോകാരംഭത്തിലും പഴയതാണല്ലൊ.

എന്നാൽ, ബ്രിട്ടീഷുകാർ ഇന്ത്യയുടെമേൽ അടിച്ചേൽപ്പിച്ച ദുരിതം സാരാംശത്തിൽത്തന്നെ വ്യത്യസ്തമാണെന്നതിൽ സംശയത്തിന് അവ കാശമില്ലതന്നെ. ഹിന്ദുസ്ഥാന് മുൻപ് സഹിക്കേണ്ടിവന്നിരുന്നതിൽ നിന്നെല്ലാം സമൂലം വ്യത്യസ്തവും അതേക്കാൾ എത്രയോ കൂടുതൽ ക്രൂരവുമായിട്ടുള്ള ഒന്നാണിത്. ബ്രിട്ടീഷ് ഈസ്റ്റ് ഇന്ത്യാ കമ്പനി ഏഷ്യാ റ്റിക് ഏകഛത്രാധിപത്യത്തിന്റെമേൽ നട്ടുവളർത്തിയതും സാൽസെറ്റ് ക്ഷേത്രത്തിൽ നമ്മെ ചകിതരാക്കുന്ന ഏതൊരു ദിവ്യരക്ഷസുകളെയും കാൾ പേടിപ്പെടുത്തുന്നതുമായ ആ യൂറോപ്യൻ ഏകഛത്രാധിപത്യത്തെ പ്പറ്റിയല്ല ഞാനിവിടെ വിവക്ഷിക്കുന്നത്. ഇത് ബ്രിട്ടീഷ് കൊളോണിയൽ ഭരണത്തിന്റെ മാത്രമായിട്ടുള്ള ഒരു സവിശേഷതയല്ല; മറിച്ച്, ഡച്ചുകാ രുടെ വെറുമൊരനുകരണം മാത്രമാണിത്. അതുകൊണ്ടുതന്നെ, ബ്രിട്ടീഷ് ഈസ്റ്റ് ഇന്ത്യാ കമ്പനിയുടെ പ്രവർത്തനത്തെ വിവരിക്കുന്നതിന് ജാവ യിലെ ഇംഗ്ലീഷ് ഗവർണർ സർ സ്റ്റാംഫോർഡ് റാഫിൾസ് പഴയ ഡച്ച്

ഈസ്റ്റ് ഇന്ത്യാ കമ്പനിയെപ്പറ്റി എഴുതിയിട്ടുള്ളത് അതേപടി ഇവിടെ പകർത്തുക മാത്രമേ ചെയ്യേണ്ടതായിട്ടുള്ളൂ.

> ലാഭക്കൊതി ഒന്നിനാൽ മാത്രം പ്രേരിതവും, താൻ കാശുകൊടുത്ത് വിലയ്ക്കെടുത്ത പണിക്കാരോട് ഒരു വെസ്റ്റിൻഡീസ് തോട്ടമുടമയ്ക്കുള്ള ദാക്ഷിണ്യമോ പരിഗണനയോ പോലും സ്വന്തം പ്രജകളോട് ഇല്ലാത്തതുമായ ഡച്ച് കമ്പനി – ഇവരാകട്ടെ ഈ പ്രജകളെ ഇങ്ങനെ വിലയ്ക്കെടുത്തിട്ടുള്ളതുമല്ല – ആളുകളെ പരമാവധി ഞെക്കിപ്പിഴിയാൻ വേണ്ടി, അവരുടെ അവസാനത്തെ ത്തുള്ളി രക്തവും ഊറ്റിയെടുക്കാൻവേണ്ടി, നിലവിലുള്ള ഏകഛത്രാധിപത്യമുറകളെ അപ്പാടെ ഉപയോഗപ്പെടുത്തുകയും അങ്ങനെ രാഷ്ട്രീയക്കാരുടെ പയറ്റിത്തെളിഞ്ഞ മുഴുവൻ സാമർഥ്യത്തോടും കച്ചവടക്കാരുടെ മുഴുവൻ കുത്തകസ്വാർഥതയോടും കൂടി അർധകിരാതമായ ഒരു തോന്ന്യാസഭരണം നടപ്പിലാക്കിക്കൊണ്ട് ആ ഭരണത്തിന്റെ തിന്മകളെല്ലാം ഒന്നുകൂടി പെരുപ്പിക്കുകയും ചെയ്തു.

ഹിന്ദുസ്ഥാനിൽ തുടർച്ചയായി നടന്ന ആഭ്യന്തരയുദ്ധങ്ങളും ആക്രമണങ്ങളും വിപ്ലവങ്ങളും വെട്ടിപ്പിടുത്തങ്ങളും ക്ഷാമബാധകളും എല്ലാം അത്യന്തം സങ്കീർണവും സത്വരവും വിനാശകരവുമായി തോന്നിയേക്കാമെങ്കിലും അവയൊന്നുംതന്നെ തൊലിപ്പുറത്തിനപ്പുറത്തേക്ക് കടന്നില്ല. ഇംഗ്ലണ്ടാകട്ടെ, ഭാരതീയ സമൂഹത്തിന്റെ ചട്ടക്കൂടാകെത്തന്നെ തവിടുപൊടിയാക്കിയിരിക്കുകയാണ്. അതേസമയം, അതിന്റെ പുനഃസംഘടനയുടെ ലക്ഷണങ്ങളൊന്നും കാണാനുമില്ല. അങ്ങനെ പഴയ ലോകം കൈവിട്ടുപോയെങ്കിലും പുതുതായൊന്ന് കിട്ടിയിട്ടില്ലാത്ത ഇന്ത്യക്കാരന്റെ സ്ഥിതി അവന്റെ ഇന്നത്തെ ദുരിതത്തെ ഒന്നുകൂടി കോച്യമാക്കുകയും ബ്രിട്ടന്റെ ഭരണത്തിലമർന്നിട്ടുള്ള ഹിന്ദുസ്ഥാനെ അതിന്റെ പൗരാണിക പാരമ്പര്യങ്ങളിൽനിന്നും ഭൂതകാലചരിത്രത്തിൽ നിന്നാകെത്തന്നെയും വെട്ടിമുറിച്ചുമാറ്റുകയും ചെയ്യുന്നുണ്ട്.

ചരിത്രാതീതകാലം മുതൽക്ക് ഏഷ്യയിൽ ഗവൺമെന്റിന്റെ മൂന്ന് വകുപ്പുകൾ മാത്രമാണുണ്ടായിരുന്നത്. ധനകാര്യം അഥവാ ആഭ്യന്തരമായ കൊള്ള, യുദ്ധം അഥവാ വിദേശങ്ങളിലുള്ള കൊള്ള, പൊതുമരാമത്ത് എന്നിങ്ങനെയാണ് ഈ വകുപ്പുകൾ വിഭജിക്കപ്പെട്ടിരുന്നത്. ശീതോഷ്ണാവസ്ഥയും ഭൂപരമായ സ്ഥിതികളും കാരണം, പ്രത്യേകിച്ചും സഹാറയിൽ നിന്നാരംഭിച്ച് അറേബ്യയും പേർഷ്യയും ഇന്ത്യയും താർത്താറിയയും കടന്ന് ഏറ്റവും ഉയർന്ന ഏഷ്യാറ്റിക് പീഠഭൂമിവരെ നീണ്ടുകിടക്കുന്ന വിസ്തൃതമായ മരുപ്രദേശങ്ങൾ കാരണം, തോടുകളും ജലസേചനകേന്ദ്രങ്ങളും മുഖേനയുള്ള കൃത്രിമമായ ജലസേചനം പൗരസ്ത്യദേശത്തെ കൃഷിയുടെ അടിത്തറയായിത്തീർന്നു. ഈജിപ്തിലെയും ഇന്ത്യയിലെയുംപോലെ വെള്ളപ്പൊക്കംമുഖേന വയലുകളുടെ വളക്കൂറ്

വർധിപ്പിക്കുന്നരീതി മെസപ്പൊട്ടേമിയ, പേർഷ്യ തുടങ്ങിയ പ്രദേശങ്ങളിലും ഉപയോഗപ്പെടുത്തിവരുന്നുണ്ട്. ജലസേചനത്തോടുകളിൽ വെള്ളം എത്തിക്കുന്നതിന് ഉയർന്ന ജലനിരപ്പ് ശരിയായി ഉപയോഗപ്പെടുത്തുന്നുണ്ട്. ചെലവുകുറഞ്ഞതും പൊതുവുമായ രീതിയിൽ വെള്ളം ഉപയോഗപ്പെടുത്തുകയെന്ന പ്രാഥമികമായ ആവശ്യകത ഫ്ളാൻഡേഴ്സിലെയും ഇറ്റലിയിലെയുംപോലെ സന്നദ്ധസേവന സംഘടനയുടെ സഹായംതേടാൻ പാശ്ചാത്യദേശത്ത് സ്വകാര്യസംരംഭത്തെ നിർബന്ധിതമാക്കിയപ്പോൾ പൗരസ്ത്യദേശത്ത് അത് ഗവൺമെന്റിന്റെ കേന്ദ്രാധികാരത്തിന്റെ ഇടപെടൽ ആവശ്യമാക്കിത്തീർത്തു. കാരണം, സന്നദ്ധസേവന സംഘടനാരൂപം അസാധ്യമാക്കുന്നതരത്തിൽ താണ നാഗരികതയും വിസ്തൃതമായ ഭൂപരിധിയുമാണിവിടെ ഉണ്ടായിരുന്നത്. ആയതിനാൽ, പൊതുമരാമത്ത് നടത്തുകയെന്നത് എല്ലാ ഏഷ്യാറ്റിക് ഗവൺമെന്റുകളുടെയും ഒരു സാമ്പത്തിക ചുമതലയായിത്തീർന്നു. മണ്ണിന്റെ വളക്കൂറ് കൃത്രിമമായി വർധിപ്പിക്കുന്ന ഈ ഏർപ്പാട് ഒരു കേന്ദ്രഗവൺമെന്റിനെ ആശ്രയിച്ചിരിക്കുന്നതും ജലസേചനവും ജലനിർഗമനവും അവഗണിക്കപ്പെട്ടാലുടൻ നശിച്ചുപോകുന്നതുമായ ഒന്നാണ്. ഒരു കാലത്ത് കെങ്കേമമായ കൃഷി നടന്നിരുന്ന വലിയവലിയ ഭൂപ്രദേശങ്ങൾ അപ്പാടെതന്നെ ഇന്ന് വെറും തരിശും മരുഭൂമിയുമായി മാറിയിട്ടുള്ളതിന്റെ രഹസ്യം മനസിലാക്കണമെങ്കിൽ ഈ വസ്തുത അറിഞ്ഞിരിക്കേണ്ടതുണ്ട്. പാൽമീറ, പെട്ര, യെമനിലെ നശിച്ചുപോയ സ്ഥലങ്ങൾ, ഈജിപ്തിലും പേർഷ്യയിലും ഹിന്ദുസ്ഥാനിലുമുള്ള വലിയ തരിശുപ്രദേശങ്ങൾ എന്നിവ മേൽപ്പറഞ്ഞതിന് ഉദാഹരണങ്ങളാണ്. സർവസംഹാരാത്മകമായ ഒരൊറ്റ യുദ്ധംകാരണം ഒരു രാജ്യം നൂറ്റാണ്ടുകളോളം വിജനമായിപ്പോകുന്നതിന്റെയും ആ രാജ്യത്തിന്റെ നാഗരികത ആകെത്തന്നെ മണ്ണടിയുന്നതിന്റെയും രഹസ്യവും ഇത് നമുക്ക് വെളിപ്പെടുത്തിത്തരും.

ഇന്ത്യയിൽ എത്തിയ ബ്രിട്ടീഷുകാർ അവരുടെ മുൻഗാമികളിൽ നിന്ന് ധനകാര്യ-യുദ്ധവകുപ്പുകൾ ഏറ്റെടുത്തെങ്കിലും പൊതുമരാമത്തിന്റെ കാര്യം അവർ പൂർണമായും അവഗണിക്കുകയാണുണ്ടായത്. സ്വതന്ത്ര മത്സരമെന്ന — 'ലേസ്സെ ഫെർ', 'ലേസ്സെ അല്ലേർ'[7] — ബ്രിട്ടീഷ് തത്വത്തിന്റെ അടിസ്ഥാനത്തിൽ നടത്തിക്കൊണ്ടുപോകാനാവാത്ത കൃഷിയുടെ നാശത്തിനുള്ള കാരണം അതാണ്. ഏഷ്യാറ്റിക് സാമ്രാജ്യങ്ങളിൽ ഒരു ഗവൺമെന്റിന്റെ കീഴിൽ നശിച്ചുപോകുന്ന കൃഷി മറ്റൊരു ഗവൺമെന്റ് വരുന്നതോടെ വീണ്ടും അഭിവൃദ്ധിയിലെത്തുന്നത് നാം പലപ്പോഴും കണ്ടുവരാറുള്ള ഒരു കാഴ്ചയാണ്. യൂറോപ്പിൽ കാലാവസ്ഥ നല്ലതോ ചീത്തയോ ആകുന്നതനുസരിച്ച് കൃഷി മെച്ചപ്പെടുകയോ നശിക്കുകയോ ചെയ്യുന്നതുപോലെ അവിടെ വിളവെടുപ്പിന്റെ നന്മതിന്മകൾ ഗവൺമെന്റുകളുടെ ഗുണദോഷങ്ങൾക്ക് അനുരോധമായിരിക്കും. എന്നാൽ, കൃഷിയോടുള്ള ബ്രിട്ടീഷ് കയ്യേറ്റക്കാരന്റെ സംഹാരമനോഭാവവും അവഗണനയും എത്രതന്നെ അപലപനീയമാണെന്ന് വരികിലും

അവൻ ഭാരതീയസമൂഹത്തിന്മേൽ ഏൽപ്പിച്ച അന്തിമപ്രഹരം അതായിരുന്നെന്ന് പറഞ്ഞുകൂടാ. കാരണം, തികച്ചും വ്യത്യസ്തമായ, പ്രാധാന്യമുള്ള മറ്റൊരു സംഗതിയും ഇക്കൂട്ടത്തിൽ നടക്കുകയുണ്ടായി. അതാകട്ടെ ഏഷ്യാറ്റിക് ലോകത്തിലാകെത്തന്നെ ഒരു പുതുമയുമായിരുന്നു. ഇന്ത്യയുടെ ഭൂതകാലത്തിന്റെ രാഷ്ട്രീയവശം എത്രതന്നെ മാറിക്കൊണ്ടിരിക്കുന്നതായി തോന്നുന്നതാണെങ്കിലും ചിരപുരാതനകാലം മുതൽക്ക് പത്തൊൻപതാം നൂറ്റാണ്ടിന്റെ ആദ്യദശകംവരെ അതിന്റെ സാമൂഹികജീവിതത്തിന് യാതൊരു ഇളക്കവും സംഭവിച്ചിരുന്നില്ല. എണ്ണമറ്റ നൂൽനൂൽപ്പുകാരെയും നെയ്ത്തുകാരെയും സൃഷ്ടിച്ചിരുന്ന ചർക്കയും കൈത്തറിയുമായിരുന്നു ഈ സമൂഹഘടനയുടെ തിരികുറ്റികൾ. ചരിത്രാതീതകാലം മുതൽക്ക് ഇന്ത്യക്കാരന്റെ കൈവിരുതുകൊണ്ട് നെയ്തെടുത്ത ഒന്നാന്തരം തുണിത്തരങ്ങൾ മേടിച്ചിട്ട് പകരം അവിടേക്ക് സ്വന്തം സ്വർണവും തങ്കവും കയറ്റി അയയ്ക്കുകയാണ് യൂറോപ്പ് ചെയ്തിരുന്നത്. ഇതാകട്ടെ ഭാരതീയ സമൂഹത്തിലെ ഒഴിച്ചുകൂടാനാവാത്ത ഒരംഗമായ സ്വർണപ്പണിക്കാരന് എത്രയും ആവശ്യമായ സാമഗ്രിയുമായിരുന്നു. സ്വർണത്തിനോടുള്ള ഭാരതീയരുടെ കമ്പമാകട്ടെ പറഞ്ഞറിയിക്കാനാവാത്തതുമാണ്. അർധനഗ്നരാണെങ്കിലും കാതിൽ ഒരു സ്വർണക്കമ്മലോ കഴുത്തിലൊരു സ്വർണമാലയോ ഇല്ലാത്തവർ അവർക്കിടയിൽ ദുർലഭമാണ്. കൈവിരലിലും കാൽവിരലിലും മോതിരമണിയുന്നതും അവിടെ സർവസാധാരണമാണ്. സ്ത്രീകളും കുട്ടികളും സ്വർണമോ വെള്ളിയോ കൊണ്ട് തീർത്ത തടിച്ച കൈവളകളും കാൽവളകളും ധരിച്ചിരിക്കും. സ്വർണമോ വെള്ളിയോ കൊണ്ടുള്ള ദിവ്യവിഗ്രഹങ്ങളും മിക്ക വീടുകളിലും കാണാൻ കഴിഞ്ഞെന്നുവന്നേക്കാം. എന്നാൽ, ബ്രിട്ടീഷുകാരനായ കൈയേറ്റക്കാരൻ ഇന്ത്യയുടെ ചർക്കയും കൈത്തറിയും തകർത്തുകളഞ്ഞു. യൂറോപ്യൻ വിപണികളിൽനിന്ന് ഇന്ത്യൻ പരുത്തിത്തുണിത്തരങ്ങളെ പുറന്തള്ളിക്കൊണ്ട് ഇതിന് തുടക്കമിട്ട ഇംഗ്ലണ്ട് അതു കഴിഞ്ഞ് അവിടേക്ക് ടിസ്റ്റ് തുണിത്തരങ്ങൾ കടത്തിവിടുകയും, ഒടുവിൽ പരുത്തിയുടെ ആ ജന്മദേശത്തിനെ സ്വന്തം പരുത്തിത്തുണികൾകൊണ്ട് മൂടുകയും ചെയ്തു. ഗ്രേറ്റ് ബ്രിട്ടനിൽനിന്ന് ഇന്ത്യയിലേക്കുള്ള ടിസ്റ്റിന്റെ കയറ്റുമതി 1818-നും 1836-നും ഇടയ്ക്ക് 1:5200 എന്ന അനുപാതത്തിലാണ് വർധിച്ചത്. ബ്രിട്ടനിൽനിന്ന് ഇന്ത്യയിലേക്കുള്ള മസ്ലിൻ തുണിയുടെ കയറ്റുമതി 1824-ൽ കഷ്ടിച്ച് ഒരു ദശലക്ഷം വാര മാത്രമായിരുന്നു. എന്നാൽ, 1837-ൽ ഇത് 64 ദശലക്ഷത്തിലധികമായി വർധിച്ചു. അതേസമയം തന്നെ ഡാക്കയിലെ ജനസംഖ്യ ഒന്നരലക്ഷത്തിൽനിന്ന് ഇരുപതിനായിരമായി ചുരുങ്ങി. സ്വന്തം തുണിത്തരങ്ങൾക്ക് പേരുകേട്ട ഇന്ത്യൻ പട്ടണങ്ങളുടെ അധഃപതനമായിരുന്നില്ല ഇതിന്റെ ഏറ്റവും വലിയ ദുരന്തഫലം. ബ്രിട്ടീഷ് നീരാവിയന്ത്രവും ശാസ്ത്രവും കൂടിച്ചേർന്ന് കൃഷിയും നിർമാണവും തമ്മിലുണ്ടായിരുന്ന ആ ഐക്യത്തെ ഹിന്ദുസ്ഥാന്റെ ഭൂമുഖത്തുനിന്നാകെ തുടച്ചു നീക്കിക്കളഞ്ഞു.

മറ്റെല്ലാ പൗരസ്ത്യരെയും പോലെ ഭാരതീയരും അവരുടെ കൃഷിയുടെയും വ്യാപാരത്തിന്റെയും മുഖ്യാധാരമായ വമ്പിച്ച പൊതുമരാമത്തുകളുടെ കാര്യം കേന്ദ്രഗവൺമെന്റിന് വിട്ടുകൊടുക്കുകയും, കൃഷിയെയും നിർമാണത്തെയും ഗാർഹികമായി സംയോജിപ്പിച്ചുകൊണ്ട് രാജ്യത്തുടനീളം കൊച്ചുകൊച്ചു കേന്ദ്രങ്ങളിലായി തിങ്ങിപ്പാർക്കുകയുമായിരുന്നു പതിവ്. ഇതിൻഫലമായി പണ്ടുകാലം മുതൽക്കേ അവിടെ പ്രത്യേകമായ പല സവിശേഷതകളോടും കൂടിയ ഗ്രാമവ്യവസ്ഥ എന്നൊരു സാമൂഹ്യവ്യവസ്ഥ രൂപംകൊണ്ടിരുന്നു. ഈ വ്യവസ്ഥയിൽ മേൽപ്പറഞ്ഞ ഓരോ കൊച്ചു കേന്ദ്രത്തിനും അതിന്റേതായ സ്വതന്ത്രമായ സംഘടനാപരവും തനതായ ജീവിതവുമുണ്ടായിരുന്നു. ബ്രിട്ടനിലെ കോമൺസ് സഭയുടേതായ ഇന്ത്യയെപ്പറ്റിയുള്ള ഒരു പഴയ റിപ്പോർട്ട് പരികോധിച്ചാൽ ഈ വ്യവസ്ഥയുടെ പ്രത്യേകതകളെന്തെന്ന് നമുക്ക് ബോധ്യമാകും. പ്രസ്തുത റിപ്പോർട്ടിൽ പറഞ്ഞിട്ടുള്ളത് ഇപ്രകാരമാണ്:

> ഭൂമിശാസ്ത്രപരമായി നോക്കിയാൽ ഒരു ഗ്രാമമെന്നുപറയുന്നത് കൃഷിചെയ്യുന്നതും തരിശായി കിടക്കുന്നതുമായ ഏതാനും നൂറോ ആയിരമോ ഏക്കർ വിസ്തീർണം വരുന്ന ഒരു ഭൂശകലമാണ്. രാഷ്ട്രീയമായി നോക്കിയാൽ അതിന് ഒരു കോർപ്പറേഷനോടോ ടൗൺഷിപ്പിനോടോ ആണ് സാദൃശ്യം. സാധാരണയായി താഴെ വിവരിക്കുന്ന തരത്തിലുള്ള ഉദ്യോഗസ്ഥന്മാരും കീഴ്ജീവനക്കാരുമായിരിക്കും അതിലുള്ളത്. പട്ടേൽ അഥവാ ഗ്രാമത്തലവൻ: ഗ്രാമകാര്യങ്ങളുടെ പൊതുവിലുള്ള മേൽനോട്ടം നടത്തുന്നതും ഗ്രാമവാസികൾ തമ്മിലുള്ള തർക്കങ്ങൾ പറഞ്ഞുതീർക്കുന്നതും പൊലീസ് കാര്യങ്ങൾ നോക്കുന്നതും ഇയാളാണ്; കരം പിരിക്കുന്നതും ഈ ഉദ്യോഗസ്ഥന്റെ ചുമതലയിൽപ്പെടും. വ്യക്തിപരമായ സ്വാധീനവും സ്ഥിതിഗതികളെയും ആളുകളെയുംപറ്റി അയാൾക്കുള്ള സൂക്ഷ്മമായ അറിവും വച്ചു നോക്കിയാൽ ഈ ചുമതല നിർവഹിക്കാൻ ഏറ്റവും പറ്റിയ ആൾ ഈ ഉദ്യോഗസ്ഥൻ തന്നെയാണ്. കൃഷിയുടെ കണക്കുകൾ സൂക്ഷിക്കുന്നതും അതുമായി ബന്ധപ്പെട്ട സർവകാര്യങ്ങളുടെയും രേഖകൾ സൂക്ഷിക്കുന്നതും 'കർണം' ആണ്. തളവാർ കുറ്റകൃത്യങ്ങളെപ്പറ്റിയുള്ള വിവരം ശേഖരിക്കുകയും ഒരു ഗ്രാമത്തിൽനിന്ന് മറ്റൊരു ഗ്രാമത്തിലേക്ക് പോകുന്നവർക്ക് കൂട്ടിന് ചെന്ന് സംരക്ഷണം നൽകുകയും ചെയ്യും. തൊട്ടിയന്റെ ചുമതല കുറെക്കൂടി ഗ്രാമത്തിനുള്ളിൽ ഒതുങ്ങിനിൽക്കുന്ന ഒന്നാണെന്ന് തോന്നുന്നു. കൃഷി കാത്തുരക്ഷിക്കുന്നതും വിളവിന്റെ അളവ് നിശ്ചയിക്കുന്നതും മറ്റും അയാളുടെ ചുമതലകളിൽപ്പെടും. 'സീമാരക്ഷകൻ' ഗ്രാമാതിർത്തികൾ കാത്തുരക്ഷിക്കുകയോ, തൽസംബന്ധമായ തർക്കം വരുമ്പോൾ അതിനുള്ള തെളിവ് ഹാജരാക്കുകയോ ഒക്കെ ചെയ്യും. കുളങ്ങളുടെയും ജലമാർഗങ്ങളുടെയും സൂപ്രണ്ടായിട്ടുള്ള

ആളാണ് കൃഷിയുടെ ആവശ്യത്തിനുള്ള വെള്ളം വിതരണം ചെയ്യുന്നത്. ബ്രാഹ്മണൻ പൂജകൾ നടത്തിക്കൊടുക്കും. എഴുത്തുപള്ളിയിലെ ആശാൻ നിലത്ത് മണ്ണ് വിരിച്ചിട്ട് അതിൽ പിള്ളേരെക്കൊണ്ട് എഴുതിക്കുന്നത് കാണാറുണ്ട്. പഞ്ചാംഗബ്രാഹ്മണൻ അഥവാ ജ്യോതിഷി തുടങ്ങിയ വേറെയും പല തസ്തികകളുണ്ട്. ഈ ഉദ്യോഗസ്ഥന്മാരും കീഴ്ജീവനക്കാരും ചേർന്നതാണ് പൊതുവിലുള്ള ഗ്രാമഭരണവ്യവസ്ഥ. എന്നാൽ, നാടിന്റെ ചില ഭാഗങ്ങളിൽ ഇവരുടെ സംഖ്യ ഇതിലും കുറവായിരിക്കും. മേൽ വിവരിച്ച ചില ചുമതലകളും ജോലികളും ഒരേ വ്യക്തിയിൽ അർപ്പിതമാണെന്നതാണ് ഇതിന് കാരണം. മറ്റു ചിലേടങ്ങളിൽ ഇവരുടെ സംഖ്യ ഇതിലും അൽപ്പം കൂടുതലാണെന്ന് വന്നേക്കാം. ഈ തദ്ദേശഭരണരൂപത്തിൻ കീഴിലാണ് തന്നാട്ടുകാർ അനാദികാലമായി ജീവിച്ചുവന്നിട്ടുള്ളത്. വളരെ അപൂർവമായി മാത്രമാണ് ഗ്രാമാതിർത്തികൾക്ക് എന്തെങ്കിലും മാറ്റം വന്നിട്ടുള്ളത്. യുദ്ധമോ ക്ഷാമമോ പകർച്ചവ്യാധികളോ കാരണം ഗ്രാമങ്ങൾ ചിലപ്പോൾ ക്ഷയിക്കുകയോ നശിക്കുകതന്നെയോ ചെയ്തെന്നു വന്നേക്കാം. പക്ഷേ, അപ്പോഴും അവയുടെ പേരിനോ അതിർത്തിക്കോ താൽപ്പര്യങ്ങൾക്കോ നൂറ്റാണ്ടുകളായി യാതൊരു മാറ്റവും വന്നിട്ടുണ്ടാവില്ല. അതേ കുടുംബങ്ങൾ തന്നെയും നിലനിന്നെന്നു വരാം. രാജ്യങ്ങൾ തകരുകയോ പിളരുകയോ ചെയ്യുന്നതിനെപ്പറ്റി ഗ്രാമവാസികൾ ഒട്ടും വ്യാകുലപ്പെട്ടിരുന്നില്ല. ഒരു ഗ്രാമം അങ്ങനെ തന്നെ നിലനിൽക്കുന്നിടത്തോളം ഏത് ഭരണത്തിൻകീഴിലേക്കാണ് അത് മാറ്റപ്പെടുന്നതെന്നോ അതിന്റെ പരമാധികാരി ആരാണെന്നോ ഉള്ളതിൽ അവർക്ക് യാതൊരു ചിന്തയുമില്ല. ഗ്രാമത്തിന്റെ ആഭ്യന്തര സമ്പദ്വ്യവസ്ഥയ്ക്ക് അതുകൊണ്ടൊന്നും യാതൊരു മാറ്റവും വന്നിട്ടുണ്ടാവില്ല. പട്ടേൽ തന്നെയാണ് ഇപ്പോഴും ഗ്രാമമുഖ്യൻ. ഗ്രാമത്തിലെ ചില്ലറത്തർക്കങ്ങൾ തീർക്കുന്ന ന്യായാധിപൻ അഥവാ മജിസ്ട്രേട്ട് ആയി പ്രവർത്തിക്കുന്നതും കരംപിരിവ് നടത്തുന്നതും എല്ലാം അയാൾ തന്നെയാണ്.

സാമൂഹികഘടനയുടെ ഒരേ മട്ടിലുള്ള ഈ ലഘുരൂപങ്ങൾ ഏറിയകൂറും നാമാവശേഷമായിട്ടുണ്ട്; ബാക്കിയുള്ളത് അപ്രത്യക്ഷമായിക്കൊണ്ടിരിക്കുകയുമാണ്. ഇതിനുള്ള കാരണം ബ്രിട്ടീഷ് കരംപിരിവുകാരന്റേയും ബ്രിട്ടീഷ് പട്ടാളക്കാരന്റെയും ക്രൂരമായ ഇടപെടലിനെക്കാൾ ഇംഗ്ലീഷ് ആവിയന്ത്രവും ഇംഗ്ലീഷ് സ്വതന്ത്രവ്യാപാരവുമാണെന്ന് പറയേണ്ടിയിരിക്കുന്നു. കൈത്തറിനെയ്ത്തിന്റെയും കൈകൊണ്ടുള്ള നൂൽനൂൽപ്പിന്റെയും കൈകൊണ്ടുള്ള കൃഷിയുടെയും സവിശേഷമായ സംയോജനത്തിന്റെ അടിസ്ഥാനത്തിലുള്ള കുടിൽവ്യവസായമായിരുന്നു ആ കുടുംബസമുദായങ്ങളുടെ അടിത്തറ. ഇതാണ് ആ സമുദായങ്ങൾക്ക് സ്വന്തം കാലിൽ നിൽക്കാനുള്ള ശക്തി നൽകിയത്. നൂൽനൂൽപ്പുകാ

രനെ ലങ്കാഷയറിലും നെയ്ത്തുകാരനെ ബംഗാളിലും നിർത്തുകയോ ഇന്ത്യക്കാരനായ നൂൽനൂൽപ്പുകാരനെയും നെയ്ത്തുകാരനെയും ഒരുപോലെ തുടച്ചുമാറ്റുകയോ ചെയ്ത ഇംഗ്ലീഷ് ഇടപെടൽ അർധകിരാതവും അർധപരിഷ്കൃതവുമായ ഈ ചെറുസമുദായങ്ങളുടെ സാമ്പത്തികമായ അടിത്തറ തട്ടിത്തെറിപ്പിച്ചുകൊണ്ട് ഈ സമുദായങ്ങളെ നാമാവശേഷമാക്കുകയും, അങ്ങനെ, ഏഷ്യയിലെ ഏറ്റവും വലിയ സാമൂഹ്യവിപ്ലവം നടപ്പിലാക്കുകയും ചെയ്തു. സത്യം പറഞ്ഞാൽ ഏഷ്യയിൽ, മറ്റൊരു സാമൂഹ്യവിപ്ലവം നടന്നതായി കേട്ടുകേൾവി പോലുമില്ല.

പരിശ്രമശീലത്തിൽ മുന്നിട്ടുനിൽക്കുന്ന പിതൃതന്ത്രാത്മകവും നിരുപദ്രവവുമായ എണ്ണമറ്റ ഈ സാമൂഹ്യസംഘടനകൾ ഛിന്നഭിന്നമാവുകയും ദുഃഖക്കടലിൽ ആഴുകയും അതേസമയംതന്നെ അവയിൽപ്പെട്ട ആളുകൾക്ക് അവരുടെ പ്രാചീന നാഗരികതയും പരമ്പരാഗത ജീവിതവൃത്തിയും നഷ്ടപ്പെടുകയും ചെയ്യുന്നത് കാണുമ്പോൾ മനുഷ്യമനസിന് വല്ലാത്ത വിഷമം തോന്നുമെന്നുള്ളത് ശരിയാണെങ്കിലും എക്കാലവും പൗരസ്ത്യ ഏകഛത്രാധിപത്യത്തിന്റെ അടിയുറച്ച അസ്തിവാരമായി നിലകൊണ്ടിരുന്നത് ശാലീനങ്ങളായ ഈ ഗ്രാമസമുദായങ്ങളായിരുന്നെന്ന കാര്യം നാം വിസ്മരിക്കാൻ പാടില്ല. മനുഷ്യമനസിനെ അന്ധവിശ്വാസത്തിന്റെ ഏറ്റവും മികച്ച കരുവാക്കുകയും പാരമ്പര്യനിയമങ്ങൾക്ക് അതിനെ അടിമപ്പെടുത്തുകയും അതിന്റെ മുഴുവൻ ജാജ്വല്യമാനതയും ചരിത്രശേഷിയും നഷ്ടപ്പെടുത്തുകയും ചെയ്തുകൊണ്ട് അതിനെ ഏറ്റവും സങ്കുചിതമായ നാലതിരുകൾക്കുള്ളിൽ ഒതുക്കിനിർത്തിയിരുന്നത് ഈ സമുദായങ്ങൾ തന്നെയായിരുന്നെന്ന സംഗതിയും നാം വിസ്മരിക്കാൻ പാടില്ല. ഏതെങ്കിലും ഒരു ചെറുതുണ്ടുഭൂമിയിൽ അള്ളിപ്പിടിച്ചുനിന്നുകൊണ്ട് സാമ്രാജ്യങ്ങൾ മണ്ണടിയുന്നതും വിവരണാതീതമായ ക്രൂരതകൾ കാട്ടിക്കൂട്ടുന്നതും വൻനഗരങ്ങളിലെ ജനസംഖ്യയെയാകെ കൂട്ടായി കശാപ്പുചെയ്യുന്നതും എല്ലാം ഏതെങ്കിലുമൊരു പ്രകൃതികോപമെന്നതിൽക്കവിഞ്ഞ യാതൊരു പരിഗണനയും കൂടാതെ കൈയും കെട്ടി നോക്കിനിൽക്കുകയും, അതേസമയം ഏതെങ്കിലും ആക്രമണകാരിയുടെ ദൃഷ്ടിയിൽപ്പെട്ടിട്ട് അവൻ തന്റെമേൽ ചാടിവീഴാൻ വന്നാൽ സ്വയം നിസ്സഹായനായി കുമ്പിട്ടുനിൽക്കുകയും ചെയ്തിരുന്ന കിരാത അഹംഭാവത്തെയും നാം വിസ്മരിക്കാൻ പാടില്ല. നേർവിപരീതമായി മറുവശത്ത്, അന്തസാരശൂന്യമായ ചൊടികെട്ട ഈ വെറുങ്ങലിച്ച ജീവിതം, നിഷ്ക്രിയമായ ഈ നിലനിൽപ്പ്, വന്യവും ലക്ഷ്യരഹിതവുമായ സംഹാരശക്തികളെ കെട്ടഴിച്ചു വിടുകയും നരഹത്യതന്നെ ഹിന്ദുസ്ഥാനിലെ ഒരു മതചടങ്ങാക്കി മാറ്റുകയും ചെയ്തുവെന്ന വസ്തുതയും നാം വിസ്മരിക്കാൻ പാടില്ല. ജാതി വ്യത്യാസങ്ങളും അടിമത്തവും ഈ കൊച്ചുകൊച്ചു സമുദായങ്ങളുടെ ഒരു തീരാശാപമായിരുന്നെന്നും, മനുഷ്യനെ സാഹചര്യങ്ങളുടെ യജമാനനാക്കുന്നതിനുപകരം അവ അവനെ ബാഹ്യസാഹചര്യങ്ങളുടെ ദാസനാക്കുകയാണ് ചെയ്തതെ

ന്നും, സ്വയം വികസിതമായ ഒരു സാമൂഹികാവസ്ഥയെ ഒരിക്കലും മാറ്റമില്ലാത്ത ഒരു സ്വാഭാവിക തലയിലെഴുത്താക്കി മാറ്റുകയും അങ്ങനെ മൃഗപ്രായമായ ഒരു പ്രകൃതിപൂജയ്ക്ക് അവ ജന്മം നൽകുകയാണുണ്ടായതെന്നുമുള്ള വസ്തുതയും നാം വിസ്മരിക്കാൻ പാടില്ല. ഈ അധഃപതനം പ്രകൃതിയുടെ യജമാനനായ മനുഷ്യനെക്കൊണ്ട് ഹനുമാൻ എന്ന കുരങ്ങിന്റെയും ശബള (കാമധേനു) എന്ന പശുവിന്റെയും മുന്നിൽ സാഷ്ടാംഗപ്രണാമം ചെയ്യിച്ചു.

ഇന്ത്യയിൽ ഇപ്രകാരമൊരു സാമൂഹ്യവിപ്ലവം നടത്തുമ്പോൾ ഇംഗ്ലണ്ടിന് ഏറ്റവും ഹീനമായ സ്വാർഥതാൽപ്പര്യം മാത്രമാണുണ്ടായിരുന്നതെന്നും ആ വിപ്ലവം നടത്തിയ രീതി ബുദ്ധിശൂന്യമായിരുന്നുവെന്നുമുള്ളതിൽ സംശയമില്ല. പക്ഷേ, ഇവിടെ പ്രശ്നം അതല്ല. ഏഷ്യയിലെ സാമൂഹികസ്ഥിതിയിൽ അടിസ്ഥാനപരമായ ഒരു വിപ്ലവം ഉണ്ടാക്കാതെ മനുഷ്യരാശിക്ക് അതിന്റെ ഭാഗധേയം പൂർത്തിയാക്കാനാവുമോ എന്നതാണ് പ്രശ്നം. ഇല്ലെന്നതാണ് ഇതിനുള്ള ഉത്തരമെന്നുവരികിൽ ഇംഗ്ലണ്ടിന്റെ അപരാധം എന്തുതന്നെയായാലും ഇങ്ങനെയൊരു വിപ്ലവം നടത്തുന്നതിൽ അവർ ചരിത്രത്തിന്റെ ഒരു അബോധകരുവായിരുന്നെന്ന് പറയേണ്ടിവരും.

അങ്ങനെയാണെങ്കിൽ, പ്രാചീനമായ ആ ലോകം തവിടുപൊടിയാകുന്നത് കണ്ടിട്ട് നമുക്കുണ്ടാകുന്ന മനോവേദന എത്ര ദുസ്സഹമാണെങ്കിലും ചരിത്രത്തിന്റെ നിലപാടിൽ നിന്നുകൊണ്ട് നമുക്കും ഗൊയ്ഥെയെപ്പോലെ ഇപ്രകാരം പറയാൻ പൂർണമായ അവകാശമുണ്ടായിരിക്കും:

"ഈ ദണ്ഡനംകൊണ്ട് നമുക്ക് കൂടുതൽ സന്തോഷമാണുണ്ടാകുന്നതെങ്കിൽ അത് എന്തിന് നമ്മെ വേദനിപ്പിക്കണം? ടൈമൂറിന്റെ ഭരണം എത്രയെത്ര ആത്മാക്കളെയാണ് വിഴുങ്ങിയത്?"

(1853 ജൂൺ 10-ന് എഴുതിയത്. 1853 ജൂൺ 25-ലെ 3804-ാം ലക്കം *ന്യൂയോർക്ക് ഡെയിലി ട്രിബ്യൂണലിൽ* പ്രസിദ്ധീകരിക്കപ്പെട്ടു).

ഈസ്റ്റ് ഇന്ത്യാ കമ്പനി: അതിന്റെ ചരിത്രവും അനന്തരഫലവും

കാൾ മാർക്സ്

ഇന്ത്യയെ സംബന്ധിച്ച നിയമനിർമാണം മാറ്റിവയ്ക്കണമെന്ന സ്റ്റാൻലി പ്രഭുവിന്റെ പ്രമേയത്തെക്കുറിച്ചുള്ള വാദപ്രതിവാദം ഈ സായാഹ്നം വരെ നീട്ടിവച്ചിരിക്കയാണ്. 1783-ന് ശേഷം ആദ്യമായി ഇന്ത്യൻ പ്രശ്നം ഇംഗ്ലണ്ടിൽ മന്ത്രിസഭയെ സംബന്ധിക്കുന്ന ഒരു പ്രശ്നമായി മാറിയിരിക്കുകയാണ്. എന്താണിതിന് കാരണം?

ഈസ്റ്റ് ഇന്ത്യാ കമ്പനിയുടെ ശരിയായ തുടക്കം 1702-ന് മുൻപുള്ളതായി കാണാൻ നിവൃത്തിയില്ല. ഇന്ത്യയിലെ വാണിജ്യത്തിന്റെ കുത്തക അവകാശപ്പെട്ടിരുന്ന വിഭിന്ന സംഘടനകൾ ചേർന്ന് ഒരൊറ്റ കമ്പനിയായത് അക്കൊല്ലമാണ്. ആദ്യത്തെ ഈസ്റ്റ് ഇന്ത്യാ കമ്പനിയുടെ നിലനിൽപ്പിന്റെ കാര്യംതന്നെ അതുവരെ പലവുരു അപകടത്തിലായിരുന്നു. ക്രോംവെൽ ഭരണത്തിൻകീഴിൽ കുറെ വർഷത്തേക്ക് അതിന്റെ പ്രവർത്തനം നിർത്തിവയ്ക്കപ്പെടുകയുണ്ടായി. വില്യം മൂന്നാമന്റെ കാലത്ത് പാർലമെന്റ് ഇടപെട്ട് അത് പൂർണമായി പിരിച്ചുവിടുന്നതിനുള്ള സാധ്യതയും ഉണ്ടായതാണ്. ഈ ഡച്ച് രാജാവിന്റെ വാഴ്ചക്കാലത്താണ് വിഗ്ഗ് കക്ഷിക്കാർ ബ്രിട്ടീഷ് സാമ്രാജ്യത്തിലെ നികുതിപിരിവുകാരായി ത്തീർന്നത്. അന്നാണ് ബാങ്ക് ഓഫ് ഇംഗ്ലണ്ട് നിലവിൽ വന്നത്. അന്നാണ് സംരക്ഷണച്ചുങ്കത്തിന്റെ ഏർപ്പാട് ഇംഗ്ലണ്ടിൽ ദൃഢമായി വേരൂന്നിയത്. യൂറോപ്പിലെ ശക്തിബലാബലം ഖണ്ഡിതമായി നിശ്ചയിക്കപ്പെട്ടതും ഈസ്റ്റ് ഇന്ത്യാ കമ്പനിയുടെ നിലനിൽപ്പിന് പാർലമെന്റിന്റെ അംഗീകാരം ഉണ്ടായതും അന്നാണ്. ഏതാണ്ടൊരു സ്വാതന്ത്ര്യത്തിന്റേതെന്ന് തോന്നിയിരുന്ന ആ യുഗം വാസ്തവത്തിൽ കുത്തകകളുടെ ഒരു യുഗമായിരുന്നു.

എലിസബത്തിന്റെയും ചാൾസ് ഒന്നാമന്റെയും കാലത്തെപ്പോലെ രാജകീയ തീട്ടുരമനുസരിച്ച് രൂപീകരിക്കപ്പെട്ടവയല്ല, പിന്നെയോ പാർലമെന്റിന്റെ അനുമതിയോടെ അംഗീകരിക്കുകയും ദേശവൽക്കരിക്കുകയും ചെയ്തവയായിരുന്നു ഈ കുത്തകകൾ. ഇംഗ്ലണ്ടിന്റെ ഈ ചരിത്രഘട്ടത്തിന് സത്യത്തിൽ ഫ്രാൻസിലെ ലൂയി ഫിലിപ്പിന്റെ ഭരണകാലവുമായി വളരെയേറെ സാമ്യമുണ്ട്. പഴയ ഭൂസ്വാമിവാഴ്ച അവസാനിപ്പിക്കപ്പെട്ടിരുന്നെങ്കിലും ബൂർഷ്വാസിക്ക് 'പണവാഴ്ച'യുടെ അഥവാ 'ഹൈ ഫിനാൻസിന്റെ' കൊടിക്കീഴിലല്ലാതെ അതിന്റെ സ്ഥാനം സ്വീകരിക്കാൻ കഴിഞ്ഞിരുന്നില്ല. ഈസ്റ്റ് ഇന്ത്യാ കമ്പനി സാധാരണക്കാരെ ഇന്ത്യയുമായുള്ള വാണിജ്യത്തിൽനിന്ന് ഒഴിവാക്കിയിരുന്നു. കോമൺസ് സഭ അവർക്ക് പാർലമെന്റിൽ പ്രാതിനിധ്യം നിഷേധിച്ചിരുന്ന അതേ കാലം തന്നെയായിരുന്നു ഇത്. നാടുവാഴി പ്രഭുഭരണത്തിന്മേൽ ബൂർഷ്വാസിക്ക് ലഭിക്കുന്ന ആദ്യത്തെ നിർണായകമായ വിജയം ഏറ്റവും പ്രകടമായ ജനവിരോധവുമായി കൈകോർത്തു പിടിക്കുന്നതിന്റെ ദൃഷ്ടാന്തങ്ങളാണ് മറ്റ് പല സംഭവങ്ങളിലുമെന്നപോലെ ഇതിലും നമുക്ക് ദർശിക്കാൻ കഴിയുന്നത്. ജനകീയ സ്വാതന്ത്ര്യത്തിനുവേണ്ടി ഭാവിയിലേക്ക് ഉറ്റുനോക്കുന്നതിനെക്കാൾ ഭൂതകാലം ചികഞ്ഞുനോക്കാൻ കോബ്വെറിനെപ്പോലുള്ള ഒന്നിലധികം എഴുത്തുകാരെ പ്രേരിപ്പിച്ച പ്രതിഭാസം ഇതാണ്.

എല്ലാ രാജ്യങ്ങളിലും എക്കാലവും ലിബറൽ താൽപ്പര്യങ്ങളെ ലിബറൽ രാജവംശങ്ങളുമായി സംയോജിപ്പിച്ചിട്ടുള്ള അതേ ശക്തിതന്നെയാണ്, വ്യവസ്ഥാപിത രാജവാഴ്ചയുടെ ആദ്യത്തെയും അവസാനത്തെയും ചാലകശക്തിയും വില്യം മൂന്നാമന്റെ പരദേവതയും ലൂയി ഫിലിപ്പിന്റെ രക്തരക്ഷസുമായി ഭവിച്ച ആ അഴിമതി തന്നെയാണ്, വ്യവസ്ഥാപിത രാജവാഴ്ചയും കുത്തക പണതാൽപ്പര്യവും തമ്മിലുള്ള ആ ഐക്യവും, ഈസ്റ്റ് ഇന്ത്യാ കമ്പനിയും 1688-ലെ 'ഉജ്ജ്വലവിപ്ലവ'വും[8] തമ്മിലുള്ള ആ ഐക്യവും ഊട്ടിവളർത്തിയത്. 1688-ലെ വിപ്ലവത്തിന് മുൻപ് ഈസ്റ്റ് ഇന്ത്യാ കമ്പനി അധികാരസ്ഥാനങ്ങളിലുള്ളവർക്ക് 'പാരിതോഷികം' നൽകുന്നതിനായി ചെലവിട്ടിരുന്ന സംഖ്യ വല്ലപ്പോഴും മാത്രമാണ് 1200 പവനിൽ കൂടുതലായിരുന്നത്. എന്നാൽ, 1693 ആയപ്പോഴേക്കുതന്നെ ഇത് 90,000 പവനായി കുതിച്ചുയർന്നുവെന്ന് പാർലമെന്ററി അന്വേഷണത്തിൽനിന്ന് വ്യക്തമായി. അയ്യായിരം പവൻ കോഴയായി വാങ്ങിയതിന് ഡ്യൂക്ക് ഓഫ് ലീഡ്സിന്റെമേൽ കുറ്റം ചുമത്തപ്പെടുകയുണ്ടായി. നല്ലവനായ രാജാവുപോലും പതിനായിരം പവൻ വാങ്ങിയതായി തെളിഞ്ഞു. പ്രത്യക്ഷമായ ഇത്തരം കൈക്കൂലിക്ക് പുറമെ ഏറ്റവും കുറഞ്ഞ നിരക്കിലുള്ള പലിശയ്ക്ക് ഭീമമായ സംഖ്യകൾകൊണ്ട് ഗവൺമെന്റിനെ പ്രലോഭിപ്പിച്ചിട്ട് എതിർകമ്പനികളെ പുറന്തള്ളുന്ന പതിവുമുണ്ടായിരുന്നു. കൂടാതെ, എതിരാളികളുടെ കമ്പനി ഡയറക്ടർമാരെ വിലയ്ക്കുവാങ്ങുകയും ചെയ്തിരുന്നു.

ഗവൺമെന്റിന് കോഴ കൊടുത്തു നേടിയ അധികാരം നിലനിർത്തു

ന്നതിനായി ബാങ്ക് ഓഫ് ഇംഗ്ലണ്ടിനെപ്പോലെ വീണ്ടും കോഴ നൽകാൻ ഈസ്റ്റ് ഇന്ത്യാ കമ്പനിയും നിർബന്ധിതമായി. ഓരോ പ്രാവശ്യവും കുത്തക അവസാനിക്കുന്ന ഘട്ടത്തിൽ ഗവൺമെന്റിനു പുതിയ വായ്പയും പുതിയ സമ്മാനങ്ങളും നൽകിക്കൊണ്ട് മാത്രമേ കമ്പനിക്ക് അതിന്റെ തിട്ടൂരം പുതുക്കിമേടിക്കാൻ കഴിഞ്ഞിരുന്നുള്ളൂ.

സപ്തവത്സരയുദ്ധത്തിനിടയിലെ[9] സംഭവവികാസങ്ങളെത്തുടർന്ന് ഈസ്റ്റ് ഇന്ത്യാ കമ്പനി ഒരു വാണിജ്യസ്ഥാപനമെന്ന നിലവിട്ട് ഒരു സൈനികശക്തിയും രാജ്യാധികാരമുള്ള ഒരു ശക്തിയുമായി മാറി. പൗരസ്ത്യദേശത്തുള്ള ഇന്നത്തെ ബ്രിട്ടീഷ് സാമ്രാജ്യത്തിന്റെ അടിത്തറ പാകപ്പെട്ടത് അന്നാണ്. അപ്പോൾ ഈസ്റ്റ് ഇന്ത്യാ കമ്പനിയുടെ ഓഹരിവില 263 പവനായി ഉയരുകയും പന്ത്രണ്ടര ശതമാനം ഡിവിഡന്റ് പ്രഖ്യാപിക്കപ്പെടുകയും ചെയ്തു. പക്ഷേ, അപ്പോഴാണ് കമ്പനിക്ക് ഒരു പുതിയ ശത്രു ഉണ്ടായത്. എതിർകമ്പനികളായിരുന്നില്ല, പിന്നെയോ എതിരാളികളായ മന്ത്രിമാരും എതിരാളികളായ ഒരു ജനതയുമായിരുന്നു ഈ ശത്രു. കമ്പനിയുടെ അധീനതയിലുള്ള ഭൂപ്രദേശം ബ്രിട്ടീഷ് കരസേനയുടെയും കടൽസേനയുടെയും സഹായത്തോടെ വെട്ടിപ്പിടിച്ചതാണെന്നും ബ്രിട്ടീഷ് പ്രജകളിലാർക്കും രാജാവിൽനിന്ന് സ്വതന്ത്രമായി ഭൂപരമായ പരമാധികാരം വച്ചുകൊണ്ടിരിക്കാനാവില്ലെന്നും ആരോപണമുണ്ടായി. അന്നത്തെ മന്ത്രിമാരും അന്നത്തെ ജനതയും തൊട്ടുമുമ്പത്തെ വെട്ടിപ്പിടിത്തങ്ങളിൽനിന്ന് ലഭിച്ചതായി സങ്കൽപ്പിക്കപ്പെട്ടിരുന്ന 'വമ്പിച്ച നിധികളിൽ' നിന്ന് തങ്ങൾക്കുള്ള വീതം അവകാശപ്പെട്ടു. കൊല്ലന്തോറും ദേശീയ ഖജനാവിലേക്ക് നാലുലക്ഷം പവൻ കൊടുത്തുകൊള്ളാമെന്ന 1767-ലെ കരാറിലൂടെ മാത്രമാണ് കമ്പനിക്ക് അതിന്റെ നിലനിൽപ്പ് രക്ഷപ്പെടുത്താൻ കഴിഞ്ഞത്.

പക്ഷേ, ഈ കരാർ പാലിക്കാൻ ഈസ്റ്റ് ഇന്ത്യാ കമ്പനിക്ക് കഴിഞ്ഞില്ല. അതിനു പകരം കമ്പനി സാമ്പത്തിക വൈഷമ്യങ്ങളിൽച്ചെന്ന് ചാടുകയാണുണ്ടായത്. തന്മൂലം ഇംഗ്ലീഷ് ജനതയ്ക്ക് കപ്പം കൊടുക്കുന്നതിനുപകരം കമ്പനി ധനസഹായത്തിനായി പാർലമെന്റിനെ സമീപിക്കുകയാണുണ്ടായത്. തൽഫലമായി കമ്പനിയുടെ തിട്ടൂരത്തിൽ സാരമായ ഭേദഗതികൾ ഉണ്ടായി. എന്നിട്ടും കമ്പനിക്കാര്യങ്ങൾ ഒട്ടും മെച്ചപ്പെട്ടില്ല. അതേസമയം തന്നെ ഇംഗ്ലീഷുകാർക്ക് വടക്കേ അമേരിക്കയിലെ അവരുടെ കോളനികൾ നഷ്ടപ്പെടുകയും ചെയ്തു. ഈ സ്ഥിതിയിൽ മറ്റെവിടെയെങ്കിലും മഹത്തായൊരു കൊളോണിയൽ സാമ്രാജ്യം സ്ഥാപിക്കേണ്ടതിന്റെ ആവശ്യകത എല്ലാവർക്കും കൂടുതൽ കൂടുതൽ ബോധ്യമായി. അങ്ങനെ 1783-ൽ ഇത് തന്റെ പ്രസിദ്ധമായ ഇന്ത്യാബിൽ പാർലമെന്റിൽ അവതരിപ്പിക്കുന്നതിന് പറ്റിയ സമയമായിരിക്കുമെന്ന് വിഖ്യാതനായ ഫോക്സിന് തോന്നി. ഡയറക്ടർമാരുടെയും ഉടമസ്ഥന്മാരുടെയും ബോർഡുകൾ പിരിച്ചുവിട്ടിട്ട് ഇന്ത്യാഭരണത്തിന്റെ മുഴുവൻ ചുമതലയും പാർലമെന്റിൽനിന്ന് നിയമിക്കുന്ന ഏഴ് കമീഷണർമാരെ ഏൽ

പ്പിക്കാൻ വ്യവസ്ഥ ചെയ്തുകൊണ്ടുള്ളതായിരുന്നു ഈ ബില്ല്. മന്ദബുദ്ധിയായ രാജാവിന്* പ്രഭുസഭയുടെ മേലുണ്ടായിരുന്ന വ്യക്തിപരമായ സ്വാധീനം കാരണം മിസ്റ്റർ ഫോക്സിന്റെ ബില്ല് പരാജയപ്പെട്ടു. അത് ഫോക്സിന്റേയും നോർത്ത് പ്രഭുവിന്റേയും കൂടിയുള്ള കൂട്ടുകക്ഷി ഗവൺമെന്റിന്റെ തകർച്ചയ്ക്കും പ്രസിദ്ധനായ പിറ്റിന്റെ നേതൃത്വത്തിലുള്ള ഗവൺമെന്റിന്റെ രൂപീകരണത്തിനും കളമൊരുക്കി. 1784-ൽ പ്രിവീ കൗൺസിലിൽനിന്നുള്ള ആറ് അംഗങ്ങൾ അടങ്ങിയ ബോർഡ് ഓഫ് കൺട്രോൾ സ്ഥാപിക്കുന്നതിനുള്ള ഒരു ബില്ല് ഇരുസഭകളിലും പാസാക്കിയെടുക്കാൻ പിറ്റിന് കഴിഞ്ഞു. സിവിൽ ഭരണവും സൈനികഭരണവുമായോ ഈസ്റ്റ് ഇന്ത്യാ കമ്പനിയുടെ ഭൂപ്രദേശങ്ങളിലും സമ്പാദ്യങ്ങളിലും നിന്നുള്ള വരുമാനവുമായോ ഏതെങ്കിലും തരത്തിൽ ബന്ധപ്പെട്ട എല്ലാ നടപടികളുടെയും പ്രവർത്തനങ്ങളുടെയും വ്യാപാരങ്ങളുടെയും പരിശോധനയും മേൽനോട്ടവും നിയന്ത്രണവും നടത്തുക എന്നതായിരുന്നു ഈ ബോർഡ് ഓഫ് കൺട്രോൾ അംഗങ്ങളുടെ ചുമതല.

ചരിത്രകാരനായ മിൽ ഇതെപ്പറ്റി പറയുന്നത് ഇപ്രകാരമാണ്:

> ഈ നിയമം പാസാക്കുന്നതിന്റെ പിന്നിൽ രണ്ടുദ്ദേശ്യങ്ങളുണ്ടായിരുന്നു. മി. ഫോക്സ് അവതരിപ്പിച്ച ബില്ലിന്റെ ഏറ്റവും ഹീനമായ ഉദ്ദേശ്യമായി ചിത്രീകരിക്കപ്പെട്ട ആ സംഗതിയെപ്പറ്റിയുള്ള ആരോപണം ഉണ്ടാകാതിരിക്കുന്നതിന് മുഖ്യമായ അധികാരം ഡയറക്ടർമാരുടെ കൈകളിലാണെന്ന തോന്നൽ ഉണ്ടാക്കേണ്ടതും ആവശ്യമായിരുന്നു. മന്ത്രിമാരുടെ സൗകര്യത്തിന് ആ അധികാരം മുഴുവനായിത്തന്നെ വാസ്തവത്തിൽ എടുത്തുകളയേണ്ടതും ആവശ്യമായിരുന്നു. മി. പിറ്റിന്റെ ബില്ല് എതിരാളിയുടേതിൽനിന്ന് വ്യത്യസ്തമാണെന്ന് ഭാവിച്ചിരുന്നത് മുഖ്യമായും ഈ വിഷയത്തിലായിരുന്നുതാനും. ഒരാളിന്റെ ബില്ല് ഡയറക്ടർമാരുടെ അധികാരം ഇല്ലാതാക്കിയപ്പോൾ അപരന്റെ ബില്ല് അത് അപ്പടി നിലനിർത്തുന്നതായി ഭാവിച്ചു. മി. ഫോക്സിന്റെ ബില്ലനുസരിച്ച് മന്ത്രിമാരുടെ അധികാരം പരസ്യമായി ഉള്ളതായിരുന്നു. മി. പിറ്റിന്റെ നിയമത്തിൽ ഈ അധികാരം രഹസ്യമായും സൂത്രത്തിലുമുള്ളതായിരുന്നു. ഫോക്സിന്റെ ബില്ലിൻപടി കമ്പനിയുടെ അധികാരം പാർലമെന്റ് നിയമിക്കുന്ന കമീഷണർമാരിൽ നിക്ഷിപ്തമായിരുന്നു. മി. പിറ്റിന്റെ ബില്ലനുസരിച്ച് രാജാവ് നിയമിക്കുന്ന കമീഷണർമാരിലാണ് ഈ അധികാരം നിക്ഷിപ്തമായത്.

അങ്ങനെ 1783, 1784 എന്നീ വർഷങ്ങളിൽ മാത്രമാണ് ഇന്ത്യൻ പ്രശ്നം മന്ത്രിസഭയെ ബാധിക്കുന്ന ഒരു പ്രശ്നമായിത്തീർന്നത്. മി.

---

* ജോർജ് മൂന്നാമൻ — എ ഡി.

പിറ്റിന്റെ ബില്ല് പാസായതോടെ ഈസ്റ്റ് ഇന്ത്യാ കമ്പനിയുടെ തിട്ടൂരം ഒരിക്കൽക്കൂടി പുതുക്കിക്കൊടുക്കുകയും ഇന്ത്യൻപ്രശ്നം ഇരുപത് കൊല്ലത്തേക്ക് മാറ്റി വയ്ക്കപ്പെടുകയും ചെയ്തു. പക്ഷേ, 1813-ൽ പൊട്ടിപ്പുറപ്പെട്ട ജാക്കോബിൻ വിരുദ്ധയുദ്ധവും[10], 1833-ൽ അവതരിപ്പിക്കപ്പെട്ട പരിഷ്കരണബില്ലും[11] മറ്റെല്ലാ രാഷ്ട്രീയപ്രശ്നങ്ങളെയും പിന്നിലേക്ക് തള്ളി.

അപ്പോൾ, 1784-ന് മുൻപും പിൻപും ഇന്ത്യൻ പ്രശ്നം ഒരു വമ്പിച്ച രാഷ്ട്രീയ പ്രശ്നം ആകാതിരുന്നതിനുള്ള ഒന്നാമത്തെ കാരണം താഴെ പറയുന്നതാണ്: അക്കാലത്തിന് മുൻപ് നിലനിൽപ്പിനും മഹത്വത്തിനും വേണ്ടി പടവെട്ടുകയെന്നതായിരുന്നു ഈസ്റ്റ് ഇന്ത്യാ കമ്പനിയുടെ മുന്നിലുള്ള പ്രധാന കടമ. അതിനുശേഷം ഒരു പിടി പ്രഭുക്കൾ അധികാരം മുഴുവൻ കൈക്കലാക്കിയിരുന്നു. ഉത്തരവാദിത്വം കൂടാതെ ആ അധികാരം ആസ്വദിക്കാൻ അവർക്ക് സാധിക്കുമായിരുന്നു. അതിനുശേഷം 1813-ലും 1833-ലും തിട്ടൂരം പുതുക്കലിന്റെ ഘട്ടങ്ങളിലായിരുന്ന ഇംഗ്ലീഷ് ജനത പൊതുവിൽ അതിലും വമ്പിച്ച പ്രാധാന്യമുള്ള മറ്റു പ്രശ്നങ്ങളിൽ ബദ്ധശ്രദ്ധരായിരുന്നു.

നമുക്കിനി മറ്റൊരു നിലപാടിൽ നിന്നുകൊണ്ട് സംഗതികൾ പരികോധിച്ചുനോക്കാം. ആദ്യം സ്വന്തം ഏജന്റുമാർക്ക് ഫാക്ടറികളും അവരുടെ ചരക്കുകൾ സൂക്ഷിക്കാനുള്ള പണ്ടകശാലകളും സ്ഥാപിച്ചു കൊടുക്കാൻ മാത്രമാണ് ഈസ്റ്റ് ഇന്ത്യാകമ്പനി ശ്രമിച്ചിരുന്നത്. അവയുടെ സംരക്ഷണത്തിനായി അവർ നിരവധി കോട്ടകളും പണിതുയർത്തി. ഇന്ത്യയിൽ ഒരു പുത്രികാരാജ്യം സ്ഥാപിക്കാനും ഭൂനികുതി ഒരു വരുമാനമാർഗമാക്കാനും 1689 മുതൽക്കുതന്നെ ഉദ്ദേശ്യമുണ്ടായിരുന്നെങ്കിലും ബോംബെക്കും മദ്രാസിനും കൽക്കത്തയ്ക്കും ചുറ്റുമുള്ള അപ്രധാനങ്ങളായ ചില സ്ഥലങ്ങൾ മാത്രമേ 1744 വരെ അവർക്ക് കരസ്ഥമാക്കാൻ കഴിഞ്ഞിരുന്നുള്ളൂ. തദനന്തരം കർണാട്ടിക്കിൽ പൊട്ടിപ്പുറപ്പെട്ട യുദ്ധം കുറെ പോരാട്ടങ്ങൾക്കുശേഷം ഫലത്തിൽ അവരെ ഇന്ത്യയുടെ ആ ഭാഗത്തെ അധീശന്മാരാക്കി. ബംഗാളിൽ നടന്ന യുദ്ധത്തിന്റെയും ക്ലൈവിന്റെ വിജയങ്ങളുടെയും ഫലമായുണ്ടായ നേട്ടങ്ങൾ ഇതിലും ഗണ്യമായിരുന്നു. ബംഗാളും ബിഹാറും ഒറീസയും ശരിക്കും കൈയടക്കിവയ്ക്കാൻ അവർക്ക് കഴിഞ്ഞു. പതിനെട്ടാം നൂറ്റാണ്ടിന്റെ അവസാനത്തിനും ഈ നൂറ്റാണ്ടിന്റെ ആദ്യവർഷങ്ങൾക്കുമിടയിൽ ടിപ്പു സുൽത്താനുമായി നടന്ന യുദ്ധങ്ങളുടെ ഫലമായി അധികാരം പിന്നെയും പതിന്മടങ്ങ് വർധിക്കുകയും ധനസഹായ സമ്പ്രദായം (സബ്സിഡിയറി സിസ്റ്റം) വൻതോതിൽ വ്യാപകമാവുകയും ചെയ്തു.[12] 19-ാം നൂറ്റാണ്ടിന്റെ രണ്ടാം ദശകത്തിൽ സൗകര്യപ്രദമായ ആദ്യത്തെ അതിർത്തി, മരുഭൂമിയാൽ ചുറ്റപ്പെട്ട ഇന്ത്യ, അവരുടെ കൈയിലായിക്കഴിഞ്ഞിരുന്നു. ഇന്ത്യയിലെ ഏതൊരു കേന്ദ്ര ഭരണാധികാരിയുടെയും ആസ്ഥാനമായി എക്കാലവും ഇരുന്നിട്ടുള്ള ഈ ഏഷ്യൻ ഭാഗങ്ങൾ വരെ വ്യാപിക്കാൻ പൗരസ്ത്യദേ

ശത്തെ ബ്രിട്ടീഷ്സാമ്രാജ്യത്തിന് കഴിയുന്നത് ഇതാദ്യമായിരുന്നു. പക്ഷേ, സാമ്രാജ്യത്തിന്റെ ഏറ്റവും മർമപ്രധാന ഭാഗമായ പശ്ചിമാതിർത്തികൾ ഇനിയും ബ്രിട്ടീഷുകാരുടെ കൈയിൽ ആയിക്കഴിഞ്ഞിരുന്നില്ല. പുതിയ വെട്ടിപ്പിടിത്തക്കാർ വന്ന് പഴയവരെ പുറത്താക്കിയിരുന്നത്ര തന്നെ ആവർത്തിച്ചാവർത്തിച്ച് ഇവിടെനിന്ന് അവരും തുരത്തപ്പെട്ടിരുന്നു. 1838-നും 1849-നും ഇടയിൽ നടന്ന സിഖ്-അഫ്ഗാൻ യുദ്ധങ്ങളിലൂടെ പഞ്ചാബും സിൻഡും ബലമായി പിടിച്ചെടുത്തുകൊണ്ട്[13] ബ്രിട്ടീഷ് ഭരണം ഈ ഇന്ത്യൻ ഭൂഖണ്ഡത്തിന്റെ നരവംശപരവും രാഷ്ട്രീയവും സൈനികവുമായ അതിർത്തികളിൽ സ്വന്തം ആധിപത്യം അരക്കിട്ടുറപ്പിച്ചു. മധ്യേഷ്യയിൽനിന്ന് ആക്രമണം നടത്തുന്ന ഏതൊരു പട്ടാളത്തെയും തുരത്തുന്നതിന് അത്യന്താപേക്ഷിതമായിരുന്നു ഈ പ്രദേശങ്ങൾ. പേർഷ്യയുടെ അതിർത്തികളിലേക്ക് നീങ്ങിക്കൊണ്ടിരുന്ന റഷ്യക്കെതിരായും ഒഴിച്ചുകൂടാനാവാത്തതായിരുന്നു ഈ പ്രദേശങ്ങൾ. ഇക്കഴിഞ്ഞ ഒരു ദശാബ്ദത്തിനിടയിൽ 85,72,630 ജനങ്ങളധിവസിക്കുന്ന 1,67,000 ചതുരശ്ര മൈൽ സ്ഥലങ്ങൾ ബ്രിട്ടീഷ് ഇന്ത്യൻ ഭൂപ്രദേശത്തോട് കൂട്ടിച്ചേർക്കപ്പെട്ടിട്ടുണ്ട്. ആഭ്യന്തരസ്ഥിതിയെപ്പറ്റിപ്പറഞ്ഞാൽ, എല്ലാ നാട്ടുരാജ്യങ്ങളും ഇപ്പോൾ ബ്രിട്ടീഷ് അധീനതയിലുള്ള സ്ഥലങ്ങളാൽ വളയപ്പെട്ടിരുന്നു. ഒന്നല്ലെങ്കിൽ മറ്റൊരു തരത്തിലുള്ള ബ്രിട്ടീഷ് മേൽക്കോയ്മ അവയുടെയെല്ലാംമേൽ അടിച്ചേൽപ്പിക്കപ്പെട്ടിരുന്നു. ഗുജറാത്തും സിൻഡും ഒഴികെയുള്ള മറ്റെല്ലാ പ്രദേശങ്ങളുടെയും സമുദ്രതീരവുമായുള്ള ബന്ധം വിഛേദിക്കപ്പെട്ടിരുന്നു. വിദേശബന്ധങ്ങളെപ്പറ്റി പറഞ്ഞാൽ, ഇന്ത്യയുടെ കഥ കഴിഞ്ഞിരുന്നുവെന്ന് പറയാം. 1849-ന് ശേഷം മാത്രമാണ് മഹത്തായ ഒരു ആംഗ്ലോ-ഇന്ത്യൻ സാമ്രാജ്യം നിലവിൽ വന്നത്.

അങ്ങനെ രണ്ട് നൂറ്റാണ്ടുകൾക്കുശേഷം ഒടുവിൽ ഇന്ത്യയുടെ സ്വാഭാവിക അതിർത്തികൾ മുഴുവൻ കൈയിലാകുന്നതുവരെ ഈസ്റ്റ് ഇന്ത്യാ കമ്പനിയുടെ പേരിലാണ് ബ്രിട്ടീഷ് ഗവൺമെന്റ് പടവെട്ടിക്കൊണ്ടിരുന്നത്. ഇംഗ്ലണ്ടിലെ എല്ലാ പാർട്ടികളും, ഒരൊറ്റ ഇന്ത്യൻ സാമ്രാജ്യത്തിന്റെ ഘടന പൂർത്തിയായതിനുശേഷം ആത്മവഞ്ചനാപരമായ സമാധാന മന്ത്രോച്ചാരണം ഏറ്റവും ഉറക്കെ നടത്താൻ ഉറച്ചിരുന്നവർ പോലും, ഇക്കാലമത്രയും മൗനംഭജിക്കാൻ സമ്മതിച്ചത് എന്തുകൊണ്ടാണെന്ന് നമുക്കിപ്പോൾ മനസിലാകുന്നുണ്ട്. ആദ്യമായി അത് കൈയിൽ കിട്ടിയാലല്ലേ അവർക്ക് പിന്നീട് അതിന്മേൽ തങ്ങളുടെ വമ്പിച്ച ഔദാര്യം കോരിച്ചൊരിയാൻ കഴിയുമായിരുന്നുള്ളൂ. ഈ നിലപാടിൽനിന്ന് നോക്കുമ്പോൾ തീട്ടൂരം പുതുക്കലിന്റെ മുൻകാലങ്ങളെയെല്ലാം അപേക്ഷിച്ച് ഇന്ത്യൻ പ്രശ്നത്തിൽ ഇക്കൊല്ലം, 1853-ൽ, ഉണ്ടായിട്ടുള്ള മാറ്റം നമുക്ക് മനസിലാക്കാൻ സാധിക്കും.

നമുക്ക് ഇനിയും മറ്റൊരു നിലപാടിൽനിന്നുകൂടി ഈ പ്രശ്നം ഒന്ന് പരിശോധിക്കാം. ഇന്ത്യയുമായുള്ള ബ്രിട്ടീഷ് വാണിജ്യസമ്പർക്കത്തിന്റെ വിവിധ ഘട്ടങ്ങളിലൂടെയുള്ള അതിന്റെ ഗതി പരിശോധിച്ചാൽ ഇന്ത്യൻ

നിയമനിർമാണത്തിലെ ഇപ്പോഴത്തെ പ്രത്യേകമായ പ്രതിസന്ധി നമുക്ക് കുറച്ചുകൂടി ഭംഗിയായി മനസിലാകും.

ഈസ്റ്റ് ഇന്ത്യാ കമ്പനി അതിന്റെ പ്രവർത്തനം തുടങ്ങിയ കാലത്ത് എലിസബത്ത് രാജ്ഞിയുടെ ഭരണത്തിൻ കീഴിൽ ഇന്ത്യയുമായുള്ള വാണിജ്യം വിജയകരമായി നടത്തിക്കൊണ്ടുപോകുന്നതിലേക്കായി കൊല്ലത്തിൽ മുപ്പതിനായിരം പവന്റെ മൂല്യമുള്ള സ്വർണവും വെള്ളിയും വിദേശനാണയവും കയറ്റി അയയ്ക്കാൻ കമ്പനിയെ അനുവദിച്ചിരുന്നു. അന്നത്തെ എല്ലാ വിശ്വാസപ്രമാണങ്ങൾക്കും എതിരായിരുന്നു ഇത്. അതുകൊണ്ടുതന്നെയാണ് *ഇംഗ്ലണ്ടിൽനിന്ന് ഈസ്റ്റ് ഇൻഡീസിലേക്കുള്ള വാണിജ്യത്തെ സംബന്ധിച്ച ഒരു സംവാദം* എന്ന തന്റെ ഗ്രന്ഥത്തിൽ 'മെർക്കന്റൈൽ വ്യവസ്ഥ'യുടെ അടിസ്ഥാന പ്രമാണങ്ങൾ വിശദീകരിക്കാൻ തോമസ് മൻ നിർബന്ധിതനായത്. ഒരു രാജ്യത്തിന്റെ കൈവശമുണ്ടാകാവുന്ന ഒരേയൊരു യഥാർഥ സമ്പത്ത് അമൂല്യ ലോഹങ്ങളാണെന്ന് സമ്മതിക്കവേ തന്നെ ആദാനപ്രദാനമിച്ചം കയറ്റുമതി ചെയ്യുന്ന രാജ്യത്തിന് അനുകൂലമായ സാഹചര്യത്തിൽ ഈ ലോഹങ്ങളുടെ കയറ്റുമതി അനുവദനീയമാണെന്ന് അദ്ദേഹം അതിൽ സമർഥിച്ചു. അങ്ങനെ, ഇന്ത്യയിൽനിന്ന് ഇറക്കുമതിചെയ്യുന്ന ചരക്കുകളിൽ ഏറിയഭാഗവും മറ്റു രാജ്യങ്ങളിലേക്ക് വീണ്ടും കയറ്റി അയക്കുമ്പോൾ ലഭ്യമാകുന്ന സ്വർണം അവ വാങ്ങുന്നതിനായി അവിടെ ചെലവിട്ടതിനെക്കാൾ വളരെ അധികമായിരിക്കുമെന്ന് അദ്ദേഹം വാദിച്ചു. *വിദേശ വ്യാപാര ഇടപാടുകളിൽ വച്ചേറ്റവും ദേശീയമായിട്ടുള്ളത് ഈസ്റ്റ് ഇൻഡീസ് വ്യാപാരമാണെന്ന് തെളിയിക്കുന്ന ഒരു പ്രബന്ധം* എന്ന ജോഷ്വാ ചൈൽഡിന്റെ ഗ്രന്ഥവും ഇതേ ആശയഗതിയോടെ രചിക്കപ്പെട്ടിട്ടുള്ളതാണ്. കാലക്രമേണ, ഈസ്റ്റ് ഇന്ത്യാ കമ്പനിയുടെ പക്ഷക്കാരുടെ ധാർഷ്ട്യം കൂടിക്കൂടിവന്നു. ഇംഗ്ലണ്ടിൽ സ്വതന്ത്രവ്യാപാരവാദത്തിന്റെ ആദ്യത്തെ ഉപദേശികളായി രംഗത്തുവന്നത് ഇന്ത്യൻ കുത്തകകളായിരുന്നുവെന്നത് ഈ വിചിത്രമായ ഇന്ത്യൻ ചരിത്രവിവരണത്തിലെ ജിജ്ഞാസാജനകമായ ഒരു സംഗതിയായി കാണാവുന്നതാണ്.

കച്ചവടക്കാരിൽ നിന്നല്ല, പ്രത്യുത വ്യവസായികളുടെ വർഗത്തിൽ നിന്നാണ് വീണ്ടും ഈസ്റ്റ് ഇന്ത്യാ കമ്പനിയുടെ കാര്യത്തിൽ പാർലമെന്റിന്റെ ഇടപെടൽ ഉണ്ടാകണമെന്ന ആവശ്യം ഉയർന്നുവന്നത്. 17-ാം നൂറ്റാണ്ടിന്റെ അവസാനം മുതൽ 18-ാം നൂറ്റാണ്ടിന്റെ ഒരു നല്ല ഘട്ടം വരെ ഈ ആവശ്യം ഉന്നയിക്കപ്പെട്ടിരുന്നു. ഇന്ത്യയിൽനിന്നുള്ള പരുത്തിത്തുണിയുടെയും പട്ടുതുണിയുടെയും ഇറക്കുമതി പാവപ്പെട്ട ബ്രിട്ടീഷ് വ്യവസായികളെ നശിപ്പിച്ചുകൊണ്ടിരിക്കുകയാണെന്ന് പ്രഖ്യാപിക്കപ്പെട്ടു. ജോൺ പോളെക്സ്ഫെൻ 1697-ൽ എഴുതിയ *ഇംഗ്ലണ്ടും ഈസ്റ്റ് ഇൻഡീസും തമ്മിൽ വ്യാവസായിക നിർമാണത്തിലുള്ള പൊരുത്തക്കേട്* എന്ന കൃതിയിൽ ഈ അഭിപ്രായം മുഴങ്ങിക്കേൾക്കാമായിരുന്നു. വിചിത്രമെന്നുപറയട്ടെ, ഒന്നരനൂറ്റാണ്ടിനുശേഷം സാധൂകരിക്കപ്പെട്ട ഒരു തല

ക്കെട്ടാണിത്. പക്ഷേ, തികച്ചും വ്യത്യസ്തമായ ഒരർഥത്തിലായിരുന്നു അതെന്നുമാത്രം. അന്ന് പാർലമെന്റ് അതിൽ ഇടപെടുകയും ചെയ്തു. വില്യം മൂന്നാമന്റെ പതിനൊന്നാമത്തെയും പന്ത്രണ്ടാമത്തെയും നിയമങ്ങൾ പ്രകാരം ഇന്ത്യയിലും പേർഷ്യയിലും ചൈനയിലും നിന്നുള്ള പട്ടുതുണിയും പ്രിന്റ് ചെയ്തതോ ചായം മുക്കിയതോ ആയ കാലിക്കോതുണിയും ധരിക്കുന്നത് നിയമവിരുദ്ധമായി പ്രഖ്യാപിക്കപ്പെട്ടു. അത്തരം തുണിത്തരങ്ങൾ കൈവശം വയ്ക്കുകയോ വിൽക്കുകയോ ചെയ്യുന്നവരിൽനിന്ന് 200 പവൻ പിഴശിക്ഷ ഈടാക്കുന്നതാണെന്നും പ്രഖ്യാപിക്കപ്പെട്ടു. പിൽക്കാലത്ത് വളരെയേറെ 'പ്രജ്ഞ'രായിത്തീർന്ന ബ്രിട്ടീഷ് നിർമാതാക്കളുടെ ആവർത്തിച്ചുള്ള പരിദേവനങ്ങളെത്തുടർന്ന് ജോർജ് ഒന്നാമൻ, രണ്ടാമൻ, മൂന്നാമൻ എന്നിവരുടെ കാലങ്ങളിലും അതുപോലുള്ള നിയമങ്ങൾ പാസാക്കപ്പെടുകയുണ്ടായി. അങ്ങനെ, 18-ാം നൂറ്റാണ്ട് ഏതാണ്ടവസാനിക്കുന്നതുവരെ യൂറോപ്പിന്റെ മറ്റു ഭാഗങ്ങളിൽ വിൽക്കുന്നതിനായി മാത്രമാണ് ഇന്ത്യൻ നിർമിത വസ്തുക്കൾ പൊതുവിൽ ഇംഗ്ലണ്ടിലേക്ക് ഇറക്കുമതി ചെയ്തിരുന്നത്. ഇംഗ്ലീഷ് വിപണിയിൽനിന്ന് അവ ഒഴിവാക്കപ്പെടുകയും ചെയ്തിരുന്നു.

അങ്ങനെ പാർലമെന്റിനെക്കൊണ്ട് ഈസ്റ്റ് ഇന്ത്യാ കമ്പനിയുടെ കാര്യങ്ങളിൽ ഇടപെടൽ നടത്തിക്കുന്നതിൽ ദുരമൂത്ത നാടൻ നിർമാതാക്കൾ വിജയിച്ചപ്പോൾ മറുവശത്ത് കമ്പനിയുടെ വാണിജ്യക്കുത്തക പൊളിക്കാനും ശരിക്കും ഒരു സ്വർണഖനിയായി കണക്കാക്കപ്പെട്ടിരുന്ന ആ വാണിജ്യത്തിന്റെ പങ്കു കിട്ടാനും വേണ്ടി ലണ്ടനിലെയും ലിവർപൂളിലെയും ബ്രിസ്റ്റളിലെയും കച്ചവടക്കാരും ശ്രമിക്കുന്നുണ്ടായിരുന്നു. തിട്ടൂരം പുതുക്കലിന്റെ ഓരോ സന്ദർഭം വരുമ്പോഴും അവർ ഇതിനായി ശ്രമം നടത്തിയിരുന്നു. തൽഫലമായി, കമ്പനിയുടെ തീട്ടൂരത്തിന്റെ കാലാവധി 1814 മാർച്ച് വരെ ദീർഘിപ്പിച്ചുകൊണ്ടുള്ള 1773-ലെ നിയമത്തിൽ ഒരു പുതിയ വ്യവസ്ഥ എഴുതിച്ചേർക്കപ്പെട്ടു. ഇതിൻപ്രകാരം ബ്രിട്ടീഷുകാരായ ആളുകൾക്ക് ഇംഗ്ലണ്ടിൽനിന്ന് ഇന്ത്യയിലേക്കും കമ്പനി ജോലിക്കാരായ ഇന്ത്യക്കാർക്ക് ഇംഗ്ലണ്ടിലേക്കും ഏതാണ്ടെല്ലാ സാധനങ്ങളും കയറ്റി അയയ്ക്കാനുള്ള അധികാരം ലഭിച്ചു. പക്ഷേ, നിരവധി ഉപാധികളുണ്ടായിരുന്നതിനാൽ ബ്രിട്ടീഷ് ഇന്ത്യയിലേക്കുള്ള സ്വകാര്യ കയറ്റുമതിയെ സംബന്ധിച്ചിടത്തോളം ഈ സൗജന്യം കൊണ്ട് യാതൊരു പ്രയോജനവും ഉണ്ടായില്ല. 1813 ആയപ്പോഴേക്ക് കമ്പനിക്ക് പൊതുവാണിജ്യത്തിന്റെ സമ്മർദത്തെ ചെറുത്തുനിൽക്കാനുള്ള കഴിവ് നഷ്ടപ്പെടുകയും സ്വകാര്യമത്സരത്തിന് ചില നിബന്ധനകളിന്മേൽ ഇന്ത്യയുമായുള്ള വാണിജ്യത്തിൽ പ്രവേശനം അനുവദിക്കേണ്ടിവരികയും ചെയ്തു. ചൈനീസ് വാണിജ്യങ്ങളിൽമാത്രം കമ്പനിയുടെ കുത്തക നിലനിർത്തപ്പെട്ടു. 1833-ലെ തീട്ടൂരം പുതുക്കലിന്റെ സമയത്ത് ഈ അവസാനത്തെ നിയന്ത്രണങ്ങളും ഒടുവിൽ എടുത്തുകളയപ്പെടുകയും കമ്പനി യാതൊരുവിധ വാണിജ്യവും നടത്താൻ പാടില്ലെന്ന നിരോധനം ഏർപ്പെ

ടുത്തുകയും ചെയ്തു. കമ്പനിയുടെ വാണിജ്യസ്വഭാവം തീർത്തും ഇല്ലാതാക്കപ്പെടുകയും ഇന്ത്യൻ പ്രദേശങ്ങളിൽനിന്ന് ബ്രിട്ടീഷ് പ്രജകളെ ഒഴിച്ചുനിർത്താൻ കമ്പനിക്കുണ്ടായിരുന്ന പ്രത്യേകാവകാശം പിൻവലിക്കപ്പെടുകയും ചെയ്തു.

ഇതിനിടയിൽ ഇന്ത്യൻ വാണിജ്യത്തിൽ സാരമായ പല മാറ്റങ്ങളും സംഭവിച്ചിരുന്നു. അത് ഇംഗ്ലണ്ടിലെ വിവിധ വർഗങ്ങൾക്ക് അക്കാര്യത്തിലുള്ള താൽപ്പര്യങ്ങളെ ആകെത്തന്നെ മാറ്റിമറിച്ചിരുന്നു. പതിനെട്ടാം നൂറ്റാണ്ടിലാകെ ഇന്ത്യയിൽനിന്ന് ഇംഗ്ലണ്ടിലേക്ക് കടത്തിയ സമ്പത്തുകൾ താരതമ്യേന അപ്രധാനമായ കച്ചവടത്തിൽ നിന്നുള്ളതിനെക്കാൾ ആ നാടിന്റെ പ്രത്യക്ഷമായ ചൂഷണത്തിൽനിന്ന് നേടിയതായിരുന്നു. അവിടത്തെ ആളുകളിൽനിന്ന് പിഴിഞ്ഞെടുത്ത് ഇംഗ്ലണ്ടിലേക്ക് കടത്തിയതായിരുന്നു ആ വമ്പിച്ച സമ്പാദ്യങ്ങളെല്ലാം. 1813-ലെ വാണിജ്യോൽഘാടനത്തിനുശേഷം ഇന്ത്യയുമായുള്ള വ്യാപാരം നന്നേ ചെറിയൊരു കാലയളവിനിടയിൽ മൂന്ന് മടങ്ങിലധികം വർധിച്ചു. എന്നു മാത്രമല്ല, കച്ചവടത്തിന്റെ സ്വഭാവമാകെത്തന്നെ മാറുകയും ചെയ്തു. 1813 വരെ ഇന്ത്യ പ്രധാനമായും ചരക്കുകൾ കയറ്റി അയയ്ക്കുന്ന ഒരു രാജ്യമായിരുന്നു. എന്നാൽ, ഇപ്പോൾ അത് ചരക്കുകൾ ഇറക്കുമതി ചെയ്യുന്ന ഒരു രാജ്യമായി മാറി. പൊതുവിൽ രൂപയ്ക്ക് രണ്ടര ഷില്ലിങ് ആയിരുന്ന വിനിമയ നിരക്ക് 1823 ആയപ്പോഴേക്കുതന്നെ രണ്ടു ഷില്ലിങ്ങായി ചുരുങ്ങിയെന്ന് പറയുമ്പോൾ എത്ര വേഗത്തിലാണ് ഇത് സംഭവിച്ചതെന്ന് ഊഹിക്കാൻ കഴിയുമല്ലൊ. ചരിത്രാതീതകാലം മുതൽക്ക് ലോകത്തിനാകെയുള്ള പരുത്തിത്തുണി നെയ്യുന്ന വലിയൊരു വർക്ക്ഷോപ്പുപോലെ ആയിരുന്ന ഇന്ത്യ ഇപ്പോൾ ഇംഗ്ലീഷ് ടിസ്റ്റിന്റെയും പരുത്തിത്തുണികളുടെയും പ്രളയത്തിൽ പെട്ടുപോയി. ഇന്ത്യയിൽനിന്നുള്ള ഉൽപ്പന്നങ്ങൾക്ക് ഇംഗ്ലണ്ടിലേക്ക് പ്രവേശനം നിഷേധിക്കുകയോ അവയുടെ പ്രവേശനത്തിന് ദുസ്സഹമായ വ്യവസ്ഥകൾ നിശ്ചയിക്കപ്പെടുകയോ ചെയ്തപ്പോൾത്തന്നെ വളരെ തുഛവും നാമമാത്രവുമായ ചുങ്കം മാത്രം ചുമത്തപ്പെട്ടിരുന്ന ബ്രിട്ടീഷ് ചരക്കുകൾ ഇന്ത്യയിലേക്ക് യഥേഷ്ടം പ്രവഹിക്കാനും അങ്ങനെ ഒരുകാലത്ത് വിശ്വവിഖ്യാതമായിരുന്ന നാടൻ പരുത്തിത്തുണിയുടെ നെയ്ത്ത് അധോഗതിയിലേക്ക് നീങ്ങാനും തുടങ്ങി. 1780-ൽ ഇന്ത്യയിലെത്തിയ ബ്രിട്ടീഷ് ഫാക്ടറി നിർമിത വസ്തുക്കളുടെയും ഉൽപ്പന്നങ്ങളുടെയും ആകെ മൂല്യം 3,86,152 പവൻ മാത്രമായിരുന്നു. അക്കൊല്ലം കയറ്റിയയച്ച സ്വർണം 15,041 പവൻ വിലവരുന്നതായിരുന്നു. ആ വർഷത്തിലെ കയറ്റുമതിയുടെ മൂല്യം 1,26,48,616 പവൻ ആയിരുന്നു. അങ്ങനെ, ഇന്ത്യയുമായുള്ള കച്ചവടം ആകെയുള്ള വിദേശവാണിജ്യത്തിന്റെ 32-ൽ ഒരുഭാഗം മാത്രമായിരുന്നു. 1850-ൽ ഗ്രേറ്റ് ബ്രിട്ടനിൽനിന്നും അയർലൻഡിൽനിന്നും ഇന്ത്യയിലേക്ക് മൊത്തം കയറ്റുമതി ചെയ്തത് 80,24,000 പവൻ വിലവരുന്ന ചരക്കുകളാണ്. ഇതിൽ പരുത്തിത്തുണിയുടെ മാത്രം വിഹിതം 52,20,000 പവനായിരുന്നു. അങ്ങനെ

അത് ആകെയുള്ള കയറ്റുമതിയുടെ എട്ടിലൊന്നും വിദേശ പരുത്തിത്തുണി വ്യാപാരത്തിന്റെ നാലിലൊന്നുമായി ഉയർന്നു. ബ്രിട്ടനിലെ ജനസംഖ്യയുടെ എട്ടിലൊരു ഭാഗം ഈ പരുത്തിത്തുണി നിർമാണത്തിലാണ് ഏർപ്പെട്ടിരുന്നതെന്നും ആകെയുള്ള ദേശീയ വരുമാനത്തിന്റെ പന്ത്രണ്ടിലൊരു ഭാഗം അതിൽനിന്നാണ് ഉണ്ടായിരുന്നതെന്നുംകൂടി ഇവിടെ ഓർത്തിരിക്കേണ്ടതാണ്. ഓരോ വാണിജ്യപ്രതിസന്ധിയും കഴിയുന്നതോടെ ബ്രിട്ടീഷ് പരുത്തിത്തുണിനിർമാതാക്കളെ സംബന്ധിച്ചിടത്തോളം ഇന്ത്യയുമായുള്ള കച്ചവടം കൂടുതൽ കൂടുതൽ പരമപ്രധാനമായിത്തീർന്നു. ഇന്ത്യ അവരുടെ ഏറ്റവും നല്ല കമ്പോളമായിത്തീരുകയും ചെയ്തു. ഗ്രേറ്റ് ബ്രിട്ടനിലെ സമൂഹത്തിന്റെ ചട്ടക്കൂടിനെ ആകെ സംബന്ധിച്ചിടത്തോളം പരുത്തിത്തുണി നിർമാണത്തിനുള്ള മൗലിക പ്രാധാന്യത്തിന്റെ അതേ അനുപാതത്തിൽത്തന്നെ ബ്രിട്ടീഷ് പരുത്തിത്തുണി നിർമാണത്തെ സംബന്ധിച്ചിടത്തോളം ഇന്ത്യക്കുള്ള മൗലിക പ്രാധാന്യവും വർധിച്ചു.

ഇന്ത്യയെ സ്വന്തം ഭൂസ്വത്തുക്കളാക്കി മാറ്റിയ പണാധിപത്യത്തിന്റെ താൽപ്പര്യവും സ്വന്തം സൈന്യങ്ങളെക്കൊണ്ട് ആ രാജ്യത്തെ വെട്ടിപ്പിടിച്ച പ്രഭുക്കളുടെ താൽപ്പര്യവും സ്വന്തം തുണിത്തരങ്ങൾകൊണ്ട് ആ രാജ്യത്തെ മൂടിയ മില്ലുടമകളുടെ താൽപ്പര്യവും ഇതുവരെ കൈകോർത്തുപിടിച്ചുകൊണ്ടാണ് മുന്നോട്ട് നീങ്ങിയിരുന്നത്. പക്ഷേ, ഇന്ത്യൻ കമ്പോളത്തിന്മേലുള്ള വ്യവസായികളുടെ ആശ്രിതത്വം കൂടുതൽക്കൂടുതൽ വർധിച്ചപ്പോൾ അവിടെ പുതിയ പുതിയ ഉൽപ്പാദനശക്തികൾ സൃഷ്ടിക്കേണ്ടതിന്റെ അവരുടെ ആവശ്യവും കൂടുതൽ കൂടുതൽ വർധിച്ചു. കാരണം, അവിടത്തെ നാടൻവ്യവസായത്തെ അവർ തകർത്തു കഴിഞ്ഞിരുന്നല്ലോ. പകരം ഇങ്ങോട്ടെന്തെങ്കിലും ഉൽപ്പന്നം തരാൻ ഒരു രാജ്യത്തിന് സാധ്യതയുണ്ടാക്കാതെ സ്വന്തം നിർമിത സാമഗ്രികൾകൊണ്ട് ആ രാജ്യത്തെ മൂടാൻ ആർക്കും സാധ്യമാവുകയുമില്ലല്ലൊ. തങ്ങളുടെ വ്യാപാരം വർധിക്കുന്നതിനു പകരം ഇടിയുകയാണ് ചെയ്യുന്നതെന്ന് ഈ വ്യാവസായിക വിഭാഗക്കാർ മനസിലാക്കി. 1846-ൽ അവസാനിച്ച നാലുകൊല്ലക്കാലത്ത് ഗ്രേറ്റ് ബ്രിട്ടനിൽനിന്ന് ഇന്ത്യയിലേക്കുള്ള ഇറക്കുമതി 261 ദശലക്ഷം രൂപയുടേതായിരുന്നു. 1850-ൽ അവസാനിച്ച നാലുകൊല്ലക്കാലത്താകട്ടെ ഇത് 253 ദശലക്ഷമായി ചുരുങ്ങുകയാണുണ്ടായത്. അതേ സമയം കയറ്റുമതി ആദ്യത്തെ ചതുർവർഷക്കാലത്ത് 274 ദശലക്ഷം രൂപയുടേതും രണ്ടാമത്തെ കാലത്ത് 254 ദശലക്ഷം രൂപയുടേതും ആയിരുന്നു. ഇന്ത്യയിൽ തങ്ങളുടെ ചരക്കുകൾക്കുള്ള ഉപഭോഗശേഷി അതിന്റെ ഏറ്റവും താണഘട്ടത്തിലേക്ക് ഇടിഞ്ഞിരിക്കുകയാണെന്ന് അവർക്ക് മനസിലായി. അവരുടെ നിർമിത വസ്തുക്കളുടെ പ്രതിവർഷ ആളോഹരി ഉപഭോഗം ബ്രിട്ടീഷ് വെസ്റ്റ് ഇൻഡീസിൽ 14 ഷില്ലിങ്ങും, ചിലിയിൽ 9 ഷില്ലിങ്ങ് 3 പെനിയും, ബ്രസീലിൽ 6 ഷില്ലിങ് 5 പെനിയും, ക്യൂബയിൽ 6 ഷില്ലിങ് 2 പെനിയും, പെറുവിൽ 5 ഷില്ലിങ് 7 പെനിയും, സെൻട്രൽ അമേരിക്കയിൽ 10 പെനിയും ആണെങ്കിൽ ഇന്ത്യയിൽ അത് 9 പെനി

മാത്രമാണെന്നും അവർക്ക് മനസിലായി. അങ്ങനെയിരിക്കെയാണ് അമേരിക്കൻ ഐക്യനാടുകളിലെ പരുത്തിയുടെ വിളനാശം മൂലം 1850-ൽ അവർക്ക് പതിനൊന്ന് ദശലക്ഷം പവൻ നഷ്ടം ഉണ്ടായത്. ഈസ്റ്റ് ഇന്ത്യയിൽനിന്ന് ആവശ്യമായത്ര അസംസ്കൃത പരുത്തി ലഭിക്കാൻ ഏർപ്പാടുണ്ടാക്കുന്നതിനുപകരം അമേരിക്കയെ ആശ്രയിക്കേണ്ടി വരുന്നതിൽ അവർ ബേജാറായി. കൂടാതെ, ഇന്ത്യയിൽ മൂലധനം ഇറക്കാൻ ശ്രമിക്കുമ്പോഴെല്ലാം ഇന്ത്യയിലെ അധികൃതരുടെ പലവിധ തടസ്സങ്ങളെയും സൂത്രപ്പണികളെയും അവർക്ക് നേരിടേണ്ടിവരികയും ചെയ്തു. അങ്ങനെ ഇന്ത്യ പണാധിപത്യവുമായും പ്രഭുക്കളുമായുമുള്ള വ്യാവസായിക താൽപ്പര്യത്തിന്റെ അങ്കംവെട്ടിന്റെ കളരിയായിത്തീർന്നു. ഇംഗ്ലണ്ടിൽ തങ്ങളുടെ വച്ചുകയറ്റത്തെപ്പറ്റി ബോധവാന്മാരായ വ്യവസായികൾ ഇപ്പോൾ ആവശ്യപ്പെടുന്നത് ഇന്ത്യയിലെ ഈ എതിർശക്തികളെ തൂത്തെറിയണമെന്നാണ്. ഇന്ത്യാഭരണത്തിന്റെ പഴയ ഘടനയാകെത്തന്നെ പൊളിച്ചുമാറ്റണമെന്നും ഈസ്റ്റ് ഇന്ത്യാ കമ്പനിയെ അന്തിമമായി തുടച്ചുമാറ്റണമെന്നുമാണ് അവരാവശ്യപ്പെടുന്നത്.

അടുത്തതായി നമുക്ക് നാലാമത്തെയും അവസാനത്തെയുമായ നിലപാടിൽനിന്നുകൊണ്ട് ഇന്ത്യൻ പ്രശ്നത്തെ വിലയിരുത്താൻ നോക്കാം. 1784 മുതൽക്ക് ഇന്ത്യയുടെ ധനകാര്യങ്ങൾ കൂടുതൽക്കൂടുതൽ അവതാളത്തിലേക്ക് നീങ്ങിക്കൊണ്ടിരിക്കുകയാണ്. ഇന്ത്യക്ക് ഇപ്പോൾ അഞ്ചുകോടി പവന്റെ ദേശീയകടബാധ്യതയുണ്ട്. ധനാഗമമാർഗങ്ങൾ തുടർച്ചയായി ക്ഷയിച്ചുകൊണ്ടിരിക്കുകയും ചെലവ് അതിനനുരോധമായി കൂടിക്കൂടിവരികയുമാണ്. കറുപ്പു നികുതിയിൽ നിന്നുള്ള അനിശ്ചിതമായ വരുമാനമാണ് പുറമേക്കെങ്കിലും ഇവയെ തമ്മിൽ സമാസമമാക്കി നിർത്തുന്നത്. ചൈനക്കാർതന്നെ അവീൻചെടി കൃഷി ചെയ്യാൻ തുടങ്ങിയിട്ടുള്ളതിനാൽ ഈ വരുമാനത്തിന്റെ കാര്യം തന്നെയും ഇപ്പോൾ അപകടത്തിലാണ്. നിരർഥകമായ ബർമായുദ്ധത്തിൽ[14] നിന്നുണ്ടാകാൻ പോകുന്ന ചെലവുകൾ കാര്യങ്ങളെ ഒന്നുകൂടി വഷളാക്കുകയും ചെയ്യും. കാര്യങ്ങളുടെ കിടപ്പുവച്ച് നോക്കിയാൽ, ഇന്ത്യൻ സാമ്രാജ്യം നഷ്ടമായാൽ ഇംഗ്ലണ്ട് നശിക്കും; പക്ഷേ അത് നിലനിർത്താനുള്ള ശ്രമം നമ്മുടെ ധനസ്ഥിതിയെ നാശത്തിലേക്ക് വലിച്ചിഴച്ചുകൊണ്ടിരിക്കുകയാണ്. എന്നാണ് മി. ഡിക്കിൻസൺ ഇതേപ്പറ്റി പറയുന്നത്.

അങ്ങനെ, 1783-ന് ശേഷം ആദ്യമായി ഇന്ത്യൻപ്രശ്നം ഒരു ഇംഗ്ലീഷ് പ്രശ്നവും ഒരു മന്ത്രിസഭാപ്രശ്നവുമായി മാറിയതെങ്ങനെയെന്നാണ് ഞാനിവിടെ വ്യക്തമാക്കിയിട്ടുള്ളത്.

(1853 ജൂൺ 24-ന് എഴുതിയത്. 1853 ജൂലായ് 11-ലെ 3816-ാം ലക്കം *ന്യൂയോർക്ക് ഡെയിലി ട്രിബ്യൂണിൽ* പ്രസിദ്ധീകരിക്കപ്പെട്ടു).

ഇന്ത്യയിലെ ബ്രിട്ടീഷ് ഭരണത്തിന്റെ ഭവിഷ്യത്തുകൾ

കാൾ മാർക്സ്

ഇന്ത്യയെപ്പറ്റിയുള്ള എന്റെ നിരീക്ഷണങ്ങൾ ഈ കത്തോടുകൂടി ഉപസംഹരിക്കാമെന്നാണ് കരുതുന്നത്.

ഇന്ത്യയിൽ ഇംഗ്ലീഷ് ആധിപത്യം വരാനിടയായതെങ്ങനെയാണ്? പ്രവിശ്യകളിലെ മുഗൾ ഭരണാധികാരികൾ മഹത്തായ മുഗൾ സാമ്രാജ്യത്തെ തകർത്തു. മറാത്തികൾ[15] ഈ പ്രവിശ്യാധികാരികളെ തകർത്തു. അഫ്ഗാനികൾ മറാഠരെ തകർത്തു. അങ്ങനെ എല്ലാവരും എല്ലാവർക്കുമെതിരായി മല്ലടിച്ചുകൊണ്ടിരുന്നപ്പോൾ കടന്നുവന്ന ബ്രിട്ടീഷുകാർ അവരെയെല്ലാം അമർത്തി. ഹിന്ദുക്കളും മുസ്ലിങ്ങളും തമ്മിലെന്നതിന് പുറമെ ഗോത്രങ്ങൾ തമ്മിൽത്തമ്മിലും ജാതികൾ തമ്മിൽ തമ്മിലും വഴക്കിട്ടുനിന്നിരുന്ന ഒരു രാജ്യമാണത്. പൊതുവിലുള്ള വെറുപ്പിന്റെയും അതിൽ പെട്ടവരുടെയെല്ലാം സഹജമായ അകൽച്ചയുടെയും ഫലമായുള്ള എന്തോ ഒരുതരം സന്തുലനത്തിൽ അധിഷ്ഠിതമായിരുന്ന ഒരു സമൂഹമാണത്. അങ്ങനെയൊരു രാജ്യവും അങ്ങനെയൊരു സമൂഹവും ആരുടെയെങ്കിലും വെട്ടിപ്പിടിത്തത്തിന് ഇരയായില്ലെങ്കിലല്ലേ അത്ഭുതത്തിനവകാശമുള്ളൂ? ഇന്ത്യയുടെ പഴയ ചരിത്രത്തെപ്പറ്റി നമുക്ക് യാതൊന്നുമറിയില്ലെന്ന് വച്ചാൽത്തന്നെയും ഇന്ത്യയെ ഈ സന്ദർഭത്തിലും ഇംഗ്ലീഷ് അടിമത്തത്തിൽ അടക്കിനിർത്തിയിരിക്കുന്നത് ഇന്ത്യതന്നെ ചെലവിനു കൊടുക്കുന്ന ഒരു ഇന്ത്യൻ സൈന്യമാണെന്ന അനിഷേധ്യമായ വസ്തുത നമ്മുടെ മുന്നിലില്ലേ? അങ്ങനെ നോക്കുമ്പോൾ ഒരു വെട്ടിപ്പിടിത്തത്തിൽനിന്ന് രക്ഷപ്പെടാൻ ഇന്ത്യക്ക് കഴിയുമായിരുന്നില്ല. ആ രാജ്യത്തിന് ഭൂതകാലചരിത്രം എന്നൊന്നുണ്ടെങ്കിൽ അതാകെ

ത്തന്നെ ആ രാജ്യത്തിന് ഒന്നിനുപുറകെ ഒന്നായി അനുഭവിക്കേണ്ടിവന്നിട്ടുള്ള വെട്ടിപ്പിടിത്തങ്ങളുടെ ചരിത്രമല്ലാതെ മറ്റൊന്നുമല്ല. ഭാരതീയ സമൂഹത്തിന് യാതൊരുവിധ ചരിത്രവുമില്ലെന്ന്, കുറഞ്ഞപക്ഷം അറിയപ്പെടുന്ന യാതൊരുവിധ ചരിത്രവുമില്ലെന്ന്, പറയേണ്ടിവരും. ചെറുത്തുനിൽക്കാത്തതും മാറ്റമില്ലാത്തതുമായ ആ സമൂഹത്തിന്റെ നിഷ്ക്രിയമായ അടിത്തറയിന്മേൽ താന്താങ്ങളുടെ സാമ്രാജ്യങ്ങൾ പടുത്തുയർത്താൻ ഒന്നിനു പുറകെ ഒന്നായി എത്തിയ കൈയേറ്റക്കാരുടെ ചരിത്രത്തെയാണ് നാം അതിന്റെ ചരിത്രമായി കൊണ്ടുനടക്കുന്നത്. ആയതിനാൽ, ഇംഗ്ലീഷുകാർക്ക് ഇന്ത്യ പിടിച്ചടക്കാൻ അവകാശമുണ്ടായിരുന്നോ എന്നതല്ല, പിന്നെയോ ബ്രിട്ടീഷുകാരൻ പിടിച്ചടക്കിയ ഇന്ത്യയെക്കാൾ തുർക്കിയൊ പേർഷ്യക്കാരനൊ റഷ്യക്കാരനൊ പിടിച്ചടക്കിയ ഇന്ത്യയെ നമ്മൾ കൂടുതലിഷ്ടപ്പെടേണ്ട ആവശ്യമുണ്ടോ എന്നതാണ് നമ്മുടെ മുന്നിലുള്ള പ്രശ്നം.

ഇംഗ്ലണ്ടിന് ഇന്ത്യയിൽ ഒരു ഇരട്ട ദൗത്യമാണ് നിറവേറ്റാനുള്ളത്. ഇതിലൊന്ന് സംഹാരാത്മകവും മറ്റേത് സൃഷ്ടിപരവുമാണ്. ഏഷ്യാറ്റിക് സമൂഹത്തെ കടപുഴക്കിയെറിയുകയെന്നതാണ് ആദ്യത്തേത്. ഏഷ്യയിൽ പാശ്ചാത്യസമൂഹത്തിന്റെ ഭൗതികമായ അടിത്തറപാവുകയെന്നതാണ് രണ്ടാമത്തേത്.

ഒന്നിനുപുറകെ ഒന്നായി വന്ന് ഇന്ത്യയെ ചവിട്ടിയരച്ച അറബികളും തുർക്കികളും താർത്താറുകളും മുഗളന്മാരും എല്ലാം ഭാരതവൽക്കരിക്കപ്പെട്ടുപോയി. ഒരു ശാശ്വത ചരിത്രനിയമത്താലെന്നപോലെ കാടന്മാരായ ആ വെട്ടിപ്പിടിത്തക്കാർ അവരുടെ പ്രജകളുടെ മേത്തരം നാഗരികതയ്ക്ക് കീഴടങ്ങി. ഭാരതീയ നാഗരികതയെക്കാൾ ഉയർന്നതും അതുകൊണ്ടുതന്നെ അതിന് അപ്രാപ്യവുമായ ഒരു നാഗരികതയുമായിവരുന്ന ആദ്യത്തെ വെട്ടിപ്പിടിത്തക്കാർ ബ്രിട്ടീഷുകാരായിരുന്നു. നാടൻ സമുദായങ്ങളെ തകർക്കുകയും നാടൻ വ്യവസായത്തെ വേരോടെ പിഴുതെറിയുകയും നാടൻ സമൂഹത്തിൽ മഹത്തരവും മഹോന്നതവുമായുണ്ടായിരുന്ന സർവതിനെയും നിലംപരിശാക്കുകയും ചെയ്തുകൊണ്ട് അവർ ഈ നാഗരികതയെ ഇല്ലായ്മ ചെയ്തു. അവരുടെ ഇന്ത്യയിലെ ഭരണത്തെക്കുറിച്ചുള്ള ചരിത്ര ഏടുകളിൽ ഈ സംഹാരക്രിയക്കപ്പുറത്തേക്ക് ഒന്നും കാണാൻ കഴിയില്ല. പുനർസൃഷ്ടിയുടെ ഫലം ഈ നാശത്തിന്റെ അവശിഷ്ടങ്ങൾക്ക് മുകളിലേക്ക് കാണാനാവില്ല. എങ്കിലും അത് ആരംഭിച്ചു കഴിഞ്ഞിട്ടുണ്ടെന്ന് പറയാതെ തരമില്ല.

മുഗളന്മാരുടെ കാലത്തേതിനെക്കാൾ എത്രയും വ്യാപകവും ഉറപ്പുള്ളതുമായ ഇന്ത്യയുടെ രാഷ്ട്രീയൈക്യമായിരുന്നു ഈ പുനർസൃഷ്ടിക്കുള്ള ഒന്നാമത്തെ നിബന്ധന. ബ്രിട്ടീഷ് തുപ്പാക്കികൊണ്ട് അടിച്ചേൽപ്പിക്കപ്പെട്ട ആ ഐക്യം ഇനി വൈദ്യുതകമ്പി മുഖേന ഒന്നുകൂടി ദൃഢവും ശാശ്വതവുമാകും. ബ്രിട്ടീഷുകാരനായ ഡ്രിൽസാർജന്റ് സംഘടിപ്പിച്ചതും അവൻ പരിശീലനം നൽകിയതുമായ ഒരു നാടൻ പട്ടാളമാ

യിരുന്നു ഇന്ത്യയുടെ ആത്മവിമോചനത്തിന്റെ അവശ്യോപാധി. ആദ്യം കടന്നുവരുന്ന അക്രമിയുടെ ഇരയായി ഇന്ത്യ മാറാതിരിക്കുന്നതിനുള്ള അവശ്യോപാധിയും അതുതന്നെയായിരുന്നു. ഏഷ്യാറ്റിക് സമൂഹത്തിൽ ആദ്യമായി ഉണ്ടാകുന്നതും മുഖ്യമായും ആംഗ്ലോ-ഇന്ത്യൻ സന്തതികൾ നടത്തുന്നതുമായ സ്വതന്ത്ര പത്രലോകം പുനർനിർമാണത്തിനുള്ള കരുത്തേറിയ പുതിയൊരുപകരണമായിരിക്കും. അത്യന്തം ജുഗുപ്സാവഹമായ ജമിന്ദാരി-റയത്ത്വാരി[16] സമ്പ്രദായങ്ങൾ ഏഷ്യാറ്റിക് സമൂഹത്തിലെ ഏറ്റവും അഭിലഷണീയവസ്തുവായ ഭൂമിയിലെ സ്വകാര്യസ്വത്തിന്റെ വ്യക്തമായ രണ്ടുരൂപങ്ങളെയാണ് കുറിക്കുന്നത്. കൽക്കത്തയിൽ ഇംഗ്ലീഷ് മേൽനോട്ടത്തിൽ വിമുഖതയോടും അരിച്ചരിച്ചും വിദ്യാഭ്യാസം നൽകപ്പെടുന്ന ഇന്ത്യൻ നാട്ടുകാർക്കിടയിൽ നിന്ന് ഭരണസാമർഥ്യവും യൂറോപ്യൻ ശാസ്ത്രവ്യുൽപ്പത്തിയുമുള്ള ഒരു പുതിയ വർഗം ഉയർന്നുവരുന്നുണ്ട്. ആവിക്കപ്പൽ ഇന്ത്യക്ക് യൂറോപ്പുമായി ക്രമീകൃതവും സത്വരവുമായ സമ്പർക്കത്തിന് അവസരമുണ്ടാക്കിയിട്ടുണ്ട്. അത് ഇന്ത്യയിലെ പ്രധാനപ്പെട്ട തുറമുഖങ്ങളെ ദക്ഷിണ-പൂർവ മഹാസമുദ്രവുമായി ബന്ധിക്കുകയും, ഇന്ത്യയുടെ സ്തംഭനത്തിന്റെ അടിസ്ഥാന കാരണമായിരുന്ന ഒറ്റപ്പെടലിൽനിന്ന് ആ രാജ്യത്തെ മോചിപ്പിക്കുകയും ചെയ്തിട്ടുണ്ട്. തീവണ്ടിയുടെയും ആവിക്കപ്പലിന്റെയും സംയോഗത്തിലൂടെ സമയം വച്ചുനോക്കിയാൽ ഇംഗ്ലണ്ടും ഇന്ത്യയും തമ്മിലുള്ള ദൂരം എട്ടു ദിവസമായി ചുരുങ്ങുകയും ഒരുകാലത്ത് ഒരു സങ്കൽപ്പലോകമായിരുന്ന ഈ രാജ്യം അങ്ങനെ പാശ്ചാത്യലോകത്തോട് കൂട്ടിച്ചേർക്കപ്പെടുകയും ചെയ്യുന്ന ആ ദിവസം അത്ര വിദൂരമല്ല.

ഗ്രേറ്റ് ബ്രിട്ടനിലെ ഭരണാധികാരിവർഗങ്ങൾക്ക് ഇന്ത്യയുടെ പുരോഗതിയിൽ യാദൃച്ഛികവും താൽക്കാലികവും സങ്കുചിതവുമായ ഒരു താൽപ്പര്യം മാത്രമാണുണ്ടായിരുന്നത്. പ്രഭുവംശത്തിന് ആ രാജ്യം പിടിച്ചടക്കാനും പണച്ചാക്കുകൾക്ക് ആ രാജ്യത്തെ കൊള്ളയടിക്കാനും മില്ലുടമകൾക്ക് ആ രാജ്യത്തിലേതിനെക്കാൾ വിലകുറച്ച് വിൽക്കാനുമായിരുന്നു ആഗ്രഹം. പക്ഷേ, ഇപ്പോൾ സ്ഥിതിയാകെ മാറിയിരിക്കുന്നു. ഇന്ത്യയെ പ്രത്യുൽപ്പാദനം നടത്തുന്ന ഒരു രാജ്യമാക്കി മാറ്റേണ്ടത് തങ്ങളെ സംബന്ധിച്ചിടത്തോളം വളരെ മൗലികപ്രാധാന്യമുള്ള ഒരു സംഗതിയാണെന്നും, ഇതിലേക്ക് മറ്റെല്ലാറ്റിലുമുപരിയായി അവിടെ ജലസേചനമാർഗങ്ങളും ഗതാഗതമാർഗങ്ങളും പണിതുകൊടുക്കേണ്ടതുണ്ടെന്നും മില്ലുടമകൾക്ക് ബോധ്യമായിരിക്കുന്നു. ഇന്ത്യയെ ഒരു റെയിൽ ശൃംഖലകൊണ്ട് ബന്ധിക്കാൻ അവർക്ക് ഉദ്ദേശ്യമുണ്ട്. അവരത് ചെയ്യുകയും ചെയ്യും. ഇതിന്റെ ഫലം ശ്രദ്ധേയമായിരിക്കും.

ഉൽപ്പന്നങ്ങൾ ഒരിടത്തുനിന്ന് മറ്റൊരിടത്തേക്ക് കൊണ്ടുപോകാനും വിനിമയം നടത്താനുമുള്ള സൗകര്യങ്ങൾ തീരെയില്ലാത്തതുകൊണ്ടാണ് ഇന്ത്യയിലെ ഉൽപ്പാദനശക്തികൾ തളർവാതംപിടിപെട്ടുകിടക്കുന്നതെന്ന സംഗതി കുപ്രസിദ്ധമാണ്. വിനിമയത്തിനുള്ള സാധ്യതക്കുറവ് കാരണം

പ്രകൃത്യായുള്ള സമൃദ്ധിയുടെ നടുവിൽ ഒരു രാജ്യം ഇത്രയേറെ സാമൂഹ്യദുരിതം അനുഭവിക്കുന്ന സ്ഥിതി ഇന്ത്യയിലെപ്പോലെ മറ്റൊരിടത്തും കാണാൻ സാധ്യമല്ല. 1848-ൽ ബ്രിട്ടനിലെ കോമൺസ് സഭയുടെ ഒരു കമ്മിറ്റി മുമ്പാകെ ഹാജരാക്കപ്പെട്ട തെളിവ് ഇതിന് ദൃഷ്ടാന്തമാണ്.

> ഖാന്ദേശിൽ 6-8 ഷില്ലിങ്ങിന് വിൽക്കുന്ന ഒരു ക്വാർട്ടർ ധാന്യത്തിന് പൂനയിൽ 64-70 ഷില്ലിങ്ങാണ് വില. അവിടെയാകട്ടെ പട്ടിണികാരണം ആളുകൾ തെരുവുകളിൽ മരിച്ചുവീഴുകയാണ്. ഗതാഗതയോഗ്യമായ നിരത്തുകളുടെ അഭാവം മൂലം ഖാന്ദേശിലെ ധാന്യം അവിടെ എത്തിക്കാൻ നിവൃത്തിയില്ലാത്തത് കൊണ്ടാണ് ഇങ്ങനെ സംഭവിക്കുന്നത്.

റെയിൽപ്പാതയുടെ നിർമാണം കാർഷികാവശ്യങ്ങൾക്ക് ഉപകരിക്കത്തക്കവിധത്തിൽ നടത്താൻ പ്രയാസമില്ല. തിട്ട കെട്ടി ഉയർത്താൻ മണ്ണ് ആവശ്യമുള്ളയിടങ്ങളിൽ നീർച്ചാലുകൾ ഉണ്ടാക്കാവുന്നതും വിവിധ റെയിൽപ്പാതകൾക്ക് സമാന്തരമായി വെള്ളം എത്തിക്കാവുന്നതുമാണ്. അങ്ങനെ, പൗരസ്ത്യദേശത്തെ കൃഷിയുടെ അവിഭാജ്യഘടകമായ ജലസേചനത്തിന്റെ സൗകര്യങ്ങൾ ഗണ്യമായി വർധിപ്പിക്കാവുന്നതും ജലദൗർലഭ്യം കാരണം ഇടയ്ക്കിടയ്ക്കുണ്ടാകുന്ന പ്രാദേശികക്ഷാമം ഒഴിവാക്കാവുന്നതുമാണ്. പശ്ചിമ-പൂർവഘട്ടങ്ങൾക്കടുത്തുള്ള പ്രദേശങ്ങളിൽപ്പോലും ജലസേചന സൗകര്യമില്ലാത്ത നിലങ്ങളെ അപേക്ഷിച്ച് ആ സൗകര്യമുള്ള നിലങ്ങളുടെ നികുതി മൂന്നുമടങ്ങും തൊഴിൽ സാധ്യത പത്തോ പന്ത്രണ്ടോ മടങ്ങും വിളവ് പന്ത്രണ്ടോ പതിനഞ്ചോ മടങ്ങും അധികമാണെന്ന വസ്തുത അനുസ്മരിച്ചാൽ ഈ നിലപാടിൽനിന്ന് നോക്കുമ്പോൾ റെയിൽവേയ്ക്ക് പൊതുവിലുള്ള പ്രാധാന്യം എത്രയെന്ന് ആർക്കും വ്യക്തമാകും.

സൈനികസ്ഥാപനങ്ങളുടെ ചെലവ് ചുരുക്കാൻ റെയിൽവേ സൗകര്യമുണ്ടാക്കും. കോമൺസ് സഭയുടെ ഒരു സെലക്ട് കമ്മിറ്റി മുമ്പാകെ തെളിവ് നൽകിക്കൊണ്ട് സെന്റ് വില്യം കോട്ടയിലെ ടൗൺമേജറായ കേണൽ വാറൻ പ്രസ്താവിച്ചത് ഇപ്രകാരമാണ്:

> ഇന്നത്തെ സ്ഥിതിയിൽ രാജ്യത്തിന്റെ ദൂരസ്ഥലങ്ങളിൽനിന്ന് എന്തെങ്കിലും വിവരം കിട്ടണമെങ്കിൽ ദിവസങ്ങളും ആഴ്ചകളും പോലും കഴിയണം. ഈ കാലവിളംബം അത്രയും മണിക്കൂറുകളായി ചുരുക്കാനും ഈ ചുരുങ്ങിയ കാലയളവിനിടയിൽ ആവശ്യമായ സാധനസാമഗ്രികളോടുകൂടി പട്ടാളത്തെ യഥാസ്ഥാനങ്ങളിലേക്ക് നിർദേശം കൊടുത്തയക്കാനും കഴിഞ്ഞാൽ ഉണ്ടാകുന്ന ഗുണത്തെപ്പറ്റി എത്ര പറഞ്ഞാലും അത് അധികമാവുകയില്ല. അപ്പോൾ പട്ടാളത്തെ ഇപ്പോഴത്തേതിനെക്കാൾ കുറെക്കൂടി ആരോഗ്യപ്രദമായ ദൂരസ്ഥലങ്ങളിൽ താമസിപ്പിക്കാനും രോഗ

> ബാധ മൂലമുള്ള ജീവഹാനി വളരെയേറെ ഒഴിവാക്കാനും സാധിക്കും. വിവിധ ഡിപ്പോകളിൽ ഇന്നത്തെ അത്രതന്നെ സാധനസാമഗ്രികൾ ആവശ്യമാവുകയില്ല. കാലാവസ്ഥമൂലം സാധനങ്ങൾ ചീഞ്ഞളിഞ്ഞു നശിക്കുന്നത് തടയാനും കഴിയും. പട്ടാളത്തിന്റെ കാര്യശേഷിയുടെ പ്രത്യക്ഷമായ അനുപാതമനുസരിച്ച് സൈനികരുടെ സംഖ്യ ചുരുക്കാനും സാധിക്കും.

ഗ്രാമസമുദായങ്ങളുടെ പ്രാദേശിക സ്വയംഭരണ സംഘടനാരൂപവും സാമ്പത്തികമായ അടിത്തറയും തകർക്കപ്പെട്ടിട്ടുണ്ടെന്ന് നമുക്കറിയാം. എന്നാൽ, പരസ്പരബന്ധമില്ലാത്ത ഒരേപോലത്തെ ഘടകങ്ങളായുള്ള സമൂഹത്തിന്റെ വിഘടനമെന്ന അവയുടെ ഏറ്റവും കൊള്ളരുതാത്ത സവിശേഷത അവശേഷിച്ചിരിക്കുകയാണ്. ഗ്രാമങ്ങളുടെ ഒറ്റപ്പെട്ടുകിടക്കുന്ന അവസ്ഥയാണ് ഇന്ത്യയിൽ റോഡുകളുടെ അഭാവം സൃഷ്ടിച്ചത്. റോഡുകളുടെ ഈ അഭാവം ഗ്രാമങ്ങളുടെ ഒറ്റപ്പെടലിനെ ശാശ്വതമാക്കുകയും ചെയ്തു. ഈ പദ്ധതിയിൽ ഒരു സമുദായത്തിന് ഇതരഗ്രാമങ്ങളുമായുള്ള കാര്യമായ യാതൊരു സമ്പർക്കവും കൂടാതെ, സാമൂഹ്യമുന്നേറ്റത്തിന് അത്യന്താപേക്ഷിതമായ അഭിലാഷങ്ങളും പ്രയത്നങ്ങളും കൂടാതെ, വളരെ താണ നിലവാരത്തിൽ നിലനിൽക്കാൻ സാധിക്കുമായിരുന്നു. ബ്രിട്ടീഷുകാർ ഗ്രാമങ്ങളുടെ സ്വയംപര്യാപ്തമായ ഈ ജഡത്വം തകർത്തിരിക്കുന്ന സ്ഥിതിക്ക് റെയിൽവേ ലൈനുകൾ ഗതാഗതവും പരസ്പരസമ്പർക്കവുമെന്ന പുതിയ ആവശ്യത്തിന് ജന്മം നൽകും. കൂടാതെ;

> റെയിൽപ്പാതയുമായി ബന്ധപ്പെട്ട് കിടക്കുന്ന ഗ്രാമങ്ങളിലെല്ലാം അത് മറ്റ് രാജ്യങ്ങളുടെ യന്ത്രതന്ത്രങ്ങളെയും അവ കരസ്ഥമാക്കുന്നതിനുള്ള മാർഗങ്ങളെയും സംബന്ധിച്ച അറിവ് എത്തിച്ചു കൊടുക്കുമെന്നതായിരിക്കും അതിന്റെ സ്വാധീനഫലങ്ങളിലൊന്ന്. ഇത് ആദ്യം ഇന്ത്യൻ ഗ്രാമങ്ങളിൽ പരമ്പരാഗതമായി പണിയെടുക്കുന്ന കരകൗശലവേലക്കാരുടെ സാമർഥ്യത്തെ പരിപൂർണമായി പരീക്ഷിക്കുകയും, അതിനുശേഷം അവരുടെ കുറ്റങ്ങളും കുറവുകളും നികത്തുകയും ചെയ്യും (ചാപ്പ്മാൻ, *ഇന്ത്യയിലെ പരുത്തിയും വാണിജ്യവും*).

കുറഞ്ഞ ചെലവിൽ തങ്ങളുടെ വ്യവസായങ്ങൾക്കാവശ്യമായ പരുത്തിയും മറ്റ് അസംസ്കൃതവിഭവങ്ങളും ശേഖരിക്കാനുള്ള ഒരേയൊരു ഉദ്ദേശ്യത്തോടെയാണ് ഇംഗ്ലീഷ് മില്ലുടമവർഗം റെയിൽവേലൈനുകൾ കൊണ്ട് ഇന്ത്യയെ അനുഗ്രഹിക്കാൻ പോകുന്നതെന്ന് എനിക്കറിയാം. പക്ഷേ, ഇരുമ്പും കൽക്കരിയും ധാരാളമായി കൈവശമുള്ള ഒരു രാജ്യത്തിന്റെ ഗതാഗതത്തിൽ യന്ത്രങ്ങൾ ഏർപ്പെടുത്തിക്കഴിഞ്ഞാൽ പിന്നെ അവയുടെ നിർമാണത്തിലേക്ക് കടക്കുന്നതിൽനിന്ന് ആ രാജ്യത്തെ തടഞ്ഞുനിർത്താൻ ആരാലും സാധ്യമാവില്ല. റെയിൽവേ ഗതാഗതത്തിന്റെ

അടിയന്തിരവും പ്രത്യക്ഷവുമായ ആവശ്യങ്ങൾ നിറവേറ്റുന്നതിനുവേണ്ട വ്യാവസായിക പ്രക്രിയകളെല്ലാം ആരംഭിക്കാതെ വിസ്തൃതമായ ഒരു രാജ്യത്തിലാകെ ഒരു റെയിൽവേശൃംഖല നടത്തിക്കൊണ്ടുപോവാൻ സാധ്യമല്ല. ഇതേത്തുടർന്ന് റെയിൽവേയുമായി പ്രത്യക്ഷബന്ധമില്ലാത്ത വ്യാവസായികശാഖകളിലും യന്ത്രങ്ങൾ ഉപയോഗിക്കേണ്ടിവരും. അതിനാൽ, റെയിൽവേവ്യവസ്ഥ ഇന്ത്യയിൽ ആധുനികവ്യവസായത്തിന്റെ യഥാർഥമുന്നോടിയാകാൻ പോവുകയാണെന്നതിൽ സംശയമില്ല. തികച്ചും പുതുതായ പണികൾ ചെയ്യാനും യന്ത്രങ്ങളെ സംബന്ധിച്ച ആവശ്യമായ വിവരം ഗ്രഹിക്കാനും ഇന്ത്യക്കാർക്ക് നല്ല കഴിവുണ്ടെന്ന് ബ്രിട്ടീഷ് അധികൃതർ തന്നെ സമ്മതിക്കുന്നുണ്ടെന്നതിനാൽ ഇക്കാര്യത്തിൽ യാതൊരു സംശയത്തിന്റെയും ആവശ്യമില്ല. കൽക്കത്താകമ്മട്ടത്തിൽ നിരവധി വർഷങ്ങളായി ആവിയന്ത്രങ്ങൾ പ്രവർത്തിപ്പിച്ചുവരുന്ന നാടൻ എൻജിനീയർമാരുടെ കഴിവും വൈദഗ്ധ്യവും ഹരിദ്വാർ കൽക്കരിമേഖലയിലെ നിരവധി ആവിയന്ത്രങ്ങളുമായി ബന്ധപ്പെട്ടവരുടെ പ്രവർത്തനസാമർഥ്യവും മറ്റും ഈ വസ്തുതയെ ഒന്നുകൂടി സ്ഥിരീകരിക്കുന്നുണ്ട്. ഈസ്റ്റ് ഇന്ത്യാ കമ്പനിയുടെ മുൻവിധികളുടെ വളരെയേറെ സ്വാധീനത്തിൽപ്പെട്ടിട്ടുള്ള മി. ക്യാമ്പ്ബെൽ പോലും ഇക്കാര്യം സമ്മതിക്കുന്നുണ്ട്. ബൃഹത്തായ ഇന്ത്യൻ ജനതതിയുടെ വ്യാവസായിക ശേഷി അപാരമാണ്. മൂലധന സഞ്ചയത്തിന് എന്തുകൊണ്ടും അനുയോജ്യരാണവർ. അവരുടെ തെളിഞ്ഞ ബുദ്ധിയും കണക്കുകളിലും നിഷ്കൃഷ്ട ശാസ്ത്രങ്ങളിലുമുള്ള അവരുടെ വ്യുൽപ്പത്തിയും അത്ഭുതാവഹമാണ്. അദ്ദേഹം പറയുന്നു. നല്ല തലയാണവരുടേത്.

റെയിൽവേയുടെ വകയായുണ്ടാകാൻ പോകുന്ന ആധുനിക വ്യവസായം ഇന്ത്യയിലെ ജാതിവ്യവസ്ഥയ്ക്കടിസ്ഥാനമായ പരമ്പരാഗത പ്രവൃത്തിവിഭജനത്തെ, ഇന്ത്യൻ പുരോഗതിയുടെയും ഇന്ത്യൻ സ്വാതന്ത്ര്യത്തിന്റെയും മുന്നിൽ കിടക്കുന്ന ആ ഏറ്റവും വലിയ വിലങ്ങുതടികളെ തട്ടിനീക്കും.

ഇംഗ്ലീഷ് ബൂർഷ്വാസി ചെയ്യാൻ നിർബന്ധിതമാകുന്ന സംഗതികളൊന്നുംതന്നെ ബഹുജനങ്ങളെ വിമോചിപ്പിക്കുകയോ അവരുടെ സാമൂഹികസ്ഥിതിയെ കാര്യമായി മെച്ചപ്പെടുത്തുകയോ ചെയ്യാൻപോകുന്നില്ല. ഉൽപ്പാദനശക്തികളുടെ വളർച്ചയെ മാത്രമല്ല, ജനങ്ങൾ അവയെ സ്വായത്തമാക്കുന്നതിനെക്കൂടി ആശ്രയിച്ചിരിക്കുന്ന ഒരു സംഗതിയാണിത്. എന്നാൽ ഒരു കാര്യത്തിൽ, അതായത്, മേൽപ്പറഞ്ഞ രണ്ട് സംഗതികൾക്കുമുള്ള ഭൗതികമായ ഉപാധികൾ സൃഷ്ടിക്കുന്നതിൽ അവർ പരാജയപ്പെടുകയില്ല. ഇതിൽക്കൂടുതലായി ബൂർഷ്വാസി എന്നെങ്കിലും എന്തെങ്കിലും ചെയ്തിട്ടുണ്ടോ? വ്യക്തികളെയും ജനതകളെയും ചോരയിലും ചെളിയിലുമുരുട്ടാതെ, കഷ്ടപ്പാടിലും മാനഹാനിയിലുംകൂടി അവരെ വലിച്ചിഴയ്ക്കാതെ, ബൂർഷ്വാസി എന്നെങ്കിലും പുരോഗതി കൈവരുത്തിയിട്ടുണ്ടോ?

ഗ്രേറ്റ് ബ്രിട്ടനിലെ വ്യാവസായിക തൊഴിലാളിവർഗം അവിടത്തെ ഇപ്പോഴത്തെ ഭരണാധികാരിവർഗങ്ങളെ നിഷ്കാസനം ചെയ്തിട്ട് തൽസ്ഥാനമേൽക്കുകയോ ഇന്ത്യക്കാർ തന്നെ ഇംഗ്ലീഷ്നുകം പാടേ തട്ടിത്തെറിപ്പിക്കാനുള്ള കരുത്താർജിക്കുകയോ ചെയ്യുന്നതുവരെ ഇന്ത്യക്കാർക്ക് ബ്രിട്ടീഷ് ബൂർഷ്വാസി അവർക്കിടയിലേക്ക് വിതറിയിട്ടുള്ള പുതിയ സാമൂഹ്യബീജങ്ങളുടെ ഫലം അനുഭവിക്കാനാവില്ല. അതെന്തായാലും, ഇന്നല്ലെങ്കിൽ നാളെ മഹത്തും കൗതുകകരവുമായ ആ രാജ്യം ഉയിർത്തെഴുന്നേൽക്കുന്നത് കാണാൻ കഴിയുമെന്ന് നമുക്ക് ധൈര്യമായി വിശ്വസിക്കാം. സൽത്തിക്കോവ് പ്രഭുവിന്റെ ഭാഷയിൽ സൗമ്യരായ അന്നാട്ടുകാരിൽപ്പെട്ട ഏറ്റവും താണ വർഗക്കാർപോലും 'ഇറ്റലിക്കാരെക്കാൾ സമർഥരും ബുദ്ധിമാന്മാരുമാണ്.' കീഴടങ്ങുമ്പോൾപ്പോലും അവരിൽ ഒരു കുലീനത്വമുണ്ട്. പ്രകൃത്യായുള്ള ആലസ്യത്തിനിടയിൽപ്പോലും അവർ പ്രദർശിപ്പിക്കുന്ന ധീരോദാത്തത ബ്രിട്ടീഷ് ഓഫീസർമാരെ അത്ഭുതപരതന്ത്രരാക്കുന്നുണ്ട്. നമ്മുടെ ഭാഷകളുടെയും മതങ്ങളുടെയും സ്രോതസ് അവരുടെ രാജ്യമാണ്. അവരിൽപ്പെട്ട ജാട്ടുകൾ പ്രാചീനജർമൻകാരെയും ബ്രാഹ്മണർ പ്രാചീന യവനരെയും പ്രതിനിധീകരിക്കും.

ഉപസംഹാരമായി രണ്ടുവാക്കുകൂടി പറയാതെ എനിക്ക് ഇന്ത്യയെക്കുറിച്ചുള്ള ഈ ലേഖനം അവസാനിപ്പിക്കാനാവില്ല.

ബൂർഷ്വാ നാഗരികത മാന്യമായ വേഷംധരിച്ചു നടക്കുന്ന സ്വദേശത്തുനിന്ന് അത് നഗ്നമായി നടക്കുന്ന കോളനികളിലേക്ക് ശ്രദ്ധ തിരിക്കുമ്പോൾ അതിന്റെ അങ്ങേയറ്റത്തെ ആത്മവഞ്ചനയും അതിന്റെ ജന്മസിദ്ധമായ കാടത്തവും നമുക്ക് മറകൂടാതെ കാണാൻ കഴിയും. സ്വത്തിന്റെ സംരക്ഷകരാണവർ; പക്ഷേ, ബംഗാളിലും മദ്രാസിലും ബോംബെയിലും നടന്നതുപോലുള്ള കാർഷിക വിപ്ലവങ്ങൾ വിഭാവനം ചെയ്യാൻ ഏതെങ്കിലും വിപ്ലവപാർട്ടിക്ക് എന്നെങ്കിലും കഴിഞ്ഞിട്ടുണ്ടോ? ക്ലൈവ് പ്രഭു എന്ന ആ ഏറ്റവും വലിയ തീവെട്ടിക്കൊള്ളക്കാരന്റെ തന്നെ ഒരു പദപ്രയോഗം കടമെടുത്താൽ, സാധാരണമട്ടിലുള്ള അഴിമതിക്ക് അവരുടെ അത്യാർത്തിയെ തൃപ്തിപ്പെടുത്താൻ വയ്യാതായപ്പോൾ അവർ ഏറ്റവും ഘോരമായ പിടിച്ചുപറിക്കുതന്നെ മുതിർന്നില്ലേ? ദേശീയ കടത്തിന്റെ പവിത്രതയെപ്പറ്റി യൂറോപ്പിൽ വാചകമടിക്കവേതന്നെ ഇന്ത്യയിൽച്ചെന്ന് അവർ കമ്പനിയുടെ സ്വന്തം ഫണ്ടിൽ തങ്ങളുടെ സ്വകാര്യസമ്പാദ്യം നിക്ഷേപിച്ച രാജാക്കന്മാരുടെ ലാഭവീതം പിടിച്ചെടുത്തില്ലേ? 'നമ്മുടെ പാവനമായ മത'ത്തെ കാത്തുരക്ഷിക്കാനെന്ന് പറഞ്ഞ് ഫ്രഞ്ച് വിപ്ലവത്തിനെതിരായി പോരാടിയ അവർതന്നെ ഇന്ത്യയിൽ ക്രിസ്തുമതം പ്രചരിപ്പിക്കുന്നതിനെ നിരോധിക്കുകയും ഒറീസയിലെയും ബംഗാളിലെയും ക്ഷേത്രങ്ങളിലേക്ക് പ്രവഹിക്കുന്ന തീർഥാടകരെ പിഴിഞ്ഞ് കാശുണ്ടാക്കാൻവേണ്ടി ജഗന്നാഥക്ഷേത്രത്തിൽവച്ച് നടത്തിയിരുന്ന കൊലപാതക-വ്യഭിചാര വ്യവസായം ഏറ്റെടുത്ത് നടത്തുകയും ചെയ്തില്ലേ? ഇവരാണ് 'സമ്പത്തിന്റെയും ക്രമസമാധാനത്തിന്റെയും കുടുംബത്തിന്റെയും

മതത്തിന്റെയും' സംരക്ഷകർ!

യൂറോപ്പിന്റത്ര വിശാലവും പതിനഞ്ചുകോടി ഏക്കർ ഉൾക്കൊള്ളുന്നതുമായ ഇന്ത്യയെപ്പോലുള്ള ഒരു രാജ്യത്തിന്റെ പശ്ചാത്തലത്തിൽ നോക്കുമ്പോൾ ഇംഗ്ലീഷ് വ്യവസായം വരുത്തിവച്ച നാശഫലങ്ങൾ സാരമായിട്ടുള്ളതും തലച്ചുറ്റലുണ്ടാക്കുന്നതുമാണ്. എന്നാൽ, ഇന്നത്തെ ഉൽപ്പാദനവ്യവസ്ഥയുടെ തന്നെ ജൈവഫലങ്ങളാണവയെന്ന കാര്യം നാം വിസ്മരിക്കാൻ പാടില്ല. മൂലധനമെന്ന പരമമായ നിയമത്തിലധിഷ്ഠിതമാണ് ആ ഉൽപ്പാദനം. ഒരു സ്വതന്ത്രശക്തിയെന്ന നിലയ്ക്കുള്ള മൂലധനത്തിന്റെ നിലനിൽപ്പിന് മൂലധനത്തിന്റെ കേന്ദ്രീകരണം അത്യന്താപേക്ഷിതമാണ്. ലോകകമ്പോളങ്ങളിന്മേൽ ആ കേന്ദ്രീകരണത്തിനുള്ള വിനാശകരമായ സ്വാധീനം പരിഷ്കൃതമായ ഏതൊരു പട്ടണത്തിലും ഇന്ന് പ്രവർത്തനത്തിലുള്ള സഹജമായ അർഥശാസ്ത്ര ജൈവനിയമങ്ങളെ ഭീമാകാരമാക്കിക്കാണിക്കുക മാത്രമാണ് ചെയ്യുന്നത്. പുതിയ ലോകത്തിന്റെ ഭൗതികമായ അടിത്തറ സൃഷ്ടിക്കേണ്ടത് ബൂർഷ്വാ ചരിത്രഘട്ടത്തിന്റെ കടമയാണ്. മനുഷ്യരാശിയുടെ പരസ്പരാശ്രിതത്വത്തിന്റെ അടിസ്ഥാനത്തിലുള്ള സാർവത്രിക സംബന്ധവും ആ സംബന്ധത്തിനുള്ള മാർഗങ്ങളുമാണ് ഇതിൽ ഒരു വശത്തെങ്കിൽ മറുവശത്തുള്ളത് മനുഷ്യന്റെ ഉൽപ്പാദനശക്തികളുടെ വികാസവും പ്രകൃതിദത്തങ്ങളായ കാരകങ്ങളുടെ ശാസ്ത്രീയമായ ആധിപത്യം എന്ന നിലയിലേക്കുള്ള ഭൗതികോൽപ്പാദന രൂപാന്തരണവുമാണ്. ഭൂഗർഭശാസ്ത്രപരമായ വിപ്ലവങ്ങൾ ഭൂമിയുടെ ഉപരിതലത്തിന് രൂപംനൽകുന്നത് പോലെയാണ് ബൂർഷ്വാ വ്യവസായവും വാണിജ്യവും നവ്യലോകത്തിന്റെ ഈ ഭൗതികസാഹചര്യങ്ങൾ സൃഷ്ടിക്കുന്നത്. ബൂർഷ്വാ കാലഘട്ടത്തിന്റെ നേട്ടത്തിന്റെ നേട്ടങ്ങളെയും ലോകകമ്പോളത്തെയും ആധുനിക ഉൽപ്പാദനശക്തികളെയും സ്വായത്തമാക്കിയിട്ട് അവയെ ഏറ്റവും മുൻപന്തിയിലുള്ള ജനതകളുടെ നിയന്ത്രണത്തിൽ കൊണ്ടുവരാൻ ഒരു സാമൂഹ്യവിപ്ലവത്തിന് കഴിയുമ്പോൾ മാത്രമേ മാനവപുരോഗതിക്ക് കൊല്ലപ്പെട്ടവന്റെ തലയോട്ടിയിൽ നിന്നല്ലാതെ അമൃതപാനം നടത്തുകയില്ലെന്ന് ശഠിക്കുന്ന ആ ദുർദേവതയിൽ നിന്ന് വ്യത്യസ്തമാകാൻ കഴിയൂ.

(1853 ജൂലായ് 22-ന് എഴുതിയത്. 1853 ആഗസ്ത് 8-ലെ 3840-ാം ലക്കം *ന്യൂയോർക്ക് ഡെയ്‌ലി ട്രിബ്യൂണിൽ* പ്രസിദ്ധീകരിക്കപ്പെട്ടു).

ഇന്ത്യൻ പട്ടാളത്തിലെ കലാപം

കാൾ മാർക്സ്

റോമാക്കാരുടെ ഭിന്നിപ്പിച്ചു ഭരിക്കുകയെന്ന മഹത്തായ നിയമം ഉപയോഗിച്ചാണ് ഏകദേശം 150 സംവത്സരക്കാലത്തോളമായി ഗ്രേറ്റ് ബ്രിട്ടൻ ഇന്ത്യാസാമ്രാജ്യത്തിന്റെ നടപ്പവകാശം നിലനിർത്തിവന്നിട്ടുള്ളത്. വിവിധ വംശങ്ങൾ, ഗോത്രങ്ങൾ, ജാതികൾ, വിശ്വാസങ്ങൾ, രാജ്യങ്ങൾ എന്നിവ – ഇവയുടെ ആകത്തുകയാണ് ഇന്ത്യയെന്ന ഭൂമിശാസ്ത്രപരമായ ഏകത്വം – തമ്മിലുള്ള ശത്രുതയാണ് സ്വന്തം മേൽക്കോയ്മയുടെ മൗലിക പ്രമാണമായി ബ്രിട്ടൻ കണക്കാക്കി വന്നിരുന്നത്. എന്നാൽ, പിൽക്കാലത്ത് ഈ മേൽക്കോയ്മയുടെ സ്ഥിതിക്ക് സാരമായ മാറ്റം വരികയുണ്ടായി. സിൻഡും പഞ്ചാബും കൂടി പിടിച്ചെടുക്കപ്പെട്ടതോടെ ആംഗ്ലോ-ഇന്ത്യൻ സാമ്രാജ്യം അതിന്റെ വിസ്തൃതിയുടെ പ്രകൃത്യായുള്ള പരിധികൾവരെ വ്യാപിച്ചു കഴിഞ്ഞിരുന്നു. എന്നുമാത്രമല്ല, ഏതെങ്കിലും ഇന്ത്യൻ സ്റ്റേറ്റ് സ്വതന്ത്രമായി ശേഷിച്ചിരുന്നെങ്കിൽ അതും കൂടി ചവിട്ടിത്താഴ്ത്തപ്പെടുകയും ചെയ്തിരുന്നു. യുദ്ധപ്രിയരായ എല്ലാ നാടൻ ഗോത്രങ്ങളും കീഴടക്കപ്പെടുകയും സാരമായ ആഭ്യന്തര സംഘർഷങ്ങളെല്ലാം അവസാനിക്കുകയും ചെയ്തിരുന്നു. സ്വതന്ത്രമെന്ന പേരിൽ ശേഷിച്ചിട്ടുള്ള ഇന്ത്യൻ നാട്ടുരാജ്യങ്ങൾ കമ്പനിയുടെ ദയാദാക്ഷിണ്യം കൊണ്ടാണ് നിലനിൽക്കുന്നതെന്ന് അടുത്തകാലത്ത് നടന്ന ഔഡിന്റെ കൂട്ടിച്ചേർക്കൽ വേണ്ടത്ര തെളിയിക്കുകയും ചെയ്തിരുന്നു. അങ്ങനെ ഈസ്റ്റ് ഇന്ത്യാ കമ്പനിയുടെ നിലയ്ക്ക് ഒരു വമ്പിച്ച മാറ്റം വന്നു. ഇന്ത്യയുടെ ഒരു ഭാഗത്തുള്ളവരുടെ സഹായത്തോടെ രാജ്യത്തിന്റെ മറ്റൊരു ഭാഗത്തുള്ളവരെ ആക്രമിക്കേണ്ട ആവശ്യം അവർക്കില്ലാതായി. കമ്പനി

സർവതിന്റെയും തലപ്പത്തും, ഇന്ത്യ കമ്പനിയുടെ ചവിട്ടടിക്കീഴിലുമായി. വെട്ടിപ്പിടിത്തം തീർന്ന് അവരിപ്പോൾ വിജേതാക്കാളായിക്കഴിഞ്ഞിരുന്നു. രാജ്യാതിർത്തികൾ വ്യാപകമാക്കേണ്ടതില്ലെന്നായതോടെ ഉള്ള അതിർത്തികൾ കാത്തുരക്ഷിക്കുകയെന്നത് മാത്രമായി കമ്പനിപ്പട്ടാളത്തിന്റെ ജോലി. അങ്ങനെ പട്ടാളക്കാരായ അവർ പൊലീസുകാരായി മാറി. ഇരുപതുകോടി നാട്ടുകാരെ അടിച്ചമർത്താൻ രണ്ടുലക്ഷം പേരടങ്ങിയ നാട്ടുകാരുടെ തന്നെ ഒരു സൈന്യവും ആ നാടൻ സൈന്യത്തെ നിലയ്ക്ക് നിർത്താൻ നാൽപ്പതിനായിരം പേർ മാത്രമുള്ള ഒരു ഇംഗ്ലീഷ് സൈന്യവും! ഇന്ത്യൻ ജനതയുടെ കൂറ് നാടൻ സൈന്യത്തിന്റെ യജമാനഭക്തിയെ ആശ്രയിച്ചാണിരിക്കുന്നതെന്ന് ഒറ്റ നോട്ടത്തിൽത്തന്നെ സ്പഷ്ടമാണ്. ഈ നാടൻ സൈന്യത്തെ സംഘടിപ്പിക്കുമ്പോൾ ബ്രിട്ടീഷ് ഭരണം ആദ്യമായി ഇന്ത്യൻ ജനതയ്ക്ക് ചെറുത്തുനിൽപ്പിനുള്ള പൊതുവായ ഒരു കേന്ദ്രംകൂടി ഉണ്ടാക്കിക്കൊടുക്കുകയാണ് ചെയ്തത്. പേർഷ്യയുമായുള്ള യുദ്ധം[17] കാരണം ബംഗാൾ പ്രസിഡൻസിയിലെ യൂറോപ്യൻപട്ടാളം ഏതാണ്ട് ഒന്നടങ്കം അവിടം വിട്ടയുടൻതന്നെ നാടൻ പട്ടാളത്തിൽ അടുത്തകാലത്തുണ്ടായ കലാപങ്ങൾ അവരെ എത്രകണ്ട് ആശ്രയിക്കാമെന്നതിന് സ്പഷ്ടമായ തെളിവാണ്. ഇന്ത്യൻ പട്ടാളത്തിൽ മുമ്പും കലാപങ്ങൾ ഉണ്ടായിട്ടുണ്ട്. പക്ഷേ, ഇപ്പോഴത്തെ ഈ കലാപത്തിന് ശ്രദ്ധേയവും അനർഥസൂചകവുമായ ചില സവിശേഷതകളുണ്ട്. ശിപായി ദളങ്ങൾ അവരുടെ ഓഫീസർമാരെ കൊല്ലുന്നത് ഇതാദ്യമാണ്. ഹിന്ദുക്കളും മുസ്ലിങ്ങളും അവരുടെ പരസ്പരവിരോധം മറന്ന് തങ്ങളുടെ പൊതുയജമാനന്മാർക്കെതിരായി ഒന്നിച്ചിരിക്കുന്നു. "ഹിന്ദുക്കൾ ആരംഭിച്ചുവച്ച ബഹളങ്ങൾ ഡൽഹിയിലെ സിംഹാസനത്തിൽ ഒരു മുസ്ലിം ചക്രവർത്തിയെ* അവരോധിക്കുന്നതിലാണ് എത്തിയിട്ടുള്ളത്." കലാപം ഏതെങ്കിലും ചില പ്രദേശങ്ങളിൽ മാത്രമല്ല പൊട്ടിപ്പുറപ്പെട്ടിട്ടുള്ളത്. ആംഗ്ലോ-ഇന്ത്യൻ സൈന്യത്തിലെ ഈ കലാപം നടക്കുന്നത് ഇംഗ്ലീഷുകാരുടെ ആധിപത്യത്തോട് വൻകിട ഏഷ്യാറ്റിക് രാഷ്ട്രങ്ങൾക്കുള്ള പൊതുവായ വെറുപ്പ് ആളിക്കത്തുന്ന ഒരു സമയത്താണെന്നതും ശ്രദ്ധേയമാണ്. ബംഗാൾ സൈന്യത്തിലെ കലാപത്തിന് പേർഷ്യയിലെയും ചൈനയിലെയും യുദ്ധങ്ങളുമായി[18] ഉറ്റ ബന്ധമുണ്ടെന്നതിൽ യാതൊരു സംശയവുമില്ല.

ഗവൺമെന്റ് തങ്ങളുടെ മതകാര്യങ്ങളിൽ ഇടപെട്ടേക്കുമെന്ന നാട്ടുകാരുടെ ആശങ്കയാണ് ബംഗാൾ സൈന്യത്തിൽ നാലുമാസം മുൻപ് മുതൽ പടർന്നുപിടിക്കാൻ തുടങ്ങിയ അസംതൃപ്തിക്ക് കാരണമായി എടുത്തുകാട്ടപ്പെടുന്നത്. പശുവിന്റെയും പന്നിയുടെയും കൊഴുപ്പിൽ മുക്കിയതെന്ന് പറയപ്പെടുന്ന കടലാസ് ഉറയോടുകൂടിയ തോട്ടകളുടെ വിതരണമാണ് ബഹളത്തിന് തുടക്കമിട്ടത്. ഈ തോട്ടകൾ കടിച്ചുതുറ

* ബഹദൂർഷാ രണ്ടാമന്റെ കാര്യമാണ് ഇവിടെ പറയുന്നത്.

ക്കേണ്ടിവരുമ്പോൾ തങ്ങൾക്ക് മതപരമായ വിലക്കുകൾ ലംഘിക്കേണ്ടി വരുമെന്ന് നാട്ടുകാർ കരുതി. ജനുവരി 22-ാം തീയതി കൽക്കത്തയ്ക്കടുത്തുള്ള പാളയങ്ങളിൽ വലിയൊരു കൊള്ളിവയ്പ്പ് നടന്നു. ഫെബ്രുവരി 25-ാം തീയതി ബർഹാംപൂരിൽ ആയിരുന്ന 19-ാം നാടൻ റെജിമെന്റിൽപ്പെട്ടവർ അവർക്കുകൊടുത്ത തോട്ടകളിൽ വിരോധം പ്രകടിപ്പിച്ചുകൊണ്ട് കലാപം നടത്തി. മാർച്ച് 31-ന് ആ റെജിമെന്റ് പിരിച്ചുവിടപ്പെട്ടു. മാർച്ച് 31-ാം തീയതി ബാരക്ക്പൂരിലെ 34-ാം ശിപായി റെജിമെന്റിൽപ്പെട്ട ഒരു പട്ടാളക്കാരൻ ഒരു നിറതോക്കുമായി പരേഡ് ഗ്രൗണ്ടിലൂടെ മുന്നോട്ട് നടന്നുചെന്ന് തന്റെ സഖാക്കളെ കലാപത്തിന് ആഹ്വാനം ചെയ്തശേഷം റെജിമെന്റിന്റെ അഡ്ജൂട്ടന്റിനേയും സാർജന്റ് മേജറേയും കടന്നാക്രമിച്ച് മുറിപ്പെടുത്തി. തുടർന്ന് നടന്ന നേർക്കുനേരെയുള്ള പോരാട്ടത്തിൽ നൂറുകണക്കിന് ഭടന്മാർ നിഷ്ക്രിയരായി നോക്കിനിന്നപ്പോൾ ബാക്കിയുള്ളവർ അതിൽ പങ്കെടുക്കുകയും തോക്കിന്റെ പാത്തികൊണ്ട് ഓഫീസർമാരെ ആക്രമിക്കുകയും ചെയ്തു. പിന്നീട് ആ റെജിമെന്റും പിരിച്ചുവിടപ്പെട്ടു. ഏപ്രിൽ മാസത്തിൽ അലഹബാദ്, ആഗ്ര, അംബാല എന്നിവിടങ്ങളിലെ ബംഗാൾ സൈന്യത്തിന്റെ പാളയങ്ങളിൽ പല കൊള്ളിവയ്പ്പുകളും മീറത്തിലെ മൂന്നാം ലഘു അശ്വസേനാ റെജിമെന്റിൽ ഒരു കലാപവും നടന്നു. മദ്രാസ്, ബോംബെ സൈന്യങ്ങളിലും ഇതുപോലുള്ള വിരോധപ്രകടനങ്ങൾ ഉണ്ടായി. മെയ് മാസാരംഭത്തിൽ ഔഡിന്റെ തലസ്ഥാനമായ ലഖ്നൗവിൽ ഒരു ജനകീയ കലാപത്തിനുള്ള തയാറെടുപ്പുകൾ ഉണ്ടായിരുന്നെങ്കിലും സർ എച്ച് ലോറൻസിന്റെ സമയോചിതമായ നടപടി കാരണം അത് നടന്നില്ല. മെയ് 9-ാം തീയതി മീറത്തിലെ മൂന്നാം ലഘു അശ്വസേനാ റജിമെന്റിൽപ്പെട്ട കലാപകാരികളെ വിവിധ കാലയളവുകളിലേക്കുള്ള തടവുശിക്ഷയ്ക്കായി ജയിലിലേക്ക് കൂട്ടിക്കൊണ്ടുപോയി. പിറ്റേന്ന് വൈകുന്നേരം മൂന്നാം അശ്വസേനയിൽപ്പെട്ട ട്രൂപ്പർമാർ 11, 20 എന്നീ രണ്ട് നാടൻ റെജിമെന്റുകളോടൊപ്പം പരേഡ്ഗ്രൗണ്ടിൽ ഒത്തുകൂടുകയും സമാധാനിപ്പിക്കാൻചെന്ന ഓഫീസർമാരെ കൊലചെയ്യുകയും പാളയങ്ങൾക്ക് തീവയ്ക്കുകയും കൈയിൽ കിട്ടിയ ഇംഗ്ലീഷുകാരെയെല്ലാം വധിക്കുകയും ചെയ്തു. ബ്രിഗേഡിൽപ്പെട്ട ബ്രിട്ടീഷുകാർചേർന്ന് ഒരു കാലാൾപ്പട റെജിമെന്റും ഒരു അശ്വസേനാ റെജിമെന്റും കുതിരകൾ വഹിക്കുന്നതും അല്ലാത്തതുമായ നിരവധി പീരങ്കികളും അടങ്ങിയ ഒരു വമ്പിച്ച പട്ടാളശക്തി സംഭരിച്ചെങ്കിലും രാത്രിയാകുന്നതുവരെ അവർക്ക് അനങ്ങാൻ കഴിഞ്ഞില്ല. കലാപകാരികളെ കാര്യമായി ഒന്നും ചെയ്യാൻ കഴിയാത്ത സ്ഥിതിയിൽ ഈ ഇംഗ്ലീഷുകാർ അവരെ മൈതാനത്തിറങ്ങാനും മീറത്തിൽനിന്ന് 40 മൈൽ അകലെയുള്ള ഡൽഹിയിലേക്ക് പോകാനും അനുവദിച്ചു. അവർ അവിടെ എത്തിയപ്പോൾ കാലാൾപ്പടയിൽപ്പെട്ട 38, 54, 74 എന്നീ റെജിമെന്റുകളും നാടൻ പീരങ്കിസേനയിൽപ്പെട്ട ഒരു കമ്പനിയും അവരുടെ കൂടെ ചേർന്നു. ബ്രിട്ടീഷ് ഓഫീസർമാർ ആക്രമിക്കപ്പെടുകയും കലാപകാരികളുടെ അടു

ത്തുണ്ടായിരുന്ന ഇംഗ്ലീഷുകാരെല്ലാം കൊല്ലപ്പെടുകയും ഡൽഹിയിലെ പരേതനായ മുഗൾ ചക്രവർത്തി*യുടെ അനന്തരാവകാശി** ഇന്ത്യയുടെ രാജാവായി വാഴിക്കപ്പെടുകയും ചെയ്തു. മീറത്തിന്റെ രക്ഷയ്ക്കായി— അവിടെ സമാധാനം പുനഃസ്ഥാപിക്കപ്പെട്ടിരുന്നു— നിയോഗിക്കപ്പെട്ട നാട്ടുകാരായ സാപ്പേഴ്സ് - മൈനേഴ്സ് വിഭാഗത്തിൽപെട്ട ആറ് കമ്പനിക്കാർ മെയ് 15-ാം തീയതി അവരുടെ കമാൻഡിങ് ഓഫീസറായ മേജർ ഫ്രേസറെ കൊലപ്പെടുത്തിയിട്ട് ഉടൻതന്നെ മൈതാനത്തിലേക്ക് ഇറങ്ങിത്തിരിച്ചു. അശ്വപീരങ്കിസേനയിലും 6-ാം ഡ്രാഗൂൺ ഗാർഡ്സിലും പെട്ട നിരവധി പേർ അവരെ പിന്തുടർന്ന് പുറകെ തിരിച്ചു. അൻപതോ അറുപതോ കലാപകാരികൾ വെടിയേറ്റുകൊല്ലപ്പെട്ടെങ്കിലും ബാക്കിയുള്ളവർ ഒരുവിധത്തിൽ ഡൽഹിയിലേക്കോടി രക്ഷപ്പെട്ടു. പഞ്ചാബിലുള്ള ഫിറോസ്പൂരിൽ 57-ഉം 45-ഉം നാടൻ കാലാൾപ്പട റെജിമെന്റുകൾ കലാപത്തിനൊരുങ്ങിയെങ്കിലും ബലം പ്രയോഗിച്ച് അവർ അമർച്ച ചെയ്യപ്പെട്ടു. നാടൻ പട്ടാളമാകെത്തന്നെ പരസ്യമായ കലാപ മനോഭാവത്തോടെയാണ് നിലകൊള്ളുന്നതെന്നാണ് ലാഹോറിൽ നിന്നുള്ള സ്വകാര്യ കത്തുകൾ സൂചിപ്പിക്കുന്നത്. മെയ് 19-ാം തീയതി കൽക്കത്തയിലെ ശിപായി സൈനികർ സെന്റ് വില്യം കോട്ട കൈവശപ്പെടുത്താനുള്ള ഒരു വ്യർഥാശ്രമം നടത്തി. ബുഷയറിൽ നിന്ന് ബോംബെയിലെത്തിയ മൂന്ന് റെജിമെന്റുകൾ ഉടനടിതന്നെ കൽക്കത്തയിലേക്ക് നിയോഗിക്കപ്പെട്ടു.

ഈ സംഭവങ്ങൾ ശ്രദ്ധിക്കുന്ന ഒരാൾക്ക് മീറത്തിലെ ബ്രിട്ടീഷ് കമാൻഡറുടെ*** പെരുമാറ്റം ആശ്ചര്യകരമായി തോന്നിയേക്കാം. സമരരംഗത്ത് വളരെ വൈകിയാണ് അദ്ദേഹം എത്തിയത്. കലാപകാരികളെ പിന്തുടരുന്നതിൽ കാണിച്ച ദൗർബല്യം അതിലും ദുർഗ്രഹമാണ്. യമുനയുടെ വലതും ഇടതും കരകളിൽ സ്ഥിതിചെയ്യുന്ന ഡൽഹിയെയും മീറത്തിനെയും തമ്മിൽ ബന്ധിക്കുന്ന ഒരേയൊരു പാലം മാത്രമാണുള്ളതെന്നതിനാൽ പലായനകാരികളുടെ രക്ഷാമാർഗം കെട്ടി അടയ്ക്കുന്നതിന്റത്ര പ്രയാസം കുറഞ്ഞ മറ്റൊരു സംഗതിയുമുണ്ടായിരുന്നില്ല.

ഇതിനിടയിൽ കലാപബാധിതങ്ങളായ പ്രദേശങ്ങളിലെല്ലാം പട്ടാളനിയമം പ്രഖ്യാപിച്ചിട്ടുണ്ട്. ഏറിയകൂറും നാട്ടുകാരടങ്ങിയ പട്ടാളങ്ങൾ വടക്കുനിന്നും കിഴക്കുനിന്നും തെക്കുനിന്നും ഡൽഹിക്കെതിരായി കേന്ദ്രീകരിക്കുന്നുണ്ട്. ചുറ്റുമുള്ള രാജാക്കന്മാർ ഇംഗ്ലീഷുകാർക്ക് അനുകൂലമായി പ്രഖ്യാപനം നടത്തിയിട്ടുണ്ടെന്നാണ് അറിയുന്നത്. ചൈനയിലേക്ക് പുറപ്പെട്ടിരുന്ന എൽജിൻ പ്രഭുവിന്റെയും ജനറൽ ആഷ്ബേൺഹാമിന്റെയും സൈന്യങ്ങളെ മടക്കി വിളിപ്പിക്കാൻ ആവശ്യപ്പെട്ടുകൊണ്ട് സിലോണിലേക്ക് കത്തുകൾ അയച്ചിട്ടുണ്ട്. ഇതിനെല്ലാം പുറമെ രണ്ടാഴ്ചയ്ക്കു

---

* അക്ബർ രണ്ടാമൻ

** ബഹദൂർഷാ രണ്ടാമൻ

*** ജനറൽ ഹെവിറ്റ്

ള്ളിൽ ഇംഗ്ലണ്ടിൽനിന്ന് 14,000 ബ്രിട്ടീഷ് പട്ടാളക്കാരെ ഇന്ത്യയിലേക്ക് അയയ്ക്കുന്നതുമാണ്. ഇന്ത്യയിലെ ഈ ഋതുവിലെ കാലാവസ്ഥയുടെ വൈഷമ്യങ്ങളും വാഹനസൗകര്യങ്ങളുടെ തീർത്തുള്ള അഭാവവും കാരണം ബ്രിട്ടീഷ് പട്ടാളത്തിന്റെ നീക്കങ്ങൾക്ക് എന്തെല്ലാം പ്രതിബന്ധം നേരിട്ടാലും ഡൽഹിയിലെ കലാപകാരികൾ അത്ര ദീർഘമായ ചെറുത്തുനിൽപ്പൊന്നുംകൂടാതെ അടിയറവ് പറയാനാണ് കൂടുതൽ സാധ്യത. എങ്കിലും വരാനിരിക്കുന്ന ഏറ്റവും ഭയാനകമായ ദുരന്തത്തിന്റെ ഒരു നാന്ദി മാത്രമാണ് ഇതെന്ന് പറയേണ്ടിയിരിക്കുന്നു.

(1857 ജൂൺ 30-ന് എഴുതിയത്. 1857 ജൂലായ് 15-ലെ 5065-ാം ലക്കം *ന്യൂയോർക്ക് ഡെയ്‌ലി ട്രിബ്യൂണിൽ* ഒരു മുഖലേഖനമായി പ്രസിദ്ധീകരിക്കപ്പെട്ടു).

ഇന്ത്യയിലെ കലാപം (ഒന്ന്)

കാൾ മാർക്സ്

ഡൽഹി കലാപകാരികളായ ശിപായിമാരുടെ കൈയിലാവുകയും അവർ ഒരു മുഗൾ ചക്രവർത്തി*യെ വാഴിക്കുകയും ചെയ്തിട്ട് ജൂൺ 8-ാം തീയതി കൃത്യം ഒരുമാസം കഴിഞ്ഞിരുന്നു. എന്നാൽ, ബ്രിട്ടീഷ് പട്ടാളത്തിനെതിരായി ഈ പ്രാചീന ഇന്ത്യൻ തലസ്ഥാനനഗരി കൈയിൽ വച്ചുകൊണ്ടിരിക്കാൻ കലാപകാരികൾക്ക് കഴിയുമെന്ന് കരുതുന്നത് ശുദ്ധഭോഷ്കായിരിക്കും. വെറുമൊരു മതിലും ഒരു സാധാരണ കിടങ്ങും മാത്രമാണ് ഡൽഹിയുടെ സംരക്ഷയ്ക്കുള്ളത്. അതേസമയം ചുറ്റുമുള്ള ഉയർന്ന കുന്നുകളെല്ലാം ഇംഗ്ലീഷുകാരുടെ കൈയിലായിക്കഴിഞ്ഞു. കോട്ടയിലേക്കുള്ള വെള്ളത്തിന്റെ സപ്ലൈ വിഛേദിക്കുകയെന്ന ലഘുവായ പ്രക്രിയയിലൂടെ ആ കോട്ടമതിലുകളെ സ്പർശിക്കുകപോലും ചെയ്യാതെ അത് കീഴടക്കാൻ അവർക്ക് സാധിക്കുകയും ചെയ്യും. എന്നുമാത്രമല്ല, സ്വന്തം ഓഫീസർമാരെത്തന്നെ കൊലപ്പെടുത്തിയിട്ടുള്ള, അച്ചടക്കമെല്ലാം കാറ്റിൽ പറത്തിയിട്ടുള്ള, സർവസൈന്യാധിപനാകാൻ പറ്റിയ ഒരാളെ ഇനിയും കണ്ടുപിടിച്ചിട്ടില്ലാത്ത, കലാപകാരികളുടെതായ ഒരു സമ്മിശ്രദളം ഗൗരവമായി ദീർഘകാലം ചെറുത്ത് നിൽക്കുമെന്ന് പ്രതീക്ഷിക്കാൻ യാതൊരു ന്യായവും കാണുന്നുമില്ല. ഇതൊന്നും പോരാഞ്ഞിട്ടെന്നോണം പല തട്ടുകളിലായി നിൽക്കുന്ന ഡൽഹിയിലെ അണികളിലേക്ക് ബംഗാൾ പ്രസിഡൻസിയുടെ നാനാഭാഗങ്ങളിൽ നിന്നുമുള്ള കലാപകാരികളുടെ പുതിയ പുതിയ ദളങ്ങൾ ദിനംപ്രതി വന്നുനിറഞ്ഞുകൊ

---

* ബഹദൂർഷാ രണ്ടാമൻ

ണ്ടിരിക്കുകയാണ്. മുൻകൂട്ടിയുള്ള ഒരു പദ്ധതിപ്രകാരമെന്നോണമാണ് അവർ നാശമടുത്തു കഴിഞ്ഞ ഈ നഗരത്തിലേക്ക് വന്ന് കുമിയുന്നത്. മെയ് 30, 31 തീയതികളിൽ കോട്ടയ്ക്ക് പുറത്തുവച്ച് കലാപകാരികൾ രണ്ട് ഏറ്റുമുട്ടലുകൾക്ക് മുതിർന്നത് നിരാശ മൂത്തിട്ടാവണം, സ്വന്തം കരുത്തിനെപ്പറ്റിയുള്ള വിശ്വാസത്തിൽ നിന്നുണ്ടായതാവാൻ വഴിയില്ല, ഈ ആക്രമണങ്ങൾ. രണ്ടിലും ഭാരിച്ച നഷ്ടത്തോടെ അവർ തുരത്തപ്പെടുകയും ചെയ്തു. ആശ്ചര്യമുളവാക്കുന്ന ഒരേയൊരു സംഗതി ബ്രിട്ടീഷ് നടപടികളുടെ മാന്ദ്യം മാത്രമാണ്. കാലാവസ്ഥയുടെ കഠോരതയും വാഹനദൗർലഭ്യവുമായിരിക്കാം ഇതിനുള്ള കാരണങ്ങൾ. സർവസൈന്യാധിപനായ ജനറൽ ആൻസണു പുറമേ നാലായിരത്തോളം യൂറോപ്യൻ പട്ടാളക്കാർ ഭയങ്കരമായ ഉഷ്ണത്തിന് ഇരയായിക്കഴിഞ്ഞിട്ടുണ്ടെന്നാണ് ഫ്രഞ്ചുകാരുടെ എഴുത്തുകളിൽനിന്ന് മനസിലാകുന്നത്. ഡൽഹിക്ക് മുന്നിൽ വച്ചുള്ള പോരാട്ടങ്ങളിൽ ശത്രുവിന്റെ വെടിയുണ്ടയെക്കാൾ കൂടുതലായി പട്ടാളക്കാരെ നിലം പതിപ്പിച്ചത് വെയിലിന്റെ കാഠിന്യമാണെന്ന് ഇംഗ്ലീഷ് പത്രങ്ങൾ പോലും തുറന്ന് സമ്മതിക്കുന്നുണ്ട്. അംബാലയിൽ ഉണ്ടായിരുന്ന പ്രധാന ബ്രിട്ടീഷ് സൈന്യത്തിന് വാഹനദൗർലഭ്യം കാരണം ഡൽഹിവരെ എത്താൻ ഏതാണ്ട് 27 ദിവസം വേണ്ടിവന്നു. എന്നുപറഞ്ഞാൽ, ദിവസം ഒന്നരമണിക്കൂറാണ് അവർ നീങ്ങിയതെന്നർഥം. അംബാലയിൽ ഭാരിച്ച പീരങ്കികൾ ഇല്ലാതിരുന്നതിനാൽ ഏറ്റവും അടുത്തുള്ള പടക്കോപ്പുശാലയിൽനിന്ന് — അതാകട്ടെ സത്‌ലജിന്റെ മറുകരയിലുള്ള ഫില്ലോറിലുമാണ് സ്ഥിതി ചെയ്തിരുന്നത്—ഒരു സീജ് ട്രെയിൻ വരുത്തേണ്ടിയിരുന്നുവെന്നത് കുറെക്കൂടി കാലതാമസത്തിന് കാരണമായി.

ഇതൊക്കെയാണെങ്കിലും ഡൽഹിയുടെ പതനം ഏത് ദിവസവുമുണ്ടാകാം. പക്ഷേ, അടുത്തത് എന്തെന്നതാണ് ചോദ്യം. പണ്ടുമുതൽക്കേ ഇന്ത്യൻ സാമ്രാജ്യത്തിന്റെ കേന്ദ്ര ആസ്ഥാനമായിരുന്ന ഡൽഹിയുടെ മേൽ ഒരു മാസത്തോളം കലാപകാരികൾക്കുണ്ടായിരുന്ന ചോദ്യം ചെയ്യാനാവാത്ത നിയന്ത്രണം ഒരുപക്ഷേ ബംഗാൾ സൈന്യത്തെ നിശ്ശേഷം പൊളിക്കുന്നതിലും കൽക്കത്ത മുതൽ വടക്ക് പഞ്ചാബുവരെയും പടിഞ്ഞാറ് രജപുത്താനവരെയുമുള്ള പ്രദേശങ്ങളിൽ കലാപവും ഒളിച്ചോട്ടവും വ്യാപകമാക്കുന്നതിലും ഇന്ത്യയുടെ ഒരറ്റം മുതൽ മറ്റേ അറ്റം വരെയുള്ള ബ്രിട്ടീഷ് അധികാരത്തെ പിടിച്ചുകുലുക്കുന്നതിലും കരുത്തേറിയ ഒരു പ്രചോദനമായിരുന്നിരിക്കാമെന്നതുകൊണ്ട് ഡൽഹിയുടെ പതനം—ശിപായി അണികളിൽ അത് അങ്കലാപ്പ് സൃഷ്ടിച്ചേക്കാമെങ്കിലും—കലാപത്തെ അമർച്ച ചെയ്യുന്നതിനോ അതിന്റെ പുരോഗതിയെ തടയുന്നതിനോ ബ്രിട്ടീഷ് ഭരണത്തെ പുനഃസ്ഥാപിക്കുന്നതിനോ പര്യാപ്തമാണെന്ന് കരുതുന്നതിന്റത്ര മറ്റൊരു മൗഢ്യത്തെപ്പറ്റി ആലോചിക്കാൻ പോലും സാധ്യമല്ല. 28,000 രജപുത്രരും 23,000 ബ്രാഹ്മണരും 13,000 മുഹമ്മദീയരും 5000 അവർണ ഹിന്ദുക്കളും ബാക്കി യൂറോപ്യന്മാരും

ഉൾപ്പെടെ 80,000-ത്തോളമുണ്ടായിരുന്ന നാടൻ ബംഗാൾ സൈന്യത്തിൽനിന്ന് കലാപമോ ഒളിച്ചോട്ടമോ പിരിച്ചുവിടലോ കാരണം 30,000 പേർ അപ്രത്യക്ഷരായിട്ടുണ്ട്. ആ സൈന്യത്തിൽപ്പെട്ട ബാക്കിയുള്ളവരെപ്പറ്റി പറഞ്ഞാൽ, നാടൻ പട്ടാളം ഇപ്പോൾ ഏർപ്പെട്ടിരിക്കുന്നതൊഴിച്ചുള്ള മറ്റെല്ലാ സംഗതികളിലും തങ്ങൾ ബ്രിട്ടീഷ് അധികൃതരെ കൂറോടെ പിന്താങ്ങുന്നതാണെന്ന് പല റെജിമെന്റുകളും പരസ്യമായി പ്രഖ്യാപിച്ചിട്ടുണ്ട്. നാടൻ റെജിമെന്റുകളിലെ കലാപകാരികൾക്കെതിരായി അവർ അധികൃതരെ പിന്താങ്ങുകയില്ലെന്നും മറിച്ച് സ്വന്തം 'ഭായിമാരെ' (സഹോദരന്മാരെ) അവർ സഹായിക്കുമെന്നുമാണ് ഇതിനർഥം. കൽക്കത്തയിലെ ഏതാണ്ടെല്ലാ സ്റ്റേഷനുകളിലും നിന്ന് ഇതിന്റെ സത്യാവസ്ഥയ്ക്കുള്ള തെളിവ് ലഭിച്ചിട്ടുണ്ട്. നാടൻ റെജിമെന്റുകൾ കുറച്ചുകാലം അടങ്ങിയിരുന്നു. പക്ഷേ, ആവശ്യത്തിന് കരുത്തുണ്ടെന്ന് ബോധ്യമായ ഉടൻതന്നെ അവർ കലാപത്തിനൊരുങ്ങി. *ലണ്ടൻ ടൈംസി*ന്റെ ഒരു ലേഖകൻ എഴുതിയിട്ടുള്ളത് വായിച്ചാൽ ഇനിയും പരസ്യമായൊരു നിലപാട് സ്വീകരിച്ച് കഴിഞ്ഞിട്ടില്ലാത്ത റെജിമെന്റുകളുടെയും കലാപകാരികളുമായി ഇനിയും ചേർന്നുകഴിഞ്ഞിട്ടില്ലാത്ത നാട്ടുകാരുടെയും 'കൂറ്' എവിടെയാണെന്നതിനെപ്പറ്റി ആർക്കും ഒരു സംശയമുണ്ടാവില്ല. "സർവവും ശാന്തമാണെന്ന് വായിച്ചാൽ നാടൻപട്ടാളം പരസ്യമായ കലാപത്തിന് ഒരുങ്ങിയിട്ടില്ലെന്ന് മനസിലാക്കിക്കൊള്ളണം." ആ ലേഖകൻ പറയുന്നു:

> അസംതൃപ്തരായ നാട്ടുകാർ ഇനിയും പരസ്യമായ കലാപം ആരംഭിച്ചിട്ടില്ലെന്നോ അവർക്ക് അതിനുള്ള കരുത്തില്ലെന്നോ അതിനുള്ള കരുത്ത് തങ്ങൾക്കില്ലെന്നാണ് അവർ കരുതുന്നതെന്നോ കുറെക്കൂടി അനുകൂലമായ ഒരു സന്ദർഭത്തിനുവേണ്ടി അവർ കാത്തിരിക്കുകയാണെന്നോ മാത്രമേ അതിനർഥമുള്ളൂ. ബംഗാളിലെ അശ്വസേനയിലോ കാലാൾപ്പടയിലോ പെട്ട ഏതെങ്കിലും നാടൻ റെജിമെന്റ് 'കൂറ് പ്രഖ്യാപിച്ചിട്ടുണ്ടെന്ന്' വായിക്കുമ്പോൾ അങ്ങനെ പറഞ്ഞിട്ടുള്ള റെജിമെന്റുകളിൽ പകുതിക്ക് മാത്രമേ അങ്ങനെ കൂറുള്ളൂവെന്ന് മനസിലാക്കിക്കൊള്ളണം. മറ്റേ പകുതി യൂറോപ്യരുടെ നോട്ടം തെറ്റുന്നത് എപ്പോഴാണെന്ന് നോക്കിയിരിക്കുക മാത്രമായിരിക്കും. തക്കസമയം വരുമ്പോൾ അഥവാ സംശയം ദൂരീകരിച്ച് കഴിയുമ്പോൾ കലാപകാരികളായ സുഹൃത്തുക്കളെ സഹായിക്കാൻ അവർക്കപ്പോൾ കൂടുതൽ കരുത്തുണ്ടായിരിക്കും.

നാടൻ സൈന്യത്തെ പിരിച്ചുവിടുന്നതിലൂടെ മാത്രമാണ് പഞ്ചാബിൽ പരസ്യമായ കലാപം തടഞ്ഞുനിർത്തപ്പെട്ടിട്ടുള്ളത്. ഔഡിൽ റസിഡന്റിന്റെ ആസ്ഥാനമായ ലഖ്നൗ മാത്രമാണ് ഇംഗ്ലീഷുകാരുടെ കൈവശമുള്ളതായി പറയാവുന്നത്. ബാക്കി എല്ലായിടങ്ങളിലും നാടൻ റെജിമെന്റുകൾ കലാപം നടത്തിയിട്ട് വെടിക്കോപ്പുകളുമായി കടന്നുകളയു

കയും സർവബംഗ്ലാവുകളും കത്തിച്ച് ചാമ്പലാക്കുകയും ആയുധമേന്തിയ നാട്ടുകാരുടെ കൂടെ കൂടുകയും ചെയ്തിരിക്കയാണ്. പഞ്ചാബിലും രജപുത്താനയിലും 'പറക്കും കോറുകൾ' രൂപീകരിക്കേണ്ടിവന്നുവെന്ന് പറയുമ്പോൾ ഇംഗ്ലീഷ് സൈന്യത്തിന്റെ യഥാർഥ സ്ഥിതി എന്താണെന്ന് ശരിക്കും മനസിലാകും. ചിതറിക്കിടക്കുന്ന തങ്ങളുടെ സൈന്യങ്ങൾ തമ്മിലുള്ള വാർത്താവിനിമയബന്ധം നിലനിർത്തുന്നതിന് ശിപായി സൈന്യത്തെയോ നാട്ടുകാരെയോ വിശ്വസിക്കാൻ ഇംഗ്ലീഷുകാർക്ക് സാധ്യമല്ലെന്നാണ് ഇതിനർഥം. പെനിൻസുലാർ യുദ്ധ[19]കാലത്തെ ഫ്രഞ്ചുകാരെപ്പോലെ സ്വന്തം സൈന്യത്തിന്റെ നേരിട്ടുകീഴിലുള്ള സ്ഥലത്തും അവിടെനിന്നുകൊണ്ട് ചൊൽപ്പടിക്ക് നിർത്താവുന്ന തൊട്ടടുത്തുള്ള സ്ഥലത്തും മാത്രമാണ് അവർക്ക് നിയന്ത്രണമുള്ളത്. അകലെയുള്ള സൈന്യവിഭാഗങ്ങളുമായി സമ്പർക്കം സ്ഥാപിക്കുന്നതിന് അവരുടെ പട്ടാളം 'പറക്കും കോറി'നെയാണ് ആശ്രയിക്കുന്നത്. വളരെ അപകടം നിറഞ്ഞ ഈ നടപടി വളരെ വലിയൊരു പ്രദേശത്ത് വ്യാപിച്ചുകിടക്കുന്നതാകയാൽ സ്വാഭാവികമായും അതിന്റെ തീവ്രതയ്ക്ക് കോട്ടംതട്ടും. ലഹളബാധിതങ്ങളായ സ്റ്റേഷനുകളിൽനിന്നുള്ള ഭണ്ഡാരങ്ങൾ നീക്കം ചെയ്യുന്നതിന് ശിപായിമാരെത്തന്നെ അവർക്ക് ആശ്രയിക്കേണ്ടിവന്നുവെന്ന് പറഞ്ഞാൽ ബ്രിട്ടീഷ് പട്ടാളത്തിന്റെ അപര്യാപ്തത എത്രയാണെന്ന് ഒന്നുകൂടി വ്യക്തമാകും. അങ്ങനെ മാർച്ച് ചെയ്യുന്നതിനിടയിൽ ഈ ശിപായിമാർ എല്ലായ്പ്പോഴും കലാപം നടത്തുകയും തങ്ങളെ സൂക്ഷിക്കാനേൽപ്പിച്ച ഭണ്ഡാരങ്ങളുമായി കടന്നുകളയുകയുമാണുണ്ടായത്. ഇംഗ്ലണ്ടിൽനിന്നും അയച്ച പട്ടാളത്തിന് എല്ലാ സാഹചര്യങ്ങളും ഒത്തുവന്നാൽപ്പോലും നവംബറിന് മുൻപ് അവിടെ എത്തിച്ചേരാൻ കഴിയില്ല. മദ്രാസ്, ബോംബെ പ്രവിശ്യകളിലുള്ള യൂറോപ്യൻ സൈന്യത്തെ പിൻവലിക്കുന്നത് അപകടവുമാണ്. മദ്രാസ് ശിപായികളുടെ പത്താം റെജിമെന്റിൽ ബഹളത്തിന്റെ ലക്ഷണങ്ങൾ കണ്ടുതുടങ്ങിയിട്ടുണ്ട്. ഈ സ്ഥിതിയിൽ ബംഗാൾ പ്രസിഡൻസിയിൽ പതിവുനികുതികൾ പിരിക്കാൻ എന്തെങ്കിലും പരിപാടിയുണ്ടെങ്കിൽ അതുപേക്ഷിക്കുന്നതായിരിക്കും ഉത്തമം. നിലവിലുള്ള വിഘടനപ്രക്രിയ തുടരാൻ അനുവദിക്കേണ്ടതായും വരും. ബർമക്കാർ കൂടുതൽ കുഴപ്പമൊന്നും സൃഷ്ടിക്കുകയില്ലെന്നും ഗ്വാളിയർ മഹാരാജാവ്* ഇംഗ്ലീഷുകാർക്ക് തുടർന്നും പിന്തുണ നൽകുമെന്നും, ഏറ്റവും മികച്ച ഇന്ത്യൻ സേനയെ നയിക്കുന്ന നേപ്പാൾ രാജാവ്** അടങ്ങിയിരുന്നുകൊള്ളുമെന്നും, പിണങ്ങി നിൽക്കുന്ന പെഷവാർ അസ്വസ്ഥരായ മലയോര ഗോത്രക്കാരുമായി കൈകോർത്ത് പിടിക്കുകയില്ലെന്നും, പേർഷ്യൻ ഷാ*** ഹെറാത്ത് ഒഴിഞ്ഞുപോകാനുള്ള വിഡ്ഢിത്തം കാട്ടുകയില്ലെന്നും ഒക്കെ സങ്കൽപ്പിച്ചാൽപ്പോലും പിന്നെ

* സിന്ധ്യ

** ജംഗ്ബഹദൂർ

*** നസ്രെദ്ദിൻ

യും ബംഗാൾ പ്രസിഡൻസിയാകെ തിരിച്ചുപിടിക്കുകയും ആംഗ്ലോ-ഇന്ത്യൻ പട്ടാളത്തെയാകെ പുതുതായി സംഘടിപ്പിക്കുകയും ചെയ്യേണ്ടിവരും. ഈ ഭീമമായ സംരംഭത്തിന്റെ ചെലവ് മുഴുവനും താങ്ങേണ്ടിവരുന്നത് ബ്രിട്ടീഷ് ജനത ആയിരിക്കും. ഇന്ത്യയിൽ നിന്നുള്ള കടമെടുപ്പിലൂടെ ഈസ്റ്റ് ഇന്ത്യാ കമ്പനിക്ക് തന്നെ ഇതിന്നാവശ്യമായ പണം ഉണ്ടാക്കാൻ കഴിയുമെന്ന് പ്രഭുസഭയിൽ ഗ്രാൻവിൽ പ്രഭു ചെയ്ത പ്രസ്താവനയുടെ സത്യസ്ഥിതിയെപ്പറ്റി അറിയണമെങ്കിൽ വടക്കുപടിഞ്ഞാറൻ പ്രവിശ്യകളിലെ അസ്വസ്ഥതമൂലം ബോംബെ പണക്കമ്പോളത്തിൽ സംഭവിച്ചതെന്താണെന്ന ഒരൊറ്റ കാര്യം മാത്രം ശ്രദ്ധിച്ചാൽ മതി. നാടൻ മുതലാളിവർഗക്കാർ ക്ഷണനേരം കൊണ്ട് ബേജാറാവുകയും ബാങ്കുകളിൽനിന്ന് വൻതുകകൾ പിൻവലിക്കപ്പെടുകയും സർക്കാർ കടപ്പത്രങ്ങൾ വാങ്ങാൻ ഏതാണ്ടൊരാളുമില്ലാത്ത ഒരു സ്ഥിതി സംജാതമാവുകയും, ബോംബെയിലും പരിസരങ്ങളിലാകെയും സ്വർണത്തിന്റെയും വെള്ളിയുടെയും പൂഴ്ത്തിവയ്പ്പ് വലിയ തോതിൽ ആരംഭിക്കുകയും ചെയ്തു.

(1857 ജൂലായ് 17-ന് എഴുതിയത്. 1857 ആഗസ്ത് 4-ലെ *ന്യൂയോർക്ക് ഡെയ്‌ലി ട്രിബ്യൂണിൽ* പ്രസിദ്ധീകരിക്കപ്പെട്ടു).

ഇന്ത്യൻ പ്രശ്നം

കാൾ മാർക്സ്

ഇന്നലെ രാത്രി കൂടിയ 'മൃതസഭ'യിൽ[20] മി. ഡിസ്രേലി ചെയ്ത മൂന്ന് മണിക്കൂർ നേരത്തെ പ്രസംഗം കേട്ടിരിക്കുന്നതിനെക്കാൾ വായിക്കുന്നതുകൊണ്ട് ലാഭമല്ലാതെ നഷ്ടമുണ്ടാവുകയില്ല. കുറെക്കാലമായി ഒരു വല്ലാത്ത ഗാംഭീര്യത്തോടെ വാക്കുകൾ പെറുക്കിപ്പെറുക്കി വികാര രഹിതമായാണ് മി. ഡിസ്രേലി സംസാരിക്കുന്നത്. മന്ത്രിയാകാൻപോകുന്ന ഒരാളിന്റെ അന്തസിനെപ്പറ്റിയുള്ള അദ്ദേഹത്തിന്റെ വിചിത്രമായ ധാരണകൾക്ക് വളരെയേറെ അനുയോജ്യമായിരിക്കാമെങ്കിലും കേട്ടിരിക്കുന്നവർക്ക് ഇത് അത്യന്തം അസഹ്യമാണ്. ഒരുകാലത്ത് നിസ്സാര സംഗതികൾ പോലും അദ്ദേഹം ചമൽക്കാരപൂർണമാക്കി പറഞ്ഞിരുന്നു. ഇപ്പോഴാകട്ടെ ചമൽക്കാരപൂർണമായ സംഗതികൾ പോലും അദ്ദേഹം മാന്യതയുടെ പതിവുള്ള വിരസതയ്ക്കടിയിൽ കുഴിച്ചുമൂടുകയാണ്. "ശൈലി ഏതായാലും തരക്കേടില്ല, അത് വിരസമാകാതിരുന്നാൽ മതി" എന്ന വോൾട്ടയറുടെ താക്കീത് മറ്റാരുതന്നെ വിസ്മരിച്ചാലും വാൾപ്പയറ്റിനെക്കാൾ കത്തിപ്രയോഗത്തിൽ മികച്ചുനിൽക്കുന്ന മി. ഡിസ്രേലിയെപ്പോലുള്ള ഒരു വാഗ്മി വിസ്മരിക്കാൻ പാടില്ലാത്തതായിരുന്നു.

മി. ഡിസ്രേലിയുടെ ഇപ്പോഴത്തെ വാഗ്വിലാസ രീതിയുടെ സാങ്കേതിക വിലക്ഷണതകളാണ് ഇതെല്ലാം. കൂടാതെ, പാമേഴ്സ്റ്റൺ അധികാരത്തിൽ വന്നതു മുതൽക്ക് പാർലമെന്റിലെ തന്റെ വാഗ്ധാടിയിൽ സത്യത്തിന്റെ അംശം ലവലേശം ഇല്ലാതാക്കാനും അദ്ദേഹം പ്രത്യേകം ശ്രദ്ധിച്ചിട്ടുണ്ട്. തന്റെ പ്രമേയങ്ങൾ പാസാക്കിയെടുക്കണമെന്ന ഉദ്ദേശ്യത്തോടെയുള്ളതല്ല അദ്ദേഹത്തിന്റെ പ്രസംഗങ്ങൾ. മറിച്ച് തന്റെ പ്രസംഗ

ങ്ങൾക്ക് കളമൊരുക്കാനുള്ളതാണ് അദ്ദേഹത്തിന്റെ പ്രമേയങ്ങൾ. ഇവയെ വേണമെങ്കിൽ സ്വയംനിഷേധപരമെന്ന് വിശേഷിപ്പിക്കാം. കാരണം, പാസായാൽ പ്രതിയോഗിക്ക് യാതൊരു ദോഷവും ചെയ്യാത്തതും, പാസായില്ലെങ്കിൽ പ്രമേയകർത്താവിന് യാതൊരു നഷ്ടവും വരുത്താത്തതുമായ രീതിയിലാണ് അവ എഴുതിയുണ്ടാക്കിയിട്ടുള്ളത്. സത്യത്തിൽ ജയിക്കാനോ തോൽക്കാനോ ഉദ്ദേശിച്ചുള്ളതല്ല, പിന്നെയോ വെറുതെ വിട്ടുകളയാൻ ഉദ്ദേശിച്ചുള്ളതാണ് അവ. ക്ഷാരമോ അമ്ലമോ അല്ലാത്ത അവ ജന്മനാ നിഷ്പക്ഷങ്ങളാണ്. ഇവിടെ പ്രസംഗം പ്രവൃത്തിക്കുള്ള ഒരു മാധ്യമമാകുന്നതിനുപകരം പ്രവൃത്തിയെന്ന നാട്യം പ്രസംഗത്തിനുള്ള ഒരവസരം ഉണ്ടാക്കുകയാണ് ചെയ്യുന്നത്. പാർലമെന്ററി വാചാലതയുടെ ക്ലാസിക്കലായ അന്തിമരൂപം അങ്ങനെയുള്ളതായിരിക്കാം. പക്ഷേ, അപ്പോൾ, പാർലമെന്ററിസത്തിന്റെ അന്തിമരൂപങ്ങൾക്കെല്ലാമുള്ള അതേ വിധി നേരിടുമ്പോൾ, അതായത് ശല്യങ്ങളുടെ കൂട്ടത്തിൽപ്പെടുത്തി കുപ്പയിലെറിയപ്പെടുമ്പോൾ, പാർലമെന്ററി വാചാലതയുടെ ഈ അന്ത്യരൂപം അവിടെ കുത്തിയിരുന്ന് ചിണുങ്ങരുത്. അരിസ്റ്റോട്ടിൽ പറഞ്ഞതുപോലെ ആക്ഷനാണ് നാടകത്തിന്റെ മർമം. രാഷ്ട്രീയ വാഗ്മിത്വത്തിലും അതുതന്നെയാണ് സ്ഥിതി. ഇന്ത്യൻ കലാപത്തെപ്പറ്റി മി. ഡിസ്രേലി ചെയ്ത പ്രസംഗമെടുത്ത് വേണമെങ്കിൽ 'ഉപകാരപ്രദമായ വിജ്ഞാനത്തിന്റെ പ്രചാരണത്തിനുള്ള സംഘടന'യുടെ ലഘുലേഖകളിൽ പ്രസിദ്ധീകരിക്കാവുന്നതാണ്. മെക്കാനിക്കുകൾക്കുള്ള ഏതെങ്കിലും സ്കൂളിൽ ചെയ്യാവുന്നതുമാണ് ആ പ്രസംഗം. അതല്ലെങ്കിൽ, സമ്മാനാർഹമായ ഒരു ഉപന്യാസമെന്ന നിലയ്ക്ക് ബർലിൻ അക്കാഡമിക്ക് സമർപ്പിക്കാവുന്നതുമാണത്. സ്ഥലകാലങ്ങളെയും സന്ദർഭത്തെയും സംബന്ധിച്ചിടത്തോളം അദ്ദേഹത്തിന്റെ പ്രസംഗത്തിൽ കാണുന്ന ആശ്ചര്യാവഹമായ ഈ നിഷ്പക്ഷത തെളിയിക്കുന്നത് അത് സ്ഥലകാലങ്ങൾക്കോ സന്ദർഭത്തിനോ ഒട്ടും നിരക്കാത്തതാണെന്നാണ്. മൊണ്ടേസ്ക്യുവിന്റെയോ ഗിബ്ബണിന്റെയോ കൃതികളിൽ റോമൻ സാമ്രാജ്യത്തിന്റെ അധോഗതിയെപ്പറ്റിയുള്ള ഒരു അധ്യായം വായിക്കാൻ നല്ല രസമുണ്ടായിരിക്കുമെങ്കിലും അതേ സംഗതി തന്നെ ആ അധോഗതി തടയാൻ ബാധ്യസ്ഥനായ ഒരു റോമൻ സെനറ്ററുടെ വായിൽ തിരുകിക്കയറ്റാൻ ശ്രമിക്കുന്നത് ഒരു പടുവിഡ്ഢിത്തമായിരിക്കും. നമ്മുടെ ഇപ്പോഴത്തെ പാർലമെന്റുകളുടെ നില വച്ചുനോക്കിയാൽ, സ്ഥിതിഗതികളെ മാറ്റിമറിക്കാൻ കഴിവില്ലാത്തതിൽ പരിതപിക്കവേ വക്രോക്തിപരമായ നിഷ്പക്ഷത അവലംബിക്കുന്നതുകൊണ്ട് സംതൃപ്തനാകുന്ന സ്വതന്ത്രനായ ഒരു വാഗ്മിക്ക് തന്റെ അന്തസിനോ താൻ പറയുന്ന കാര്യത്തിന്റെ ഗൗരവത്തിനോ കോട്ടം തട്ടാത്ത ഒരു പങ്ക് വഹിക്കാൻ കഴിയുമെന്നത് ശരിയാണ്. പരേതനായ ശ്രീമാൻ ഗാർനിയെ-പാജേ-ലൂയി ഫിലിപ്പിന്റെ കാലത്തെ താൽക്കാലിക ഗവൺമെന്റിലൂടെ അനുസ്മരണീയനായ ഗാർനിയെ – പാജേയുടെ കാര്യമല്ല ഇവിടെ പറയുന്നത് – ഏറെക്കുറെ

വിജയകരമായിത്തന്നെ അങ്ങനെയൊരു പങ്ക് വഹിക്കുകയും ചെയ്തിരുന്നു. പക്ഷേ, കാലഹരണപ്പെട്ട ഒരു ഗ്രൂപ്പിന്റെ[21] അംഗീകൃത നേതാവായ മി. ഡിസ്രേലിയെ സംബന്ധിച്ചിടത്തോളം ഈ വഴിക്കുള്ള ഒരു വിജയംപോലും അങ്ങേയറ്റത്തെ പരാജയമായിട്ടായിരിക്കും കണക്കാക്കപ്പെടുക. ഇന്ത്യൻ പട്ടാളത്തിൽ നടന്ന കലാപം വാഗ്മിത്വ പ്രകടനത്തിന് ഒന്നാന്തരമൊരവസരമായിരുന്നുവെന്നതിൽ രണ്ടുപക്ഷമില്ല. പക്ഷേ, വിഷയം കൈകാര്യം ചെയ്യുന്നതിലുള്ള ആ മുഷിപ്പൻ രീതി കഴിഞ്ഞാൽപ്പിന്നെ, അദ്ദേഹം തന്റെ പ്രസംഗത്തിന് മറയായെടുത്ത ആ പ്രമേയത്തിൽ സാരവത്തായ എന്തെങ്കിലുമുണ്ടായിരുന്നോ? അതൊരു പ്രമേയമേ ആയിരുന്നില്ല. രണ്ട് ഔദ്യോഗികരേഖകളെപ്പറ്റി അറിയാൻ തനിക്ക് വളരെ ഉൽക്കണ്ഠയുള്ളതായി അദ്ദേഹം ഭാവിക്കുകയുണ്ടായി. ആ രേഖകളിലൊന്ന് സത്യത്തിലുള്ളതാണോ എന്നതിനെപ്പറ്റി അദ്ദേഹത്തിന് ഉറപ്പുണ്ടായിരുന്നില്ല. മറ്റേതിന് ചർച്ചാവിഷയവുമായി എന്തെങ്കിലും പ്രത്യക്ഷമായ ബന്ധമുണ്ടോയെന്നതിനെപ്പറ്റി അദ്ദേഹത്തിന് തീർച്ച ഉണ്ടായിരുന്നുമില്ല. ആയതിനാൽ, അദ്ദേഹത്തിന്റെ പ്രമേയം വിഷയമില്ലാത്ത ഒരു പ്രസംഗത്തിന്റെ മുന്നോടി ആയിരുന്നെന്നും ആ വിഷയമാകട്ടെ ഒരു പ്രസംഗത്തിന് അവസരം നൽകാത്തതായിരുന്നെന്നുമുള്ളതൊഴിച്ചാൽ പ്രസംഗവും പ്രമേയവും തമ്മിൽ യാതൊരു ബന്ധവുമുണ്ടായിരുന്നില്ല. എങ്കിലും ഇംഗ്ലണ്ടിലെ ഏറ്റവും പ്രമുഖനായ പ്രതിപക്ഷരാജ്യതന്ത്രജ്ഞന്റെ സുചിന്തിതമായ അഭിപ്രായമെന്ന നിലയ്ക്ക് മി. ഡിസ്രേലിയുടെ പ്രഭാഷണം വിദേശ രാജ്യങ്ങളുടെ ശ്രദ്ധയിൽപ്പെടേണ്ടതാണ്. 'ആംഗ്ലോ-ഇന്ത്യൻ സാമ്രാജ്യത്തിന്റെ അധഃപതനത്തിനുള്ള' കാരണങ്ങളെ സംബന്ധിച്ച അദ്ദേഹത്തിന്റെ അഭിപ്രായത്തെ അദ്ദേഹത്തിന്റെ തന്നെ വാക്കുകളിൽ ഇവിടെ സംക്ഷിപ്തമായി വിവരിക്കുന്നതുകൊണ്ട് ഞാൻ തൃപ്തിപ്പെട്ടുകൊള്ളാം:

> ഇന്ത്യയിൽ ഉണ്ടായിരിക്കുന്ന അസ്വസ്ഥതകൾ ഒരു പട്ടാളകാലപത്തെയാണോ സൂചിപ്പിക്കുന്നത്? അതോ, അതൊരു ദേശീയ കലാപമാണോ? പട്ടാളത്തിന്റെ പെരുമാറ്റം പൊടുന്നനെയുണ്ടായ ഒരു എടുത്തുചാട്ടത്തിന്റെ ഫലമാണോ? അതോ, സംഘടിതമായ ഒരു ഗൂഢാലോചനയുടെ ഫലമാണോ അത്?

പ്രശ്നത്തിന്റെയാകെ തിരിക്കുറ്റി ഇതാണെന്നാണ് മി. ഡിസ്രേലി തറപ്പിച്ചുപറയുന്നത്. കഴിഞ്ഞ പത്തുകൊല്ലം മുമ്പുവരെ ഇന്ത്യയിലെ ബ്രിട്ടീഷ് സാമ്രാജ്യത്വത്തിന് അടിസ്ഥാനമായിരുന്നത് 'ഭിന്നിപ്പിച്ചു ഭരിക്കുക'യെന്ന പഴയ തത്വമാണ്, അദ്ദേഹം പറഞ്ഞു. പക്ഷേ, ഇന്ത്യയുടെ ഭാഗമായ വിവിധ ദേശീയജനവിഭാഗങ്ങളെ മാനിച്ചുകൊണ്ടും, അവരുടെ മതത്തിന്മേൽ പോറലുണ്ടാക്കാതെയും, അവരുടെ ഭൂസ്വത്തിന് സംരക്ഷണം നൽകിക്കൊണ്ടുമാണ് ആ തത്വം പ്രായോഗികമാക്കിയിരുന്നത്. ശിപായിമാരുടെ സൈന്യം നാട്ടിലെ ബഹളക്കാരെ ഉൾക്കൊള്ളുന്ന ഒരു

സേഫ്ടി വാൽവ് പോലെയായിരുന്നു. പക്ഷേ, അടുത്ത കാലത്തായി, ഇന്ത്യയുടെ ഭരണത്തിൽ ദേശീയ ജനവിഭാഗങ്ങളെ നശിപ്പിക്കുകയെന്ന ഒരു പുതിയ തത്വം നടപ്പിലാക്കപ്പെട്ടിരിക്കുകയാണ്. നാട്ടുരാജാക്കന്മാരെ ബലമായി ഇല്ലായ്മ ചെയ്തുകൊണ്ടും സ്വത്തിടപാടിനെ താറുമാറാക്കിക്കൊണ്ടും ജനങ്ങളുടെ മതത്തിന്മേൽ പോറലുണ്ടാക്കിക്കൊണ്ടുമാണ് ഈ തത്വം പ്രായോഗികമാക്കപ്പെട്ടിട്ടുള്ളത്. 1848-ൽ ഈസ്റ്റ് ഇന്ത്യാക്കമ്പനിയുടെ സാമ്പത്തിക വൈഷമ്യങ്ങൾ ഒരു വല്ലാത്ത ദുർഘടഘട്ടത്തിലെത്തിയിരുന്നു. ഒരു തരത്തിലല്ലെങ്കിൽ മറ്റൊരു തരത്തിൽ പുതിയ വരുമാനമാർഗങ്ങൾ കണ്ടുപിടിക്കാതെ ഗത്യന്തരമുണ്ടായിരുന്നില്ല. അപ്പോഴാണ് നാട്ടുരാജാക്കന്മാരുടെ ചെലവിൽ ബ്രിട്ടീഷ് കൈവശപ്രദേശങ്ങൾ വിപുലപ്പെടുത്തുകയെന്നതല്ലാതെ റവന്യൂ വർധിപ്പിക്കാൻ മറ്റൊരു മാർഗവുമില്ലെന്ന് പച്ചയായി പറഞ്ഞുകൊണ്ടുള്ള ഒരു കൗൺസിൽ[22] തീരുമാനം പ്രസിദ്ധീകരിക്കപ്പെട്ടത്. ഇതിൻപടി സറ്റാറാ രാജാവ്* ചരമമടഞ്ഞപ്പോൾ അദ്ദേഹത്തിന്റെ ദത്തുപുത്രനെ അംഗീകരിക്കാതെ ഈസ്റ്റ് ഇന്ത്യാ കമ്പനി പ്രസ്തുതരാജ്യം കമ്പനി പ്രദേശങ്ങളിൽ ലയിപ്പിച്ചു. അപ്പോൾ മുതൽ സ്വാഭാവിക അനന്തരാവകാശികളില്ലാതെ ഏതെങ്കിലും രാജാവ് മരിച്ചാലുടൻ ആ രാജ്യം പിടിച്ചെടുക്കുകയെന്നത് ഒരു പതിവായിത്തീർന്നു. ഇന്ത്യയിലെ സമൂഹത്തിന്റെ ആണിക്കല്ലായ ദത്തെടുക്കൽ തത്വത്തെ ഗവൺമെന്റ് ചിട്ടയായി ധിക്കരിക്കാൻ തുടങ്ങി. അങ്ങനെ 1848-നും 1854-നും ഇടയിൽ ഒരു ഡസനിലധികം സ്വതന്ത്രരാജാക്കന്മാരുടെ രാജ്യങ്ങൾ ബ്രിട്ടീഷ് സാമ്രാജ്യത്തോട് ബലമായി കൂട്ടിച്ചേർക്കപ്പെട്ടു. 1854-ൽ 80,000 ചതുരശ്രമൈൽ വിസ്തീർണവും 40-50 ലക്ഷം ജനസംഖ്യയും വമ്പിച്ച സമ്പത്തുകളുമുള്ള ബീറാർ രാജ്യം ബലമായി പിടിച്ചെടുക്കപ്പെട്ടു. ഔഡിന്റെ കാര്യം പറഞ്ഞുകൊണ്ടാണ് മി. ഡിസ്രേലി ഇപ്രകാരം ബലമായുള്ള കൂട്ടിച്ചേർക്കലുകളുടെ പട്ടിക അവസാനിപ്പിക്കുന്നത്. തന്മൂലം ഹിന്ദുക്കളുമായെന്നപോലെ മുസ്ലിങ്ങളുമായും ഇന്ത്യാഗവൺമെന്റിന് ഇടയേണ്ടിവന്നു. കഴിഞ്ഞ പത്ത് സംവത്സരങ്ങൾക്കിടയിൽ പുതിയ ഭരണം ഇന്ത്യയിലെ സ്വത്തിടപാട് വ്യവസ്ഥയെ താറുമാറാക്കിയതെങ്ങനെയാണെന്ന് തുടർന്ന് മി. ഡിസ്രേലി വിശദീകരിച്ചു. "ഇന്ത്യയിൽ ദത്തെടുക്കൽ തത്വമെന്നത് രാജാക്കന്മാർക്കും രാജ്യങ്ങൾക്കും മാത്രമായുള്ള ഒരു പ്രത്യേകാവകാശമല്ല." അദ്ദേഹം പറയുന്നു: "ഭൂസ്വത്ത് കൈവശമുള്ള ഏതൊരു ഹിന്ദുമതവിശ്വാസിക്കുമുള്ള അവകാശമാണത്."

തുടർന്നുള്ള പ്രസംഗത്തിന്റെ ഒരു ഭാഗമാണ് ഞാനിവിടെ ഉദ്ധരിക്കുന്നത്:

> പ്രഭുവിന് ചെയ്തുകൊടുക്കുന്ന സേവനത്തെ പുരസ്കരിച്ചു ഭൂമി കൈവശം വയ്ക്കുന്ന ജാഗീർദാറെന്ന സാമന്തനും കരമൊഴിവായ ഭൂമി കൈവശമുള്ള ഇനാംദാറും– കൃത്യമായല്ലെങ്കിൽ പരക്കെ

* അപ്പാസാഹിബ്ബ്

അറിയപ്പെടുന്ന അർഥത്തിൽ ഇയാൾ നമ്മുടെ ഫ്രീഹോൾഡർക്ക് സമമാണ്–ആണ് സംഖ്യയിൽ ഇന്ത്യയിലെ ഏറ്റവും മുൻപന്തിയിലുള്ള രണ്ട് വർഗങ്ങൾ. ഈ രണ്ടുകൂട്ടരും സ്വാഭാവിക അനന്തരാവകാശികൾ ഇല്ലാതാകുമ്പോഴെല്ലാം തങ്ങളുടെ വസ്തുവകകൾക്ക് അനന്തരാവകാശികളെ നിശ്ചിയിക്കുന്നത് ഈ തത്വത്തിന്റെ സഹായത്തോടെയാണ്. സറ്റാറ പിടിച്ചെടുത്ത പ്രവൃത്തി ഇവരെയെല്ലാം പിടിച്ചുകുലുക്കി. താഴെക്കിടയിലുള്ളവരെങ്കിലും സ്വതന്ത്രരായ ആ പത്തുരാജാക്കന്മാരുടെ രാജ്യങ്ങൾ പിടിച്ചെടുത്ത പ്രവൃത്തിയും ഇവരെയെല്ലാം പിടിച്ചുകുലുക്കി. ഇതെപ്പറ്റി ഞാൻ നേരത്തെ പറഞ്ഞുകഴിഞ്ഞതാണല്ലോ. ബീഹാർ പിടിച്ചെടുത്ത പ്രവൃത്തി അവരെ പിടിച്ചുകുലുക്കുക മാത്രമല്ല, പരിഭ്രാന്തരാക്കുകയും ചെയ്തു. ഇനി ആർക്കാണ് രക്ഷയുള്ളത്? സ്വന്തം രക്തത്തിൽ നിന്ന് ഒരു കുഞ്ഞ് ജനിച്ചിട്ടില്ലാത്ത ഏതൊരു സാമന്തനാണ്, ഏതൊരു ഇനാംദാർക്കാണ് ഇന്ത്യയിലെവിടെയെങ്കിലും ഇനി രക്ഷയുള്ളത്? (ഹിയർ, ഹിയർ!) വെറുതെയുള്ള ഭയമായിരുന്നില്ല ഇതൊന്നും. വ്യാപകമായി നടപ്പിൽ വന്നിരുന്ന സംഗതികളാണിതെല്ലാം. ഇന്ത്യയിൽ ആദ്യമായി ജാഗീറുകളും ഇനാമുകളും തിരിച്ചെടുക്കപ്പെടാൻ തുടങ്ങി. പട്ടയങ്ങളെ സംബന്ധിച്ച അന്വേഷണം നടത്തുകയെന്ന അവിവേകം മുൻപും ഉണ്ടായിട്ടുണ്ട്. പക്ഷേ, ദത്തെടുപ്പുനിയമം റദ്ദാക്കപ്പെടുമെന്ന് ആരും സ്വപ്നേപി കരുതിയിരുന്നില്ല. അതിനാൽ, സ്വാഭാവിക അവകാശികളില്ലാതെ മരിക്കാനിടയായവരുടെ ജാഗീറുകളും ഇനാമുകളും തിരിച്ചെടുക്കാൻ ഒരു അധികാരിക്കും ഒരു ഗവൺമെന്റിനും സാധ്യത ഉണ്ടായിരുന്നില്ല. പക്ഷേ, ഇവിടെയിതാ റവന്യൂ വർധിപ്പിക്കാൻ പുതിയൊരു വഴി ഉണ്ടായിരിക്കുന്നു. ഇങ്ങനെ ഈ വിഭാഗം ഇന്ത്യക്കാർ മേൽപ്പറഞ്ഞ സംഗതികൾ കാരണം വല്ലാതെ പരിഭ്രമിച്ചിരിക്കുന്ന അവസരത്തിലാണ് ഗവൺമെന്റിന്റെ ഭാഗത്തുനിന്ന് ഭൂസ്വത്തുടമയെ തകരാറിലാക്കുന്ന മറ്റൊരു നടപടി ഉണ്ടായത്. ഇതിലേക്ക് സഭയുടെ ശ്രദ്ധ ക്ഷണിക്കാൻ ഞാൻ ആഗ്രഹിക്കുന്നു. ഇന്ത്യയിൽ ഭൂനികുതിയിൽ നിന്ന് ഒഴിവാക്കപ്പെട്ട ധാരാളം വസ്തുക്കളുണ്ടെന്ന കാര്യം 1853-ലെ കമ്മിറ്റിയുടെ മുമ്പാകെ നൽകപ്പെട്ട തെളിവുകളിൽനിന്ന് സഭയ്ക്ക് ബോധ്യമായിട്ടുണ്ടാകുമെന്ന് എനിക്കറിയാം. ഇന്ത്യയിൽ ഭൂനികുതിയിൽ നിന്നൊഴിവാക്കുകയെന്ന് പറഞ്ഞാൽ അത് ഇന്നാട്ടിലെ കരമൊഴിവിനെക്കാളെല്ലാം പ്രധാനമാണ്. കാരണം, പൊതുവിൽ എല്ലാവർക്കും മനസിലാകുന്ന ഭാഷയിൽ പറഞ്ഞാൽ, ഇന്ത്യയിൽ ഭൂനികുതിയെന്ന് പറയുന്നതാണ് സ്റ്റേറ്റിന് ആകെക്കൂടി കിട്ടുന്ന നികുതി.

ഈ ദാനങ്ങളുടെ തുടക്കം എന്ന് മുതൽക്കാണെന്ന് കണ്ടുപിടിക്കുക വളരെ പ്രയാസമാണ്. എന്നാൽ, അത് വളരെ വളരെ പഴ

ക്കമുള്ളതാണെന്ന കാര്യത്തിൽ തർക്കമില്ല. പലതരത്തിലുള്ള താണ് ഇപ്രകാരം കരമൊഴിവായിട്ടുള്ള വസ്തുക്കൾ. വളരെ വ്യാപകമായിട്ടുള്ള സ്വകാര്യകരമൊഴിവ് ഭൂമികൾക്ക് പുറമേ ക്ഷേത്രങ്ങൾക്കും മുസ്ലിം പള്ളികൾക്കും കരമൊഴിവാക്കിക്കൊടുത്തിട്ടുള്ള വളരെയേറെ ഭൂമി വേറെയുമുണ്ട്.

വ്യാജമായ കാരണം പറഞ്ഞ് കരമൊഴിവ് സമ്പാദിച്ചിട്ടുണ്ടെന്ന ന്യായത്തിന്റെ പേരിൽ ഇന്ത്യൻ ഭൂസ്വത്തുക്കളുടെ പട്ടയം പരിശോധിക്കുന്ന ചുമതല ബ്രിട്ടീഷ് ഗവർണർ ജനറൽ* സ്വയം ഏറ്റെടുത്തു. 1848-ൽ സ്ഥാപിക്കപ്പെട്ട പുതിയ വ്യവസ്ഥയിൻ കീഴിൽ;

> കരുത്തേറിയ ഒരു ഗവൺമെന്റിനും ഊർജസ്വലമായ ഒരു നിർവാഹകവിഭാഗത്തിനും ഖജനാവിലേക്കുള്ള വരുമാനത്തിന്റെ ഏറ്റവും ഫലപ്രദമായ ഒരു ഉറവിടത്തിനും തെളിവെന്ന നിലയ്ക്ക് ആ പട്ടയപരിശോധനാപദ്ധതി ഉടനടിതന്നെ നടപ്പിലാക്കപ്പെട്ടു. ഇതിലേക്ക് ബംഗാൾ പ്രസിഡൻസിയിലെയും ചുറ്റുമുള്ള പ്രദേശങ്ങളിലെയും ഭൂസ്വത്തുക്കളുടെ പട്ടയം പരിശോധിക്കുന്നതിനുള്ള കമീഷനുകൾ നിയമിക്കപ്പെട്ടു. ബോംബെ പ്രസിഡൻസിയിലും ഇതുപോലുള്ള കമീഷനുകൾക്ക് ഉത്തരവിടപ്പെട്ടു. പുതുതായി രൂപീകരിക്കപ്പെട്ട പ്രവിശ്യകളിൽ സർവേ നടത്താനും ഉത്തരവുകൾ പാസാക്കപ്പെട്ടു. സർവേ പൂർത്തിയാകുമ്പോൾ ശരിയായ കാര്യക്ഷമതയോടെ കമീഷനുകൾ ജോലി നിർവഹിക്കാൻ വേണ്ടിയായിരുന്നു ഇത്. ഇക്കഴിഞ്ഞ ഒൻപത് കൊല്ലമായി ഇന്ത്യയിലെ കരമൊഴിവായ വസ്തുക്കളെപ്പറ്റിയുള്ള ഈ അന്വേഷണകമീഷനുകളുടെ പ്രവർത്തനം വളരെ വൻതോതിൽ നടന്നിട്ടുണ്ടെന്നും അതിൽനിന്ന് വമ്പിച്ച നേട്ടങ്ങൾ ഉണ്ടാക്കാൻ കഴിഞ്ഞിട്ടുണ്ടെന്നുമുള്ളതിൽ ഇപ്പോൾ യാതൊരു സംശയവുമില്ല.

ഇപ്രകാരം ഉടമസ്ഥന്മാരിൽനിന്ന് തിരിച്ചെടുക്കപ്പെട്ട ഭൂമിയിൽ നിന്നുള്ള പ്രതിവർഷവരുമാനം ബംഗാൾ പ്രസിഡൻസിയിൽ അഞ്ചു ലക്ഷം പവനിൽ കുറയില്ലെന്ന് മി. ഡിസ്രേലി കണക്കാക്കുന്നു; ബോംബെയിൽ ഇത് 3,70,000 പവനും, പഞ്ചാബിൽ 2,00,000 പവനുമാണ്. നാട്ടുകാരുടെ ഭൂമി പിടിച്ചെടുക്കുന്നതിനുള്ള ഈയൊരു മാർഗംകൊണ്ട് തൃപ്തിപ്പെടാതെ ബ്രിട്ടീഷ്ഗവൺമെന്റ് നാടൻപ്രഭുക്കൾക്ക് കരാർപ്രകാരം കൊടുക്കാൻ ബാധ്യസ്ഥമായിരുന്ന പെൻഷനും നിർത്തലാക്കി. ഇത് പുതിയൊരു മാർഗത്തിലൂടെയുള്ള, അങ്ങേയറ്റം വ്യാപകവും ആശ്ചര്യകരവും ഞെട്ടിപ്പിക്കുന്നതുമായ തോതിലുള്ള, ഒരു കണ്ടുകെട്ടലാണ് എന്നാണ് മി. ഡിസ്രേലി പറയുന്നത്.

---

*ഡൽഹൗസി പ്രഭു

ഇതിനുശേഷം നാട്ടുകാരുടെ മതകാര്യങ്ങളിൽ നടത്തിയിട്ടുള്ള കൈയേറ്റങ്ങളെപ്പറ്റിയും മി. ഡിസ്രേലി പറയുന്നുണ്ട്. അതേപ്പറ്റി ഇവിടെ കൂടുതലായി എന്തെങ്കിലും പ്രതിപാദിക്കേണ്ടതില്ലെന്ന് തോന്നുന്നു. ഈ ഉപപാദ്യങ്ങളെല്ലാം വച്ചുകൊണ്ട് അദ്ദേഹം ചെന്നെത്തുന്ന നിഗമനം ഇപ്പോഴത്തെ ഇന്ത്യൻ അസ്വസ്ഥതകൾ ഒരു പട്ടാള കലാപമല്ലെന്നതാണ്. അതൊരു ദേശീയ കലാപമാണെന്നും ശിപായികൾ അതിന്റെ കരുക്കൾ മാത്രമാണെന്നും അദ്ദേഹം സമർഥിക്കുന്നു. ഗവൺമെന്റ് ഇന്ന് പിന്തുടരുന്ന ആക്രമണനയം ഉപേക്ഷിച്ചിട്ട് ഇന്ത്യയുടെ ആഭ്യന്തരമായ അഭിവൃദ്ധിയിലേക്ക് ശ്രദ്ധതിരിച്ചുവിടണമെന്ന ഉപദേശത്തോടെയാണ് അദ്ദേഹം തന്റെ ഗീർവാണപ്രസംഗം അവസാനിപ്പിക്കുന്നത്.

(1857 ജൂലായ് 28-ന് എഴുതിയത്. 1857 ആഗസ്ത് 14-ലെ 5091-ാം ലക്കം *ന്യൂയോർക്ക് ഡെയിലി ട്രിബ്യൂണിൽ* പ്രസിദ്ധീകരിക്കപ്പെട്ടു).

ഇന്ത്യയിൽ നിന്നുള്ള റിപ്പോർട്ടുകൾ

കാൾ മാർക്സ്

അവസാനത്തെ ഇന്ത്യൻ തപാലിൽ കിട്ടിയ ജൂൺ 17 വരെയുള്ള ഡൽഹി വിശേഷങ്ങളും ജൂലായ് 1 വരെയുള്ള ബോംബെ വാർത്തകളും വെച്ചുനോക്കിയാൽ ഏറ്റവും വലിയ അശുഭപ്രതീക്ഷകളും ശരിയായിരിക്കുകയാണെന്ന് കരുതേണ്ടിയിരിക്കുന്നു. അടുത്ത മെയിലിൽ ഡൽഹി നിലംപരിശായ വാർത്ത പ്രതീക്ഷിക്കാമെന്നാണ് ഇന്ത്യൻ കലാപത്തെപ്പറ്റി കോമൺസ് സഭയെ ആദ്യമായി അറിയിക്കുമ്പോൾ ബോർഡ് ഓഫ് കൺട്രോൾ[23] പ്രസിഡന്റ് മി. വെർനോൺ സ്മിത്ത് ആത്മവിശ്വാസത്തോടെ പ്രസ്താവിച്ചിരുന്നത്. പക്ഷേ, തപാൽ എത്തിയെങ്കിലും ഡൽഹി 'ഇനിയും ചരിത്രത്തിന്റെ ഏടുകളിൽനിന്ന് തുടച്ചുമാറ്റപ്പെട്ടിരുന്നില്ല.' ജൂൺ 9 വരെ ബാറ്ററി ട്രെയിൻ എത്തിക്കാനാവില്ലെന്നും അതിനാൽ പതനം ആസന്നമായ ആ നഗരത്തിന്മേലുള്ള ആക്രമണമത്രയും നീട്ടിവയ്ക്കേണ്ടിവരുമെന്നും അപ്പോൾ പറഞ്ഞുകേട്ടു. കാര്യമായ സംഭവവികാസങ്ങളൊന്നും കൂടാതെ ജൂൺ ഒൻപതും കടന്നുപോയി. ജൂൺ 12, 15 തീയതികളിൽ ചില സംഭവങ്ങൾ നടന്നു. പക്ഷേ, എതിർവശത്തുനിന്നാണ് അവ ഉണ്ടായത്. ഡൽഹിക്കെതിരായി ഇംഗ്ലീഷുകാരുടെ ആഞ്ഞടിയല്ല ഉണ്ടായത്. മറിച്ച്, കലാപകാരികൾ ഇംഗ്ലീഷുകാരെ കടന്നാക്രമിക്കുകയാണുണ്ടായത്. പക്ഷേ, അവരുടെ ആവർത്തിച്ചുള്ള ആക്രമണങ്ങളെല്ലാം തുരത്തപ്പെട്ടു. അങ്ങനെ ഡൽഹിയുടെ പതനം വീണ്ടും മാറ്റിവയ്ക്കപ്പെട്ടിരിക്കുകയാണ്. ആർട്ടില്ലറി ട്രെയിനിന്റെ അഭാവം മാത്രമല്ല ഇതിന് ഇപ്പോൾ കാരണമായി പറയപ്പെടുന്നത്. പോഷകസേനകൾ എത്തിച്ചേരുന്നതുവരെ കാത്തിരിക്കാൻ ജനറൽ ബർനാർഡ് തീരുമാനി

ച്ചിരിക്കുകയാണത്രെ. കാരണം, എല്ലാവിധ സൈനികസാമഗ്രികളും കൈവശമുള്ള 30,000 ശിപായികളുടെ സംരക്ഷണയിലുള്ള ആ പ്രാചീന തലസ്ഥാനം പിടിക്കാൻ മൂവായിരത്തോളം മാത്രം പേരടങ്ങിയ അദ്ദേഹത്തിന്റെ സൈന്യം തീർത്തും അപര്യാപ്തമാണ്. അജ്മീരിഗെയ്റ്റിന് പുറത്തുപോലും കലാപകാരികൾ ഒരു ക്യാമ്പ് തുറന്നിട്ടുണ്ടത്രെ. മുപ്പതിനായിരമോ നാൽപ്പതിനായിരമോ വരുന്ന ഒരു ശിപായിസൈന്യത്തെ തകർക്കാൻ മൂവായിരം പേരുടെ ഒരു ഇംഗ്ലീഷ് സൈന്യം തികച്ചും പര്യാപ്തമാണെന്നായിരുന്നു സൈനികവിദഗ്ധരെല്ലാം ഏകകണ്ഠമായി ഇതുവരെ അഭിപ്രായപ്പെട്ടിരുന്നത്. അതല്ല സ്ഥിതിയെന്നുണ്ടെങ്കിൽ, *ലണ്ടൻ ടൈംസി*ന്റെ ഭാഷയിൽ ചോദിച്ചാൽ, ഇംഗ്ലണ്ട് എങ്ങനെയാണ് ഇന്ത്യ തിരിച്ചുപിടിക്കാൻ പോകുന്നത്?

ഇന്ത്യയിലെ ബ്രിട്ടീഷ് പട്ടാളത്തിൽ ഇപ്പോൾ വാസ്തവത്തിൽ 30,000 പേരുണ്ട്. അടുത്ത ആറുമാസത്തിനിടയിൽ അവർക്ക് അവിടേക്ക് പരമാവധി അയയ്ക്കാൻ കഴിയുന്നത് ഇരുപതിനായിരമോ ഇരുപത്തയ്യായിരമോ ആളുകളെ ആയിരിക്കും. ഇവരിൽ 6000 പേർ ഇന്ത്യയിലെ യൂറോപ്യൻ അണികളിലുള്ള ഒഴിവുകൾ നികത്താൻ വേണ്ടിയുള്ളതാണ്. ബാക്കിയുള്ള 18,000-19,000 പേരിൽ യാത്രാക്ലേശങ്ങളും കാലാവസ്ഥയും മറ്റും മൂലമുള്ള അപകടമരണങ്ങൾ കഴിച്ചാൽ പിന്നെ യുദ്ധരംഗത്ത് എത്താനുണ്ടാകുന്നത് 14,000 സൈനികരായിരിക്കും. സംഖ്യാബലംകൊണ്ട് തങ്ങളെക്കാൾ വളരെ മികച്ച കലാപകാരികളെ നേരിടാൻ ബ്രിട്ടീഷ് പട്ടാളം തയാറാകേണ്ടിവരും. അല്ലെങ്കിൽ അവരെ നേരിടാനുള്ള തീരുമാനം അവർക്ക് ഉപേക്ഷിക്കേണ്ടിവരും. എന്തൊക്കെ പറഞ്ഞാലും ഡൽഹിക്ക് ചുറ്റും സ്വന്തം സൈന്യത്തെ കേന്ദ്രീകരിക്കുന്നതിൽ അവർ വരുത്തുന്ന കാലവിളംബം മനസിലാക്കാൻ കഴിയുന്നില്ല. ഈ ഋതുവിൽ ഉഷ്ണമെന്നത് തരണം ചെയ്യാനാവാത്ത ഒരു പ്രതിബന്ധമാണെങ്കിൽ — പിന്നെയും ചില മാസങ്ങൾക്ക് ശേഷമായിരുന്നെങ്കിലും, സർ ചാൾസ് നേപ്പിയറുടെ കാലത്ത് ഇത് അങ്ങനെ ആയിരുന്നില്ല—യൂറോപ്യൻ പട്ടാളം എത്തുമ്പോൾ മഴക്കാലമാകുമെന്നത് നിശ്ചലാവസ്ഥയ്ക്കുള്ള കുറെക്കൂടി ഉറപ്പേറിയ ഒരു വാദമായി ഉന്നയിക്കാമായിരിക്കുമല്ലോ. ഇപ്പോഴത്തെ കലാപം വാസ്തവത്തിൽ ജനുവരിയിൽത്തന്നെ ആരംഭിച്ച ഒന്നാണെന്നും അങ്ങനെ പടയും പടക്കോപ്പും സജ്ജമാക്കി വച്ചുകൊള്ളാൻ ബ്രിട്ടീഷ് ഗവൺമെന്റിന് വേണ്ടത്ര മുന്നറിയിപ്പ് കിട്ടിയിരുന്നുവെന്നുമുള്ള സംഗതി ഒരിക്കലും വിസ്മരിക്കാവുന്നതല്ല.

ഇംഗ്ലീഷ് സൈന്യത്താൽ വളയപ്പെട്ടിരിക്കുന്ന സാഹചര്യത്തിലും ഡൽഹിയുടെ മേലുള്ള പിടി ഇത്ര ദീർഘകാലം നിലനിർത്താൻ ശിപായിമാർക്ക് കഴിഞ്ഞതിന്റെ സ്വാഭാവികഫലം കാണാനുണ്ട്. കലാപം കൽക്കത്തയുടെ പടിവാതിൽക്കലോളമെത്തി. അൻപത് ബംഗാൾ റെജിമെന്റുകളുടെ പൊടിപോലുമില്ലാതായി. ബംഗാൾ സൈന്യമെന്നത് ഒരു പഴങ്കഥ മാത്രമായി അവശേഷിച്ചു. അതിബൃഹത്തായ ഒരു രാജ്യത്തിന്റെ

പല കോണുകളിലുള്ള ഒറ്റപ്പെട്ട സ്ഥാനങ്ങളിൽ പെട്ടുപോയ യൂറോപ്യരിൽ കുറെപ്പേരെ കലാപകാരികൾ കശാപ്പുചെയ്തു. ബാക്കിയുള്ളവർ രണ്ടും കൽപ്പിച്ചുള്ള ആത്മരക്ഷയുടെ നിലപാട് സ്വീകരിച്ചു. കൽക്കത്തയിൽത്തന്നെ ഗവൺമെന്റ് ആസ്ഥാനം കൈയേറുന്നതിനുള്ള വളരെ വിശദമായി പ്ലാൻ ചെയ്യപ്പെട്ടതെന്ന് പറയപ്പെടുന്ന ഒരു ഗൂഢാലോചന കണ്ടുപിടിക്കുകയും അവിടെ പാർപ്പിച്ചിരുന്ന നാടൻ പട്ടാളത്തെ പിരിച്ചുവിടുകയും ചെയ്തതിനുശേഷം അവിടെയുള്ള ക്രൈസ്തവർ ഒരു സന്നദ്ധ കാവൽസേന രൂപീകരിക്കുകയുണ്ടായി. ബനാറസിൽ ഒരു നാടൻ റെജിമെന്റിനെ നിരായുധീകരിക്കാൻ ശ്രമിച്ചപ്പോൾ സിക്കുകാരുടെ ഒരു കൂട്ടവും 13-ാം ഇറെഗുലർ അശ്വസേനയിൽപ്പെട്ടവരും ചേർന്ന് അതിനെ ചെറുത്തു. വളരെ പ്രാധാന്യമുള്ള ഒരു സംഗതിയാണിത്. മുഹമ്മദീയരെപ്പോലെ സിക്കുകാരും ബ്രാഹ്മണരുമായി കൈകോർത്തുപിടിക്കുകയാണെന്നും അങ്ങനെ ബ്രിട്ടീഷ് ഭരണത്തിനെതിരായി വിഭിന്ന ഗോത്രക്കാരുടെ പൊതുവായ ഐക്യം അതിവേഗം ശക്തിപ്പെട്ടുകൊണ്ടിരിക്കുകയാണെന്നുമാണ് ഇത് തെളിയിക്കുന്നത്. ശിപായി സൈന്യമാണ് ഇന്ത്യയിലെ തങ്ങളുടെ ആകെയുള്ള കരുത്തെന്നത് ഇംഗ്ലീഷുകാരുടെ ഒരു വിശ്വാസപ്രമാണമായിരുന്നു. പക്ഷേ, അതേ സൈന്യം തന്നെയാണ് തങ്ങളുടെ ഒരേയൊരു വിപത്തെന്ന് അവർക്കിപ്പോൾ പൊടുന്നനെ ശരിക്കും ബോധ്യമായിരിക്കുന്നു. "നാട്ടുരാജാക്കന്മാരും കലാപവും തമ്മിൽ യാതൊരു ബന്ധവുമില്ലെന്ന് അത്ര വളരെ ശഠിച്ചു പറയാൻ സാധ്യമല്ലെ"ന്ന് മാത്രമാണ് ഇക്കഴിഞ്ഞ ഇന്ത്യൻ വാദപ്രതിവാദങ്ങൾക്കിടയിൽപ്പോലും ബോർഡ് ഓഫ് കൺട്രോൾ പ്രസിഡന്റായ മി. വെർനോൺ സ്മിത്ത് പ്രഖ്യാപിച്ചത്. പക്ഷേ, രണ്ട് ദിവസം കഴിഞ്ഞപ്പോൾ അതേ വെർനോൺ സ്മിത്തിനുതന്നെ ചുവടെ ചേർക്കുന്ന അപകടസൂചനയോടുകൂടിയ ഒരു റിപ്പോർട്ട് പ്രസിദ്ധീകരിക്കേണ്ടിവന്നു: "പിടിച്ചെടുക്കപ്പെട്ട രേഖകൾ പ്രകാരം ഗൂഢാലോചനയിൽ പങ്കുണ്ടെന്ന് തെളിഞ്ഞ ഔഡിലെ മുൻരാജാവിനെ* ജൂൺ 14-ാംതീയതി ഫോർട്ട് വില്യമിൽ കൊണ്ടുവന്ന് പാർപ്പിക്കുകയും അയാളുടെ അനുയായികളെ നിരായുധരാക്കുകയും ചെയ്തു."

ക്രമേണ മറ്റു വസ്തുതകളും കുറെശ്ശെയായി പുറത്ത് വരുമ്പോൾ താനൊരു സൈനിക കലാപമായി കരുതിവന്നിരുന്ന ഇത് സത്യത്തിലൊരു ദേശീയകലാപമാണെന്ന് സാക്ഷാൽ ജോൺ ബുള്ളിന്** ബോധ്യമാകും.

കലാപം ഇനിയും ബംഗാൾ പ്രസിഡൻസിയുടെ പുറത്തേക്ക് വ്യാപിച്ചിട്ടില്ലെന്നും ബോംബെയിലെയും മദ്രാസിലെയും സൈന്യങ്ങളുടെ കൂറിനെ സംബന്ധിച്ചിടത്തോളം യാതൊരു സംശയത്തിന്റെയും

---

* വജീദ് അലി ഷാ

** ഇംഗ്ലീഷുകാർക്ക് പൊതുവിലുള്ള പേരാണ് ജോൺ ബുൾ എന്നത്.

ആവശ്യമില്ലെന്നുമുള്ള വിശ്വാസത്തിൽനിന്ന് ഇംഗ്ലീഷ് പത്രങ്ങൾ വളരെയേറെ ആശ്വാസം കൊള്ളുന്നതായി ഭാവിക്കുന്നുണ്ട്. പക്ഷേ, ഈ ഹൃദ്യമായ വീക്ഷണം ഇക്കഴിഞ്ഞ തപാലിൽ കിട്ടിയ ഒരു വാർത്തയുമായി ഒട്ടും പൊരുത്തപ്പെടുന്നില്ലെന്ന് പറയേണ്ടിയിരിക്കുന്നു. ഔറംഗബാദിൽ നൈസാമിന്റെ അശ്വസേനയിൽ ഒരു കലാപം പൊട്ടിപ്പുറപ്പെടുകയുണ്ടായെന്നാണ് ഈ വാർത്തയിൽനിന്ന് മനസിലാകുന്നത്. ഔറംഗബാദ് എന്ന് പറയുന്നത് അതേ പേരിലുള്ള ബോംബെ പ്രസിഡൻസിയിൽപ്പെട്ട ഒരു ജില്ലയുടെ തലസ്ഥാനമാകയാൽ ഈ വാർത്ത സത്യത്തിൽ ബോംബെ സൈന്യത്തിലെ കലാപത്തിന്റെ ആരംഭത്തെയാണ് വിളിച്ചറിയിക്കുന്നത്. ജനറൽ ഖുഡ്ബേൺ ഉടനടിതന്നെ ഔറംഗബാദ് കലാപം അമർച്ച ചെയ്തുവെന്നാണ് റിപ്പോർട്ട്. പക്ഷേ, മീറത്ത് കലാപവും ഉടനടി അമർച്ച ചെയ്യപ്പെട്ടുവെന്ന് തന്നെയല്ലേ പറഞ്ഞിരുന്നത്? സർ എച്ച്. ലോറൻസ് ലക്നൗവിലെ കലാപം അടിച്ചമർത്തിയെന്ന് പറഞ്ഞ് രണ്ടാഴ്ച കഴിഞ്ഞപ്പോഴേക്ക് പഴയതിലും വലിയ തോതിൽ ആ കലാപം വീണ്ടും പൊട്ടിപ്പുറപ്പെടുകയും ചെയ്തില്ലേ? ഇന്ത്യൻ സൈന്യത്തിൽ കലാപം നടന്നതിനെപ്പറ്റിയുള്ള ആദ്യത്തെ അറിയിപ്പിനോടൊപ്പം തന്നെ ക്രമസമാധാനം പുനഃസ്ഥാപിക്കപ്പെട്ടതായുള്ള അറിയിപ്പും ഉണ്ടായിരുന്നുവെന്ന സംഗതി ആരും വിസ്മരിച്ചിരിക്കുകയുമില്ലല്ലൊ. ബോംബെ-മദ്രാസ് സൈന്യങ്ങളിലെ സിംഹഭാഗവും അവർണരാണെങ്കിലും ഓരോ റെജിമെന്റിലും നൂറോളം രജപുത്രരുമുണ്ട്. ബംഗാൾ സൈന്യത്തിലെ സവർണ കലാപകാരികളുമായി ബന്ധം ഉണ്ടാക്കുന്നതിന് ഈ സംഖ്യ ആവശ്യത്തിലുമധികമാണ്. പഞ്ചാബിലെ സ്ഥിതി വളരെ ശാന്തമാണെന്നാണ് പ്രഖ്യാപിക്കപ്പെടുന്നത്. പക്ഷേ, അതേസമയം തന്നെ 'ഫിറോസ്പൂരിൽ ജൂൺ 13-ാം തീയതി ചില പട്ടാള വധശിക്ഷകൾ നടന്നതായി' കേൾക്കുന്നുണ്ട്. '55-ാം കാലാൾപ്പടയെ പിന്തുടർന്ന' വോന്റെ കോറിന്റെ— 5-ാം പഞ്ചാബ് കാലാൾപ്പടയുടെ — 'അഭിനന്ദനീയമായ പെരുമാറ്റത്തെ' പ്രശംസിക്കുന്നതും അതോടൊപ്പംതന്നെ നാം കേൾക്കുന്നുണ്ട്. വിചിത്രമായൊരു ശാന്തതയാണിതെന്ന് പറയാതെ തരമില്ല.

(1857 ജൂലായ് 31-ന് എഴുതിയത്. 1857 ആഗസ്ത് 14-ലെ 5091-ാം ലക്കം *ന്യൂയോർക്ക് ഡെയ്‌ലി ട്രിബ്യൂണിൽ* പ്രസിദ്ധീകരിക്കപ്പെട്ടു).

ഇന്ത്യൻ കലാപത്തിന്റെ സ്ഥിതി

കാൾ മാർക്സ്

അവസാനമായി കിട്ടിയ ഇന്ത്യൻ തപാലിൽ നിന്നുള്ള ബൃഹത്തായ റിപ്പോർട്ടുകൾ – കമ്പി മുഖേന ഈ റിപ്പോർട്ടുകളുടെ ഒരു ഏകദേശരൂപം മാത്രമേ ലഭ്യമായിരുന്നുള്ളൂ—ലണ്ടനിൽ എത്തിച്ചേർന്നതോടെ ഡൽഹി തിരിച്ചുപിടിക്കപ്പെട്ടുവെന്ന വാർത്ത വളരെ വേഗത്തിലും സ്റ്റോക്ക് എക്സ്ചേഞ്ച് ഇടപാടുകളെ സ്വാധീനിക്കാൻ പറ്റുന്ന വിശ്വസനീയതോടെയും എങ്ങും പ്രചരിക്കാൻ തുടങ്ങി. സെവസ്തോപ്പൽ പിടിക്കപ്പെട്ടുവെന്ന നുണപ്രചരണത്തിന്റെ[24] മറ്റൊരു പതിപ്പായിരുന്നു ഇത്. ഈ പ്രചരണം കുറെക്കൂടി ചെറിയ തോതിലായിരുന്നുവെന്ന് മാത്രം. ഈ നല്ല വാർത്തയ്ക്ക് ആധാരമായെടുത്തിരുന്ന മദ്രാസ് പത്രങ്ങൾ അൽപ്പമെങ്കിലും ശ്രദ്ധയോടെ വായിച്ചാൽ ഈ അബദ്ധവിശ്വാസം പമ്പകടന്നേനെ. ജൂൺ 17–ാം തീയതി ആഗ്രയിൽനിന്നെഴുതിയ സ്വകാര്യക്കത്തുകളാണ് മദ്രാസ് റിപ്പോർട്ടിന് അടിസ്ഥാനമായി പറയപ്പെട്ടിരുന്നത്. പക്ഷേ, ജൂൺ 17–ാം തീയതി ലാഹോറിൽ നിന്നിറക്കിയ ഒരു ഔദ്യോഗിക റിപ്പോർട്ടിൽ പറയുന്നത് 16–ാം തീയതി ഉച്ചതിരിഞ്ഞ് നാലുമണിവരെ ഡൽഹിയിൽ സർവവും ശാന്തമായിരുന്നെന്നാണ്. ജൂലായ് 1-ലെ *ബോംബെ ടൈംസ്* പറയുന്നത് '17–ാം തീയതി രാവിലെ ജനറൽ ബർനാർഡ് നിരവധി ആക്രമണങ്ങളെ തുരത്തിയതിനുശേഷം പോഷകസേനകൾക്കുവേണ്ടി കാത്തിരിക്കുകയായിരുന്നു'വെന്നാണ്. ഇത് മദ്രാസ് റിപ്പോർട്ടിന്റെ തീയതിയുടെ കാര്യം. ഇനി അതിന്റെ ഉള്ളടക്കത്തിലേക്ക് കടന്നാൽ, താൻ ഡൽഹിക്കുന്നുകൾ ബലമായി കൈയടക്കിയിരിക്കുന്നുവെന്ന് പറഞ്ഞുകൊണ്ട് ജൂൺ 8–ാം തീയതി ജനറൽ ബർനാർഡ്

പുറപ്പെടുവിച്ച ബുള്ളറ്റിനും കോട്ടയ്ക്കുള്ളിൽ വളയപ്പെട്ടിരിക്കുന്നവർ ജൂൺ 12-ഉം 14-ഉം തീയതികളിൽ നടത്തിയ ആക്രമണങ്ങളെപ്പറ്റിയുള്ള ചില സ്വകാര്യ കത്തുകളും ചേർത്തുവെച്ചുള്ളതാണ് ഇതെന്ന് വ്യക്തമാണ്.

ഈസ്റ്റ് ഇന്ത്യാ കമ്പനിയുടെ ഇനിയും പ്രസിദ്ധീകരിക്കപ്പെട്ടിട്ടില്ലാത്ത പ്ലാനുകൾ വച്ചുകൊണ്ട് ഡൽഹിയുടെയും അവിടെയുള്ള പാളയങ്ങളുടെയും ഒരു സൈനിക പ്ലാൻ തയാറാക്കാൻ ഒടുവിലിതാ ക്യാപ്റ്റൻ ലോറൻസിന് കഴിഞ്ഞിട്ടുണ്ട്. അത് നോക്കുമ്പോൾ, ഡൽഹിയുടെ രക്ഷോപാധികൾ ആദ്യം പറഞ്ഞിരുന്നതുപോലെ അത്ര ദുർബലമോ ഇപ്പോൾ ഭാവിക്കുന്നതുപോലെ അത്ര പ്രബലമോ അല്ലെന്ന് നമുക്ക് കാണാൻ സാധിക്കും. ഏണിവച്ചോ ശരിക്കുള്ള കവാടങ്ങൾ മുഖേനയോ അകത്തേക്ക് പ്രവേശിക്കേണ്ടതായുള്ള ഒരു കോട്ട അവിടെയുണ്ട്. ചുറ്റോടുചുറ്റുമുള്ള ഏഴ് മൈലിലധികം വരുന്ന മതിലിന്റെ കൽപ്പണി നല്ല ഉറപ്പുള്ളതാണെങ്കിലും അതിന് പൊക്കം കുറവാണ്. ചുറ്റുമുള്ള കിടങ്ങ് ഇടുങ്ങിയതും ആഴംകുറഞ്ഞതുമാണ്. പാർശ്വഭാഗങ്ങളിലുള്ള എടുപ്പുകൾ കൊത്തളങ്ങൾക്കിടയിലുള്ള യവനികകളെ ശരിയായി കോർത്തിണക്കുന്നില്ല. ഇടവിട്ടിടവിട്ട് മാർട്ടെല്ലോ ഗോപുരങ്ങളുണ്ട്. അർധവൃത്താകാരങ്ങളായ ഈ ഗോപുരങ്ങളിൽ പീരങ്കിപ്പഴുതുകളുണ്ട്. ചുമരിന്റെ അഗ്രഭാഗത്തുനിന്ന് താഴെയുള്ള അറകളിലേക്ക് ഗോപുരങ്ങളിലൂടെ സർപ്പിലങ്ങളായ ഗോവണികൾ ഘടിപ്പിച്ചിട്ടുണ്ട്. ഈ അറകൾ കിടങ്ങിന്റെ നിലവാരത്തിലാണ് സ്ഥിതിചെയ്യുന്നത്. അവയും കൊത്തളങ്ങളോട് കൂടിയതാണ്. കിടങ്ങ് കടന്ന് ഏണിവച്ച് കോട്ടമുകളിലേക്ക് കയറുന്നവർക്ക് ഇത് വലിയ തൊന്തരവായേക്കാം. കൊത്തളങ്ങൾക്കിടയിലുള്ള യവനികകളെ സംരക്ഷിക്കുന്ന പുറംകോട്ടയിലും തോക്കുധാരികൾക്ക് ചവിട്ടിനിൽക്കാൻ പറ്റിയ തട്ടുകളുണ്ട്. പക്ഷേ, പീരങ്കിപ്രയോഗം മുഖേന തട്ടിയിടാവുന്നതേയുള്ളൂ ഈ തട്ടുകൾ. കലാപം പൊട്ടിപ്പുറപ്പെടുന്ന സന്ദർഭത്തിൽ നഗരാന്തർഭാഗത്ത് 9,00,000 തോട്ടകളും രണ്ട് മുഴുവൻ ബാറ്ററി ട്രെയിനുകളും നിരവധി ലഘുപീരങ്കികളും 10,000 ചെറുതോക്കുകളും ഉണ്ടായിരുന്നു. നഗരവാസികളുടെ ആഗ്രഹപ്രകാരം വെടിമരുന്നറകൾ നഗരത്തിനുള്ളിൽനിന്ന് ഡൽഹിക്ക് പുറത്തുള്ള പാളയങ്ങളിലേക്ക് മാറ്റി സ്ഥാപിക്കപ്പെട്ടിരുന്നു. കുറഞ്ഞത് പതിനായിരം ബാരൽ വെടിമരുന്ന് ഈ അറകളിലുണ്ടായിരുന്നു. ജൂൺ 8-ാം തീയതി ജനറൽ ബർനാർഡ് കൈയടക്കിയ കുന്ന് ഡൽഹിയിൽനിന്ന് വടക്കുപടിഞ്ഞാറായാണ് സ്ഥിതിചെയ്യുന്നത്. നഗരഭിത്തികൾക്ക് വെളിയിലുള്ള പാളയങ്ങൾ സ്ഥാപിച്ചിരിക്കുന്നതും അവിടെയാണ്.

വിശ്വാസയോഗ്യമായ പ്ലാനുകളെ അടിസ്ഥാനമാക്കിയുള്ള മേൽപ്പറഞ്ഞ വിവരണം വച്ചുനോക്കിയാൽ, ഇന്ന് ഡൽഹിയുടെ മുന്നിലെത്തിയിട്ടുള്ള ബ്രിട്ടീഷ് സൈന്യം മെയ് 26-ന് മുൻപ് അവിടെ എത്തിയിരുന്നെങ്കിൽ—വേണ്ടത്ര വാഹനങ്ങൾ നൽകിയിരുന്നെങ്കിൽ അവർക്ക്

അതിന് മുൻപുതന്നെ അവിടെ എത്താൻ സാധിക്കുകയും ചെയ്യുമായിരുന്നു – പൊടുന്നനെയുള്ള ഒരൊറ്റ ആക്രമണത്തിലൂടെ അവർക്ക് കലാപകാരികളുടെ ശക്തിദുർഗം നിലംപതിപ്പിക്കാൻ കഴിയുമായിരുന്നുവെന്നത് സ്പഷ്ടമാണ്. മെയ് 26 വരെ ഡൽഹി കൈയടക്കിയിരുന്നവരുടെ സംഖ്യ 4000–5000 മാത്രമായിരുന്നെന്ന് ജൂൺ അവസാനം വരെ കലാപം നടത്തിയ റെജിമെന്റുകളുടെ സംഖ്യയെയും കലാപമാരംഭിച്ച തീയതിയെയും പറ്റി *ബോംബെ ടൈംസ്* പ്രസിദ്ധീകരിച്ചതും ലണ്ടൻ പത്രങ്ങൾ പുനഃപ്രസിദ്ധീകരിച്ചതുമായ വിവരങ്ങൾ സംശയാതീതമായി തെളിയിക്കുന്നുണ്ട്. ഏഴുമൈൽ ചുറ്റളവുള്ള ഒരു കോട്ട സംരക്ഷിക്കുന്നതിനെപ്പറ്റി ഈ അയ്യായിരം പേർക്ക് നിമിഷനേരത്തേക്കു പോലും ആലോചിക്കാൻ കഴിയുമായിരുന്നില്ല. 1853-ന്റെ തുടക്കം മുതൽക്ക് ബംഗാൾ പീരങ്കിപ്പടയുടെ ഹെഡ് ക്വാർട്ടേഴ്സായിരുന്നതും സൈനികശാസ്ത്രപരമായ പ്രധാന പരീക്ഷണശാല സ്വന്തമായുണ്ടായിരുന്നതും പീരങ്കിപ്പട്ടാളത്തിന്റെ പരിശീലനത്തിനുള്ള പരേഡ് ഗ്രൗണ്ട് സൗകര്യങ്ങളോടുകൂടിയതുമായ മീറത്തിലേക്ക് ഡൽഹിയിൽനിന്ന് നാൽപ്പത് മൈൽ മാത്രം ദൂരമേയുള്ളുവെന്ന വസ്തുത വച്ചുനോക്കുമ്പോൾ നാട്ടുകാരുടെ മേൽ തങ്ങളുടെ ആധിപത്യം ഉറപ്പിച്ച് നിർത്താൻ ബ്രിട്ടീഷുകാർ എക്കാലവും ഉപയോഗിച്ചുവന്നിട്ടുള്ള ആ പൊടുന്നനെയുള്ള ആക്രമണം നടത്തുന്നതിന് വേണ്ടുന്ന സൗകര്യങ്ങൾ ബ്രിട്ടീഷ് കമാൻഡർക്ക് കിട്ടാതെപോയതെങ്ങനെയാണെന്ന് എത്ര ആലോചിച്ചിട്ടും പിടികിട്ടുന്നില്ല. പീരങ്കിപ്പട്ടാളത്തിനുവേണ്ടി കാത്തിരിക്കുകയാണെന്നാണ് ആദ്യം പറഞ്ഞുകേട്ടത്. പോഷകസേനകൾ എത്തിയാലേ കാര്യം നടക്കൂ എന്നായിരുന്നു പിന്നത്തെ പറച്ചിൽ. ഏറ്റവും കാര്യവിവരമുള്ള ലണ്ടൻ പത്രങ്ങളിൽ ഒന്നായ *ദി പ്രസ്* ഇങ്ങനെയും പറയുന്നുണ്ട്: "ജനറൽ ബർനാർഡിന്റെ പക്കൽ സ്റ്റോർ സാമഗ്രികളും പടക്കോപ്പുകളും വളരെ കമ്മിയാണെന്നത് നമ്മുടെ ഗവൺമെന്റിന് ഭംഗിയായി അറിയാവുന്ന ഒരു സംഗതിയാണ്. ഒരു പട്ടാളക്കാരന് ശരാശരി 24 ചുറ്റ് വെടിക്കുള്ള ഉണ്ടകൾ മാത്രമാണുള്ളത്."

ഡൽഹി കുന്ന് കൈവശപ്പെടുത്തിയതിനെപ്പറ്റി ജൂൺ 8-ാം തീയതി ജനറൽ ബർനാർഡ് പുറപ്പെടുവിച്ച ബുള്ളറ്റിനിൽനിന്ന് മനസിലാകുന്നതും പിറ്റേന്ന് ഡൽഹിയുടെ നേർക്ക് ആക്രമണം തുടങ്ങാൻ അദ്ദേഹത്തിന് പരിപാടി ഉണ്ടായിരുന്നെന്നാണ്. ഈ പദ്ധതി നടപ്പിലാക്കാൻ കഴിയാതെ ഓരോരോ യാദൃച്ഛിക സംഭവങ്ങൾ കാരണം അദ്ദേഹത്തിന് വളയപ്പെട്ടവർക്കെതിരായ ആത്മരക്ഷാനടപടികളിൽ ഒതുങ്ങിനിൽക്കേണ്ടി വന്നു.

ഓരോ ഭാഗത്തുമുള്ള സൈന്യബലം എത്രയായിരുന്നെന്ന് കൃത്യമായി കണക്കാക്കാൻ ഇപ്പോൾ വളരെ പ്രയാസമുണ്ട്. ഇന്ത്യൻ പത്രങ്ങളിൽ വന്നിട്ടുള്ള വിവരങ്ങൾ അങ്ങേയറ്റം പരസ്പരവിരുദ്ധങ്ങളാണ്. പക്ഷേ, *ലെ പെയ്സ് (Le Pays)* എന്ന ബോണപ്പാർട്ടിസ്റ്റ് പത്രം പറയു

ന്നത് കുറെയൊക്കെ വിശ്വസിക്കാമെന്നാണ് തോന്നുന്നത്. കൽക്കത്തയിലെ ഫ്രഞ്ച് കൗൺസിലിൽ നിന്ന് കിട്ടിയതാണ് ഈ വിവരങ്ങൾ. ജൂൺ 14–ന് ജനറൽ ബർനാർഡിന്റെ സൈന്യത്തിൽ 5,700 ആളുണ്ടായിരുന്നുവെന്നും, അതേമാസം 20–ാം തീയതി എത്തിച്ചേരുമെന്ന് പ്രതീക്ഷിച്ചിരുന്ന പോഷകസേനകൾ കൂടിയായാൽ ഈ സംഖ്യ ഇരട്ടിക്കുമായിരുന്നു(?)വെന്നുമാണ് അദ്ദേഹത്തിന്റെ പ്രസ്താവനയിൽനിന്ന് മനസിലാകുന്നത്. അദ്ദേഹത്തിന്റെ പീരങ്കിപ്പടയ്ക്ക് 30 ഭാരിച്ച പീരങ്കികൾ ഉണ്ടായിരുന്നു. അതേസമയം കലാപകാരികളുടെ അണികളിൽ ഉണ്ടായിരുന്നത് 40,000 പേരാണ്. സംഘടനയിൽ വളരെ മോശമാണെങ്കിലും ആക്രമണത്തിനും പ്രതിരോധത്തിനും വേണ്ടുന്ന സർവതും അവർക്കുണ്ടായിരുന്നു.

അജ്മീരി ഗെയ്റ്റിന് പുറത്ത് ഗാസിഖാന്റെ ശവകുടീരത്തിലോ മറ്റോ പാളയമടിച്ചിരുന്ന മൂവായിരത്തോളം കലാപകാരികൾ ചില ലണ്ടൻ പത്രങ്ങൾ സങ്കൽപ്പിക്കുമ്പോലെ ഇംഗ്ലീഷ് പട്ടാളത്തിന്റെ തൊട്ടുമുൻപിലായിരുന്നില്ലെന്ന് ആനുഷംഗികമായി ഇവിടെ പ്രസ്താവിച്ചുകൊള്ളട്ടെ. നേരെ മറിച്ച്, ഡൽഹിയുടെ നേരെ മറുവശത്താണ് അവർ നിന്നിരുന്നത്. കാരണം, പ്രാചീന ഡൽഹിയുടെ അവശിഷ്ടങ്ങൾക്ക് വടക്കുമാറി ആധുനിക ഡൽഹിയുടെ തെക്കുപടിഞ്ഞാറേ തലയ്ക്കലാണ് അജ്മീരി ഗെയ്റ്റ് സ്ഥിതിചെയ്യുന്നത്. പട്ടണത്തിന്റെ ആ ഭാഗത്ത് അപ്രകാരമുള്ള കുറെ ക്യാമ്പുകൾ കൂടി സ്ഥാപിക്കാൻ കലാപകാരികൾക്ക് യാതൊരു ബുദ്ധിമുട്ടുമില്ല. നഗരത്തിന്റെ വടക്കുകിഴക്കൻ ഭാഗത്ത് അഥവാ പുഴയുള്ള വശത്ത് തോണിപ്പാലം അവരുടെ കൈയിലാണ്. അങ്ങനെ സ്വന്തം നാട്ടുകാരുമായി അവർക്കുള്ള ബന്ധം അറ്റുപോയിട്ടില്ല. ആളുകളുടെയും സാധനസാമഗ്രികളുടെയും സപ്ലൈ മുടങ്ങാതെ നിലനിർത്താൻ തന്മൂലം അവർക്ക് കഴിയും. സ്വന്തം നാടിന്റെ ഉൾപ്രദേശവുമായുള്ള ബന്ധം അറ്റുപോകാതെ നിലനിർത്തുന്ന (സെവസ്തോപ്പലിനെപ്പോലെ) ചെറിയ തോതിലുള്ള ഒരു കോട്ടപോലെയാണ് ഡൽഹിയുടെ ഇപ്പോഴത്തെ സ്ഥിതി.

ബ്രിട്ടീഷ് സൈനികനടപടികളിൽ ഉണ്ടായിട്ടുള്ള കാലതാമസം പ്രതിരോധത്തിന് അസംഖ്യമാളുകളെ കേന്ദ്രീകരിക്കാൻ വളയപ്പെട്ടവർക്ക് അവസരം നൽകിയിട്ടുണ്ട്. എന്ന് മാത്രമല്ല, ഇത്രയും ആഴ്ചക്കാലം ഡൽഹിയിൽ പിടിച്ചുനിൽക്കാനും ആവർത്തിച്ചുള്ള ആക്രമണങ്ങളിലൂടെ യൂറോപ്യൻ പട്ടാളത്തെ ശല്യപ്പെടുത്തിക്കൊണ്ടിരിക്കാനും കഴിഞ്ഞെന്ന അഭിമാനവും അവർക്ക് ഉണ്ടായിട്ടുണ്ട്. പട്ടാളത്തിലാകെ നടക്കുന്ന കലാപങ്ങളെപ്പറ്റി നിത്യേനയെന്നോണം വന്നുകൊണ്ടിരിക്കുന്ന റിപ്പോർട്ടുകൾ കൂടിയായപ്പോൾ അവരുടെ സമരവീര്യം പതിന്മടങ്ങ് വർധിച്ചിട്ടുമുണ്ട്. ഇംഗ്ലീഷുകാർക്ക് അവരുടെ കൊച്ചുസൈന്യത്തെ വച്ചുകൊണ്ട് പതുക്കെപ്പതുക്കെ പട്ടണം പിടിക്കാൻ പറ്റില്ല. ശക്തിയായൊന്ന് ആഞ്ഞടിക്കാൻ മാത്രമേ അവർക്ക് കഴിയൂ. എന്തായാലും, അടുത്ത തപാലിൽ ഡൽഹി

യുടെ കീഴടക്കത്തെപ്പറ്റി വിവരം കിട്ടുന്നില്ലെങ്കിൽ പിന്നെ അടുത്ത കുറെ മാസക്കാലത്തേക്ക് കാര്യമായ യാതൊരു നടപടികളും സ്വീകരിക്കാൻ ബ്രിട്ടീഷുകാരെക്കൊണ്ടാവില്ലെന്ന് ഏതാണ്ടുറപ്പായി വിശ്വസിക്കാം. അപ്പോഴേക്ക് മഴക്കാലം ശരിക്കാരംഭിക്കുകയും 'യമുനയിലെ ഒഴുക്കേറിയ വെള്ളം വന്നു നിറഞ്ഞ' കിടങ്ങുകൾ മുഖേന നഗരത്തിൻ വടക്കു കിഴക്കൻ ഭാഗം ശരിയായി സംരക്ഷിക്കപ്പെടുകയും ചെയ്തിരിക്കും. 75 ഡിഗ്രി മുതൽ 102 ഡിഗ്രിവരെ*യുള്ള ചൂടും ശരാശരിയുള്ള ഒൻപതിഞ്ച് മഴയും ചേർന്ന് ഇംഗ്ലീഷുകാരെ കലർപ്പില്ലാത്ത ഏഷ്യാറ്റിക് കോളറയുടെ നടുവിലേക്ക് എറിഞ്ഞുകൊടുത്തിട്ടുമുണ്ടാകും. എല്ലൻബറോ പ്രഭു പറഞ്ഞത് ശരിയാകുമോ ഇല്ലയോ എന്ന് അപ്പോഴേ അറിയാൻ പറ്റൂ. അദ്ദേഹം പറഞ്ഞതിപ്രകാരമാണ്:

> സർ ബർനാർഡിന് അദ്ദേഹം ഇപ്പോൾ നിൽക്കുന്നിടത്ത് തുടർന്ന് നിൽക്കാൻ സാധ്യമല്ല. കാലാവസ്ഥ അതിന് സമ്മതിക്കില്ല. കനത്ത മഴ ആരംഭിക്കുന്നതോടെ മീറത്തുമായും അംബാലയുമായും പഞ്ചാബുമായുള്ള അദ്ദേഹത്തിന്റെ ബന്ധം അറ്റുപോകും. വളരെ ഇടുങ്ങിയ ഒരിത്തിരി സ്ഥലത്തിനുള്ളിൽ അദ്ദേഹം ബന്ധനസ്ഥനായിപ്പോകും. അദ്ദേഹം വിപൽക്കരമായ ഒരു സ്ഥിതിയിലാകുമെന്ന് ഞാൻ പറയുന്നില്ല. എങ്കിലും നാശത്തിലേ അതവസാനിക്കൂ. യഥാസമയത്ത് അദ്ദേഹം പിൻവാങ്ങുമെന്നാണ് എന്റെ വിശ്വാസം.

അപ്പോൾ, ജൂണിലെ അവസാന വാരങ്ങളിൽ ഡൽഹിയുടെ മേൽ ഒരാക്രമണം നടത്താൻ മതിയായ ആളും വെടിക്കോപ്പുകളും ബർനാർഡിന്റെ പക്കലെത്തുമോ എന്നതിനെ ആശ്രയിച്ചാണ് ഡൽഹിയുടെ ഭാവിയെ സംബന്ധിച്ച സർവതും സ്ഥിതിചെയ്യുന്നത്. നേരെമറിച്ച്, അദ്ദേഹം പിൻവാങ്ങാനാണ് പോകുന്നതെങ്കിൽ അത് കലാപത്തിന് ധാർമികമായ വമ്പിച്ച കരുത്ത് പ്രദാനം ചെയ്യും. പരസ്യമായി കലാപത്തിന്റെ കൂടെച്ചേരാൻ ബോംബെ-മദ്രാസ് സൈന്യങ്ങളെ അത് പ്രേരിപ്പിക്കുകയും ചെയ്തേക്കാം.

(1857 ആഗസ്ത് 4-ന് എഴുതിയത്. 1857 ആഗസ്ത് 18-ലെ 5094-ാം ലക്കം *ന്യൂയോർക്ക് ഡെയ്‌ലി ട്രിബ്യൂണിൽ* പ്രസിദ്ധീകരിക്കപ്പെട്ടു).

---

* ഫാരൻഹീറ്റ്

ഇന്ത്യൻ കലാപം (ഒന്ന്)

കാൾ മാർക്സ്

ഡൽഹി പിടിച്ചെടുത്തെന്ന് പറയുന്നത് വലിയൊരു തട്ടിപ്പാണെന്നും അവിസ്മരണീയമായ സെവസ്തോപ്പൽപതനത്തിന്റെ താണ നിലവാരത്തിലുള്ള ഒരനുകരണം മാത്രമാണതെന്നും ജൂലായ് 30-ലെ ട്രീസ്റ്റ് ടെലഗ്രാഫും ആഗസ്ത് 1-ലെ ഇന്ത്യൻ തപാലും മുഖേനയുള്ള വാർത്ത കിട്ടിയപ്പോൾത്തന്നെ അവയിലെ ഉള്ളടക്കവും തീയതിയും വച്ചുകൊണ്ട് ഞങ്ങൾ പ്രസ്താവിച്ചിരുന്നു. പക്ഷേ, ജോൺ ബുള്ളിന്റെ എന്തും വിശ്വസിക്കുന്ന പ്രകൃതം അപാരം തന്നെയെന്ന് പറയേണ്ടിയിരിക്കുന്നു. അല്ലെങ്കിൽ, ജനറൽ ബർനാർഡിന്റെ വെറും പ്രതിരോധപരം മാത്രമായ ഒരു നിലയെപ്പറ്റിയുള്ള വാർത്തയിൽ പരിപൂർണമായ ശത്രുസംഹാരത്തിന്റെ തെളിവുകൾ അടങ്ങിയിട്ടുണ്ടെന്ന് അയാളെക്കൊണ്ടു വിശ്വസിപ്പിക്കാൻ അയാളുടെ മന്ത്രിമാർക്കും ഷെയർദല്ലാളന്മാർക്കും പത്രങ്ങൾക്കും കഴിയുമായിരുന്നില്ല. ദിനംപ്രതി ഈ മാനസിക വിഭ്രമം കൂടിക്കൂടി വന്നതിന്റെ ഫലമായാണ് ആഗസ്ത് 12-ാം തീയതി രാത്രിയിൽ കോമൺസ് സഭയിലെ വമ്പിച്ച ഹർഷാരവത്തിനിടയിൽ ഡൽഹിയുടെ പിടിച്ചടക്കൽ കിംവദന്തി ശരിയാണെന്ന് താനും വിശ്വസിക്കുന്നതായി പ്രഖ്യാപിക്കാൻ ജനറൽ സർ ഡി ലേസി ഇവാൻസിനെപ്പോലെ ഇക്കാര്യങ്ങളിൽ തഴക്കവും പഴക്കവുമുള്ള ഒരാളെപ്പോലും പ്രേരിപ്പിച്ചത്. പക്ഷേ, ഈ പരിഹാസ്യമായ പ്രദർശനം കഴിഞ്ഞതോടെ ആ കുമിള പൊട്ടാൻ പാകത്തിന് വലുതായി. പിറ്റേന്ന്, ആഗസ്ത് 13-ാം തീയതി ഇന്ത്യൻ തപാലിന്റെ മുന്നോടിയായി ട്രീസ്റ്റിൽനിന്നും മഴ്സെയിൽസിൽ നിന്നും ഒന്നിനുപുറകെ ഒന്നായി എത്തിയ കമ്പിസന്ദേശങ്ങൾ എല്ലാ സന്ദേഹങ്ങൾക്കും

വിരാമമിട്ടു. ജൂൺ 27-ാം തീയതിവരെ ഡൽഹിയിലെ സ്ഥിതിക്ക് യാതൊരു മാറ്റവുമില്ലെന്നും ശത്രുവിന്റെ തുടർച്ചയായുള്ള പ്രചണ്ഡമായ ആക്രമണങ്ങളെ നേരിട്ടുകൊണ്ട് പ്രതിരോധനിലപാടിൽത്തന്നെ നിന്നിരുന്ന ജനറൽ ബർനാർഡ് അതുവരെ പിടിച്ചുനിൽക്കാൻ കഴിഞ്ഞതിൽ അതീവ സന്തുഷ്ടനാണെന്നും ഈ കമ്പിസന്ദേശങ്ങൾ തെളിയിച്ചു.

അടുത്ത തപാലിൽ ഇംഗ്ലീഷ്പട്ടാളം പിൻവാങ്ങിയതായുള്ള വാർത്തകൾ എത്തിച്ചേരാൻ ഇടയുണ്ടെന്നാണ് ഞങ്ങൾക്ക് തോന്നുന്നത്. കുറഞ്ഞ പക്ഷം, അങ്ങനെയൊരു പിൻവാങ്ങലിനെ സൂചിപ്പിക്കുന്ന വിവരങ്ങളെങ്കിലും പ്രതീക്ഷിക്കേണ്ടതാണ്. ഡൽഹിയിലെ കോട്ടമതിലിന്റെ വ്യാപ്തി വച്ചുനോക്കിയാൽ എല്ലായിടങ്ങളിലും അതിന് ഫലപ്രദമായ കാവലേർപ്പെടുത്തുക അസാധ്യമാണെന്നതിൽ സംശയമില്ല. നേരെമറിച്ച്, നിനച്ചിരിക്കാത്ത സന്ദർഭത്തിൽ ഏതെങ്കിലുമൊരിടത്തുള്ള കേന്ദ്രീകരണത്തിലൂടെ മാത്രമേ പൊടുന്നനെയുള്ള ആക്രമണം സാധ്യമാകൂ. പക്ഷേ, കോട്ടകെട്ടിയുറപ്പിച്ച പട്ടണങ്ങളെയും വളയലിനെയും പീരങ്കിയുണ്ടവർഷത്തെയും പറ്റിയുള്ള യൂറോപ്യൻ ധാരണകളുമായാണ് ജനറൽ ബർനാർഡ് കഴിയുന്നതെന്ന് തോന്നുന്നു. ഏഷ്യാറ്റിക് മനസുകളിൽ ഭയസംഭ്രമങ്ങൾ ജനിപ്പിക്കുന്നതിന് സർ ചാൾസ് നേപ്പിയർ പ്രയോഗിച്ചിരുന്ന ആ പൊടിക്കൈകളിൽ അദ്ദേഹത്തിന് വിശ്വാസമില്ലെന്ന് തോന്നുന്നു. അദ്ദേഹത്തിന്റെ സൈന്യബലം ഏകദേശം 12,000 ആയി വർധിച്ചിട്ടുണ്ടെന്നാണ് പറയപ്പെടുന്നത്. 7,000 യൂറോപ്യരും 5,000 'വിശ്വസ്ത നാട്ടുകാരു'മാണ് ഇക്കൂട്ടത്തിലുള്ളത്. എന്നാൽ, മറുവശത്ത് കലാപകാരികൾക്കും ദിനംപ്രതിയെന്നോണം പുതിയ പുതിയ ആൾക്കാർ വന്നുചേർന്നുകൊണ്ടിരിക്കുന്നുണ്ടെന്ന കാര്യം ആരും നിഷേധിക്കുന്നില്ല. അതിനാൽ, വളയപ്പെട്ടിരിക്കുന്നവരുടെയും വളഞ്ഞിരിക്കുന്നവരുടെയും സംഖ്യാബലത്തിലുള്ള വമ്പിച്ച വ്യത്യാസം പഴയപടിതന്നെ നിലനിൽക്കുന്നുണ്ടെന്ന് അനുമാനിക്കുന്നതിൽ തെറ്റില്ല. തന്നെയല്ല, ഏതെങ്കിലുമൊരു സ്ഥാനം ചതിയിൽ പിടിച്ചെടുക്കുന്നതിലൂടെ ജനറൽ ബർനാർഡിന് തന്റെ വിജയം ഉറപ്പിക്കാൻ പറ്റുമെന്നുണ്ടെങ്കിൽ അത് മുഗൾ കൊട്ടാരമാണ്. കണ്ണായ സ്ഥാനത്താണ് അത് സ്ഥിതിചെയ്യുന്നത്. പക്ഷേ, മഴക്കാലം ആരംഭിച്ചിരിക്കുമെന്നതിനാൽ, പെരുവെള്ളപ്പാച്ചിൽ കാരണം പുഴയുടെ ഭാഗത്ത് നിന്ന് അവിടേക്ക് കടക്കാൻ നോക്കുന്നത് അപ്രായോഗികമായിരിക്കും. അതേസമയം പുഴയ്ക്കും കാശ്മീരിഗെയ്റ്റിനും ഇടയ്ക്കുള്ള ഒരു സ്ഥാനത്തുനിന്ന് ആക്രമണംനടത്തി പരാജയപ്പെട്ടാലത്തെ ഭവിഷ്യത്തുകൾ അത്യന്തം ഗുരുതരമായിരിക്കുകയും ചെയ്യും. ഇതിലെല്ലാമുപരിയായി, വർഷാരംഭം കാരണം ഗതാഗതത്തിനും പിന്മാറ്റത്തിനുമുള്ള ഏർപ്പാടുകൾ ശരിപ്പെടുത്തുന്നതിലായിരിക്കും ജനറൽ ബർനാർഡിന്റെ ശ്രദ്ധ കൂടുതലായി പതിയുന്നത്. ഒറ്റവാക്കിൽ പറഞ്ഞാൽ, കാലാവസ്ഥ മെച്ചമായിരുന്നപ്പോൾ ചെയ്യാതിരുന്ന ഒരു സംഗതി കാലാവസ്ഥ ഏറ്റവും മോശമായ ഈ ഘട്ടത്തിൽ വേണ്ടത്ര പട്ടാളംപോലും കൂടെയില്ലാതെ അദ്ദേഹം ചെയ്യാൻ മുതിരുമെന്ന് വിശ്വസിക്കാൻ യാതൊരു കാരണവും കാണു

ന്നില്ല. ലണ്ടൻ പത്രങ്ങൾ കണ്ണടച്ചിരുട്ടാക്കാൻ നടത്തുന്ന ശ്രമം എന്തു തന്നെയായാലും ഏറ്റവും ഉന്നതതലങ്ങളിൽ ഇതേപ്പറ്റി സാരമായ ആശങ്കകളുണ്ടെന്ന് പാമേഴ്സ്റ്റൺ പ്രഭുവിന്റെ മുഖപത്രമായ *ദി മോർണിങ് പോസ്റ്റ്* നോക്കിയാൽ ആർക്കും ബോധ്യമാകും. ആ പത്രത്തിലെ കൂലിയെഴുത്തുകാരായ മാന്യന്മാർ പറയുന്നത് ഇങ്ങനെയാണ്:

> അടുത്ത തപാലിൽപ്പോലും ഡൽഹി പിടിച്ചെന്നുള്ള വിവരം കിട്ടുമോയെന്ന് ഞങ്ങൾ സംശയിക്കുന്നു. എന്നാൽ, ഉപരോധകരുടെ കൂടെച്ചേരാൻ പുറപ്പെട്ടിട്ടുള്ള പട്ടാളം വേണ്ടത്ര വൻതോക്കുകളുമായി—ഇവയുടെ കുറവ് ഇപ്പോഴും നല്ലപോലെ ഉണ്ടെന്നാണ് തോന്നുന്നത്—അവരുടെ അടുക്കൽ എത്തിച്ചേരുന്നതോടെ കലാപകാരികളുടെ ശക്തിദുർഗം നിലംപതിച്ചതായി നമുക്ക് കേൾക്കാൻ കഴിയുമെന്നാണ് ഞങ്ങളുടെ വിശ്വാസം.

വെറും ദൗർബല്യവും ചാഞ്ചാട്ടവും പ്രത്യക്ഷത്തിലുള്ള ബുദ്ധിമോശവും മുഖേന ബ്രിട്ടീഷ് ജനറൽമാർ ഡൽഹിക്ക് ഇന്ത്യൻ കലാപത്തിന്റെ രാഷ്ട്രീയ-സൈനിക കേന്ദ്രമെന്ന അന്തസ്സുണ്ടാക്കിക്കൊടുത്തിട്ടുണ്ടെന്നത് സ്പഷ്ടമാണ്. ദീർഘകാലത്തെ ഉപരോധത്തിന് ശേഷം ഇംഗ്ലീഷ് സൈന്യം പിൻവാങ്ങുകയോ പ്രതിരോധ നിലപാടിൽത്തന്നെ തുടർന്നും പിടിച്ചുനിൽക്കുകയോ ചെയ്താൽ ശരിക്കുമൊരു പരാജയമെന്ന നിലയിലായിരിക്കും അത് വീക്ഷിക്കപ്പെടുന്നത്. പൊതുവായ ഒരു ബഹളത്തിനുള്ള കൊടിയടയാളവുമായിരിക്കും അത്. കൂടാതെ, ബ്രിട്ടീഷ് പട്ടാളത്തിൽ അത് ഭയങ്കരമായ നാശമുണ്ടാക്കുകയും ചെയ്യും. തുരുതുരെയുള്ള ആക്രമണങ്ങളും ഏറ്റുമുട്ടലുകളും നിറഞ്ഞ ഉപരോധത്തിന്റെ വമ്പിച്ച ആവേശവും താമസിയാതെ ശത്രുവിനെ വകവരുത്താൻ കഴിയുമെന്ന പ്രതീക്ഷയുമാണ് ഇതുവരെ അവരെ ഈ നാശത്തിൽ നിന്ന് രക്ഷിച്ചുനിർത്തിയിട്ടുള്ളത്. ഇന്ത്യക്കാർ ഇതിലെല്ലാം നിസ്സംഗരാണെന്നോ ബ്രിട്ടീഷ് ഭരണത്തോട് അവർക്ക് അനുഭാവമുണ്ടെന്നോ ഒക്കെയുള്ള പറച്ചിൽ ശുദ്ധ അസംബന്ധമാണ്. ശരിയായ ഏഷ്യാറ്റിക്കുകളെപ്പോലെ രാജാക്കന്മാർ തക്കം നോക്കിയിരിക്കുകയാണ്. ബംഗാൾ പ്രസിഡൻസിയിൽ ചിലേടങ്ങളിൽ മാത്രമാണ് ഒരുപിടി ഇംഗ്ലീഷുകാർക്ക് ജനങ്ങളെ അടക്കിനിർത്താൻ കഴിഞ്ഞിട്ടുള്ളത്. ബാക്കിയുള്ളേടങ്ങളിലെല്ലാം അവർ ഒരുതരം ദിവ്യമായ അരാജകത്വത്തിന്റെ സുഖം അനുഭവിച്ചുകൊണ്ടിരിക്കുകയാണ്. ആർക്കെതിരായാണ് ബഹളം കൂട്ടേണ്ടതെന്ന് അവിടെ അവർക്ക് നിശ്ചയമില്ലെന്നതാണ് സ്ഥിതി. ഇന്ത്യയിലെ ഒരു കലാപത്തിൽ യൂറോപ്യൻ വിപ്ലവത്തിന്റെ എല്ലാ സവിശേഷതകളും പ്രതീക്ഷിക്കുന്നത് തികച്ചും അസ്ഥാനത്താണ്.

മദ്രാസ്-ബോംബെ പ്രസിഡൻസികളിൽ പട്ടാളം അവരുടെ നില വ്യക്തമാക്കിയിട്ടില്ലാത്തതിനാൽ ആളുകൾ അടങ്ങിയിരിക്കുകയാണെന്നത് ശരിയാണ്. പഞ്ചാബ് ഇപ്പോഴും യൂറോപ്യൻ പട്ടാളത്തിന്റെ ആസ്ഥാനമായി തുടരുന്നുമുണ്ട്. അവിടത്തെ നാടൻ പട്ടാളത്തെ നിരാ

യുധീകരിച്ച് നിർത്തിയിരിക്കുകയാണ്. അതിനെ ഇളക്കിവിടണമെങ്കിൽ അർധസ്വതന്ത്രരായ അയൽരാജാക്കന്മാർ ഇതിലേക്കെടുത്തുചാടണം. ബംഗാൾ പട്ടാളത്തിൽ കാണാൻ കഴിഞ്ഞതുപോലുള്ള വ്യാപകമായ ഒരു വൻഗൂഢാലോചന നാട്ടുകാരുടെ രഹസ്യമായ അറിവും പിന്തുണയും കൂടാതെ നടക്കുമായിരുന്നില്ലെന്നത് വളരെ തീർച്ചയാണ്. സാധനങ്ങൾ സംഭരിക്കുകയും വാഹനസൗകര്യം ഉണ്ടാക്കുകയും ചെയ്യുന്നതിൽ ഇംഗ്ലീഷുകാർ നേരിടുന്ന വമ്പിച്ച ബുദ്ധിമുട്ടുകൾ കർഷകരുടെ സന്മനോഭാവത്തിന് തെളിവല്ലെന്നതും അത്രതന്നെ ഉറപ്പായിട്ടുള്ള സംഗതിയാണ്.

കമ്പിസന്ദേശങ്ങളിൽ നിന്നുള്ള മറ്റുവാർത്തകളും വളരെ പ്രധാനമായിട്ടുള്ളതാണ്. പഞ്ചാബിന്റെ അങ്ങേത്തലയ്ക്കലുള്ള പെഷവാറിലും കലാപത്തിന്റെ തുടക്കമുണ്ടെന്നും, മറുവശത്ത് ഡൽഹിയിൽനിന്ന് തെക്കോട്ട് ഝാൻസിയും സാഗറും ഇൻഡോറും മോയും വഴി ബോംബെ പ്രസിഡൻസിയിലേക്കും അത് നീങ്ങാൻ തുടങ്ങിയിട്ടുണ്ടെന്നും ഈ റിപ്പോർട്ടുകൾ വ്യക്തമാക്കുന്നുണ്ട്. ബോംബെയ്ക്ക് 180 മൈൽ വടക്കുകിഴക്കുള്ള ഔറംഗബാദുവരെയും അത് എത്തിയിട്ടുണ്ട്. ബുന്ദെൽഖണ്ഡിലുള്ള ഝാൻസി കോട്ടകെട്ടി ഉറപ്പിച്ചിട്ടുള്ള ഒരു സ്ഥലമാണെന്നും, അങ്ങനെ അത് സായുധകലാപത്തിന്റെ മറ്റൊരു കേന്ദ്രം ആയിത്തീരാനിടയുണ്ടെന്നും കൂടി ഇവിടെ ചൂണ്ടിക്കാട്ടാവുന്നതാണ്. ഇതിനിടയിൽ, ഡൽഹിയിലുള്ള ജനറൽ ബർനാർഡിന്റെ സൈന്യവുമായി സന്ധിക്കുന്നതിനായി വടക്കുപടിഞ്ഞാറ് നിന്ന് പുറപ്പെട്ട ജനറൽ വാൻ കോർട്ട്ലാൻഡ് ഡൽഹിയിൽനിന്ന് 170 മൈൽ അകലെയുള്ള സിർസയിൽ വച്ച് കലാപകാരികളുടെ ഒരു ദളത്തെ പരാജയപ്പെടുത്തിയതായി റിപ്പോർട്ട് ചെയ്യപ്പെടുന്നുണ്ട്. ഝാൻസിയിലൂടെ കടന്നുവരുമ്പോൾ അവിടെവച്ചും അദ്ദേഹത്തിന് കലാപകാരികളുമായി ഏറ്റുമുട്ടേണ്ടിവരും. ആഭ്യന്തര ഗവൺമെന്റിന്റെ തയാറെടുപ്പുകളെപ്പറ്റി പറഞ്ഞാൽ, ഏറ്റവും വളഞ്ഞ വഴിയാണ് ഏറ്റവും എളുപ്പവഴിയെന്ന് കരുതുന്നതുകൊണ്ടാവണം പാമേഴ്സ്റ്റൺ പ്രഭു ഈജിപ്തിന്റെ മാർഗം വിട്ടിട്ട് മുനമ്പ് ചുറ്റിപ്പോകാൻ തന്റെ സൈന്യത്തെ നിർദേശിച്ചിട്ടുള്ളത്. ചൈനയിലേക്ക് നിയോഗിച്ചിരുന്ന കുറെ ആയിരം പട്ടാളക്കാരെ സിലോണിൽവച്ച് തടഞ്ഞിട്ടും കൽക്കത്തയിലേക്ക് തിരിച്ചുവിടാൻ കഴിഞ്ഞുവെന്നത്—ജൂലായ് 2-ാം തീയതി ഈ 5-ാം ഫുസിലിയർ ദളം അവിടെ എത്തുകയും ചെയ്തു—കോമൺസിലെ അനുസരണയുള്ള തന്റെ അനുയായികളുടെ മുമ്പിൽ വലിയൊരു ആനക്കാര്യമായി അവതരിപ്പിക്കാൻ അദ്ദേഹത്തിന് അവസരം നൽകി. അദ്ദേഹത്തിന്റെ ചൈനീസ് യുദ്ധം ഒരു 'ഷോഡതി'യാണെന്ന് സംശയിക്കാൻ ഇനിയും ധൈര്യമില്ലാത്ത പാവങ്ങളാണ് അദ്ദേഹത്തിന്റെ ഈ അനുയായികൾ.

(1857 ആഗസ്ത് 14-ന് എഴുതിയത്. 1857 ആഗസ്ത് 29-ലെ 5104-ാം ലക്കം *ന്യൂയോർക്ക് ഡെയ്‌ലി ട്രിബ്യൂണിൽ* പ്രസിദ്ധീകരിക്കപ്പെട്ടു).

യൂറോപ്പിലെ രാഷ്ട്രീയസ്ഥിതി

കാൾ മാർക്സ്

കോമൺസ് സഭയുടെ അടുത്ത സമ്മേളനം വരെയുള്ള അന്ത രാളഘട്ടത്തിൽ ഇംഗ്ലണ്ടിലെ പൊതുജനങ്ങൾക്കായി താൻ ഒരുക്കിവച്ചി ട്ടുള്ള വിനോദപരിപാടികളുടെ ഒരു വിഹഗവീക്ഷണം നടത്താൻ പാമേ ഴ്സ്റ്റൺ പ്രഭു സഭയുടെ സമാപനത്തിന്റെ തലേദിവസം സഭാംഗങ്ങൾക്ക് ഒരവസരം നൽകുകയുണ്ടായി. അദ്ദേഹത്തിന്റെ പരിപാടിയിലെ ആദ്യ ഇനം പേർഷ്യൻ യുദ്ധം പുനഃരാരംഭിക്കുന്നതിനെപ്പറ്റിയുള്ള അറിയിപ്പാ ണ്. മാർച്ച് 4-ാം തീയതി ഒപ്പുവച്ച സമാധാനക്കരാർ വഴി ഖണ്ഡിതമായി അവസാനിപ്പിക്കപ്പെട്ടെന്ന് കുറെ മാസം മുൻപ് അദ്ദേഹം പ്രഖ്യാപിച്ച യുദ്ധം തന്നെയാണിത്. പേർഷ്യൻഗൾഫിൽ പാർപ്പിച്ചിട്ടുള്ള സൈന്യ ങ്ങളുമായി ഇന്ത്യയിലേക്ക് പോകാൻ കേണൽ ജേക്കബിനെ നിർദേശി ച്ചിട്ടുണ്ടാകുമല്ലോ എന്ന് ജനറൽ സർ ലേസി ഇവാൻസ് ചോദിച്ചപ്പോ ഴാണ് പാമേഴ്സ്റ്റൺ പ്രഭു ഈ സൂചന നൽകിയത്. പേർഷ്യ കരാർപ്ര കാരമുള്ള വ്യവസ്ഥകൾ മുഴുവൻ നടപ്പിലാക്കുന്നതുവരെ കേണൽ ജേക്ക ബിന്റെ സൈന്യങ്ങളെ അവിടെനിന്ന് പിൻവലിക്കാൻ നിർവാഹമില്ലെന്ന് പാമേഴ്സ്റ്റൺ പ്രഭു പച്ചയായിത്തന്നെ പറഞ്ഞു. എന്നാൽ, ഹെറാ ത്തിൽനിന്ന് പേർഷ്യക്കാർ ഇനിയും ഒഴിഞ്ഞുപോയിട്ടില്ല. നേരേമറിച്ച്, അവർ അങ്ങോട്ട് കൂടുതൽ പട്ടാളത്തെ അയച്ചിട്ടുണ്ടെന്നാണ് കിംവദന്തി. പാരീസിലെ പേർഷ്യൻ സ്ഥാനപതി ഇത് നിഷേധിച്ചിട്ടുണ്ടെന്നത് ശരി യാണ്. എങ്കിലും, പേർഷ്യയെ വിശ്വസിക്കാമോ എന്നതിനെപ്പറ്റി ന്യായ മായും വളരെയേറെ സന്ദേഹമുള്ളതിനാൽ കേണൽ ജേക്കബിന്റെ കീഴി ലുള്ള സൈന്യങ്ങൾ ബുഷയറിൽനിന്ന് പിന്മാറുകയില്ല. പാമേഴ്സ്റ്റൺ

പ്രഭു ഈ പ്രസ്താവന ചെയ്തതിന്റെ പിറ്റേന്നത്തെ കമ്പിവാർത്തകളിൽ ഹെറാത്ത് വിട്ടുപോകാൻ പേർഷ്യൻ ഗവൺമെന്റിനോട് മി. മുറെ ശക്തിയായി ആവശ്യപ്പെട്ട കാര്യം എടുത്തുപറഞ്ഞിരുന്നു. പുതിയൊരു യുദ്ധപ്രഖ്യാപനത്തിന്റെ മുന്നോടിയാണിതെന്ന് കരുതുന്നതിൽ തെറ്റില്ലെന്ന് തോന്നുന്നു. ഇന്ത്യൻ കലാപത്തിന്റെ ആദ്യത്തെ സാർവദേശീയഫലം അതാണ്.

പാമേഴ്സ്റ്റൺ പ്രഭുവിന്റെ പരിപാടിയിലെ രണ്ടാമത്തെ ഇനത്തിന്റെ വിശദാംശങ്ങൾ അത്ര വളരെ ലഭ്യമല്ലെങ്കിലും അത് വെളിപ്പെടുത്തുന്ന വിശാലവീക്ഷണം ഈ കുറവ് നികത്തുന്ന തരത്തിലുള്ളതാണ്. ഇന്ത്യയിലേക്കയക്കാനായി നിരവധി പട്ടാളക്കാരെ ഇംഗ്ലണ്ടിൽനിന്ന് പിൻവലിക്കുന്നത് സംബന്ധിച്ച ആദ്യത്തെ അറിയിപ്പുണ്ടായ അവസരത്തിൽ പ്രസ്തുത നടപടിമൂലം ഗ്രേറ്റ് ബ്രിട്ടന്റെ പ്രതിരോധശേഷി വല്ലാതെ കോഷിക്കുമെന്നും ഇംഗ്ലണ്ടിന്റെ ഈ ദൗർബല്യത്തെ ഉപയോഗപ്പെടുത്താൻ അത് വിദേശരാജ്യങ്ങൾക്ക് അവസരമുണ്ടാക്കുമെന്നും പ്രതിപക്ഷത്തു നിന്ന് ആരോപണമുണ്ടായപ്പോൾ അദ്ദേഹം പറഞ്ഞത് ഇപ്രകാരമാണ്:

> അങ്ങനെയൊരു സ്ഥിതി സംജാതമാകാൻ ഗ്രേറ്റ് ബ്രിട്ടനിലെ ജനങ്ങൾ ഒരിക്കലും അനുവദിക്കുകയില്ല. അങ്ങനെ വന്നാൽ അതിനെ നേരിടുന്നതിന് ആവശ്യമായത്ര പട്ടാളക്കാർ പെട്ടെന്ന് യാതൊരു കാലവിളംബവും കൂടാതെ റിക്രൂട്ട് ചെയ്യപ്പെടുന്നതായിരിക്കും.

പക്ഷേ, പാർലമെന്റ് സമ്മേളനം അവസാനിക്കുന്നതിന് തൊട്ടുമുൻപുള്ള അദ്ദേഹത്തിന്റെ സംസാരത്തിന്റെ സ്വരം തികച്ചും വ്യത്യസ്തമാണ്: സ്ക്രൂപ്രൊപ്പല്ലറോടുകൂടിയ ആവിക്കപ്പലുകളിൽ പട്ടാളത്തെ ഇന്ത്യയിലേക്ക് അയക്കാൻ ജനറൽ ഡി ലേസി ഇവാൻസ ഉപദേശിച്ചപ്പോൾ മുമ്പത്തെപ്പോലെ പായ്ക്കപ്പലുകളുടെ മേന്മയെപ്പറ്റി പറഞ്ഞുകൊണ്ടല്ല അദ്ദേഹം അതിന് മറുപടി നൽകിയത്. ഒറ്റനോട്ടത്തിൽ ജനറലിന്റെ പദ്ധതി വളരെയേറെ പ്രയോജനപ്രദമായി തോന്നാമെങ്കിലും സഭ മറ്റു ചില സംഗതികൾകൂടി ഓർത്തിരിക്കേണ്ടതുണ്ടെന്നായിരുന്നു അദ്ദേഹത്തിന്റെ മറുപടി:

> വേണ്ടത്ര കര-നാവിക സൈന്യങ്ങളെ നാട്ടിൽ നിർത്തേണ്ടതിന്റെ ഔചിത്യത്തെ സംബന്ധിക്കുന്ന മറ്റു പരിഗണനകൾ നമുക്കോർമയുണ്ടായിരിക്കണം... തികച്ചും അത്യാവശ്യമായിട്ടുള്ളതിൽ കവിഞ്ഞ ഒരു നാവികസൈന്യത്തെ നാട്ടിൽനിന്ന് പുറത്തേക്ക് അയയ്ക്കുന്നതിന്റെ അനൗചിത്യം എടുത്തുകാട്ടുന്ന ചില സാഹചര്യങ്ങൾ നിലവിലുണ്ട്. ആവി ഉപയോഗിച്ചോടുന്ന യുദ്ധക്കപ്പലുകൽ വെറുതെ നങ്കൂരമിട്ടുകിടക്കുകയാണെന്നും അവയെക്കൊണ്ട് ഈ സന്ദർഭത്തിൽ കാര്യമായ വലിയ ഉപയോഗമൊന്നും ഇല്ലെന്നുമുള്ളതിൽ സംശയമില്ല. പക്ഷേ, ഈ യുദ്ധക്കപ്പലുകൾ ആളുകളെ കയറ്റിക്കൊണ്ടുപോകാനായി ഇപ്പോൾ ഉപയോഗിച്ചാൽ

പിന്നീട് ഇവിടെ സൂചിപ്പിച്ചതുപോലുള്ള എന്തെങ്കിലും സംഭവിക്കുകയും തത്സമയത്ത് നാവികസൈന്യത്തെ കടലിലിറക്കേണ്ടിവരികയും ചെയ്യുന്നപക്ഷം അന്ന് നിലവിലുള്ള ഭീഷണിയെ എങ്ങനെ നേരിടും? യൂറോപ്പിൽ നിലവിലുള്ള സാഹചര്യങ്ങളിൽ അധികം മുന്നറിയിപ്പുകൂടാതെ സ്വരക്ഷയ്ക്ക് ആവശ്യമായി വന്നേക്കാവുന്ന കപ്പലുകൾ ഇപ്പോൾ ഇന്ത്യയിലേക്ക് അയയ്ക്കാൻ തീരുമാനിച്ചാൽ അതൊരു മഹാ അബദ്ധമായിരിക്കും.

പാമേഴ്സ്റ്റൺ പ്രഭു ഇംഗ്ലീഷുകാരനെ വലിയൊരു ധർമസങ്കടത്തിലാണ് കൊണ്ടുചെന്ന് ചാടിച്ചിരിക്കുന്നതെന്ന കാര്യത്തിൽ ആർക്കും എതിരഭിപ്രായമുണ്ടാവില്ലല്ലോ. ഇന്ത്യയിലെ കലാപം അടിച്ചമർത്തുന്നതിനുള്ള എല്ലാ മാർഗങ്ങളും ഉപയോഗിച്ചാൽ സ്വദേശത്തും ആക്രമണത്തെ നേരിടേണ്ടിവരും. ഇന്ത്യൻ കലാപം ബലപ്പെടാൻ അനുവദിച്ചാൽ, മി. ഡിസ്രേലി പ്രസ്താവിച്ചതുപോലെ, 'ഇന്ത്യയിലെ രാജാക്കന്മാർക്ക് പുറമെ ഏറ്റുമുട്ടേണ്ടതായ മറ്റു കഥാപാത്രങ്ങളും അരങ്ങത്ത് പ്രത്യക്ഷപ്പെടും.'

വളരെ നിഗൂഢമായി സൂചിപ്പിക്കപ്പെട്ടിട്ടുള്ള 'യൂറോപ്യൻ സാഹചര്യങ്ങളിലേക്ക്' ഒന്ന് കണ്ണോടിക്കുന്നതിന് മുമ്പായി ഇന്ത്യയിലെ ബ്രിട്ടീഷ് പട്ടാളത്തിന്റെ വാസ്തവത്തിലുള്ള സ്ഥിതിയെപ്പറ്റി കോമൺസിന്റെ അന്നത്തെതന്നെ യോഗത്തിൽ നടത്തപ്പെട്ട കുമ്പസാരങ്ങളെല്ലാം ഒന്നായിട്ടൊന്നെടുത്തു പരിശോധിക്കുന്നത് അസ്ഥാനത്തായിരിക്കില്ലെന്ന് തോന്നുന്നു. ഡൽഹി ഉടനടി പിടിച്ചെടുക്കാമെന്ന ഉൽക്കടമായ മോഹങ്ങളെല്ലാം പരസ്പരസമ്മതപ്രകാരമെന്നോണം ഉപേക്ഷിക്കപ്പെട്ടുവെന്നതാണ് ഒന്നാമതായി ശ്രദ്ധിക്കാനുള്ള സംഗതി. മുമ്പത്തെ വലിയ വലിയ ശുഭപ്രതീക്ഷകളെല്ലാം വിട്ടിട്ട് ആളുകൾ യുക്തിക്ക് ചേർന്ന ഒരു നിലപാടിലേക്ക് ഇറങ്ങിവന്നു. നവംബർ വരെ കൈവശമുള്ള സ്ഥലങ്ങൾ നിലനിർത്താൻ ഇംഗ്ലീഷുകാർക്ക് കഴിഞ്ഞാൽ അതുതന്നെ ഒരു മഹാഭാഗ്യമായി കരുതണമെന്നാണ് ഈ നിലപാട്. കാരണം, അപ്പോഴേക്ക്, നാട്ടിൽ നിന്നയച്ച പോഷകസേനകൾ അവിടെ എത്തിച്ചേരാനിടയുണ്ട്. ഈ സ്ഥലങ്ങളിൽ ഏറ്റവും പ്രധാനമായ കോൺപൂർ കൈവിട്ടുപോയേക്കുമോയെന്ന ഭയം കുറെശ്ശെയായി പുറത്തേക്കു ചാടാൻ തുടങ്ങിയെന്നതാണ് രണ്ടാമത്തെ സംഗതി. മി. ഡിസ്രേലി പ്രസ്താവിച്ചതുപോലെ സർവതും കോൺപൂരിന്റെ വിധിയെ ആശ്രയിച്ചാണിരിക്കുന്നത്. ഡൽഹി പിടിച്ചെടുക്കുന്നതിനെക്കാൾ പ്രധാനം കാൺപൂർ രക്ഷപ്പെടുത്തുകയെന്നതാണെന്നും അദ്ദേഹത്തിന് അഭിപ്രായമുണ്ട്. ഗംഗാതടത്തിന്റെ ഒത്ത നടുക്കുള്ള അതിന്റെ സ്ഥാനവും ഔഡിന്റെയും രോഹിൽഖണ്ഡിന്റെയും ഗ്വാളിയറിന്റെയും ബുന്ദെൽഖണ്ഡിന്റെയും കാര്യത്തിൽ അതിനുള്ള പ്രാധാന്യവും ഡൽഹിയിലേക്കുള്ള വഴിയിൽ സ്ഥിതിചെയ്യുന്ന ഒരു മുന്നണിക്കോട്ടയെന്ന നിലയ്ക്കുള്ള അതിന്റെ കിടപ്പും വച്ചുനോക്കിയാൽ ഇന്നത്തെ സാഹചര്യങ്ങളിൽ കോൺപൂരിനുള്ളത്ര പ്രാധാന്യം വാസ്തവത്തിൽ മറ്റൊരു സ്ഥലത്തിനുമില്ല. അവസാനമായി, സഭയിലെ സൈനികാംഗങ്ങളിൽ ഒരാളാ

യ സർ എഫ് സ്മിത്ത് ചൂണ്ടിക്കാട്ടിയ സംഗതിയും ശ്രദ്ധിക്കേണ്ടതുണ്ട്. അവരുടെ ഇന്ത്യൻ പട്ടാളത്തിൽ എഞ്ചിനീയർമാരോ സാപ്പർമാരോ ഇല്ലെന്ന് അദ്ദേഹം പറഞ്ഞു. അവരെല്ലാം ഒളിച്ചോടിക്കളഞ്ഞു. അങ്ങനെ 'ഡൽഹി ഒരു രണ്ടാം സറഗോസ്സ[25] ആകാൻ' ഇടയുണ്ടെന്നും അദ്ദേഹം പറഞ്ഞു. പാമേഴ്സ്റ്റൺ പ്രഭുവാകട്ടെ ഇംഗ്ലണ്ടിൽനിന്ന് എഞ്ചിനീയർ വിഭാഗത്തിൽപ്പെട്ട ഏതെങ്കിലും ഓഫീസർമാരെയോ ഭടന്മാരെയോ അങ്ങോട്ടയക്കുന്ന കാര്യം അവഗണിച്ചിരിക്കുകയായിരുന്നു.

അടുത്തതായി, 'ഭാവിയിൽ നടക്കാനിരിക്കുന്ന' യൂറോപ്യൻ സംഭവങ്ങളിലേക്ക് ശ്രദ്ധ തിരിച്ചാൽ പാമേഴ്സ്റ്റൺ പ്രഭുവിന്റെ സൂചനകളെപ്പറ്റി *ലണ്ടൻ ടൈംസ്* നടത്തുന്ന അഭിപ്രായപ്രകടനം നമ്മെ എന്തെന്നില്ലാതെ ആശ്ചര്യപ്പെടുത്തും. ഫ്രഞ്ച് ഭരണഘടന തൂത്തെറിയപ്പെടാനോ നെപ്പോളിയൻ ജീവിതരംഗത്തുനിന്ന് അപ്രത്യക്ഷമാകാനോ ഇടയുണ്ടെന്നും, അങ്ങനെ സംഭവിച്ചാൽ ഇപ്പോഴത്തെ ഭദ്രതയ്ക്ക് ആധാരമായ ഫ്രഞ്ച് സഖ്യത്തിന് അറുതി വരുമെന്നുമാണ് ഈ പത്രം പ്രസ്താവിക്കുന്നത്. എന്നുപറഞ്ഞാൽ, ഫ്രാൻസിൽ ഏതു ദിവസവും ഒരു വിപ്ലവം പൊട്ടിപ്പുറപ്പെടാനുള്ള സാധ്യതയെ നിഷേധിക്കാനാവില്ലെന്നാണ് ബ്രിട്ടീഷ് മന്ത്രിസഭയുടെ മുഖപത്രമായ *ടൈംസി*ന്റെ വിശ്വാസം. അതേസമയംതന്നെ, ഇപ്പോഴത്തെ സഖ്യത്തിന് അടിസ്ഥാനം ഫ്രഞ്ച് ജനതയുടെ അനുഭാവമല്ലെന്നും, ഫ്രാൻസിൽ ഇപ്പോൾ അധികാരം തട്ടിയെടുത്തിരിക്കുന്ന ആ മനുഷ്യനുമായുള്ള ഒരു ഗൂഢാലോചനമാത്രമാണ് അതിന്നാധാരമെന്നും ഈ പത്രം പറയുന്നുണ്ട്. ഫ്രാൻസിലെ വിപ്ലവസാധ്യതയ്ക്ക് പുറമെ ഡാന്യൂബിയൻ വഴക്കിന്റെ പ്രശ്നവും[26] നിലവിലുണ്ട്. മൊൾദാവിയയിലെ തിരഞ്ഞെടുപ്പ് റദ്ദാക്കിയതുകൊണ്ട് ആ പ്രശ്നം അവസാനിച്ചിട്ടില്ല, അത് ഒരു പുതിയ ഘട്ടത്തിലേക്ക് പ്രവേശിക്കുകമാത്രമാണുണ്ടായിട്ടുള്ളത്. ഇതിനെല്ലാമുപരിയായി സ്കാൻഡിനേവിയൻ വടക്കിന്റെ പ്രശ്നം വേറെയുമുണ്ട്. അനതിവിദൂരമായ ഭാവിയിൽ അവിടം വമ്പിച്ച ഒരു പ്രക്ഷോഭണത്തിന്റെ അരങ്ങായി മാറാൻ പോകുന്നുണ്ട്. ഒരുപക്ഷേ, യൂറോപ്പിൽ ഒരു സാർവദേശീയ സംഘട്ടനത്തിനുതന്നെയും അത് തുടക്കമിട്ടേക്കാം. രണ്ടു സംഭവങ്ങൾ—സ്വീഡിഷ് രാജാവിന്റെ* മരണവും ഡെന്മാർക്കിലെ ഇപ്പോഴത്തെ രാജാവിന്റെ സ്ഥാനത്യാഗവും—നടക്കാനായി ആളുകൾ ആകാംക്ഷയോടെ കാത്തിരിക്കുകയാണെന്നതുകൊണ്ട് മാത്രമാണ് വടക്ക് ഇപ്പോഴും സമാധാനം നിലനിൽക്കുന്നത്. ക്രിസ്റ്റ്യാനിയയിൽ അടുത്ത കാലത്തുനടന്ന ഒരു പ്രകൃതിശാസ്ത്ര സമ്മേളനത്തിൽവച്ച് സ്വീഡനിലെ കിരീടാവകാശിയായ രാജകുമാരൻ സ്കാൻഡിനേവിയൻ യൂണിയനുവേണ്ടി ശക്തിയായി വാദിക്കുകയുണ്ടായി. യുവസഹജമായ പ്രസരിപ്പും ദൃഢനിശ്ചയവും ആവേശവുമുള്ള ഇദ്ദേഹത്തിന്റെ സിംഹാസനാരോഹണം സ്വീഡനിലെയും നോർവേയിലെയും ഡെന്മാർക്കിലെയും ഉത്സാഹത്തിമർപ്പുള്ള യുവാക്കളെ സ്വന്തം അണി

* ഓസ്കാർ ഒന്നാമൻ

കളിൽ സംഘടിപ്പിച്ചിട്ടുള്ള സ്കാൻഡിനേവിയൻ പാർട്ടിക്ക് അവരുടെ സമരം ആരംഭിക്കാൻ പറ്റിയ ഏറ്റവും നല്ല സന്ദർഭമായിരിക്കും. മറുവശത്താണെങ്കിൽ, ദുർബലനും പിടിപ്പില്ലാത്തവനുമായ ഫ്രെഡറിക് ഏഴാമനെ—ഡെന്മാർക്കിലെ രാജാവ്—സ്വകാര്യജീവിതത്തിലേക്ക് മടങ്ങാൻ കുലപദവിയിൽ താണ അദ്ദേഹത്തിന്റെ ഭാര്യ ഡാനർ പ്രഭ്വി അനുവദിച്ചതായി കേൾക്കുന്നുണ്ട്. ഇത്രയും കാലം നിഷേധിക്കപ്പെട്ടിരുന്ന ഒരു അനുവാദമാണിത്. ഈ സ്ത്രീ കാരണമാണ് രാജാവിന്റെ മാതുലനും ഡാനിഷ് സിംഹാസനത്തിന് അവകാശിയുമായ ഫെർഡിനാൻഡ് രാജകുമാരൻ രാജ്യകാര്യങ്ങളിൽനിന്ന് ഒഴിവാകാൻ പ്രേരിതനായത്. രാജകുടുംബത്തിലെ മറ്റംഗങ്ങൾ ഇടപെട്ടതിനെത്തുടർന്ന് പിന്നീട് അദ്ദേഹത്തിന് രാജ്യകാര്യങ്ങളിലേക്ക് മടങ്ങിവരാൻ കഴിഞ്ഞു. ഡാനർ പ്രഭ്വി ഇപ്പോൾ കോപ്പൻഹേഗനിൽനിന്ന് പാരീസിലേക്ക് മാറിത്താമസിക്കാൻ ആഗ്രഹിക്കുന്നുണ്ടെന്നാണറിയുന്നത്. ചെങ്കോലും മറ്റും ഫെർഡിനാൻഡ് രാജകുമാരനെ ഏൽപ്പിച്ചിട്ട് രാഷ്ട്രീയ ജീവിതത്തിന്റെ ബഹളങ്ങളിൽ നിന്നെല്ലാം ഒഴിഞ്ഞുപോരാൻ അവർ രാജാവിനെ പ്രേരിപ്പിക്കുകപോലും ചെയ്യുന്നുണ്ടത്രെ. ചാൾസ് പത്താമൻ എന്ന പേരിൽ പിൽക്കാലത്ത് അറിയപ്പെടാൻ തുടങ്ങിയ ആർത്വാ പ്രഭുവിന് ത്യുലേറി കൊട്ടാരത്തോടുള്ള അതേ മനോഭാവം തന്നെയാണ് ഏകദേശം 65 വയസുള്ള ഈ ഫെർഡിനാൻഡ് രാജകുമാരന് കോപ്പൻഹേഗനിലെ കൊട്ടാരത്തിനോടും ഉണ്ടായിരുന്നത്. തന്റെ യാഥാസ്ഥിതിക വിശ്വാസത്തിൽ ഇമ്മിണിക്ക് വിട്ടുകൊടുക്കാതെ ദുഃശാഠ്യപൂർവം അടിയുറച്ചുനിൽക്കുന്ന അദ്ദേഹം ഭരണഘടനാവ്യവസ്ഥയോട് കൂറ് ഭാവിക്കാൻ ഒരിക്കലും കനിഞ്ഞിട്ടില്ല. എന്നാൽ, അദ്ദേഹത്തിന്റെ സിംഹാസനാരോഹണത്തിന്റെ ആദ്യത്തെ വ്യവസ്ഥ തനിക്ക് പരമപുച്ഛമുള്ള ഒരു ഭരണഘടനയെപ്പിടിച്ച് സത്യം ചെയ്തുകൊണ്ട് ആ സ്ഥാനം സ്വീകരിക്കുകയെന്നതാണ്. അതുകൊണ്ടാണ് സാർവദേശീയ കുഴപ്പങ്ങൾക്ക് സാധ്യതയുണ്ടെന്ന് പറയുന്നത്. സ്വീഡനിലും ഡെന്മാർക്കിലുമുള്ള സ്കാൻഡിനേവിയൻ പാർട്ടി ഈ കുഴപ്പത്തെ തങ്ങൾക്കനുകൂലമായി ഉപയോഗപ്പെടുത്തുകതന്നെ ചെയ്യും. മറുവശത്ത് പ്രഷ്യയുടെയും ആസ്ട്രിയയുടെയും പിന്തുണയുള്ള ഹോൾസ്റ്റൈൻ, ഷ്ളെസ്വിഗ് എന്നീ ജർമൻ ഇടവകകളും[27] ഡെന്മാർക്കും തമ്മിലുള്ള കലഹം കാര്യങ്ങളെ ഒന്നുകൂടി കുഴയ്ക്കുകയും വടക്കിന്റെ പ്രക്ഷോഭണങ്ങളിൽ ജർമനിയെക്കൂടി കുടുക്കുകയും ചെയ്യും. അതേസമയം, ഡെന്മാർക്കിലെ സിംഹാസനം ഫെർഡിനാൻഡ് രാജകുമാരന് ലഭിക്കുമെന്ന് ഉറപ്പ് നൽകുന്ന 1852-ലെ ലണ്ടൻ കരാർ റഷ്യയെയും ഫ്രാൻസിനെയും ഇംഗ്ലണ്ടിനെയും ഇതിലേക്ക് വലിച്ചിഴയ്ക്കും.

(1857 ആഗസ്ത് 21-ന് എഴുതിയത്. 1857 സെപ്തംബർ 5-ലെ 5110-ാം ലക്കം *ന്യൂയോർക്ക് ഡെയ്‌ലി ട്രിബ്യൂണിൽ* ഒരു മുഖലേഖനമായി പ്രസിദ്ധീകരിക്കപ്പെട്ടു).

ഇന്ത്യയിലെ മർദനനടപടികളെക്കുറിച്ചുള്ള അന്വേഷണം

കാൾ മാർക്സ്

ഇന്നലെ ഇന്ത്യൻ കലാപത്തെപ്പറ്റി ഞങ്ങൾ പ്രസിദ്ധീകരിച്ചിരുന്ന ഞങ്ങളുടെ ലണ്ടൻ പ്രതിനിധിയുടെ റിപ്പോർട്ടിൽ അക്രമാസക്തമായ ഈ ബഹളത്തിന് കളമൊരുക്കിയ ചില പൂർവവൃത്താന്തങ്ങളെപ്പറ്റി വളരെ ശരിയായി പരാമർശിച്ചിരുന്നു. ഇന്ന് ആ വഴിക്ക് അൽപ്പംകൂടി തുടർന്ന് ചിന്തിക്കാനും ബ്രിട്ടീഷ് ഭരണാധികാരികൾ ലോകത്തെ വിശ്വസിപ്പിക്കാൻ ശ്രമിക്കുന്നതുപോലെ അവർ ഇന്ത്യൻ ജനതയുടെ സാത്വികരും നിഷ്കളങ്കരുമായ അത്ര വലിയ അഭ്യുദയകാംക്ഷികളൊന്നുമല്ലെന്ന് തെളിയിക്കാനും ഞങ്ങൾ ഉദ്ദേശിക്കുന്നു. ഇന്ത്യയിലെ മർദനത്തെപ്പറ്റിയുള്ള ഔദ്യോഗിക നീലപ്പുസ്തകത്തിന്റെ സഹായത്തോടെയാണ് ഞങ്ങളിത് ചെയ്യാൻ പോകുന്നത്. കോമൺസ് സഭയുടെ 1856-57 കാലത്തെ സമ്മേളനങ്ങളിൽ അവതരിപ്പിക്കപ്പെട്ട ഈ റിപ്പോർട്ടുകളിലെ തെളിവ് ആർക്കും നിഷേധിക്കാനാവാത്തതാണെന്ന് വഴിയേ കാണാവുന്നതാണ്.

നമുക്കാദ്യമായി മദ്രാസിലെ മർദനാന്വേഷണ കമീഷന്റെ റിപ്പോർട്ട് തന്നെ പരികോധിക്കാം. 'കരംപിരിവിന് മർദന നടപടികൾ പൊതുവിൽ സ്വീകരിച്ചു വരുന്നുണ്ടെന്ന വിശ്വാസം' ഇതിൽ പ്രകടമാക്കിയിട്ടുണ്ട്.

കരംകുടിശികയുടെ പേരിൽ കൊല്ലന്തോറും മർദനത്തിന് വിധേയരാകുന്ന അത്രയും ആളുകൾ ക്രിമിനൽ കുറ്റങ്ങൾക്കായി മർദിക്കപ്പെടുന്നുണ്ടോ' എന്ന് കമീഷന് സംശയമുണ്ട്.

'മർദനം നിലനിൽക്കുന്നുവെന്നതിനെക്കാൾ കമീഷനെ വേദനിപ്പിച്ച സംഗതി തങ്ങളുടെ സങ്കടങ്ങൾക്ക് നിവൃത്തി കാണുന്നതിൽ പരാതിക്കാർക്കുള്ള വൈഷമ്യമാണ്.' എന്നും റിപ്പോർട്ട് പ്രഖ്യാപിക്കുന്നുണ്ട്.

കമീഷൻ അംഗങ്ങൾ ഈ വൈഷമ്യത്തിന് കാരണമായി പറയുന്ന സംഗതികൾ താഴെ വിവരിക്കുന്നു:

1) കളക്ടറെ നേരിട്ടുകണ്ട് പരാതി സമർപ്പിക്കാൻ ആഗ്രഹിക്കുന്നവർക്ക് വളരെയേറെ പണച്ചെലവ് സഹിച്ച് ദീർഘദൂരം സഞ്ചരിക്കുകയും അദ്ദേഹത്തിന്റെ ഓഫീസിനു മുമ്പിൽ കാത്തുകെട്ടിക്കിടക്കുകയും ചെയ്യേണ്ടിവരും.

2) എന്തെങ്കിലും പരാതി എഴുതി അയച്ചാൽ അത് ജില്ലാ പൊലീസ്-റവന്യൂ വകുപ്പുകളുടെ ചുമതലക്കാരനായ 'തഹസീൽദാർക്ക് തന്നെ—അതായത്, നേരിട്ടോ തന്റെ കീഴിലുള്ള പൊലീസുകാർ വഴിയോ തങ്ങളെ ദ്രോഹിച്ച അതേയാൾക്ക് തന്നെ—സാധാരണയുള്ള കുറിപ്പോടുകൂടി മടക്കി അയയ്ക്കപ്പെടുമെന്ന്' ആളുകൾ ഭയപ്പെടുന്നു.

3) ഇത്തരം ദുർനടപടികൾക്ക് ഔപചാരികമായി കേസെടുക്കുകയോ കുറ്റം തെളിയിക്കുകയോ ചെയ്തതിനുശേഷവും സർക്കാരുദ്യോഗസ്ഥന്മാർക്കെതിരായി നടപടികളെടുക്കുന്നതിനും അവരെ ശിക്ഷിക്കുന്നതിനുമുള്ള നിയമമാർഗങ്ങൾ തീരെ കാര്യശേഷി ഇല്ലാത്തതാണ്. ഒരു മജിസ്ട്രേട്ടിന്റെ മുമ്പാകെ ഇപ്രകാരമൊരു കുറ്റം തെളിയിച്ചാൽ 50 രൂപ പിഴശിക്ഷയോ ഒരു മാസത്തെ തടവുശിക്ഷയോ വിധിക്കാൻ മാത്രമേ ആ മജിസ്ട്രേട്ടിന് അധികാരമുള്ളുവെന്നാണ് തോന്നുന്നത്. അതല്ലെങ്കിൽ ചെയ്യാവുന്നത് പ്രതിയെ 'ശിക്ഷിക്കാനായി ഒരു ക്രിമിനൽ ജഡ്ജിന്റെ മുന്നിൽ ഹാജരാക്കുകയോ വിചാരണയ്ക്കായി കേസ് സർക്കീട്ട് കോർട്ടിലേക്ക് കമ്മിറ്റ് ചെയ്യുകയോ' ആണ്.

'ഇതെല്ലാം തൊല്ലപിടിച്ച നടപടിക്രമങ്ങളാണെന്ന് തോന്നുന്നു. അധികാരദുർവിനിയോഗമെന്ന ഒരൊറ്റ ഇനത്തിൽപ്പെട്ട കുറ്റങ്ങൾക്ക് മാത്രം ബാധകമാണവ. അതായത് പൊലീസ് കേസുകൾക്ക് മാത്രം. ചർച്ചാവിഷയമായ സംഗതിക്ക് തീരെ മതിയാകാത്തതുമാണവ' എന്നും റിപ്പോർട്ടിൽ തുടർന്ന് പറയുന്നുണ്ട്.

കരംപിരിക്കുന്നത് പൊലീസിന്റെ ജോലിയാണെന്നതിനാൽ പൊലീസ് ഓഫീസറും റവന്യൂ ഓഫീസറും ഒരേ ആൾ തന്നെയാണ്. ഭീഷണിപ്പെടുത്തി പണംപിടുങ്ങുന്ന കേസിൽ അങ്ങനെ ഒരുദ്യോഗസ്ഥനെ ആദ്യം അസിസ്റ്റന്റ് കളക്ടർ വിചാരണ ചെയ്യും. അതിനുശേഷം അയാൾക്ക് കളക്ടറുടെയും റവന്യൂബോർഡിന്റെയും മുമ്പാകെ അപ്പീൽ ബോധിപ്പിക്കാം. ബോർഡിന് അയാളെ ഗവൺമെന്റിലേക്കോ സിവിൽ കോടതിയിലേക്കോ റഫർ ചെയ്യാവുന്നതാണ്.

'നിയമത്തിന്റെ ഈ സ്ഥിതിയിൽ പാവപ്പെട്ട കൃഷീവലരിൽ ആരും ധനികനായ ഏതെങ്കിലും റവന്യൂ ഓഫീസർക്കെതിരായി പരാതിപ്പെടാൻ ധൈര്യപ്പെടുകയില്ല. ഈ രണ്ട് നിയമങ്ങൾ (1822-ലെയും 1828-ലെയും നിയമങ്ങൾ) പ്രകാരം ആളുകളിൽനിന്ന് അങ്ങനെ എന്തെങ്കിലും പരാതി ഉണ്ടായതായി ഞങ്ങൾ കണ്ടിട്ടുമില്ല.'

തന്നെയല്ല, തന്റെ സ്വന്തം കീശ വീർപ്പിക്കാനായി ഒരു ഓഫീസർ

ഏതെങ്കിലും കൃഷിക്കാരന്റെ പക്കൽനിന്ന് വാങ്ങുന്ന പണത്തിനോ സർക്കാർവക പണത്തിനോ മാത്രമേ ഈ കാശ് പിഴിയൽ ബാധകമാകുന്നുള്ളൂ. അതിനാൽ, കരം പിരിക്കുന്നതിനുള്ള ബലപ്രയോഗത്തിന്റെ കാര്യത്തിൽ എന്തെങ്കിലും ശിക്ഷ നൽകാനുള്ള യാതൊരു നിയമവ്യവസ്ഥയും നിലവിലില്ല.

മദ്രാസ് പ്രസിഡൻസിയെ മാത്രം സംബന്ധിക്കുന്നതാണ് ഇവിടെ ഉദ്ധരിച്ചിട്ടുള്ള റിപ്പോർട്ട്. എന്നാൽ, 'എല്ലാ ബ്രിട്ടീഷ് പ്രവിശ്യകളിലെയും കീഴ്ജീവനക്കാർ ഒരു തരത്തിലല്ലെങ്കിൽ മറ്റൊരു തരത്തിലുള്ള മർദനമുറ പ്രയോഗിച്ച് വരുന്നുണ്ടെന്നതിൽ തനിക്ക് സംശയമില്ലാതായിട്ട് വളരെക്കാലമായെന്ന്' 1855 സെപ്തംബറിൽ ഡൽഹൗസി പ്രഭുതന്നെ ഡയറക്ടർമാരെ* എഴുതി അറിയിക്കുന്നുണ്ട്.

അങ്ങനെ, മർദനമെന്നത് ബ്രിട്ടീഷ് ഇന്ത്യയിൽ സാർവത്രികമായിട്ടുള്ള ഒരു ധനാഗമമാർഗമാണെന്ന് ഔദ്യോഗികമായിത്തന്നെ സമ്മതിക്കുന്നുണ്ട്. പക്ഷേ, ഈ സമ്മതിക്കൽ ബ്രിട്ടീഷ് ഗവൺമെന്റിനെ അതിൽ നിന്ന് ഒഴിവാക്കിക്കൊണ്ടാണെന്ന് മാത്രം. മദ്രാസ് കമീഷൻ എത്തിച്ചേരുന്ന നിഗമനവും അങ്ങനെയുള്ളതാണ്. ഇന്ത്യക്കാരായ കീഴ്ജീവനക്കാരാണ് ഇതെല്ലാം ചെയ്യുന്നതെന്നും ഗവൺമെന്റിന്റെ യൂറോപ്യൻ ജീവനക്കാർ ഇത് തടയുന്നതിൽ വിജയിക്കാറില്ലെങ്കിലും അവർ അതിനായി പരമാവധി ശ്രമിക്കാറുണ്ടെന്നുമാണ് കമീഷന്റെ റിപ്പോർട്ടിൽ പറയുന്നത്. ഇതിന് മറുപടിയായി മദ്രാസിലെ നാട്ടുകാരുടെ സമാജം 1856-ൽ പാർലമെന്റിന് സമർപ്പിച്ച ഹർജിയിൽ മർദനാന്വേഷണകമീഷന്റെ പ്രവർത്തനത്തെപ്പറ്റി താഴെക്കാണുന്ന പരാതികൾ ഉന്നയിച്ചിരുന്നു.

1) വാസ്തവത്തിൽ അന്വേഷണം എന്നൊരു സംഗതി നടന്നതേയില്ല. കാരണം, മദ്രാസിൽ മാത്രമാണ് കമീഷൻ തെളിവെടുപ്പ് നടത്തിയത്. അതും മൂന്നുമാസത്തേക്ക് മാത്രം. അതേസമയം, പരാതിക്കാരായ അപൂർവം ചില നാട്ടുകാർക്ക് മാത്രമാണ് അവരുടെ വീട് വിട്ടുപോകാൻ സാധിച്ചത്.

2) കമീഷൻ അംഗങ്ങൾ ഈ ദുർനടപടിയുടെ ഉറവിടം കണ്ടുപിടിക്കാൻ യാതൊരു ശ്രമവും നടത്തിയില്ല. അവരതിന് ശ്രമിച്ചിരുന്നെങ്കിൽ തകരാറ് കരംപിരിവ് സമ്പ്രദായത്തിൽ തന്നെയാണുള്ളതെന്ന് അവർക്ക് കണ്ടുപിടിക്കാൻ കഴിയുമായിരുന്നു.

3) ഈ അഴിമതിയെപ്പറ്റി മേലുദ്യോഗസ്ഥന്മാർക്ക് എത്രത്തോളം അറിവുണ്ടെന്ന് ആരോപണവിധേയരായ നാടൻ ഉദ്യോഗസ്ഥന്മാരോട് അന്വേഷിച്ചിട്ടില്ല. 'ഈ മർദനത്തിന് കാരണക്കാർ അത് ശാരീരികമായി നടത്തുന്നവരല്ല.' മുകളിൽ പരാമർശിച്ച ഹർജിക്കാർ പറയുന്നു: "പിന്നെയോ, അവർക്ക് തൊട്ടുമുകളിലുള്ള മേലുദ്യോഗസ്ഥന്മാരാണ് ഇതിന് ഉത്തരം പറയേണ്ടത്. കരം പിരിവിന്റെ തുകയ്ക്ക് യൂറോപ്യൻ മേലുദ്യോഗസ്ഥന്മാരോട് ഉത്തരം പറയേണ്ടതും ഇവർ തന്നെയാണ്. അതേ കാരണത്താൽ ഈ മേലുദ്യോഗസ്ഥന്മാരും ഏറ്റവും ഉയർന്ന ഗവൺ

* ഈസ്റ്റ് ഇന്ത്യാ കമ്പനിയുടെ ഡയറക്ടർ ബോർഡിനെ

മെന്റധികൃതരോട് ഉത്തരവാദപ്പെട്ടവരാണ്."

മദ്രാസ് റിപ്പോർട്ടിന് ആധാരമായിട്ടുള്ളതെന്ന് പറയപ്പെടുന്ന തെളിവുകളിൽ നിന്നുള്ള ചില ഭാഗങ്ങൾ മാത്രം പരികോധിച്ചാൽത്തന്നെ 'ഇംഗ്ലീഷുകാർക്ക് ഇതിൽ യാതൊരു പങ്കുമില്ലെന്ന' പ്രസ്താവനയുടെ അസത്യാവസ്ഥ വ്യക്തമാകും. ഉദാഹരണത്തിന് ഡബ്ലിയു ഡി കോൾ ഹോഫ് എന്ന കച്ചവടക്കാരൻ പറയുന്നത് എന്താണെന്ന് നോക്കുക:

> ഇവിടെ പ്രയോഗിച്ചുവരുന്ന മർദനമുറകൾ പലതാണ്. തഹസീൽദാരുടെയോ കീഴുദ്യോഗസ്ഥന്മാരുടെയോ ഇഷ്ടപ്രകാരമുള്ളതായിരിക്കും അതെല്ലാം. എന്നാൽ മേലുദ്യോഗസ്ഥന്മാരിൽ നിന്ന് എന്തെങ്കിലും സങ്കടപരിഹാരം ഉണ്ടാകുന്നുണ്ടോ എന്ന് ചോദിച്ചാൽ അതിന് മറുപടി പറയാൻ എന്നെക്കൊണ്ടാവില്ല. കാരണം, പരാതികളെല്ലാം പൊതുവിൽ അന്വേഷണത്തിനും അറിവിനുമായി തഹസീൽദാർക്ക് തന്നെ അയച്ചുകൊടുക്കുകയാണ് പതിവ്.

നാട്ടുകാരുടെ പരാതികളുടെ കൂട്ടത്തിൽ ഇങ്ങനെയൊരെണ്ണം കൂടി കാണുന്നുണ്ട്:

> കഴിഞ്ഞ കൊല്ലം മഴയുടെ ദൗർലഭ്യം കാരണം ഞങ്ങളുടെ 'പെശാനം' (പ്രധാനപ്പെട്ട നെൽക്കൃഷി) നശിച്ചുപോയതിനാൽ പതിവുപോലെയുള്ള കരം അടയ്ക്കാൻ ഞങ്ങൾക്ക് കഴിഞ്ഞില്ല. 1837-ൽ മി. ഏഡൻ ഞങ്ങളുടെ കളക്ടറായിരുന്നപ്പോൾ അദ്ദേഹവുമായി ഞങ്ങൾ ഉണ്ടാക്കിയ കരാറനുസരിച്ച് ഈ നഷ്ടത്തിന് കിഴിവ് കിട്ടണമെന്ന് ജമാബന്ദി നടത്തിയപ്പോൾ ഞങ്ങൾ ആവശ്യപ്പെട്ടു. ഈ കിഴിവ് അനുവദിക്കാതിരുന്നതിനാൽ പട്ടയം സ്വീകരിക്കാൻ ഞങ്ങൾ വിസമ്മതിച്ചു. അപ്പോൾ തഹസീൽദാർ വളരെ കഠിനമായ രീതിയിൽ ജൂൺ മുതൽ ആഗസ്ത് വരെയുള്ള മാസങ്ങളിൽ കരം അടയ്ക്കുന്നതിന് ഞങ്ങളെ ദണ്ഡിപ്പിക്കാൻ തുടങ്ങി. എന്റെയും മറ്റുള്ളവരുടെയും ചുമതല വഹിച്ചിരുന്നവർ ഞങ്ങളെ കൊടുംവെയിലത്ത് കൊണ്ടുചെന്ന് കുനിച്ചുനിർത്തി. ഞങ്ങളുടെ മുതുകത്ത് കല്ലുകൾ കയറ്റി വച്ചിട്ട് ചുട്ടുപൊള്ളുന്ന ആ മണലിൽ ഞങ്ങളെ പിടിച്ചു നിർത്തിയിരുന്നു. എട്ടുമണിക്ക് ശേഷം ഞങ്ങളെ ഞങ്ങളുടെ നെൽപ്പാടത്തേക്ക് പോകാൻ അനുവദിച്ചിരുന്നു. ഈ പീഡനം മൂന്നുമാസത്തോളം തുടർന്നു. ഇക്കാലത്ത് ചിലപ്പോഴെല്ലാം ഞങ്ങൾ കളക്ടറെക്കണ്ട് നിവേദനം സമർപ്പിക്കാൻ പോയെങ്കിലും അദ്ദേഹം ഞങ്ങളുടെ ഹർജി സ്വീകരിക്കാൻ വിസമ്മതിച്ചു. പിന്നീട് ഞങ്ങൾ സെഷൻസ് കോടതിയിൽ ഹർജി സമർപ്പിച്ചപ്പോൾ ജഡ്ജി അത് കളക്ടർക്ക് അയച്ചുകൊടുത്തു. എന്നിട്ടും ഞങ്ങൾക്ക് നീതി ലഭിച്ചില്ല. സെപ്തംബറിൽ ഞങ്ങൾക്കൊരു നോട്ടീസ് കിട്ടുകയും, 25 ദിവസം കഴിഞ്ഞപ്പോൾ ഞങ്ങളുടെ

> വസ്തുവകകൾ ജപ്തിചെയ്ത് ലേലത്തിൽ വിൽക്കുകയും ചെയ്തു. ഇതിനെല്ലാം പുറമെ, ഞങ്ങളുടെ സ്ത്രീകളെ മാനഭംഗപ്പെടുത്തുകയും ചെയ്തു. അവരുടെ മാറത്ത് ചുട്ടികുത്തപ്പെട്ടു.

കമീഷൻ അംഗങ്ങളുടെ ചോദ്യത്തിന് ഉത്തരമായി ഒരു നാടൻ ക്രിസ്ത്യാനി ഇപ്രകാരം പറഞ്ഞു:

> വെള്ളക്കാരുടെയോ നാട്ടുകാരുടെയോ ഒരു റെജിമെന്റ് ഇതിലെ കടന്നുപോകുമ്പോൾ യാതൊരു വിലയും കൂടാതെ അവർക്ക് വേണ്ട സാധനങ്ങൾ എത്തിച്ചുകൊടുക്കാൻ കൃഷിക്കാരെല്ലാം നിർബന്ധിതരായിരുന്നു. തങ്ങളുടെ സാധനങ്ങൾക്ക് വില ചോദിക്കുന്നവരെ പിടിച്ചുകൊണ്ടുപോയി കഠിനമായി മർദിച്ചിരുന്നു.

ഇതുപോലെ തന്നെയുള്ള ഒരു ബ്രാഹ്മണന്റെ പരാതിയും കാണാനുണ്ട്. അയാളുടെ ഗ്രാമത്തിലെയും മറ്റ് അയൽഗ്രാമങ്ങളിലെയും ആളുകളോടൊപ്പം തഹസീൽദാർ അയാളെയും വിളിച്ചിട്ട് കോളെറൂൺ പാലം പണി നടത്തുന്നതിനുവേണ്ട മരപ്പലകയും കരിയും വിറകും മറ്റും സൗജന്യമായി എത്തിച്ചുകൊടുക്കാൻ ആവശ്യപ്പെട്ടു. അയാൾ അതിന് വിസമ്മതിച്ചപ്പോൾ പന്ത്രണ്ട് പേർ ചേർന്ന് അയാളെ ബലമായി പിടിച്ചുകൊണ്ടുപോവുകയും പല തരത്തിൽ ദണ്ഡിപ്പിക്കുകയും ചെയ്തു. അയാൾ ഇത്രയുംകൂടി എഴുതുന്നുണ്ട്:

> സബ് കളക്ടർ മി. ഡബ്ലിയു കാഡെലിന് ഞാനൊരു പരാതി സമർപ്പിച്ചു. പക്ഷേ, അദ്ദേഹം യാതൊരന്വേഷണവും നടത്താതെ ആ ഹർജി ചീന്തിക്കളയുകയാണുണ്ടായത്. പാവപ്പെട്ടവരെക്കൊണ്ട് കോളെറൂൺ പാലംപണി തീർത്തിട്ട് സർക്കാരിൽ ബഹുമതി നേടാൻ താൽപ്പര്യമുള്ളതിനാൽ തഹസീൽദാർ എന്ത് കൊലപാതകം നടത്തിയാലും അദ്ദേഹം അതേക്കുറിച്ചന്വേഷിക്കുകയില്ല.

പിടിച്ചുപറിയുടെയും അക്രമത്തിന്റെയും ഇത്തരം കടുംകൈ പ്രവർത്തനങ്ങളെ ഏറ്റവും ഉന്നത സ്ഥാനങ്ങളിൽ എങ്ങനെയാണ് വീക്ഷിച്ചിരുന്നതെന്ന് അറിയണമെങ്കിൽ അതിനുള്ള ഉത്തമദൃഷ്ടാന്തം 1855-ൽ പഞ്ചാബിലെ ലുധിയാനാ ജില്ലാ കമീഷണറായിരുന്ന മി. ബ്രെരെട്ടോണിന്റെ കേസാണ്. പഞ്ചാബിലെ ചീഫ് കമീഷണർ* സമർപ്പിച്ച റിപ്പോർട്ടിൽ താഴെ പറയുന്ന കാര്യങ്ങളെല്ലാം തെളിയിക്കപ്പെട്ടതായി പറയുന്നുണ്ട്:

> ഡെപ്യൂട്ടി കമീഷണർ മി. ബ്രെരെട്ടോണിന്റെ തന്നെ നേരിട്ടുള്ള ശ്രദ്ധയോ മേൽനോട്ടമോ ഉണ്ടായിരുന്ന സംഗതികൾ സംബന്ധിച്ച് പല ധനിക ഗൃഹങ്ങളിലും അകാരണമായ പരിശോധന നടത്തപ്പെട്ടു. ആ സന്ദർഭങ്ങളിൽ പിടിച്ചെടുക്കപ്പെട്ട വസ്തുവകകൾ ക്രമാതീതമായി നീണ്ട കാലത്തേക്ക് അവർക്ക് വിട്ടുകൊടുക്കാതെ

പിടിച്ചുവയ്ക്കപ്പെട്ടു. യാതൊരു ചാർജ്ഷീറ്റും കൂടാതെ പല കക്ഷികളും ആഴ്ചകളോളംതന്നെ ജയിലിലടയ്ക്കപ്പെട്ടു. ദുർനടത്തക്കാരുടെ നല്ലനടപ്പ് ജാമ്യം സംബന്ധിച്ച നിയമം യാതൊരു വകതിരിവും കൂടാതെ ഇഷ്ടംപോലെ പ്രയോഗിക്കപ്പെട്ടു. ഈ ഡെപ്യൂട്ടി കമീഷണർ പോകുന്ന ജില്ലകളിലെല്ലാം ചില പൊലീസ് ഓഫീസർമാരും ചാരന്മാരും അദ്ദേഹത്തെ പിന്തുടർന്നിരുന്നു. താൻ പോകുന്ന സ്ഥലങ്ങളിലേക്കെല്ലാം അദ്ദേഹം അവരെയും സ്ഥലം മാറ്റിയിരുന്നു. ഇവരാണ് എല്ലാ കുഴപ്പങ്ങൾക്കും പ്രധാനമായും നേതൃത്വം വഹിച്ചിരുന്നത്.

ഈ കേസ് സംബന്ധിച്ച തന്റെ നടപടിക്കുറിപ്പിൽ ഡൽഹൗസി പ്രഭു പറയുന്നത് ഇപ്രകാരമാണ്:

> മി. ബ്രെരെട്ടോണെതിരായി ചീഫ് കമീഷണർ കൊണ്ടുവന്നിട്ടുള്ള ക്രമക്കേടുകളുടെയും നിയമലംഘനങ്ങളുടെയും ആരോപണങ്ങളുടെ നീണ്ട പട്ടികയിലെ ഓരോ ഇനത്തിലും അദ്ദേഹം കുറ്റവാളിയാണെന്നതിനുള്ള അനിഷേധ്യമായ തെളിവുകൾ — മി. ബ്രെരെട്ടോൺ പോലും ചോദ്യം ചെയ്യാത്ത തെളിവുകൾ നമ്മുടെ പക്കലുണ്ട്. ബ്രിട്ടീഷ് ഭരണത്തിന്റെ ഒരു വിഭാഗത്തിന് അപമാനം വരുത്തിവച്ചിട്ടുള്ളതും അനവധി ബ്രിട്ടീഷ് പൗരന്മാരെ കടുത്ത അനീതിക്കും സ്വേഛാപരമായ ജയിൽശിക്ഷയ്ക്കും ക്രൂരമായ ദണ്ഡനത്തിനും പാത്രമാക്കിയിട്ടുള്ളതുമാണ് അദ്ദേഹത്തിന്റെ ഈ നടപടികൾ.

എല്ലാവർക്കും ഇതൊരു അനുഭവപാഠമാകണമെന്ന ഉദ്ദേശ്യത്തോടെ ഡൽഹൗസി പ്രഭു എന്നിട്ട് അഭിപ്രായപ്പെടുന്നത് ഇങ്ങനെയാണ്:

> തൽക്കാലം മി. ബ്രെരെട്ടോണെ ഒരു ഡപ്യൂട്ടി കമീഷണറുടെ ഉത്തരവാദിത്വം വിശ്വസിച്ച് ഏൽപ്പിക്കാൻ സാധ്യമല്ല. അതിനാൽ അദ്ദേഹത്തെ തൽസ്ഥാനത്തുനിന്ന് മാറ്റിയിട്ട്, ഒരു ഒന്നാംക്ലാസ് അസിസ്റ്റന്റായി നിയമിക്കേണ്ടതാണ്.

മലബാർ തീരത്തുള്ള കാനറയിലെ താലൂക്ക് നിവാസികൾ സമർപ്പിച്ച ഒരു ഹർജിയോടുകൂടി 'നീലപ്പുസ്തക'ങ്ങളിൽ നിന്നുള്ള ഈ ഉദ്ധരണികൾ ഉപസംഹരിക്കാമെന്ന് തോന്നുന്നു. ഗവൺമെന്റിലേക്ക് നിരവധി ഹർജികൾ സമർപ്പിച്ചിട്ടും യാതൊരു ഫലവുമുണ്ടായിട്ടില്ലെന്ന് പ്രസ്താവിച്ചതിനുശേഷം അവർ തങ്ങളുടെ പഴയ സ്ഥിതിയെ ഇപ്പോഴത്തെ സ്ഥിതിയുമായി താരതമ്യപ്പെടുത്തിക്കൊണ്ട് പറയുന്നത് ഇപ്രകാരമാണ്:

> റാണിയുടെയും ബഹദൂറിന്റെയും ടിപ്പുവിന്റെയും ഭരണത്തിൻ കീഴിൽ ഞങ്ങളുടെ മേൽ ചുമത്തപ്പെട്ടിരുന്ന ലഘുവായ നികുതി

* ജോൺ ലോറൻസ്

കൾ അടച്ചുകൊണ്ട് സമാധാനത്തോടും സന്തോഷത്തോടുംകൂടി ഞങ്ങൾ പറമ്പും വയലും കുന്നും താഴ്‌വരയും കാടുമെല്ലാം കൃഷി ചെയ്തിരുന്നപ്പോൾ അന്നത്തെ സർക്കാരുദ്യോഗസ്ഥന്മാർ ഞങ്ങളുടെമേൽ ഒരു അധികനികുതി ചുമത്തിയെങ്കിലും ഞങ്ങളത് കൊടുക്കാൻ കൂട്ടാക്കിയില്ല. കരംപിരിവുകാരിൽ നിന്ന് കഷ്ടപ്പാടുകളോ മർദനമോ അപമാനമോ ഞങ്ങൾക്ക് സഹിക്കേണ്ടിവന്നില്ല. ബഹുമാനപ്പെട്ട കമ്പനിക്ക്* ഈ രാജ്യം തീറെഴുതിയതിന് ശേഷം അവർ ഞങ്ങളുടെ പണം പിഴിഞ്ഞെടുക്കാനായി പല പദ്ധതികളും ആവിഷ്കരിച്ചു. ഈ ദുരുദ്ദേശ്യത്തോടെ അവർ പല നിയമങ്ങളും ചട്ടങ്ങളും പടച്ചുവിടുകയും അതെല്ലാം നടപ്പിലാക്കാൻ കളക്ടർമാർക്കും സിവിൽ ജഡ്ജിമാർക്കും നിർദേശം നൽകുകയും ചെയ്തു. പക്ഷേ, അന്നത്തെ കളക്ടർമാരും നാട്ടുകാരായ അവരുടെ കീഴുദ്യോഗസ്ഥന്മാരും കുറച്ചുകാലത്തേക്ക് ഞങ്ങളുടെ പരാതികൾ ശരിയാംവണ്ണം ശ്രദ്ധിക്കുകയും ഞങ്ങളുടെ ഇഷ്ടപ്പടി പ്രവർത്തിക്കുകയും ചെയ്തു. എന്നാൽ ഇപ്പോഴത്തെ കളക്ടർമാരും കീഴുദ്യോഗസ്ഥന്മാരും എങ്ങനെയും ഉദ്യോഗക്കയറ്റം കിട്ടണമെന്ന ദുർമോഹത്തോടെ പൊതുവിൽ ജനങ്ങളുടെ ക്ഷേമതാൽപ്പര്യങ്ങളെ അവഗണിക്കുകയും ഞങ്ങളുടെ സങ്കടങ്ങൾ കേട്ടില്ലെന്ന് ഭാവിക്കുകയും ഞങ്ങളെ എല്ലാവിധത്തിലും മർദിക്കുകയുമാണ് ചെയ്യുന്നത്.

ഇന്ത്യയിലെ ബ്രിട്ടീഷ് ഭരണത്തിന്റെ യഥാർഥ ചരിത്രത്തിൽ നിന്നുള്ള വളരെ സംക്ഷിപ്തവും മയപ്പെട്ടതുമായ ഒരധ്യായം മാത്രമാണ് ഞങ്ങളിവിടെ എടുത്ത് ചേർത്തിട്ടുള്ളത്. ഇപ്രകാരമുള്ള വസ്തുതകൾ വെച്ചുനോക്കുമ്പോൾ, സ്വന്തം പ്രജകളെ ഇത്ര ഉപദ്രവിച്ചിട്ടുള്ള വിദേശ ഭരണാധികാരികളെ ചവിട്ടിപ്പുറത്താക്കാൻ ഒരു ജനത ശ്രമിച്ചാൽ അവർക്കതിന് അവകാശമില്ലേയെന്ന് ചോദിക്കാൻ നിഷ്പക്ഷമതികളും ചിന്താശീലരുമായ ആളുകൾ പ്രേരിതരായേക്കാവുന്നതാണ്. കണ്ണിൽച്ചോരയില്ലാതെ ഇങ്ങനെയെല്ലാം ചെയ്തിട്ടുള്ള ഇംഗ്ലീഷുകാർക്കെതിരായി കലാപത്തിന്റെയും സംഘട്ടനത്തിന്റെയും പ്രചണ്ഡതയ്ക്കിടയിൽ രോഷാകുലരായ ഇന്ത്യക്കാർ അവർക്കെതിരായി ആരോപിക്കപ്പെടുന്ന പാതകങ്ങളും ക്രൂരതകളും കാട്ടിയിട്ടുണ്ടെങ്കിൽത്തന്നെ അതിൽ ആശ്ചര്യത്തിന് അവകാശമുണ്ടോ?

(1857 ആഗസ്ത് 28-ന് എഴുതിയത്. 1857 സെപ്തംബർ 17-ലെ 5120-ാം ലക്കം *ന്യൂയോർക്ക് ഡെയ്‌ലി ട്രിബ്യൂണിൽ* ഒരു മുഖലേഖനമായി പ്രസിദ്ധീകരിക്കപ്പെട്ടു).

---

* ഈസ്റ്റ് ഇന്ത്യാ കമ്പനി.

ഇന്ത്യയിലെ കലാപം (രണ്ട്)

കാൾ മാർക്സ്

ബാൾട്ടിക്* എത്തിച്ച തപാലിൽ ഇന്ത്യയിലെ പുതിയ സംഭവവികാസങ്ങളെപ്പറ്റിയുള്ള റിപ്പോർട്ടുകളൊന്നും ഇല്ല. എന്നാൽ, അത്യന്തം കൗതുകകരങ്ങളായ ഒട്ടേറെ വിശദാംശങ്ങൾ അതിൽനിന്ന് ലഭിക്കുന്നുണ്ട്. വായനക്കാരുടെ അറിവിലേക്കായി ആ വിവരങ്ങൾ സംക്ഷേപമായി ഇവിടെ ചേർക്കാം. ജൂലായ് 15വരെപ്പോലും ഇംഗ്ലീഷുകാർ ഡൽഹിയിലേക്ക് പ്രവേശിച്ചിരുന്നില്ലെന്നതാണ് ആദ്യമായി ശ്രദ്ധിക്കേണ്ടുന്ന സംഗതി. അതേസമയം തന്നെ അവരുടെ പാളയത്തിൽ കോളറ തലപൊക്കിയിരുന്നു. കനത്ത മഴയും ആരംഭിച്ചിരുന്നു. ഉപരോധം അവസാനിപ്പിച്ച് ഉപരോധകർ പിൻവാങ്ങുന്നത് എന്നായിരിക്കുമെന്നതിനെ സംബന്ധിച്ച് മാത്രമേ തർക്കമുള്ളുവെന്ന് തോന്നുന്നു. കോളറബാധ ജനറൽ ബർനാർഡിന്റെ ജീവൻ അപഹരിച്ചെങ്കിലും അത്രതന്നെ നല്ല ആഹാരം കൂടാതെ കൂടുതൽ കഠിനാധ്വാനം ചെയ്തിരുന്ന ഭടന്മാരെ അത് കടന്നാക്രമിച്ചിട്ടില്ലെന്ന് നമ്മെ വിശ്വസിപ്പിക്കാൻ ബ്രിട്ടീഷ്പത്രങ്ങൾക്ക് ആഗ്രഹമുണ്ട്. അതിനാൽ, ഉപരോധകസൈന്യത്തിന്റെ അണികളിൽ ഈ മഹാമാരി വരുത്തിവച്ചിട്ടുള്ള വിനകൾ എന്തെല്ലാമാണെന്ന് അറിയണമെങ്കിൽ പൊതുജനങ്ങളുടെ അറിവിലേക്കായി നടത്തപ്പെട്ടിട്ടുള്ള പരസ്യപ്രസ്താവനകൾ മാറ്റിവച്ചിട്ട് നമുക്ക് പരക്കെ അറിവുള്ള വസ്തുതകളെ അടിസ്ഥാനമാക്കിയുള്ള അഭ്യൂഹങ്ങളുടെ സഹായം തേടേണ്ടിവരും. ഡൽഹിക്ക് മുന്നിലുള്ള ക്യാമ്പിൽപ്പെട്ട ഒരു ഓഫീസർ ജൂലായ് 14-ന്

---

* ബാൾട്ടിക് എന്ന ആവിക്കപ്പലിനെപ്പറ്റിയാണ് പരാമർശം.

എഴുതുന്നത് ഇപ്രകാരമാണ്:

> ഡൽഹി പിടിക്കാൻ ഞങ്ങൾ യാതൊരു ശ്രമവും നടത്തുന്നില്ല. ശത്രുവിന്റെ ആക്രമണങ്ങളെ ചെറുത്തുനിൽക്കുക മാത്രമാണ് ഞങ്ങൾ ചെയ്യുന്നത്. അഞ്ച് യൂറോപ്യൻ റെജിമെന്റുകളിൽപ്പെട്ട ദളങ്ങൾ ഞങ്ങളുടെ കൂടെയുണ്ട്. എങ്കിലും, ഫലപ്രദമായ ഒരു ആക്രമണത്തിന് 2,000 യൂറോപ്യരെ മാത്രമേ നമുക്ക് ഒരുക്കാൻ കഴിയൂ. ഓരോ റെജിമെന്റിൽ നിന്നുമുള്ള വലിയ ചില ദളങ്ങളെ ജലന്ധർ, ലുധിയാന, സുബാത്തു, ദഗ്ഷാലെ, കസൗലി, അംബാല, മീറത്ത്, ഫില്ലോർ എന്നീ കേന്ദ്രങ്ങളുടെ സംരക്ഷണയ്ക്കായി വിട്ടിരിക്കുകയാണ്. വാസ്തവം പറഞ്ഞാൽ, ഓരോ റെജിമെന്റിൽനിന്നും ചെറിയ ദളങ്ങൾ മാത്രമേ നമ്മുടെ കൂടെ ചേർന്നിട്ടുള്ളൂ. പീരങ്കികളുടെ കാര്യത്തിൽ ശത്രു നമ്മളെക്കാൾ വളരെ പ്രബലരാണ്.

ജലന്ധർ മുതൽ മീറത്ത് വരെയുള്ള വടക്കൻ സമരനിരയിലാകെ കലാപം പടർന്നു പിടിച്ചിരിക്കുകയാണെന്നുകാണുകയാൽ പ്രധാന പോസ്റ്റുകളിൽ ഓരോ ദളങ്ങളെ വിട്ടിട്ടുപോരാനും അങ്ങനെ സംഖ്യാബലം ചുരുക്കാനും പഞ്ചാബിൽനിന്ന് എത്തിക്കൊണ്ടിരുന്ന സൈന്യങ്ങൾ നിർബന്ധിതമായെന്നാണ് ഇത് തെളിയിക്കുന്നത്. പഞ്ചാബിൽ നിന്നെത്തിയ സൈന്യത്തിന്റെ ബലം വിചാരിച്ചതിൽ കുറവായതിനുള്ള കാരണം ഇതിൽനിന്ന് വ്യക്തമാണ്. പക്ഷേ, യൂറോപ്യൻ സൈന്യബലം 2,000 ആയി ചുരുങ്ങിയതെങ്ങനെയാണെന്ന് പിടികിട്ടുന്നില്ല. *ലണ്ടൻ ടൈംസി*ന്റെ ബോംബെ ലേഖകൻ ജൂലായ് 30-ന് എഴുതിയ റിപ്പോർട്ടിൽ ഉപരോധകരുടെ നിഷ്ക്രിയമായ നിലപാടിന് മറ്റൊരു വിശദീകരണം നൽകാൻ നോക്കുന്നുണ്ട്. അദ്ദേഹം പറയുന്നു:

> പോഷകസേനകൾ നമ്മുടെ ക്യാമ്പിൽ എത്തിയിട്ടുണ്ടെന്നത് നേരാണ്. 8-ാം രാജകീയ സേനയുടെ ഒരു ഭാഗവും 61-ന്റെ ഒരു ഭാഗവും കാലാൾ പീരങ്കിപ്പടയുടെ ഒരു കമ്പനിയും 14-ാം ഇറെഗുലർ കാവൽറെജിമെന്റും (വലിയൊരു പടക്കോപ്പുവണ്ടിക്ക് കാവലായി) 2-ാം പഞ്ചാബ് കവൽറിയും 1-ാം പഞ്ചാബ് ഇൻഫൻട്രിയും 4-ാം സിക്ക് ഇൻഫൻട്രിയും ഇക്കൂട്ടത്തിലുണ്ട്. പക്ഷേ, ഇപ്രകാരം ഉപരോധകസൈന്യത്തിന്റെ കൂടെച്ചേരാൻ പുതുതായി എത്തിയിട്ടുള്ള സൈന്യങ്ങളിലെ നാടൻ വിഭാഗക്കാരെ അത്ര പൂർണമായും ഒരുപോലെയും വിശ്വസിക്കാൻ പറ്റില്ല. അവർ യൂറോപ്യന്മാരുടെ കൂടെ ബ്രിഗേഡുകളിൽ ചേർക്കപ്പെട്ടിരിക്കുന്നുവെങ്കിലും സ്ഥിതി അതാണ്. പഞ്ചാബ് സൈന്യത്തിലെ അശ്വസേനാവിഭാഗങ്ങളിൽ ഹിന്ദുസ്ഥാനിലും റോഹിൽഖണ്ഡിലും നിന്നുള്ള ധാരാളം മുസ്ലിങ്ങളും സവർണഹിന്ദുക്കളുമുണ്ട്. ബംഗാൾ ഇറെഗുലർ കവൽറി

യുടെ ഏറിയ ഭാഗവും ഇക്കൂട്ടരാണ്. ഒരു വർഗമെന്ന നിലയ്ക്ക് ഇവർ യാതൊരു കൂറുമില്ലാത്തവരാണ്. നല്ല സംഖ്യാബലത്തോടെ ഇവർ ഏതെങ്കിലും സൈന്യത്തിലുണ്ടായിരിക്കുന്നത് വളരെ വിഷമകരമാകാം. ആകാമെന്നല്ല അങ്ങനെ ആയിട്ടുണ്ട്. 2-ാം പഞ്ചാബ് കവൽറിയിലെ 70 ഹിന്ദുസ്ഥാനികളെ നിരായുധീകരിക്കുകയും ഒരു ഉയർന്ന നാടൻ ഓഫീസറുൾപ്പെടെ മൂന്നുപേരെ തൂക്കിലേറ്റുകയും ചെയ്യേണ്ടതായി വന്നിട്ടുണ്ട്. കുറച്ചുകാലമായി നമ്മുടെ സൈന്യത്തിന്റെ കൂടെയായിരുന്ന 9-ാം ഇറെഗുലർ വിഭാഗത്തിൽനിന്ന് നിരവധി പേർ ഒളിച്ചുപോയിട്ടുണ്ട്. 4-ാം ഇറെഗുലർ വിഭാഗത്തിൽപ്പെട്ടവർ ഡിറ്റാച്ച്മെന്റ് ഡ്യൂട്ടിയിലായിരുന്നപ്പോൾ തങ്ങളുടെ അഡ്ജൂട്ടന്റിനെ കൊലപ്പെടുത്തിയിട്ടുണ്ടെന്നും എനിക്ക് തോന്നുന്നു.

ഇവിടെ മറ്റൊരു രഹസ്യംകൂടി പുറത്തുവരുന്നുണ്ട്. ഡൽഹിയുടെ മുന്നിലുള്ള ക്യാമ്പിന് അഗ്രമാന്തെയുടെ[28] ക്യാമ്പുമായി ചില സാദൃശ്യങ്ങളുണ്ടെന്ന് തോന്നുന്നു. മുന്നിലുള്ള ശത്രുവിനെതിരായി മാത്രമല്ല, പിന്നെയോ, കൂടെനിൽക്കുന്ന ബന്ധുക്കൾക്കെതിരായും പടവെട്ടേണ്ട ഒരു സ്ഥിതിയാണ് ഇംഗ്ലീഷുകാരുടേത്. പക്ഷേ, കടന്നാക്രമണങ്ങൾക്ക് ലഭ്യമായ യൂറോപ്യരുടെ സംഖ്യ 2,000 ആയി ചുരുങ്ങിയതെങ്ങനെയാണെന്ന് എന്നിട്ടും മനസിലാകുന്നില്ല. ബർനാർഡിന്റെ സ്ഥാനത്ത് വന്നിട്ടുള്ള ജനറൽ റീഡിന്റെ കീഴിലുള്ള സൈന്യങ്ങളുടെ ഒരു കൃത്യമായ വിവരണം മൂന്നാമതൊരു ലേഖകനിൽനിന്ന് നമുക്ക് ലഭിക്കുന്നുണ്ട്. *ദി ഡെയിലി ന്യൂസ്* എന്ന പത്രത്തിന്റെ ബോംബെ പ്രതിനിധിയാണ് ലേഖകൻ. ഈ റിപ്പോർട്ട് വിശ്വസനീയമാണെന്ന് തോന്നുന്നു. കാരണം, ഓരോ സൈന്യവിഭാഗത്തിലുമുള്ളവരുടെ കണക്കുകൾ അദ്ദേഹം കൃത്യമായി തിട്ടപ്പെടുത്തുന്നുണ്ട്. ജൂൺ 23-നും ജൂലായ് 3-നും ഇടയ്ക്ക് പഞ്ചാബിൽനിന്ന് ബ്രിഗേഡിയർ ജനറൽ ചേംബർലെയിന്റെകീഴിൽ 1,200 യൂറോപ്യരും 1,600 സിക്കുകാരും ഇറെഗുലർ കവൽറിക്കാരും മറ്റും ഉൾപ്പെടെ മൊത്തം ഏകദേശം 3,000 പേർ ഡൽഹിയുടെ മുന്നിലുള്ള ക്യാമ്പിൽ എത്തിച്ചേർന്നതായാണ് ഈ ലേഖകൻ കണക്കാക്കുന്നത്. ജനറൽ റീഡിന്റെ കീഴിൽ ഇപ്പോൾ സംഘടിപ്പിച്ചിട്ടുള്ള സൈന്യങ്ങളുടെ ആകെ സംഖ്യാബലം ഏഴായിരം ആണെന്നും അദ്ദേഹം കണക്കാക്കുന്നു. ആർട്ടിലെറിക്കാരും സീജ്ട്രെയിൻകാരും എല്ലാം ഇതിൽപ്പെടും. അങ്ങനെ നോക്കുമ്പോൾ പഞ്ചാബിൽനിന്നുള്ള പോഷകസേനകൾ എത്തിച്ചേരുന്നതിന് മുൻപ് ഡൽഹിക്കടുത്തുണ്ടായിരുന്ന സൈന്യബലം നാലായിരത്തിൽ കവിയുമായിരുന്നില്ലെന്നത് തീർച്ചയാണ്. സർ എച്ച് ബർനാർഡ് 7,000 ബ്രിട്ടീഷുകാരും 5,000 നാട്ടുകാരും ഉൾപ്പെട്ട ഒരു സൈന്യത്തെ സംഘടിപ്പിച്ചിരുന്നുവെന്നാണ് ആഗസ്ത് 13-ലെ *ലണ്ടൻ ടൈംസ്* എഴുതിവിട്ടത്. ഇത് അതിരുകടന്ന അതിശയോക്തി ആയിരുന്നിരിക്കാമെങ്കിലും അന്ന് യൂറോപ്യൻ സൈന്യത്തിന്റെ ശക്തി നാലായിരത്തോളമുണ്ടായിരുന്നു

വെന്ന് വിശ്വസിക്കാൻ മതിയായ ന്യായമുണ്ട്. ഇവർക്ക് ഏതാണ്ടിത്രയും തന്നെയുള്ള ഒരു നാടൻ സൈന്യത്തിന്റെ പിൻബലമുണ്ടായിരുന്നു. അങ്ങനെ നോക്കുമ്പോൾ ജനറൽ ബർനാർഡിന്റെ കീഴിൽ ഉണ്ടായിരുന്ന സൈന്യത്തിന് ഇപ്പോൾ ജനറൽ റീഡിന്റെ കീഴിലുള്ള സൈന്യത്തിന്റെ അത്രതന്നെ സംഖ്യാബലമുണ്ടായിരുന്നുവെന്ന് കാണാവുന്നതാണ്. അതിനാൽ, പഞ്ചാബിൽ നിന്നുള്ള പോഷകസൈന്യങ്ങൾ കഷ്ടനഷ്ടങ്ങൾ മൂലമുണ്ടായ വിടവ് നികത്തിയിട്ടേയുള്ളൂ. ഉപരോധകരുടെ സംഖ്യ മേൽപ്പറഞ്ഞ കഷ്ടനഷ്ടങ്ങൾ മൂലം ഏതാണ്ട് പകുതിയായി കുറഞ്ഞിരുന്നു. ഭാഗികമായി, കലാപകാരികളുടെ അവിരാമമായ ആക്രമണങ്ങളും ഭാഗികമായി കോളറയുമാണ് ഭീമമായ ഈ ആൾനഷ്ടത്തിന് കാരണം. 'ഫലപ്രദമായ ഒരു കടന്നാക്രമണത്തിന്' രണ്ടായിരം യൂറോപ്യരെ മാത്രമേ അണിനിരത്താൻ ബ്രിട്ടീഷുകാർക്ക് കഴിയൂ എന്ന് പറയുന്നതെന്തുകൊണ്ടാണെന്ന് നമുക്കിപ്പോൾ മനസിലാകുന്നുണ്ട്.

ഡൽഹിക്ക് മുന്നിലുള്ള ബ്രിട്ടീഷ് സൈന്യത്തിന്റെ സംഖ്യാബലത്തെപ്പറ്റിയാണല്ലോ ഇതുവരെ പറഞ്ഞുവന്നത്. അടുത്തതായി അവരുടെ സൈനികനടപടികൾ നോക്കാം. ഈ നടപടികൾ അത്ര വളരെ ഉജ്ജ്വലമൊന്നുമായിരുന്നില്ലെന്ന് അനുമാനിക്കാൻ പ്രയാസമില്ല. എന്തുകൊണ്ടെന്നാൽ, ഡൽഹിക്ക് അഭിമുഖമായ കുന്ന് പിടിച്ചെടുത്തതായുള്ള ജൂൺ 8-ലെ ജനറൽ ബർനാർഡിന്റെ റിപ്പോർട്ടിനുശേഷം ഹെഡ്ക്വാർട്ടേഴ്സിൽ നിന്ന് മറ്റ് യാതൊരു ബുള്ളറ്റിനും പുറത്തിറക്കപ്പെട്ടിട്ടില്ല. ഒരൊറ്റ പ്രാവശ്യം മാത്രമാണ് കാര്യമായ എന്തെങ്കിലും സൈനിക നടപടി അവരുടെ ഭാഗത്തുനിന്ന് ഉണ്ടായത്. ബാക്കിയെല്ലാം തന്നെ ഉപരോധിതർ നടത്തിയ തള്ളിക്കയറ്റങ്ങളും ഉപരോധകർ നടത്തിയ തിരിച്ചടികളും മാത്രമായിരുന്നു. ഉപരോധകർ മുൻപിൽ നിന്നും പാർശ്വങ്ങളിൽ നിന്നും മാറി മാറി ആക്രമിക്കപ്പെട്ടു. പക്ഷേ, അധികം ആക്രമണങ്ങളും ഉണ്ടായത് പിന്നണിയിൽ വലത് വശത്തുനിന്നാണ്. ജൂൺ 27, 30 തീയതികളിലും ജൂലായ് 3, 4, 9, 14 തീയതികളിലും ആക്രമണങ്ങൾ ഉണ്ടായി. ജൂൺ 27-ലെ പോരാട്ടം ഔട്ട്പോസ്റ്റിലുള്ള ചില്ലറ ഏറ്റുമുട്ടലുകളിൽ ഒതുങ്ങിനിന്നു. ഇത് കുറെ മണിക്കൂർ നീണ്ടുനിന്നു. പക്ഷേ, ഉച്ചയ്ക്ക് കനത്ത മഴ ആരംഭിച്ചതോടെ അതും അവസാനിച്ചു. ഇക്കൊല്ലത്തിലെ ആദ്യത്തെ വൻമഴയായിരുന്നു അത്. ജൂൺ 30-ാം തീയതി കലാപകാരികൾ സാമാന്യം നല്ല സംഖ്യാബലത്തോടെ ഉപരോധകരുടെ വലത് വശത്തുള്ള വളപ്പുകളിൽ പ്രവേശിച്ച് അവരുടെ കാവൽഭടന്മാരെ വല്ലാതെ ശല്യപ്പെടുത്തി. ജൂലായ് 3-ാം തീയതി അതിരാവിലെ ഇംഗ്ലീഷ് പിന്നണിയുടെ വലത് വശത്ത് ഒരു വ്യാജാക്രമണം നടത്തിയിട്ട് ഉപരോധിതർ കർണാൽ റോഡിലൂടെ അലിപ്പുർ വരെയുള്ള നിരവധി മൈൽ ദൂരം ആ പിന്നണിയിലൂടെ മുമ്പോട്ടുനീങ്ങി. ക്യാമ്പിലേക്ക് പൊയ്ക്കൊണ്ടിരുന്ന സാധന സാമഗ്രികളുടെയും സമ്പത്തുകളുടെയും ഒരു കോൺവോയിയെ പിടികൂടുകയെന്നതായിരുന്നു അവരുടെ ലക്ഷ്യം. വഴിക്കുണ്ടായിരുന്ന 2-ാം

പഞ്ചാബ് ഇറെഗുലർ കവൽറിയുടെ ഒരു ഔട്ട്പോസ്റ്റ് പെട്ടെന്നുതന്നെ പിൻവാങ്ങി. 4-ാം തീയതി നഗരത്തിലേക്ക് മടങ്ങുമ്പോൾ ഇംഗ്ലീഷ് ക്യാമ്പിൽനിന്ന് അവരെ പിടിക്കാൻ അയച്ചിരുന്ന ആയിരം കാലാൾപ്പടയും രണ്ട് സ്ക്വാഡ്രൺ കുതിരപ്പടയും ചേർന്ന് കലാപകാരികളെ ആക്രമിച്ചു. എങ്കിലും കാര്യമായ നഷ്ടമൊന്നും കൂടാതെ പീരങ്കികൾ മുഴുവനും രക്ഷപ്പെടുത്തിക്കൊണ്ട് പിൻവാങ്ങാൻ അവർക്ക് സാധിച്ചു. ജൂലായ് 8-ാം തീയതി ഡൽഹിയിൽനിന്ന് എട്ടുമൈൽ അകലെയുള്ള ബുസ്സി എന്ന ഗ്രാമത്തിലെ തോടിനു കുറുകെ സ്ഥിതിചെയ്തിരുന്ന പാലം നശിപ്പിക്കാനായി ബ്രിട്ടീഷ് ക്യാമ്പിൽനിന്ന് ഒരു ഗ്രൂപ്പിനെ നിയോഗിച്ചു. ബ്രിട്ടീഷുകാരുടെ ഏറ്റവും പിന്നിലത്തെ അണികളെ ആക്രമിക്കാനും കർണാലും മീററ്റുമായുള്ള ബ്രിട്ടീഷ് ഗതാഗതബന്ധത്തെ പൊളിക്കാനും ഈ പാലം കലാപകാരികൾക്ക് വളരെ വലിയൊരു സൗകര്യമായിരുന്നു. ആ പാലം തകർക്കപ്പെട്ടു. ജൂലായ് 9-ാം തീയതി കലാപകാരികൾ വീണ്ടും നല്ല സംഖ്യാബലത്തോടെ വന്ന് ഇംഗ്ലീഷുകാരുടെ വലത്തേ പിന്നണിയിൽ ഒരു ആക്രമണം നടത്തി. അതേദിവസംതന്നെ ലാഹോറിലേക്ക് കമ്പിമാർഗം എത്തിക്കപ്പെട്ട ഔദ്യോഗിക റിപ്പോർട്ടിൽ ആക്രമണകാരികൾക്ക് ആയിരത്തോളം ആൾനഷ്ടം സംഭവിച്ചതായി പറഞ്ഞിരുന്നു. പക്ഷേ, ഇത് വളരെ അതിശയോക്തിപരമായ ഒരു റിപ്പോർട്ടാണെന്നാണ് തോന്നുന്നത്. കാരണം, ജൂലായ് 13-ാം തീയതി ക്യാമ്പിൽ നിന്നെഴുതിയ ഒരു കത്തിൽ പറഞ്ഞിരിക്കുന്നത് ഇപ്രകാരമാണ്: “ശത്രുവിന്റെ കൂട്ടത്തിൽനിന്ന് മരിച്ച 250 പേരെ നമ്മുടെ പട്ടാളക്കാർ അടക്കം ചെയ്യുകയോ ദഹിപ്പിക്കുകയോ ചെയ്തു. പലരെയും അവർ സ്വയംതന്നെ നഗരത്തിലേക്കെടുത്തുകൊണ്ടുപോയി.”

ദി ഡെയ്‌ലി ന്യൂസ് എന്ന പത്രത്തിൽ പ്രസിദ്ധീകരിക്കപ്പെട്ടതാണ് ഈ കത്ത്. ശിപായിസൈന്യത്തെ പുറകോട്ടടിക്കാൻ കഴിഞ്ഞെന്ന് ഈ കത്തിൽ അഭിമാനിക്കുന്നില്ല. നേരെമറിച്ച്, ‘ശിപായി സൈന്യം നമ്മുടെ യൂണിറ്റുകളെയെല്ലാം പുറകോട്ട് തള്ളിമാറ്റിയിട്ട് പിൻവാങ്ങുകയുണ്ടായി’ എന്നാണ് അതിൽ പറയുന്നത്. ഉപരോധകരുടെ ആൾനഷ്ടം ഗണ്യമായിരുന്നു. 212 പേർ കൊല്ലപ്പെടുകയോ മുറിവേൽപ്പിക്കപ്പെടുകയോ ചെയ്തു. ജൂലായ് 14-ാം തീയതി നടന്ന മറ്റൊരു ആക്രമണത്തിനിടയിൽ ഭയങ്കരമായ മറ്റൊരു പോരാട്ടം കൂടി നടന്നു. ഇതിന്റെ വിശദാംശങ്ങൾ ഇനിയും ലഭ്യമായിട്ടില്ല.

ഇതിനിടയിൽ വളരെയേറെ പോഷകസൈന്യങ്ങൾ ഉപരോധിതരുടെ ഭാഗത്ത് എത്തിച്ചേർന്നിരുന്നു. ജൂലായ് 1-ാം തീയതി ബാറില്ലി, മൊറാദാബാദ്, ഷാജഹാൻപൂർ എന്നിവിടങ്ങളിൽ നിന്നുള്ള റോഹിൽഖണ്ഡ് കലാപകാരികൾ ഡൽഹിയിലെ സഖാക്കളുമായി എങ്ങനെയോ സന്ധിച്ചു. നാല് റെജിമെന്റ് കാലാൾപ്പടയും ഒരു ഇറെഗുലർ അശ്വസേനാറെജിമെന്റും ഒരു ആർട്ടില്ലെറി ബാറ്ററിയും ഇക്കൂട്ടത്തിലുണ്ടായിരുന്നു. അവർക്ക് ഗംഗാനദിയുടെ ഇക്കരെയെത്താൻ പറ്റില്ലെന്നാണ് വിചാ

രിച്ചിരുന്നത്. *ലണ്ടൻ ടൈംസി*ന്റെ ബോംബെ ലേഖകൻ എഴുതുന്നു:

> പക്ഷേ, പ്രതീക്ഷിച്ചിരുന്നപോലെ നദിയിൽ വെള്ളപ്പൊക്കം ഉണ്ടായില്ല. അതിനാൽ ഗർമുക്തേശ്വറിൽ വച്ച് അവർ നദിയുടെ ഇക്കരെ എത്തിയിട്ട് ഡുവാബിലൂടെ ഡൽഹിയിലെത്തി. പട്ടാളക്കാരും പീരങ്കികളും കുതിരകളും പലതരം ചുമട്ടുമൃഗങ്ങളും (ഏകദേശം അൻപതിനായിരം പവൻ വിലമതിക്കുന്ന വമ്പിച്ച സമ്പത്തുകളും കലാപകാരികൾ കൂടെ കൊണ്ടുവന്നിരുന്നു) അടങ്ങിയ ആ നീണ്ട ഘോഷയാത്ര തോണിപ്പാലത്തിലൂടെ നഗരത്തിലേക്ക് നീങ്ങുന്നത് കൈയും കെട്ടി നോക്കിയിരിക്കേണ്ട ഗതികേടിലായിരുന്നു നമ്മുടെ പട്ടാളം. അവരെ തടയാനോ ഏതെങ്കിലും വിധത്തിൽ തൊന്തരവ് ചെയ്യാനോ നാം അശക്തരായിരുന്നു.

യമുനയുടെ കിഴക്ക് റോഹിൽഖണ്ഡ് മലകൾ വരെയുള്ള പ്രദേശം മുഴുവൻ ഇംഗ്ലീഷ് പട്ടാളത്തിന് അപ്രാപ്യമാണെന്നാണ് റോഹിൽഖണ്ഡിലാകെക്കൂടി കലാപകാരികൾ നടത്തിയ വിജയകരമായ ഈ മാർച്ച് തെളിയിക്കുന്നത്. നീമുച്ച് മുതൽ ആഗ്രവരെ യാതൊരെതിർപ്പും കൂടാതെ കലാപകാരികൾ മാർച്ച് ചെയ്തുപോന്ന സംഭവത്തെ ഇൻഡോറിലെയും മോയിലെയും കലാപങ്ങളുമായി ബന്ധപ്പെടുത്തിയാൽ യമുനയുടെ തെക്കുപടിഞ്ഞാറ് വിന്ധ്യാപർവതങ്ങൾ വരെയുള്ള പ്രദേശത്തെയാകെ സ്ഥിതിയും ഇതുതന്നെയാണെന്ന് പറയാം. ഡൽഹിയെ സംബന്ധിച്ചിടത്തോളം ഇംഗ്ലീഷുകാർക്ക് വിജയകരമായി നടത്താൻ കഴിഞ്ഞിട്ടുള്ളത് ഒരേയൊരു നടപടി മാത്രമാണ്. ജനറൽ വാൻകോർട്ട് ലാന്റിന്റെ പഞ്ചാബ്-സിക്ക് സൈന്യങ്ങൾക്ക് വടക്കും വടക്കുപടിഞ്ഞാറും ഭാഗങ്ങളെ ഒതുക്കിനിർത്താൻ കഴിഞ്ഞിട്ടുണ്ടെന്നതാണ് ഇക്കാര്യം. സത്യത്തിൽ അവരുടെ ഒരേയൊരു നടപടി ഇത് മാത്രമാണെന്ന് പറയാം. ലുധിയാനയ്ക്കും സിർസയ്ക്കുമിടയിലുള്ള പ്രദേശത്താകെ അദ്ദേഹത്തിന് പ്രധാനമായും നേരിടേണ്ടിവന്നത് വന്യമായ മരുപ്രദേശങ്ങളിൽ അങ്ങിങ്ങായുള്ള ഗ്രാമങ്ങളിൽ പാർക്കുന്ന പിടിച്ചുപറിക്കാരുടെ ഗോത്രങ്ങളെയാണ്. ജൂലായ് 11-ാം തീയതി അദ്ദേഹം സിർസയിൽനിന്ന് ഫാത്തിഹാബാദിലേക്കും അവിടെനിന്ന് ഹിസ്സാറിലേക്കും മാർച്ച് ചെയ്തതായാണ് അറിയുന്നത്. അങ്ങനെ ഉപരോധകസൈന്യത്തിന്റെ പിന്നണിയിലുള്ള പ്രദേശം അവർക്ക് തുറന്നുകിട്ടി.

ഡൽഹിക്ക് പുറമേ വടക്കുപടിഞ്ഞാറൻ പ്രവിശ്യകളിലുള്ള ആഗ്ര, കോൺപൂർ, ലക്നൗ എന്നീ മൂന്ന് സ്ഥലങ്ങൾകൂടി നാട്ടുകാരും ഇംഗ്ലീഷുകാരും തമ്മിലുള്ള സമരത്തിന്റെ മുഖ്യ കേന്ദ്രങ്ങളായി മാറിയിരുന്നു. ആഗ്രയുടെ കാര്യത്തിൽ ഒരു പ്രത്യേകത കാണാനുണ്ട്. വിദൂരസ്ഥമായ ഒരു ഇംഗ്ലീഷ് സൈനികകേന്ദ്രം പിടിക്കാനായി കലാപകാരികൾ മൂന്നൂറ് മൈൽ ദൂരത്തേക്ക് ആസൂത്രിതമായ ഒരു പര്യടനത്തിന് പുറപ്പെടുന്നത് ഇതാദ്യമായിരുന്നു. പതിനായിരത്തോളം പേരടങ്ങിയ (7,000 കാലാൾപ്പ

ടയാളികളും 1,500 കുതിരപ്പടയാളികളും എട്ട് പീരങ്കികളും ഉള്ളത്) നാസി റാബാദിലേയും നീമുച്ചിലെയും ശിപായി റെജിമെന്റുകൾ ജൂൺ അവ സാനത്തോടെ, ആഗ്രയോടടുക്കുകയും, ജൂലായ് ആദ്യം ആഗ്രയിൽനിന്ന് 20 മൈൽ അകലെയുള്ള സൂസ്യാഗ്രാമത്തിന്റെ പിന്നണിയിലെ ഒരു മൈതാനത്തിൽ വന്ന് ക്യാമ്പടിക്കുകയും ചെയ്തുവെന്നാണ് ആഗ്രയിൽ അച്ചടിക്കുന്ന *മുഫസ്സിലൈറ്റ്*[29] എന്ന വാരിക റിപ്പോർട്ട് ചെയ്യുന്നത്. ജൂലായ് 4-ാം തീയതി അവർ നഗരത്തിനെതിരായ ഒരു ആക്രമണത്തിന് ഒരുങ്ങുകയാണെന്ന് തോന്നി. ഈ വിവരം അറിഞ്ഞതോടെ, ആഗ്രയ്ക്ക് മുന്നിലുള്ള പാളയങ്ങളിലെ യൂറോപ്യർ കോട്ടയ്ക്കുള്ളിൽ അഭയം തേടി. ആഗ്രയിലെ കമാൻഡർ കുതിരപ്പടയും കാലാൾപ്പടയും ആർട്ടിലറിയും അടങ്ങിയ ഫോർട്ട് കണ്ടിൻജന്റിനെ ആദ്യം ശത്രുവിനെതിരായി നിയോ ഗിച്ചു. പക്ഷേ, ലക്ഷ്യസ്ഥാനത്തെത്തിയ ഉടൻതന്നെ അവർ ഒന്നടങ്കം കലാപകാരികളുടെ കൂടെച്ചേർന്നു. ജൂലായ് 5-ാം തീയതി 3-ാം ബംഗാൾ യൂറോപ്യൻ സൈനികദളവും ഒരു ആർട്ടിലറി ബാറ്ററിയും ഒരു യൂറോ പ്യൻ വോളണ്ടിയർ കോറും അടങ്ങിയ ആഗ്രാ ഗ്യാരിസൺ കലാപകാ രികളെ നേരിടാനായി പുറപ്പെട്ടു. കലാപകാരികളെ ഗ്രാമത്തിൽ നിന്ന് തൊട്ടുപുറകിലുള്ള സമതലത്തിലേക്ക് ഓടിച്ചുവിടാൻ അവർക്ക് കഴി ഞ്ഞെന്നാണ് പറയുന്നത്. പക്ഷേ, പിന്നീട് അവർക്കുതന്നെ പിന്തിരിയേ ണ്ടിവന്നുവെന്നത് സ്പഷ്ടമാണ്. മൊത്തം 500 പേരടങ്ങിയ അവരുടെ ദളത്തിൽപ്പെട്ട 49 പേർ കൊല്ലപ്പെടുകയും 92 പേർക്ക് മുറിവേൽക്കുകയും ചെയ്തു. ശത്രുവിന്റെ കുതിരപ്പടയുടെ തൊന്തരവും ഭീഷണിയും കാരണം തിരിഞ്ഞോടാൻ അവർ നിർബന്ധിതരായി. അവർക്ക് 'ഉന്നം നോക്കാൻ വയ്യാത്ത' തരത്തിലാണ് ശത്രു പാഞ്ഞുവന്നതെന്ന് *മുഫസി ലൈറ്റ്* പറയുന്നു. എന്നുപറഞ്ഞാൽ, ഇംഗ്ലീഷുകാർ ശരിക്കും പിന്തിരി ഞ്ഞോടിവന്ന് കോട്ടയ്ക്കുള്ളിൽ അടച്ചുപൂട്ടിയിരുന്നുവെന്നാണർഥം. ശിപായി സൈന്യം ആഗ്രയിലേക്ക് മാർച്ച് ചെയ്യുന്നതിനിടയിൽ പാളയ ത്തിലെ ഒട്ടുമിക്കവാറും വീടുകൾ നശിപ്പിച്ചു. പിറ്റേന്ന് ജൂലായ് 6-ാം തീയതി അവർ ഡൽഹിയിലേക്കുള്ള മാർഗമധ്യേ സ്ഥിതിചെയ്യുന്ന ഭര ത്പൂരിലേക്ക് പ്രയാണമാരംഭിച്ചു. ആഗ്രയ്ക്കും ഡൽഹിക്കും ഇടയിലുള്ള ബ്രിട്ടീഷുകാരുടെ ബന്ധം വിഛേദിക്കപ്പെടുന്നുവെന്നതാണ് ഇതിന്റെ പ്രധാന ഫലം. കലാപകാരികൾക്ക് മുഗളന്മാരുടെ പഴയ തലസ്ഥാന ത്തെത്താൻ കഴിഞ്ഞെന്നും തോന്നുന്നുണ്ട്.

കോൺപൂരിൽ ഇരുന്നൂറോളം വരുന്ന ഒരു യൂറോപ്യൻ സൈന്യം ജനറൽ വീലറുടെ കീഴിൽ ഒരു കോട്ടയ്ക്കുള്ളിൽ അടച്ചുപൂട്ടി കഴിയു കയായിരുന്നെന്നുള്ള വിവരം കഴിഞ്ഞ തപാലിൽ നിന്നുതന്നെ അറിയാ മായിരുന്നു. 32-ാം കാലാൾ സേനയിൽപ്പെട്ടവരുടെ ഭാര്യമാരും കുട്ടികളും അവരോടൊപ്പമുണ്ടായിരുന്നു. ബിത്തൂറിലെ നാനാസാഹിബിന്റെ നേതൃ ത്വത്തിലുള്ള വമ്പിച്ച ഒരു കലാപസൈന്യം കോട്ടയെ വളഞ്ഞിരുന്നു. ജൂൺ 17-നും, 24-28 തീയതികൾക്കിടയിലും കോട്ടയ്ക്കെതിരായി പല ആക്രമണങ്ങളും നടന്നു. അവസാനത്തെ ആക്രമണത്തിൽ ജനറൽ

വീലറുടെ കാലിന് ഒരു വെടിയുണ്ടയേൽക്കുകയും ആ മുറിവ് പഴുത്ത് അദ്ദേഹം മരിക്കുകയും ചെയ്തു. ഗംഗയിലൂടെ വഞ്ചികളിൽ അലഹബാദിലേക്ക് പോകാൻ അനുവദിക്കാമെന്നുള്ള നിബന്ധനയിന്മേൽ കീഴടങ്ങാൻ ജൂൺ 28-ാം തീയതി നാനാസാഹിബ് ഇംഗ്ലീഷുകാരെ ക്ഷണിച്ചു. ഈ നിബന്ധനകൾ അംഗീകരിച്ച് ബ്രിട്ടീഷുകാർ നടുപ്പുഴയിലെത്തിയപ്പോഴേക്ക് ഗംഗയുടെ വലതുകരയിൽനിന്ന് അവർക്കെതിരായി പീരങ്കികൾ ഗർജിക്കാൻ തുടങ്ങി. എതിർവശത്തുള്ള കരയിലേക്ക് ചെന്ന് രക്ഷപ്പെടാൻ ശ്രമിച്ചവരെ ഒരു സംഘം അശ്വസേനക്കാർ അരിഞ്ഞുവീഴ്ത്തി. സ്ത്രീകളും കുട്ടികളും തടവുകാരാക്കപ്പെട്ടു. അടിയന്തര സഹായമെത്തിക്കാൻ അപേക്ഷിച്ചുകൊണ്ട് കോൺപൂരിൽ നിന്ന് അലഹബാദിലേക്ക് എത്തിക്കപ്പെട്ടിരുന്ന പല സന്ദേശങ്ങളെയും തുടർന്ന് മേജർ റിനോഡിന്റെ കീഴിലുള്ള മദ്രാസ് ഫ്യൂസിലിയർമാരുടെയും സിക്കുകാരുടെയും ഒരു സൈന്യനിര കോൺപൂരിലേക്ക് പുറപ്പെട്ടു. ജൂലായ് 3-ാം തീയതി 84-ലും 64-ലും, 13-ാം ഇറെഗുലർ കുതിരപ്പടയിലും ശേഷിച്ച ഔഡ് ഇറെഗുലർ സൈന്യത്തിലുംപെട്ട ഏകദേശം 1,300 യൂറോപ്യന്മാരെ നയിച്ചുകൊണ്ട് ബനാറസിൽ നിന്ന് അലഹബാദിലെത്തിയ ബ്രിഗേഡിയർ ജനറൽ ഹാവ്‌ലോക്ക് അവിടെനിന്ന് ഇരട്ടിവേഗത്തിൽ മാർച്ച് ചെയ്ത് ജൂലായ് 13-ാം തീയതി നേരം പരപരാ വെളുത്തപ്പോഴേക്ക് ഫത്തേപൂരിൽനിന്ന് നാലുമൈൽ അകലെവച്ച് മേജർ റിനോഡുമായി സന്ധിച്ചു. അന്നേദിവസം തന്നെ ഫത്തേപൂരിന് മുമ്പിൽവച്ച് ഒരു യുദ്ധത്തിന് തയാറാകാൻ അദ്ദേഹം നിർബന്ധിതനായി. നാനാസാഹിബ് തന്റെ നാടൻ സൈന്യത്തെയും കൊണ്ട് അവിടെ എത്തിയിരുന്നു. വാശിയേറിയ ഒരു പോരാട്ടത്തിന്ശേഷം പാർശ്വത്തിൽ നടത്തിയ ഒരു നീക്കത്തിലൂടെ ശത്രുവിനെ ഫത്തേപൂരിൽനിന്ന് കോൺപൂരിലേക്ക് പലായനം ചെയ്യിക്കുന്നതിൽ അദ്ദേഹം വിജയിച്ചു. അവിടെവച്ച് ജൂലായ് 15-16 തീയതികളിൽ രണ്ടുപ്രാവശ്യംകൂടി അവരുമായി അദ്ദേഹത്തിന് ഏറ്റുമുട്ടേണ്ടിവന്നു. 16-ാം തീയതിയിലെ പോരാട്ടത്തിൽ ഇംഗ്ലീഷുകാർ കോൺപൂർ തിരിച്ചുപിടിക്കുകയും നാനാസാഹിബ് അവിടെനിന്ന് 12 മൈൽ അകലെ ഗംഗാതീരത്ത് സ്ഥിതിചെയ്യുന്ന ബിത്തൂറിലേക്ക് പിൻവാങ്ങുകയും ചെയ്തു. കോട്ടകെട്ടി ഉറപ്പിച്ചിട്ടുള്ള ഒരു സ്ഥലമാണതെന്നാണ് അറിയുന്നത്. ഫത്തേപൂരിലേക്കുള്ള പടനീക്കത്തിന് മുമ്പായി നാനാസാഹിബ് ബന്ധനസ്ഥരായ ഇംഗ്ലീഷ് സ്ത്രീകളെയും കുട്ടികളെയും കൊലപ്പെടുത്തിയിരുന്നു. കോൺപൂർ തിരിച്ചുപിടിക്കാൻ കഴിഞ്ഞത് ഇംഗ്ലീഷുകാരുടെ ഏറ്റവും വലിയ ഒരു നേട്ടമായിരുന്നു. കാരണം അത് ഗംഗാവഴിക്കുള്ള അവരുടെ ബന്ധത്തിന് ഉറപ്പുവരുത്തി.

ഔഡിന്റെ തലസ്ഥാനമായ ലക്നൗവിലെ ബ്രിട്ടീഷ് ഗ്യാരിസൺ കോൺപൂരിലെ അവരുടെ സഖാക്കളുടെ ജീവഹാനിക്കിടയാക്കിയ അതേ കഷ്ടസ്ഥിതിയിലായിരുന്നു. വൻസൈന്യങ്ങളാൽ ചുറ്റപ്പെട്ട ഒരു കോട്ടയ്ക്കുള്ളിൽ ആഹാരസാധനങ്ങൾക്ക് അരിഷ്ടിച്ച് കഴിയുകയായിരുന്നു അവ

രും. കൂടാതെ അവർക്ക് അവരുടെ പടനായകനെയും നഷ്ടപ്പെട്ടിരുന്നു. അവരുടെ പടനായകനായ സർ എച്ച് ലോറൻസ് ജൂലായ് 2-ാം തീയതി നടന്ന ആക്രമണത്തിൽ കാലിന് പറ്റിയ ഒരു മുറിവിനെത്തുടർന്ന് ടെറ്റനസ് പിടിപെട്ട് ജൂലായ് 4-ാം തീയതി മരണമടഞ്ഞു. ജൂലായ് 18, 19 തീയതികളിലും ലക്നൗ പിടിച്ചുനിൽക്കുകയായിരുന്നു. ജനറൽ ഹാവ്‌ലോക്ക് കോൺപൂരിൽനിന്ന് തന്റെ സൈന്യങ്ങളെയും കൊണ്ട് വേഗം എത്തിച്ചേർന്നാൽ മാത്രമേ അവർക്ക് രക്ഷയ്ക്ക് എന്തെങ്കിലും മാർഗമുണ്ടാകുമായിരുന്നുള്ളൂ. പിന്നണിയിൽ നാനാസാഹിബ് നിൽക്കുമ്പോൾ അങ്ങനെ ചെയ്യാൻ അദ്ദേഹം ധൈര്യപ്പെടുമോയെന്നതാണ് ചോദ്യം. പക്ഷേ കാലതാമസം ലക്നൗവിനെ സംബന്ധിച്ചിടത്തോളം അപായകരവുമായിരുന്നു. കാരണം ഇടയ്ക്കിടയ്ക്കുള്ള മഴയെത്തുടർന്ന് യുദ്ധനടപടികൾ താമസിയാതെ അസാധ്യമാകുമായിരുന്നു.

ബംഗാളിന്റെ വടക്കുപടിഞ്ഞാറൻ പ്രവിശ്യകളിൽ ബ്രിട്ടീഷ് സൈന്യങ്ങൾ ഒരു വിപ്ലവക്കടലിന്റെ നടുവിൽ കിടക്കുന്ന ഒറ്റപ്പെട്ട പാറക്കെട്ടുകളിലെ ചെറുപോസ്റ്റുകളുടെ സ്ഥിതിയിലേക്ക് നീങ്ങിക്കൊണ്ടിരിക്കുകയായിരുന്നുവെന്നാണ് ഈ സംഭവങ്ങൾ പരികോധിക്കുമ്പോൾ നമുക്ക് മനസിലാകുന്നത്. വടക്കൻ ബംഗാളിൽ മിഡ്നാപ്പൂർ, ദീനാപ്പൂർ, പാറ്റ്ന എന്നിവിടങ്ങളിൽ ഭാഗികമായ ധിക്കാര നടപടികൾ മാത്രമേ ഉണ്ടായിരുന്നുള്ളൂ. തീർഥാടനകേന്ദ്രമായ ബനാറസ് തിരിച്ചുപിടിക്കാൻ ചുറ്റുമുള്ള പ്രദേശങ്ങളിൽ അലഞ്ഞുനടക്കുന്ന ബ്രാഹ്മണർ നടത്തിയ ഒരു വിഫലശ്രമം മാത്രമാണ് എടുത്തുപറയത്തക്ക മറ്റൊരു സംഭവം. സിയാൽക്കോട്ട്, ഝെലം എന്നിവിടങ്ങളിൽ നടന്ന ലഹളകൾ അടിച്ചമർത്തുകയും പെഷവാറിലെ ബഹളത്തെ വിജയകരമായി തടയുകയും ചെയ്യുന്നതിലൂടെ പഞ്ചാബിലെ കലാപബോധം അമർത്തപ്പെട്ടു. ഗുജറാത്തിലും സറ്റാറയിലെ പണ്ഡാർപ്പൂരിലും നാഗ്പൂർ, സാഗർ എന്നിവിടങ്ങളിലും നൈസാമിന്റെ രാജ്യത്തിൽപ്പെട്ട ഹൈദരാബാദിലും അങ്ങ് തെക്ക് മൈസൂറിലും കലാപശ്രമങ്ങൾ ആരംഭിച്ചുകഴിഞ്ഞു. അങ്ങനെ നോക്കുമ്പോൾ ബോംബെ, മദ്രാസ് പ്രസിഡൻസികളിലും സ്ഥിതിഗതികൾ അത്ര ശാന്തമാണെന്ന് പറയാനാവില്ല.

(1857 സെപ്തംബർ 1-ന് എഴുതിയത്. 1857 സെപ്തംബർ 15-ലെ 5118-ാം ലക്കം *ന്യൂയോർക്ക് ഡെയ്‌ലി ട്രിബ്യൂണിൽ* ഒരു മുഖലേഖനമായി പ്രസിദ്ധീകരിക്കപ്പെട്ടു).

ഇന്ത്യയിൽ നിന്നുള്ള ബ്രിട്ടീഷ് വരുമാനം

കാൾ മാർക്സ്

ബ്രിട്ടീഷ് രാഷ്ട്രത്തെയും ജനതയെയും സംബന്ധിച്ചിടത്തോളം ഇന്ത്യൻ പുത്രികാരാജ്യംകൊണ്ടുള്ള യഥാർഥഗുണം എന്താണെന്നന്വേഷിക്കുന്നത് ഏഷ്യയിലെ ഇന്നത്തെ സ്ഥിതിയിൽ എന്തുകൊണ്ടും പ്രസക്തമായിരിക്കും. ബ്രിട്ടീഷ് ഖജനാവിലേക്ക് നേരിട്ട്, അതായത്, കപ്പത്തിന്റെ രൂപത്തിലോ ഇന്ത്യൻ ചെലവുകൾ കഴിഞ്ഞ് ഇന്ത്യൻ വരുമാനത്തിൽനിന്നുണ്ടാകുന്ന മിച്ചത്തിന്റെ രൂപത്തിലോ യാതൊന്നും തന്നെ അവിടെനിന്ന് കിട്ടുന്നില്ല. നേരെമറിച്ച്, വർഷംതോറും പുറത്തേക്ക് ഒഴുകുന്ന സംഖ്യ ഭീമമാണ്. ഈസ്റ്റ് ഇന്ത്യാ കമ്പനി വ്യാപകമായ വെട്ടിപ്പിടിത്തത്തിന്റെ വഴിക്ക് തിരിഞ്ഞതുമുതൽക്ക് — കഷ്ടിച്ച് ഒരു നൂറ്റാണ്ട് മുൻപായിരുന്നു അത്—അവരുടെ ധനസ്ഥിതി അത്യന്തം പരിതാപകരമായ ഒരു നിലയിലേക്ക് നീങ്ങുകയുണ്ടായി. വെട്ടിപ്പിടിച്ച പ്രദേശങ്ങൾ നിലനിർത്തുന്നതിന് ആവശ്യമായ സൈനികസഹായത്തിന് പുറമെ, കമ്പനി പാപ്പരാകാതെ നോക്കാനുള്ള ധനസഹായത്തിനും പാർലമെന്റിനെ സമീപിക്കാൻ അവർ പലവട്ടം നിർബന്ധിതരായി. ആ സ്ഥിതിയാണ് ഇന്നും തുടർന്നുവരുന്നത്. ഇന്നാകട്ടെ വൻതോതിലുള്ള പട്ടാളസഹായമാണ് ബ്രിട്ടീഷ് രാഷ്ട്രത്തോട് അവർ ആവശ്യപ്പെട്ടിരിക്കുന്നത്. താമസിയാതെ, അത്രയും വൻതോതിൽത്തന്നെ പണത്തിനുള്ള അഭ്യർഥനയും ഉണ്ടാകുമെന്നത് തീർച്ചയാണ്. ഇതഃപര്യന്തമുള്ള വെട്ടിപ്പിടിത്തങ്ങൾ നടത്തുന്നതിനും സ്വന്തം സ്ഥാപനങ്ങൾ പടുത്തുയർത്തുന്നതിനുമായി ഈസ്റ്റ് ഇന്ത്യാ കമ്പനി അഞ്ചുകോടിയിലധികം പവന്റെ കടം തലയിൽ വലിച്ചുവച്ചിട്ടുണ്ട്. ഇക്കാലമത്രയും ബ്രിട്ടീഷ് ഗവൺമെന്റി

നാണെങ്കിൽ യൂറോപ്യരും നാട്ടുകാരും ഉൾപ്പെട്ട ഈസ്റ്റ് ഇന്ത്യാ കമ്പനിപ്പട്ടാളത്തിന് പുറമേ മുപ്പതിനായിരത്തോളം വരുന്ന ഒരു സ്ഥിരം സൈന്യത്തെ ഇന്ത്യയിലേക്ക് അയയ്ക്കുന്നതിന്റെയും അവരെ തിരിച്ചുകൊണ്ടുവരുന്നതിന്റെയും അവരെ അവിടെ നിലനിർത്തുന്നതിന്റേയും ചെലവ് മുഴുവൻ വഹിക്കേണ്ടി വന്നിട്ടുമുണ്ട്. കാര്യങ്ങൾ അങ്ങനെയിരിക്കെ, ഇന്ത്യൻ സാമ്രാജ്യംകൊണ്ട് ഗ്രേറ്റ് ബ്രിട്ടനുള്ള ഗുണം ചില ബ്രിട്ടീഷ് പ്രജകൾക്ക് ലഭിക്കുന്ന ലാഭത്തിലും മറ്റുനേട്ടങ്ങളിലും ഒതുങ്ങിനിൽക്കുമെന്നത് സ്പഷ്ടമാണല്ലൊ. ഈ ലാഭങ്ങളും നേട്ടങ്ങളുമെല്ലാം വളരെ ഗണ്യമാണെന്ന് തുറന്നുസമ്മതിക്കാതെ തരവുമില്ല.

ആദ്യമായി ഈസ്റ്റ് ഇന്ത്യാ കമ്പനിയിലെ സ്റ്റോക് ഹോൾഡർമാരുടെ കാര്യമെടുക്കാം. ഇവിടെ സംഖ്യ ഏകദേശം മൂവായിരത്തോളമുണ്ട്. അടുത്തകാലത്തുണ്ടാക്കിയ ഉടമ്പടിയനുസരിച്ച് ഇവർക്ക് അറുപത് ലക്ഷം പവന്റെ അടച്ചുതീർത്ത മൂലധനത്തിന്മേൽ പത്തര ശതമാനം വാർഷിക ഡിവിഡൻഡ് ലഭിക്കണം. ഇത് കൊല്ലത്തിൽ 6,30,000 പവനോളമാകാം. മാറ്റം ചെയ്യാവുന്ന ഓഹരികളുടെ രൂപത്തിലുള്ളതാണ് ഈസ്റ്റ് ഇന്ത്യാ കമ്പനിയുടെ സ്റ്റോക്ക്. അതിനാൽ, ഈ സ്റ്റോക്ക് വാങ്ങാൻ പണം കൈവശമുള്ള ഏതൊരാളിനും കമ്പനിയിലെ ഒരു സ്റ്റോക് ഹോൾഡറാകാം. ഇപ്പോഴത്തെ ഉടമ്പടിയനുസരിച്ച് ഈ സ്റ്റോക്കിന്മേൽ 125 മുതൽ 150 വരെ ശതമാനം പ്രീമിയം ലഭിക്കുന്നതാണ്. 500 പവന്റെ സ്റ്റോക്കുള്ള—ഇതിന് ആറായിരത്തോളം ഡോളർ വിലവരുമെന്ന് കണക്കാക്കാം—ഒരാൾക്ക് ഉടമസ്ഥന്മാരുടെ യോഗത്തിൽ സംസാരിക്കാൻ അവകാശമുണ്ടായിരിക്കും. പക്ഷേ, വോട്ടവകാശം വേണമെങ്കിൽ 1,000 പവന്റെ സ്റ്റോക്കുണ്ടായിരിക്കണം. 3,000 പവന്റെ സ്റ്റോക്കുള്ളവർക്ക് രണ്ടുവോട്ടും 6,000 പവനുള്ളവർക്ക് മൂന്ന് വോട്ടും, പതിനായിരത്തിനോ അതിന് മുകളിലേക്കോ സ്റ്റോക്കുള്ളവർക്ക് നാല് വോട്ടും ഉണ്ടായിരിക്കും. പക്ഷേ, ഡയറക്ടർ ബോർഡിന്റെ തിരഞ്ഞെടുപ്പിലൊഴികെ മറ്റൊന്നിലും ഈ ഉടമസ്ഥന്മാർക്ക് വലിയ അധികാരമൊന്നുമില്ല. പന്ത്രണ്ട് ഡയറക്ടർമാരെ അവർ തിരഞ്ഞെടുക്കും. ആറുപേരെ ഗവൺമെന്റിൽനിന്ന് നിയമിക്കും. ഗവൺമെന്റിൽ നിന്ന് നിയമിക്കുന്നവർ പത്തുകൊല്ലമോ അതിലധികമോ കാലം ഇന്ത്യയിൽ താമസിച്ചിട്ടുണ്ടാകണമെന്ന് വ്യവസ്ഥയുണ്ട്. ഡയറക്ടർമാരിൽ മൂന്നിലൊരുഭാഗം കൊല്ലന്തോറും സ്ഥാനം ഒഴിയും. പക്ഷേ, അവരെ വീണ്ടും തിരഞ്ഞെടുക്കുകയോ നിയമിക്കുകയോ ചെയ്യാവുന്നതാണ്. 2,000 പവന്റെ സ്റ്റോക്കുള്ളവർക്കേ ഡയറക്ടറാകാൻ പറ്റൂ. ഡയറക്ടർമാർക്ക് 500 പവൻ ശമ്പളമുണ്ട്. ചെയർമാനും ഡപ്യൂട്ടി ചെയർമാനും ഇതിന്റെ ഇരട്ടിയാണ് ശമ്പളം. പക്ഷേ, ഈ സ്ഥാനം സ്വീകരിക്കുന്നതിനുള്ള പ്രധാന പ്രേരണ സിവിലും സൈനികവുമായ ഓഫീസർമാരുടെ നിയമനവുമായി ബന്ധപ്പെട്ട വമ്പിച്ച രക്ഷാധികാരമാണ്. ഈ രക്ഷാധികാരം ബോർഡ് ഓഫ് കൺട്രോളുമായി പങ്കുവയ്ക്കേണ്ടിവരുമെന്ന് മാത്രം. ഏറ്റവും പ്രധാനപ്പെട്ട ഉദ്യോഗങ്ങളുടെ കാര്യത്തിൽ മുഖ്യമായ

പങ്ക് പ്രസ്തുത ബോർഡിനായിരിക്കും. ബോർഡിൽ ആറംഗങ്ങളാണുള്ളത്. ഇവരെല്ലാം പ്രിവി കൗൺസിലർമാരായിരിക്കും. ഇവരിൽത്തന്നെ മിക്കവാറും രണ്ടോ മൂന്നോ പേർ ക്യാബിനറ്റ് മന്ത്രിമാരുമായിരിക്കും. ബോർഡ് പ്രസിഡന്റ് എല്ലായ്പ്പോഴും ഒരു മന്ത്രിതന്നെ ആയിരിക്കും. സത്യത്തിൽ ഇന്ത്യൻ കാര്യങ്ങൾക്കുള്ള സ്റ്റേറ്റ് സെക്രട്ടറി ആയിരിക്കും ഈ സ്ഥാനം വഹിക്കുന്നത്.

അടുത്തതായി, ഈ രക്ഷാധികാരം ലഭ്യമാകുന്നവരുടെ കാര്യം പരികോധിക്കാം. സിവിൽ, മതപരം, മെഡിക്കൽ, കരസേന, നാവികസേന എന്നീ അഞ്ച് വിഭാഗങ്ങളിൽ പെട്ടവരായിരിക്കും ഇവർ. ഇന്ത്യയിൽ സേവനം നടത്തുന്നതിന് അവിടെ സംസാരിക്കുന്ന ഭാഷകളിൽ അൽപ്പസ്വൽപ്പം പരിജ്ഞാനം ആവശ്യമാണ്. സിവിൽ വിഭാഗത്തിലെയെങ്കിലും സ്ഥിതി ഇതാണ്. സിവിൽ സർവീസിൽ ജോലിചെയ്യാനുദ്ദേശിക്കുന്ന ചെറുപ്പക്കാരെ തയാറാക്കുന്നതിനായി ഹെയിലീബറിയിൽ ഈസ്റ്റ് ഇന്ത്യാ കമ്പനിയുടെ വക ഒരു കോളേജ് ഉണ്ട്. ഇതുപോലെ സൈനിക സേവനത്തിനുള്ളവരെ ഉദ്ദേശിച്ച് ലണ്ടന് സമീപത്തായി അഡിസ്കൂംബിൽ മറ്റൊരു കോളേജും സ്ഥാപിച്ചിട്ടുണ്ട്. പക്ഷേ, ഇവിടെ പ്രധാനമായും പഠിപ്പിക്കുന്നത് സൈനികവിദ്യയുടെ അടിസ്ഥാനതത്വങ്ങളാണ്. കമ്പനി ഡയറക്ടർമാരുടെ ശുപാർശയായിരുന്നു മുൻപ് ഈ കോളേജുകളിലെ പ്രവേശനത്തിനുള്ള മുഖ്യമാനദണ്ഡം. പക്ഷേ, ഉടമ്പടിയിലെ സമീപകാലഭേദഗതികളനുസരിച്ച് പബ്ലിക് പരീക്ഷയുടെ രൂപത്തിലുള്ള ഒരു മത്സരത്തിന് വ്യവസ്ഥയുണ്ട്. സിവിൽ വിഭാഗത്തിൽപ്പെട്ട ഒരാൾക്ക് ഇന്ത്യയിലെത്തിയാലുടൻ പ്രതിമാസം 150 ഡോളർ കിട്ടും. ഒന്നോ അതിലധികമോ നാട്ടുഭാഷകളിൽ പരീക്ഷ പാസാകുന്നതുവരെയാണിത് (പന്ത്രണ്ട് മാസത്തിനുള്ളിൽ പരീക്ഷ പാസായിരിക്കണമെന്നാണ് ചട്ടം). അത് കഴിഞ്ഞാൽ പ്രതിവർഷം 2,500 മുതൽ 50,000 വരെ ഡോളർ ശമ്പളമുള്ള ജോലിയിലേക്ക് അയാൾ നിയമിക്കപ്പെടും. അവസാനം പറഞ്ഞ ശമ്പളം ബംഗാൾ കൗൺസിൽ അംഗങ്ങൾക്കുള്ളതാണ്. ബോംബെയിലെയും മദ്രാസിലെയും കൗൺസിൽ അംഗങ്ങൾക്ക് ഏതാണ്ട് 30,000 ഡോളർ കിട്ടും. കൗൺസിൽ അംഗമല്ലാത്ത ഒരാളിനും പ്രതിവർഷം25,000 ഡോളറിൽ കൂടുതൽ കിട്ടാൻ അർഹത ഉണ്ടായിരിക്കില്ല. ഇരുപതിനായിരം ഡോളറോ അതിൽ കൂടുതലോ ശമ്പളമുള്ള ഒരു ഉദ്യോഗനിയമനം ലഭിക്കുന്ന ആൾ പന്ത്രണ്ടുകൊല്ലം ഇന്ത്യയിൽ താമസിച്ചിരിക്കണമെന്ന് വ്യവസ്ഥയുണ്ട്. ഒൻപത് വർഷത്തെ താമസം കഴിഞ്ഞാൽ 15,000 –20,000 ഡോളർ ശമ്പളത്തിനും, മൂന്നുകൊല്ലം കഴിഞ്ഞാൽ 7,000–15,000 ഡോളർ ശമ്പളത്തിനും അർഹതയുണ്ടാകും. സിവിൽ സർവീസ് ജോലികൾ നൽകുന്നത് സീനിയോറിട്ടിയും മെറിറ്റും അനുസരിച്ചാണെന്നാണ് വയ്പ്. പക്ഷേ, വാസ്തവത്തിൽ അത് വലിയൊരതിരുവരെ ശുപാർശയെ ആശ്രയിച്ചിരിക്കും. ഏറ്റവും നല്ല ശമ്പളം സിവിൽ ഉദ്യോഗങ്ങൾക്കാകയാൽ ഈ ജോലികൾക്ക് വലിയ മത്സരമുണ്ട്. പല പട്ടാള ഓഫീസർമാരും

സൗകര്യം കിട്ടിയാൽ ഇതിനായി സൈനികസേവനം ഉപേക്ഷിച്ചു പോകാറുണ്ട്. സിവിൽ സർവീസിലെ ശരാശരി ശമ്പളം 8,000 ഡോളറാണെന്ന് പറയപ്പെടുന്നുണ്ട്. പക്ഷേ, മറ്റ് ബത്തകളും വിശേഷാൽ ആനുകൂല്യങ്ങളും ഇതിൽ പെടുന്നില്ല. ഈ ബത്തകളും ആനുകൂല്യങ്ങളും ഗണ്യമായിരിക്കുകയും ചെയ്യും. ഗവർണർമാർ, കൗൺസിലർമാർ, ജഡ്ജിമാർ, അംബാസിഡർമാർ, സെക്രട്ടറിമാർ, റവന്യൂ കളക്ടർമാർ തുടങ്ങിയ തസ്തികകളിലേക്ക് നിയമിക്കുന്നത് ഈ സിവിൽ സർവീസുകാരെയാണ്. ഇവരുടെ സംഖ്യ പൊതുവിൽ എണ്ണൂറിന് അടുത്തായിരിക്കും. ഇന്ത്യയുടെ ഗവർണർ ജനറലിന്റെ ശമ്പളം 12,50,000 ഡോളർ ആയിരിക്കും. കൂടാതെ പുറമേക്കുള്ള ബത്തകളും മറ്റും ഏതാണ്ടിത്രതന്നെ വരും. പള്ളിക്കാര്യങ്ങൾക്കായി മൂന്ന് ബിഷപ്പുമാരും ഏതാണ്ട് 160 പാതിരിമാരുമുണ്ട്. കൽക്കത്താബിഷപ്പിന് പ്രതിവർഷം 25,000 ഡോളറും ബോംബെയിലെയും മദ്രാസിലെയും ബിഷപ്പുമാർക്ക് ഇതിന്റെ ഏതാണ്ട് പകുതിയുമാണ് ശമ്പളം. പാതിരിമാർക്ക് 2,500–7,000 ഡോളർ ശമ്പളത്തിന് പുറമെ ഓരോ സേവനത്തിനുള്ള ഫീസ് വേറെയും കിട്ടും. മെഡിക്കൽ വിഭാഗത്തിൽ എണ്ണൂറോളം ഫിസിഷ്യന്മാരും സർജന്മാരുമുണ്ട്. ഇവർക്ക് 1,500 മുതൽ 10,000 വരെ ഡോളർ ശമ്പളമുണ്ടായിരിക്കും.

ഇന്ത്യയിൽ സേവനമനുഷ്ഠിക്കുന്ന യൂറോപ്യൻ ഓഫീസർമാരുടെ സംഖ്യ ഏകദേശം 8,000 ആണ്. ആശ്രിതരായ രാജാക്കന്മാർ ബാധ്യത അനുസരിച്ച് നിലനിർത്തുന്ന ദളങ്ങളിലെ ഓഫീസർമാരും ഇക്കൂട്ടത്തിൽപ്പെടും. കാലാൾപ്പടയിൽ നിശ്ചിത ശമ്പളം കമീഷൻഡ് ഓഫീസർക്ക് 1,080 ഡോളറും, ലെഫ്റ്റനന്റിന് 1,344 ഡോളറും, ക്യാപ്റ്റന് 2,226 ഡോളറും മേജർക്ക് 3,810 ഡോളറും, ലെഫ്. കേണലിന് 5,520 ഡോളറും കേണലിന് 7,680 ഡോളറുമാണ്. ഇത് പാളയത്തിൽ നിൽക്കുന്ന കാലത്തെ ശമ്പളമാണ്. ആക്ടീവ് സർവീസിലായിരിക്കുമ്പോൾ ഇത് കൂടുതലായിരിക്കും. കുതിരപ്പടയിലും പീരങ്കിപ്പട എഞ്ചിനീയറിങ് സർവീസിലും ശമ്പളം കുറച്ചുകൂടി കൂടുതലാണ്. സ്റ്റാഫ് നിയമനമോ സിവിൽ സർവീസിൽ ജോലികളോ നേടുന്നത് വഴി പല ഓഫീസർമാർക്കും അവരുടെ ശമ്പളം ഇരട്ടിക്കാറുണ്ട്.

അങ്ങനെ, ഇന്ത്യയിൽ വളരെ ആദായമുള്ള സ്ഥാനങ്ങളിലിരിക്കുകയും ഇന്ത്യൻ സർവീസിൽനിന്ന് ശമ്പളം പറ്റുകയും ചെയ്യുന്ന പതിനായിരത്തോളം ബ്രിട്ടീഷ് പൗരന്മാരുണ്ട്. കൂടാതെ, പെൻഷൻ പറ്റി ഇംഗ്ലണ്ടിൽ ചെന്ന് താമസിക്കുന്നവരും അസംഖ്യമുണ്ട്. ഒരു നിശ്ചിതകാലത്തെ സേവനം കഴിഞ്ഞാൽ എല്ലാ സർവീസുകളിലുമുള്ളവർക്ക് ഈ പെൻഷൻ കിട്ടാൻ അർഹതയുണ്ട്. ഈ പെൻഷനും ഡിവിഡന്റും ഇംഗ്ലണ്ടിലേക്കടയ്ക്കുന്ന കടപ്പലിശയും കൂടി ചേർത്ത് കൊല്ലന്തോറും ഒന്നര-രണ്ടുകോടിയോളം ഡോളർ ഇന്ത്യയിൽനിന്ന് ഇംഗ്ലണ്ടിലേക്ക് വരുന്നുണ്ട്. വാസ്തവത്തിൽ സ്വന്തം പ്രജകൾ മുഖേന ഇംഗ്ലീഷ് ഗവൺമെന്റിന് ലഭിക്കുന്ന ഒരുതരം കപ്പം പോലെ ഇതിനെ കണക്കാക്കാവുന്നതാണ്. വിവിധ

സർവീസുകളിൽനിന്ന് കൊല്ലന്തോറും പെൻഷൻപറ്റി പിരിയുന്നവർ ശമ്പളത്തിൽനിന്ന് മിച്ചംവച്ച വലിയ സംഖ്യകളും തങ്ങളുടെ കൂടെ കൊണ്ടുപോകാറുണ്ട്. ഇന്ത്യയിൽനിന്ന് ആണ്ടോടാണ്ട് കടത്തിക്കൊണ്ടുപോകുന്ന സംഖ്യയുടെ കൂട്ടത്തിൽ ഇതും കൂടി കൂട്ടേണ്ടതാണ്.

സർക്കാർ സർവീസിലുള്ളവരെക്കൂടാതെ വാണിജ്യത്തിലും സ്വകാര്യ ഊഹക്കച്ചവടത്തിലും ഏർപ്പെട്ടു കഴിയുന്ന വേറൊരു 6000 ത്തിൽപ്പരം യൂറോപ്യരും ഇവിടെ താമസമുണ്ട്. നീലം, കരിമ്പ്, കാപ്പി എന്നിവയുടെ തോട്ടങ്ങൾ നടത്തിക്കൊണ്ട് നാട്ടിൻപുറങ്ങളിൽ പാർക്കുന്ന ഒരുപിടി ആളുകൾ കഴിഞ്ഞാൽ പിന്നെ ബാക്കിയുള്ളവർ മുഖ്യമായും കച്ചവടക്കാരോ ഏജന്റന്മാരോ വ്യവസായികളോ ആണ്. കൽക്കത്ത, ബോംബെ, മദ്രാസ് എന്നീ നഗരങ്ങളിലോ തൊട്ടടുത്ത പ്രദേശങ്ങളിലോ ആണ് ഇവരുടെ താമസം. അഞ്ചുകോടി ഡോളർവീതം വരുന്ന കയറ്റുമതിയും ഇറക്കുമതിയും ഉൾപ്പെടെയുള്ള ഇന്ത്യൻ വിദേശവ്യാപാരം ഏതാണ്ട് മുഴുവനുംതന്നെ ഇവരുടെ കൈയിലാണ്. ഇവരുടെ ലാഭം ഗണ്യമായിരിക്കുമെന്നതിൽ സംശയവുമില്ല.

അങ്ങനെ നോക്കുമ്പോൾ ഇന്ത്യയുമായുള്ള ഇംഗ്ലീഷ് ബന്ധം കൊണ്ട് പ്രധാനമായും ലാഭം വ്യക്തികൾക്കാണെന്നത് സ്പഷ്ടമാണ്. അവരുടെ ലാഭം ദേശീയ സമ്പത്തിലേക്ക് കുമിഞ്ഞുകൂടുമെന്നത് ശരിയുമാണ്. എങ്കിലും ഇതെല്ലാം നികത്തുന്ന തരത്തിലുള്ള ഒരു വമ്പിച്ച ചെലവും നടത്തേണ്ടതായി വരുന്നുണ്ട്. ഇന്ത്യയുടെ പേരിൽ ഇംഗ്ലീഷ് ജനതയുടെ കീശയിൽനിന്ന് ചെലവിടേണ്ടിവരുന്ന സൈനികച്ചെലവ് ഇന്ത്യയിലെ സാമ്രാജ്യവിസ്തൃതി വർധിക്കുന്നതിനനുസരിച്ച് കൂടിക്കൊണ്ടേയിരിക്കുകയാണ്. ബർമ, അഫ്ഗാനിസ്ഥാൻ, ചൈന, പേർഷ്യ എന്നീ രാജ്യങ്ങളിലെ ചെലവും ഇതിൽ കൂട്ടേണ്ടതാണ്. സത്യം പറഞ്ഞാൽ റഷ്യൻ യുദ്ധത്തിന്റെ മുഴുവൻ ചെലവും ന്യായമായി ഇന്ത്യൻ കണക്കിൽ ഉൾപ്പെടുത്താവുന്നതാണ്. എന്തുകൊണ്ടെന്നാൽ, ആ യുദ്ധത്തിന് കാരണമാക്കിയ റഷ്യയെപ്പറ്റിയുള്ള ഭയവും ശങ്കയും ഉടലെടുത്തത് ഇന്ത്യയിൽ റഷ്യക്ക് കണ്ണുണ്ടെന്ന് തോന്നിയപ്പോഴത്തെ അസൂയയിൽനിന്ന് മാത്രമാണല്ലോ. ഇന്ത്യ കൈവശമുള്ളതുകൊണ്ട് ഇംഗ്ലണ്ടിന് നടത്തേണ്ടിവരുന്ന അവസാനമില്ലാത്ത വെട്ടിപ്പിടിത്തങ്ങളുടെയും എന്നുമെന്നുമുള്ള ആക്രമണങ്ങളുടെയും ആ ജീവിതംകൂടി ഇതിനോട് ചേർത്താൽ ഈ പുത്രികാരാജ്യത്തിൽനിന്ന് കിട്ടാവുന്നതിന്റെ പരമാവധിയോളം തന്നെ ആ രാജ്യത്തിന്റെ കാര്യത്തിൽ ചെലവിടേണ്ടിയും വരികയില്ലേയെന്ന് ന്യായമായി സംശയിക്കാവുന്നതാണ്.

(1857 സെപ്തംബറിന്റെ തുടക്കത്തിൽ എഴുതിയത്. 1857 സെപ്തംബർ 21-ലെ 5123-ാം ലക്കം *ന്യൂയോർക്ക് ഡെയ്‌ലി ട്രിബ്യൂണിൽ* മുഖലേഖനമായി പ്രസിദ്ധീകരിക്കപ്പെട്ടു).

ഇന്ത്യൻ കലാപം (രണ്ട്)

കാൾ മാർക്സ്

ഇന്ത്യയിൽ കലാപകാരികളായ ശിപായിമാർ കാട്ടിക്കൂട്ടിയ അക്രമങ്ങൾ വാസ്തവത്തിൽ ബീഭത്സവും ഭീഷണവും അവർണനീയവും തന്നെ ആണ്. വിപ്ലവയുദ്ധങ്ങളിലും ജനവിഭാഗങ്ങളും വംശങ്ങളും സർവോപരി മതങ്ങളും തമ്മിൽ തമ്മിലുള്ള യുദ്ധങ്ങളിലും മാത്രം കാണാൻ കഴിയുന്ന തരത്തിലുള്ളതാണ് അതെല്ലാം. ചുരുക്കിപ്പറഞ്ഞാൽ, വെൻഡീ പ്രവിശ്യക്കാർ 'നീലനിറക്കാർക്ക്' എതിരായോ, സ്പാനിഷ് ഒളിപ്പോരാളികൾ അവിശ്വാസികളായ ഫ്രഞ്ചുകാർക്കെതിരായോ, സെർബിയക്കാർ ജർമൻ-ഹംഗേറിയൻ അയൽക്കാർക്കെതിരായോ, ക്രോഷ്യക്കാർ വിയന്നാ കലാപകാരികൾക്കെതിരായോ, കവെനാക്കിന്റെ ഗാർഡ് മൊബൈലുകാരും ബോണപ്പാർട്ടിന്റെ ഡിസംബ്രിസ്റ്റുകളും തൊഴിലാളിവർഗ ഫ്രാൻസിന്റെ മക്കൾക്കെതിരായോ[30] നടത്തിയപ്പോൾ മാന്യമായ ഇംഗ്ലണ്ടിന്റെ അഭിനന്ദനത്തിന് പാത്രീഭവിച്ചിട്ടുള്ളതരം അക്രമങ്ങളാണ് ഇതെല്ലാം. ശിപായികളുടെ പെരുമാറ്റം എത്രതന്നെ ഗർഹണീയമാണെങ്കിലും അത് ഇന്ത്യയിൽ ഇംഗ്ലണ്ട് തന്നെ ചെയ്തുവച്ചതിന്റെ കാച്ചിക്കുറുക്കിയ രൂപത്തിലുള്ള ഒരു പ്രതിക്രിയ മാത്രമാണെന്ന് പറയേണ്ടിയിരിക്കുന്നു. ഇംഗ്ലണ്ടിന്റെ ഈ പെരുമാറ്റം കിഴക്കൻ സാമ്രാജ്യത്തിന് അടിത്തറയിട്ടുകൊണ്ടിരുന്ന ആ കാലഘട്ടത്തിൽ മാത്രമുള്ളതായിരുന്നുമില്ല. സുസ്ഥാപിതമായ ഭരണത്തിന്റെ ഇക്കഴിഞ്ഞ പത്തുവർഷങ്ങളിൽ പോലും ദൃശ്യമായിരുന്ന ഒന്നായിരുന്നു ഈ പെരുമാറ്റം. മർദനമെന്നത് ഇംഗ്ലണ്ടിന്റെ ധനാഗമമാർഗത്തിന്റെ അഭേദ്യമായ ഒരു ഭാഗമായിരുന്നുവെന്ന് പറഞ്ഞാൽ* ഈ ഭരണം എങ്ങനെയുള്ളതായിരുന്നുവെന്ന് ഏറെക്കുറെ

ഊഹിക്കാവുന്നതാണ്. മനുഷ്യന്റെ ചരിത്രത്തിൽ പ്രതികാരം എന്നതു പോലുള്ള എന്തോ ഒന്നുണ്ട്. ഈ പ്രതികാരത്തിനുള്ള ഉപകരണം പതപ്പെടുത്തിയെടുക്കുന്നത് മർദിതനായിരിക്കില്ല. പിന്നെയോ മർദകനായിരിക്കുമെന്നത് ചരിത്രത്തിലെ പ്രതികാരത്തിന്റെ ഒരു നിയമവുമാണ്.

ഫ്രഞ്ച് രാജവാഴ്ചയ്ക്കെതിരായി ആദ്യത്തെ പ്രഹരമേൽപ്പിച്ചത് കർഷകരല്ല. പ്രഭുക്കളിൽ നിന്നാണ് ഇതുണ്ടായത്. ഇന്ത്യൻ കലാപത്തിന്റെ തുടക്കം ബ്രിട്ടീഷുകാർ മർദിക്കുകയും മാനംകെടുത്തുകയും നഗ്നരാക്കി നടത്തുകയും ചെയ്ത കൃഷീവലരിൽനിന്നല്ല ഉണ്ടായത്. പിന്നെയോ, അവർ ഉണ്ണാനും ഉടുക്കാനും കൊടുത്ത് മൂരിക്കുട്ടന്മാരെപ്പോലെ തടിപ്പിച്ച് ഓമനിച്ച് നിർത്തിയിരുന്ന ശിപായികളിൽ നിന്നാണ് അത് ആരംഭിച്ചത്. ശിപായിമാർ കാണിച്ച ക്രൂരതയുടെ ദൃഷ്ടാന്തമന്വേഷിക്കാൻ ചില ലണ്ടൻപത്രങ്ങൾ ചെയ്യുമ്പോലെ നമുക്ക് മധ്യകാലത്തേക്കൊന്നും പോകേണ്ടതില്ല. ഇതിനായി ഇന്നത്തെ ഇംഗ്ലീഷ് ചരിത്രത്തിന്റെ നാലതിരുകൾ വിട്ടുപോകേണ്ട ആവശ്യംപോലുമില്ല. ഒന്നാം ചൈനീസ് യുദ്ധത്തിലേക്ക്[31] ഒന്ന് തിരിഞ്ഞുനോക്കുക മാത്രമേ ഇതിന് ചെയ്യേണ്ടതായുള്ളൂ. ഇതാകട്ടെ ഇന്നലെ നടന്ന സംഭവവുമാണല്ലോ. ഇംഗ്ലീഷ് പട്ടാളം അന്ന് കാട്ടിക്കൂട്ടിയ വിക്രിയകൾ വെറും രസത്തിന് വേണ്ടിയുള്ളതായിരുന്നു. മതഭ്രാന്തിനാൽ പവിത്രമാക്കപ്പെട്ടതോ വെട്ടിപ്പിടിത്തക്കാരും ധിക്കാരികളുമായ ഒരു വംശത്തിനെതിരായ രോഷാഗ്നിയാൽ ആളിക്കത്തിക്കപ്പെട്ടതോ ധീരനായ ശത്രുവിന്റെ കഠിനമായ ചെറുത്തുനിൽപ്പിനാൽ പ്രകോപിക്കപ്പെട്ടതോ ആയിരുന്നില്ല അവരുടെ വികാരാവേശം. അന്ന് സ്ത്രീകളെ മാനഭംഗപ്പെടുത്തിയതും കുഞ്ഞുങ്ങളെ കമ്പിയിൽ കോർത്തതും ഗ്രാമവാസികളെ ഒന്നാകെ ജീവനോടെ ചുട്ടുകരിച്ചതുമെല്ലാം വെറും മത്തുപിടിച്ചുള്ള വിനോദങ്ങൾ മാത്രമായിരുന്നു. ഇതൊന്നും ചീനക്കാർ എഴുതിവച്ചിട്ടുള്ളതുമല്ല; ബ്രിട്ടീഷ് ഓഫീസർമാർ തന്നെയാണ് ഈ സംഭവങ്ങൾ രേഖപ്പെടുത്തി വച്ചിട്ടുള്ളത്.

ഇപ്പോഴത്തെ ഈ അത്യാഹിതത്തിന്റെ സന്ദർഭത്തിൽപ്പോലും ക്രൂരത മുഴുവൻ കാട്ടുന്നത് ശിപായിമാരാണെന്നും ഇംഗ്ലീഷുകാരുടെ ഭാഗത്തുനിന്ന് ഒഴുകിക്കൊണ്ടിരിക്കുന്നത് ഭൂതദയയാണെന്നും ധരിക്കുന്നത് ഒരു മഹാ അബദ്ധമായിരിക്കും. ബ്രിട്ടീഷ് ഓഫീസർമാർ എഴുതുന്ന കത്തുകൾ കൊടുംപകയുടെ സ്വരത്തിലുള്ളതാണ്. 55-ാം നാടൻ കാലാൾപ്പടയെ ആക്രമിക്കാൻ പറഞ്ഞിട്ട് കേൾക്കാത്തതിന് പത്താം ഇറെഗുലർ കുതിരപ്പടയെ നിരായുധീകരിച്ചതെങ്ങനെയാണെന്ന് പെഷവാറിൽനിന്നുള്ള ഒരു ഓഫീസറുടെ കത്തിൽ വിവരിക്കുന്നുണ്ട്. അവരെ നിരായുധീകരിക്കുക മാത്രമല്ല ഉണ്ടായതെന്നും, കോട്ടും ബൂട്ടും ഊരിവാങ്ങിയിട്ട് ആളൊന്നുക്ക് 12 പെനി വെച്ചുമേടിച്ച് പുഴക്കരയിലേക്ക് നടത്തിയിട്ട് വഞ്ചികളിൽ കയറ്റി സിന്ധുനദിയിലേക്ക് തള്ളിവിടുകയുണ്ടാ

---

* 71-78 പേജുകൾ നോക്കുക

യെന്നും ഈ ഓഫീസർ തന്റെ കത്തിൽ ഊറ്റംകൊള്ളുന്നുണ്ട്. അമ്മയ്ക്ക് ജനിച്ചവനെല്ലാം നദിയിലെ ഒഴുക്കിൽപ്പെട്ട് തുലയാനിടയുണ്ടെന്നതിൽ ഈ ലേഖകൻ അത്യധികം ആഹ്ലാദിക്കുന്നുമുണ്ട്. ഒരു കല്യാണം പ്രമാണിച്ച് കുറെ പടക്കങ്ങൾ പൊട്ടിച്ച് (ഇത് ഒരു ദേശീയാചാരമാണ്) രാത്രിയിൽ ബഹളമുണ്ടാക്കിയതിന് പിറ്റേന്ന് രാവിലെ പെഷവാറിലെ ചില ആളുകളെ പിടിച്ച് 'കെട്ടിയിട്ടിട്ട് ജീവിതത്തിലൊരിക്കലും മറക്കാനാവാത്ത തരത്തിൽ ചമ്മട്ടികൊണ്ടടിപ്പിച്ചെന്ന്' വേറൊരാളിന്റെ കത്തിൽ പറയുന്നു. മൂന്ന് നാട്ടുപ്രമാണിമാർ എന്തോ ഗൂഢാലോചനയിൽ ഏർപ്പെട്ടിട്ടുണ്ടെന്ന് പിണ്ടിയിൽനിന്ന് വിവരം കിട്ടിയപ്പോൾ അവരുടെ യോഗത്തിലേക്ക് ഒരു ചാരനെ നിയോഗിക്കാൻ നിർദേശിച്ചുകൊണ്ട് സർ ജോൺ ലോറൻസ് ഒരു സന്ദേശം അയച്ചു. ചാരന്റെ റിപ്പോർട്ട് കിട്ടിയപ്പോൾ സർ ജോൺ അയച്ച രണ്ടാമത്തെ സന്ദേശം 'അവരെ തൂക്കിലേറ്റുക' എന്നതായിരുന്നു. ആ നാട്ടുപ്രമാണിമാർ തൂക്കിലേറ്റപ്പെട്ടു. അലഹബാദിൽ നിന്ന് ഒരു സിവിൽ സർവീസ് ഓഫീസർ എഴുതുന്നത് ഇപ്രകാരമാണ്:

"ഞങ്ങൾക്കിവിടെ കൊല്ലിനും കൊലയ്ക്കുമുള്ള അധികാരമുണ്ട്. ആ അധികാരം ഞങ്ങൾ ശരിക്ക് വിനിയോഗിക്കുന്നുമുണ്ടെന്ന് നിങ്ങൾക്ക് ധൈര്യമായി വിശ്വസിക്കാം." അതേ സ്ഥലത്തുനിന്ന് തന്നെയുള്ള മറ്റൊരു റിപ്പോർട്ടിൽ പറയുന്നു: "(പടയാളികളല്ലാത്ത) പത്തോ പതിനഞ്ചോ പേരെ ഞങ്ങൾ തൂക്കിലേറ്റാത്ത ഒരു ദിവസവുമില്ല." ഉത്സാഹത്തിമിർപ്പോടെ ഒരു ഓഫീസർ എഴുതുകയാണ്: "ഹോംസ് നല്ലൊരു 'സരസ'നെപ്പോലെ ഡസൻ കണക്കിനാണ് അവന്മാരെ കഴുവിലേറ്റുന്നത്." യാതൊരു വിചാരണയും കൂടാതെ നിരവധി നാട്ടുകാരെ തൂക്കിലേറ്റിയതിനെ സൂചിപ്പിച്ചുകൊണ്ട് വേറൊരാൾ പറയുന്നതെന്താണെന്നോ: 'അതോടെ ഞങ്ങളുടെ തമാശ ആരംഭിച്ചു.' മൂന്നാമതൊരാൾ പറയുന്നു: "കുതിരപ്പുറത്തിരുന്നുകൊണ്ടാണ് ഞങ്ങൾ കോർട്ട് മാർഷൽ നടത്തുന്നത്. കൈയിൽ കിട്ടുന്ന സർവ കറമ്പന്മാരെയും ഞങ്ങൾ തൂക്കിലേറ്റുകയോ വെടിവച്ചു കൊല്ലുകയോ ചെയ്യുന്നുണ്ട്." ബനാറസിൽ സ്വന്തം നാട്ടുകാരോട് അനുഭാവം പ്രദർശിപ്പിച്ചെന്ന സംശയത്തിന്റെ പേരിൽ മുപ്പത് ജന്മിമാരെ കഴുവിലേറ്റിയതായും, അതേ കുറ്റത്തിന് ഗ്രാമങ്ങളൊന്നടങ്കം ചുട്ടുചാമ്പലാക്കപ്പെട്ടതായും റിപ്പോർട്ടുണ്ട്. *ലണ്ടൻ ടൈംസിൽ* പ്രസിദ്ധീകരിച്ച ഒരു കത്തിൽ ബനാറസിലെ ഒരു ഓഫീസർ എഴുതുന്നു: 'നാട്ടുകാരെ നേരിടേണ്ടി വരുമ്പോൾ യൂറോപ്യൻ പട്ടാളക്കാർ തനി രാക്ഷസന്മാരെപ്പോലെയാകുന്നുണ്ട്.'

ഇവിടെ വിസ്മരിക്കാൻ പാടില്ലാത്ത ഒരു സംഗതിയുണ്ട്. ഇംഗ്ലീഷുകാരുടെ ക്രൂരതകൾ യുദ്ധസഹജങ്ങളായ നടപടികളായാണ് ചിത്രീകരിക്കപ്പെടുന്നത്. അതേസമയംതന്നെ, പച്ചയായും വേഗത്തിലും മനം മടുപ്പിക്കുന്ന വിശദാംശങ്ങളിലേക്ക് കടക്കാതെയും പറഞ്ഞാൽ നാട്ടുകാരുടെ അക്രമപ്രവൃത്തികൾ എത്രതന്നെ ഞെട്ടിപ്പിക്കുന്നവയാണെങ്കിലും, അവ

യെപ്പറ്റി മനഃപൂർവം തന്നെ അതിശയോക്തിപരമായാണ് വിവരിക്കുന്ന തെന്ന് പ്രസ്താവിക്കേണ്ടിവരും. ഉദാഹരണത്തിന്, ഡൽഹിയിലും മീറ ത്തിലും നടന്ന ക്രൂരതകളെപ്പറ്റി ആദ്യം *ടൈംസി*ലും പിന്നീട് ലണ്ടൻ പത്രങ്ങളിലാകെയും വന്ന ആ റിപ്പോർട്ടിന്റെ കാര്യം നോക്കാം. ആരിൽനി ന്നുള്ളതായിരുന്നു അത്? മൈസൂറിൽപ്പെട്ട ബാംഗ്ലൂരിൽ താമസിക്കുന്ന ഭീരുവായ ഒരു പാതിരിയുടെതാണ് ഈ വിവരണം. സംഭവസ്ഥലത്തു നിന്ന് കാക്ക പറക്കുമ്പോലെ നേർവരയായി സഞ്ചരിച്ചാൽ പോലും ആയി രത്തിൽപ്പരം മൈൽ അകലെയുള്ള ഒരു നഗരമാണ് ബാംഗ്ലൂർ. ഡൽഹി യിൽ യഥാർഥത്തിൽ നടന്ന സംഗതികളെപ്പറ്റിയുള്ള റിപ്പോർട്ടുകൾ, ഇന്ത്യൻ ലഹളക്കാരന്റെ കാടുകയറിയ ചപലപ്രകൃതത്തെ അതിശയി ക്കുന്ന തരത്തിലുള്ള ഭീകരകഥകൾ നെയ്തെടുക്കാൻ കഴിവുള്ളതാണ് ഒരു ഇംഗ്ലീഷ് പാതിരിയുടെ ഭാവനയെന്ന് തെളിയിക്കുന്നു. ഒരു മാഞ്ചെ സ്റ്റർ സമാധാനസംഘം സെക്രട്ടറി* കാന്റണിലെ ആൾത്താമസമുള്ള കെട്ടിടങ്ങളിലേക്ക് ചുട്ടുപഴുത്ത ഷെല്ലുകൾ വർഷിക്കാൻ നിർദേശിക്കു ന്നതിനെക്കാളും ഒരു ഗുഹയ്ക്കുള്ളിൽ പാത്ത് പതുങ്ങിയിരിക്കുന്ന അറ ബികളെ ഒരു ഫ്രഞ്ച് മാർഷൽ ജീവനോടെ ചുട്ടെരിക്കുന്നതിനെക്കാളും[32] ഒൻപതിഴകളുള്ള ചമ്മട്ടിയോ ബ്രിട്ടീഷ് കാരാഗൃഹങ്ങളിൽ ഉപയോഗി ക്കപ്പെടുന്ന മനുഷ്യകാരുണ്യപരമായ മറ്റേതെങ്കിലും ഉപകരണമോ കൊണ്ട് പൊടുന്നനെയുള്ള സൈനികവിചാരണയ്ക്കു ശേഷം ബ്രിട്ടീഷ് പട്ടാളക്കാരെ ജീവനോടെ തൊലിയുരിക്കുന്നതിനെക്കാളും എല്ലാം ഒരു യൂറോപ്യന് അസഹ്യമായിട്ടുള്ളത് മൂക്കും മുലയും അരിയുന്നതാണെ ന്നതിൽ, ഒറ്റ വാക്കിൽ പറഞ്ഞാൽ, ശിപായിമാർ ചെയ്തതുപോലുള്ള അംഗവിച്ഛേദനം നടത്തുന്നതാണെന്നതിൽ സംശയമില്ല തന്നെ. മറ്റേ തൊരു സംഗതിയെയും പോലെ ക്രൂരതയുടെയും ഫാഷൻ സമയവും സ്ഥലവുമനുസരിച്ച് മാറിക്കൊണ്ടിരിക്കും. ഗോളിലെ ആയിരക്കണക്കിന് പടയാളികളുടെ വലതുകൈ ഛേദിച്ചുകളയാൻ താൻ ഉത്തരവിട്ടതിനെ പ്പറ്റി മികച്ച പണ്ഡിതനായിരുന്ന സീസർ യാതൊരു മറയും കൂടാതെ പച്ചയായി പറയുന്നുണ്ട്. ഇങ്ങനെ ചെയ്യാൻ നെപ്പോളിയൻ ലജ്ജിക്കു മായിരുന്നു. റിപ്പബ്ലിക്കൻ ചായ്‌വുള്ളതായി സംശയം തോന്നിയ തന്റെ തന്നെ പട്ടാളക്കാരെ നീഗ്രോകളുടെ കൈകൊണ്ടും വിഷൂചികകൊണ്ടും ചത്തൊടുങ്ങാൻവേണ്ടി ഡോമിൻഗൊലിലേക്ക് അയക്കാനാണ് അദ്ദേഹം ഇഷ്ടപ്പെട്ടത്.

ശിപായിമാർ നടത്തിയ ദാരുണമായ അംഗവിച്ഛേദങ്ങൾ ക്രൈസ് തവ ബൈസാന്റൈൻ സാമ്രാജ്യത്തിലെ ഒരു നടപടിയെയോ ചാൾസ് അഞ്ചാമൻ എന്ന ചക്രവർത്തിയുടെ ക്രിമിനൽ നിയമത്തിലെ ശിക്ഷാ വിധികളെയോ കടുത്ത രാജദ്രോഹത്തിനുള്ള ഇംഗ്ലീഷ് ദണ്ഡനനടപടി കളെയോ—ബ്ലാക്ക്സ്റ്റോൺ എന്ന ജഡ്ജി ഇതേപ്പറ്റി എഴുതിയിട്ടുള്ള രേഖകൾ ഇപ്പോഴും നിലവിലുണ്ട്—ആണ് അനുസ്മരിപ്പിക്കുന്നത്. ആത്മ

* ബൗറിങ്

പീഡനം ഒരു കലയാക്കി മാറ്റിയിട്ടുള്ള ഹിന്ദുമതത്തിൽ വിശ്വസിക്കുന്ന ഇന്ത്യക്കാരെ സംബന്ധിച്ചിടത്തോളം തങ്ങളുടെ വംശത്തിന്റെയും ധർമ്മത്തിന്റെയും ശത്രുക്കൾക്കെതിരായ ഈ ദണ്ഡന നടപടികൾ തികച്ചും സ്വാഭാവികമായിരിക്കും. ഇംഗ്ലീഷുകാർക്ക് ഇത് അവരെക്കാളും സ്വാഭാവികമായി തോന്നേണ്ടതാണ്. കാരണം, ക്രൂരത നിറഞ്ഞ ഒരു മതത്തിന്റെ രക്തരൂഷിതങ്ങളായ ചടങ്ങുകൾക്ക് സംരക്ഷണവും സഹായവും നൽകിക്കൊണ്ട് ജഗന്നാഥ ക്ഷേത്രോത്സവങ്ങളിൽ നിന്ന് അടുത്ത കാലം വരെയും തങ്ങളുടെ മടിശീല വീർപ്പിച്ചുകൊണ്ടിരുന്നവരാണല്ലോ അവർ.

'രക്തദാഹിയായ പഴഞ്ചൻ ടൈംസ്' — കോബ്ബെറ്റ് ആ പത്രത്തെ വിശേഷിപ്പിച്ചിരുന്നതങ്ങനെയാണ് — ഉന്മാദപൂർവം അട്ടഹസിക്കുകയും, തന്റെ ശത്രുവിനെ ആദ്യം കഴുവിലേറ്റാനും അതുകഴിഞ്ഞ് പൊരിക്കാനും അതുകഴിഞ്ഞ് ഇട്ടുരുട്ടാനും അതുകഴിഞ്ഞ് കമ്പിയിൽ കോർക്കാനും അതുകഴിഞ്ഞ് ജീവനോടെ തൊലിയുരിക്കാനുമുള്ള ആഗ്രഹത്തോടെ ഏറ്റവും ശ്രുതിമധുരങ്ങളായ ഗാനങ്ങൾ ആലപിക്കുന്ന ഒരു മൊസാർട്ട് ഓപ്പറയിലെ ക്രുദ്ധനായ കഥാപാത്രത്തെപ്പോലെ അലറുകയും, പ്രതികാരഭ്രാന്ത് മൂത്ത് ജൽപ്പനങ്ങൾ നടത്തുകയും എല്ലാം ചെയ്യുന്നത് കാണുമ്പോൾ ഈ ദുരന്തകോകത്തിനടിയിൽ ഹാസ്യത്തിന്റെ വ്യക്തമായ വേലത്തരങ്ങൾ പ്രകടമായിരുന്നില്ലെങ്കിൽ ഇതെല്ലാം എന്ത് വിഡ്ഢിത്തമാണെന്ന് പറയാൻ തോന്നിപ്പോയേനെ. *ലണ്ടൻ ടൈംസി*ന്റെ അഭിനയം കുറെ കടന്നുപോയി. പരിഭ്രമംകൊണ്ടു മാത്രമല്ല ഇത് സംഭവിച്ചത്. 'പ്രതികാരമോഹിയായ ടാർട്ടുഫെ'യിൽ പ്രസ്തുതവിഷയത്തിന് മോളിയെർക്ക് പോലും നൽകാൻ കഴിയാത്ത ഹാസ്യരസം ഈ പത്രം അതിനുണ്ടാക്കിക്കൊടുക്കുന്നുണ്ട്. കണക്കുകൾ മുഴുവൻ സമർപ്പിച്ചുകൊണ്ട് ഗവൺമെന്റിനെ രക്ഷിക്കുകയെന്ന ഒരേയൊരു ഉദ്ദേശ്യം മാത്രമേ അതിനുള്ളൂ. ജെറിക്കൊയിലെ ചുമരുകൾ പോലെ വെറും കുഴലൂത്തുകൊണ്ട് ഡൽഹിയെ വീഴിക്കാൻ പറ്റാത്തതിനാൽ ബ്രിട്ടീഷുകാരന്റെ ചെവിപൊട്ടുന്ന തരത്തിൽ പ്രതികാരത്തിനുള്ള അട്ടഹാസങ്ങൾ മുഴക്കിയിട്ട് ഈ കുഴപ്പം കുത്തിപ്പൊക്കിയതും അത് ഇത്രത്തോളമെത്തിച്ചതും അവന്റെ ഗവൺമെന്റാണെന്ന സംഗതി അവനെക്കൊണ്ട് വിസ്മരിപ്പിക്കേണ്ടത് ആവശ്യമാണല്ലോ.

(1857 സെപ്തംബർ 4-ന് എഴുതിയത്. 1857 സെപ്തംബർ 14-ലെ 5119-ാം ലക്കം *ന്യൂയോർക്ക് ഡെയ്‌ലി ട്രിബ്യൂണിൽ* പ്രസിദ്ധീകരിക്കപ്പെട്ടു).

ഇന്ത്യയിലെ കലാപം (മൂന്ന്)

കാൾ മാർക്സ്

ഇന്ത്യയിൽനിന്ന് ഇന്നലെ കിട്ടിയ വാർത്ത ഇംഗ്ലീഷുകാരെ സംബന്ധിച്ചിടത്തോളം വിനാശകരവും ആപൽക്കരവുമായിട്ടുള്ളതാണ്. എന്നാൽ, അന്യത്ര ചേർത്തിട്ടുള്ള മറ്റൊരു വിവരണത്തിൽനിന്ന് മനസിലാക്കാവുന്നതുപോലെ ഞങ്ങളുടെ ബുദ്ധിമാനായ ലണ്ടൻ ലേഖകൻ അങ്ങനെയല്ല ഇതിനെ കാണുന്നത്[33]. ഡൽഹിയിൽനിന്ന് ജൂലായ് 29 വരെയുള്ള വിവരങ്ങൾ ഞങ്ങളുടെ പക്കലുണ്ട്. കോളറയുടെ സംഹാരതാണ്ഡവത്തിന്റെ ഫലമായി ഉപരോധകസൈന്യങ്ങൾ ഡൽഹിയിൽനിന്ന് പിൻവാങ്ങിയിട്ട് ആഗ്രയിൽ ചെന്ന് താമസിക്കാൻ നിർബന്ധിതമായെന്ന് സൂചിപ്പിക്കുന്ന വേറൊരു റിപ്പോർട്ടും അതിനുശേഷം ഞങ്ങൾക്ക് കിട്ടിയിട്ടുണ്ട്. ലണ്ടൻ പത്രങ്ങളിലൊന്നുപോലും ഈ റിപ്പോർട്ട് സ്ഥിരീകരിക്കുന്നില്ലെന്നത് ശരിയാണെങ്കിലും അത് അൽപ്പം നേരത്തെയായിപ്പോയെന്ന് മാത്രമേ ഏറിയാൽ ഞങ്ങൾക്ക് സമ്മതിക്കാൻ കഴിയൂ. ജൂലായ് 14, 18, 23 എന്നീ തീയതികളിൽ നടന്ന ആക്രമണങ്ങളിൽ ഉപരോധകസൈന്യത്തിന് വമ്പിച്ച നാശനഷ്ടങ്ങളുണ്ടായെന്നത് ഇന്ത്യയിൽ നിന്നുള്ള എല്ലാ കത്തുകളിലും നിന്ന് നാം മനസിലാക്കിയിട്ടുള്ള സംഗതിയാണ്. എന്നത്തെയുംകാൾ സാഹസികമായ വീറോടുകൂടിയാണ് ആ സന്ദർഭങ്ങളിൽ കലാപകാരികൾ സമരം ചെയ്തത്. പീരങ്കിയുടെ വമ്പിച്ച മെച്ചവും അവർക്കുണ്ടായിരുന്നു. "നമ്മൾ 18 റാത്തലിന്റെ ഉണ്ടകളും 8 ഇഞ്ച് ഹോവിറ്റ്സർ പീരങ്കികളും ഉപയോഗിക്കുമ്പോൾ കലാപകാരികൾ ഇരുപത്തിനാലും മുപ്പത്തിരണ്ടും ഉപയോഗിച്ചാണ് തിരിച്ചടിക്കുന്നത്." എന്നാണ് ഒരു ബ്രിട്ടീഷ് ഓഫീസർ എഴുതുന്നത്. നമുക്ക് നേരിടേണ്ടിവന്ന പതിനെട്ട് ആക്രമണങ്ങൾക്കിടയിൽ നമ്മുടെ മൂന്നിലൊന്നോളമാളുകൾ മരണമടയുകയോ മുറിവേൽ

ക്കുകയോ ചെയ്തിട്ടുണ്ട് എന്ന് വേറൊരു കത്തിലും പ്രസ്താവിക്കുന്നുണ്ട്.

പോഷകസൈന്യത്തിന്റെ രൂപത്തിൽ പ്രതീക്ഷിക്കാനുള്ളത് ജനറൽ വാൻ കോർട്ട്‌ലാന്റിന്റെ കീഴിലുള്ള സിക്കുകാരുടെ ഒരു ദളം മാത്രമായിരുന്നു. ജനറൽ ഹാവ്‌ലോക്കിന് വിജയകരങ്ങളായ പല പോരാട്ടങ്ങൾക്കും ശേഷം തൽക്കാലത്തേക്ക് ലക്നൗവിനെ രക്ഷിക്കുകയെന്ന കൃത്യം മാറ്റിവച്ചിട്ട് കോൺപൂരിലേക്ക് മടങ്ങേണ്ടിവന്നു. അതേസമയം തന്നെ, 'ഡൽഹിയിൽ മഴക്കാലം വളരെ ശക്തിയായി ആരംഭിക്കുകയും' അങ്ങനെ കോളറയുടെ ആക്രമണത്തിന് ഒന്നുകൂടി ശക്തി വർധിക്കുകയും ചെയ്തിരുന്നു. ആ സ്ഥിതിക്ക് മുഗളന്മാരുടെ പഴയ തലസ്ഥാനനഗരി കീഴടക്കാനുള്ള ശ്രമം തൽക്കാലത്തേക്കെങ്കിലും ഉപേക്ഷിച്ചിട്ട് ഇംഗ്ലീഷുകാർ ആഗ്രയിലേക്ക് പിൻവാങ്ങിയതായുള്ള റിപ്പോർട്ട് ഇനിയും ഒരു യാഥാർഥ്യമായിക്കഴിഞ്ഞിട്ടില്ലെങ്കിലും താമസിയാതെതന്നെ അതൊരു സത്യമായിത്തീരുമെന്ന് പ്രതീക്ഷിക്കേണ്ടതാണ്.

ഗംഗാതടത്തിൽ ഏറ്റവും പ്രധാനമായിട്ടുള്ളത് ജനറൽ ഹാവ്‌ലോക്ക് കൈക്കൊള്ളാൻ പോകുന്ന നടപടികളാണ്. ഫത്തേപൂരിലും കോൺപൂരിലും ബിത്തുറിലും അദ്ദേഹം നടത്തിയ വീരശൂരപരാക്രമങ്ങളെ ഞങ്ങളുടെ ലണ്ടൻ സഹജീവികൾ സ്വാഭാവികമായും ആവശ്യത്തിലധികം പാടിപ്പുകഴ്ത്തിയിട്ടുണ്ട്. മുകളിൽ പ്രസ്താവിച്ചിട്ടുള്ളതുപോലെ, കോൺപൂരിൽനിന്ന് 25 മൈൽ മുന്നേറിയതിന് ശേഷം അവിടേക്ക്തന്നെ മടങ്ങാൻ അദ്ദേഹം നിർബന്ധിതനാവുകയാണുണ്ടായത്. രോഗബാധിതരെ അവിടെ കൊണ്ടുചെന്നാക്കാൻ മാത്രമായിരുന്നില്ല ഈ നടപടി. പോഷകസേനകൾ വരുന്നതുവരെ കാത്തിരിക്കേണ്ടതുമുണ്ടായിരുന്നു അദ്ദേഹത്തിന്. അത്യന്തം ഖേദജനകമായൊരു സംഗതിയാണിത്. കാരണം, ലക്നൗവിനെ രക്ഷപ്പെടുത്താനുള്ള ശ്രമം പൊളിഞ്ഞെന്നാണ് ഇത് സൂചിപ്പിക്കുന്നത്. അവിടെയുള്ള ബ്രിട്ടീഷ് ഗ്യാരിസണ് ഇനിയുള്ള ഒരേയൊരാശ അവരുടെ രക്ഷയ്ക്കായി നേപ്പാളിൽ നിന്ന് ജംഗ്ബഹദൂർ അയച്ചിട്ടുള്ള 3,000 ഗൂർഖാ പട്ടാളം മാത്രമാണ്. ഉപരോധം അവസാനിപ്പിക്കാൻ അവർക്കും കഴിയുന്നില്ലെങ്കിൽ കാൺപൂരിലെ കശാപ്പ് ലക്നൗവിലും ആവർത്തിക്കും. ഇതുകൊണ്ടും കാര്യങ്ങൾ അവസാനിക്കുകയില്ല. ലക്നൗകോട്ട പിടിച്ചെടുക്കാനും അങ്ങനെ ഔധിലെ തങ്ങളുടെ അധികാരം ശക്തിപ്പെടുത്താനും കലാപകാരികൾക്ക് കഴിഞ്ഞാൽ അത് ഡൽഹിക്കെതിരായ എല്ലാ ബ്രിട്ടീഷ് നടപടികളെയും പാർശ്വത്തിൽനിന്ന് ഭീഷണിപ്പെടുത്തും. ബനാറസിലും ബിഹാറിലാകെയുമുള്ള എതിർശക്തികളുടെ ബലാബലം നിശ്ചയിക്കാൻ പോകുന്നതും അതായിരിക്കും. ലക്നൗക്കോട്ട കലാപകാരികളുടെ കൈയിലായാൽ കോൺപൂരിന് ഇന്നുള്ള പ്രാധാന്യം പകുതി കുറയുകയും ഡൽഹിയുമായും ബനാറസുമായുമുള്ള അതിന്റെ ബന്ധം അപകടത്തിലാവുകയും ചെയ്യും. ഈ സാധ്യത മൂലം ലക്നൗവിൽനിന്ന് വരുന്ന വാർത്തയിലുള്ള വേദനാജനകമായ താൽപ്പര്യം ഒന്നുംകൂടി അധികമാകുന്നുണ്ട്. ക്ഷാമകാലറേഷൻ വച്ചു കഴിഞ്ഞാൽ ആറാഴ്ച പിടിച്ചുനിൽക്കാൻ പറ്റുമെന്നാണ് ജൂൺ 16–ാം

തീയതി അവിടത്തെ ഗ്യാരിസൺ കണക്കാക്കിയിരുന്നത്. അവസാനത്തെ റിപ്പോർട്ട് അയക്കുമ്പോൾ ഇതിൽ അഞ്ചാഴ്ചയും കഴിഞ്ഞിരുന്നു. അവിടെയിപ്പോൾ സർവതും നേപ്പാളിൽനിന്നുള്ള പോഷകസേനകളെ ആശ്രയിച്ചാണിരിക്കുന്നത്. ഇവർ എത്തിച്ചേരുമെന്ന് റിപ്പോർട്ടുണ്ടെങ്കിലും ഇനിയും അതിന് യാതൊരു ഉറപ്പുമില്ല.

ഗംഗാതീരത്തിലൂടെ കീഴോട്ട്, കോൺപൂരിൽനിന്ന് ബനാറസിലേക്കും ബിഹാറിലേക്കും നീങ്ങിയാൽ ബ്രിട്ടീഷുകാരുടെ സ്ഥിതി ഇതിലും പരുങ്ങലിലാണ്. ബനാറസിൽനിന്ന് ആഗസ്ത് 3-ാം തീയതി എഴുതിയത് *ബംഗാൾ ഗസറ്റ്* പ്രസിദ്ധപ്പെടുത്തിയതുമായ ഒരു കത്തിൽ പറയുന്നത് ഇപ്രകാരമാണ്:

> ദീനാപ്പുരിൽ നിന്നുള്ള ലഹളക്കാർ സോഹൻനദി കടന്ന് ആറായിലേക്ക് മാർച്ച് ചെയ്തു. അവിടെയുണ്ടായിരുന്ന യൂറോപ്യർ ജീവനെ ഭയന്ന് പോഷകസൈന്യങ്ങൾക്കായി ദീനാപ്പൂരിലേക്ക് എഴുതി. ചക്രവർത്തിനിതിരുമനസിന്റെ 5, 10, 37 എന്നീ സൈന്യദളങ്ങളിൽ പെട്ടവരെ രണ്ട് സ്റ്റീംബോട്ടുകളിൽ കയറ്റി അങ്ങോട്ടയച്ചു. അർധരാത്രിയോടെ ഈ ബോട്ടുകളിൽ ഒന്ന് ചെളിയിൽ പൂണ്ട് ഉറച്ചുപോയി. അതിലുണ്ടായിരുന്നവർ തെരക്കിട്ട് കരയ്ക്കിറങ്ങിയശേഷം കാൽനടയായി മുന്നോട്ട് നീങ്ങി. പക്ഷേ, അവർ വേണ്ടത്ര മുൻകരുതലുകൾ നടത്തിയിരുന്നില്ല. പൊടുന്നനെ ഇരുഭാഗങ്ങളിലും നിന്ന് കനത്ത വെടിയുണ്ടവർഷം ആരംഭിച്ചു. തൊട്ടടുത്തെവിടെയോ നിന്നാണ് ഉണ്ടകൾ വർഷിച്ചിരുന്നത്. തൽഫലമായി നിരവധി ഓഫീസർമാർ ഉൾപ്പെടെ അവരുടെ ചെറിയ സൈന്യത്തിൽപ്പെട്ട 150 ആളുകൾ യുദ്ധം ചെയ്യാനാവാത്ത സ്ഥിതിയിലായി. ആ സ്റ്റേഷനിലുണ്ടായിരുന്ന യൂറോപ്യരെല്ലാം കൂട്ടത്തോടെ കൊലചെയ്യപ്പെട്ടെന്നാണ് സങ്കൽപ്പിക്കപ്പെടുന്നത്.

ബംഗാൾ പ്രസിഡൻസിയിലുള്ള സാഹാബാദ് എന്ന ബ്രിട്ടീഷ് ജില്ലയിൽപ്പെട്ട ആറാ ദീനാപ്പൂരിൽനിന്ന് ഗാസിപ്പൂരിലേക്കുള്ള വഴിമധ്യേ സ്ഥിതിചെയ്യുന്ന ഒരു പട്ടണമാണ്. ദീനാപ്പൂരിൽനിന്ന് 25 മൈൽ പടിഞ്ഞാറും ഗാസിപ്പൂരിൽനിന്ന് 75 മൈൽ കിഴക്കുമാണ് അത്. ബനാറസും അത്ര സുരക്ഷിതമല്ല. ഇവിടെ യൂറോപ്യൻ മട്ടിൽ പണിതീർത്ത ഒരു കോട്ടയുണ്ട്. കലാപകാരികളുടെ കൈയിൽപ്പെട്ടാൽ അവിടം മറ്റൊരു ഡൽഹിയായിത്തീരും. ബനാറസിന് തെക്കുമാറി ഗംഗയുടെ മറുകരയിലായി സ്ഥിതിചെയ്യുന്ന മിഴ്സാപ്പൂരിൽ ഒരു മുസ്ലിം ഗൂഢാലോചന കണ്ടുപിടിക്കപ്പെട്ടിട്ടുണ്ട്. കൽക്കത്തയിൽനിന്ന് ഏതാണ്ട് 80 മൈൽ അകലെയായി ഗംഗാതീരത്തുള്ള ബർഹാംപൂരിൽ ഉണ്ടായിരുന്ന 63-ാം നാടൻ കാലാൾപ്പടയെ നിരായുധീകരിച്ചിരിക്കുകയാണ്. ചുരുക്കിപ്പറഞ്ഞാൽ, ബംഗാൾ പ്രസിഡൻസിയിലാകെ ഒരു വശത്ത് കലാപവും മറുവശത്ത് അങ്കലാപ്പും പടർന്നു പിടിച്ചിരിക്കുകയാണ്. കൽക്കത്തയുടെ പടിവാതിൽവരെപ്പോലും ഇത് എത്തിയിട്ടുണ്ട്. ആസന്നമായ മുഹറം അവിടെ

വളരെയേറെ ആശങ്ക സൃഷ്ടിച്ചിട്ടുണ്ട്. ഈ സന്ദർഭത്തിൽ മതഭ്രാന്തിളകിയ മുസ്ലിങ്ങൾ നിസ്സാരകാര്യങ്ങൾക്കുപോലും വഴക്കുണ്ടാക്കാൻ തയാറായി ഊരിപ്പിടിച്ച വാളുമായി നടക്കുക പതിവാണ്. തൽഫലമായി ഇംഗ്ലീഷുകാർക്കെതിരായി പൊതുവായൊരു ആക്രമണം ഉണ്ടായേക്കാം. സ്വന്തം അംഗരക്ഷകസേനയെ നിരായുധീകരിക്കാൻ ഗവർണർ ജനറൽ* തന്നെയും നിർബന്ധിതനായിട്ടുള്ള സ്ഥിതിയാണ് അവിടെ നിലവിലുള്ളത്. ഇത്രയും പറഞ്ഞതിൽ നിന്നുതന്നെ ബ്രിട്ടീഷുകാരുടെ പ്രധാനഗതാഗതമാർഗമായ ഗംഗയിലൂടെയുള്ള സമ്പർക്കം തടസപ്പെടാനും വിച്ഛേദിക്കപ്പെടാനും മുറിഞ്ഞുപോകാനും സാധ്യതയുണ്ടെന്ന കാര്യം വായനക്കാർക്ക് മനസിലായിരിക്കുമല്ലൊ. നവംബറിൽ എത്തിച്ചേരുന്ന പോഷകസേനകളുടെ പുരോഗതിയെ ഇത് ബാധിക്കും. യമുനാമാർഗത്തിലൂടെയുള്ള ബ്രിട്ടീഷ് നടപടികളെ ഇത് ഒറ്റപ്പെടുത്തുകയും ചെയ്യും.

ബോംബെ പ്രസിഡൻസിയിലും കാര്യങ്ങൾ കുഴഞ്ഞുകൊണ്ടിരിക്കുകയാണ്. 27-ാം ബോംബെ നാടൻ കാലാൾപ്പട കോൽഹാപ്പൂരിൽവച്ച് ലഹള നടത്തിയെന്നത് ഒരു വാസ്തവമാണ്. പക്ഷേ, ബ്രിട്ടീഷുകാർ അവരെ തോൽപ്പിച്ചെന്നത് ഒരു കിംവദന്തി മാത്രമാണ്. നാഗ്പ്പൂരിലും ഔറംഗബാദിലും ഹൈദരാബാദിലും ഇപ്പോഴിതാ കോൽഹാപ്പൂരിലും വച്ച് ബോംബെ നാടൻ സൈന്യം പലപ്രാവശ്യം ലഹളകൾ നടത്തിയിട്ടുണ്ട്. ബോംബെ നാടൻ സൈന്യത്തിൽ കൃത്യമായി 43,048 പട്ടാളക്കാരാണുള്ളത്. അതേസമയം, ആ പ്രസിഡൻസിയിൽ ആകെക്കൂടി വാസ്തവത്തിൽ രണ്ട് യൂറോപ്യൻ റെജിമെന്റുകൾ മാത്രമാണുള്ളത്. ബോംബെ പ്രസിഡൻസിയിൽ ക്രമസമാധാനം നിലനിർത്താൻ മാത്രമല്ല ഈ നാടൻ സൈന്യത്തെ ആശ്രയിച്ചിരുന്നത്. പഞ്ചാബിലുള്ള സിൻഡിലേക്ക് പോഷകസേനകളെ അയയ്ക്കാനും, ലേയിലേക്കും ഇൻഡോറിലേക്കുമുള്ള കോളങ്ങൾ രൂപീകരിക്കാനും ആ സ്ഥലങ്ങൾ തിരിച്ചുപിടിച്ച് അവിടങ്ങളിൽ അധികാരം നിലനിർത്താനും, ആഗ്രയുമായി ബന്ധം സ്ഥാപിച്ച് അവിടെയുള്ള ഗ്യാരിസണ് ആശ്വാസം നൽകാനും ഈ സൈന്യത്തിന്റെ തന്നെ സഹായമാണ് തേടിയിരുന്നത്. ഈ നടപടിക്കുള്ള ഉത്തരവാദിത്വം ബ്രിഗേഡിയർ സ്റ്റിവാർട്ടിന്റെ കോളത്തെയാണ് ഏൽപ്പിച്ചിരിക്കുന്നത്. 3-ാം ബോംബെ യൂറോപ്യൻ റെജിമെന്റിലെ 300 പേരും, 5-ാം ബോംബെ നാടൻ കാലാൾപ്പടയിലെ 250 പേരും, 25-ാം ബോംബെ നാടൻ കാലാൾപ്പടയിലെ 1,000 പേരും, ഹൈദരാബാദ് കണ്ടിൻജന്റിൽപ്പെട്ട 3-ാം അശ്വസേനാ റെജിമെന്റിൽപ്പെട്ട 800 പേരുമാണ് ഈ കോളത്തിലുള്ളത്. 2,250 നാടൻ പട്ടാളക്കാരുള്ള ഈ സൈന്യനിരയിൽ 700 യൂറോപ്യരുണ്ട്. രാജ്ഞിയുടെ 26-ാം കാലാൾപ്പടയിലും രാജ്ഞിയുടെ 14-ാം ലൈറ്റ് ഡ്രാഗുൺസിലുംപെട്ടവരാണ് ഇവരിലേറിയപങ്കും. കൂടാതെ, കലാപത്തിന്റെ വക്കിലെത്തിയ ഖാണ്ഡേഷ്, നാഗ്പപ്പൂർ എന്നീ പ്രദേശങ്ങളെ പേടിപ്പിച്ചു നിർത്താനും അതേസമയംതന്നെ മധ്യേന്ത്യയിൽ പ്രവർത്തിക്കുന്ന പറക്കും കോളങ്ങൾക്ക് ഒരു പിൻബലം ഉണ്ടാക്കാനും വേണ്ടി

* ചാൾസ് ജോൺ ക്യാനിങ്

ഇംഗ്ലീഷുകാർ നാടൻ പട്ടാളത്തിന്റെ മറ്റൊരു കോളവും രൂപീകരിച്ചിട്ടുണ്ട്.

ഇന്ത്യയുടെ ആ ഭാഗത്ത് 'സമാധാനം പുനഃസ്ഥാപിക്കപ്പെട്ടിട്ടുണ്ടെന്നാണ്' പറയുന്നത്. പക്ഷേ, ഇതത്ര വിശ്വസിക്കാൻ പറ്റില്ല. സത്യത്തിൽ മോയുടെമേലുള്ള പിടിയല്ല ഈ പ്രശ്നത്തിന് തീരുമാനമുണ്ടാക്കുന്നത്. മറിച്ച്, മറാഠാരാജാക്കന്മാരായ സിന്ധ്യയും ഹോൾക്കറും എന്തു നിലപാട് സ്വീകരിക്കുമെന്നതാണ് ഇതിൽ നിർണായകമാകാൻ പോകുന്നത്. സ്റ്റിവാർട്ട് മോയിൽ എത്തിയെന്ന് പറയുന്ന അതേ റിപ്പോർട്ടിൽത്തന്നെ വേറൊരു സംഗതികൂടി കൂട്ടിച്ചേർത്തിട്ടുണ്ട്. ഹോൾക്കർ ഇപ്പോഴും ഉറച്ചുതന്നെ നിൽക്കുന്നുണ്ടെങ്കിലും അദ്ദേഹത്തിന്റെ പട്ടാളം പിടിച്ചാൽ പിടികിട്ടാത്ത സ്ഥിതിയിലാണെന്നാണ് ഈ റിപ്പോർട്ടിൽ പറയുന്നത്. സിന്ധ്യയുടെ നിലപാടിനെപ്പറ്റി ഒരൊറ്റ വാക്കുപോലും മിണ്ടിയിട്ടുമില്ല. ചെറുപ്പക്കാരനും ജനസമ്മതനും ഉശിരനുമായ ഇദ്ദേഹം സ്വാഭാവികമായിത്തന്നെ മറാഠരുടെ ആകെ നേതാവാകാൻ പറ്റിയ ആളാണ്. അദ്ദേഹത്തിന് സ്വന്തമായി സുശിക്ഷിതരായ പതിനായിരം പേരടങ്ങിയ ഒരു സൈന്യമുണ്ട്. അദ്ദേഹം ബ്രിട്ടീഷുകാരെ വിട്ടുപോയാൽ അവർക്ക് മധ്യേന്ത്യയാകെ നഷ്ടപ്പെടും. എന്നു മാത്രമല്ല, വിപ്ലവകാരികൾക്ക് അത് വമ്പിച്ച കരുത്തും ഉറപ്പും കൈവരുത്തുകയും ചെയ്യും. ഡൽഹിയുടെ മുന്നിലുള്ള സൈന്യത്തിന്റെ പിന്മാറ്റവും വിരട്ടലുകളും രസക്കേടുകളും എല്ലാം ചേർന്ന് ഒടുവിൽ സ്വന്തം നാട്ടുകാരുടെ പക്ഷത്ത് ചേരാൻ അദ്ദേഹത്തെ പ്രേരിപ്പിച്ചെന്ന് വരാം. പക്ഷേ, ഹോൾക്കറുടെയും സിന്ധ്യയുടെയും മേൽ പ്രധാനമായി സ്വാധീനം ചെലുത്താൻ പോകുന്നത് ഡെക്കാണിലെ മറാഠരായിരിക്കും. മുകളിൽ പ്രസ്താവിച്ചിട്ടുള്ളതുപോലെ അവിടെയും ഒടുവിൽ കലാപം തല ഉയർത്തുകതന്നെ ചെയ്തിട്ടുണ്ട്. മുഹറമാഘോഷം ഏറ്റവും അപകടകരമാകാൻ പോകുന്നതും ഇവിടെത്തന്നെയാണ്. അങ്ങനെ, ബോംബെ സൈന്യത്തിൽ പൊതുവിലുള്ള ഒരു കലാപം പ്രതീക്ഷിക്കാൻ ചില ന്യായങ്ങളെല്ലാമുണ്ട്. താമസിയാതെ മദ്രാസ്സൈന്യവും ഈ മാതൃക പിന്തുടരാനിടയുണ്ട്. 60,555 നാടൻ പട്ടാളക്കാരാണ് ഈ സൈന്യത്തിലുള്ളത്. ഏറ്റവും കടുത്ത മുസ്ലിം ഭ്രാന്തുള്ള ഹൈദരാബാദ്, നാഗ്പൂർ, മാൾവ എന്നീ പ്രദേശങ്ങളിൽ നിന്നാണ് ഇവർ റിക്രൂട്ട് ചെയ്യപ്പെട്ടിട്ടുള്ളത്. അങ്ങനെ, ആഗസ്തിലെയും സെപ്തംബറിലെയും മഴക്കാലം ബ്രിട്ടീഷ് പട്ടാളനീക്കങ്ങളെ തളർത്തുകയും അവരുടെ ഗതാഗതബന്ധങ്ങളെ വിഘ്നപ്പെടുത്തുകയും ചെയ്യുമെന്നുള്ള വസ്തുതയുടെ അടിസ്ഥാനത്തിൽ നോക്കിയാൽ യൂറോപ്പിൽനിന്ന് അയച്ചിട്ടുള്ള പ്രബലമെന്ന് തോന്നിയേക്കാവുന്ന പോഷകസേന തുള്ളിതുള്ളിയായി വളരെ വൈകിയെത്തുമ്പോൾ തങ്ങളിലർപ്പിതമായ കടമ നിറവേറ്റാൻ അവരെക്കൊണ്ടാവില്ലെന്ന് കരുതുന്നതിൽ യാതൊരു തെറ്റുമുണ്ടായിരിക്കില്ല. അഫ്ഗാനിസ്ഥാനിലെ അതേ അത്യാഹിതങ്ങൾ തന്നെ[34] തുടർന്ന് നടക്കാൻ പോകുന്ന ഈ യുദ്ധത്തിലും ഏറെക്കുറെ പ്രതീക്ഷിക്കാം.

(1857 സെപ്തംബർ 18-ന് എഴുതിയത്. 1857 ഒക്ടോബർ 3-ലെ 5134-ാം ലക്കം *ന്യൂയോർക്ക് ഡെയ്ലി ട്രിബ്യൂണിൽ* മുഖപ്രസംഗമായി പ്രസിദ്ധീകരിക്കപ്പെട്ടു).

ഇന്ത്യയിലെ കലാപം (നാല്)

കാൾ മാർക്സ്

ഇന്നലെ 'അറ്റ്ലാന്റിക്' മുഖേന ഇന്ത്യയിൽനിന്ന് ലഭിച്ച വാർത്തകളിൽനിന്ന് രണ്ട് പ്രധാനസംഗതികൾ സ്പഷ്ടമാകുന്നുണ്ട്. ലക്നൗവിന് ആശ്വാസം എത്തിക്കുന്നതിനായി മുന്നോട്ടുനീങ്ങാൻ ജനറൽ ഹാവ്ലോക്കിന് കഴിഞ്ഞിട്ടില്ല. ഡൽഹിയിൽ ഇംഗ്ലീഷുകാർ പിടിവിടാതെ നിൽക്കുന്നുമുണ്ട്. ബ്രിട്ടീഷ്ചരിത്രത്തിൽ മാത്രമാണ് ഈ രണ്ടാമത് പറഞ്ഞതിന് സമാന്തരമായ ഒരു സംഭവം കണ്ടെത്താൻ സാധിക്കുന്നത്. വൽച്ചേറൽ പടയോട്ട[35]മാണ് ആ സംഭവം. 1809 ആഗസ്ത് മധ്യത്തിൽ ആ പടയോട്ടം പരാജയപ്പെടുകയേയുള്ളുവെന്ന് തീർച്ചയായതാണ്. എന്നിട്ടും നവംബർവരെ അവർ മടക്കയാത്ര നീട്ടിക്കൊണ്ടുപോയി. ഒരു ഇംഗ്ലീഷ് പട്ടാളം അവിടെ ഇറങ്ങിയിട്ടുണ്ടെന്ന് അറിഞ്ഞപ്പോൾ അവരെ ആക്രമിക്കരുതെന്നും അവരെ നശിപ്പിക്കുന്ന ജോലി രോഗബാധയ്ക്ക് വിട്ടുകൊടുക്കണമെന്നും ആയിരുന്നു നെപ്പോളിയൻ നിർദേശിച്ചത്. രോഗം പീരങ്കിയെക്കാൾ ഫലപ്രദമായി ആ ജോലി നിറവേറ്റിക്കൊള്ളും. ഫ്രാൻസിന് ഒരു ദമ്പടിപോലും ചെലവ് നേരിടുകയുമില്ല. ഇന്നത്തെ 'മുഗളരുടെ' സ്ഥിതി നെപ്പോളിയന്റേതിനെക്കാൾ മെച്ചമാണ്. രോഗത്തിന് ആക്രമത്തിന്റെ പിൻബലം നൽകാനും ആക്രമണത്തിന് രോഗത്തിന്റെ പിൻബലമുണ്ടാക്കാനും കഴിയുന്ന സ്ഥിതിയിലാണവർ.

സെപ്തംബർ 27-ന് കഗ്ലിയാരിയിൽനിന്ന് എഴുതിയ ഒരു ബ്രിട്ടീഷ് ഗവൺമെന്റ് റിപ്പോർട്ടിൽ പറയുന്നു:

ഡൽഹിയിൽനിന്ന് ഏറ്റവും ഒടുവിൽ കിട്ടിയ വാർത്ത ആഗസ്ത്

> 12-ലേതാണ്. അപ്പോഴും നഗരം കലാപകാരികളുടെ കൈയിലായിരുന്നു. പക്ഷേ, ധാരാളം പോഷകസേനകളുമായി ജനറൽ നിക്കൽസൺ ഡൽഹിയിൽനിന്ന് ഒരു ദിവസത്തെ വഴിക്കടുത്തുവരെ എത്തിയിട്ടുള്ളതിനാൽ താമസിയാതെ തന്നെ ഒരു ആക്രമണം നടത്താൻ കഴിയുമെന്ന് പ്രതീക്ഷിക്കുന്നുണ്ട്.

വിൽസണും നിക്കൽസണും അവരുടെ ഇപ്പോഴത്തെ സൈന്യബലവുമായി ഡൽഹിയെ ആക്രമിക്കുന്നതുവരെ അവിടം പിടിച്ചെടുക്കാൻ കഴിയുന്നില്ലെങ്കിൽ ആ നഗരഭിത്തികൾ സ്വയം നിലംപതിക്കുന്നതുവരെ അവ അങ്ങനെതന്നെ നിലനിൽക്കും. നിക്കൽസന്റെ ധാരാളം സൈന്യങ്ങളെന്ന് പറയുന്നത് 4,000 സിക്കുകാരാണ്. ഡൽഹിയെ ആക്രമിക്കാൻ തീരെ അപര്യാപ്തമെങ്കിലും ആ നഗരത്തിന് മുന്നിലുള്ള ക്യാമ്പ് നില നിർത്തിക്കൊണ്ടുപോകുന്നതിനുള്ള ആത്മഹത്യാപരമായ പുതിയൊരു ന്യായം കണ്ടുപിടിക്കാൻ തികച്ചും മതിയാകുന്ന ഒന്നാണ് ഈ പോഷകസേനയുടെ സംഖ്യാബലം.

മീറത്ത് കലാപകാരികളെ ഡൽഹിയിലെത്താൻ അനുവദിക്കുകയെന്ന തെറ്റ്—സൈനികനിലപാടിൽനിന്ന് നോക്കിയാൽ പാതകമെന്നു തന്നെ പറയണം ഇതിനെ—ജനറൽ ഹെവിറ്റ് കാട്ടുകയും, അപ്രതീക്ഷിതമായ ഒരു ആക്രമണം നടത്തി ആ നഗരം പിടിച്ചെടുക്കാൻ അവർക്ക് കഴിയുമാറ് ആദ്യത്തെ രണ്ടാഴ്ചകൾ പാഴാക്കുകയും ചെയ്തതിനു ശേഷം ഡൽഹിയെ വളയാൻ പ്ലാൻ ചെയ്തത് തീരെ പിടികിട്ടാത്ത ഒരു ഭീമാബദ്ധമാണ്. ഇക്കാര്യത്തിൽ *ലണ്ടൻ ടൈംസി*ന്റെ കോമരങ്ങളെക്കാൾ വലിയൊരു പ്രാമാണികനായി ഞങ്ങൾ കാണുന്ന നെപ്പോളിയൻ സർവസാധാരണമെന്ന് തോന്നിയേക്കാവുന്ന രണ്ട് യുദ്ധനിയമങ്ങളെപ്പറ്റി അനുശാസിക്കുന്നുണ്ട്. ഒന്നാമത്തെ നിയമം ഇതാണ്: പിന്തുണ നൽകാവുന്നതും ഏറ്റവും കൂടുതൽ വിജയസാധ്യതയുള്ളതുമായ സംഗതികൾ മാത്രമേ ഏറ്റെടുക്കാവൂ. ശത്രുസംഹാരമെന്ന മുഖ്യ യുദ്ധലക്ഷ്യം സാധിക്കാവുന്നിടത്ത് മാത്രമേ മുഖ്യസൈന്യത്തെ നിയോഗിക്കാവൂ' എന്നതാണ് രണ്ടാമത്തെ നിയമം. ഡൽഹിയുടെ ഉപരോധം പ്ലാൻ ചെയ്യുന്നതിൽ ഈ പ്രാഥമിക നിയമങ്ങൾ വിസ്മരിക്കപ്പെട്ടു. ഇന്ത്യൻ ഗവൺമെന്റ് തന്നെ ഡൽഹിയിലെ കോട്ടകൊത്തളങ്ങൾ സമീപകാലത്ത് കേടുപാടുകൾ തീർത്ത് ബലപ്പെടുത്തിയിരുന്നുവെന്ന കാര്യം ഇംഗ്ലണ്ടിലെ അധികൃതർക്ക് അറിയാമായിരുന്നിരിക്കണമെന്നത് തീർച്ചയാണ്. തൽഫലമായി വളരെ ചിട്ടയായ ഒരു ഉപരോധം കൊണ്ടു മാത്രമേ ആ നഗരം പിടിക്കാൻ കഴിയൂ എന്ന സ്ഥിതിയാണ് ഇപ്പോഴുള്ളത്; 15,000 മുതൽ 20,000 വരെയുള്ള ഒരു സൈന്യം അതിന് ആവശ്യമാണ്. അതുപോലും സാധിക്കുന്നത് പ്രതിരോധം വളരെ സാധാരണ മട്ടിൽ നടന്നാൽ മാത്രമാണ്. ഇപ്പോൾ 15,000-20,000 ആളുകൾ ആവശ്യമായിരുന്ന ഒരു സംരംഭം 6,000-7,000 ആളുകളെവച്ച് നടത്താൻ ഒരുമ്പെട്ടത് തനി വിഡ്ഢിത്തമാണ്. എന്നുമാത്രമല്ല, ഉപരോധം നീണ്ടുപോയാൽ—ആൾബലക്കുറവ്

വച്ചുനോക്കിയാൽ അത് നീണ്ടുപോകുമെന്നത് പ്രതീക്ഷിക്കേണ്ടതുമായിരുന്നു—തങ്ങളുടെ സൈന്യങ്ങൾക്ക് ആ സ്ഥലത്ത്, ആ ശീതോഷ്ണാവസ്ഥയിൽ, ആ മഴക്കാലത്ത് അധൃഷ്യനും അദൃശ്യനുമായ ഒരു ശത്രുവിന്റെ ആക്രമണത്തെ നേരിടേണ്ടിവരുമെന്നും അത് അവരുടെ അണികളിൽ നാശത്തിന്റെ വിത്തുകൾ വിതറുമെന്നുള്ളതും ഇംഗ്ലീഷുകാർക്ക് അറിയാമായിരുന്നു. അതിനാൽ വിജയസാധ്യതകൾ ഡൽഹിയുടെ ഉപരോധത്തിന് പൂർണമായും എതിരായിരുന്നു.

യുദ്ധത്തിന്റെ ലക്ഷ്യത്തെപ്പറ്റി പറഞ്ഞാൽ, ഇന്ത്യയിൽ ഇംഗ്ലീഷ് ഭരണം നിലനിർത്തിക്കൊണ്ട് പോവുകയെന്നതാണ് ഈ ലക്ഷ്യമെന്നതിനെപ്പറ്റി സംശയത്തിന് യാതൊരു അവകാശവുമുണ്ടായിരുന്നില്ലല്ലൊ. ആ ലക്ഷ്യപ്രാപ്തിയെ സംബന്ധിച്ചിടത്തോളം ഡൽഹിക്ക് തന്ത്രപ്രധാനമായ യാതൊരു മഹത്വവും ഉണ്ടായിരുന്നില്ല. ചരിത്ര പാരമ്പര്യം കാരണം നാട്ടുകാർ ഡൽഹിക്ക് യഥാർഥസ്വാധീനത്തിൽ കവിഞ്ഞ അന്ധവിശ്വാസതുല്യമായ ഒരു പ്രാധാന്യം കൽപ്പിച്ചിരുന്നുവെന്നത് ശരിയാണ്. അതുകൊണ്ടാണ് ലഹളക്കാരായ ശിപായിമാർ അവിടം തങ്ങളുടെ പൊതു സംഗമസ്ഥാനമായി തെരഞ്ഞെടുത്തത്. എന്നാൽ, നാട്ടുകാരുടെ മുൻവിധിപ്രകാരം തങ്ങളുടെ സൈനിക പദ്ധതികൾ ആസൂത്രണം ചെയ്യാതെ ഡൽഹിയെ വെറുതെ വിട്ടിട്ട് ആ നഗരത്തെ ഒറ്റപ്പെടുത്തിയിരുന്നെങ്കിൽ അതിന് ഉണ്ടെന്ന് ധരിച്ചുവച്ചിരുന്ന പ്രാധാന്യം ഇല്ലാതാക്കാൻ ഇംഗ്ലീഷുകാർക്ക് കഴിയുമായിരുന്നു. മറിച്ച്, നഗരത്തിന് മുന്നിൽ ചെന്ന് തമ്പടിക്കുകയും, ആ നഗരഭിത്തികളിൽ ചെന്ന് തലയിട്ടടിക്കുകയും, തങ്ങളുടെ മുഖ്യശക്തിയെ അവിടെ കേന്ദ്രീകരിക്കുകയും അങ്ങനെ ലോകശ്രദ്ധ മുഴുവൻ അവിടേക്ക് തിരിച്ചു വിടുകയും ചെയ്തുകൊണ്ട് പിന്മാറാനുള്ള മാർഗം പോലും അടച്ചുകളയുകയാണ്. അഥവാ, പിന്മാറ്റത്തിന് ഒരു കനത്ത പരാജയത്തിന്റെ എല്ലാ ഫലങ്ങളും ഉണ്ടാക്കുകയാണ്, അവർ ചെയ്തിരിക്കുന്നത്. അങ്ങനെ ഡൽഹിയെ യുദ്ധത്തിന്റെ ലക്ഷ്യമാക്കാൻ നോക്കിയ ലഹളക്കാരുടെ കൈയിൽ ചെന്ന് വീണുകൊടുത്തിരിക്കുകയാണ് അവർ. ഇത് മാത്രവുമല്ല ഉണ്ടായിട്ടുള്ളത്. ഛിദ്രവാസനകൾ മുളയിലേ നുള്ളാനും സ്വന്തം സൈനികകേന്ദ്രങ്ങൾ തമ്മിലുള്ള ബന്ധം മുറിയാതെ സൂക്ഷിക്കാനും ശത്രുവിനെ ഏതെങ്കിലും ചില കേന്ദ്രങ്ങളിൽ ഒതുക്കിയിട്ട് ഡൽഹിയെ ഒറ്റപ്പെടുത്താനും പറ്റും വിധത്തിൽ യുദ്ധസജ്ജമായ ഒരു സൈന്യത്തെ ഉണ്ടാക്കിയെടുക്കുകയെന്നതാണ് തങ്ങളെ സംബന്ധിച്ചിടത്തോളം പ്രാഥമിക പ്രാധാന്യമുള്ള സംഗതിയെന്ന് മനസിലാക്കാൻ ഇംഗ്ലീഷുകാർക്ക് അത്ര വലിയ ബുദ്ധിശക്തിയുടെയൊന്നും ആവശ്യമുണ്ടായിരുന്നില്ല. സരളവും സുസ്പഷ്ടവുമായ ഈ പദ്ധതിയനുസരിച്ച് പ്രവർത്തിക്കുന്നതിനുപകരം അവർ തങ്ങളുടെ പക്കലുള്ള സക്രിയമായ ഒരേയൊരു സൈന്യത്തെ ഡൽഹിയുടെ മുന്നിൽ കൊണ്ടുചെന്ന് കേന്ദ്രീകരിച്ചുകൊണ്ട് അതിനെ അനങ്ങാൻ വയ്യാത്ത നിലയിലാക്കിയിട്ട് രംഗം ലഹളക്കാർക്കായി വിട്ടുകൊ

ടുക്കുകയാണ് ചെയ്തിരിക്കുന്നത്. അതേസമയം, അവരുടെ സ്വന്തം ഗ്യാരിസണുകളാകട്ടെ വളരെ അകന്നകന്ന് പരസ്പരബന്ധം കൂടാതെ ഒറ്റപ്പെട്ട കേന്ദ്രങ്ങളിൽ പിടിച്ചുനിൽക്കുകയാണ്. സംഖ്യാബലത്തിൽ മികച്ച ശത്രുസൈന്യങ്ങൾ ഇഷ്ടപ്പടി കാര്യങ്ങൾ നടത്താനുള്ള സാവകാശത്തോടെ ഈ കേന്ദ്രങ്ങളെ വളഞ്ഞുനിൽക്കുകയുമാണ്.

തങ്ങളുടെ പ്രധാനപ്പെട്ട മൊബൈൽ കോളത്തെ ഡൽഹിയുടെ മുന്നിൽ കൊണ്ടുചെന്ന് തളച്ചിടുന്നതിലൂടെ ഇംഗ്ലീഷുകാർ ശ്വാസം മുട്ടിച്ചിട്ടുള്ളത് കലാപകാരികളെയല്ല; മറിച്ച്, സ്വന്തം ഗ്യാരിസണുകളെത്തന്നെയാണ് അവർ സ്തംഭിപ്പിച്ച് നിർത്തിയിരിക്കുന്നത്. ഡൽഹിയിൽ കാട്ടിയ അടിസ്ഥാനപരമായ ഈ വിഡ്ഢിത്തം കഴിഞ്ഞാൽ പിന്നെ അതിന് സമാനമായ മറ്റെന്തെങ്കിലും യുദ്ധചരിത്രത്തിൽ കാണാൻ കഴിയുമെങ്കിൽ അത് ഈ ഗ്യാരിസണുകളുടെ പ്രവർത്തനത്തെ നയിക്കുന്നതിൽ പ്രദർശിപ്പിച്ചിട്ടുള്ള മഠയത്തരമല്ലാതെ മറ്റൊന്നുമല്ല. പരസ്പരബന്ധമോ കേന്ദ്ര നേതൃത്വമോ കൂടാതെ സ്വതന്ത്രമായി നിന്നിരുന്ന ഈ ഗ്യാരിസണുകൾ ഒരൊറ്റ സൈന്യത്തിന്റെ ഭാഗമെന്നതിന് പകരം ശത്രുതയിൽ വർത്തിക്കുന്ന വിഭിന്ന രാഷ്ട്രങ്ങളുടെ വിഭിന്ന സൈനികദളങ്ങൾ പോലെയാണ് പ്രവർത്തിച്ചിരുന്നത്. ഉദാഹരണത്തിന്, കോൺപൂരിന്റെയും ലക്നൗവിന്റെയും കാര്യംതന്നെ നോക്കാം. തൊട്ടടുത്തുള്ള രണ്ട് സ്ഥലങ്ങളായിരുന്നു ഇവ രണ്ടും. രണ്ടിടങ്ങളിലും ഓരോ സൈനികദളമുണ്ടായിരുന്നു. രണ്ടും സന്ദർഭത്തിന് തുലോം അപര്യാപ്തമായ ചെറിയ ദളങ്ങളുമായിരുന്നു. രണ്ടിടങ്ങളും തമ്മിൽ 40 മൈൽ അകലമേ ഉണ്ടായിരുന്നുള്ളുവെങ്കിൽക്കൂടി രണ്ടും വേറിട്ടുള്ള കമാൻഡുകൾക്ക് കീഴിലായിരുന്നു. രണ്ട് എതിർധ്രുവങ്ങളിൽ സ്ഥിതിചെയ്താലെന്നപോലെ ഇവ തമ്മിലുള്ള പ്രവർത്തനൈക്യവും തദൈവ തന്നെയായിരുന്നു. ഏറ്റവും ലളിതമായ തന്ത്രനിയമങ്ങൾ അനുസരിച്ച് ഔഡിലെ ചീഫ് കമീഷണർ സർ എച്ച് ലോറൻസിനോട് തൽക്കാലം ലക്നൗ കൈയൊഴിച്ചിട്ട് സ്വന്തം സൈന്യങ്ങളുമായി കോൺപൂരിലെത്തി തന്റെ നില ശക്തിപ്പെടുത്തണമെന്ന് ആവശ്യപ്പെടാൻ കോൺപൂരിലെ സൈനിക കമാൻഡർക്ക് അധികാരം ഉണ്ടായിരിക്കണമായിരുന്നു. ഈ നടപടിയിലൂടെ രണ്ടു ഗ്യാരിസണുകളെയും രക്ഷിക്കാൻ കഴിയുമായിരുന്നു. പിന്നീട് ഹാവ്‌ലോക്കിന്റെ പട്ടാളം കൂടി വന്നുചേരുന്നതോടെ ഔഡിനെ പിടിച്ചുനിറുത്താനും ആഗ്രയെ സഹായിക്കാനും പറ്റുന്ന ഒരു കൊച്ചുസൈന്യം രൂപീകരിക്കാൻ കഴിയുമായിരുന്നു. ഇതിനുപകരം ഓരോ സ്ഥലവും ഒറ്റയ്ക്കൊറ്റയ്ക്ക് നടപടി എടുത്തതിന്റെ ഫലമായി കോൺപൂരിലെ ഗ്യാരിസൺ ഇതാ കശാപ്പ് ചെയ്യപ്പെട്ടിരിക്കുന്നു. ലക്നൗവിലെ ഗ്യാരിസൺ കോട്ട സഹിതം ഏതുസമയവും താഴെ വീഴാവുന്ന സ്ഥിതിയിലുമാണ്. ഉഷ്ണകാലം അതിന്റെ അത്യുച്ചകോടിയിൽ നിൽക്കുന്ന ഇന്ത്യൻ ശീതോഷ്ണാവസ്ഥയിൽ എട്ടു ദിവസത്തിനിടയിൽ അത്രയും പോരാട്ടങ്ങളും നടത്തിക്കൊണ്ട് 126 മൈൽ ദൂരം തന്റെ പട്ടാളത്തെ മാർച്ച് ചെയ്യിച്ച ഹാവ്‌ലോക്കിന്റെ അത്ഭുതകൃ

ത്യവും വീരശൂരപരാക്രമങ്ങളുമെല്ലാം പോലും വൃഥാവിലായിരിക്കുന്നു. അമിതാധ്വാനംകൊണ്ട് തളർന്നുനിൽക്കുന്ന അദ്ദേഹത്തിന്റെ പട്ടാളം ലക്നൗവിന്റെ രക്ഷയ്ക്കായുള്ള പാഴ്ശ്രമങ്ങളിലൂടെ ഒന്നുകൂടി പരിക്ഷീണരായിരിക്കയാണ്. കോൺപൂരിൽ നിന്ന് കുറഞ്ഞുകുറഞ്ഞു വരുന്ന ദൂരങ്ങളിലേക്കുള്ള പടയോട്ടങ്ങൾക്കായി അനാവശ്യമായ ത്യാഗങ്ങൾ സഹിക്കാൻ അവർ ഇനിയും നിർബന്ധിതരാവുമെന്നത് തീർച്ചയുമാണ്. ഇതെല്ലാം കഴിഞ്ഞാലും അദ്ദേഹത്തിന് അലഹബാദിലേക്ക് പിൻവാങ്ങേണ്ടിവരികയും ചെയ്യും. അപ്പോൾ അദ്ദേഹത്തിന്റെ പിന്നിൽ വളരെയേറെ ആളുകളൊന്നും ഉണ്ടായെന്നും വരില്ല. പകർച്ചവ്യാധികൾ പിടിച്ച ക്യാമ്പിൽ കിടന്ന് നരകിക്കാൻവിടാതെ ഡൽഹിയുടെ മുന്നിലുള്ള ഇംഗ്ലീഷ് സൈന്യത്തെ യുദ്ധരംഗത്ത് കേന്ദ്രീകരിച്ചിരുന്നെങ്കിൽ ഈ കൊച്ചു സൈന്യത്തിനുപോലും എന്തെന്തു കാര്യങ്ങൾ ചെയ്യാൻ കഴിയുമായിരുന്നുവെന്ന് അദ്ദേഹത്തിന്റെ സൈന്യം കൈക്കൊണ്ട നടപടികൾ മറ്റെന്തിനെയുംകാൾ സ്പഷ്ടമായി നമുക്ക് കാണിച്ചുതരുന്നുണ്ട്. വികേന്ദ്രീകരണമെന്നതാണ് ഇംഗ്ലീഷുകാർ സ്വീകരിച്ചിട്ടുള്ള പദ്ധതി. ഗ്യാരിസണുകളുടെ എണ്ണം പരമാവധി ചുരുക്കുകയും ഉടനടി തന്നെ അവിടങ്ങളിൽ നിന്ന് സ്ത്രീകളെയും കുട്ടികളെയും ഒഴിവാക്കുകയും തന്ത്രപ്രധാനമല്ലാത്ത സ്റ്റേഷനുകളെല്ലാം വിട്ടുപോവുകയും അങ്ങനെ സാധ്യമായത്ര ഏറ്റവും വലിയ സൈന്യത്തെ യുദ്ധരംഗത്ത് അണിനിരത്തുകയുമെന്നതാണ് അവർ ചെയ്യേണ്ടിയിരുന്ന സംഗതി. കൽക്കത്തയിൽനിന്ന് ഗംഗാനദി വഴി അയച്ച തുഛമായ പോഷകസേനകളുടെ ഒരൊറ്റ ഡിറ്റാച്ച്മെന്റ് പോലും അലഹബാദിൽ എത്താൻ ഇടയാകാതെ എണ്ണമറ്റ ഗ്യാരിസണുകൾ അവയെ വിഴുങ്ങിക്കളഞ്ഞ സ്ഥിതിവിശേഷമാണ് ഇന്ന് കാണുന്നത്.

ലക്നൗവിനെപ്പറ്റി പറഞ്ഞാൽ, മുൻ തപാലുകളിൽ കിട്ടിയ വിവരങ്ങളുടെ അടിസ്ഥാനത്തിൽ നടത്തിയ ഏറ്റവും ഇരുണ്ട പ്രവചനങ്ങൾ പോലും* ഇപ്പോൾ ശരിയായി വന്നിരിക്കുന്നതായാണ് കാണുന്നത്. കോൺപൂരിലേക്ക് പിൻവാങ്ങാൻ ഹാവ്‌ലോക്ക് ഒരിക്കൽക്കൂടി നിർബന്ധിതനായിരിക്കുന്നു. നേപ്പാൾ സഖ്യസേനയിൽനിന്ന് എന്തെങ്കിലും സഹായം കിട്ടാൻ യാതൊരു സാധ്യതയും കാണുന്നില്ല. പട്ടിണിമൂലം ലക്നൗ കീഴടങ്ങിയെന്നും അവിടെ ധീരമായി ചെറുത്തുനിന്നവർ സ്ത്രീകളും കുട്ടികളും സഹിതം കൂട്ടത്തോടെ കൊല ചെയ്യപ്പെട്ടെന്നുമുള്ള വിവരത്തിനായി ഇനി കാത്തിരുന്നാൽ മതി.

(1857 സെപ്തംബർ 29-ന് എഴുതിയത്. 1857 ഒക്ടോബർ 13-ലെ 5142-ാം ലക്കം *ന്യൂയോർക്ക് ഡെയ്‌ലി ട്രിബ്യൂണിൽ* മുഖലേഖനമായി പ്രസിദ്ധീകരിക്കപ്പെട്ടു).

---

* മുൻ അധ്യായം നോക്കുക.

ഇന്ത്യയിലെ കലാപം (അഞ്ച്)

കാൾ മാർക്സ്

ഇന്ത്യൻ കലാപത്തെപ്പറ്റി ചർച്ച ചെയ്യുമ്പോൾ അവർ തുടക്കം മുതൽക്ക് പ്രദർശിപ്പിച്ചുവന്ന അതേ ശുഭാപ്തിവിശ്വാസംതന്നെ ഇപ്പോഴും അവരിൽ നിറഞ്ഞുനിൽക്കുന്നുണ്ട്. ഡൽഹിക്കെതിരായി വിജയകരമായ ഒരു ആക്രമണം നടക്കേണ്ടിയിരുന്നുവെന്ന് മാത്രമല്ല, ആഗസ്ത് 20-ന് തന്നെ അത് നടക്കേണ്ടിയിരുന്നുവെന്നും അവർ പറയുന്നുണ്ട്. ഇവിടെ ആദ്യമായി തിട്ടപ്പെടുത്താനുള്ള സംഗതി ഉപരോധകസൈന്യത്തിന് ഇപ്പോൾ എത്ര സംഖ്യാബലം ഉണ്ടെന്നതാണ്. ഡൽഹിക്ക് മുന്നിലുള്ള ക്യാമ്പിൽ നിന്ന് ആഗസ്ത് 13-ന് ഒരു ആർട്ടിലറി ഓഫീസർ എഴുതിയ കത്തിൽ രംഗത്തിറക്കാൻ പറ്റുന്ന ബ്രിട്ടീഷ് സൈന്യത്തിന്റെ ബലത്തെപ്പറ്റി വിശദമായി എഴുതുന്നുണ്ട്. അതുപ്രകാരം ആ മാസം 10-ാം തീയതിയുള്ള സ്ഥിതി താഴെ കാണുംവിധമായിരുന്നു:

	ബ്രിട്ടീഷ് ഓഫീസർമാർ	ബ്രിട്ടീഷ് സൈനികർ	നാടൻ ഓഫീസർമാർ	നാടൻ സൈനികർ	കുതിര
സ്റ്റാഫ്	30	–	–	–	–
ആർട്ടിലറി	39	598	–	–	–
എഞ്ചിനീയർമാർ	26	39	–	–	–
കുതിരപ്പട	18	570	–	–	520
1–ാം ബ്രിഗേഡ്					
രാജ്ഞിയുടെ 75–ാം റെജിമെന്റ്	16	502	–	–	–
കമ്പനിയുടെ 2–ാം ഫ്യൂസിലിയർമാർ	17	487	–	–	–
കുമോൺ ബറ്റാലിയൻ	4	–	13	435	–
2–ാം ബ്രിഗേഡ്					
രാജ്ഞിയുടെ 60–ാം റൈഫിൾസ്	15	251	–	–	–
കമ്പനിയുടെ 2–ാം ഫ്യൂസിലിയർമാർ	20	493	–	–	–
ടൈമൂർ ബറ്റാലിയൻ	4	–	9	319	–
3–ാം ബ്രിഗേഡ്					
രാജ്ഞിയുടെ 8–ാം റെജിമെന്റ്	15	153	–	–	–
രാജ്ഞിയുടെ 61–ാം റെജിമെന്റ്	12	249	–	–	–
4–ാം സിക്കുകൾ	4	–	4	365	–
ഗൈഡ് കോർ	4	–	4	196	–
കോക്കിന്റെ കോർ	5	–	16	709	–
മൊത്തം	229	3,342	46	2,024	520

അപ്പോൾ, ആഗസ്ത് 10–ാം തീയതി ഡൽഹിക്ക് മുന്നിലുള്ള ബ്രിട്ടീഷ് സൈന്യത്തിൽ രംഗത്തിറക്കാവുന്നവരുടെ സംഖ്യ കൃത്യം 5,641 ആയിരുന്നു. ഇതിൽനിന്ന് 120 പേരെക്കൂടി (112 സൈനികരും 8 ഓഫീസർമാരും) കുറവ് ചെയ്യേണ്ടതുണ്ട്. നഗരഭിത്തികൾക്ക് പുറത്ത് ഇംഗ്ലീഷുകാരുടെ ഇടതുവശത്തായി കലാപകാരികൾ സംഘടിപ്പിച്ച ഒരു പുതിയ ബാറ്ററിക്കെതിരായി ആഗസ്ത് 12–ന് നടത്തിയ ഒരാക്രമണത്തിൽ ഇത്രയും പേരെ നഷ്ടപ്പെട്ടതായി ഇംഗ്ലീഷ് റിപ്പോർട്ടുകളിൽനിന്ന് മന

സിലാകുന്നുണ്ട്. പിന്നെ ശേഷിച്ചത് 5,521 ആളുകളാണ്. ബ്രിഗേഡിയർ നിക്കൽസൺ ഉപരോധക സൈന്യത്തിന്റെ കൂടെ ചേരുമ്പോഴത്തെ സ്ഥിതി ഇതായിരുന്നു. ഫിറോസ്പൂരിൽനിന്ന് ഒരു രണ്ടാംക്ലാസ് സീജ് ട്രെയിനിന്റെ ഒപ്പമെത്തിയ അദ്ദേഹത്തിന്റെ കീഴിൽ 52-ാം ലൈറ്റ് ഇൻ ഫൻട്രിയും (ഏകദേശം 900 പേർ), 61-ന്റെ ഒരു ഭാഗവും (4 കമ്പനിക ളിൽപ്പെട്ട 360 ആളുകൾ) ബൂർഷ്യെറുടെ ഫീൽഡ് ബാറ്ററിയും 6-ാം പഞ്ചാബ് റെജിമെന്റിന്റെ ഒരു ഭാഗവും (540 പേർ), മുൾട്ടാൻ കാലാൾ-കുതിരപ്പടകളിൽപ്പെട്ട കുറെപ്പേരും ഉൾപ്പെടെ മൊത്തം ഏകദേശം 2,000 പേരാണുണ്ടായിരുന്നത്. ഇവരിൽ 1,200 പേരോളം യൂറോപ്യരാണ്. നിക്കൽസൺ തന്റെ പട്ടാളവുമായി എത്തുന്ന സമയത്ത് അവിടെ ഉണ്ടാ യിരുന്ന 5,521 പേരുടെ കൂടെ ഇവരെക്കൂടി ചേർത്താൽ ആകെയുള്ള സംഖ്യ 7,521 ആകും. പഞ്ചാബ് ഗവർണർ സർ ജോൺ ലോറൻസ് മറ്റു കുറെ പോഷകസേനകളെക്കൂടി അയച്ചിട്ടുണ്ടെന്നാണ് പറയുന്നത്. 8-ാം കാലാൾപ്പടയിൽ ശേഷിച്ചവരും, 24-ൽ നിന്നുള്ള മൂന്ന് കമ്പനിയും—പെഷ വാറിൽ നിന്നുള്ള ക്യാപ്റ്റൻ പാറ്റന്റെ സൈന്യം വക മൂന്ന് കുതിരപ്പീര ങ്കിയും ഇവരുടെ കൂടെയുണ്ട് — 2-ാം പഞ്ചാബ് ഇൻഫൻട്രിയും, 4-ാം പഞ്ചാബ് ഇൻഫൻട്രിയും, 6-ാം പഞ്ചാബിന്റെ ശേഷിച്ച ഭാഗവും ഈ സൈന്യത്തിൽപ്പെടും. ഇവരുടെ സംഖ്യ ഏറിയാൽ 3,000 വരും. ഇവ രിൽ സിംഹഭാഗവും സിക്കുകാരാണ്. ഈ സൈന്യം ഇനിയും എത്തി ക്കഴിഞ്ഞിരുന്നില്ല. ചേംബർലെയിന്റെ കീഴിൽ ഒരുമാസം മുൻപ് പഞ്ചാബ് പോഷകസേനകൾ എത്തിച്ചേർന്ന ആ സന്ദർഭത്തെപ്പറ്റി വായനക്കാരന് ഓർമയുണ്ടാകുമല്ലോ. *അതോടെ ജനറൽ റീഡിന്റെ സൈന്യബലം സർ എച്ച് ബർനാർഡിന്റെ തുടക്കത്തിലുള്ള സൈന്യബലത്തോളമായി. അത്ര മാത്രമേ അതുകൊണ്ട് സാധിച്ചുള്ളൂ. അതുപോലെ ജനറൽ റീഡിന്റെ സൈന്യബലം സർ എച്ച് ബർനാർഡിന്റെ തുടക്കത്തിലുള്ള സൈന്യ ബലത്തോളമായി. അത്രമാത്രമേ അതുകൊണ്ട് സാധിച്ചുള്ളൂ. അതു പോലെ ഈ പോഷകസേനകൾ ബ്രിഗേഡിയർ വിൽസൺ നയിക്കുന്ന സൈന്യത്തിന്റെ ബലം ജനറൽ റീഡിന്റെ തുടക്കത്തിലുള്ള ബലത്തിന്റെ അത്രയുമാക്കാൻ മാത്രമേ ഉപകരിക്കൂ. ഒടുവിൽ ഒരു സീജ്ട്രെയിൻ എത്തിയിട്ടുണ്ടെന്നത് മാത്രമാണ് ഇംഗ്ലീഷുകാർക്ക് അനുകൂലമായ ഒരേ യൊരു സംഗതി. ഇനി, പ്രതീക്ഷിക്കപ്പെടുന്ന ഈ മൂവായിരം പേർ ക്യാ മ്പിൽ എത്തിയെന്നും, അങ്ങനെ ഇംഗ്ലീഷ് സൈന്യത്തിന്റെ മൊത്തം ബലം പതിനായിരമായി വർധിച്ചെന്നും തന്നെ വച്ചാലും — ഇവരിൽ മൂന്നി ലൊന്നോളം പേരുടെ കൂറ് സംശയാസ്പദവുമാണ് — അവർക്കെന്താണ് ചെയ്യാൻ കഴിയുക? അവർ ഡൽഹിയെ വളയുമെന്നാണ് പറയുന്നത്. പതിനായിരം ആളുകളെ വച്ചുകൊണ്ട് നല്ലപോലെ കോട്ടകെട്ടി ഉറപ്പിച്ചി ട്ടുള്ളതും ഏഴ് മൈലിലധികം വിസ്തൃതിയുള്ളതുമായ ഒരു നഗരത്തെ

---

* 80-ാം പേജ് നോക്കുക.

വളയുകയെന്ന ആശയത്തിന്റ ബുദ്ധിശൂന്യത വിസ്മരിക്കാമെന്ന് വയ്ക്കുക. എന്നാലും ഡൽഹിയെ വളയുന്നതിനെപ്പറ്റി ആലോചിക്കും മുൻപ് ഇംഗ്ലീഷുകാർക്ക് യമുനയുടെ ഗതി മാറ്റേണ്ടിവരും. ഇംഗ്ലീഷുകാർ ഡൽഹിയിൽ പ്രവേശിക്കുന്നത് രാവിലെയാണെങ്കിൽ വൈകുന്നേരമാകുമ്പോഴേക്ക് കലാപകാരികൾ അവിടം വിട്ടിരിക്കും. യമുനയുടെ മറുകരയിലെത്തിയിട്ട് അവർ റോഹിൽഖണ്ഡിലേക്കും ഔഡിലേക്കും പോകും. അതല്ലെങ്കിൽ യമുനാതീരത്തുകൂടി മഥുരയെയും ആഗ്രയെയും ലക്ഷ്യമാക്കി മാർച്ച് ചെയ്തിരിക്കും. അങ്ങനെ, ചതുരത്തിന്റെ ഒരു വശം ഉപരോധകർക്ക് അപ്രാപ്യമായിട്ടുള്ളതാണ്. അതേസമയം ഉപരോധിതർക്ക് പിൻവാങ്ങാൻ ആ വഴി പ്രയോജനപ്പെടുകയും ചെയ്യും. അങ്ങനെയുള്ള ഒരു ചതുരത്തെ അവരെങ്ങനെ വളയുമെന്നത് എന്തായാലും ഇനിയും പരിഹാരം കണ്ടുകഴിഞ്ഞിട്ടില്ലാത്ത ഒരു പ്രശ്നമാണ്.

അകസ്മികമായ ഒരാക്രമണത്തിലൂടെ ഡൽഹി പിടിക്കുന്ന പ്രശ്നമേയില്ലെന്നതിൽ എല്ലാവർക്കും യോജിപ്പുണ്ട് എന്നാണ് മുകളിൽ ചേർത്തിട്ടുള്ള സൈന്യവിവരപ്പട്ടിക തയാറാക്കിയ ഓഫീസർ പറയുന്നത്.

അതേസമയം തന്നെ, വാസ്തവത്തിലെന്തു ചെയ്യാനാണ് ക്യാമ്പിലുള്ളവർ ഉദ്ദേശിക്കുന്നതെന്നും അദ്ദേഹം പറയുന്നുണ്ട്. കുറെ ദിവസക്കാലം നഗരത്തിനെതിരായി ഷെല്ലിങ്ങ് നടത്തിയിട്ട് സാമാന്യം നല്ലൊരു വിടവുണ്ടാക്കാം. എന്നതാണ് അവരുടെ പ്രതീക്ഷ. ഇതേ ഓഫീസർ തന്നെ മറ്റൊരു കാര്യം കൂടി പറയുന്നുണ്ട്:

> മിതമായ കണക്കുവച്ച് നോക്കിയാലും ശത്രുവിന്റെ പക്കൽ ഇപ്പോൾ ഏതാണ്ട് നാൽപ്പതിനായിരത്തോളം ആളുണ്ടാകണം. കൂടാതെ തകരാറുകൂടാതെ പ്രവർത്തിക്കുന്ന എണ്ണമറ്റ പീരങ്കികളും അവർക്കുണ്ട്. അവരുടെ കാലാൾപ്പടയും മോശമല്ല.

കോട്ടമതിലുകൾക്കുള്ളിൽ നിന്നുകൊണ്ട് പട വെട്ടുന്നതിലുള്ള മുസ്ലിങ്ങളുടെ വാശിയും വൈരാഗ്യവും വച്ചുനോക്കിയാൽ, 'സാമാന്യം നല്ലൊരു വിടവിലൂടെ' അകത്തേക്ക് പാഞ്ഞുകയറുന്ന കൊച്ച് ബ്രിട്ടീഷ് പട്ടാളത്തെ തിരിച്ച് പുറത്തേക്കിറങ്ങാൻ അനുവദിക്കുമോയെന്നത് കണ്ടറിയേണ്ട ഒരു സംഗതിയുമാണ്.

സത്യം പറഞ്ഞാൽ, ഇപ്പോഴുള്ള ബ്രിട്ടീഷ് സൈന്യങ്ങൾക്ക് ഡൽഹിയുടെ മേൽ വിജയകരമായ ഒരാക്രമണം നടത്തുന്നതിന് ഒരേയൊരു സാധ്യത മാത്രമാണുള്ളത്—കലാപകാരികൾക്കിടയിൽ അന്തഃഛിദ്രം ആരംഭിക്കുകയും അവരുടെ വെടിക്കോപ്പുകൾ തീരുകയും അവരുടെ പോരാളികൾ നിർവീര്യരാകുകയും അവരുടെ സ്വാശ്രയവിശ്വാസം തകരുകയും ചെയ്താൽ മാത്രമാണ് ഈ സാധ്യത കൈവരാൻ പോകുന്നത്. പക്ഷേ, ജൂലായ് 31 മുതൽ ആഗസ്ത് 12 വരെയുള്ള അവരുടെ അവിരാമമായ പോരാട്ടം വച്ചുനോക്കിയാൽ അങ്ങനെയൊരു സാധ്യതയ്ക്ക് യാതൊരു വഴിയും കാണുന്നില്ലെന്ന് പറയേണ്ടതുണ്ട്. അതേസമയം

തന്നെ, സർവ സൈനികചട്ടങ്ങൾക്കുമെതിരായി ഡൽഹിയുടെ മുമ്പിൽ പിടിച്ചുനിൽക്കാൻ ഇംഗ്ലീഷ് ജനറൽമാർ തീരുമാനിച്ചതെന്തുകൊണ്ടാണെന്ന് കൽക്കത്തയിൽനിന്നുള്ള ഒരു കത്തിൽനിന്ന് ഞങ്ങൾക്ക് ഏറെക്കുറെ മനസിലാക്കാൻ കഴിയുന്നുമുണ്ട്. ആ കത്തിൽ പറയുന്നു:

> നമ്മുടെ സൈന്യം ഡൽഹിക്ക് മുന്നിൽനിന്ന് പിന്മാറണോ വേണ്ടയോ എന്നത് കുറെ ആഴ്ചകൾക്ക് മുൻപ് ഒരു പ്രശ്നമായി വന്നിരുന്നു. കാരണം, ദിവസേനയുള്ള പോരാട്ടം മൂലം തളർന്നുവശായിരുന്ന അവർക്ക് അധികദിവസം പിടിച്ചുനിൽക്കാൻ കഴിയാത്ത ഒരു സ്ഥിതിയാണുണ്ടായിരുന്നത്. പക്ഷേ, സർ ജോൺ ലോറൻസ് ഈ നിർദേശത്തെ ശക്തിയായി എതിർത്തു. അവരെ പിൻവലിക്കാൻ തുടങ്ങിയാൽ അത് ചുറ്റുമുള്ള ജനങ്ങൾക്ക് കലാപത്തിന് ഒരുങ്ങാൻ ഒരു കൊടിയടയാളമായിത്തീരുമെന്നും അത് അവരെ ആകെത്തന്നെ അപകടത്തിലാക്കുമെന്നും അദ്ദേഹം ജനറൽമാരോട് തുറന്നു പറഞ്ഞു. ഈ ഉപദേശം അംഗീകരിക്കപ്പെട്ടു. തന്നെക്കൊണ്ടാവുന്നത്ര പോഷകസേനകളെ ഉടനടി അയയ്ക്കാൻ ഏർപ്പാട് ചെയ്യാമെന്ന് സർ ജോൺ ലോറൻസ് അവർക്ക് ഉറപ്പുകൊടുക്കുകയും ചെയ്തു.

സർ ജോൺ ലോറൻസ് പഞ്ചാബിനെ ഏതാണ്ട് നഗ്നമാക്കി നിർത്തിയിരിക്കുകയാണെന്നതിനാൽ അവിടെത്തന്നെയും ഒരു കലാപം പൊട്ടിപ്പുറപ്പെടാൻ സാധ്യതയുണ്ട്. അതേസമയം, മഴ അവസാനിക്കുന്നതോടെ മണ്ണിൽ നിന്നുയരുന്ന ദുർഗന്ധം മൂലമുള്ള പകർച്ചവ്യാധി ഡൽഹിക്ക് മുന്നിലുള്ള പാളയങ്ങളിലെ പട്ടാളത്തെ കിടപ്പിലാക്കാനും ക്ഷയിപ്പിക്കാനും ഇടയുണ്ട്. ഹിസാറിലെത്തിയിട്ട് ഡൽഹിയിലേക്ക് തള്ളിക്കയറിക്കൊണ്ടിരിക്കുകയാണെന്ന് നാലാഴ്ച മുൻപ് റിപ്പോർട്ടുണ്ടായിരുന്ന ജനറൽ വാൻ കോർട്ട്ലാന്റിന്റെ സൈന്യത്തെപ്പറ്റി ഇപ്പോൾ ഒന്നും കേൾക്കാനേയില്ല. അവർക്ക് വഴിക്കെന്തെങ്കിലും വമ്പിച്ച തടസ്സം നേരിട്ടിട്ടുണ്ടാകാം. അതല്ലെങ്കിൽ അവർ പിരിഞ്ഞുപോയിട്ടുണ്ടാകാം.

ഗംഗയുടെ മേലേതടത്തിലുള്ള ഇംഗ്ലീഷുകാരുടെ സ്ഥിതി വാസ്തവത്തിൽ ദയനീയമാണ്. ഔഡിലെ കലാപകാരികളുടെ പ്രവർത്തനം ജനറൽ ഹാവ്ലോക്കിന് ഒരു വലിയ ഭീഷണിയാണ്. അവർ ലക്നൗവിൽനിന്ന് ബിത്തൂർ വഴി നീങ്ങിക്കൊണ്ട് കോൺപൂരിന് തെക്ക് ഫത്തേപ്പൂരിൽ വച്ച് അദ്ദേഹത്തിന്റെ പിന്മാറ്റത്തിനുള്ള വഴി അടച്ചുകളയാൻ ശ്രമിക്കുകയാണ്. ഇതോടൊപ്പംതന്നെ യമുനയുടെ വലതുകരയിലുള്ള കാൽപ്പി എന്ന പട്ടണത്തിൽനിന്ന് ഗ്വാളിയർ കണ്ടിൻജന്റും കോൺപൂരിലേക്ക് മാർച്ച് ചെയ്യുന്നുണ്ട്. ഒരേ കേന്ദ്രത്തെ ലാക്കാക്കിക്കൊണ്ടുള്ള ഈ നീക്കം കലാപകാരികളുടെ ഭാഗത്തുനിന്ന് പ്രദർശിപ്പിക്കപ്പെടുന്ന തന്ത്രത്തെ സംബന്ധിച്ച ധാരണയുടെ ആദ്യത്തെ സൂചനയാണ്. ലക്നൗവിൽ സർവസൈന്യാധിപത്യം ഉള്ളതായി പറയപ്പെടുന്ന നാനാ

സാഹിബാണ് ഇതിന്റെ സൂത്രധാരനെന്ന് തോന്നുന്നു. അതേസമയം, വികേന്ദ്രീകൃതയുദ്ധമെന്ന തങ്ങളുടെ വിഡ്ഢിത്തം അതിന്റെ പരമസീമയിലെത്തിക്കാനാണ് ഇംഗ്ലീഷുകാർക്ക് ഉൽക്കണ്ഠ. കൽക്കത്തയിൽ നിന്ന് ജനറൽ ഹാവ്‌ലോക്കിന്റെ സഹായത്തിനായി അയച്ച 90-ാം കാലാൾപ്പടയെയും 5-ാം ഫ്യൂസിലിയർമാരെയും സർ ജയിംസ് ഔട്ട്റാം ദീനാപ്പൂരിൽ വച്ച് തടഞ്ഞുനിർത്തിയതിന്റെ അർഥം മറ്റൊന്നുമല്ല. ഫൈസാബാദ് വഴി അവരെ ലക്നൗവിലേക്ക് നയിക്കുന്നതാണ് നല്ലതെന്ന ആശയം എങ്ങനെയോ ഈ വിദ്വാന്റെ തലയിൽ കടന്നുകൂടിയിരിക്കുന്നു. *ദി മോർണിങ് അഡ്‌വെർടൈസർ* എന്ന ലണ്ടൻ പത്രം അതിബുദ്ധിപരമായ ഒരു നടപടിയായി ഇതിനെ വാഴ്ത്തിയിട്ടുണ്ട്. വലത് കോൺപൂരിൽ നിന്നും ഇടത് ഫൈസാബാദിൽ നിന്നുമുള്ള രണ്ട് ആക്രമണങ്ങളെ നേരിടേണ്ടിവരുന്ന ലക്നൗ ഇപ്രകാരം രണ്ട് അഗ്നികുണ്ഡങ്ങൾക്ക് നടുവിലാകുമെന്നാണ് ഈ പത്രം പറയുന്നത്. അത്യന്തം ദുർബലമായ സൈന്യം പലേടങ്ങളിലായി കിടക്കുന്ന അതിന്റെ അണികളെ ഏതെങ്കിലുമൊരിടത്ത് കേന്ദ്രീകരിക്കാൻ ശ്രമിക്കാതെ ശത്രുസൈന്യത്തിന്റെ രണ്ട് തലയ്ക്കലായി വീതിച്ചു നിർത്തുന്നതുമൂലം ശത്രുസൈന്യത്തിന് അവരെ നശിപ്പിക്കുന്ന ബുദ്ധിമുട്ട് ഇല്ലാതാകുമെന്നാണ് സാധാരണയുദ്ധനിയമങ്ങൾ പറയുന്നത്. ജനറൽ ഹാവ്‌ലോക്കിനെ സംബന്ധിച്ചിടത്തോളം ഇപ്പോൾ ലക്നൗവിനെ രക്ഷിക്കുന്നതിനെക്കാൾ വലിയ പ്രശ്നം ശേഷിച്ച തന്റെ സൈന്യത്തെയും ജനറൽ നൈലിന്റെ കൊച്ചു കോറിനെയും രക്ഷിക്കുകയെന്നതാണ്. മിക്കവാറും അദ്ദേഹത്തിന് അലഹബാദിലേക്ക് പിൻവാങ്ങേണ്ടി വരാനിടയുണ്ട്. അലഹബാദ് സത്യത്തിൽ നിർണായക പ്രാധാന്യമുള്ള ഒരു സ്ഥാനവുമാണ്. ഗംഗയുടെയും യമുനയുടെയും സംഗമസ്ഥാനവും ഈ രണ്ട് നദികൾക്കുമിടയിലുള്ള ഡുവാബിന്റെ താക്കോലുമാണ് അത്.

വടക്കു പടിഞ്ഞാറൻ പ്രവിശ്യകൾ തിരിച്ചുപിടിക്കാൻ ശ്രമിക്കുന്ന ഒരു ഇംഗ്ലീഷ് സൈന്യത്തിന്റെ പ്രധാന നടപടികൾ ഗംഗയുടെ താഴേതടത്തിലൂടെയായിരിക്കണം നടത്തേണ്ടതെന്ന് ഭൂപടത്തിൽ ഒന്ന് കണ്ണോടിച്ചാൽ ആർക്കും കാണാൻ കഴിയും. ദീനാപ്പൂർ, ബനാറസ്, മിഴ്സാപ്പൂർ എന്നിവിടങ്ങളിൽ നിന്നും അതിലുമെല്ലാം പ്രധാനമായി അലഹബാദിൽ നിന്നുമാണ് യഥാർഥനടപടികൾ ആരംഭിക്കേണ്ടത്. അതിനാൽ, ബംഗാളിൽപ്പെട്ട ചെറുതും തന്ത്രപ്രാധാന്യം കുറഞ്ഞതുമായ മറ്റെല്ലാ സ്റ്റേഷനുകളിൽ നിന്നും ഗ്യാരിസണുകളെ പിൻവലിച്ചിട്ട് മേൽപ്പറഞ്ഞ കേന്ദ്രങ്ങളിലെ നില ശക്തിപ്പെടുത്തേണ്ടത് അത്യാവശ്യമാണ്. എന്നാൽ, ഈ സമയത്ത് യുദ്ധനടപടികൾ സ്വീകരിക്കേണ്ടതായ ഈ മുഖ്യലൈൻ തന്നെ അപകടത്തിലാണെന്നാണ് *ദി ലണ്ടൻ ഡെയ്‌ലി ന്യൂസ്* എന്ന പത്രത്തിൽ വന്ന ഒരു ബോംബെക്കത്ത് വ്യക്തമാക്കുന്നത്. അതിൽ ഒരു ഭാഗത്ത് പറയുന്നത് ഇപ്രകാരമാണ്:

ദീനാപ്പൂരിലെ മൂന്ന് റെജിമെന്റുകൾ അടുത്തകാലത്ത് നടത്തിയ

> ലഹളകളുടെ ഫലമായി അലഹബാദിനും കൽക്കത്തയ്ക്കും ഇടയിലുള്ള ഗതാഗതബന്ധം (നദിയിലൂടെ സ്റ്റീമർ ഒഴിച്ചുള്ളത്) വിച്ഛേദിക്കപ്പെട്ടിരിക്കുന്നു. സമീപകാലത്തെ ഏറ്റവും ഗുരുതരമായ സംഭവമാണ് ദീനാപ്പൂരിലെ ലഹള. കൽക്കത്തയിൽ നിന്ന് 200 മൈൽ അകലെയുള്ള ബിഹാറിലാകെത്തന്നെ തീ പടർന്ന് പിടിച്ചിരിക്കുകയാണ്. സന്താളുകൾ വീണ്ടും കലാപം നടത്തിയതായ ഒരു റിപ്പോർട്ട് ഇന്ന് ഇവിടെ കിട്ടിയിട്ടുണ്ട്. കൊലയിലും കൊള്ളയിലും കൊള്ളിവയ്പിലും ആർത്തുല്ലസിക്കുന്ന ഒന്നരലക്ഷം കിരാതന്മാർ ബംഗാളിനെയാകെ കീഴ്പ്പെടുത്തിയാലത്തെ സ്ഥിതി ഭയങ്കരമായിരിക്കും.

ആഗ്ര പിടിച്ചുനിൽക്കുന്നിടത്തോളം ബോംബെ സൈന്യത്തിന് ഇൻഡോറും ഗ്വാളിയറും വഴിയും, മദ്രാസ് സൈന്യത്തിന് സാഗറും ഗ്വാളിയറും വഴിയും അവിടെ എത്തിച്ചേരാൻ കഴിയും. ആഗ്രയുമായി പഞ്ചാബ് സൈന്യത്തിന്റെയും അലഹബാദിനെ സംരക്ഷിച്ചുനിൽക്കുന്ന കോറിന്റെയും ഗതാഗതബന്ധം പുനഃസ്ഥാപിക്കേണ്ടതായിട്ടാണിരിക്കുന്നത്. പക്ഷേ, ചാഞ്ചാടിക്കൊണ്ടിരിക്കുന്ന മധ്യേന്ത്യൻ രാജാക്കന്മാർ പരസ്യമായി ഇംഗ്ലീഷുകാർക്കെതിരായി തിരിയുകയും ബോംബെ സൈന്യത്തിലെ ലഹള ഗുരുതരമാവുകയും ചെയ്താൽ സൈനികമായ എല്ലാ കണക്കുകൂട്ടലുകളും തൽക്കാലത്തേക്ക് അവസാനിക്കും. കാശ്മീർ മുതൽ കന്യാകുമാരി വരെ വൻതോതിലുള്ള ഒരു കശാപ്പ് നടക്കുമെന്നത് മാത്രമാണ് പിന്നെ ഉറപ്പായി പറയാവുന്ന ഒരു സംഗതി. നവംബറിൽ യൂറോപ്യൻ പട്ടാളം എത്തിച്ചേരുന്നത് വരെ നിർണായക സംഭവങ്ങൾ ഉണ്ടാകാതെ നോക്കുകയെന്നതാണ് ഇപ്പോൾ ചെയ്യാവുന്ന ഏറ്റവും വലിയ കാര്യം. ഇതെങ്കിലും സാധിക്കുമോയെന്നത് സർ കോളിൻ ക്യാമ്പ്ബെല്ലിന്റെ മൂളയെ ആശ്രയിച്ചിരിക്കും. ധീരനായ ഒരു പോരാളിയാണെന്നതൊഴിച്ച് അദ്ദേഹത്തെപ്പറ്റി മറ്റൊരു സംഗതിയും അറിവായിട്ടില്ല. തന്റെ സ്ഥാനത്തിന് പറ്റിയ ആളാണെങ്കിൽ ഡൽഹി പിടിച്ചാലും ഇല്ലെങ്കിലും എന്ത് വിലകൊടുത്തും ചെറുതെങ്കിലും ഒപ്പിക്കാവുന്ന ഒരു സൈന്യത്തെ വാർത്തെടുത്ത് അദ്ദേഹം രംഗത്തിറങ്ങും. എങ്കിലും അന്തിമ തീരുമാനം ബോംബെ സൈന്യത്തെ ആശ്രയിച്ചാണിരിക്കുന്നതെന്ന സംഗതി ഒരിക്കൽക്കൂടി ഇവിടെ ആവർത്തിച്ച് പറയേണ്ടിയിരിക്കുന്നു.

(1857 ഒക്ടോബർ 6-ന് എഴുതിയത്. 1857 ഒക്ടോബർ 23-ലെ 5151-ാം ലക്കം *ന്യൂയോർക്ക് ഡെയ്‌ലി ട്രിബ്യൂണിൽ* മുഖലേഖനമായി പ്രസിദ്ധീകരിക്കപ്പെട്ടു).

ഇന്ത്യയിലെ കലാപം (ആറ്)

കാൾ മാർക്സ്

ഡൽഹിയുടെ പതനത്തെപ്പറ്റിയുള്ള പ്രധാനപ്പെട്ട വാർത്തയുമായാണ് 'അറേബ്യ'*യിലെ തപാൽ സഞ്ചി എത്തിയിരിക്കുന്നത്. മൂന്ന് സംഗതികൾ ഒരേസമയത്ത് സംഭവിച്ചതുകൊണ്ടാണ് ഡൽഹിയുടെ പതനം ഉണ്ടായതെന്നാണ് ലഭ്യമായ അൽപ്പമാത്ര വിവരങ്ങൾ വച്ചുകൊണ്ട് ഞങ്ങൾ ഊഹിക്കുന്നത്. കലാപകാരികളുടെ അണികളിൽ കടുത്ത ഭിന്നിപ്പ് ആരംഭിക്കുകയും, എതിർകക്ഷികളുടെ സംഖ്യാപരമായ അനുപാതത്തിൽ മാറ്റമുണ്ടാവുകയും, വളരെ മുൻപ് ജൂൺ 8-ാം തീയതി പ്രതീക്ഷിച്ചിരുന്ന സീജ്ട്രെയിൻ സെപ്തംബർ 5-ാം തീയതി എത്തിച്ചേരുകയും ചെയ്തതാണ് ഈ മൂന്ന് സംഗതികൾ.

നിക്കൽസന്റെ പോഷകസേനകൾ എത്തിയതിനുശേഷം ഡൽഹിക്ക് മുന്നിലുള്ള സൈന്യത്തിൽ മൊത്തം 7,521 പട്ടാളക്കാർ ഉണ്ടായിരുന്നിരിക്കണമെന്ന ഞങ്ങളുടെ കണക്ക്** വളരെ ശരിയായിരുന്നുവെന്ന് ഇപ്പോൾ തെളിഞ്ഞിരിക്കുന്നു. രാജാ രൺബീർ സിങ് അയച്ചുകൊടുത്ത 3,000 കാശ്മീർ സൈന്യവും കൂടി ചേർന്നതോടെ ബ്രിട്ടീഷ് സൈന്യബലം ഏകദേശം 11,000 ആയി വർധിച്ചെന്ന് *ഫ്രണ്ട് ഓഫ് ഇന്ത്യ* എന്ന വാരിക പറയുന്നു. മറുവശത്ത്, കലാപകാരികളുടെ സംഖ്യാബലം ഏകദേശം 17,000 ആയി ചുരുങ്ങിയെന്ന് *ദി മിലിട്ടറി സ്പെക്ടേറ്റർ* എന്ന ബ്രിട്ടീഷ് വാരികയും പ്രസ്താവിക്കുന്നുണ്ട്. ഇതിൽ 5,000 പേർ അശ്വ

---

* ഒരു ആവിക്കപ്പലിന്റെ പേര്

** പേജ് 80–81 നോക്കുക

സേനക്കാരായിരുന്നു. എന്നാൽ, *ഫ്രണ്ട് ഓഫ് ഇന്ത്യ*യുടെ കണക്കനുസരിച്ച് കലാപകാരികളുടെ സംഖ്യ 13,000 ആയിരുന്നു. ഇതിൽ 1,000 പേർ ഇറെഗുലർ അശ്വസേനയിൽ പെട്ടവരുമായിരുന്നു. കലാപകാരികളുടെ സമരനിരയിൽ വിള്ളലുണ്ടാവുകയും പട്ടണത്തിനുള്ളിൽ തന്നെ പോരാട്ടം ആരംഭിക്കുകയും ചെയ്തുകഴിഞ്ഞതോടെ കുതിരപ്പടയെക്കൊണ്ട് യാതൊരു പ്രയോജനവുമില്ലാതാവുകയും ഇംഗ്ലീഷുകാർ ഉള്ളിലേക്ക് പ്രവേശിച്ചയുടൻ തന്നെ അവർ ഓടിരക്ഷപ്പെടുകയും ചെയ്തിരുന്നതിനാൽ ശിപായിമാരുടെ സംഖ്യ *മിലിട്ടറി സ്പെക്ടേറ്റർ* പറയുന്നതനുസരിച്ചായാലും *ഫ്രണ്ട് ഓഫ് ഇന്ത്യ*യുടെ കണക്ക് പ്രകാരമായാലും 11,000-12,000ത്തിൽ അധികം വരുമായിരുന്നില്ല. അങ്ങനെ ഇംഗ്ലീഷുകാരുടെയും ലഹളക്കാരുടെയും സംഖ്യ ഏതാണ്ട് സമമായി. ഇംഗ്ലീഷുകാരുടെ സംഖ്യാവർധനവിനെക്കാൾ എതിർപക്ഷത്തിന്റെ സംഖ്യയിലുണ്ടായ ഇടിവ് മൂലമാണ് ഇത് സാധ്യമായത്. ഇംഗ്ലീഷുകാരുടെ സംഖ്യ അൽപ്പം കുറവായിരുന്നെങ്കിലും വിജയകരമായ ഒരു തള്ളിക്കയറ്റത്തിന്റെ ധാർമിക സ്വാധീനവും കടന്നാക്രമണത്തിനുള്ള ആനുകൂല്യവും മൂലം ആ കുറവ് വേണ്ടതിലധികം നികത്തപ്പെട്ടു. കാരണം, കടന്നാക്രമണം നടത്തുമ്പോൾ തങ്ങളുടെ മുഖ്യശക്തി എവിടെ കേന്ദ്രീകരിക്കണമെന്ന് തീരുമാനിക്കാൻ അവർക്ക് കഴിയുമായിരുന്നു. അതേസമയം, പ്രതിരോധകരുടെ കാര്യം പറഞ്ഞാൽ ഭീഷണിയുള്ള വിവിധ സ്ഥാനങ്ങളിലായി തങ്ങളുടെ അപര്യാപ്തത സൈന്യങ്ങളെ വീതിക്കാൻ അവർ നിർബന്ധിതരായിരുന്നു.

സൈനികദളങ്ങൾ അപ്പാടെ പിൻവലിക്കപ്പെട്ടതും കലാപസൈന്യത്തിന്റെ ശക്തിക്ഷയത്തിന് കാരണമായിരുന്നു. ഏതാണ്ട് പത്ത് ദിവസത്തോളം നീണ്ടുനിന്ന അവരുടെ അവിരാമമായ ആക്രമണങ്ങൾ മൂലമുള്ള ഭാരിച്ച ആൾനാശത്തെക്കാൾ കൂടുതലായി അവർക്ക് ഈ ശക്തിക്ഷയം ഉണ്ടാക്കിയത് അവർക്കിടയിലെ അന്തഃഛിദ്രമാണ്. മുഗൾ ഭൂതത്തെപ്പോലെ ഡൽഹിയിലെ കച്ചവടക്കാരും തങ്ങളുടെ സമ്പാദ്യം മുഴുവൻ കൊള്ളയടിക്കുന്ന ശിപായിമാരുടെ ഭരണം കൊണ്ട് പൊറുതിമുട്ടിയിരുന്നു. ഹിന്ദുക്കളും മുഹമ്മദീയരുമായ ശിപായിമാർ തമ്മിലുള്ള മതവൈരവും പഴയ ഗ്യാരിസണും പുതുതായെത്തിയ പോഷകസേനകളും തമ്മിലുള്ള കലഹങ്ങളും കൂടി ആയതോടെ അവരുടെ ഉപരിപ്ലവസംഘടനയുടെ തകർച്ചയ്ക്ക് വേറെ കാരണമന്വേഷിക്കേണ്ടതില്ലായിരുന്നു. അത് അവരുടെ പതനത്തിന് ഉറപ്പ് വരുത്തുകയും ചെയ്തു. അങ്ങനെ തങ്ങളുടെതിനെക്കാൾ അൽപ്പം മാത്രം സംഖ്യാബലമുള്ളതും യോജിച്ചൊരു നേതൃത്വമില്ലാത്തതും സ്വന്തം അണികളിലെ അനൈക്യംമൂലം മനസിടിഞ്ഞതുമായ ഒരു ശക്തിയെ മാത്രമാണ് ഇംഗ്ലീഷുകാർക്ക് നേരിടേണ്ടിയിരുന്നത്. എന്നിട്ടും ഈ സൈന്യം 84 മണിക്കൂർ നേരത്തെ ബോംബ് വർഷത്തിനുശേഷം ആറു ദിവസത്തെ പീരങ്കിവെടിയുടെയും നഗരഭിത്തികൾക്കുള്ളിലെ തെരുവുയുദ്ധത്തെയും നേരിടുകയും തോണി

പ്പാലം വഴി നിർവിഘ്നം യമുനയുടെ അക്കരെയെത്തുകയും ചെയ്തുവെന്ന് പറയുമ്പോൾ കലാപകാരികൾ തങ്ങളുടെ മുഖ്യസൈന്യവുമായി ആ ദുർഘടസന്ധി ആവും വിധം ഭംഗിയായി തരണം ചെയ്തുവെന്ന് പറയാതെ തരമില്ല.

പിടിച്ചടക്കലിന്റെ വിവരങ്ങൾ താഴെ പറയും പ്രകാരമാണെന്ന് തോന്നുന്നു. സെപ്തംബർ 8-ാം തീയതി ഇംഗ്ലീഷ് സൈന്യനിരയുടെ ആദ്യസ്ഥാനത്തിന് വളരെ മുന്നിലും നഗരഭിത്തികളിൽനിന്ന് 700 വാര അകലെയുമായി ഇംഗ്ലീഷുകാർ തങ്ങളുടെ ബാറ്ററിയുടെ പ്രവർത്തനം ആരംഭിച്ചു. 8-നും 11-നും ഇടയിൽ ബ്രിട്ടീഷ് വൻതോക്കുകളും മോർട്ടാർ പീരങ്കികളും കുറെക്കൂടി മുന്നോട്ട് തള്ളിനീക്കപ്പെട്ടു. 10-ഉം 11-ഉം തീയതികളിൽ ഡൽഹി ഗ്യാരിസൺ രണ്ട് ആക്രമണങ്ങൾ നടത്തുകയും പുതിയ ബാറ്ററികൾ സ്ഥാപിക്കാൻ ആവർത്തിച്ചുള്ള ശ്രമങ്ങൾ നടത്തുകയും റൈഫിൾ ദ്വാരങ്ങളിലൂടെ ശല്യപ്പെടുത്തുംവിധം നിറയൊഴിച്ചുകൊണ്ടിരിക്കുകയും ചെയ്തിരുന്നുവെന്ന വസ്തുത പരിഗണിച്ചാൽ സൗകര്യപ്രദമായ ഒരുസ്ഥാനത്ത് ബാറ്ററികൾ കൊണ്ടുചെന്ന് സ്ഥാപിക്കുന്നതിൽ ഇംഗ്ലീഷുകാർക്ക് വളരെ ക്കുറച്ച് ആൾനഷ്ടമേ ഉണ്ടായുള്ളുവെന്ന് പറയേണ്ടിയിരിക്കുന്നു. 12-ാം തീയതി ഇംഗ്ലീഷുകാരുടെ 56 ആളുകൾ കൊല്ലപ്പെടുകയോ മുറിവേൽപ്പിക്കപ്പെടുകയോ ചെയ്തു. 13-ാം തീയതി രാവിലെ ശത്രുവിന്റെ ഒരു പുറംകോട്ടയിലുള്ള വെടിക്കോപ്പ് സംഭരണ കേന്ദ്രവും തൽവാരാ പ്രാന്തങ്ങളിൽനിന്ന് ബ്രിട്ടീഷ് ബാറ്ററികൾക്കെതിരായി തുരുതുരെ നിറയൊഴിച്ചിരുന്ന ഒരു ചെറു പീരങ്കിവണ്ടിയും തകർക്കപ്പെട്ടു. കാശ്മീരി ഗെയ്റ്റിനടുത്ത് സാമാന്യം നല്ലൊരു വിടവുണ്ടാക്കാനും ബ്രിട്ടീഷ് ബാറ്ററികൾക്ക് കഴിഞ്ഞു. 14-ാം തീയതി നഗരത്തിന്മേലുള്ള കൈയേറ്റം ആരംഭിച്ചു. കാശ്മീരി ഗെയ്റ്റിനടുത്ത് സൃഷ്ടിക്കപ്പെട്ട വിടവിലൂടെ വലിയ എതിർപ്പൊന്നും കൂടാതെ അകത്തു കടന്ന് അടുത്തുള്ള വൻകിട കെട്ടിടങ്ങൾ കൈക്കലാക്കിയിട്ട് ഇംഗ്ലീഷ് പട്ടാളം കോട്ടമതിലുകൾക്കരികിലൂടെ മോറിപുറംകോട്ടയിലേക്കും കാബൂളി ഗെയ്റ്റിലേക്കും നീങ്ങി. ഇവിടെ ചെറുത്തുനിൽപ്പ് വാശിയേറിയതായിരുന്നു. അതിനാൽ ആൾനഷ്ടവും കനത്തതായിരുന്നു. പിടിച്ചെടുക്കപ്പെട്ട പുറംകോട്ടകളിലെ പീരങ്കികൾ നഗരത്തിനെതിരായി തിരിച്ചുവയ്ക്കുന്നതിനും മറ്റു പീരങ്കികൾ സൗകര്യപ്രദങ്ങളായ സ്ഥാനങ്ങളിൽ കൊണ്ടുവന്ന് വയ്ക്കുന്നതിനും തയാറെടുപ്പുകൾ ആരംഭിച്ചു. 15-ാം തീയതി മോറി ഗെയ്റ്റിലെയും കാബൂളി ഗെയ്റ്റിലെയും പുറംകോട്ടകളിൽനിന്ന് പിടിച്ചെടുക്കപ്പെട്ട പീരങ്കികൾ ബേൺഗെയ്റ്റിലും ലാഹോറി ഗെയ്റ്റിലുമുള്ള പുറംകോട്ടകൾക്കെതിരായി തിരിച്ചുവയ്ക്കപ്പെട്ടു. ഇതിനിടയിൽ വെടിക്കോപ്പുപുരയിൽ ഒരു വിള്ളലുണ്ടാക്കുകയും കൊട്ടാരത്തിനെതിരായി ഷെൽപ്രയോഗം ആരംഭിക്കുകയും ചെയ്തു. സെപ്തംബർ 16-ാം തീയതി പകൽസമയത്ത് വെടിക്കോപ്പുപുര പിടിച്ചെടുക്കപ്പെട്ടു. 17-ാം തീയതി വെടിക്കോപ്പുപുരയുടെ വളപ്പിൽ നിന്നുകൊണ്ട് കൊട്ടാരത്തിനെതിരായ പീരങ്കിയുണ്ടവർഷം

തുടർന്നുകൊണ്ടിരുന്നു.

ഇവിടെവച്ച് മിന്നൽആക്രമണത്തെ സംബന്ധിച്ച ഔദ്യോഗിക വിവരണം മുറിഞ്ഞുപോകുന്നു. സിൻഡ് അതിർത്തിയിൽവച്ച് പഞ്ചാബ് മെയിലും ലാഹോർമെയിലും കൊള്ളചെയ്യപ്പെട്ടതാണ് ഇതിനുകാരണമെന്ന് 'ബോംബ കൊറിയർ' പറയുന്നു. 20-ാം തീയതി ഞായറാഴ്ച ഡൽഹിനഗരമാകെത്തന്നെ ഇംഗ്ലീഷുകാരുടെ കൈവശത്തിലായെന്നും കലാപകാരികളുടെ പ്രധാനസൈന്യങ്ങൾ അന്നു രാവിലെ മൂന്ന് മണിക്ക് നഗരത്തിൽനിന്ന് പുറത്തുകടന്ന് തോണിപ്പാലം വഴി റോഹിൽഖണ്ഡിലേക്ക് രക്ഷപ്പെട്ടെന്നും ബോംബെ ഗവർണർക്കുള്ള ഒരു സ്വകാര്യകത്തിൽ പറഞ്ഞു കാണുന്നുണ്ട്. നദീതടത്തിലുള്ള സലിംഗാർ കൈയിലാകുംമുൻപ് അവരെ പിന്തുടരാൻ ഇംഗ്ലീഷുകാർക്ക് കഴിയുമായിരുന്നില്ലെന്നതിനാൽ കലാപകാരികൾ നഗരത്തിന്റെ വടക്കേ അറ്റത്തുനിന്ന് തെക്കുകിഴക്കേ അറ്റം വരെ പതുക്കെപ്പതുക്കെ സമരം ചെയ്തു നീങ്ങിക്കൊണ്ട് 20-ാം തീയതിവരെ അവരുടെ പിന്മാറ്റത്തിന് തുണനൽകുന്നതിനാവശ്യമായ സ്ഥാനം നിലനിർത്തി.

ഡൽഹി പിടിച്ചെടുക്കാൻ കഴിഞ്ഞതിന്റെ ഫലം എന്തായിരിക്കുമെന്നതിനെപ്പറ്റി *ദി ഫ്രണ്ട് ഓഫ് ഇന്ത്യ* — ആധികാരികമായി അഭിപ്രായം പറയാൻ കഴിവുള്ള ഒരു പത്രമാണിത് — എഴുതുന്നത് ഇപ്രകാരമാണ്:

> ഈ സന്ദർഭത്തിൽ ഇംഗ്ലീഷുകാരുടെ ശ്രദ്ധ പതിയേണ്ടത് ഡൽഹിയിലെതിനെക്കാൾ ബംഗാളിന്റെ സ്ഥിതിയിലാണ്. ഡൽഹി പിടിക്കുന്നതിലുണ്ടായിട്ടുള്ള കാലവിളംബം കാലേയുള്ള ഒരു വിജയം മൂലം കൈവരുമായിരുന്ന ആ അന്തസ്സുമുഴുവൻ വാസ്തവത്തിൽ ഇല്ലാതാക്കുകയാണ് ചെയ്തിരിക്കുന്നത്. നഗരം പിടിച്ചെടുത്താൽ ഉണ്ടാകാവുന്നത്ര തന്നെ ഫലപ്രദമായ ഉപരോധം മുഖേനയും കലാപകാരികളുടെ കരുത്തും ആൾബലവും കുറഞ്ഞിട്ടുണ്ട്.

ഇതിനിടയിൽ കലാപം കൽക്കത്തയിൽനിന്ന് വടക്ക് കിഴക്കോട്ടും മധ്യേന്ത്യയിലൂടെ വടക്ക് പടിഞ്ഞാറോട്ടും വ്യാപിച്ചുകൊണ്ടിരിക്കുന്നതായാണ് അറിയുന്നത്. ആസാം അതിർത്തിയിൽ മുൻരാജാവായ പുരന്ദർ സിങിനെ വീണ്ടും അധികാരത്തിൽ അവരോധിക്കണമെന്ന് പറഞ്ഞുകൊണ്ട് രണ്ട് കരുത്തേറിയ പൂർബ്യാഹ് റെജിമെന്റുകൾ കലാപം നടത്തി. ദീനാപ്പൂരിലേയും രംഗ്പുരിലേയും ലഹളക്കാർ കുവർസിങ്ങിന്റെ നേതൃത്വത്തിൽ ബന്ദയും നഗോദുംവഴി ജബൽപ്പൂരിനെ ലക്ഷ്യമാക്കി മാർച്ച് ചെയ്യുന്നതിനിടയിൽ റീവാ രാജാവിനെ അദ്ദേഹത്തിന്റെ തന്നെ സൈന്യത്തിന്റെ സമ്മർദംമുഖേന തങ്ങളുടെ കൂടെച്ചേരാൻ നിർബന്ധിതനാക്കുകയുണ്ടായി. ജബൽപ്പൂരിൽത്തന്നെയും 52-ാം ബംഗാൾ നാടൻ റെജിമെന്റ് പാളയം വിട്ടുപോയിരിക്കുകയാണ്. അവിടങ്ങളിൽ വിട്ടിരിക്കുന്ന സഖാക്കൾക്കു പകരം ജാമ്യത്തടവുകാരനായി ഒരു ബ്രിട്ടീഷ് ഓഫീസറെയും പിടിച്ചുകൊണ്ടാണ് അവർ പോയിരിക്കുന്നത്. ഗ്വാളിയ

റിലെ ലഹളക്കാർ ചംബൽ നദി കടന്ന് ധോൾപ്പൂരിനപ്പുറത്തുള്ള എവിടെയോ താവളമടിച്ചിട്ടുള്ളതായാണ് കേൾക്കുന്നത്. ഏറ്റവും ഗൗരവതരമായ വിവരങ്ങൾ ഇനിയും ശ്രദ്ധിക്കപ്പെടാനിരിക്കുന്നതേയുള്ളൂ. ജോധ്പ്പൂർ റീജിയനിൽപ്പെട്ടവർ ബീവാറിൽനിന്ന് 90 മൈൽ അകലെയുള്ള ആർവായിലെ കലാപകാരിയായ രാജാവിന്റെ സേവനത്തിൽ ചേർന്നിരിക്കയാണെന്നാണ് തോന്നുന്നത്. ജോധ്പ്പൂർ രാജാവ് തങ്ങൾക്കെതിരായി അയച്ചിരുന്ന ഒരു വലിയ സേനയെ അവർ തോൽപ്പിച്ചോടിക്കുകയും ജനറലിനെയും ക്യാപ്റ്റൻ മോങ്ക്-മാസണെയും കൊലപ്പെടുത്തുകയും മൂന്ന് പീരങ്കികൾ പിടിച്ചെടുക്കുകയും ചെയ്തിട്ടുണ്ട്. ജനറൽ ജി സെന്റ് പി ലോറൻസ് നാസിറാബാദ് സൈന്യത്തിൽപ്പെട്ട കുറെപ്പേരെയും കൊണ്ട് അവരെ നേരിടുകയും അടുത്തുള്ള ഒരു പട്ടണത്തിലേക്ക് പിൻവാങ്ങാൻ അവരെ നിർബന്ധിതരാക്കുകയും ചെയ്തിട്ടുണ്ട്. പക്ഷേ, അവിടെ എത്തിയതിനുശേഷം അവർക്കെതിരായി അദ്ദേഹം നടത്തിയ ശ്രമങ്ങളൊന്നും ഫലിച്ചില്ല. സിൻഡിൽനിന്ന് യൂറോപ്യൻ സൈന്യങ്ങളെ മുഴുവൻ പിൻവലിച്ചതിന്റെ ഫലമായി അവിടെ വളരെ വ്യാപകമായൊരു ഗൂഢാലോചന നടന്നിട്ടുണ്ട്. ഹൈദരബാദും കറാച്ചിയും ഷിക്കാർപ്പൂറും ഉൾപ്പെടെ അഞ്ചിൽ കുറയാത്ത കേന്ദ്രങ്ങളിൽ കലാപശ്രമം നടന്നിട്ടുണ്ട്. പഞ്ചാബിലും ഒട്ടും അഭിലഷണീയമല്ലാത്ത ഒരു ലക്ഷണം കാണുന്നുണ്ട്. മുൾട്ടാനും ലാഹോറും തമ്മിലുള്ള ബന്ധം എട്ടുദിവസത്തേക്ക് വിഛേദിക്കപ്പെടുകയുണ്ടായി.

ജൂൺ 18-നുശേഷം ഇംഗ്ലണ്ടിൽനിന്ന് അയച്ചിട്ടുള്ള സൈന്യവിവരങ്ങളടങ്ങിയ ഒരു പട്ടിക ഞങ്ങൾ അന്യത്ര ചേർത്തിട്ടുണ്ട്[36]. ഓരോ കപ്പലും എത്തിയ ദിവസം ഞങ്ങൾ കണക്കാക്കിയിട്ടുള്ളത് ഔദ്യോഗിക പ്രസ്താവന നോക്കിയിട്ടാണ്. അതുകൊണ്ട് അത് ബ്രിട്ടീഷ് ഗവൺമെന്റിന് അനുകൂലവുമാണ്. കരമാർഗം അയച്ച ആർട്ടിലറി-എഞ്ചിനീയറിങ് വിഭാഗത്തിൽപ്പെട്ട ചില ചെറിയ ദളങ്ങളെ ചേർക്കാതെ മൊത്തം 30,894 പേർ അവിടെ എത്തിയിട്ടുണ്ടെന്ന് ഈ പട്ടിക നോക്കിയാൽ മനസിലാകും. ഇവരിൽ 24,734 പേർ കാലാൾപ്പടയിലും, 3,826 പേർ കുതിരപ്പടയിലും 2,334 പേർ പീരങ്കിപ്പടയിലും പെടും. ഒക്ടോബർ അവസാനത്തിനുമുമ്പായി അത്ര വളരെയൊന്നും പോഷകസേനകളെ പ്രതീക്ഷിക്കേണ്ടതില്ലെന്നും ഇത് നോക്കിയാൽ കാണാൻ കഴിയും.

ഇന്ത്യയിലേക്കുള്ള പട്ടാളം

1857 ജൂൺ 18-നുശേഷം ഇന്ത്യയിലേക്ക് അയച്ച പട്ടാളത്തിന്റെ പട്ടിക

എത്തുന്ന ദിവസം	മൊത്തം	കൽക്കത്ത	സിലോൺ	ബോംബെ	കറാച്ചി	മദ്രാസ്
സെപ്തംബർ 20	214	214	-	-	-	-
ഒക്ടോബർ 1	300	300	-	-	-	-
ഒക്ടോബർ 15	1,906	124	1,782	-	-	-
ഒക്ടോബർ 17	288	288	-	-	-	-
ഒക്ടോബർ 20	4,235	3,845	390	-	-	-
ഒക്ടോബർ 30	2,023	479	1,544	-	-	-
ഒക്ടോബറിൽ മൊത്തം	8,966	5,250	3,716			
നവംബർ 1	3,495	1,234	1,629	-	632	-
നവംബർ 5	879	879	-	-	-	-
നവംബർ 10	2,700	904	340	400	1056	-
നവംബർ 12	1,633	1,633	-	-	-	-
നവംബർ 15	2,610	2,132	478	-	-	-
നവംബർ 19	234	-	-	-	234	-
നവംബർ 20	1,216	-	278	938	-	-
നവംബർ 24	406	-	406	-	-	-
നവംബർ 25	1,276	-	-	-	-	1,276
നവംബർ 30	666	-	462	204	-	-
നവംബറിൽ മൊത്തം	15,115	6,782	3,593	1,542	1,922	1,276
ഡിസംബർ 1	354	-	-	354	-	-
ഡിസംബർ 5	459	-	-	201	-	258
ഡിസംബർ 10	1758	-	607	-	1151	-
ഡിസംബർ 14	1057	-	-	1057	-	-
ഡിസംബർ 15	948	-	-	647	301	-
ഡിസംബർ 20	693	185	-	300	208	-
ഡിസംബർ 25	624	-	-	-	624	-
ഡിസംബറിൽ മൊത്തം	5,893	185	607	2,559	2,284	258
ജനുവരി 1	340	-	-	340	-	-
ജനുവരി 5	220	-	-	-	-	220
ജനുവരി 15	140	-	-	-	-	140
ജനുവരി 20	220	-	-	-	-	220
ജനുവരിയിൽ മൊത്തം	920	-	-	340	-	580
സെപ്തംബർ മുതൽ ജനുവരി 20 വരെ	30,894	12,217	7,916	4,441	4,206	2,114

കരമാർഗം അയച്ചത്

എത്തുന്ന ദിവസം	മൊത്തം	കൽക്കത്ത	സിലോൺ	ബോംബെ	കറാച്ചി	മദ്രാസ്
ഒക്ടോബർ 2	235 സാപ്പർമാർ	117	–	–	118	–
ഒക്ടോബർ 12	221 ആർട്ടിലറി	221	–	–	–	–
ഒക്ടോബർ 14	244 സാപ്പർമാർ	122	–	–	122	–
ഒക്ടോബറിൽ മൊത്തം	700	460	–	–	240	–
മൊത്തം						31,594
മുനമ്പുവഴി, ഭാഗികമായി എത്തിയത്						4,000
ആകെ മൊത്തം						35,594

(1857 ഒക്ടോബർ 30-ന് എഴുതിയത്. 1857 നവംബർ 14-ലെ 5170-ാം ലക്കം *ന്യൂയോർക്ക് ഡെയ്‌ലി ട്രിബ്യൂണിൽ* ഒരു മുഖലേഖനമായി പ്രസിദ്ധീകരിക്കപ്പെട്ടു).

ഡൽഹിയുടെ പതനം

ഫ്രെഡറിക് എംഗൽസ്

കൊടുങ്കാറ്റിന് സമമായ ഒരു ആക്രമണത്തിലൂടെ ഡൽഹി പിടിച്ചെടുത്ത പട്ടാളത്തിന്റെ വീരശൂരപരാക്രമത്തെ വാനോളം പുകഴ്ത്തിക്കൊണ്ട് ഗ്രേറ്റ് ബ്രിട്ടനിൽ ഇപ്പോൾ നടക്കുന്ന ആ വമ്പിച്ച ഘോഷങ്ങളിലൊന്നും ചേരാൻ ഞങ്ങൾക്കുദ്ദേശ്യമില്ല. ആത്മപ്രശംസയിൽ, പ്രത്യേകിച്ചും വീരശൂരപരാക്രമപ്രശ്നത്തെ സംബന്ധിച്ച ആത്മപ്രശംസയിൽ, ഇംഗ്ലീഷുകാരെ തോൽപ്പിക്കാൻ ഫ്രഞ്ചുകാരുൾപ്പെടെ മറ്റൊരു ജനതയ്ക്കും കഴിയില്ല. പക്ഷേ, വസ്തുതകളെ ശരിയായി അപഗ്രഥിച്ചാലുടൻ ഈ ശൂരതയുടെ ഗാംഭീരം 99 ശതമാനം ദൃഷ്ടാന്തങ്ങളിലും വളരെ നിസാരമായി ചുരുങ്ങും. ഡൽഹി പിടിച്ചെടുക്കുന്നതിൽ പ്രദർശിപ്പിക്കപ്പെട്ടിട്ടുള്ള ധീരത നിസ്സംശയം പ്രശംസനീയമാണ്. പക്ഷേ, കൊട്ടിഘോഷിക്കപ്പെടുന്നതുപോലെ അത് അത്രവളരെ അസാമാന്യമായിട്ടുള്ളതൊന്നുമല്ല. എങ്കിലും ആ ധീരപ്രവർത്തനത്തിൽ താനും പങ്കാളിയാണെന്ന് വരുത്തിത്തീർക്കാൻ നാട്ടിൽ അടങ്ങിയൊതുങ്ങിക്കഴിയുന്നവനും സൈനികമായ യശസ്സ് കൈവരിക്കാനുള്ള വിദൂരസാധ്യതയോടുപോലും അസാമാന്യമായ വൈമുഖ്യം കാട്ടുന്നവനുമായ ഇംഗ്ലീഷ് കാരണവർ വല്ലവന്റെയും ധീരത വെച്ചുകൊണ്ട് നടത്തുന്ന ഈ നിലവിലുള്ള കച്ചവടം കാണുമ്പോൾ സാമാന്യബുദ്ധിയുള്ളവർക്ക് മനംപുരട്ടലുണ്ടാകാതിരിക്കുകയില്ല.

ഡൽഹിയെ സെവസ്കോപ്പലുമായി താരതമ്യപ്പെടുത്തിയാൽ ശിപായിമാർ റഷ്യക്കാരൊന്നുമായിരുന്നില്ലെന്ന് ഞങ്ങളും സമ്മതിക്കും. ബ്രിട്ടീഷ് പാളയത്തിനെതിരായി അവർ നടത്തിയ ആക്രമണങ്ങളൊന്നും ഇങ്കർമാനിലേതിനോട്[37] കിടപിടിക്കുന്നതായിരുന്നില്ല. ഡൽഹിയിൽ തോത്ലെ

ബെനെപ്പോലെ ആരും ഉണ്ടായിരുന്നുമില്ല. ഓരോ ശിപായിയും ശിപായിമാരുടെ ഓരോ കമ്പനിയും മിക്കപ്പോഴും ധീരമായിത്തന്നെ പോരാടിയെങ്കിലും അവർക്ക് നേതൃത്വമേ ഉണ്ടായിരുന്നില്ല. ബ്രിഗേഡുകൾക്കും ഡിവിഷനുകൾക്കുമെന്നല്ല ബറ്റാലിയൻ നിലവാരത്തിൽപ്പോലും അവർക്ക് നേതൃത്വമുണ്ടായിരുന്നില്ല. അക്കാരണത്താൽ കമ്പനി നിലവാരത്തിനപ്പുറത്തേക്ക് അവർക്കിടയിൽ ഐക്യമുണ്ടായിരുന്നില്ല. ശാസ്ത്രീയമായ യുദ്ധമുറയെപ്പറ്റി അവർക്ക് നിശ്ചയമേ ഉണ്ടായിരുന്നില്ല. ഇപ്പോഴത്തെ ക്കാലത്ത് അത് കൂടാതെ ഒരു പട്ടാളത്തിന് ഒന്നും ചെയ്യാനാവില്ല. ഒരു പട്ടണത്തിന്റെ പ്രതിരോധം അതുകൂടാതെ അചിന്ത്യവുമാണ്. പക്ഷേ, ആൾബലവും ആയുധബലവും അവർക്കായിരുന്നു വളരെക്കൂടുതൽ. ശീതോഷ്ണാവസ്ഥയെ നേരിടുന്നതിനുള്ള കഴിവിലും ശിപായിമാർ യൂറോപ്യരെക്കാൾ വളരെ മുൻപിലായിരുന്നു. ഡൽഹിക്ക് മുന്നിൽ പാളയമടിച്ചിരുന്ന ബ്രിട്ടീഷ് പട്ടാളം ചില സന്ദർഭങ്ങളിൽ അങ്ങേയറ്റം പരിക്ഷീണരുമായിരുന്നു. ഇതെല്ലാം വെച്ചുനോക്കിയാൽ ആദ്യം പറഞ്ഞ കുറവുകൾ പലതും നികരുകയും ഈ രണ്ട് ഉപരോധങ്ങളെയും തമ്മിൽ (ഈ നടപടികളെ ഉപരോധങ്ങളെന്ന് വിളിക്കാമെങ്കിൽ) താരതമ്യപ്പെടുത്താൻ കഴിയുകയും ചെയ്യും. മറ്റേതൊരു പോരാട്ടത്തിലുമെന്നപോലെ ഡൽഹിക്കെതിരായ കൊടുങ്കാറ്റുപോലുള്ള ഈ ആക്രമണത്തിലും ഇരുവശത്തുമുള്ള വ്യക്തികൾ അന്യാദൃശങ്ങളായ ധീരപ്രവൃത്തികൾ നടത്തിയിട്ടുണ്ടെന്നത് അവിതർക്കിതമാണെങ്കിലും അത്ര വളരെ അനിതരസാധാരണമോ അതിസാഹസികമോ ആയ ഒരു നടപടിയായി ഞങ്ങളിതിനെ കാണുന്നില്ലെന്ന് ഒരിക്കൽക്കൂടി പ്രസ്താവിക്കേണ്ടതുണ്ട്. എങ്കിൽപ്പോലും സെവസ്തോപ്പലിനും ബലക്ലാവയ്ക്കും ഇടയിൽ വച്ച്[38] പരീക്ഷണത്തെ നേരിട്ടിരുന്ന ഇംഗ്ലീഷ് സൈന്യത്തെ അപേക്ഷിച്ച് ഡൽഹിക്ക് മുമ്പിലത്തെ ആംഗ്ലോ-ഇന്ത്യൻ പട്ടാളം വളരെയേറെ സഹനശക്തിയും സ്വഭാവദാർഢ്യവും നിരൂപണബുദ്ധിയും കഴിവും പ്രദർശിപ്പിച്ചിട്ടുണ്ടെന്നുതന്നെയാണ് ഞങ്ങളുടെ അഭിപ്രായം. ഇങ്കർമാനിലെ യുദ്ധത്തിനുശേഷം ആ ഇംഗ്ലീഷ് സൈന്യം തിരിച്ച് കപ്പൽ കയറാൻ മനസാ തയാറായിരുന്നു. ഫ്രഞ്ചുകാർ ഇല്ലായിരുന്നെങ്കിൽ അവരതനുസരിച്ച് കപ്പൽ കയറുകയും ചെയ്യുമായിരുന്നു. പക്ഷേ, ഇവിടെ കാലാവസ്ഥ പ്രതികൂലവും തന്മൂലമുള്ള രോഗങ്ങൾ മാരകവും ആയിരുന്നു. ഗതാഗത-വാർത്താബന്ധങ്ങൾ മുറിഞ്ഞുപോയിരുന്നു. പെട്ടെന്ന് പോഷകസേനകളെ കിട്ടാൻ യാതൊരു സാധ്യതയും ഇല്ലായിരുന്നു. ഉത്തരേന്ത്യയിലെ സ്ഥിതിയാകെ മോശമായിരുന്നു. ഇതെല്ലാം ഒരു പിന്മാറ്റത്തിന് പ്രേരിപ്പിക്കുന്ന സംഗതികളായിരുന്നു. അങ്ങനെയൊരു നടപടിയെപ്പറ്റി ആലോചിക്കുകയും ചെയ്തിരുന്നു. പക്ഷേ, എന്നിട്ടും ഈ സൈന്യം സ്വസ്ഥാനത്ത് ഉറച്ചുനിൽക്കുകയാണുണ്ടായത്.

ഉത്തരേന്ത്യയിൽ എവിടേക്കും നീക്കാവുന്ന ഒരു സൈന്യനിരയാണ് കലാപത്തിന്റെ ഉച്ചകോടിയിൽ ഏറ്റവും അത്യന്താപേക്ഷിതമായിരുന്ന

സംഗതി. ഇതിനായി ഉപയോഗപ്പെടുത്താവുന്ന രണ്ട് സൈന്യങ്ങൾ മാത്രമേ ഉണ്ടായിരുന്നുള്ളൂ. ഹാവ്ലോക്കിന്റെ ചെറുസൈന്യമായിരുന്നു ഇതിലൊന്ന്. ഈ സൈന്യം അതിന് മതിയാവുകയില്ലെന്ന് പെട്ടെന്നു തന്നെ തെളിഞ്ഞു. ഡൽഹിയുടെ മുന്നിലുള്ള സൈന്യമായിരുന്നു രണ്ടാമത്തേത്. ഈ സാഹചര്യങ്ങളിൽ തടുക്കാനാവാത്ത ഒരു ശത്രുവിനെ തിരായ വിഫലസമരങ്ങൾക്കായി സർവശക്തിയും ചെലവിട്ടുകൊണ്ട് ഡൽഹിയുടെ മുന്നിൽ തൂങ്ങിനിൽക്കാൻ തീരുമാനിച്ചത് സൈനികമായ വലിയൊരു പ്രമാദമായിരുന്നുവെന്നും നീങ്ങിക്കൊണ്ടിരിക്കുന്ന ഒരു സൈന്യത്തിന് നിശ്ചലാവസ്ഥയിലുള്ളതിനെക്കാൾ നാലു മടങ്ങ് കൂടുതൽ പ്രയോജനം ചെയ്യാൻ കഴിയുമായിരുന്നുവെന്നും, ഡൽഹി ഒഴികെയുള്ള ഉത്തരേന്ത്യ ആകെത്തന്നെ വീണ്ടെടുത്ത് ഗതാഗത-വാർത്താബന്ധങ്ങൾ പുനഃസ്ഥാപിക്കാനും ഏതെങ്കിലുമൊരിടത്ത് സ്വന്തം സൈന്യത്തെ കേന്ദ്രീകരിക്കാനുള്ള കലാപകാരികളുടെ ശ്രമങ്ങൾ തകർക്കാനും സാധിക്കുമായിരുന്നെന്നും അതോടെ സ്വാഭാവികമായും അനായാസമായും ഡൽഹിയും നിലംപതിക്കുമായിരുന്നുവെന്നുമുള്ളത് തർക്കമറ്റ സംഗതികളാണ്. പക്ഷേ, രാഷ്ട്രീയ കാരണങ്ങളാൽ ഡൽഹിക്ക് മുന്നിലുള്ള ക്യാമ്പ് കെട്ടുകെട്ടിക്കൊണ്ടുപോവുക സാധ്യമായിരുന്നില്ല. ഡൽഹിയിലേക്ക് പട്ടാളത്തെ അയയ്ക്കാൻ തീരുമാനമെടുത്ത ഹെഡ്ക്വാർട്ടേഴ്സിലെ ബുദ്ധിമല്ലന്മാരെയാണ് ഇതിൽ കുറ്റപ്പെടുത്തേണ്ടത്. അവിടെ എത്തിക്കഴിഞ്ഞതിനുശേഷം പിന്നെ പിടിച്ചുനിൽക്കാനുള്ള ക്ഷമ കാണിച്ച പട്ടാളത്തിനെ കുറ്റം പറഞ്ഞിട്ട് യാതൊരു കാര്യവുമില്ല. അതേസമയം തന്നെ, മഴയ്ക്ക് ഈ പട്ടാളത്തെ വിചാരിച്ചത്ര ഉപദ്രവിക്കാൻ കഴിഞ്ഞില്ലെന്നും അത്തരം കാലത്ത് യുദ്ധനടപടികൾക്കിടയിൽ ഉണ്ടാകാവുന്ന ശരാശരിതോതിലുള്ള രോഗബാധയെങ്കിലും പിടിപെട്ടിരുന്നെങ്കിൽ ആ പട്ടാളത്തെ പിൻവലിക്കുകയോ പിരിച്ചുവിടുകയോ ചെയ്യേണ്ടിവരുമായിരുന്നുവെന്നുമുള്ള സംഗതി ഇവിടെ എടുത്തു പറയേണ്ടതുണ്ട്. ആഗസ്ത് അവസാനം വരെ പട്ടാളത്തിന്റെ ഈ അപകടസ്ഥിതി നീണ്ടുനിന്നു. അപ്പോഴേക്ക് പോഷകസേനകൾ എത്തിച്ചേരാൻ തുടങ്ങി. അതേസമയം അന്തഃഛിദ്രം കാരണം കലാപ പാളയം കൂടുതൽ കൂടുതൽ ദുർബലമായി വരികയും ചെയ്തു. സെപ്തംബർ ആരംഭത്തിൽ സീജ് ട്രെയിനും എത്തിയതോടെ പ്രതിരോധ നിലപാട് കടന്നാക്രമണപരമായ ഒന്നായി മാറി. സെപ്തംബർ 7-ന് ആദ്യത്തെ ബാറ്ററി ഗർജിക്കാൻ തുടങ്ങി. 13-ാം തീയതി വൈകുന്നേരമായപ്പോഴേക്ക് ഉപയോഗയോഗ്യമായ രണ്ട് വിടവുകൾ സൃഷ്ടിക്കപ്പെട്ടു. ഈ ഇടവേളയിൽ എന്താണ് സംഭവിച്ചതെന്ന് നമുക്കൊന്ന് പരികോധിക്കാം.

ഇതിലേക്ക് ജനറൽ വിൽസന്റെ ഔദ്യോഗിക റിപ്പോർട്ടിനെ ആശ്രയിച്ചാൽ നമ്മുടെ കാര്യം വളരെ കഷ്ടത്തിലാകും. ക്രിമിയയിലെ ഇംഗ്ലീഷ് ഹെഡ്ക്വാർട്ടേഴ്സിൽനിന്ന് പുറപ്പെടുവിച്ചിരുന്ന ഏത് ബുള്ളറ്റിനുംപോലെതന്നെ കുഴഞ്ഞുമറിഞ്ഞതായിരുന്നു ഈ റിപ്പോർട്ടും. ഇന്ന് ജീവിച്ചി

രിക്കുന്ന ഒരാൾക്കും ഈ റിപ്പോർട്ട് വായിച്ചാൽ മേൽപ്പറഞ്ഞ രണ്ട് വിടവുകളുടെ യഥാർഥ സ്ഥിതി എന്താണെന്നോ ആക്രമണത്തിലേർപ്പെട്ടിരിക്കുന്ന സൈന്യനിരകളുടെ ആപേക്ഷികനില എങ്ങനെയുള്ളതാണെന്നോ ഈ സൈന്യനിരകളെ നിർത്തിയിരിക്കുന്നത് ഏത് ക്രമത്തിലാണെന്നോ ഉള്ളതിനെപ്പറ്റി യാതൊരു തുമ്പും കിട്ടുകയില്ല. സ്വകാര്യറിപ്പോർട്ടുകളുടെ കാര്യം പറഞ്ഞാൽ, അവ ഇതിലും കുഴഞ്ഞുമറിഞ്ഞതാണ്. ഭാഗ്യവശാൽ, ഈ വിജയത്തിനുള്ള ഏതാണ്ട് മുഴുവൻ ഖ്യാതിയും അവകാശപ്പെടാൻ അർഹതയുള്ളവരും വിവരമുള്ളവരുമായ ഓഫീസർമാരിൽ ഒരാൾ *ബോംബെ ഗസറ്റിൽ* ഇതെപ്പറ്റിയുള്ള ഒരു നല്ല റിപ്പോർട്ട് നൽകിയിട്ടുണ്ട്. ബംഗാൾ എഞ്ചിനീയറിങ്-ആർട്ടിലറി ഗ്രൂപ്പിൽപ്പെട്ട ആളാണിദ്ദേഹം. വ്യക്തവും കാര്യമാത്രവും ലളിതവും അഹംഭാവരഹിതവുമായ ഒരു റിപ്പോർട്ടാണിത്. ക്രിമിയൻ യുദ്ധത്തിനിടയിൽ ഇത്ര വിവരത്തോടുകൂടിയ ഒരു റിപ്പോർട്ടെഴുതാൻ കഴിവുള്ള ഒരൊറ്റ ഓഫീസറെപ്പോലും കാണാനുണ്ടായിരുന്നില്ല. പക്ഷേ, നിർഭാഗ്യവശാൽ, ആക്രമണത്തിന്റെ ആദ്യദിവസം തന്നെ മുറിവേൽക്കുകയാൽ ഇദ്ദേഹത്തിന്റെ കത്ത് ഇതോടെ അവസാനിക്കുന്നു. അക്കാരണത്താൽ പിന്നീട് നടന്ന കാര്യങ്ങളെക്കുറിച്ച് നമുക്കിപ്പോഴും യാതൊരു പിടിയുമില്ല.

ഒരു ഏഷ്യാറ്റിക് സൈന്യത്തിന്റെ ഉപരോധം ഉണ്ടായാൽ മാത്രം പിടിച്ചുനിൽക്കാൻ കഴിയുംവിധത്തിൽ ഇംഗ്ലീഷുകാർ ഡൽഹിയുടെ പ്രതിരോധം ഉറപ്പിച്ചിരുന്നു. ആധുനിക ധാരണകൾ വച്ചു നോക്കിയാൽ ഡൽഹിയെ ഒരു കോട്ടയെന്ന് വിവരിക്കാനാവില്ല. കടന്നാക്രമിച്ചുവരുന്ന ഒരു പടയുടെ തള്ളിക്കയറ്റത്തെ തടഞ്ഞുനിർത്താൻ പറ്റിയ വിധത്തിൽ ഭദ്രത വരുത്തിയ ഒരു സ്ഥലമെന്നു മാത്രമേ അതേപ്പറ്റി പറയാനാവൂ. പതിനാറടി ഉയരവും പന്ത്രണ്ടടി കനവുമുള്ള അതിന്റെ കൽമതിലിന് മുകളിലായി മൂന്നടി കനവും എട്ടടി പൊക്കവുമുള്ള ഒരു അരമതിലുമുണ്ട്. ഈ അരമതിലിന് പുറമെ ആറടി വീതിയിലുള്ള കൽപ്പണി വേറെയുമുണ്ട്. പക്ഷേ, കിടങ്ങിനോട് തൊട്ടുള്ള മൺതിട്ടയുടെ മറവ് ഇതിന് കിട്ടുകയില്ല. ആക്രമണകാരികളുടെ വെടി നേരിട്ടവിടെ വന്നുകൊള്ളുകയും ചെയ്യും. ഇവിടം വളരെ ഇടുങ്ങിയതാകയാൽ കൊത്തളങ്ങളിലോ മാർട്ടെല്ലൊ ഗോപുരങ്ങളിലോ അല്ലാതെ മറ്റൊരിടത്തും പീരങ്കി വയ്ക്കുന്ന പ്രശ്നമേ ഉദിക്കുന്നില്ല. കൊത്തളങ്ങൾക്കിടയിലുള്ള യവനികയ്ക്ക് ഈ ഗോപുരങ്ങൾ നേരിയൊരു മറ മാത്രമേ നൽകുന്നുള്ളൂ. മൂന്നടി കനത്തിൽ കല്ലുകൊണ്ടുള്ള ഒരു അരമതിൽ വൻപീരങ്കികൾ കൊണ്ട് തകർത്ത് തരിപ്പണമാക്കാൻ (ലഘു പീരങ്കികൾ കൊണ്ടും ഇത് സാധിക്കും) കഴിയുമെന്നതിനാൽ പ്രതിരോധകരുടെ പീരങ്കികളെ, പ്രത്യേകിച്ചും കിടങ്ങിന്റെ പാർശ്വങ്ങളിലുള്ളവയെ, നിശ്ശബ്ദമാക്കാൻ യാതൊരു പ്രയാസവുമില്ല. കോട്ടമതിലിനും കിടങ്ങിനും ഇടയ്ക്ക് നിരപ്പായ ഒരു തട്ടുണ്ട്. കൊള്ളാവുന്ന ഒരു വിടവ് സൃഷ്ടിക്കുന്നതിന് ഇത് വളരെ സഹായകമാണ്. ഇങ്ങനെയുള്ള സ്ഥിതിയിൽ കിടങ്ങ്, എതിരെ വരുന്ന സൈന്യ

ത്തെ കുടുക്കാനുള്ള പടുകുഴിയാവുന്നതിന് പകരം അവിടം തൊട്ടുള്ള മൺതിട്ട ചാടിക്കടക്കുന്നതിനിടയിൽ അണി മുറിഞ്ഞുപോകുന്ന സൈന്യ നിരകൾ വീണ്ടും ശരിപ്പെടുത്താൻ സൗകര്യമുണ്ടാക്കുന്ന ഒരു വിശ്രമ സ്ഥലമായി മാറുകയാണ് ചെയ്യുക.

ശരിയായ കിടങ്ങുകളും മറ്റുമുള്ള ഇങ്ങനെയൊരു സ്ഥലത്തെ വളയാൻ പര്യാപ്തമായ ഒരു സൈന്യം കൈവശമുണ്ടായിരിക്കുകയെന്ന ആദ്യത്തെ നിബന്ധന നിറവേറ്റാൻ കഴിയുമായിരുന്നെങ്കിൽക്കൂടിയും അവിടേക്ക് ഓടിച്ചെല്ലുന്നത് ഉപരോധനിയമപ്രകാരം തനി ഭ്രാന്തായിത്തീരുമായിരുന്നു. നിലവിലുള്ള പ്രതിരോധാവസ്ഥയും പ്രതിരോധകരുടെ അസംഘടിതാവസ്ഥയും നിർവീര്യതയും, ഇപ്പോൾ അനുവർത്തിക്കപ്പെട്ടിട്ടുള്ളതിൽനിന്ന് വ്യത്യസ്തമായ മറ്റേതൊരു ആക്രമണമുറയും അബദ്ധമാക്കുമായിരുന്നു. സർവശക്തിയും ഉപയോഗിച്ചുള്ള ആക്രമണം എന്ന പേരിൽ സൈനികർക്കിടയിൽ വളരെ പ്രസിദ്ധമായ ഒന്നാണ് ഈ ആക്രമണമുറ. പീരങ്കികൾ കൂടാതെയുള്ള ഒരു തുറന്ന ആക്രമണം അസാധ്യമാക്കാൻ കഴിയുന്ന ആ പ്രതിരോധനിരയെ ആർട്ടിലറിക്കാർ വേണ്ട പോലെ കൈകാര്യം ചെയ്തുകൊള്ളും. ഈ സമയമത്രയും കോട്ടയുടെ ഉൾഭാഗത്തേക്ക് നിർത്താതെയുള്ള ഷെൽപ്രയോഗം നടക്കുന്നുണ്ടാകും. അങ്ങനെ ഉപയോഗയോഗ്യമാക്കാവുന്ന ഒരു വിടവുണ്ടായിക്കിട്ടിയാലുടൻ ആക്രമണസന്നദ്ധമായ പട്ടാളം അവിടേക്ക് തള്ളിക്കയറും.

ഇംഗ്ലീഷ്ക്യാമ്പിന് നേരെ എതിർവശത്തുള്ള വടക്കൻ മുന്നണിയിലാണ് ആക്രമണം നടന്നത്. ഈ മുന്നണി മൂന്ന് കൊത്തളങ്ങളും അവയ്ക്കിടയിലുള്ള രണ്ട് യവനികകളും അടങ്ങിയതായിരുന്നു. തന്മൂലം മധ്യ കൊത്തളത്തിൽ (കാശ്മീരി ഗെയ്റ്റിലുള്ളത്) ഒരു അന്തഃപ്രവിഷ്ടകോണം പോലെ ആയിരുന്നു. കാശ്മീരി ഗെയ്റ്റ് മുതൽ വാട്ടർ കൊത്തളം വരെയുള്ള കിഴക്കൻ മുന്നണിയാണ് കുറെക്കൂടി ചെറുത്. കാശ്മീരി-മോറീ കൊത്തളങ്ങൾക്കിടയിലുള്ള പടിഞ്ഞാറൻ മുന്നണിക്ക് അൽപ്പം മുന്നിലായി തള്ളിനിൽക്കുന്നുമുണ്ട് ഇത്. കാശ്മീരി-വാട്ടർ കൊത്തളങ്ങൾക്ക് മുന്നിലുള്ള നിലം കുറ്റിക്കാടുകളും പൂന്തോട്ടങ്ങളും വീടുകളും മറ്റും നിറഞ്ഞതാണ്. ശിപായിമാർ ഇവിടം നിരപ്പാക്കിയിരുന്നില്ല. ആക്രമിക്കുന്നവർക്ക് അവിടം ഒരു അഭയസങ്കേതം പോലെ ആയിരുന്നു (അവിടെ വച്ചിരുന്ന പീരങ്കികൾക്ക് തൊട്ടുതാഴെക്കൂടി ഇംഗ്ലീഷുകാർക്ക് ശിപായിമാരെ പിന്തുടരാൻ കഴിഞ്ഞതിന്റെ രഹസ്യവും ഇതാണ്. അന്ന് വലിയൊരു വീരകൃത്യമായാണ് ഇംഗ്ലീഷുകാരുടെ ഈ നടപടി കണക്കാക്കപ്പെട്ടിരുന്നത്. എന്നാൽ, ഈ മറവുണ്ടായിരുന്നതിനാൽ വാസ്തവത്തിൽ വലിയ അപകടമൊന്നുമുള്ള ഒരു ഏർപ്പാടായിരുന്നില്ല അത്). കൂടാതെ, ഈ മുന്നണിയിൽനിന്ന് 400–500 വാര അകലെയായി കോട്ടമതിലിന്റെ അതേ വഴിക്ക് ആഴമേറിയ ഒരു കിടങ്ങ് നീണ്ടുകിടന്നിരുന്നു. ആക്രമണത്തിനുള്ള ഒരു സ്വാഭാവികസമാന്തരരേഖ വരച്ചതുപോലെയായിരുന്നു ഇത്. കൂടാതെ, നദി ഇംഗ്ലീഷുകാരുടെ ഇടത് പാർശ്വത്തിന് ഒന്നാന്തര

മൊരു അടിത്തറ ഉണ്ടാക്കിക്കൊടുക്കുകയും ചെയ്തിരുന്നതിനാൽ കാശ്മീരി-വാട്ടർ കൊത്തളങ്ങളുടെ മുന്നിലുള്ള എടുപ്പാണ് ആക്രമണത്തിന് പറ്റിയ പ്രധാന സ്ഥാനമായി തെരഞ്ഞെടുത്തത്. പടിഞ്ഞാറെ ഭാഗത്തുള്ള കൊത്തളങ്ങൾക്കെതിരായി അതോടൊപ്പം തന്നെ ഒരു വ്യാജാക്രമണവും നടത്തപ്പെട്ടു. ഈ സൂത്രം ശരിക്ക് ഫലിക്കുകയും ചെയ്തു. ശിപായി സേനയുടെ മുഖ്യ ദളം അവിടെയാണ് കേന്ദ്രീകരിക്കപ്പെട്ടത്. ഇംഗ്ലീഷുകാരുടെ വലതുപാർശ്വത്തെ ഭീഷണിപ്പെടുത്താനായി കാബൂളി ഗെയ്റ്റിന്റെ പ്രാന്തങ്ങളിൽ അവർ വലിയൊരു സൈന്യത്തെ അണിനിരത്തി. മോറീ കൊത്തളത്തിനും കാശ്മീരി കൊത്തളത്തിനും ഇടയിലുള്ള പടിഞ്ഞാറൻ ഭാഗമാണ് ഏറ്റവും വലിയ അപകടത്തെ അഭിമുഖീകരിച്ചിരുന്നതെങ്കിൽ ഈ സൂത്രം നൂറുശതമാനം ശരിയാകുമായിരുന്നു. പാർശ്വഭാഗങ്ങളിലുള്ള ശിപായി സേനയുടെ നിൽപ്പ് സക്രിയമായ ഒരു പ്രതിരോധ ഉപാധിയെന്ന നിലയ്ക്ക് ഒന്നാന്തരമാകുമായിരുന്നു. ആക്രമിക്കാൻ വരുന്ന ഓരോ സൈന്യനിരയേയും ഈ പാർശ്വഭാഗത്ത് നിൽക്കുന്ന ഇവരുടെ കാലേയുള്ള ഒരു മുന്നേറ്റംകൊണ്ട് അവരുടെ പാർശ്വത്തിൽ കുടുക്കാൻ പറ്റുമായിരുന്നു. പക്ഷേ, കാശ്മീരി-വാട്ടർ കൊത്തളങ്ങൾക്കിടയിലുള്ള പ്രദേശത്ത് ഇതിന്റെ സ്വാധീനം അനുഭവപ്പെട്ടില്ല. അങ്ങനെ, ഈ നിൽപ്പുകാരണം പ്രതിരോധസേനയുടെ ഏറ്റവും മികച്ച ഭാഗം നിർണായകമായ കേന്ദ്രത്തിൽനിന്ന് അകന്നുപോയി.

ബാറ്ററികൾ സ്ഥാപിക്കാൻ സ്ഥലം തെരഞ്ഞെടുക്കുകയും അവ നിർമിച്ച് ആയുധസജ്ജമാക്കുകയും അവിടേക്ക്വേണ്ട സേവനങ്ങൾ എത്തിച്ചുകൊടുക്കുകയും ചെയ്ത രീതിയെ എത്ര പ്രശംസിച്ചാലും അധികമാവുകയില്ല. നല്ല കനത്ത അരമതിലുകൾക്ക് പിന്നിലുള്ള ബാറ്ററികളിൽ കേന്ദ്രീകരിച്ച 50 പീരങ്കികളും മോർട്ടാറുകളുമാണ് ഇംഗ്ലീഷുകാരുടെ പക്കലുണ്ടായിരുന്നത്. ഔദ്യോഗിക പ്രസ്താവനകൾ വച്ചുനോക്കിയാൽ, ആക്രമണവിധേയമായ മുന്നണിയിൽ ശിപായി സൈന്യത്തിന് 55 പീരങ്കികൾ ഉണ്ടായിരുന്നു. പക്ഷേ, അതെല്ലാം ചെറുകൊത്തളങ്ങളിലും മാർട്ടെല്ലോ ഗോപുരങ്ങളിലുമായി ചിതറിക്കിടക്കുകയായിരുന്നു. തന്മൂലം കേന്ദ്രീകൃതമായൊരു നടപടിക്ക് സാധ്യത ഉണ്ടായിരുന്നില്ല. കഷ്ടിച്ച് മൂന്നടി ഉയരമുള്ള അരമതിൽ അവയ്ക്ക് സംരക്ഷണം നൽകാൻ പറ്റുന്നതുമായിരുന്നില്ല. പ്രതിരോധ നിരയിൽ നിന്നുള്ള പീരങ്കികളെ നിശ്ശബ്ദമാക്കാൻ രണ്ടുമണിക്കൂർപോലും വേണ്ടി വന്നിരിക്കില്ല. പിന്നീട് വലുതായൊന്നും ചെയ്യാനുണ്ടായിരുന്നുമില്ല.

8-ാം തീയതി 1-ാം നമ്പർ ബാറ്ററിയിലെ പത്ത് പീരങ്കികൾ കോട്ടമതിലിന് 700 വാര അകലെനിന്ന് തീ തുപ്പാൻ തുടങ്ങി. ആ രാത്രിയിൽ മേൽപ്പറഞ്ഞ കിടങ്ങ് ഒരുതരം ട്രഞ്ചാക്കി മാറ്റപ്പെട്ടു. 9-ാം തീയതി ഈ കിടങ്ങിന് മുമ്പിലത്തെ പൊട്ടിപ്പൊളിഞ്ഞ തറയും കെട്ടിടങ്ങളും എതിർപ്പ് കൂടാതെ പിടിച്ചെടുക്കപ്പെട്ടു. 10-ാം തീയതി എട്ടു പീരങ്കികളോടുകൂടിയ രണ്ടാം നമ്പർ ബാറ്ററി പ്രവർത്തനമാരംഭിച്ചു. കോട്ടമതിലിന് 500-600

വാര അകലെ നിന്നായിരുന്നു ഇതിന്റെ പ്രവർത്തനം. 11-ാം തീയതി വാട്ടർ കൊത്തളത്തിന് 200 വാര അകലെയുള്ള പൊട്ടിപ്പൊളിഞ്ഞ തറയിൽ ധീരമായും സമർഥമായും സ്ഥാപിക്കപ്പെട്ട 3-ാം നമ്പർ ബാറ്ററിയിലെ ആറ് പീരങ്കികളിൽനിന്നും നിറ ഒഴിക്കാൻ തുടങ്ങി. അതേ സമയംതന്നെ പത്ത് വൻകിട മോർട്ടാറുകൾ നഗരത്തിലേക്ക് ഷെല്ലുകളും വർഷിച്ചു. 13-ാം തീയതി വൈകുന്നേരം ആയതോടെ ആളുകൾക്ക് അകത്തേക്ക് പ്രവേശിക്കാൻ പറ്റുന്ന തരത്തിലുള്ള രണ്ട് വിള്ളലുകൾ ശരിയായിട്ടുണ്ടെന്ന് റിപ്പോർട്ട് ചെയ്യപ്പെട്ടു. കാശ്മീരി കൊത്തളത്തിന്റെ വലത് പാർശ്വത്തോട് തൊട്ടുള്ള യവനികയുടെ ഭാഗത്താണ് ഒരു വിള്ളൽ ഉണ്ടാക്കപ്പെട്ടത്. രണ്ടാമത്തേത് വാട്ടർകൊത്തളത്തിന്റെ ഇടത് മുഖത്തും പാർശ്വത്തിലുമായിരുന്നു. ഉടനെതന്നെ ആക്രമണത്തിനുള്ള കൽപ്പന നൽകപ്പെട്ടു. 11-ാം തീയതി ശിപായി ദളങ്ങൾ അപകടത്തിലായ രണ്ട് കൊത്തളങ്ങൾക്കിടയിലുള്ള മൺതിട്ടയിൽ ഒരു പുറങ്കോട്ട സജ്ജമാക്കുകയും ഇംഗ്ലീഷ് ബാറ്ററികൾക്ക് 350 വാര അകലെ മുന്നണി ഭടന്മാർക്കായുള്ള ഒരു ട്രഞ്ച് കുഴിക്കുകയും ചെയ്തു. കാബൂളി ഗെയ്റ്റിന് പുറത്തുള്ള ഈ സ്ഥാനത്തുനിന്ന് പാർശ്വാക്രമണങ്ങൾക്കായും അവർ മുന്നോട്ട് നീങ്ങി. പക്ഷേ, ഐക്യമോ പരസ്പരധാരണയോ ഉത്സാഹമോ കൂടാതെയാണ് സക്രിയ പ്രതിരോധത്തിനുള്ള ഈ ശ്രമങ്ങൾ നടന്നത്. അതിനൊന്നും യാതൊരു ഫലവും ഉണ്ടായതുമില്ല.

14-ാം തീയതി നേരം വെളുത്തപ്പോൾ അഞ്ച് ബ്രിട്ടീഷ് കോളങ്ങൾ ആക്രമണത്തിനായി പുറപ്പെട്ടു. വലത് വശത്തുള്ളത് കാബൂളി ഗെയ്റ്റിന് പുറത്തുള്ള പട്ടാളവുമായി ഏറ്റുമുട്ടിയിട്ട് വിജയിച്ചാൽ ലാഹോറി ഗെയ്റ്റ് ആക്രമിക്കാൻ പോകണമെന്നായിരുന്നു നിർദേശം. ഓരോ വിള്ളലുകളിലും ഓരോ കോളത്തെ നിർത്താനും, മറ്റൊരു കോളത്തെ കാശ്മീരി ഗെയിറ്റിലേക്ക് നിയോഗിക്കാനും അഞ്ചാമത്തേതിനെ റിസർവായി നിർത്താനുമായിരുന്നു തീരുമാനം. കാശ്മീരി ഗെയിറ്റ് തകർത്ത് കളയാനായിരുന്നു പ്ലാൻ. ആദ്യത്തേതൊഴിച്ച് മറ്റ് എല്ലാ കോളങ്ങളുടെയും പ്രവർത്തനം വിജയകരമായിത്തീർന്നു. വിള്ളലുകളുടെ ഭാഗത്ത് കാര്യമായ പ്രതിരോധം ഉണ്ടായില്ല. പക്ഷേ, കോട്ടമതിലുകളോട് തൊട്ടുള്ള കെട്ടിടങ്ങളിലെ ചെറുത്തുനിൽപ്പ് വാശിയേറിയതായിരുന്നു. എഞ്ചിനീയർ വിഭാഗത്തിൽപ്പെട്ട ഒരു ഓഫീസറുടെയും മൂന്ന് സാർജന്റുമാരുടെയും ധീരോദാത്തതയുടെ (ഇവിടെ ശരിയായ ധീരോദാത്തത തന്നെ പ്രദർശിപ്പിക്കപ്പെട്ടിരുന്നു). ഫലമായി കാശ്മീരി ഗെയ്റ്റ് തകർക്കാനും അങ്ങനെ ഈ കോളത്തിന് അകത്തേക്ക് കടക്കാനും സാധിച്ചു. വൈകുന്നേരമായപ്പോഴേക്ക് വടക്കൻ മുന്നണി ആകെത്തന്നെ ഇംഗ്ലീഷുകാരുടെ കൈയിലായി. പക്ഷേ, ഇവിടെ എത്തിയപ്പോൾ ജനറൽ വിൽസൺ തന്റെ മാർച്ച് നിർത്തിവച്ചു. തോന്നിയപോലുള്ള ആക്രമണം അവസാനിപ്പിച്ചിട്ട് പീരങ്കികൾ മുൻപന്തിയിലേക്ക് കൊണ്ടുവന്ന് നഗരത്തിലെ പ്രബല സ്ഥാനങ്ങൾക്കെല്ലാം എതിരായി തിരിച്ചുവയ്ക്കപ്പെട്ടു. വെടിക്കോ

പ്പ്ശാലയുടെ ഭാഗത്ത് നടന്ന ഏറ്റുമുട്ടൽ കഴിഞ്ഞാൽപ്പിന്നെ മറ്റൊരിടത്തും വാസ്തവത്തിൽ കാര്യമായ ഒരു പോരാട്ടം ഉണ്ടായില്ല. മനസിടിഞ്ഞ കലാപകാരികൾ കൂട്ടത്തോടെ നഗരം വിട്ടുപോയി. വിൽസൺ ജാഗ്രതയോടെയാണ് മുന്നേറിയത്. 17-ാം തീയതിക്കുശേഷം വലിയ ചെറുത്തുനിൽപ്പൊന്നും ഉണ്ടായതേയില്ലെന്ന് പറയാം. 20-ാം തീയതിയോടെ നഗരമാകെ അദ്ദേഹം കൈയടക്കി.

ആക്രമണത്തെപ്പറ്റിയുള്ള ഞങ്ങളുടെ അഭിപ്രായം ഇവിടെ പറഞ്ഞു കഴിഞ്ഞു. പ്രതിരോധത്തെപ്പറ്റി പറഞ്ഞാൽ, പ്രത്യാക്രമണത്തിനുള്ള ശ്രമവും കാബൂളി ഗെയ്റ്റിൽ സ്വീകരിച്ച ഫ്ളാങ്കിങ് നടപടിയും പുറങ്കോട്ടകളും റൈഫിൽ പിറ്റുകളും എല്ലാം കാണിക്കുന്നത് ശാസ്ത്രീയ യുദ്ധമുറയെപ്പറ്റിയുള്ള ചില ധാരണകൾ ശിപായി അണികൾക്ക് ഉണ്ടാകാൻ തുടങ്ങിയിരുന്നുവെന്നാണ്. പക്ഷേ, ഫലപ്രദമായി നടപ്പിലാക്കാൻ പറ്റുന്ന തരത്തിൽ അവർക്കതിനെപ്പറ്റിയൊന്നും വേണ്ടത്ര വ്യക്തത ഉണ്ടായിരുന്നില്ല. അഥവാ ആ ധാരണകൾ വേണ്ടത്ര പ്രബലമായിരുന്നില്ല. ഈ ധാരണകൾ ഇന്ത്യക്കാർക്കിടയിൽ നിന്നുണ്ടായതാണോ അതോ അവരുടെ കൂടെ നിൽക്കുന്ന ചില യൂറോപ്യന്മാരിൽനിന്നാണോ അവയുടെ ഉത്ഭവമെന്ന് പറയാൻ പ്രയാസമുണ്ട്. അതെന്തായാലും ഒരുകാര്യം തീർച്ചയാണ്. നിർവഹണത്തിൽ പാകപ്പിഴകൾ പലതുമുണ്ടായെങ്കിലും അടിസ്ഥാനപ്രവർത്തനത്തെ സംബന്ധിച്ചിടത്തോളം ഈ ശ്രമങ്ങൾക്ക് സെവസ്തോപ്പലിലെ സക്രിയപ്രതിരോധവുമായി വളരെയേറെ സാദൃശ്യമുണ്ട്. ശിപായി സേനയ്ക്കുവേണ്ടി ഏതോ യൂറോപ്യൻ ഓഫീസർ ശരിയായൊരു പദ്ധതി ആവിഷ്കരിക്കുകയും ചെയ്തിരുന്നുവെന്ന് തോന്നുന്നു. പക്ഷേ, അവർക്കത് ശരിക്ക് പിടികിട്ടിക്കാണുകയില്ല. അതല്ലെങ്കിൽ സംഘടനാരാഹിത്യവും ശരിയായ നേതൃത്വത്തിന്റെ അഭാവവും കാരണം പ്രായോഗിക പദ്ധതികൾ ദുർബലവും ജീവനില്ലാത്തതുമായ ശ്രമങ്ങളായിപ്പോയതായിരിക്കാം.

(1857 നവംബർ 16-ന് എഴുതിയത്. 1857 ഡിസംബർ 5-ലെ 5188-ാം ലക്കം *ന്യൂയോർക്ക് ഡെയ്‌ലി ട്രിബ്യൂണിൽ* മുഖലേഖനമായി പ്രസിദ്ധീകരിക്കപ്പെട്ടു).

ആസന്നമായ ഇന്ത്യൻ വായ്പ

കാൾ മാർക്സ്

സാധാരണയുള്ള ഉൽപ്പാദനക്ഷമമായ നിക്ഷേപങ്ങളിൽനിന്ന് ഭീമമായ തോതിൽ മൂലധനം പിൻവലിച്ച് കടപ്പത്രക്കമ്പോളത്തിലേക്ക് മാറ്റം ചെയ്യപ്പെട്ടതിനെത്തുടർന്ന് ലണ്ടൻ പണക്കമ്പോളത്തിൽ കണ്ടുവന്നിരുന്ന ഉത്സാഹത്തിന് കഴിഞ്ഞ രണ്ടാഴ്ചയായി അൽപ്പം ഇടിവ് തട്ടിയിട്ടുണ്ട്. എട്ടോ പത്തോ ദശലക്ഷം പവന്റെ ഒരു ഇന്ത്യൻ വായ്പയ്ക്ക് അടുത്തു തന്നെ സാധ്യതയുണ്ടെന്ന വാർത്തയാണ് ഈ ഇടിവിന് കാരണം. ഇംഗ്ലണ്ടിൽനിന്ന് പിരിക്കാൻ പോകുന്നതും ഫെബ്രുവരിയിൽ പാർലമെന്റ് സമ്മേളിച്ചാലുടൻ പാസാക്കപ്പെടാൻ പോകുന്നതുമായ ഈ വായ്പ നാട്ടിലെ കടക്കാരോടുള്ള ഈസ്റ്റ് ഇന്ത്യാ കമ്പനിയുടെ ബാധ്യത തീർക്കാനും ഇന്ത്യൻ കലാപം മൂലം ആവശ്യമായി വന്ന അധികച്ചെലവുകൾ നിർവഹിക്കാനും വേണ്ടിയുള്ളതാണ്. യുദ്ധ സാമഗ്രികളും സ്റ്റോർ സാധനങ്ങളും വാങ്ങാനും സൈന്യങ്ങളെ അയക്കാനും വേണ്ടിയുള്ളതായിരുന്നു ഈ അധികച്ചെലവ്. ഏതൊരു പ്രതിസന്ധിയെയും നേരിടാൻ തക്ക ധനസ്ഥിതി കമ്പനിക്കുള്ളതിനാൽ അങ്ങനെയൊരു വായ്പയെപ്പറ്റി ആലോചിച്ചിട്ട് പോലുമില്ലെന്ന് 1858 ആഗസ്തിൽ പാർലമെന്റ് പിരിയുന്നതിന് അൽപ്പം മുൻപായി ബ്രിട്ടീഷ് ഗവൺമെന്റ് കോമൺസിൽ വളരെ ഗാംഭീര്യത്തോടെ പ്രഖ്യാപിച്ചിരുന്നതാണ്. പക്ഷേ, ജോൺ ബുള്ളിനെ പറഞ്ഞുവിശ്വസിപ്പിച്ചിരുന്ന ഈ സംഗതി തെറ്റാണെന്ന് താമസിയാതെ വ്യക്തമായി. ഇന്ത്യൻ റെയിൽവേയുടെ നിർമാണത്തിനായി വിവിധ കമ്പനികൾ ഏൽപ്പിച്ചിരുന്ന മൂന്നര ദശലക്ഷം പവൻ വരുന്ന ഒരു തുകയിന്മേൽ ഈസ്റ്റ് ഇന്ത്യാകമ്പനി സൂത്രത്തിൽ കൈവച്ചിട്ടു

ണ്ടെന്ന വിവരം കുറെശ്ശെ പുറത്ത് വന്നതോടെയാണ് ഈ വിശ്വാസത്തിന് ഉടവ് തട്ടിയത്. കൂടാതെ, ബാങ്ക് ഓഫ് ഇംഗ്ലണ്ടിൽനിന്ന് ഒരുദശലക്ഷം പവനും ലണ്ടൻ ജോയിന്റ് സ്റ്റോക്ക് ബാങ്കുകളിൽ നിന്ന് മറ്റൊരു ദശലക്ഷം പവനും കമ്പനി രഹസ്യമായി കടമെടുത്തിരുന്നു. അങ്ങനെ, പൊതുജനം എന്തിനും തയാറാണെന്ന് ബോധ്യമായതോടെ ഗവൺമെന്റ് ശങ്കയെല്ലാം ഉപേക്ഷിച്ച് അതിന്റെ മൂടുപടം വലിച്ചെറിയുകയും ഇങ്ങനെയൊരു വായ്പ ആവശ്യമാണെന്ന സംഗതി *ടൈംസി*ലും *ഗ്ലോബി*ലും പ്രസിദ്ധീകരിച്ച അർധ ഔദ്യോഗിക ലേഖനങ്ങളിലൂടെ അംഗീകരിക്കുകയും ചെയ്തു.

ഇപ്രകാരമൊരു വായ്പയ്ക്ക് പാർലമെന്റിന്റെ പ്രത്യേകമായ അംഗീകാരം ആവശ്യമായി വന്നതെന്തുകൊണ്ടാണെന്ന് ചോദിച്ചേക്കാം. ലാഭകരമായ നിക്ഷേപത്തിന് മാർഗമന്വേഷിച്ചുഴലുന്ന ബ്രിട്ടീഷ് മൂലധനത്തിന് ഇന്നത്തെ സാഹചര്യത്തിൽ ആരെങ്കിലും ആവശ്യക്കാരുണ്ടായാൽ അതൊരു മഹാഭാഗ്യവും മൂലധനത്തിന്റെ സത്വരമായ വിലയിടിവിനെ തടയുന്നതിനുള്ള ഏറ്റവും ശ്രേയസ്കരമായ നടപടിയുമായി കാണുന്നതിന് പകരം ഇതിൽ ആർക്കെങ്കിലും എന്തെങ്കിലും ആശങ്കയുണ്ടാകേണ്ടതിന്റെ ആവശ്യം എന്താണെന്നും ചോദിച്ചേക്കാം.

ഈസ്റ്റ് ഇന്ത്യാ കമ്പനിയുടെ വാണിജ്യപരമായ നിലനിൽപ്പ് 1834-ൽ അവസാനിപ്പിക്കപ്പെട്ട സംഗതി എല്ലാവർക്കും അറിവുള്ളതാണ്. അന്നാണല്ലോ കമ്പനിയുടെ വാണിജ്യലാഭത്തിന്റെ ശേഷിച്ച പ്രധാന ഉറവിടമായ ചൈനീസ് വാണിജ്യക്കുത്തക നിർത്തലാക്കപ്പെട്ടത്. തൽഫലമായി, കമ്പനിയുടെ വാണിജ്യലാഭത്തിൽനിന്ന് ഡിവിഡന്റ് പറ്റിയിരുന്നതായി വിശ്വസിക്കപ്പെട്ടിരുന്ന ഈസ്റ്റ്ഇന്ത്യാസ്റ്റോക്ക് ഉടമകളെ സംബന്ധിച്ചിടത്തോളം പുതിയ എന്തെങ്കിലും ധനപരമായ ഏർപ്പാട് ആവശ്യമായി വന്നു. അതുവരെ കമ്പനിയുടെ വാണിജ്യ വരുമാനത്തിൽനിന്ന് കൊടുക്കുന്നതായി കണക്കെഴുതിയിരുന്ന ഡിവിഡന്റ് രാഷ്ട്രീയ വരുമാനത്തിൻ കീഴിലേക്ക് മാറ്റപ്പെട്ടു. ഈസ്റ്റ് ഇന്ത്യാ സ്റ്റോക്ക് ഉടമകൾക്കുള്ള പ്രതിഫലം ഗവൺമെന്റ് തലത്തിൽ ഈസ്റ്റ് ഇന്ത്യാ കമ്പനിക്ക് ലഭിച്ചിരുന്ന വരുമാനത്തിൽനിന്ന് കൊടുക്കാൻ വ്യവസ്ഥ ഉണ്ടായി. പത്തുശതമാനം പലിശയുള്ള ആറു ദശലക്ഷം പവന്റെ ഇന്ത്യൻ സ്റ്റോക്ക് 100 പവന് 200 പവൻ വച്ച് കൊടുത്താൽ മാത്രം ബാധ്യത തീർക്കാവുന്ന മൂലധനമാക്കി മാറ്റാൻ പാർലമെന്റ് ഒരു നിയമം ഉണ്ടാക്കി. എന്നുപറഞ്ഞാൽ, ഈസ്റ്റ് ഇന്ത്യാ കമ്പനിയുടെ ആറുദശലക്ഷം പവന്റെ പ്രാരംഭസ്റ്റോക്ക് അഞ്ച് ശതമാനം പലിശയുള്ള പന്ത്രണ്ട് ദശലക്ഷം പവന്റെ മൂലധനമാക്കി മാറ്റപ്പെട്ടുവെന്ന് സാരം. ഇന്ത്യൻ ജനത നൽകുന്ന നികുതിയിനത്തിലുള്ള വരുമാനത്തിൽനിന്ന് ഇത് കൊടുത്തു തീർക്കേണ്ടതാണെന്നും വ്യവസ്ഥ ചെയ്യപ്പെട്ടു. അങ്ങനെ, പാർലമെന്റിന്റെ ഒരു ചെപ്പടിവിദ്യയിലൂടെ ഈസ്റ്റ് ഇന്ത്യാ കമ്പനിയുടെ കടബാധ്യത ഇന്ത്യൻ ജനതയുടെ കടബാധ്യതയാക്കി മാറ്റപ്പെട്ടു. ഇതിന് പുറമെ, ഈസ്റ്റ് ഇന്ത്യാ കമ്പനി ഇന്ത്യയിൽ

നിന്നെടുത്തിട്ടുള്ള 50 ദശലക്ഷം പവന്റെ വേറൊരു കടവും നിലവിലുണ്ട്. ആ രാജ്യത്തിന്റെ ഖജനാവിൽനിന്ന് മാത്രം കൊടുത്തുതീർക്കേണ്ടതായ ഒരു കടബാധ്യതയുമാണിത്. കമ്പനി ഇന്ത്യയിൽ നിന്നെടുക്കുന്ന വായ്പകളിന്മേൽ പാർലമെന്റിന് യാതൊരു അധികാരവും ഇല്ലെന്നാണ് കണക്കാക്കിവന്നിട്ടുള്ളത്. കാനഡയിലെയോ ആസ്ട്രേലിയയിലെയോ കൊളോണിയൽ ഗവൺമെന്റുകൾ വരുത്തിവയ്ക്കുന്ന കടബാധ്യതകളിൽ കവിഞ്ഞ എന്തെങ്കിലുമായി ഇതിനെയും കണ്ടിരുന്നില്ല.

മറുവശത്താണെങ്കിൽ, പാർലമെന്റിന്റെ പ്രത്യേകമായ അനുമതി കൂടാതെ ബ്രിട്ടനിൽനിന്ന് പലിശയ്ക്ക് പണം കടം വാങ്ങുന്നതിൽനിന്ന് ഈസ്റ്റ് ഇന്ത്യാ കമ്പനി വിലക്കപ്പെട്ടിരുന്നു. കുറച്ച് കൊല്ലം മുൻപ് ഇന്ത്യയിൽ റെയിൽവേയും കമ്പിത്തപ്പാലും ആരംഭിക്കാൻ പ്ലാനിടുന്ന അവസരത്തിൽ ലണ്ടൻ കമ്പോളത്തിൽ ഇന്ത്യൻ കടപ്പത്രങ്ങൾ വിൽക്കുന്നതിനുള്ള അനുവാദത്തിനായി കമ്പനി അപേക്ഷിക്കുകയും നാല് ശതമാനം പലിശ നിരക്കിൽ ഏഴ് ദശലക്ഷം പവന്റെ കടപ്പത്രങ്ങൾ വിൽക്കാൻ അവർക്കനുവാദം നൽകുകയും ചെയ്തിരുന്നു. ഇന്ത്യൻ ഖജനാവിൽ നിന്നുള്ള വരുമാനത്തെ മാത്രം ജാമ്യമാക്കിക്കൊണ്ടുള്ളതായിരുന്നു ഈ കടം. ഇന്ത്യയിൽ ബഹളം തുടങ്ങുമ്പോൾ ഈ കടപ്പത്രബാധ്യത 38,94,400 പവന്റേതായിരുന്നു. ഇന്ത്യൻ കലാപത്തിനിടയിൽ നിയമാനുസൃതമായി വാങ്ങാവുന്നത്ര കടം മുഴുവൻ കമ്പനി വാങ്ങിത്തീർത്തുവെന്നാണ് വീണ്ടും ഈ അനുവാദത്തിനായി പാർലമെന്റിനെ സമീപിച്ചിട്ടുള്ളതിൽനിന്ന് തെളിയുന്നത്.

ഈ നടപടിക്ക് മുതിരുന്നതിന് മുൻപായി ഈസ്റ്റ് ഇന്ത്യാ കമ്പനി കൽക്കത്തയിൽ ഒരു കടംപിരിവ് ആരംഭിച്ചിരുന്നുവെന്നത് ഇപ്പോൾ ആർക്കും ഒരു രഹസ്യമല്ല. പക്ഷേ, ആ ശ്രമം നിശ്ശേഷം പൊളിഞ്ഞുപോയി. ഇന്ത്യയിലെ ബ്രിട്ടീഷ് ആധിപത്യത്തെപ്പറ്റി ഇന്ത്യൻ മുതലാളിമാർക്ക് ബ്രിട്ടീഷ് പത്രങ്ങൾക്കുള്ളത്ര ഉൽക്കടമായ ശുഭപ്രതീക്ഷകളൊന്നുമില്ലെന്നാണ് ഇത് തെളിയിക്കുന്നത്. മറുവശത്താണെങ്കിൽ, ഇത് ജോൺ ബുള്ളിന്റെ വികാരങ്ങളെ വല്ലാതെ വ്രണപ്പെടുത്തുകയും ചെയ്യുന്നു. കാരണം, കഴിഞ്ഞ ഏഴ് കൊല്ലത്തിനിടയിൽ ഇന്ത്യയിൽ വളരെ ഭീമമായ മൂലധനം പൂഴ്ത്തിവയ്ക്കപ്പെട്ടിട്ടുണ്ടെന്ന് അവനറിയാം. മെസേഴ്സ് ഹാഗാർഡ് ആന്റ് പ്രിക്സ്ലി എന്ന കമ്പനി അടുത്തകാലത്ത് പ്രസിദ്ധപ്പെടുത്തിയ ഒരു പ്രസ്താവനയനുസരിച്ച് 1856-ലും 1857-ലുമായി ലണ്ടൻ തുറമുഖത്തുനിന്ന് മാത്രം അവിടേക്ക് 21 ദശലക്ഷം പവൻ വിലവരുന്ന കട്ടിസ്വർണവും വെള്ളിയും കയറ്റിപ്പോയിട്ടുണ്ട്. *ലണ്ടൻ ടൈംസ്* ഏറ്റവും ഹൃദ്യമായ രീതിയിൽ വായനക്കാരെ മനസിലാക്കിക്കാൻ ശ്രമിച്ചിട്ടുള്ളത് ഇങ്ങനെയാണ്:

> നാട്ടുകാരുടെ കൂറ് സമ്പാദിക്കുന്നതിനായി നൽകാവുന്ന പ്രചോദനങ്ങളിൽ ഏറ്റവും കുറച്ച് സംശയാസ്പദമായിട്ടുള്ളത് അവരെ നമ്മുടെ ഉത്തമർണരാക്കുകയെന്നതാണ്. മറുവശത്ത്, തങ്ങളുടെ

പക്കൽനിന്ന് നികുതി പിരിക്കുന്നത് മറുനാടുകളിലെ ധനികരായ ബാധ്യതക്കാർക്ക് ഡിവിഡന്റ് നൽകാനാണെന്നതു പോലെ എടുത്തുചാട്ടക്കാരും മനസിലുള്ളത് വെളിക്ക് വിടാത്തവരും ലുബ്ധരുമായ ആളുകളെ വെകിളിപിടിപ്പിക്കാൻ പറ്റുന്ന വേറൊരാശയവും ഇല്ലതാനും.

പക്ഷേ, ഇന്ത്യൻ മൂലധനം കൊണ്ട് ഇംഗ്ലീഷ് ആധിപത്യം പുനഃസ്ഥാപിക്കുകയും അതേസമയം തന്നെ വളഞ്ഞ വഴിയിലൂടെ നാടൻ പൂഴ്ത്തിവയ്പ്പുകൾ ബ്രിട്ടീഷ് വാണിജ്യത്തിനുവേണ്ടി പുറത്തെടുപ്പിക്കുകയും ചെയ്യാനുള്ള ഒരു പദ്ധതിയുടെ കമനീയത ഇന്ത്യക്കാർക്ക് മനസിലാകുന്നില്ലെന്നതാണ് കഷ്ടം. ശരിക്കും ഇംഗ്ലീഷുകാരനായ ഏതൊരാളും തറപ്പിച്ചു പറയുന്നതുപോലെ ഇന്ത്യൻ മുതലാളിമാർക്ക് ബ്രിട്ടീഷ് ഭരണത്തോട് അത്ര വളരെ പ്രതിപത്തി ഉണ്ടായിരുന്നെങ്കിൽ തങ്ങളുടെ കൂറ് പ്രദർശിപ്പിക്കാനും കൈവശമുള്ള വെള്ളി ഒഴിവാക്കാനും അവർക്ക് ഇതിൽപ്പരം നല്ലൊരവസരം ഇനിയുണ്ടാകുമായിരുന്നില്ല. തങ്ങളുടെ നിധി പുറത്തെടുക്കാൻ ഇന്ത്യൻ മുതലാളിമാർ വിസമ്മതിക്കുന്ന ഈ സാഹചര്യത്തിൽ നാട്ടുകാരുടെ യാതൊരുവിധ പിന്തുണയും കൂടാതെ ആദ്യഗഡുവായി ഇന്ത്യാൻ കലാപത്തിനുള്ള ചെലവുകൾ മുഴുവനും താൻ തന്നെ വഹിക്കേണ്ടിവരുമെന്ന യാഥാർഥ്യം മനസിലാക്കാൻ ജോൺ ബുൾ തയാറാകേണ്ടിവരും. എന്നു മാത്രമല്ല, ആസന്നമായ ഈ വായ്പ ഒരു തുടക്കം മാത്രമേ ആകുന്നുള്ളൂ. *ആംഗ്ലോ-ഇന്ത്യൻ ആഭ്യന്തര കടം* എന്ന ഗ്രന്ഥത്തിലെ ആദ്യ പുറംപോലെയാണ് അത് കാണപ്പെടുന്നത്. ഈസ്റ്റ് ഇന്ത്യാ കമ്പനിക്ക് വേണ്ടത് എട്ടോ പത്തോ ദശലക്ഷമല്ലെന്നത് ഒരു രഹസ്യമൊന്നുമല്ല, 20-25 ദശലക്ഷം പവനാണ് അവർ ചോദിക്കുന്നത്. ഇത് തന്നെയും ആദ്യഗഡു മാത്രവുമാണ്. ഇനിയുള്ള ചെലവിനല്ലതാനും ഈ തുക. ഉണ്ടായിക്കഴിഞ്ഞ കടം വീട്ടാനുള്ളതാണ് ഇത്. കഴിഞ്ഞ മൂന്ന് വർഷത്തെ റവന്യൂകമ്മി അഞ്ച് ദശലക്ഷം പവനാണ്. ഇക്കഴിഞ്ഞ ഒക്ടോബർ 15 വരെ കലാപകാരികൾ കൊള്ളയടിച്ച സമ്പത്ത് പത്ത് ദശലക്ഷം പവനോളമുണ്ടാകുമെന്നുമാണ് ഇന്ത്യാഗവൺമെന്റിന്റെ പത്രമായ *ഫീനിക്സ്* പറയുന്നത്. കലാപം കാരണം വടക്കുകിഴക്കൻ പ്രവിശ്യകളിൽനിന്ന് റവന്യുവിലുണ്ടായ നഷ്ടം അഞ്ച് ദശലക്ഷം പവനും യുദ്ധച്ചെലവ് പത്ത് ദശലക്ഷം പവനുമാണ്.

ഈസ്റ്റ് ഇന്ത്യാ കമ്പനി ലണ്ടൻ പണക്കമ്പോളത്തിൽനിന്ന് ഇങ്ങനെ ആവർത്തിച്ച് കടം എടുക്കുന്നതുമൂലം പണത്തിന്റെ മൂല്യം വർധിക്കുകയും മൂലധനമൂല്യയിടിവ് നിലയ്ക്കുകയും ചെയ്യുമെന്നത് ശരിയാണ്. എന്നുപറഞ്ഞാൽ, പലിശനിരക്ക് ഇനിയും ഇടിയാതിരിക്കുമെന്നാണർഥം. പക്ഷേ, ബ്രിട്ടീഷ് വ്യവസായത്തിന്റെയും വാണിജ്യത്തിന്റെയും പുനർജീവനത്തിന് ആവശ്യം ഇതിടിയണമെന്നതുമാണ്. ഡിസ്കൗണ്ട് നിരക്ക് ഇടിയുന്നതിനെ ഏതെങ്കിലും വിധത്തിൽ കൃത്രിമമായി തടസ്സപ്പെടുത്തുന്നത് ഉൽപ്പാദനച്ചെലവിലും വായ്പനിരക്കിലും വർധനവുണ്ടാക്കുന്നതിന്

സമമാണ്. ഇംഗ്ലീഷ് വാണിജ്യത്തിന്റെ ഇപ്പോഴത്തെ ദുർബലാവസ്ഥയിൽ ഈ വർധനവ് അതിനെക്കൊണ്ട് താങ്ങാനാവുകയില്ല. ഇന്ത്യൻ വായ്പയെപ്പറ്റി കേട്ടപ്പോൾ മുതൽക്കുള്ള ഈ മുറവിളിക്ക് കാരണം അതാണ്. പാർലമെന്റിന്റെ അനുമതി കമ്പനിയുടെ വായ്പയ്ക്ക് രാജകീയമായ കൂടുതൽ ഉറപ്പൊന്നും നൽകുന്നില്ലെങ്കിലും, മറ്റ് വിധത്തിൽ പണം കിട്ടാനില്ലെന്ന് വന്നാൽ ആ ഉറപ്പിന്റെ കാര്യവും പരിഗണിക്കേണ്ടിവരും. ഇനി എന്തെല്ലാം സൂക്ഷ്മവ്യത്യാസങ്ങൾ ഉണ്ടെങ്കിലും ബ്രിട്ടീഷ് ഗവൺമെന്റ് ഈസ്റ്റ് ഇന്ത്യാ കമ്പനിയുടെ സ്ഥാനം ഏൽക്കുന്നതോടെ കമ്പനിയുടെ കടം ബ്രിട്ടീഷ് കടബാധ്യതയുടെ ഭാഗമായിത്തീരുകയും ചെയ്യും. അങ്ങനെ നോക്കുമ്പോൾ, ഇന്ത്യൻ കലാപം വരുത്തിവച്ചിട്ടുള്ള ആദ്യത്തെ ധനസംബന്ധമായ ഒരു ഭവിഷ്യത്ത് ദേശീയ കടബാധ്യതയിലുള്ള പുതിയ വർധനവാണെന്ന് പറയേണ്ടിവരികയും ചെയ്യും.

(1858 ജനുവരി 23-ന് എഴുതിയത്. 1858 ഫെബ്രുവരി 9-ലെ 5243-ാം ലക്കം *ന്യൂയോർക്ക് ഡെയ്‌ലി ട്രിബ്യൂണിൽ* പ്രസിദ്ധീകരിക്കപ്പെട്ടു).

വിൻഡ്ഹാമിന്റെ പരാജയം

ഫ്രെഡറിക് എംഗൽസ്

ക്രിമിയൻ യുദ്ധത്തിനിടയിൽ സ്വന്തം സൈന്യങ്ങളെ സംഘടിപ്പിക്കാനും നയിക്കാനും കെൽപ്പുള്ള ഒരാളിനുവേണ്ടി ഇംഗ്ലീഷ് ജനത ഒന്നടങ്കം മുറവിളി കൂട്ടിയിരുന്ന ഒരവസരത്തിൽ, റാഗ്ലനെയും സിമ്പ്സണേയും കോഡ്രിങ്ടണെയും പോലുള്ള പിടിപ്പുകെട്ടവർ തൽസ്ഥാനത്ത് അവരോധിക്കപ്പെട്ടിരുന്ന അവസരത്തിൽ, ഒരു ജനറലിന്റെ സർവഗുണങ്ങളും ഒത്തിണങ്ങിയ ഒരു യോദ്ധാവ് ക്രിമിയയിലുണ്ടായിരുന്നു. സർകോളിൻ ക്യാമ്പ്ബെല്ലിനെപ്പറ്റിയാണ് ഞങ്ങളിവിടെ പറയുന്നത്. ഒരു വിദഗ്ധ മനസോടെ തന്റെ തൊഴിലിനെ നോക്കിക്കാണുന്ന ഒരാളാണ് താനെന്ന് ഇന്ത്യയിൽ അദ്ദേഹമിപ്പോൾ നിത്യേനയെന്നോണം തെളിയിച്ചുകൊണ്ടിരിക്കുന്നുണ്ട്. ക്രിമിയൻ യുദ്ധത്തിനിടയിൽ ആൽമയിൽ[39] മാത്രമാണ് അദ്ദേഹത്തിന് തന്റെ ബ്രിഗേഡിനെ നയിക്കാൻ അനുവാദം കിട്ടിയത്. ബ്രിട്ടീഷ് സൈന്യത്തിന്റെ അയവില്ലാത്ത ലൈൻടാക്ടിക്സ് കാരണം തന്റെ കഴിവുകൾ പ്രദർശിപ്പിക്കാൻ അദ്ദേഹത്തിന് അവസരമില്ലായിരുന്നു. ആൽമയിലെ പോരാട്ടത്തിന് ശേഷം ബലക്ലാവയിൽ കൂനിക്കൂടി കിടക്കേണ്ട സ്ഥിതിയായിരുന്നു അദ്ദേഹത്തിന്. പിന്നീടുള്ള ഒരൊറ്റ പോരാട്ടത്തിൽ പോലും പങ്കെടുക്കാൻ അദ്ദേഹത്തിന് അനുവാദമുണ്ടായില്ല. എങ്കിലും ഇന്ത്യയിൽ വളരെ മുൻപുമുതൽക്ക് തന്നെ അദ്ദേഹത്തിന്റെ സൈനിക സിദ്ധികൾ വ്യക്തമായി തെളിയിക്കപ്പെട്ടിരുന്നു. മാൾബറൊയ്ക്കുശേഷം ഇംഗ്ലണ്ട് ജന്മം നൽകിയിട്ടുള്ള ഏറ്റവും വലിയ ജനറലായ സർ ചാൾസ് ജെയിംസ് നേപ്പിയർ തന്നെ ഇക്കാര്യം സമ്മതിച്ചതാണ്. പക്ഷേ, നേപ്പിയർ സ്വാഭിപ്രായമുള്ളവനും ഭരണത്തിലിരിക്കുന്ന

ഒരുപിടി പ്രഭുക്കളുടെ മുന്നിൽ മുട്ടുവളയ്ക്കാൻ തയാറില്ലാത്ത അഭിമാനിയും ആയിരുന്നതിനാൽ അദ്ദേഹത്തിന്റെ ശുപാർശ ക്യാമ്പ്ബെല്ലിന് ഗുണത്തെക്കാളേറെ ദോഷമാണ് ചെയ്തത്. അദ്ദേഹം ഒരു നോട്ടപ്പുള്ളിയും വിശ്വസിക്കാൻ വയ്യാത്തവനുമായി കണക്കാക്കപ്പെട്ടു.

പക്ഷേ, മറ്റ് പലരും ആ യുദ്ധത്തിൽ ഖ്യാതിയും സ്ഥാനമാനങ്ങളും നേടുകയുണ്ടായി. സർ വില്യം ഫെൻവിക് വില്യംസ് അവരിലൊരാളാണ്. താന്തോന്നിത്തവും ആത്മപ്രശംസയും മുഖേന ജനറൽ ക്മെത്തിക്ക് എന്തുകൊണ്ടും അർഹമായ പ്രശസ്തി അദ്ദേഹത്തിൽനിന്ന് തട്ടിയെടുത്തു. കരസ്ഥമാക്കിയ ബഹുമതികളുടെ തണലിൽ സ്വസ്ഥമായി കഴിയുന്നതാണ് ഇപ്പോൾ കൂടുതൽ സൗകര്യമെന്ന് അദ്ദേഹം കാണുന്നുണ്ട്. ബാരൺ പദവിയും വൂൾവിച്ചിൽ നല്ലൊരു ഉദ്യോഗവും പാർലമെന്റിലെ അംഗത്വവും എല്ലാമുള്ള അദ്ദേഹം ഇന്ത്യയിൽ ചെന്ന് തന്റെ ഉള്ള അന്തസ്സ് കളഞ്ഞുകുളിക്കാൻ ഇഷ്ടപ്പെടുകയില്ല. അദ്ദേഹത്തിൽനിന്ന് വ്യത്യസ്തമായി, 'റെഡാനിലെ വീരപുരുഷനായ' ജനറൽ വിൻഡ്ഹാം ശിപായികൾക്കെതിരായ ഒരു ഡിവിഷന്റെ കമാൻഡ് ഏറ്റെടുക്കാൻ പുറപ്പെടുകയും ആദ്യപ്രവൃത്തിയിലൂടെതന്നെ ശാശ്വതമായ കുപ്രസിദ്ധി നേടുകയും ചെയ്തിട്ടുണ്ട്. ഇതേ വിൻഡ്ഹാം തന്നെയാണ് റെഡാനിലെ ആക്രമണത്തിനിടയിൽ[40] ഒരു ബ്രിഗേഡിനെ നയിച്ചിരുന്നത്. ആരുമറിയാത്തവനും നല്ല കുടുംബബന്ധങ്ങളുള്ളവനുമായ ഒരു കേണലായിരുന്നു ഇദ്ദേഹം. ഈ പോരാട്ടത്തിൽ ഏറ്റവും തണുപ്പൻ രീതിയിലാണ് അദ്ദേഹം പെരുമാറിയത്. തന്റെ പട്ടാളത്തെ രണ്ടുപ്രാവശ്യം ഒറ്റയ്ക്ക് വിട്ടിട്ട് പോഷകസേനകളെ അന്വേഷിച്ച് സ്ഥലംവിട്ട വീരനാണിദ്ദേഹം. മറ്റ് സർവീസുകളിൽ കോർട്ട് മാർഷലിന് വിധേയമാകുമായിരുന്ന ഈ നടപടി ഇവിടെ അദ്ദേഹത്തിന് ജനറൽ പദവി നേടിക്കൊടുത്തു. താമസിയാതെ ചീഫ് ഓഫ് സ്റ്റാഫ് ആയും അദ്ദേഹം നിയമിക്കപ്പെട്ടു.

പഴയ കിടങ്ങുകൾ, ക്യാമ്പ്, കോൺപൂർ നഗരം, ഗംഗയിലെ പാലം എന്നിവയുടെയെല്ലാം ഉത്തരവാദിത്വം ജനറൽ വിൻഡ്ഹാമിനെ ഏൽപ്പിച്ചിട്ടാണ് കോളിൻ ക്യാമ്പ്ബെൽ ലക്നൗവിന്റെ നേർക്കുള്ള മുന്നേറ്റത്തിന് പുറപ്പെട്ടത്. അതിന് ആവശ്യമായ ഒരു സൈന്യത്തെയും അദ്ദേഹം അവിടെ വിട്ടിരുന്നു. ഭാഗികമായോ പൂർണമായോ ഉള്ള അഞ്ച് റെജിമെന്റുകളും സ്ഥാനമുറപ്പിച്ച നിരവധി പീരങ്കികളും പത്ത് വണ്ടി പീരങ്കികളും രണ്ട് നാവികപ്പീരങ്കികളും നൂറ് കുതിരകളും മൊത്തം രണ്ടായിരത്തിലധികം പട്ടാളക്കാരും അവിടെ ഉണ്ടായിരുന്നു. ക്യാമ്പ്ബെൽ ലക്നൗവിനു വേണ്ടിയുള്ള പോരാട്ടത്തിൽ ഏർപ്പെട്ടിരുന്ന സമയത്ത് വുവാബിൽ കറങ്ങി നടന്നിരുന്ന വിവിധ കലാപദളങ്ങൾ കോൺപൂരിനെതിരായ ഒരു ആക്രമണത്തിനായി ഒത്തുകൂടി. കലാപകാരികളായ ജമിന്ദാർമാർ തടുത്തുകൂട്ടിയ പലയിനത്തിൽപ്പെട്ട കുറെ ആൾക്കാർക്ക് പുറമേ പരിശീലനം ലഭിച്ച (അച്ചടക്കമുള്ളതെന്ന് അവരെപ്പറ്റി പറയാനായില്ലായിരുന്നു) കുറെ പോരാളികളാണ് – ശേഷിച്ച ദീനാപ്പൂർ ശിപായി

ദളവും ഗ്വാളിയർ കണ്ടിൻജന്റിന്റെ ഒരു ഭാഗവും — അവരുടെ കൂട്ടത്തിലുണ്ടായിരുന്നത്. കലാപകാരി സൈന്യത്തിൽ ഈ ഗ്വാളിയർ കണ്ടിൻജന്റിന് മാത്രമാണ് കമ്പനികൾക്കപ്പുറത്തുള്ള ഒരു ഫോർമേഷൻ ഉണ്ടായിരുന്നത്. നാട്ടുകാരായ ഓഫീസർമാർ മാത്രമേ നേരത്തെയും ഇവർക്കുണ്ടായിരുന്നുള്ളൂ. അങ്ങനെ സ്വന്തമായ ഫീൽഡ് ഓഫീസർമാരും ക്യാപ്റ്റന്മാരുമുള്ള ഇവരുടെ കൂട്ടത്തിൽ സംഘടിത ബറ്റാലിയനുകളുടെ രൂപത്തിലുള്ള എന്തോ ചിലതെല്ലാം ഉണ്ടായിരുന്നു. അതുകൊണ്ടുതന്നെ അൽപ്പം ബഹുമാനത്തോടെയാണ് ബ്രിട്ടീഷുകാർ ഇവരെ വീക്ഷിച്ചിരുന്നത്. പ്രതിരോധ നിലപാടിൽനിന്ന് മാറരുതെന്ന് വിൻഡ്ഹാമിന് കർശനമായ കൽപ്പന നൽകിയിരുന്നതാണ്. പക്ഷേ, വാർത്താവിനിമയബന്ധം വിച്ഛേദിക്കപ്പെടുകയാൽ ക്യാമ്പ്ബെല്ലിന് അയച്ച സന്ദേശങ്ങൾക്കൊന്നും മറുപടി കിട്ടാതെ വന്നപ്പോൾ അദ്ദേഹം സ്വന്തം ഉത്തരവാദിത്വത്തിന്മേൽ പ്രവർത്തിക്കാൻ തീരുമാനിച്ചു. നവംബർ 26-ാം തീയതി 1,200 കാലാൾപ്പടക്കാരും നൂറ് അശ്വസേനാനികളും എട്ട് പീരങ്കികളുമായി അദ്ദേഹം മുന്നേറിക്കൊണ്ടിരുന്ന കലാപകാരികളെ നേരിടാൻ പുറപ്പെട്ടു. അവരുടെ മുന്നണിയെ നിഷ്പ്രയാസം പരാജയപ്പെടുത്തിക്കഴിഞ്ഞപ്പോൾ അവരുടെ മുഖ്യ സൈന്യനിര അടുത്തുവരുന്നത് കണ്ട് അദ്ദേഹം കോൺപൂരിന് വളരെ അടുത്തേക്ക് പിൻവാങ്ങി. അവിടെ നഗരത്തിന്റെ തൊട്ടുമുൻപിലായിത്തന്നെ അദ്ദേഹം സ്ഥാനമുറപ്പിച്ചു. ഇടതുവശത്ത് 34-ാം റെജിമെന്റിനെയും വലതുവശത്ത് റൈഫിളുകാരെയും (5 കമ്പനികൾ) 82-ലെ രണ്ട് കമ്പനികളെയുമാണ് നിർത്തിയിരുന്നത്. പിന്മാറ്റത്തിന് നഗരത്തിനുള്ളിലൂടെ മാത്രമേ വഴിയുണ്ടായിരുന്നുള്ളൂ. ഇടതുവശത്ത് പിന്നണിയിൽ ചില ഇഷ്ടികച്ചൂളകളുമുണ്ടായിരുന്നു. മുന്നണിയിൽനിന്ന് നാനൂറ് വാര അകലെയും പാർശ്വങ്ങളോട് കുറെക്കൂടി അടുത്തുമായി മരക്കൂട്ടങ്ങളും കുറ്റിക്കാടുകളുമുണ്ടായിരുന്നു. മുന്നേറുന്ന ശത്രുവിന് ഇത് നല്ലൊരു മറയായിരുന്നു. സത്യത്തിൽ ഇതിലും മോശമായ ഒരു സ്ഥാനം കണ്ടുപിടിക്കാൻ സാധിക്കുമായിരുന്നില്ല. ബ്രിട്ടീഷുകാർ ആർക്കും കാണാവുന്ന വിധത്തിൽ തുറസായ സ്ഥലത്ത് നിൽക്കുമ്പോൾ ഇന്ത്യക്കാർക്ക് മറഞ്ഞുമറഞ്ഞ് മുന്നൂറോ നാനൂറോ വാരവരെ ഇങ്ങടുത്തുവരാൻ സാധ്യതയുണ്ടായിരുന്നു. മുന്നിലും പിന്നിലും വെളിസ്ഥലവും മുന്നിൽ ഒരു പ്രതിബന്ധമെന്ന നിലയ്ക്ക് ഒരു തോടുമുള്ള സാമാന്യം നല്ലൊരു സ്ഥാനം തൊട്ടടുത്തുതന്നെ ഉണ്ടായിരുന്നെന്ന് പറഞ്ഞാലേ വിൻഡ്ഹാമിന്റെ 'ധീരോദാത്തത' അൽപ്പംകൂടി വ്യക്തമാകൂ. പക്ഷേ, മോശമായ സ്ഥാനം തന്നെ വേണമെന്ന് അദ്ദേഹം ശഠിച്ചു. നവംബർ 27-ാം തീയതി ശത്രു തന്റെ പീരങ്കികൾ കാടിന്റെ മറയുടെ ഇങ്ങേ അറ്റത്ത് കൊണ്ടുവന്ന് സ്ഥാപിച്ചിട്ട് ഒരു പീരങ്കിയുണ്ടവർഷം ആരംഭിച്ചു. ഒരു വീരസേനാനിക്ക് ചേർന്ന എളിമയോടെ ഇതിനെ ഒരു 'ബോംബ് വർഷ'മായി ചിത്രീകരിക്കുന്ന വിൻഡ്ഹാം പറയുന്നത് തന്റെ സൈന്യം അഞ്ച് മണിക്കൂറോളം ഇതിനെ നേരിട്ടുവെന്നാണ്. അതിനുശേഷം

എന്തോ സംഭവിച്ചു. പക്ഷേ, അതെന്താണെന്ന് പറയാൻ വിൻഡ്ഹാമോ ആ സമയത്ത് അവിടെ സന്നിഹിതനായിരുന്ന മറ്റാരെങ്കിലുമോ ഇന്ത്യയിലോ ബ്രിട്ടനിലോ ഉള്ള ഏതെങ്കിലും പത്രമോ ഇതുവരെ ധൈര്യപ്പെട്ടിട്ടില്ല. പീരങ്കിയുടെ വർഷം ഒരു പോരാട്ടമായി മാറിയത് മുതൽക്ക് നമുക്ക് നേരിട്ട് വിവരം നൽകുന്ന കേന്ദ്രങ്ങളെല്ലാം നിശ്ശബ്ദമാവുകയാണ് ചെയ്യുന്നത്. അതിനാൽ, നമ്മുടെ കൈയിൽ കിട്ടിയിരിക്കുന്ന ആശങ്കാപൂർണവും അവ്യക്തവും അപൂർണവുമായ റിപ്പോർട്ടുകളുടെ അടിസ്ഥാനത്തിൽ നമ്മുടേതായ നിഗമനങ്ങളിൽ എത്തിച്ചേരാൻ നാം നിർബന്ധിതരാണ്. വിൻഡ്ഹാം താഴെ കൊടുക്കുന്ന അസ്പഷ്ടമായ പ്രസ്താവനയിൽ ഒതുങ്ങി നിൽക്കുന്നതേയുള്ളൂ;

> ശത്രുവിന്റെ ഭാരിച്ച ബോംബുവർഷം ഉണ്ടായിട്ടും എന്റെ സൈന്യം ആ കടന്നാക്രമണത്തെ (യുദ്ധരംഗത്ത് നിൽക്കുന്ന ഒരു പട്ടാളത്തിനെതിരായി നടത്തുന്ന പീരങ്കിയുണ്ടവർഷിക്കലിനെ കടന്നാക്രമണമെന്ന് വിശേഷിപ്പിക്കുന്നത് ബഹുവിചിത്രം തന്നെ) അഞ്ചുമണിക്കൂറോളം ചെറുത്തുനിന്നു. എന്നിട്ടും ഞങ്ങൾ പിടിച്ചുനിന്നു. 88-ലെ ആൾക്കാർ നടത്തിയ ബയണറ്റ് ചാർജിനിരയായവരുടെ സംഖ്യ കണ്ടപ്പോഴാണ് കലാപകാരികൾ പട്ടണത്തിലേക്ക് ശരിക്കും കടന്നുകഴിഞ്ഞെന്ന് മനസിലായത്. കോട്ടയ്ക്കെതിരായാണ് അവരുടെ ആക്രമണമെന്ന് പറഞ്ഞുകേട്ടപ്പോൾ ജനറൽ ഡുപ്പിയോട് അവിടേക്ക് പിന്മാറാൻ ഞാൻ നിർദേശിച്ചു. സന്ധ്യക്ക് അൽപ്പം മുൻപായി നമ്മുടെ സൈന്യം ആകെത്തന്നെ മുഴുവൻ വെടിക്കോപ്പുകളും പീരങ്കികളും സഹിതം കോട്ടയ്ക്കുള്ളിലെത്തി. ക്യാമ്പ് പരിചാരകർ ഓടിക്കളഞ്ഞതിനാൽ എന്റെ ക്യാമ്പ് സാമഗ്രികളും സ്റ്റോർ സാധനങ്ങളിൽ ചിലതും കൂടെക്കൊണ്ടുപോരാൻ പറ്റിയില്ല. എന്റെ ഒരു കൽപ്പന താഴോട്ടെത്തിക്കുന്നതിലുള്ള പിശക് സംഭവിക്കാതിരുന്നെങ്കിൽ എങ്ങനെയും ഇരുട്ടുന്നതുവരെയെങ്കിലും പിടിച്ചുനിൽക്കാൻ കഴിയുമായിരുന്നെന്ന് എനിക്കുറപ്പുണ്ട്.

റെഡാനിൽ കാണിച്ച അതേ ജന്മവാസനയോടെ ജനറൽ വിൻഡ്ഹാം റിസർവിന്റെ (88-ാം സൈന്യവിഭാഗത്തെ നഗരത്തിൽ നിർത്തിയിരിക്കുകയായിരുന്നെന്നു വേണം ഊഹിക്കേണ്ടത്) അടുത്തേക്ക് നീങ്ങുമ്പോൾ കാണുന്നത് ജീവനോടെ നിന്നുപടവെട്ടുന്ന ശത്രുവിനെയല്ല; 88-ൽ പെട്ടവരുടെ ബയണറ്റ് ചാർജിൽപ്പെട്ട് നിലംപതിച്ചു കിടക്കുന്ന നിരവധി ആളുകളാണ് അദ്ദേഹത്തിന്റെ മുന്നിലുള്ളത്. ശത്രു പൂർണമായും നഗരത്തിലേക്ക് കടന്നുകഴിഞ്ഞെന്നാണ് (ജീവനോടെയോ ചത്ത നിലയിലോ എന്ന് അദ്ദേഹം പറയുന്നില്ല) ഇതിൽനിന്ന് അദ്ദേഹം എത്തിച്ചേരുന്ന നിഗമനം. വായനക്കാരനെയും തന്നെത്തന്നെയും സംബന്ധിച്ചിടത്തോളം ആശങ്കാജനകമായ ഈ നിഗമനം കൊണ്ട് നമ്മുടെ വീരൻ കാര്യങ്ങൾ അവസാനിപ്പിക്കുന്നില്ല. കോട്ട ആക്രമിക്കപ്പെട്ടിരിക്കുകയാ

ണെന്ന് ആരോ വന്ന് അദ്ദേഹത്തോട് പറയുന്നു. ഒരു സാധാരണ ജനറൽ ഇപ്പറയുന്നത് നേരോ നുണയോ എന്ന് അന്വേഷിക്കുമായിരുന്നു. ഇവിടെയാകട്ടെ അത് നുണയുമായിരുന്നു. പക്ഷേ, വിൻഡ്ഹാം അത്തരക്കാരനല്ല. തന്റെ കൽപ്പന താഴോട്ടെത്തിക്കുന്നതിൽ പിശക് പറ്റിയിരുന്നില്ലെങ്കിൽ സന്ധ്യവരെയെങ്കിലും സ്വസ്ഥാനത്ത് പിടിച്ചുനിൽക്കാൻ കഴിയുമായിരുന്ന തന്റെ സൈന്യത്തോട് പിൻവാങ്ങാൻ അദ്ദേഹം കൽപ്പിക്കുന്നു! അങ്ങനെ, നിരവധി ശിപായിമാർ മരിച്ചു വീണു കിടക്കുന്നിടത്ത് ജീവനോടെയും പലരും കാണുമെന്ന വിൻഡ്ഹാമിന്റെ ധീരമായ നിഗമനവും കോട്ടയുടെ ആക്രമണത്തെപ്പറ്റിയുള്ള തെറ്റായ ആപൽസൂചനയും ഒരു കൽപ്പന താഴോട്ടെത്തിക്കുന്നതിലുണ്ടായ പിശകും കാരണം വലിയൊരു നാടൻ ആൾക്കൂട്ടത്തിന് റെഡാനിലെ വീരനെ തറപറ്റിക്കാനും അദ്ദേഹത്തിന്റെ സൈനികരുടെ അദമ്യമായ ബ്രിട്ടീഷ് ധീരതയെ തകർക്കാനും കഴിയുന്നു!

ആ സന്ദർഭത്തിൽ സ്ഥലത്തുണ്ടായിരുന്ന ഒരു ഓഫീസർ റിപ്പോർട്ട് ചെയ്യുന്നത് ഇപ്രകാരമാണ്:

> ഈ പ്രഭാതത്തിൽ നടന്ന പോരാട്ടവും പിന്മാറ്റവും കൃത്യമായി വിവരിക്കാൻ ആർക്കെങ്കിലും കഴിയുമെന്ന് തോന്നുന്നില്ല. പിന്മാറ്റത്തിന് കൽപ്പന ഉണ്ടായി. ഇഷ്ടികച്ചൂളയുടെ പിന്നിലേക്ക് മാറാനായിരുന്നു 34-ാം രാജകീയ കാലാൾപ്പടയ്ക്കുള്ള നിർദേശം. പക്ഷേ, ആ ചൂള എവിടെയാണെന്ന് കണ്ടുപിടിക്കാൻ ഓഫീസർമാർക്കോ ഭടന്മാർക്കോ കഴിഞ്ഞില്ല! നമ്മുടെ പട്ടാളം തോറ്റു തുന്നംപാടിയശേഷം പിന്മാറിക്കൊണ്ടിരിക്കുകയാണെന്ന വർത്തമാനം പാളയങ്ങളിലെങ്ങും മിന്നൽവേഗത്തിലെത്തി. അതോടെ ഉൾഭാഗത്തെ കൊത്തളങ്ങളിലേക്ക് നയാഗ്രാവെള്ളച്ചാട്ടം പോലുള്ള അപ്രതിഹതമായ ഒരു ആൾപ്പാച്ചിൽ ആരംഭിച്ചു. പട്ടാളക്കാരും നാവികരും, യൂറോപ്യരും നാട്ടുകാരും, പുരുഷന്മാരും സ്ത്രീകളും കുട്ടികളും, ഒട്ടകവും കുതിരയും കാളയും, എല്ലാം ഉച്ചയ്ക്ക് രണ്ടുമണി മുതൽ അവിടേക്ക് പ്രവഹിക്കാൻ തുടങ്ങി. രാത്രി ആയതോടെ മനുഷ്യരും മൃഗങ്ങളും, വെടിക്കോപ്പ് ഭാണ്ഡങ്ങളും പെട്ടി കിടക്കകളും, വിവരണാതീതമായ ഒരു നൂറായിരം ശല്യങ്ങളും കൊണ്ടുനിറഞ്ഞ കോട്ടയ്ക്കകത്തെ ക്യാമ്പിലെ ബഹളം ലോകാരംഭത്തിന്റെ തുടക്കത്തിലേതിനെക്കാൾ കഷ്ടമായിരുന്നു.

അവസാനമായി *ടൈംസി*ന്റെ കൽക്കത്താലേഖകൻ പറയുന്നതും കൂടി ശ്രദ്ധിക്കാം. 27-ാം തീയതി ബ്രിട്ടീഷുകാർക്ക് 'ഏതാണ്ടൊരു തിരിച്ചടിയെന്നുതന്നെ പറയാവുന്ന' ഒരു പരാജയമാണ് സംഭവിച്ചതെങ്കിലും ആംഗ്ലോ-ഇന്ത്യൻ പത്രങ്ങൾ ദേശാഭിമാനം കാരണം ഈ നാണക്കേടിനെ കഴിയുന്നത്ര ഉദാരമായി മറച്ചു വയ്ക്കുന്നുണ്ടെന്നാണ് അദ്ദേഹം

പറയുന്നത്. പക്ഷേ, ഒരു സന്ദർഭത്തിൽ ഒരു രാജകീയ റെജിമെന്റിലെ – ഇതിലെ ഏറിയഭാഗം പേരും റിക്രൂട്ടുകളായിരുന്നു – സ്ഥിതിയാകെ നാനാവിധമായെന്ന് കൂടി ഇതിൽ സമ്മതിക്കുന്നുണ്ട്. എങ്കിലും അത് നിയന്ത്രണം വിട്ടുപോയില്ല. കോട്ടയ്ക്കുള്ളിലായിരുന്നു ഏറ്റവും വലിയ ബഹളമെന്നും ഈ റിപ്പോർട്ടിൽ സമ്മതിക്കുന്നുണ്ട്. വിൻഡ്ഹാമിന് തന്റെ ആൾക്കാരുടെമേൽ യാതൊരു നിയന്ത്രണവും ഇല്ലാതായി. 28-ാം തീയതി വൈകുന്നേരം ക്യാമ്പ്ബെൽ എത്തിച്ചേർന്നതോടെയാണ് കാര്യങ്ങൾ അൽപ്പം ഒന്ന് ശാന്തമായത്. അദ്ദേഹം 'ചില കോപവചനങ്ങൾ' കൊണ്ട് എല്ലാവരെയും വീണ്ടും നിലയ്ക്ക് നിർത്തി.

കുഴഞ്ഞുമറിഞ്ഞതും ഉഴപ്പിപ്പറയുന്നതുമായ ഈ പ്രസ്താവനകളിൽ നിന്നെല്ലാം സ്പഷ്ടമാകുന്നത് താഴെ പറയുന്ന സംഗതികളല്ലാതെ മറ്റൊന്നുമല്ല. വിൻഡ്ഹാമിന്റെ പിടിപ്പുകെട്ട നേതൃത്വത്തിൻകീഴിൽ ബ്രിട്ടീഷ് പട്ടാളം അനാവശ്യമായെങ്കിലും പൂർണമായും തുരത്തപ്പെട്ടു. പിന്മാറ്റത്തിന് ഓർഡറിട്ടപ്പോൾ 34-ാം റെജിമെന്റിലെ ഓഫീസർമാർക്ക് പിന്മാറാനുള്ള സ്ഥലം കണ്ടുപിടിക്കാൻ കഴിഞ്ഞില്ല. പടക്കളത്തിന്റെ ഒരു ഏകദേശസ്ഥിതി മനസിലാക്കാൻപോലും അവർ ശ്രമിച്ചിരുന്നില്ല. റെജിമെന്റാകെ കുഴപ്പത്തിലാവുകയും ഒടുവിൽ അവർ തിരിഞ്ഞോടുകയും ചെയ്തു. ഇത് ക്യാമ്പിൽ വമ്പിച്ച സംഭ്രമം ഉളവാക്കി. ക്രമസമാധാനത്തിന്റെയും അച്ചടക്കത്തിന്റെയും എല്ലാ സീമകളെയും ലംഘിക്കുന്ന തരത്തിലുള്ളതായിരുന്നു ഇത്. ക്യാമ്പ് സാമഗ്രികളും ബാഗേജിന്റെ കുറെ ഭാഗവും തന്മൂലം നഷ്ടമായി. സ്റ്റോറിനെപ്പറ്റി വിൻഡ്ഹാം എന്തുതന്നെ പറഞ്ഞാലും പതിനയ്യായിരം മിനികാർട്രിഡ്ജും പേമാസ്റ്ററുടെ അലമാരികളും പല റെജിമെന്റുകളുടെയും പുതിയ പല ദളങ്ങളുടെയും ആവശ്യത്തിലേക്കുള്ള വസ്ത്രങ്ങളും പാദരക്ഷകളും ശത്രുവിന്റെ കൈയിൽപ്പെട്ടു.

വരിയായോ കോളമായോ നിൽക്കുന്ന ഇംഗ്ലീഷ് കാലാൾപ്പട അപൂർവമായേ ഓടിപ്പോകാറുള്ളൂ. റഷ്യക്കാരെപ്പോലെ അവർക്കും സ്വാഭാവികമായ ഒരു ഒത്തൊരുമയുണ്ട്. പൊതുവിൽ പഴയ സൈനികരുടെ മാത്രം ഒരു സ്വഭാവമാണത്. രണ്ട് പട്ടാളങ്ങളിലും പഴമക്കാർ ധാരാളമുള്ളതാണ് ഈ ഒത്തൊരുമയ്ക്ക് ഭാഗികമായ കാരണം. ഭാഗികമായി ദേശീയസ്വഭാവവും ഇതിന് കാരണമാണെന്നത് സ്പഷ്ടമാണ്. 'ചങ്കൂറ്റ'വുമായി ഈ സ്വഭാവഗുണത്തിന് യാതൊരു ബന്ധവുമില്ല. നേരേമറിച്ച്, ആത്മരക്ഷയെന്ന സഹജവാസനയുടെ പ്രത്യേകതരത്തിലുള്ള ഒരു വളർച്ചയാണിത്. എങ്കിലും ഇത് വളരെ വിലപ്പെട്ടതാണ്; വിശേഷിച്ചും പ്രതിരോധ നിലപാടുകളിൽ. ഇംഗ്ലീഷുകാരുടെ തണുപ്പൻരീതിയും ഇതുംകൂടി ചേരുമ്പോൾ ബേജാറുകൂടാതെ കഴിക്കാം. പക്ഷേ, ഐറിഷ് പട്ടാളത്തിന്റെ ക്രമനില തെറ്റുകയും അവർ ബേജാറാവുകയും ചെയ്താൽ പിന്നെ അവരെ അണിനിരത്തുന്നത് അത്ര എളുപ്പമല്ലെന്ന സംഗതിയും കൂടി ഓർത്തിരിക്കേണ്ടതുണ്ട്. നവംബർ 27-ാം തീയതി വിൻഡ്ഹാമിന് പറ്റി

യത് ഇതാണ്. ബേജാറ് കാരണം ഓടിപ്പോയ പട്ടാളത്തിന്റെ ജനറലെന്ന ഖ്യാതിക്ക് അർഹരായിട്ടുള്ളവർ ഇംഗ്ലീഷ്സൈന്യത്തിൽ കുറവാണ്. ഹ്രസ്വമെങ്കിലും ശ്രദ്ധേയമായ ഈ ലിസ്റ്റിൽ ഇനിമുതൽ വിൻഡ്ഹാമിന്റെ പേരും നമുക്ക് കാണാൻ കഴിയും.

28—ാം തീയതി ബിത്തൂറിൽനിന്നുള്ള സാമാന്യം വലിയൊരു സൈന്യം ഗ്വാളിയർ കണ്ടിൻജന്റിന്റെ കൂടെ ചേർന്ന് ബ്രിട്ടീഷുകാരുടെ ഔട്ട്പോസ്റ്റുകൾക്ക് നാനൂറ് വാര വരെ അടുത്തെത്തി. യാതൊരു ഉശിരും കൂടാതെ നടത്തിയ ഒരു ആക്രമണമായിരുന്നു ഇതും. 64-ലെ ഭടന്മാരും ഓഫീസർമാരും യഥാർഥ ചങ്കൂറ്റംതന്നെ പ്രകടമാക്കി. ബലക്ലാവയിലെ പോരാട്ടം പോലെ തന്നെയുള്ള ഒരു വിഡ്ഢിത്തമായിരുന്നു ഈ വീര കൃത്യവും. എങ്കിലും അതേപ്പറ്റി പറയാൻ ഞങ്ങൾക്ക് സന്തോഷമേയുള്ളൂ. ഇതിന് പഴിചാരുന്നതും മരിച്ചുപോയ ഒരാളുടെ മേലാണ്. ആ റെജിമെന്റിലെ കേണൽ വിൽസണെയാണ് ഇതിന് കുറ്റപ്പെടുത്തുന്നത്. വിൽസൺ 180 ആളുകളുമായി ശത്രുവിന്റെ നാല് പീരങ്കികൾക്കെതിരായി കടന്നാക്രമിക്കാൻ ചെല്ലുകയാണുണ്ടായതെന്ന് തോന്നുന്നു. എതിർവശത്തുള്ളവരുടെ സംഖ്യ ഇതിലും പതിന്മടങ്ങ് അധികമായിരുന്നു. പക്ഷേ, ഇവർ ആരായിരുന്നെന്ന് ഒരിടത്തും പറഞ്ഞു കാണുന്നില്ല. ഫലം വച്ചുനോക്കിയാൽ ഇവർ ഗ്വാളിയർ സൈന്യത്തിൽപ്പെട്ടതായിരിക്കുമെന്ന് ഊഹിക്കാം. ബ്രിട്ടീഷുകാർ പാഞ്ഞുചെന്ന് മൂന്ന് പീരങ്കികൾ അടിച്ചുവീഴ്ത്തിയിട്ട് കുറച്ചുസമയം പിടിച്ചുനിന്നു. പക്ഷേ, പോഷകസേനകളൊന്നും എത്തായ്കയാൽ പിൻവാങ്ങുമ്പോൾ അവരുടെ അറുപത് ഭടന്മാരും മിക്ക ഓഫീസർമാരും നിലംപതിച്ചിരുന്നു. പോരാട്ടം എത്ര ഉഗ്രമായിരുന്നെന്ന് ഈ നഷ്ടം വിളിച്ചറിയിക്കുന്നുണ്ട്. തങ്ങളുടെ കൂട്ടത്തിലുള്ള മൂന്നിലൊന്നോളം പേർ നിലംപതിക്കുന്നതുവരെ ഒരു ബാറ്ററിക്കെതിരായി പിടിച്ചുനിൽക്കുന്ന ഒരു ലഘുസൈന്യമാണ് ഇവിടെ ഉണ്ടായിരുന്നത്. അവർക്ക് നേരിട്ട ആൾനഷ്ടം വച്ചുനോക്കിയാൽ കടുത്ത എതിർപ്പിനെ ആയിരിക്കണം അവർക്ക് നേരിടേണ്ടി വന്നിട്ടുണ്ടാകുക. ഇത് ഉഗ്രമായ പോരാട്ടമായിരുന്നുവെന്നതിൽ തർക്കമില്ല. ഡൽഹിക്കെതിരായ മിന്നൽപ്പോരാട്ടത്തിന് ശേഷം നടക്കുന്ന ആദ്യത്തെ അത്തരത്തിലുള്ള സമരമായിരുന്നു ഇത്. ഇത് ആസൂത്രണം ചെയ്ത ആളിനെ കോർട്ട് മാർഷലിന് വിധേയനാക്കി വെടിവച്ചു കൊല്ലേണ്ടതാണ്. വിൽസൺ ആണ് ഇത് ചെയ്തതെന്ന് വിൻഡ്ഹാം പറയുന്നു. ആ പോരാട്ടത്തിൽ മരിച്ചുപോയ അദ്ദേഹത്തെക്കൊണ്ട് ഇതിന് മറുപടി പറയാനാവില്ലല്ലൊ.

വൈകുന്നേരമായപ്പോഴേക്ക് ബ്രിട്ടീഷ് പട്ടാളം ഒന്നടങ്കം കോട്ടയ്ക്കുള്ളിൽ ചുരുണ്ടുകൂടിയിരുന്നു. യാതൊരു ചിട്ടയുമില്ലാത്ത അവസ്ഥ അവിടെ തുടരുകയായിരുന്നു. പാലവും കൈവിട്ടുപോകുന്ന സ്ഥിതിയായിരുന്നു. അപ്പോഴേക്ക് ക്യാമ്പ്ബെൽ എത്തിച്ചേർന്നു. അദ്ദേഹം ക്രമസമാധാനം പുനഃസ്ഥാപിക്കുകയും, രാവിലെ പുതിയ സൈന്യങ്ങളെ വരുത്തിയിട്ട് പാലവും കോട്ടയും ഭദ്രമാക്കാൻ കഴിയുന്ന തരത്തിൽ ശത്രു

വിനെ പിന്നോട്ടടിക്കുകയും ചെയ്തു. അതിനുശേഷം മുറിവേറ്റവരെയും സ്ത്രീകളെയും കുട്ടികളെയും ബാഗേജ് സഹിതം അക്കരയ്ക്ക് കടത്തിയിട്ട് അവർക്ക് അലഹബാദ് റോഡിലൂടെ കുറെദൂരം മുന്നോട്ടുപോകാൻ കഴിയുന്നതുവരെ അദ്ദേഹം പ്രതിരോധപരമായ ഒരു നിലപാട് സ്വീകരിച്ചു. ഇത് സാധിച്ചുകഴിഞ്ഞയുടൻ 6-ാം തീയതി അദ്ദേഹം ശിപായിമാരെ ആക്രമിച്ച് പരാജയപ്പെടുത്തി. അദ്ദേഹത്തിന്റെ കുതിരപ്പടയും പീരങ്കിപ്പടയും അന്നേദിവസംതന്നെ പതിന്നാല് മൈൽ ദൂരം അവരെ പിന്തുടർന്നു. ക്യാമ്പ്ബെല്ലിന്റെ റിപ്പോർട്ട് നോക്കിയാൽ അവരുടെ ഭാഗത്തുനിന്ന് കാര്യമായ യാതൊരു ചെറുത്തുനിൽപ്പും ഉണ്ടായില്ലെന്ന് വ്യക്തമാകും. തന്റെ പട്ടാളത്തിന്റെ മുന്നേറ്റത്തെപ്പറ്റി പറയുന്നതല്ലാതെ ശത്രുവിന്റെ ചെറുത്തുനിൽപ്പിനെയോ അഭ്യാസങ്ങളെയോ പറ്റി അദ്ദേഹം ഒരിടത്തും പരാമർശിക്കുന്നില്ല. ഒരിടത്തും ഒരെതിർപ്പും ഉണ്ടായിരുന്നില്ല. ഒരു പോരാട്ടമെന്നതിനെക്കാൾ ഒരു നായാട്ടായിരുന്നു അതെന്ന് പറയുന്നതായിരിക്കും കൂടുതൽ ശരി. ബ്രിഗേഡിയർ ഹോപ്പ് ഗ്രാന്റ് ഒരു ലഘു ഡിവിഷനുമായി ചെന്ന് 8-ാം തീയതി ഒരു പുഴ കടക്കുമ്പോൾ അവരെ പിടികൂടി. ഗത്യന്തരമില്ലാതെ അവർ തിരിഞ്ഞു നിൽക്കുകയും അവർക്ക് വമ്പിച്ച ആൾനാശം സഹിക്കേണ്ടി വരികയും ചെയ്തു. ഇതോടെ ക്യാമ്പ്ബെല്ലിന്റെ ആദ്യത്തെ യുദ്ധം, ലക്നൗവിനും കോൺപൂരിനും വേണ്ടിയുള്ള യുദ്ധം, അവസാനിക്കുന്നു. അടുത്തതായി പുതിയ ചില നടപടികൾ ആരംഭിക്കേണ്ടിവരും. അടുത്ത രണ്ടോ മൂന്നോ ആഴ്ചയ്ക്കുള്ളിൽ ഇതിന്റെ ആദ്യവിവരങ്ങൾ നമുക്ക് ലഭിക്കുമെന്ന് പ്രതീക്ഷിക്കാം.

(1858 ഫെബ്രുവരി 2-നോടടുപ്പിച്ച് എഴുതിയത്. 1858 ഫെബ്രുവരി 20-ലെ 5253-ാം ലക്കം *ന്യൂയോർക്ക് ഡെയ്‌ലി ട്രിബ്യൂണിൽ* ഒരു മുഖലേഖനമായി പ്രസിദ്ധീകരിക്കപ്പെട്ടു).

ലക്നൗവിന്റെ പതനം

ഫ്രെഡറിക് എംഗൽസ്

ഇന്ത്യൻ കലാപത്തിന്റെ രണ്ടാമത്തെ നിർണായകഘട്ടവും അവസാനിച്ചിരിക്കുന്നു. ആദ്യത്തേതിന്റെ കേന്ദ്രം ഡൽഹിയായിരുന്നു. ആ നഗരം പിടിച്ചെടുത്തതോടെയാണ് ആ ഘട്ടം അവസാനിച്ചത്. രണ്ടാമത്തേത് ലക്നൗ കേന്ദ്രമാക്കിയുള്ളതായിരുന്നു. ഇപ്പോഴിതാ അവിടവും നിലംപതിച്ചു കഴിഞ്ഞിരിക്കുന്നു. ഇതുവരെ ശാന്തമായിരുന്ന മറ്റു സ്ഥലങ്ങളിൽ പുതിയ സമരങ്ങൾ പൊട്ടിപ്പുറപ്പെടുന്നില്ലെങ്കിൽ കലാപം അതിന്റെ അവസാനത്തെതും നീണ്ടുനിൽക്കുന്നതുമായ ഘട്ടത്തിലേക്ക് പ്രവേശിച്ചേ തീരൂ. ഈ ഘട്ടത്തിൽ കലാപകാരികൾ ഒടുവിൽ കൊള്ളക്കാരെയോ പിടിച്ചുപറിക്കാരെയോപോലെ ആയിത്തീരാനാണ് സാധ്യത. അപ്പോൾ അവർ ബ്രിട്ടീഷുകാരുടെയെന്നപോലെ നാട്ടുകാരുടെയും ശത്രുക്കളായിത്തീരും.

ലക്നൗവിനെതിരായ ആക്രമണത്തിന്റെ വിശദവിവരങ്ങൾ ഇനിയും കിട്ടിക്കഴിഞ്ഞിട്ടില്ല. എങ്കിലും പ്രാരംഭ നടപടികളെയും അന്തിമ പോരാട്ടങ്ങളുടെ രൂപരേഖകളെയും പറ്റി അറിവായിട്ടുണ്ട്. ലക്നൗ റസിഡൻസി വിടുവിച്ചശേഷം ജനറൽ ക്യാമ്പ്ബെൽ ആ പോസ്റ്റ് തകർത്തെങ്കിലും ജനറൽ ഔട്ട്റാമിനെ 5,000 പട്ടാളക്കാരുമായി ആലംബാഗിൽ നിർത്തിയിട്ടാണ് പോന്നതെന്ന കാര്യം വായനക്കാർ ഓർക്കുന്നുണ്ടാകുമല്ലോ. ലക്നൗവിൽ കുറച്ച് മൈൽ അകലെയുള്ള സുരക്ഷിതമാക്കപ്പെട്ട ഒരു സ്ഥാനമാണത്. ശേഷിച്ച പട്ടാളവുമായി അദ്ദേഹം സ്വയം കോൺപൂരിലേക്ക് തിരിച്ചു മാർച്ച് ചെയ്തു. അവിടെ ഒരു കലാപസംഘം ജനറൽ വിൻഡ്ഹാമിനെ പരാജയപ്പെടുത്തിയിരുന്നു. ക്യാമ്പ്ബെൽ അവി

ടെയെത്തിയിട്ട് ഇവരെ പൂർണമായി തകർത്തിട്ട് കാൽപ്പിയിൽവെച്ച് യമുനയുടെ മറുകരയിലേക്കോടിച്ചു. അതിനുശേഷം പോഷകസേനകളും പീരങ്കികളും എത്തിച്ചേരാനായി കോൺപൂരിൽ കാത്തിരിക്കുന്നതിനിടയിൽ അദ്ദേഹം തന്റെ ആക്രമണപരിപാടികൾ ആസൂത്രണം ചെയ്യുകയും ഔഡിലേക്ക് മാർച്ച് ചെയ്യാനുള്ള സൈന്യങ്ങളെ കേന്ദ്രീകരിക്കാൻ കൽപ്പന നൽകുകയും ചെയ്തു. കോൺപൂരിനെ ലക്നൗവിനെതിരായ ആക്രമണത്തിനുള്ള പ്രത്യക്ഷവും മുഖ്യവുമായ താവളത്തിന് ആവശ്യമായ കരുത്തും വൈപുല്യവുമുള്ള ഒരു സുരക്ഷിതക്യാമ്പാക്കി മാറ്റാൻ അദ്ദേഹം പ്രത്യേക നടപടികൾ കൈക്കൊണ്ടു. ഇതെല്ലാം പൂർത്തിയായപ്പോൾ മറ്റൊരു കടമ അദ്ദേഹത്തെ അഭിമുഖീകരിച്ചിരുന്നു. ഇതുകൂടി കഴിയാതെ തന്റെ കരുനീക്കങ്ങൾ ആരംഭിക്കുന്നത് സുരക്ഷിതമല്ലെന്ന് അദ്ദേഹത്തിന് തോന്നി. മുമ്പത്തെ ഏതാണ്ടെല്ലാ ഇന്ത്യൻ കമാൻഡർമാരിൽനിന്നും അദ്ദേഹത്തെ വേർതിരിച്ചു നിർത്തുന്ന ഒരു പ്രവർത്തനമാണിത്. സ്ത്രീകൾ ക്യാമ്പിൽ അലഞ്ഞുനടക്കുന്നത് അദ്ദേഹത്തിന് ഇഷ്ടമായിരുന്നില്ല. ലക്നൗവിൽവച്ചും കോൺപൂരിലേക്കുള്ള മാർച്ചിനിടയിലും 'വീരാംഗനകളെ'ക്കൊണ്ട് അദ്ദേഹത്തിന് മതിയായിരുന്നു. പട്ടാളത്തിന്റെ നീക്കങ്ങൾ തങ്ങളുടെ ഇഷ്ടത്തിനും സുഖസൗകര്യങ്ങൾക്കും ഒത്തവിധത്തിലായിരിക്കണമെന്നായിരുന്നു അവരുടെ വിചാരം. ഇന്ത്യയിൽ എന്നും കാര്യങ്ങൾ അങ്ങനെയേ നടന്നിരുന്നുള്ളൂ. കോൺപൂരിലെത്തിയ ഉടൻ ക്യാമ്പ്ബെൽ ചെയ്ത ആദ്യത്തെ കൃത്യം കുഴപ്പക്കാരായ ഈ കൂട്ടരെ ഒന്നടങ്കം തനിക്ക് മാർഗതടസമുണ്ടാക്കാത്തവിധം അലഹബാദിലേക്ക് കെട്ടുകെട്ടിക്കുകയെന്നതാണ്. ഒട്ടും സമയം കളയാതെതന്നെ അദ്ദേഹം ആഗ്രയിലായിരുന്ന തരുണീമണികളുടെ രണ്ടാം ബാച്ചിനെയും വരുത്തിച്ചു. കോൺപൂരിലെത്തിയ അവരെ സുരക്ഷിതമായി അലഹബാദിലേക്ക് യാത്രയാക്കിയതിനുശേഷം മാത്രമാണ് അദ്ദേഹം ലക്നൗവിലേക്ക് മുന്നേറിക്കൊണ്ടിരുന്ന തന്റെ സൈന്യത്തെ അനുഗമിക്കാൻ തയാറായത്.

ഔഡ് യുദ്ധത്തിനുള്ള ഈ ഏർപ്പാടുകൾ ഇന്ത്യയിൽ മുൻപൊരിക്കലും കണ്ടിട്ടില്ലാത്ത തോതിലുള്ളതായിരുന്നു. ഇംഗ്ലീഷുകാർ അവിടെ നടത്തിയിട്ടുള്ള ഏറ്റവും വലിയ യുദ്ധസന്നാഹം അഫ്ഗാനിസ്ഥാൻ ആക്രമണത്തിന് വേണ്ടിയുള്ളതായിരുന്നു. അന്നുപോലും അവരുടെ സൈന്യബലം ഒരുസമയത്ത് ഇരുപതിനായിരത്തിലധികമായിരുന്നില്ല. ഇതിൽത്തന്നെയും ബഹുഭൂരിപക്ഷവും നാട്ടുകാരായിരുന്നു. ഔഡ്യുദ്ധത്തിലെ യൂറോപ്യരുടെ മാത്രം സംഖ്യ അഫ്ഗാനിസ്ഥാനിലേക്ക് ആകെ അയച്ച സൈന്യങ്ങളുടേതിനെക്കാൾ അധികമായിരുന്നു. സർ കോളിൻ ക്യാമ്പ്ബെൽ തന്നെ നേരിട്ട് നയിച്ചിരുന്ന പ്രധാന സൈന്യം മൂന്ന് ഡിവിഷൻ കാലാൾപ്പടയും ഒരു ഡിവിഷൻ കുതിരപ്പടയും ഒരു ഡിവിഷൻ പീരങ്കിപ്പടയും എഞ്ചിനീയറന്മാരും ഉൾപ്പെട്ടതായിരുന്നു. ഔട്ട്റാമിന്റെ കീഴിലുള്ള ഒന്നാം ഡിവിഷൻ കാലാൾപ്പട ആലംബാഗിൽ സ്ഥാനമുറപ്പിച്ചിരുന്നു.

അഞ്ച് യൂറോപ്യൻ റെജിമെന്റുകളും ഒരു നാടൻ റെജിമെന്റുമാണ് അതിൽ ഉണ്ടായിരുന്നത്. കോൺപൂരിൽ നിന്നുള്ള മുന്നേറ്റം ആരംഭിക്കുമ്പോൾ ക്യാമ്പ്ബെല്ലിന്റെ സജീവ സൈന്യത്തിൽ ഉണ്ടായിരുന്നത് കാലാൾപ്പടയുടെ രണ്ടും മൂന്നും ഡിവിഷനുകളും (രണ്ടാം ഡിവിഷനിൽ നാല് യൂറോപ്യൻ റെജിമെന്റുകളും ഒരു നാടൻ റെജിമെന്റും, മൂന്നാം ഡിവിഷനിൽ അഞ്ച് യൂറോപ്യൻ റെജിമെന്റുകളും ഒരു നാടൻ റെജിമെന്റും ഉണ്ടായിരുന്നു) സർ ഹോപ്പ് ഗ്രാന്റിന്റെ കീഴിലുള്ള അശ്വസേനാ ഡിവിഷനും (മൂന്ന് യൂറോപ്യൻ റെജിമെന്റുകളും നാലോ അഞ്ചോ നാടൻ റെജിമെന്റുകളും ഉൾപ്പെടെ) ബൃഹത്തായ പീരങ്കിപ്പടയും (48 ഫീൽഡ് ഗണ്ണുകളും സീജ് ട്രെയിനുകളും എഞ്ചിനീയർമാരും) ആണ്. ഗോമതി, ഗംഗ എന്നീ നദികൾക്കിടയിലായി ജാൻപൂരിലും അസംഗഢിലും ബ്രിഗേഡിയർ ഫ്രാങ്ക്സിന്റെ കീഴിൽ കേന്ദ്രീകരിച്ചിരുന്ന ബ്രിഗേഡ് ഗോമതിയുടെ തീരത്തുകൂടി ലക്നൗവിലേക്ക് മുന്നേറണമെന്ന് തീരുമാനിക്കപ്പെട്ടിരുന്നു. നാടൻ പട്ടാളത്തിന് പുറമെ മൂന്ന് യൂറോപ്യൻ റെജിമെന്റുകളും രണ്ട് ബാറ്ററികളും അടങ്ങിയ ഈ ബ്രിഗേഡിനെ ക്യാമ്പ്ബെല്ലിന്റെ വലത് പാർശ്വത്തിലേക്കാണ് നിശ്ചയിച്ചിരുന്നത്. അതുംകൂടി ചേർത്താൽ ക്യാമ്പ്ബെല്ലിന്റെ സൈന്യബലം താഴെപ്പറയും പ്രകാരമായിരുന്നു:

	കാലാൾപ്പട	കുതിരപ്പട	ആർട്ടിലറിയും എഞ്ചിനീയറിങ്ങും	മൊത്തം
യൂറോപ്യർ	15,000	2,000	3,000	20,000
നാട്ടുകാർ	5,000	3,000	2,000	10,000

അതായത്, മൊത്തം 30,000 പേർ. ഇതോടൊപ്പം ജംഗ് ബഹാദൂറിന്റെ നേതൃത്വത്തിൽ ഗോരക്ക്പൂരിൽനിന്ന് സുൽത്താൻപൂരിലേക്ക് മാർച്ച് ചെയ്യുന്ന 10,000 നേപ്പാളി ഗൂർക്കകളെക്കൂടി ചേർത്താൽ ആക്രമണസേനയുടെ സംഖ്യാബലം 40,000 ആയിരുന്നു. ഇവരിൽ ഒട്ടുമിക്കവരും സ്ഥിരം പട്ടാളക്കാരുമായിരുന്നു. ഇതുകൊണ്ടും തീർന്നില്ല. കോൺപൂരിന്റെ തെക്ക് സർ എച്ച് റോസ് വലിയൊരു സൈന്യനിരയുമായി സാഗറിൽനിന്ന് കാൽപ്പിയിലേക്കും യമുനയുടെ കീഴ്ത്തടത്തിലേക്കും മാർച്ച് ചെയ്യുന്നുണ്ടായിരുന്നു. ഫ്രാങ്ക്സിന്റെയും ക്യാമ്പ്ബെല്ലിന്റെയും സൈന്യനിരകൾക്കിടയിലൂടെ രക്ഷപ്പെടാൻ ശ്രമിക്കുന്നവരെ പിടികൂടുകയെന്നതായിരുന്നു അവരുടെ ലക്ഷ്യം. വടക്കുപടിഞ്ഞാറ് ബ്രിഗേഡിയർ ചേംബർലെയിൻ ഫെബ്രുവരി അവസാനത്തോടെ ഗംഗയുടെ മേലേത്തടം കടന്ന് ഔഡിന്റെ വടക്ക്-വടക്കുപടിഞ്ഞാറുള്ള റോഹിൽഖണ്ഡിൽ പ്രവേശിച്ചിരുന്നു. കലാപസൈന്യം പ്രധാനമായും അതുവഴിയായിരിക്കും രക്ഷപ്പെടുകയെന്ന കണക്കുകൂട്ടൽ വളരെ ശരിയായിരുന്നു. ഔഡിനു ചുറ്റുമുള്ള പട്ടണങ്ങളിലെ ഗ്യാരിസണുകളെയും ആ നാട്ടുരാജ്യത്തിനെതിരായി പ്രത്യക്ഷമായോ പരോക്ഷമായോ സമരം ചെയ്യുന്ന സൈന്യ

ങ്ങളിൽ ഉൾപ്പെടുത്തേണ്ടതുണ്ട്. അങ്ങനെ നോക്കുമ്പോൾ ഈ സൈന്യത്തിന്റെ മൊത്തം സംഖ്യാബലം 70,000-80,000 ആണ്. ഔദ്യോഗിക പ്രസ്താവനകളനുസരിച്ച് തന്നെ ഇവരിൽ കുറഞ്ഞത് 28,000 പേർ ബ്രിട്ടീഷുകാരാണ്. ഇതിൽ സർ ജോൺ ലോറൻസിന്റെ വൻസൈന്യത്തെ ഉൾപ്പെടുത്തിയിട്ടില്ല. ഡൽഹിയിൽ ഒരുതരം പാർശ്വസ്ഥാനമാണ് ഈ സൈന്യത്തിനുള്ളത്. മീറത്തിലും ഡൽഹിയിലുമായി 5,500 യൂറോപ്യരും 20,000-30,000 പഞ്ചാബികളുമാണ് ഇക്കൂട്ടത്തിലുള്ളത്.

ഇത്ര ഭീമമായൊരു സൈന്യത്തെ കേന്ദ്രീകരിക്കാൻ കഴിഞ്ഞതിന് ഭാഗികമായ കാരണം ജനറൽ ക്യാമ്പ്ബെൽ നടത്തിയ സംയോജനങ്ങളാണ്. ഹിന്ദുസ്ഥാനിന്റെ വിവിധ ഭാഗങ്ങളിൽ കലാപം അടിച്ചമർത്തപ്പെട്ടിരുന്നുവെന്നതും ഇതിനുള്ള ഭാഗികമായ കാരണമാണ്. തൽഫലമായി മറ്റ് സൈന്യങ്ങൾക്ക് പ്രധാന കർമരംഗത്തേക്ക് കേന്ദ്രീകരിച്ച് നീങ്ങാൻ കഴിഞ്ഞിരുന്നു. അൽപ്പംകൂടി ചെറിയൊരു സൈന്യത്തെ വച്ചുകൊണ്ടും ക്യാമ്പ്ബെൽ യുദ്ധത്തിന് ഒരുങ്ങുമായിരുന്നുവെന്നതിൽ സംശയമില്ല. പക്ഷേ, അതിനായി തയാറെടുക്കുന്നതിനിടയിൽ സംഗതിവശാൽ പുതിയ കുറെ വിഭവങ്ങൾകൂടി അദ്ദേഹത്തിന് ലഭ്യമായി. ലക്നൗവിൽ തനിക്ക് നേരിടാനുള്ള ശത്രു വളരെ ദുർബലനാണെന്നറിയാമായിരുന്നെങ്കിൽപ്പോലും ഈ പുതിയ വിഭവങ്ങൾ പ്രയോജനപ്പെടുത്താൻ മടിക്കുന്ന കൂട്ടത്തിലായിരുന്നില്ല അദ്ദേഹം. ഈ സംഖ്യകൾ വളരെ വമ്പിച്ചതായി തോന്നിയേക്കാമെങ്കിലും ഫ്രാൻസിന്റത്ര വിസ്തൃതിയുള്ള ഒരു പ്രദേശത്താണ് അവർ വ്യാപിച്ചു കിടന്നിരുന്നതെന്ന സംഗതി വിസ്മരിക്കാവുന്നതല്ല. ലക്നൗവിലെ നിർണായകരംഗത്ത് 20,000 യൂറോപ്യരും 10,000 ഹിന്ദുസ്ഥാനികളും 10,000 ഗൂർഖകളും മാത്രമേ അദ്ദേഹത്തോടൊപ്പമുണ്ടായിരുന്നുള്ളുവെന്ന സംഗതിയും മറക്കാവുന്നതല്ല. ഇതിൽ നാടൻ കമാൻഡർമാരുടെ കീഴിലുള്ള ഗൂർഖകളെക്കൊണ്ടുള്ള പ്രയോജനം സംശയാസ്പദമെങ്കിലുമായിരുന്നുവെന്ന് പറയേണ്ടതുണ്ട്. ഈ സൈന്യത്തിന്റെ യൂറോപ്യൻ വിഭാഗത്തിന് ഒറ്റയ്ക്കുതന്നെ സത്വരമായ ഒരു വിജയം സുസാധ്യമാക്കാൻ കഴിയുമായിരുന്നു. എങ്കിലും, നിർവഹിക്കാനുള്ള കടമ വച്ചുനോക്കുമ്പോൾ ഈ സൈന്യത്തിന്റെ സംഖ്യാബലം ആവശ്യത്തിലും അത്ര അധികമായിരുന്നുവെന്ന് പറയാനാവില്ല. ഒരുപക്ഷേ, ഇന്ത്യയിലുള്ള യൂറോപ്യരുടെ സംഖ്യ കുറവാണെന്നും ഉള്ളവർതന്നെ പലേടങ്ങളിലായി വ്യാപിച്ചു കിടക്കുകയാണെന്നുമുള്ളതിന്റെ അടിസ്ഥാനത്തിൽ ആരംഭിച്ച കലാപത്തിനുള്ള ബദലെന്ന നിലയ്ക്ക് ഇന്ത്യയിലൊരിടത്തും മുമ്പൊരിക്കലും കണ്ടിട്ടില്ലാത്തത്ര വെള്ളക്കാരുടെ ഒരു വൻസൈന്യത്തെ ഔഡുകാരുടെ മുന്നിലേക്കെടുത്തെറിയാൻ ക്യാമ്പ്ബെൽ ഉദ്ദേശിച്ചിരിക്കണം.

കലാപം നടത്തിയ ബംഗാൾ റെജിമെന്റുകളിൽ മിക്കതിന്റെയും അവശിഷ്ടങ്ങളും നാട്ടിനകത്തുനിന്നുതന്നെ പുതുതായി റിക്രൂട്ട് ചെയ്തവരും ഉൾപ്പെട്ടതായിരുന്നു ഔഡിന്റെ സൈന്യം. ആദ്യംപറഞ്ഞവരുടെ

സംഖ്യ ഏറിയാൽ 35,000-40,000 മാത്രമായിരുന്നു. തുടക്കത്തിൽ 80,000 ഉണ്ടായിരുന്ന ഇവരുടെ സംഖ്യ പടകളുടേയും ഒളിച്ചോട്ടത്തിന്റെയും ഇഛാഭംഗത്തിന്റെയും ഫലമായി പകുതിയെങ്കിലുമായി ചുരുങ്ങിയിരിക്കണം. ശേഷിച്ചവർ തന്നെ അസംഘടിതരും നിരാശരും സജ്ജീകരണം കുറഞ്ഞവരും പടക്കളത്തിലിറക്കാൻ കൊള്ളാത്തവരുമായിരുന്നു. പുതിയ റിക്രൂട്ടുകൾ ഒരുലക്ഷത്തിനും ഒന്നരലക്ഷത്തിനുമിടയ്ക്കുണ്ടാവുമെന്നാണ് പറയപ്പെടുന്നത്. പക്ഷേ, അവരുടെ സംഖ്യ അത്ര പ്രധാനമൊന്നുമല്ല. വളരെ മോശപ്പെട്ട താണതരം തോക്കുകളായിരുന്നു അവരുടെ ആയുധശക്തിയുടെ ഒരു ഭാഗം. മുഖത്തോടുമുഖമുള്ള ഏറ്റുമുട്ടലിൽ പ്രയോജനപ്പെടുത്താവുന്ന ആയുധങ്ങളാണ് അവരിൽ മിക്കവരുടെയും കൈവശം ഉണ്ടായിരുന്നത്. അത്തരം യുദ്ധത്തിനുള്ള സാധ്യത നന്നേ വിരളവുമായിരുന്നു. ഈ സൈന്യത്തിന്റെ സിംഹഭാഗം ലക്നൗവിൽ സർ ജെ ഔട്ട്റാമിന്റെ പട്ടാളത്തെ എതിർത്ത് നിൽക്കുകയായിരുന്നു. എങ്കിലും രണ്ടു കോളങ്ങൾ അഹലബാദിന്റെയും ജാൻപൂരിന്റെയും വഴിക്ക് നീങ്ങുന്നുണ്ടായിരുന്നു.

ഫെബ്രുവരി മധ്യത്തോടെ ലക്നൗവിനെതിരായ കേന്ദ്രീകൃത പടനീക്കം ആരംഭിച്ചു. 15-നും 26-നും ഇടയ്ക്ക് പ്രധാന സൈന്യവിഭാഗം വമ്പിച്ച സന്നാഹങ്ങളോടെ (അന്തേവാസികൾ തന്നെ 60,000 വരുമായിരുന്നു) കോൺപൂരിൽനിന്ന് യാതൊരെതിർപ്പും കൂടാതെ ഔഡിന്റെ തലസ്ഥാനത്തേക്ക് നീങ്ങി. ഇതിനിടയിൽ ശത്രു ഫെബ്രുവരി 21-ഉം 24-ഉം തീയതികളിൽ ഔട്ട്റാമിന്റെ സൈന്യത്തെ കടന്നാക്രമിച്ചു. വിജയത്തിനുള്ള യാതൊരു സാധ്യതയും അവർക്കുണ്ടായിരുന്നില്ല. 19-ാം തീയതി ഫ്രാങ്ക്സ് സുൽത്താൻപൂരിലേക്ക് മാർച്ച് ചെയ്തുചെന്ന് കലാപകാരികളുടെ രണ്ടു കോളങ്ങളെയും പരാജയപ്പെടുത്തുകയും അശ്വസേന ഇല്ലാതെ ആകാവുന്നേടത്തോളം അവരെ പിന്തുടരുകയും ചെയ്തു. 23-ാം തീയതി പരാജിതരായ ഈ കോളങ്ങൾ രണ്ടുംകൂടി യോജിച്ചുവന്നപ്പോൾ അവരുടെ 20 പീരങ്കികളും ക്യാമ്പ് സാമഗ്രികളും വെടിക്കോപ്പുകളും മുഴുവൻ നഷ്ടപ്പെടുത്തിക്കൊണ്ട് അദ്ദേഹം വീണ്ടും അവരെ തോൽപ്പിച്ചോടിച്ചു. മുഖ്യസൈന്യത്തിന്റെ മുന്നണിപ്പടയെ നയിച്ചിരുന്ന ഹോപ്പ് ഗ്രാന്റും ത്വരിതഗതിയിൽ, മാർച്ച് ചെയ്തിരുന്ന മുഖ്യസൈന്യത്തിൽനിന്ന് പിരിഞ്ഞ് അൽപ്പം ഇടത്തോട്ട് മാറിയിട്ട് 23-ഉം 24-ഉം തീയതികളിൽ ലക്നൗ-രോഹിൽഖണ്ഡ് റോഡിലെ രണ്ടു കോട്ടകൾ നശിപ്പിക്കുകയുണ്ടായി.

മാർച്ച് 2-ാം തീയതി മുഖ്യസൈന്യം ലക്നൗവിന് തെക്കുവശത്തിന് മുൻപിലായി കേന്ദ്രീകരിക്കപ്പെട്ടു. ഈ വശത്തിന് ഒരു തോടിന്റെ സംരക്ഷണം ലഭിക്കുന്നുണ്ട്. ക്യാമ്പ്ബെല്ലിന് മുമ്പത്തെ ആക്രമണവേളയിൽ ഇത് കടന്നുപോകേണ്ടിയിരുന്നു. ഈ തോടിന് പിന്നിലായി സുശക്തമായ കൊത്തളങ്ങൾ സൃഷ്ടിച്ചിരുന്നു. 3-ാം തീയതി ബ്രിട്ടീഷുകാർ ദിൽക്കുഷാ പാർക്ക് കൈവശപ്പെടുത്തി. ഇതിനുവേണ്ടിയുള്ള പോരാട്ട

ത്തോടെയാണ് ആദ്യത്തെ പ്രാവശ്യവും ആക്രമണം ആരംഭിച്ചത്. 4-ാം തീയതി ബ്രിഗേഡിയർ ഫ്രാങ്ക്സ് മുഖ്യസൈന്യത്തിന്റെ കൂടെച്ചേർന്ന് അതിന്റെ വലതുപാർശ്വമായി നിലകൊണ്ടു. അദ്ദേഹത്തിന് തന്റെ വല തുവശത്ത് ഗോമതിനദിയുടെ പിൻബലമുണ്ടായിരുന്നു. ഇതിനിടയിൽ ശത്രുവിന്റെ കൊത്തളങ്ങൾക്കെതിരായി ചില ബാറ്ററികൾ സ്ഥാപിക്ക പ്പെട്ടു. പട്ടണത്തിന്റെ വടക്കുഭാഗത്ത് ഗോമതിനദിയിൽ രണ്ടുതോണി പ്പാലങ്ങളും നിർമിക്കപ്പെട്ടു. പാലങ്ങളുടെ പണി പൂർത്തിയായ ഉടൻ തന്നെ സർ ജെ ഔട്ട്റാം തന്റെ കാലാൾപ്പടയും 1,400 അശ്വഭടന്മാരും 30 പീരങ്കികളും സഹിതം നദി കടന്ന് ഇടത് കരയിൽ അഥവാ വടക്ക് കിഴ ക്കേക്കരയിൽ സ്ഥാനം ഉറപ്പിച്ചു. അവിടെ നിന്നുകൊണ്ട് അദ്ദേഹത്തിന് തോടിന്റെ കരയിലുടനീളമുള്ള ശത്രുനിരയുടെ വലിയൊരു ഭാഗവും പിന്ന ണിയിലുള്ള കൊത്തളങ്ങളോടുകൂടിയ പല കൊട്ടാരങ്ങളും തകർക്കാൻ കഴിയുമായിരുന്നു. ഔഡിന്റെ വടക്കുകിഴക്കൻ ഭാഗവുമായുള്ള ശത്രു വിന്റെ ഗതാഗതബന്ധങ്ങളും അദ്ദേഹം വിഛേദിച്ചു. 6-ഉം 7-ഉം തീയതി കളിൽ ഗണ്യമായ എതിർപ്പ് നേരിടേണ്ടിവന്നെങ്കിലും മുന്നിലുള്ള ശത്രു വിനെ തുരത്താൻ അദ്ദേഹത്തിന് കഴിഞ്ഞു. 8-ാം തീയതി അദ്ദേഹം വീണ്ടും ആക്രമിക്കപ്പെട്ടു. പക്ഷേ, ഇപ്രാവശ്യവും അവർക്ക് പഴയതിൽ കവിഞ്ഞ വിജയമൊന്നും കൈവരിക്കാൻ കഴിഞ്ഞില്ല. ഇതിനിടയിൽ വല തുകരയിലുള്ള ബാറ്ററികൾ ഗർജിക്കാൻ തുടങ്ങിയിരുന്നു. നദിക്കരയിൽ സ്ഥാപിച്ചിരുന്ന ഔട്ട്റാമിന്റെ ബാറ്ററികൾ പാർശ്വത്തിലും പിന്നണിയി ലുമുള്ള കലാപകാരികളുടെ സ്ഥാനങ്ങൾക്കെതിരായി നിറയൊഴിച്ചു. 9-ാം തീയതി സർ ഇ ലുഗാർഡിന്റെ 2-ാം ഡിവിഷൻ മർദിനിയേർ പിടിച്ചെടു ത്തു. തോടിന്റെ തെക്കുഭാഗത്തായി ഗോമതിയും അതുംകൂടി ചേരുന്നി ടത്ത് സ്ഥിതിചെയ്യുന്ന ഒരു കോളേജും ഉദ്യാനവുമാണ് ഇതെന്ന് വായ നക്കാർ ഓർക്കുന്നുണ്ടാകുമല്ലോ. ദിൽക്കുഷയുടെ നേരെ എതിർവശത്തു മാണ് ഇത് സ്ഥിതിചെയ്യുന്നത്. 10-ാം തീയതി ഔട്ട്റാം നദീതീരത്തു കൂടി പിന്നെയും പിന്നെയും മുന്നേറിക്കൊണ്ട് കലാപകാരികളുടെ തുടർച്ച യായ എല്ലാ സ്ഥാനങ്ങൾക്കുമെതിരായി പീരങ്കികളിൽനിന്ന് നിറയൊഴി ച്ചുകൊണ്ട് ബാങ്ക് ഹൗസും പിടിച്ചെടുത്തു. 11-ാം തീയതി രണ്ട് ഹൈലാന്റ് റെജിമെന്റുകൾ (42-ഉം 93-ഉം) റാണിയുടെ കൊട്ടാരം കൈയേറിയപ്പോൾ ഔട്ട്റാം നദിയുടെ ഇടതുകരയിൽ നിന്ന് നഗരത്തി ലേക്കുള്ള കൽപ്പാലങ്ങൾ പിടിച്ചെടുത്തു. അതിനുശേഷം തന്റെ സൈന്യ ങ്ങളെ അതിലെ കടത്തിയിട്ട് തൊട്ടുമുന്നിലുള്ള അടുത്ത കെട്ടിടത്തിനെ തിരായ ആക്രമണത്തിൽ പങ്കുചേർന്നു. മാർച്ച് 13-ാം തീയതി കോട്ടകെ ട്ടിയുറപ്പിച്ചതുപോലെയുള്ള ഇമാംബാഡ എന്ന മറ്റൊരു കെട്ടിടവും ആക്ര മിക്കപ്പെട്ടു. ബാറ്ററികൾ ഭദ്രമായി നിർമിക്കുന്നതിന് ഇവിടെ ഒരു തുരങ്കം ഉപയോഗിക്കപ്പെടുകയുണ്ടായി. പിറ്റേന്ന് വിടവ് പൂർത്തിയാക്കിക്കൊണ്ട് ഈ കെട്ടിടവും ആക്രമിച്ചു കീഴടക്കപ്പെട്ടു. കൈസർബാഗ് എന്ന രാജ കൊട്ടാരത്തിലേക്ക് പാഞ്ഞുപോയ ശത്രുവിന്റെ തൊട്ടുപിന്നാലെതന്നെ

ബ്രിട്ടീഷുകാരും അവിടെ എത്തി. തുടർന്ന് ഉഗ്രമായൊരു പോരാട്ടം നടന്നെങ്കിലും ഉച്ചതിരിഞ്ഞ് മൂന്നുമണി ആയതോടെ കൊട്ടാരം ബ്രിട്ടീഷുകാരുടെ അധീനതയിലായി. അതോടെ കാര്യങ്ങളെല്ലാം അവതാളത്തിലായി. കുറഞ്ഞപക്ഷം, ചെറുത്തുനിൽപ്പ് ആകെത്തന്നെ അവസാനിച്ച പോലെ തോന്നി. ഓടിപ്പോകുന്നവരെ പിന്തുടർന്ന് പിടിക്കാൻ ക്യാമ്പ്ബെൽ ഉടനടിതന്നെ നടപടികളാരംഭിച്ചു. ഒരു കുതിരപ്പട ബ്രിഗേഡും കുറെ അശ്വ ആർട്ടിലറിയുമായി ബ്രഗേഡിയർ ക്യാമ്പ്ബെൽ അവരെ പിന്തുടരാൻ നിയോഗിക്കപ്പെട്ടു. അതേസമയം, ഗ്രാന്റ് മറ്റേ ബ്രിഗേഡുമായി അവരെ പിടിക്കുന്നതിന് ലക്നൗ-റോഹിൽഖണ്ഡ് റോഡിലുള്ള സീതാപ്പൂരിലേക്കും പുറപ്പെട്ടു. ഇപ്രകാരം ഓടിപ്പോയ ഗ്യാരിസൺ വിഭാഗത്തെ ശരിപ്പെടുത്താൻ ഏർപ്പാട് ചെയ്തശേഷം കാലാൾപ്പടയും ആർട്ടിലറി വിഭാഗക്കാരും കൂടി നഗരത്തിനുള്ളിലേക്ക് കൂടുതൽ തള്ളിക്കയറിക്കൊണ്ട് പിന്നെയും പിടിച്ചുനിൽക്കുന്നവർക്കെതിരായി നടപടികൾ ആരംഭിച്ചു. 15-നും 19-നും ഇടയ്ക്കുള്ള പോരാട്ടത്തിന്റെ രംഗം മുഖ്യമായും ഇടുങ്ങിയ നഗരവീഥികളായിരുന്നിരിക്കണം. നദീതീരത്തുള്ള കൊട്ടാരങ്ങളും ഉദ്യാനങ്ങളും അതിന് മുൻപായി കൈവശപ്പെടുത്തിക്കഴിഞ്ഞിരുന്നുവല്ലൊ. ഏതായാലും 19-ാം തീയതിയോടെ ലക്നൗ നഗരം മുഴുവനും ക്യാമ്പ്ബെല്ലിന്റെ അധീനതയിലായിക്കഴിഞ്ഞിരുന്നു. അൻപതിനായിരത്തോളം കലാപകാരികൾ ഓടിപ്പോയിട്ടുണ്ടാവുമെന്നാണ് പറയപ്പെടുന്നത്. കുറെപ്പേർ റോഹിൽഖണ്ഡിലേക്കും ബാക്കിയുള്ളവർ ഡുവാബ്, ബുന്ദെൽഖണ്ഡ് എന്നിവിടങ്ങളിലേക്കുമാണ് പോയത്. രണ്ടാമത്തെ വഴിയിലൂടെ രക്ഷപ്പെടാൻ അവർക്ക് അൽപ്പം ചില സാധ്യതകളുണ്ടായിരുന്നു. കാരണം, ജനറൽ റോസിന്റെ കോളം അപ്പോഴും യമുനയിൽ നിന്ന് 60 മൈലെങ്കിലും അകലെയായിരുന്നു. 30,000 കലാപകാരികൾ അദ്ദേഹത്തിന്റെ മുന്നിലുണ്ടായിരുന്നെന്നാണ് പറയപ്പെടുന്നത്. റോഹിൽഖണ്ഡിന്റെ വഴിക്ക് പോയവർക്ക് ഒരിക്കൽക്കൂടി കേന്ദ്രീകരിക്കാനുള്ള അവസരവും ഉണ്ടായിരുന്നു. അവരെ അത്രവേഗത്തിൽ പിന്തുടരാൻ ക്യാമ്പ്ബെല്ലിന് സാധ്യമാവുകയില്ല. ചേംബർലെയിന്റെ സ്ഥിതിയെപ്പറ്റി നമുക്ക് യാതൊരു നിശ്ചയവുമില്ലതാനും. കുറച്ചുകാലത്തേക്ക് അവർക്ക് അഭയം നൽകാൻ മാത്രം വിസ്തൃതിയുള്ളതുമാണ് ഈ പ്രവിശ്യ. അതിനാൽ, ബുന്ദെൽഖണ്ഡിലും റോഹിൽഖണ്ഡിലും രണ്ട് കലാപസേനകൾ രൂപീകരിക്കപ്പെടാൻ സാധ്യതയുണ്ട്. അതായിരിക്കാം കലാപത്തിന്റെ അടുത്ത ഘട്ടം. പക്ഷേ, ലക്നൗ-ഡൽഹി സൈന്യങ്ങളുടെ കേന്ദ്രീകരിച്ചുള്ള മാർച്ചുകളുടെ ഫലമായി റോഹിൽഖണ്ഡിലെ സൈന്യം പെട്ടെന്നുതന്നെ നശിപ്പിക്കപ്പെടാനിടയുണ്ട്.

ഞങ്ങൾക്ക് മനസിലാകുന്നിടത്തോളം, സർ ക്യാമ്പ്ബെല്ലിന്റെ ജാഗ്രതയും ചുറുചുറുക്കും ഈ യുദ്ധത്തിൽ അദ്ദേഹം കൈക്കൊണ്ട നടപടികളിലും ദൃശ്യമായിരുന്നു. ലക്നൗവിനെതിരായ കേന്ദ്രീകരിച്ചുള്ള മാർച്ചിന്റെ ക്രമീകരണം ഒന്നാന്തരമായിരുന്നു. ആക്രമണ പരിപാടിയിൽ

എല്ലാ സാഹചര്യങ്ങളും പ്രയോജനപ്പെടുത്തിയിരുന്നുവെന്ന് തോന്നുന്നു. കലാപകാരികളുടെ പെരുമാറ്റത്തെപ്പറ്റി പറഞ്ഞാൽ, അത് മുമ്പത്തേതിൽ കൂടുതലല്ലെങ്കിൽ അത്രതന്നെയെങ്കിലും അപലപനീയമായിരുന്നു. ചുവപ്പുകോട്ടുകാരെ കണ്ടാലുടൻ അവർ ബേജാറായിരുന്നു. ഫ്രാങ്ക്സിന്റെ കോളം തോൽപ്പിച്ചത് സംഖ്യാബലത്തിൽ അവരെക്കാൾ ഇരുപത് മടങ്ങ് വലിയൊരു സൈന്യത്തെയാണ്. എന്നിട്ടും അവർക്ക് ഒരാളെപ്പോലും നഷ്ടമായില്ലെന്നും പറയാം. കമ്പിസന്ദേശങ്ങളിൽ 'ശക്തിയായ ചെറുത്തുനിൽപ്പിനെയും' 'കടുത്ത പോരാട്ടത്തെയും' പറ്റി പ്രസ്താവിക്കുന്നുണ്ടെങ്കിലും ബ്രിട്ടീഷുകാരുടെ പരിമിതമായ ആൾനഷ്ടത്തെക്കുറിച്ച് പറഞ്ഞിട്ടുള്ളിടത്തോളം കണക്കുകൾ വച്ചുനോക്കുമ്പോൾ ലക്നൗവിൽ ആദ്യം എത്തുന്ന അവസരത്തിൽ പ്രദർശിപ്പിക്കേണ്ടിവന്നതിൽ കൂടുതലായ ധീരതയൊന്നും ഇപ്രാവശ്യവും അവിടെ കാട്ടേണ്ട ആവശ്യമുണ്ടായിരുന്നില്ലെന്നും അതിൽ കൂടുതൽ ബഹുമതികളൊന്നും ശേഖരിച്ചുവയ്ക്കാനില്ലെന്നുമാണ് ഞങ്ങൾക്കു തോന്നുന്നത്.

(1858 ഏപ്രിൽ 15-ന് എഴുതിയത്. 1858 ഏപ്രിൽ 30-ലെ 5312-ാം ലക്കം *ന്യൂയോർക്ക് ഡെയ്‌ലി ട്രിബ്യൂണിൽ* ഒരു മുഖലേഖനമായി പ്രസിദ്ധീകരിക്കപ്പെട്ടു).

ലക്നൗ ആക്രമണത്തിന്റെ വിശദാംശങ്ങൾ

ഫ്രെഡറിക് എംഗൽസ്

അങ്ങനെ ഒടുവിൽ, ലക്നൗവിനെതിരായ ആക്രമണത്തെയും ആ നഗരത്തിന്റെ പതനത്തെയും പറ്റിയുള്ള വിവരങ്ങൾ നമുക്ക് ലഭ്യമായിരിക്കുന്നു. സൈനികവീക്ഷണത്തിലൂടെ നോക്കുമ്പോൾ മുഖ്യമായി കരുതേണ്ടുന്ന ഔദ്യോഗികരേഖകൾ ഇനിയും പ്രസിദ്ധീകരിക്കപ്പെട്ടിട്ടില്ല. സർ കോളിൻ ക്യാമ്പ്ബെല്ലിന്റെ റിപ്പോർട്ടുകളെപ്പറ്റിയാണ് ഇവിടെ പറയുന്നത്. പക്ഷേ, ബ്രിട്ടീഷ് പത്രങ്ങളിൽ വന്ന വിവരങ്ങൾ, പ്രത്യേകിച്ചും *ലണ്ടൻ ടൈംസിൽ* മിസ്റ്റർ റസ്സൽ എഴുതിയ കത്തുകൾ കൊണ്ടുതന്നെ ആക്രമണസംഘത്തിന്റെ നടപടികളെപ്പറ്റി നമുക്ക് ഒരു ഏകദേശധാരണ ലഭിക്കും. ഇതിന്റെയെല്ലാം സാരാംശം ഈ പംക്തികളിൽ നേരത്തെ പ്രസിദ്ധീകരിച്ചിട്ടുള്ളതാണ്.

കമ്പിവാർത്തകളുടെ അടിസ്ഥാനത്തിൽ പ്രതിരോധനിരയിൽ പ്രദർശിപ്പിക്കപ്പെട്ട അജ്ഞതയെയും ഭീരുത്വത്തെയും പറ്റി ഞങ്ങൾ എത്തിച്ചേർന്നിരുന്ന നിഗമനങ്ങൾ* നൂറുശതമാനവും ശരിയായിരുന്നെന്ന് ഈ വിശദവിവരങ്ങൾ വ്യക്തമാക്കുന്നുണ്ട്. ഇന്ത്യക്കാർ പടുത്തുയർത്തിയിരുന്ന കോട്ടകൊത്തളങ്ങൾ കാഴ്ചയ്ക്ക് വളരെ ഭീകരമായിരുന്നെങ്കിലും അവ ചൈനീസ് 'ധീരന്മാർ' അവരുടെ പരിചകളിലും നഗരഭിത്തികളിലുമൊക്കെ വരച്ചുവച്ചിരുന്ന തീതുപ്പുന്ന ഘോരവ്യാളികളെയോ വികൃതമുഖങ്ങളെയോകാൾ കൂടുതലായി വലിയ അപകടം ഒന്നും ചെയ്തിരുന്നില്ല. ഓരോ കോട്ടയ്ക്കും അജയ്യമെന്ന് തോന്നിക്കുന്ന ഒരു മുഖപ്പു

---

* പേജ് 148–151 നോക്കുക.

ണ്ടായിരുന്നു. ചെറുതോക്കുകൾക്കും പീരങ്കികൾക്കുമുള്ള ദ്വാരങ്ങളോടുകൂടിയ ചുമരുകളും അരമതിലുകളുമല്ലാതെ മറ്റൊന്നുമായിരുന്നില്ല അവ. പ്രവേശനം ദുഷ്കരമാക്കുന്നതിനുള്ള നൂറുതരം പ്രതിബന്ധങ്ങൾ അവയ്ക്കുമുൻപിൽ സൃഷ്ടിച്ചിരുന്നു. പീരങ്കികളും ചെറുതോക്കുകളും മുട്ടിനുമുട്ടിന് സ്ഥാപിച്ചിരുന്നു. പക്ഷേ, പാർശ്വവും പിന്നണിയും എല്ലായിടങ്ങളിലും പൂർണമായി അവഗണിക്കപ്പെട്ടിരുന്നു. വിവിധ കൊത്തളങ്ങൾ തമ്മിലുള്ള പരസ്പര പിന്തുണയെപ്പറ്റി ആലോചിച്ചിരുന്നതുപോലുമില്ല. കൊത്തളങ്ങൾക്കിടയിലുള്ള സ്ഥലങ്ങളും മുന്നിലുള്ള സ്ഥലങ്ങളും നിരപ്പാക്കി വച്ചിരുന്നുമില്ല. അതിനാൽ, പ്രതിരോധനിരയിലുള്ളവർ അറിയാതെ മുൻഭാഗത്തുനിന്നും പാർശ്വത്തിൽ നിന്നുമുള്ള ആക്രമണങ്ങൾക്ക് കോപ്പുകൂട്ടാൻ യാതൊരു പ്രയാസവുമുണ്ടായിരുന്നില്ല. ആക്രമണത്തിന് വരുന്നവർക്ക് പരിപൂർണസുരക്ഷിതത്വത്തോടെ അരമതിലിന് കുറെ വാരവരെ അടുത്തെത്താനും കഴിയുമായിരുന്നു. ഓഫീസർമാരില്ലാത്തവരും അജ്ഞതയും അച്ചടക്കരാഹിത്യവും കൊടികുത്തിവാഴുന്ന ഒരു സൈന്യത്തിൽ സേവനമനുഷ്ഠിക്കുന്നവരുമായ സാപ്പർമാരിൽനിന്ന് പ്രതീക്ഷിക്കാവുന്ന തരത്തിലുള്ള കോട്ടകൊത്തളങ്ങളുടെ ഒരു സമുച്ചയം മാത്രമായിരുന്നു അതെല്ലാം. ശിപായി യുദ്ധമുറയാകെത്തന്നെ ചുടുകട്ടകൾ കൊണ്ടുള്ള ചുമരുകളിലും മണ്ണുകൊണ്ടുള്ള അരമതിലുകളിലും പ്രയോഗിച്ചതിന്റെ ഒരു ദൃഷ്ടാന്തമല്ലാതെ മറ്റൊന്നുമായിരുന്നില്ല ലക്നൗവിലെ കോട്ടകൊത്തളങ്ങൾ. യൂറോപ്യൻ അടവിന്റെ യാന്ത്രികവശം ഭാഗികമായി അവരുടെ മനസിൽ പതിഞ്ഞിരുന്നു. മാനുവലും പ്ലാറ്റൂൺ ഡ്രില്ലും അവർക്ക് ഭംഗിയായി നിശ്ചയമുണ്ടായിരുന്നു. ഒരു ബാറ്ററി രൂപീകരിക്കാനും ചുമരിൽ സുഷിരങ്ങളുണ്ടാക്കാനും അവർക്കറിയാമായിരുന്നു. പക്ഷേ, ഒരു സമരനിരയുടെ രക്ഷാർഥം കമ്പനികളുടെയും ബറ്റാലിയനുകളുടെയും നീക്കങ്ങളെ കൂട്ടിയിണക്കുകയോ ബാറ്ററികളെ സുഷിരാന്വിത ഭവനങ്ങളും ചുമരുകളുമായി ബന്ധിക്കുകയോ അങ്ങനെ ചെറുത്തുനിൽക്കാൻ കെൽപ്പുള്ള ഒരു സുരക്ഷിതക്യാമ്പ് രൂപീകരിക്കുകയോ ചെയ്യുന്നതിനെപ്പറ്റി അവർക്ക് യാതൊരു എത്തുംപിടിയുമുണ്ടായിരുന്നില്ല. അങ്ങനെ, തങ്ങളുടെ കൊട്ടാരങ്ങളുടെ കരുത്തുറ്റ കൽച്ചുമരുകളിൽ ക്രമത്തിലധികം രന്ധ്രങ്ങൾ ഉണ്ടാക്കുന്നതിലൂടെ അവർ ആ ചുമരുകളെ ദുർബലമാക്കുകയും പലപല തട്ടുകളിലായി സുഷിരങ്ങളും പീരങ്കിവിടവുകളും സൃഷ്ടിക്കുകയും മേൽക്കൂരയിന്മേൽ അരമതിൽ ബാറ്ററികൾ സ്ഥാപിക്കുകയും ചെയ്തു. ഇതൊന്നും കൊണ്ട് ഒരു കാര്യവുമുണ്ടായിരുന്നില്ല. കാരണം, നിഷ്പ്രയാസം ഒരു പാർശ്വത്തിൽനിന്ന് ചുറ്റി ആക്രമിക്കാവുന്ന തരത്തിലുള്ളതായിരുന്നു ഇതെല്ലാം. അതുപോലെതന്നെ, അടവ് സംബന്ധിച്ച സ്വന്തം ദൗർബല്യത്തെപ്പറ്റി അറിയാമായിരുന്നതിനാൽ ഓരോ പോസ്റ്റിലും ആകാവുന്നത്ര ആളുകളെ കുത്തിനിറച്ചുകൊണ്ട് അവർ ആ കുറവ് നികത്താൻ നോക്കി. ബ്രിട്ടീഷ് പീരങ്കിപ്പടയുടെ സംഹാരശക്തി ഭയങ്കരമായി വർധിപ്പിക്കാൻ കഴിഞ്ഞു

വെന്നത് മാത്രമാണ് അതുകൊണ്ടുണ്ടായ ഒരേയൊരു ഗുണം. എന്നുമാത്രമല്ല, ആക്രമണ സൈന്യം അപ്രതീക്ഷിതമായ ഒരു ദിശയിൽനിന്ന് പല തരക്കാർ അടങ്ങിയ ഈ പടയുടെ മേൽ ചാടിവീണപ്പോൾ ചിട്ടയോടുകൂടിയ പ്രതിരോധമെന്നത് തന്മൂലം അസാധ്യമാക്കാനും സാധിച്ചു. യാദൃഛിക കാരണങ്ങളാൽ ഇംഗ്ലീഷുകാർക്ക് ഭയപ്പെടുത്തുന്ന പുരോഭാഗം ആക്രമിക്കേണ്ടിവന്ന സന്ദർഭങ്ങളിൽത്തന്നെയും യാതൊരു അപകടഭയവും കൂടാതെ അവർക്ക് നേരേവന്ന് അതു പൊളിച്ച് അകത്തുകടക്കാൻ കഴിഞ്ഞിരുന്നു. അത്രയ്ക്ക് ദുർബലമായിരുന്നു അതിന്റെ നിർമാണം. ഇമാംബാഡയിൽ സംഭവിച്ചത് ഇതാണ്. ആ കെട്ടിടത്തിൽ നിന്ന് കുറച്ചു വാര മാത്രം അകലെയായി ചുടുകട്ടകൊണ്ട് നിർമിതമായ ഒരു ചുമരുണ്ടായിരുന്നു. ഇവിടെ വരെ ഇംഗ്ലീഷുകാർ ചെറിയൊരു തുരങ്കമുണ്ടാക്കി (കെട്ടിടത്തിന്റെ മുകളിൽ ഘടിപ്പിച്ചിരുന്ന പീരങ്കികളിലും തോക്കുകളിലും നിന്നുള്ള ഉണ്ടകൾ തൊട്ടുതാഴെയുള്ള തറയിൽ എത്തുമായിരുന്നില്ലെന്നതിന് വേറെ തെളിവാവശ്യമില്ലല്ലൊ). ഇന്ത്യക്കാർ അവർക്കായി കെട്ടിക്കൊടുത്തിരുന്ന ഇതേ ചുമർ തന്നെ അവർ വിള്ളലുണ്ടാക്കുന്നതിനുള്ള ഒരു ബാറ്ററിയായി ഉപയോഗപ്പെടുത്തി. അവർ രണ്ട് 68 റാത്തൽ നാവിക പീരങ്കികൾ ഈ ചുവരിന് പിന്നിൽ കൊണ്ടുവന്ന് സ്ഥാപിച്ചു. ബ്രിട്ടീഷ് പട്ടാളത്തിന്റെ ഏറ്റവും ലഘുവായ 68 റാത്തൽ പീരങ്കിയുടെ ഭാരം വണ്ടിയുടേത് കൂട്ടാതെ 87 ശതത്തൂക്കമാണ്. ഉണ്ടയില്ലാവെടിക്കുള്ള 8 ഇഞ്ച് തോക്കിന്റെ കാര്യം മാത്രമാണ് ഉദ്ദേശിക്കുന്നതെന്ന് വരികിൽപ്പോലും ആയിനത്തിൽപ്പെട്ട ഏറ്റവും ലഘുവായതിന്റെ ഭാരം 50 ശതത്തൂക്കമാണ്. അതിന്റെ വണ്ടിയുടെ ഭാരം കുറഞ്ഞത് മൂന്ന് ടൺ വേറെയുമുണ്ട്. ഇത്തരം വൻതോക്കുകൾ നിരവധി നിലകളുള്ളതും മേൽക്കൂരയിൽ ബാറ്ററി സ്ഥാപിച്ചിട്ടുള്ളതുമായ ഒരു കൊട്ടാരത്തിന്റെ ഇത്ര അടുത്തുവരെ കൊണ്ടുചെല്ലുന്നത് കമാൻഡിങ് പൊസിഷനോടുള്ള പുഛത്തേയും പട്ടാള എഞ്ചിനീയറിങ്ങിനെപ്പറ്റിയുള്ള അജ്ഞതയേയുമാണ് വിളിച്ചറിയിക്കുന്നത്. പരിഷ്കൃതമായ ഒരു സൈന്യത്തിൽപ്പെട്ട ഒരു സാപ്പർക്കും വച്ചുപൊറുപ്പിക്കാനാവാത്ത ഒന്നാണ് ഈ അജ്ഞത.

ശാസ്ത്രവശത്തെ സംബന്ധിച്ചിടത്തോളം ഇംഗ്ലീഷുകാർക്ക് നേരിടേണ്ടിയിരുന്ന സ്ഥിതിയുടെ കാര്യമാണിത്. ധൈര്യത്തെയും വാശിയേയുംപറ്റി പറഞ്ഞാൽ ഇവയും പ്രതിരോധനിരയിൽ കാണാനുണ്ടായിരുന്നില്ല. മാർട്ടിന്യേർ മുതൽ മൂസാബാഗ് വരെ നാട്ടുകാരുടെ ഭാഗത്തുനിന്നുണ്ടായ ഗംഭീരവും ഏകകണ്ഠവുമായ ഒരേയൊരു പ്രവൃത്തി ഒരു ആക്രമണസൈന്യത്തെ കണ്ടാലുടനെയുള്ള അവരുടെ പലായനമായിരുന്നു. സിക്കന്ദർബാഗിൽ റസിഡൻസിയെ വിടുവിക്കാനായി ചെന്നപ്പോൾ ക്യാമ്പ്ബെൽ നടത്തിയ കൂട്ടക്കൊലയുമായി (കാരണം, കൂട്ടക്കൊലയെന്നല്ലാതെ ഒരു പോരാട്ടമെന്ന് അതിനെപ്പറയുക പ്രയാസമാണ്) താരതമ്യപ്പെടുത്താവുന്ന എന്തെങ്കിലും പോലും ഈ ഏറ്റുമുട്ടലുകൾക്കിടയിൽ

നടന്നിട്ടില്ല. ഒരു ആക്രമണസേനയെ മുന്നിലെങ്ങാനും കണ്ടാലുടൻ എല്ലാവരും കൂടി പിന്നണിയിലേക്ക് ഓടും. എല്ലാവർക്കും കൂടി ഓടി രക്ഷപ്പെടാൻ വയ്യാത്തവിധം പുറത്തേക്കുള്ള വാതിലുകൾ ഇടുങ്ങിയതും കുറവുമാണെങ്കിൽ കുതിച്ചു വരുന്ന ബ്രിട്ടീഷുകാരുടെ വെടിയുണ്ടയുടെയും ബയണറ്റിന്റെയും മുന്നിൽ യാതൊരെതിർപ്പും കൂടാതെ അവർ തുരുതുരാ നിലംപതിക്കും. പരിഭ്രാന്തരായ നാട്ടുകാർക്കെതിരായ ഇത്തരം ഒരു തള്ളിക്കയറ്റത്തിനിടയിൽ ബ്രിട്ടീഷ് ബയണറ്റുകൾക്ക് ഇരയായിട്ടുള്ളവരുടെ സംഖ്യ യൂറോപ്പിലും അമേരിക്കയിലും ഇംഗ്ലീഷുകാർ നടത്തിയ എല്ലാ യുദ്ധങ്ങളിലും കൂടി ഇത്തരത്തിൽ കൊല്ലപ്പെട്ടിട്ടുള്ളവരുടെതിനെക്കാൾ അധികമാണ്. ഒരു ഭാഗക്കാർ മാത്രം അടിച്ചു കയറുകയും മറുഭാഗക്കാർ തല്ലും കുത്തും സഹിച്ച് തീർത്തും നിഷ്ക്രിയരായിരിക്കുകയും ചെയ്യുന്ന ഇത്തരം ബയണറ്റ് യുദ്ധങ്ങൾ കിഴക്കൻ നാടുകളിൽ സർവസാധാരണമാണ്. ബർമീസ് ചീനവേലിക്കെട്ടുകൾ എല്ലായ്പ്പോഴും ഇതിന് നല്ലൊരുദാഹരണമാണ്. പിന്മാറാൻ മാർഗമില്ലാതെ കൊട്ടാരത്തിലെ മുറികൾക്കുള്ളിൽ കുടുങ്ങിപ്പോയ ഇന്ത്യക്കാർ മുറ്റങ്ങളിലും പൂന്തോപ്പുകളിലും നിന്നിരുന്ന ഓഫീസർമാരെ ജനലുകളിലൂടെ വെടിവച്ചതിൽനിന്നാണ് ബ്രിട്ടീഷുകാർക്ക് ഏറ്റവും വലിയ ആൾനഷ്ടം ഉണ്ടായതെന്നാണ് മി. റസ്സൽ പറയുന്നത്.

ഇമാംബാഡയിലും കൈസർബാഗിലും ഇന്ത്യക്കാർ ഓടിപ്പോയതിന്റെ വേഗതവച്ചുനോക്കിയാൽ ഈ സ്ഥലങ്ങൾ പിടിച്ചെടുത്തുവെന്ന് പറയുന്നത് അത്ര ശരിയായിരിക്കില്ല. അവിടങ്ങളിലേക്ക് മാർച്ച് ചെയ്ത് കയറിയെന്ന് പറയുന്നതായിരിക്കും കൂടുതൽ ശരിയായിട്ടുള്ളത്. പക്ഷേ, ഏറ്റവും രസകരമായ രംഗം തുടങ്ങുന്നതേ ഉണ്ടായിരുന്നുള്ളൂ. കാരണം, മി. റസ്സൽ പച്ചയായിത്തന്നെ പ്രസ്താവിക്കുന്നതുപോലെ, അന്ന് കൈസർബാഗ് പിടിക്കാൻ കഴിയുമെന്ന് തീരെ പ്രതീക്ഷ ഇല്ലായിരുന്നതിനാൽ കണ്ണിൽക്കണ്ടതെല്ലാം കട്ടെടുക്കുന്നത് തടയാൻ നടപടികളെടുക്കുന്നതിന് തീരെ സമയം കിട്ടിയിരുന്നില്ല. സ്വന്തം ബ്രിട്ടീഷ് ഭടന്മാർ ഔഡിലെ പൊന്നുതിരുമനസിന്റെ വക രത്നങ്ങളും വിലപ്പെട്ട ആയുധങ്ങളും വസ്ത്രങ്ങളും മറ്റ് അലങ്കാലവസ്തുക്കളുമെല്ലാം ഇഷ്ടംപോലെ പെറുക്കിയെടുത്തുകൂട്ടുന്നത് യഥാർഥ സ്വാതന്ത്ര്യപ്രിയനായ ജോൺ ബുള്ളിനെ സംബന്ധിച്ചിടത്തോളം അത്യന്തം രസകരമായ ഒരു രംഗമായിരുന്നിരിക്കണം. സിഖ്-ഗൂർഖാ ഭടന്മാർക്കും അന്തേവാസികൾക്കുമെല്ലാം ഈ മാതൃക പിന്തുടരുന്നതിൽ സന്തോഷമേ ഉണ്ടായിരുന്നുള്ളു. സ്വാഭാവികമായും തുടർന്നു നടന്ന കൊള്ളയുടെ രംഗം വിവരിക്കാൻ വർണനാവൈഭവമുള്ള മി. റസ്സലിനെക്കൊണ്ടുപോലും സാധ്യമല്ല. കൊള്ളയും കൊള്ളിവയ്പ്പും നടത്തിക്കൊണ്ടാണ് അവർ ഓരോ ചുവടും മുന്നോട്ടുവച്ചത്. 14-ാം തീയതി കൈസർബാഗിന്റെ പതനം നടന്ന് അരമണിക്കൂർ കഴിഞ്ഞപ്പോഴേക്ക് അച്ചടക്കമെന്നത് നാമാവശേഷമാവുകയും ഓഫീസർമാർ പറയുന്നത് കേൾക്കാൻ ആരുമില്ലാത്ത ഒരു സ്ഥിതി സംജാ

തമാവുകയും ചെയ്തു. ഈ കൊള്ള നിയന്ത്രിക്കുന്നതിന് പാറാവുകാരെ ഏർപ്പെടുത്താനും 'ഇപ്പോഴത്തെ ഈ താന്തോന്നിത്തം അവസാനിക്കുന്നതുവരെ' എല്ലാ സൈനികനടപടികളും നിർത്തിവയ്ക്കാനും 17-ാം തീയതി ജനറൽ ക്യാമ്പ്ബെൽ നിർബന്ധിതനായി. പട്ടാളം നിയന്ത്രണാതീതമായിക്കഴിഞ്ഞെന്നത് സ്പഷ്ടമായിരുന്നു. 18-ാം തീയതി വൻതോതിലുള്ള കൊള്ള ഒന്നു ശമിച്ചെങ്കിലും സംഹാരനടപടി അപ്പോഴും നിർവിഘ്നം തുടർന്നുകൊണ്ടിരുന്നു. നഗരത്തിനുള്ളിൽ മുന്നണിദളം വീടുകൾക്കുള്ളിൽനിന്നുള്ള നാട്ടുകാരുടെ വെടിയെ നേരിട്ടുകൊണ്ടിരുന്നപ്പോൾ പിന്നണിഭടന്മാർ സംതൃപ്തിയാവോളം സർവതും കൊള്ളയടിക്കുകയും ചുട്ടുകരിക്കുകയും ചെയ്തുകൊണ്ടിരുന്നു. അന്നുതന്നെ വൈകുന്നേരം കൊള്ളയടിക്കുന്നതിനെതിരായ മറ്റൊരു വിളംബരം കൂടി നടക്കുന്നുണ്ട്. ഓരോ റെജിമെന്റിലുംപെട്ട നിരവധി ആളുകൾ അടങ്ങിയ സംഘങ്ങൾ ചെന്ന് സ്വന്തം ആൾക്കാരെ പിടിച്ചുകൊണ്ടുവരികയും പരിചാരകരെ വീട്ടിനുള്ളിൽത്തന്നെ നിർത്തുകയും ചെയ്യണമെന്നും ഡ്യൂട്ടിയിലല്ലാതെ ആരും ക്യാമ്പ് വിട്ടുപോകരുതെന്നുമാണ് വിളംബരത്തിൽ പറയുന്നത്. 20-ാം തീയതി ഇതേ ഉത്തരവുകൾ ആവർത്തിക്കപ്പെടുന്നുണ്ട്. അതേദിവസം തന്നെ ലെഫ്റ്റനന്റുമാരായ കേപ്പ് എന്നും താക്ക്വെൽ എന്നും പേരുള്ള 'ഓഫീസർമാരും മാന്യന്മാരുമായ' രണ്ട് ബ്രിട്ടീഷുകാർ 'നഗരത്തിൽച്ചെന്ന് കൊള്ളയടിക്കുകയും ഒരു വീട്ടിൽവച്ച് കൊല്ലപ്പെടുകയും ചെയ്തു.' 26-ാം തീയതി ആയിട്ട് കാര്യങ്ങൾ വഷളായിത്തന്നെ തുടർന്നിരുന്നതിനാൽ കൊള്ളയും തെമ്മാടിത്തരവും തടയുന്നതിനുള്ള ഏറ്റവും കർശനമായ ഉത്തരവുകൾ പുറപ്പെടുവിക്കേണ്ടി വന്നു. മണിക്കൂർതോറുമുള്ള റോൾകോൾ ഏർപ്പെടുത്തുകയും ഭടന്മാരാരും നഗരത്തിൽ പോകരുതെന്ന് കർശനമായ നിരോധനം ഏർപ്പെടുത്തുകയും ചെയ്തു. പരിചാരകരിൽ ആരെയെങ്കിലും ആയുധത്തോടുകൂടി നഗരത്തിൽ കണ്ടാൽ തൂക്കിലേറ്റുന്നതാണെന്നും, ഡ്യൂട്ടിയിലല്ലാത്ത ഭടന്മാർ ആയുധം ധരിക്കരുതെന്നും, പടയാളികളല്ലാത്തവരെ നിരായുധീകരിക്കണമെന്നും അറിയിപ്പുണ്ടായി. ഈ ഉത്തരവുകളുടെ ഗൗരവസ്വഭാവം ബോധ്യമാക്കാനായി 'തക്കതായ സ്ഥലങ്ങളിൽ' ചാട്ടയടി നടത്തുന്നതിനുള്ള പലേ മുക്കാലികളും സ്ഥാപിക്കപ്പെട്ടു.

19-ാം നൂറ്റാണ്ടിലെ ഒരു പരിഷ്കൃത സൈന്യത്തിലെ ഈ സ്ഥിതി അത്യന്തം ഗംഭീരം തന്നെയാണെന്ന് പറയാതെ തരമില്ല. ലോകത്തിലെ മറ്റേതെങ്കിലും പട്ടാളം ഇതിന്റെ പത്തിലൊന്ന് അക്രമങ്ങൾ കാട്ടിയിരുന്നെങ്കിൽ രോഷാകുലരായ ബ്രിട്ടീഷ് പത്രങ്ങൾ അവരുടെമേൽ എന്തെല്ലാം അസഭ്യങ്ങൾ വർഷിക്കുമായിരുന്നില്ല! പക്ഷേ, ഇതെല്ലാം ബ്രിട്ടീഷ് പട്ടാളത്തിന്റെ ചെയ്തികളാണല്ലോ. അതുകൊണ്ട്, യുദ്ധത്തിൽ ഇങ്ങനെയൊക്കെ സംഭവിക്കുമെന്ന് പറഞ്ഞ് നമ്മെ സമാശ്വസിപ്പിക്കാനാണ് അവർ നോക്കുന്നത്. തങ്ങൾ ധീരമായി പോരാടിയ യുദ്ധരംഗത്ത് നിന്നെങ്ങാനും ഒരു വെള്ളിക്കരണ്ടിയോ രത്നഖചിതമായ ഒരു വളയോ

അതുപോലെ മറ്റെന്തെങ്കിലും ഓർമയ്ക്കുള്ള ലൊട്ടുലൊടുക്ക് സാധനങ്ങളോ കണ്ടുകിട്ടിയാൽ അതെല്ലാം സ്വന്തം കീശയിലൊതുക്കാൻ ബ്രിട്ടീഷ് ഓഫീസർമാർക്കും മാന്യന്മാർക്കും അവകാശമുണ്ട്. വൻതോതിലുള്ള കൊള്ളയും അക്രമവും തടയുന്നതിനായി യുദ്ധത്തിന്റെ ഒത്ത നടുക്കുവച്ച് തന്റെതന്നെ സൈന്യത്തെ നിരായുധീകരിക്കാൻ ക്യാമ്പ്ബെൽ നിർബന്ധിതനായിട്ടുണ്ടെങ്കിൽ അതിന് തക്കതായ സൈനികകാരണങ്ങൾ കാണും. ഇത്രയേറെ കഷ്ടപ്പാടുകളും ക്ഷീണവും സഹിച്ചിട്ടുള്ള ഈയാളുകൾക്ക് ഒരാഴ്ചത്തെ അവധിയും അൽപ്പം രസവും അനുവദിച്ചുകൊടുത്താൽ അതിൽ ആരും പരാതിപ്പെടുകയുമില്ലല്ലൊ.

ബ്രിട്ടീഷുകാരുടെതുപോലെ ഇത്ര മൃഗീയമായിട്ടുള്ള മറ്റൊരു സൈന്യം യൂറോപ്പിലോ അമേരിക്കയിലോ ഇല്ലെന്നതാണ് വാസ്തവം. കൊള്ള, അക്രമം, കൂട്ടക്കൊല തുടങ്ങി മറ്റു സ്ഥലങ്ങളിൽ കർശനമായും പൂർണമായും നിരോധിക്കപ്പെട്ടിട്ടുള്ള സംഗതികൾ ബ്രിട്ടീഷ് പട്ടാളക്കാരന്റെ പരമ്പരാഗത അവകാശമാണ്. അത് അവന്റെ ഒരു നിക്ഷിപ്താവകാശമാണ്. പെനിൻസുലാർ യുദ്ധത്തിൽ ബദഹോസും സാൻ സെബാസ്റ്റ്യനും[41] പിടിച്ചടക്കിയതിനുശേഷം അവർ കാട്ടിക്കൂട്ടിയ കൊള്ളരുതായ്മകൾക്ക് സമമായ ഒരു ദൃഷ്ടാന്തം ഫ്രഞ്ച്വിപ്ലവത്തിനുശേഷം മറ്റൊരു രാഷ്ട്രത്തിന്റെയും ചരിത്രത്തിൽ കാണാൻ സാധ്യമല്ല. ആക്രമിച്ചുപിടിച്ച ഒരു പട്ടണം കൊള്ളയടിക്കുന്ന മധ്യകാല ഏർപ്പാട് മറ്റെല്ലായിടങ്ങളിലും നിരോധിക്കപ്പെട്ട ഒന്നാണെങ്കിലും ബ്രിട്ടീഷുകാരെ സംബന്ധിച്ചിടത്തോളം അതിപ്പോഴും ഒരു അംഗീകൃത നടപടിയാണ്. ഉദ്ധതമായ സൈനികപരിഗണനകൾ കാരണം ഡൽഹിയിൽ വ്യത്യസ്തമായ ഒരു നടപടിക്രമം നടപ്പിലാക്കേണ്ടിവന്നു. അധികശമ്പളത്തിലൂടെ പാട്ടിലാക്കപ്പെട്ട പട്ടാളത്തിൽ എന്നിട്ടും മുറുമുറുപ്പുണ്ടായിരുന്നു. പക്ഷേ, ഡൽഹിയിലെ നഷ്ടം കൂടി അവരിതാ ലക്നൗവിൽ നികത്തിയിരിക്കുന്നു. പന്ത്രണ്ട് ദിനരാത്രങ്ങളിൽ ലകനൗവിൽ ബ്രിട്ടീഷ് പട്ടാളം എന്നൊന്നില്ലായിരുന്നു. എല്ലാ നിയമങ്ങളെയും കാറ്റിൽ പറത്തുന്ന, കുടിച്ച് മദോന്മത്തരായ, മൃഗീയരായ ഒരു കൂളിക്കൂട്ടം മാത്രമാണ് അവിടെ ഉണ്ടായിരുന്നത്. പിടിച്ചുപറിക്കാരായി മറിയ ആളുകളുടെ കുറെ പറ്റങ്ങളാണവിടെ ഉണ്ടായിരുന്നത്. അവിടെനിന്ന് അൽപ്പം മുൻപുമാത്രം തുരത്തപ്പെട്ട ശിപായിമാരെക്കാൾ വലിയ നിയമലംഘകരും അക്രമികളും ദുരാഗ്രഹികളുമായിരുന്നു അവർ. ലക്നൗവിൽ 1858–ൽ അവർ നടത്തിയ കൊള്ള ബ്രിട്ടീഷ് സൈന്യത്തിന് എന്നുമെന്നും ഒരു തീരാകളങ്കമായിരിക്കും.

പക്ഷേ, ലക്കുകെട്ട പട്ടാളക്കാർ പരിഷ്കാരവും മനുഷ്യത്വവും സൃഷ്ടിക്കാനുള്ള അവരുടെ ഇന്ത്യൻ പ്രയാണത്തിനിടയിൽ നാട്ടുകാരുടെ ജംഗമസ്വത്തുക്കൾ മാത്രമാണ് തട്ടിപ്പറിച്ചെടുത്തതെങ്കിൽ ബ്രിട്ടീഷ് ഗവൺമെന്റ് തൊട്ടുപുറകെതന്നെ കടന്നുവന്നിട്ട് അവരുടെ സ്ഥാവരസ്വത്തുക്കളും കൂടി അപ്പാടെ പിടിച്ചെടുത്തു. ഒന്നാം ഫ്രഞ്ചുവിപ്ലവം പ്രഭുവംശജരുടെയും പള്ളിയുടെയും വസ്തുവകകൾ പിടിച്ചെടുത്തതായി നാം

കേട്ടിട്ടുണ്ട്. ലൂയി നെപ്പോളിയൻ ഓർലിയൻസ് കുടുംബത്തിന്റെ സ്വത്ത് മുഴുവൻ പിടിച്ചെടുത്തതായും നാം കേട്ടിട്ടുണ്ട്. ഇപ്പോഴിതാ ബ്രിട്ടീഷ് പ്രഭുവംശജനും മിതഭാഷിയും സൽസ്വഭാവിയും എല്ലാമായ കാനിങ് പ്രഭു കടന്നുവന്നിട്ട് തന്റെ മേലുദ്യോഗസ്ഥനായ വൈക്കൗണ്ട് പാമേഴ്സ്റ്റന്റെ ആജ്ഞയനുസരിച്ച് ഒരു ജനതയുടെ ആകെ ഭൂമി മുഴുവൻ, പതിനായിരം ചതുരശ്രമൈൽ വ്യാപിച്ചുകിടക്കുന്ന ഒരു പ്രദേശമൊട്ടാകെ ത്തന്നെ ഒരിഞ്ചുപോലും വിട്ടുകൊടുക്കാതെ, പിടിച്ചെടുത്തിരിക്കുന്നു.[42] ജോൺ ബുള്ളിന് കിട്ടിയ കോള് ഒട്ടും മോശമല്ലതന്നെ. അഭൂതപൂർവമായ ഈ നടപടിയെ പുതിയ ഗവൺമെന്റിന്റെ പേരിൽ എല്ലൻബറോ പ്രഭു എതിർത്ത ഉടൻതന്നെ *ടൈംസും* ബ്രിട്ടനിലെ അപ്രധാനങ്ങളായ അനവധി പത്രങ്ങളും കൂടി ഈ കൂട്ടക്കവർച്ചയെ ന്യായീകരിക്കാനും ഇഷ്ടമുള്ളതെല്ലാം പിടിച്ചെടുക്കാൻ ജോൺ ബുള്ളിനുള്ള അവകാശം ഉയർത്തിപ്പിടിക്കാനും മുമ്പോട്ടുവന്നിട്ടുള്ളത് ഇവിടെ ശ്രദ്ധേയമാണ്. ജോൺ ഒരു അസാധാരണ ജീവിയുമാണല്ലോ. *ടൈംസിന്റെ* അഭിപ്രായത്തിൽ അവനിൽ കാമ്യമായിട്ടുള്ളത് മറ്റുള്ളവരിൽ തനി കൊള്ളരുതായ്മയായി മാറുകയും ചെയ്യുമല്ലൊ.

ഇതിനിടയിൽ, കൊള്ളയ്ക്കായി ബ്രിട്ടീഷ് സൈന്യം പൂർണമായും വിഘടിപ്പിക്കപ്പെട്ടിരുന്ന തക്കംനോക്കി കലാപകാരികൾ പിന്തുടരാൻ ആരുമില്ലാതെ തുറസായ നാട്ടിൻപുറങ്ങളിലേക്ക് രക്ഷപ്പെട്ടിട്ടുണ്ട്. അവർ റോഹിൽഖണ്ഡിൽ കേന്ദ്രീകരിച്ചുകൊണ്ടിരിക്കുകയാണ്. ഒരു വിഭാഗം ഔഡിൽത്തന്നെ ചില്ലറ ഏറ്റുമുട്ടൽ നടത്തിക്കൊണ്ടിരിക്കുന്നുണ്ട്. ഓടിപ്പോയവരിൽ ശേഷിച്ചവർ ബുന്ദെൾഖണ്ഡിന്റെ വഴിക്കാണ് നീങ്ങിയിട്ടുള്ളത്. അതേസമയംതന്നെ ഉഷ്ണത്തിന്റെയും മഴയുടെയും കാലം ഇങ്ങടുത്തെത്തിക്കൊണ്ടിരിക്കുകയാണ്. കഴിഞ്ഞ കൊല്ലത്തെപ്പോലെ ഇത് യൂറോപ്യൻ ശരീരക്കൂറിന് അത്ര അനുകൂലമാകുമെന്ന് പ്രതീക്ഷിക്കാൻ ന്യായമില്ല. അന്നുണ്ടായിരുന്ന യൂറോപ്യൻ പട്ടാളത്തിൽ സിംഹഭാഗവും ആ കാലവസ്ഥയുമായി ഏറെക്കുറെ പരിചയിച്ചുകഴിഞ്ഞവരായിരുന്നു. ഇപ്പോഴുള്ളവരിൽ ഭൂരിഭാഗവും പുതുതായി എത്തിച്ചേർന്നവരാണ്. ജൂൺ, ജൂലായ്, ആഗസ്ത് മാസങ്ങളിൽ ഒരു യുദ്ധം വേണ്ടിവന്നാൽ ബ്രിട്ടീഷുകാർക്കുണ്ടാകുന്ന ജീവനാശം വമ്പിച്ചതായിരിക്കുമെന്നതിൽ സംശയമില്ല. പിടിച്ചടക്കപ്പെട്ട എല്ലാ നഗരങ്ങളിലും ഓരോ ഗ്യാരിസണുകളെ നിർത്തേണ്ടിവരികയും ചെയ്യും. അങ്ങനെയായാൽ, സക്രിയമായ സൈന്യത്തിന്റെ ബലം വളരെ വേഗത്തിൽ കോഷിച്ചുകൊണ്ടിരിക്കും. പ്രതിമാസം ആയിരം പേരുടെ പോഷകസൈന്യത്തെ അയച്ചാൽപ്പോലും ഇപ്പോഴത്തെ ഫലപ്രദമായ സംഖ്യാബലം നിലനിറുത്താൻ പ്രയാസമാണെന്ന് കേൾക്കുന്നുമുണ്ട്. ഗ്യാരിസണുകളുടെ കാര്യം പറഞ്ഞാൽ, ലക്നൗവിൽ മാത്രം കുറഞ്ഞത് 8,000 പേരെ, അയാത്, ക്യാമ്പ്ബെല്ലിന്റെ സൈന്യത്തിന്റെ മൂന്നിലൊന്നോളം പേരെ, ആവശ്യമായി വരും. റോഹിൽഖണ്ഡിലെ പോരാട്ടത്തിനായി സംഘടിപ്പിക്കപ്പെട്ടുകൊണ്ടിരി

ക്കുന്ന സൈന്യം ഈ ലക്നൗ ഗ്യാരിസണെക്കാൾ അത്ര വലുതൊന്നുമായിരിക്കില്ല. കലാപകാരികളുടെ വൻസൈന്യങ്ങൾ ഛിന്നഭിന്നമാകുന്നതിനെത്തുടർന്ന് തീർച്ചയായും ഉണ്ടാകാൻ പോകുന്ന ഒളിപ്പോര് വൻകിടപോരാട്ടങ്ങളും ഉപരോധങ്ങളും എല്ലാമായുള്ള ഇപ്പോഴത്തെ യുദ്ധത്തിനെക്കാൾ കൂടുതലായി ബ്രിട്ടീഷുകാർക്ക് തൊന്തരവും ആൾനാശവും ഉണ്ടാക്കുമെന്ന അഭിപ്രായഗതി ഓഫീസർമാർക്കിടയിൽ പ്രബലമായി വരികയാണെന്നും കേൾക്കുന്നുണ്ട്. ഇതിനെല്ലാം പുറമെ, ഇംഗ്ലീഷുകാർക്ക് ഒട്ടും ശുഭോദർക്കമല്ലാത്ത രീതിയിൽ സിഖുകാർ സംസാരിക്കാൻ തുടങ്ങിയിട്ടുമുണ്ട്. തങ്ങളുടെ സഹായം കൂടാതെ ബ്രിട്ടീഷുകാർക്ക് ഇന്ത്യയിലെ ഭരണം നിലനിർത്താൻ കഴിയുമായിരുന്നില്ലെന്നും, തങ്ങളുംകൂടി കലാപത്തിൽ ചേർന്നിരുന്നെങ്കിൽ ഇംഗ്ലണ്ടിന് ഹിന്ദുസ്ഥാൻ തൽക്കാലത്തേക്കെങ്കിലും നഷ്ടപ്പെടുമായിരുന്നെന്നുമാണ് അവർ കരുതുന്നത്. അവരത് വളരെ ഉച്ചത്തിലും അവരുടെ പൗരസ്ത്യരീതിയിൽ അതിശയോക്തിപരമായും പറയുന്നുണ്ട്. മുഡ്ക്കിയിലും ഫിറോസ്ഷഹറിലും അലിവാലിലും വച്ച് തങ്ങളെ തോൽപ്പിച്ച[43] ആ ഉയർന്ന വംശമായല്ല അവരിപ്പോൾ ഇംഗ്ലീഷുകാരെ കാണുന്നത്. പൗരസ്ത്യരുടെ കാര്യത്തിൽ അത്തരമൊരു വിശ്വാസത്തിൽനിന്ന് പരസ്യമായ ശത്രുതയിലേക്ക് പിന്നെ വലിയ ദൂരമില്ല. ഒരു തീപ്പൊരി പാറിയാൽ മതി വലിയൊരു കാട്ടുതീപോലെ അത് പടർന്നുപിടിക്കാൻ.

മൊത്തത്തിൽ പറഞ്ഞാൽ, ഡൽഹി പിടിച്ചതുകൊണ്ട് തീരാത്ത ഇന്ത്യൻ കലാപം ലക്നൗ പിടിച്ചതുകൊണ്ടും അവസാനിച്ചിട്ടില്ല. ഈ വേനൽക്കാലയുദ്ധംകൊണ്ട് ഉണ്ടാകാവുന്ന ചില സംഭവങ്ങൾ കാരണം അടുത്ത തണുപ്പുകാലത്ത് അവർക്ക് ഏതാണ്ടിതേ കാര്യങ്ങൾ തന്നെ ആവർത്തിക്കേണ്ടി വന്നേക്കാം. ഒരുപക്ഷേ, പഞ്ചാബ് തിരിച്ചുപിടിക്കേണ്ടിവന്നെന്നും വരും. ഇനി ഇതൊന്നും സംഭവിച്ചില്ലെങ്കിൽപ്പോലും ദീർഘവും തൊന്തരവുണ്ടാക്കുന്നതുമായ ഒരു ഒളിപ്പോരിനെ അവർക്ക് നേരിടേണ്ടി വരും. ഇന്ത്യയിലെ കൊടുംവെയിലത്ത് യൂറോപ്യരെ സംബന്ധിച്ചിടത്തോളം ഒട്ടും അസൂയാവഹമായ ഒരു സംഗതിയല്ല ഇത്.

(1858 മെയ് 8-ന് എഴുതിയത്. 1858 മെയ് 25-ലെ 5333-ാം ലക്കം *ന്യൂയോർക്ക് ഡെയ്‌ലി ട്രിബ്യൂണിൽ* ഒരു മുഖലേഖനമായി പ്രസിദ്ധീകരിക്കപ്പെട്ടു).

ഔഡിന്റെ കൂട്ടിച്ചേർക്കൽ

കാൾ മാർക്സ്

ഏകദേശം 18 മാസം മുൻപ് ക്യാന്റണിൽ വച്ച് ബ്രിട്ടീഷ് ഗവൺമെന്റ് അത്യന്തം വിചിത്രമായൊരു രാഷ്ട്രനിയമസിദ്ധാന്തം ആവിഷ്കരിക്കുകയുണ്ടായി. ഒരു സ്റ്റേറ്റിന് മറ്റൊരു സ്റ്റേറ്റിനെതിരായി യുദ്ധം പ്രഖ്യാപിക്കുകയോ യുദ്ധാവസ്ഥ ഉണ്ടെന്ന് സ്ഥാപിക്കുകയോ ചെയ്യാതെ ആ സ്റ്റേറ്റിന്റെ ഒരു പ്രവിശ്യക്കെതിരായി വൻതോതിലുള്ള ശത്രുതാനടപടികൾ സ്വീകരിക്കാമെന്നതായിരുന്നു ഈ സിദ്ധാന്തം. അതേ ബ്രിട്ടീഷ് ഗവൺമെന്റ് തന്നെ ഇപ്പോഴിതാ ഇന്ത്യയുടെ ഗവർണർ ജനറൽ കാനിങ് പ്രഭുവിലൂടെ നിലവിലുള്ള രാഷ്ട്രനിയമത്തെ തകിടംമറിക്കുന്ന കടമ നിറവേറ്റുന്നതിൽ മറ്റൊരു ചുവടുവയ്പ്പുകൂടി നടത്തിയിരിക്കുന്നു. ഈ ഗവൺമെന്റ് പ്രഖ്യാപിച്ചിരിക്കുന്നത് ഇപ്രകാരമാണ്: 'ഔഡ് പ്രവിശ്യയിലെ മണ്ണിന്റെ ഉടമാവകാശം ബ്രിട്ടീഷ് ഗവൺമെന്റിലേക്ക് കണ്ടുകെട്ടപ്പെട്ടിരിക്കുന്നു. ഈ ഗവൺമെന്റ് ഉചിതമെന്ന് തോന്നുന്ന തരത്തിൽ ഈ അവകാശം വിനിയോഗിക്കുന്നതാണ്.'

1831-ൽ വാഴ്സായുടെ പതനത്തിനുശേഷം[44] റഷ്യൻ ചക്രവർത്തി* അതുവരെ നിരവധി പോളീഷ് പ്രഭുക്കളിൽ നിക്ഷിപ്തമായിരുന്ന 'മണ്ണിന്റെ ഉടമാവകാശം' കണ്ടുകെട്ടിയപ്പോൾ ബ്രിട്ടീഷ് പത്രങ്ങളിലും പാർലമെന്റിലും നടന്ന വമ്പിച്ച രോഷപ്രകടനം ഏകകണ്ഠമായിരുന്നു. നൊവാറാ യുദ്ധത്തിനുശേഷം[45] ആസ്ട്രിയൻ ഗവൺമെന്റ് ആ സ്വാതന്ത്ര്യപ്പോരാട്ടത്തിൽ പങ്കെടുത്ത ലൊംബാർഡ് പ്രഭുക്കളുടെ വസ്തുവ

---

*നിക്കൊളാസ് ഒന്നാമൻ

കകൾ കണ്ടുകെട്ടാതെ തൽക്കാലത്തേക്ക് ഒഴിപ്പിക്കുക മാത്രം ചെയ്തപ്പോഴും ഈ ഏകകണ്ഠമായ ബ്രിട്ടീഷ് രോഷപ്രകടനം ആവർത്തിക്കപ്പെടുകയുണ്ടായി. അതുപോലെ 1851 ഡിസംബർ 2-നുശേഷം ലൂയി നെപ്പോളിയൻ ഓർലിയൻസ് കുടുംബത്തിന്റെ വസ്തുവകകൾ — ലൂയി ഫിലിപ്പിന്റെ സിംഹാസനാരോഹണത്തിനുശേഷം പൊതുസ്വത്തിന്റെ ഭാഗമാകേണ്ടതായിരുന്നെങ്കിലും ഏതോ നിയമപരമായ ഉടക്കുകാരണം അതിൽനിന്ന് രക്ഷപ്പെട്ടതാണ് ഈ വസ്തുവകകൾ — കണ്ടുകെട്ടിയപ്പോഴത്തെ ബ്രിട്ടീഷ് രോഷത്തിന് അതിരുണ്ടായിരുന്നില്ല. സാമൂഹ്യ വ്യവസ്ഥയുടെ ആണിക്കല്ലുകൾ തന്നെ തന്മൂലം ഇളക്കിമാറ്റപ്പെട്ടെന്നും സിവിൽ സമൂഹത്തിന് നിലനിൽപ്പില്ലാതായെന്നുമാണ് അന്ന് *ലണ്ടൻ ടൈംസ്* പ്രഖ്യാപിച്ചത്. നിഷ്കപടമായ ഈ രോഷപ്രകടനം ആകെത്തന്നെ ഇപ്പോഴിതാ പ്രായോഗികമായി തെളിയിക്കപ്പെട്ടിരിക്കുന്നു. വെറുമൊരു തൂലികാചലനത്തിലൂടെ ഇംഗ്ലണ്ട് ഇപ്പോൾ കണ്ടുകെട്ടിയിരിക്കുന്നത് ഒരുപിടി പ്രഭുക്കന്മാരുടെയോ ഏതെങ്കിലും ഒരു രാജകുടുംബത്തിന്റെയോ മാത്രം വക സ്ഥാവരസ്വത്തുക്കളല്ല, പിന്നെയോ, ഏതാണ്ട് അയർലണ്ടിന്റെ അത്രതന്നെ വലിപ്പമുള്ള ഒരു നാട്ടുരാജ്യമാകെത്തന്നെയാണ്. എല്ലൻബറൊ പ്രഭു തന്നെ പ്രസ്താവിച്ചിരിക്കുന്നതുപോലെ 'ഒരു ജനതയുടെയാകെ സമ്പാദ്യമാണ്'.

ഇനി, അത് പോകട്ടെയെന്ന് വച്ചാലും കേട്ടുകേൾവിയില്ലാത്ത തരത്തിലുള്ള ഈ നടപടിക്ക് ബ്രിട്ടീഷ് ഗവൺമെന്റിന്റെ പേരിൽ കാനിങ് പ്രഭു ഉന്നയിച്ചിരിക്കുന്ന മുട്ടാപ്പോക്കുകൾ—ന്യായങ്ങളെന്ന് അവയെ വിവരിക്കുക സാധ്യമല്ല—എന്താണെന്ന് അറിയേണ്ടേ? ഒന്നാമതായി, 'ലക്നൗ ഇപ്പോൾ പട്ടാളത്തിന്റെ കൈവശമാണ്.' രണ്ടാമതായി, 'കലാപകാരികളായ പട്ടാളക്കാർ തുടങ്ങിവച്ച ചെറുത്തുനിൽപ്പിന് നഗരത്തിലെയും പ്രവിശ്യയിലെ ആകെത്തന്നെയുമുള്ള ആളുകളുടെ പൊതുവിലുള്ള പിന്തുണ ഉണ്ടായിരുന്നു.' മൂന്നാമതായി, 'ഒരു മഹാപാതകം നടത്തിയ അവർ ന്യായമായ ഈ ദൈവശിക്ഷയ്ക്ക് അർഹരാണ്.' പച്ചയായി പറഞ്ഞാൽ, ലക്നൗ കൈവശപ്പെടുത്താൻ ബ്രിട്ടീഷ് പട്ടാളത്തിന് കഴിഞ്ഞിട്ടുള്ളതുകൊണ്ട് ഗവൺമെന്റിന് അവർക്കിനിയും പിടിക്കാൻ കഴിഞ്ഞിട്ടില്ലാത്ത ഔഡിലെ ഭൂമിമുഴുവൻ കണ്ടുകെട്ടാൻ അവകാശമുണ്ടെന്നർഥം. ബ്രിട്ടീഷ് ശമ്പളം പറ്റുന്ന നാടൻ പട്ടാളക്കാർ ലഹള നടത്തിയതുകൊണ്ട് ബലാൽക്കാരമായി ബ്രിട്ടീഷ് ഭരണത്തിൻകീഴിലാക്കപ്പെട്ട ഔഡ്വാസികൾക്ക് ദേശീയ സ്വാതന്ത്ര്യത്തിനുവേണ്ടി സമരം ചെയ്യാൻ അവകാശമില്ലെന്നർഥം. ചുരുക്കത്തിൽ, ഔഡുകാർ ബ്രിട്ടീഷ് ഗവൺമെന്റിന്റെ നിയമപരമായ അധികാരത്തിനെതിരായി കലാപം നടത്തിയിരിക്കുന്നതിനാൽ, കലാപം കണ്ടുകെട്ടലിനുള്ള മതിയായ ന്യായമാണെന്ന് ബ്രിട്ടീഷ് ഗവൺമെന്റ് ഇപ്പോൾ വ്യക്തമായി പ്രഖ്യാപിക്കുന്നുവെന്നർഥം. അതുകൊണ്ട് കാനിങ് പ്രഭുവിന്റെ വളച്ചുകെട്ടിപ്പറയലെല്ലാം മാറ്റിവച്ചിട്ട് നോക്കിയാൽ മനസിലാകുന്നത് എന്താണ്? ഔഡിലെ ബ്രിട്ടീഷ് ഭരണം നിയമ

പരമായി സ്ഥാപിക്കപ്പെട്ടതാണെന്ന് അദ്ദേഹം കരുതുന്നു. അതാണ് പ്രശ്നത്തിന്റെ തിരികുറ്റി.

പക്ഷേ, ഔഡിൽ ബ്രിട്ടീഷ് ഭരണം സ്ഥാപിക്കപ്പെട്ടതെങ്ങനെയാണ്? 1856-ൽ പറ്റിയ സന്ദർഭം സമാഗതമായെന്ന് തോന്നിയപ്പോൾ ഡൽഹൗസി പ്രഭു കോൺപൂരിൽ ഒരു സൈന്യത്തെ കേന്ദ്രീകരിച്ചു. നേപ്പാളിനെ സൂക്ഷിക്കാനുള്ള ഒരു സൈന്യദളമാണ് അതെന്നാണ് ഇതെപ്പറ്റി ഔഡിലെ രാജാവിനോട്* പറഞ്ഞത്. ഈ പട്ടാളം പൊടുന്നനെ ഔഡിനെ ആക്രമിക്കുകയും ലക്നൗ കൈവശപ്പെടുത്തുകയും രാജാവിനെ ബന്ധനസ്ഥനാക്കുകയും ചെയ്തു. ഔഡിനെ ബ്രിട്ടീഷുകാർക്ക് വിട്ടുകൊടുക്കാൻ നിർബന്ധിച്ചിട്ട് ഫലമുണ്ടാകാഞ്ഞതുകൊണ്ട് അവർ അദ്ദേഹത്തെ കൽക്കത്തയിലേക്ക് ബലാൽക്കാരമായി കൊണ്ടുപോകുകയും, ആ രാജ്യം ഈസ്റ്റ് ഇന്ത്യാ കമ്പനിയുടെ പ്രദേശങ്ങളുടെകൂടെ കൂട്ടിച്ചേർക്കുകയും ചെയ്തു. വെല്ലസ്ലി പ്രഭു ഉണ്ടാക്കിവച്ച 1801-ലെ ഉടമ്പടിയുടെ 6-ാം വകുപ്പനുസരിച്ചാണ് വഞ്ചനാപരമായ ഈ ആക്രമണം നടത്തപ്പെട്ടത്. 1798-ൽ സർ ജോൺ ഷോർ ഉണ്ടാക്കിയ കരാറിന്റെ ഒരു പരിണതഫലമായിരുന്നു ഇത്. നാട്ടുരാജാക്കന്മാരോട് ആംഗ്ലോ-ഇന്ത്യൻ ഗവൺമെന്റ് അനുവർത്തിച്ചിരുന്ന നയമനുസരിച്ച് 1798-ലെ ആദ്യത്തെ കരാർ ഇരുഭാഗങ്ങളെയും സംബന്ധിച്ചിടത്തോളമുള്ള ആക്രമണപരവും പ്രതിരോധപരവുമായ ഒരു സഖ്യത്തെയാണ് കുറിച്ചത്. ഈ കരാർ ഈസ്റ്റ് ഇന്ത്യാ കമ്പനിക്ക് പ്രതിവർഷം 76ലക്ഷം രൂപയുടെ (38 ലക്ഷം ഡോളർ) കപ്പം നേടിക്കൊടുത്തു. പക്ഷേ, അതേസമയം തന്നെ, നാട്ടിലെ നികുതിനിരക്ക് വെട്ടിച്ചുരുക്കാൻ 12-ഉം 13-ഉം വകുപ്പുകളനുസരിച്ച് രാജാവ് നിർബന്ധിതനുമായിരുന്നു. വ്യക്തമായിത്തന്നെ പരസ്പരവിരുദ്ധങ്ങളായ ഈ രണ്ട് നിബന്ധനകൾ പാലിക്കാൻ സ്വാഭാവികമായും രാജാവിന് കഴിയുമായിരുന്നില്ല. ഈസ്റ്റ് ഇന്ത്യാ കമ്പനി കാത്തിരുന്ന ഈ സ്ഥിതി പുതിയ കുഴപ്പങ്ങൾ സൃഷ്ടിച്ചു. അങ്ങനെയാണ് 1801-ലെ ഉടമ്പടി ഉണ്ടായത്. ആദ്യത്തെ കരാർ പാലിക്കപ്പെടുന്നതിലുള്ള വീഴ്ചകൾ പരിഹരിക്കാനായി രാജ്യത്തിന്റെ ഒരുഭാഗം വിട്ടുകൊടുക്കാൻ ഇതിൻപ്രകാരം വ്യവസ്ഥ ഉണ്ടായി. ഈ വിട്ടുകൊടുക്കൽ പകൽക്കൊള്ളയാണെന്ന് പറഞ്ഞ് അന്ന് പാർലമെന്റിൽ അപലപിക്കപ്പെട്ടിരുന്നതാണെന്ന സംഗതിയും കൂടി ഇവിടെ കൂട്ടത്തിൽ പ്രസ്താവിച്ചുകൊള്ളട്ടെ. വെല്ലസ്ലി കുടുംബത്തിന് അക്കാലത്ത് വമ്പിച്ച രാഷ്ട്രീയ സ്വാധീനം ഇല്ലായിരുന്നെങ്കിൽ ഇതിന് അദ്ദേഹം ഒരു അന്വേഷണക്കോടതിയുടെ മുന്നിൽ ഹാജരാകേണ്ടിവരികയും ചെയ്യുമായിരുന്നു.

ഇപ്രകാരം ഭൂപ്രദേശം വിട്ടുകൊടുക്കുന്നതിനുള്ള പ്രതിഫലമെന്നോണം വിദേശീയരും സ്വദേശീയരുമായ ശത്രുക്കളിൽനിന്ന് രാജ്യത്തിന്റെ ശേഷിച്ച ഭാഗങ്ങൾ കാത്തുരക്ഷിച്ചുകൊള്ളാമെന്ന് ഉടമ്പടിയിലെ 3-ാം വകുപ്പനുസരിച്ച് ഈസ്റ്റ് ഇന്ത്യാ കമ്പനി ഏറ്റു. 6-ാം വകുപ്പ് ഈ

* വജീദ് അലി ഷാ

പ്രദേശങ്ങളുടെ മേൽ അദ്ദേഹത്തിനും അനന്തരാവകാശികൾക്കും അനന്തരഗാമികൾക്കുമുള്ള ശാശ്വതമായ അവകാശത്തിനും ഉറപ്പുനൽകി. പക്ഷേ, ഇതേ 6–ാം വകുപ്പിൽത്തന്നെ രാജാവിനെ വെട്ടിലാക്കുന്ന ഒരു വ്യവസ്ഥയും അടങ്ങിയിരുന്നു. തന്റെ പ്രജകളുടെ ഐശ്വര്യത്തിന് ഉതകുന്നതും ജനങ്ങളുടെ ജീവധനാദികൾ കാത്തുസൂക്ഷിക്കുന്നതിന് പറ്റുന്നതുമായ ഒരു ഭരണ ഏർപ്പാട് തന്റെ തന്നെ ഉദ്യോഗസ്ഥന്മാർ മുഖേന നടപ്പിലാക്കാൻ ഇതിൻപ്രകാരം രാജാവിന് ബാധ്യത ഉണ്ടായിരുന്നു. പക്ഷേ, ഔഡിലെ രാജാവ് ഈ ഉടമ്പടി ലംഘിച്ചാലോ? ജനങ്ങളുടെ ജീവധനാദികൾക്ക് തന്റെ ഗവൺമെന്റിലൂടെ അദ്ദേഹം സംരക്ഷണം നൽകാതിരുന്നാലോ? (ഉദാഹരണത്തിന് പീരങ്കിയുടെ മുന്നിൽ കൊണ്ടുവന്നു നിറുത്തി അവരെ ചുട്ടുകളഞ്ഞിട്ട് അവരുടെ ഭൂമി മുഴുവൻ കണ്ടുകെട്ടിയാലോ?) അങ്ങനെ സംഭവിച്ചാൽ ഈസ്റ്റ് ഇന്ത്യാ കമ്പനി എന്തു ചെയ്യും? ഉടമ്പടിയിൽ രാജാവിനെ സ്വതന്ത്രനായൊരു സാർവഭൗമനും ഇഷ്ടം പോലെ പ്രവർത്തനസ്വാതന്ത്ര്യമുള്ള ഒരാളും ഉടമ്പടി ഒപ്പുവയ്ക്കുന്ന കക്ഷികളിൽ ഒരാളുമായി അംഗീകരിച്ചിരുന്നു. ഈ കരാർ ലംഘിക്കപ്പെട്ടിരിക്കുന്നതിനാൽ അത് റദ്ദായിരിക്കുന്നതായി പ്രഖ്യാപിച്ചിട്ട് ഈസ്റ്റ് ഇന്ത്യാ കമ്പനിക്ക് സ്വീകരിക്കാവുന്ന രണ്ട് മാർഗങ്ങളുണ്ടായിരുന്നു: ഒന്നുകിൽ സമ്മർദം ചെലുത്തിക്കൊണ്ടുള്ള കൂടിയാലോചനകളിലൂടെ ഒരു പുതിയ ഏർപ്പാടുണ്ടാക്കുക; അല്ലെങ്കിൽ രാജാവിനെതിരായി യുദ്ധം പ്രഖ്യാപിക്കുക. പക്ഷേ, യുദ്ധപ്രഖ്യാപനം കൂടാതെ അദ്ദേഹത്തിന്റെ രാജ്യം ആക്രമിക്കുകയും മുന്നറിയിപ്പുകൾ കൂടാതെ അദ്ദേഹത്തെ ബന്ധനസ്ഥനാക്കുകയും സ്ഥാനഭ്രഷ്ടനാക്കിയിട്ട് അദ്ദേഹത്തിന്റെ രാജ്യം പിടിച്ചെടുക്കുകയും ചെയ്യുന്നത് ഉടമ്പടിലംഘനം മാത്രമല്ല, പിന്നെയോ, രാഷ്ട്രനിയമത്തെ സംബന്ധിച്ച സർവവിധ പ്രമാണങ്ങളുടെയും കൂടി ലംഘനമായിരുന്നു.

ഔഡിനെ ബ്രിട്ടീഷ് പ്രദേശങ്ങളുമായി കൂട്ടിച്ചേർക്കാനുള്ള ബ്രിട്ടീഷ് ഗവൺമെന്റ് തീരുമാനം പൊടുന്നനെ ഉണ്ടായതല്ലെന്ന് തെളിയിക്കുന്ന വിചിത്രമായ ഒരു വസ്തുത നമ്മുടെ മുന്നിലുണ്ട്. 1830–ൽ വിദേശകാര്യ സെക്രട്ടറിയായ ഉടൻതന്നെ ഔഡിനെ കൂട്ടിച്ചേർക്കാൻ ആവശ്യപ്പെട്ടുകൊണ്ട് പാമേഴ്സ്റ്റൺ പ്രഭു അന്നത്തെ ഗവർണർ ജനറലിന്* ഒരു കൽപ്പന അയച്ചു. അദ്ദേഹത്തിന്റെ കീഴുദ്യോഗസ്ഥൻ അന്ന് ആ നിർദേശം നടപ്പിലാക്കാൻ കൂട്ടാക്കിയില്ല. പക്ഷേ, എങ്ങനെയോ ഈ വിവരം ഔഡിലെ രാജാവിന്റെ** ചെവിയിലെത്തി. അദ്ദേഹം എന്തോ ന്യായം പറഞ്ഞ് ഒരു ദൗത്യസംഘത്തെ ലണ്ടനിലേക്ക് അയച്ചു. പലവിധ പ്രതിബന്ധങ്ങളെയും തരണം ചെയ്തശേഷം തങ്ങളുടെ നാടിനെ അഭിമുഖീകരിച്ചിരിക്കുന്ന അപകടത്തെപ്പറ്റി വില്യം നാലാമനെ ധരിപ്പിക്കാൻ ഈ

* വില്യം ബെന്റിക്

** നാസിർ-എദ്-ദിൻ

സംഘത്തിന് കഴിഞ്ഞു. അദ്ദേഹത്തിന് ഈ നടപടിയെക്കുറിച്ച് യാതൊരു വിവരവും ഉണ്ടായിരുന്നില്ല. തൽഫലമായി വില്യം നാലാമൻ പാമേഴ്സ്റ്റ ണെ വിളിച്ച് ഭർത്സിക്കുകയും അത്തരം ദുസ്സാഹസങ്ങൾ മേലിൽ ആവർ ത്തിച്ചാൽ ഉടനടിയുള്ള പിരിച്ചുവിടലായിരിക്കും ഫലമെന്ന് ശക്തിയായി താക്കീത് ചെയ്തുവിടുകയും ചെയ്തു. പാമേഴ്സ്റ്റൺ വീണ്ടും അധികാ രത്തിൽ വന്ന അവസരത്തിലാണ് ഔഡ് വാസ്തവത്തിൽ ബ്രിട്ടീഷ് ഇന്ത്യയോട് കൂട്ടിച്ചേർക്കപ്പെടുകയും രാജ്യത്തിലെ ഭൂസ്വത്താകെ കണ്ടു കെട്ടപ്പെടുകയും ചെയ്തതെന്നുള്ള കാര്യം ഇവിടെ അനുസ്മരിക്കേണ്ടത് വളരെ പ്രധാനമാണ്. ഔഡിനെ കൂട്ടിച്ചേർക്കാൻ 1831-ൽ നടത്തിയ ആദ്യ ശ്രമത്തെപ്പറ്റിയുള്ള രേഖകൾ ഹാജരാക്കാൻ കോമൺസ് സഭയിൽ കുറെ ആഴ്ച മുൻപ് ഒരു നീക്കമുണ്ടായപ്പോൾ ബോർഡ് ഓഫ് കൺട്രോൾ സെക്രട്ടറി മി. ബെയ്‌ലി പറഞ്ഞത് ആ കടലാസുകൾ കാണാനില്ലെ ന്നാണ്.

1837-ൽ പാമേഴ്സ്റ്റൺ രണ്ടാംപ്രാവശ്യം വിദേശകാര്യസെക്രട്ടറിയും ഓക്ക്‌ലാന്റ് പ്രഭു ഇന്ത്യയുടെ ഗവർണർ ജനറലും ആയിരുന്നപ്പോൾ ഈസ്റ്റ് ഇന്ത്യാ കമ്പനിയുമായി പുതിയൊരു കരാറുണ്ടാക്കാൻ ഔഡിലെ രാജാവ്* വീണ്ടും നിർബന്ധിതനായി. 1801-ലെ ഉടമ്പടിയിലെ 6-ാം വകുപ്പ് 'അതിലടങ്ങിയിട്ടുള്ള ബാധ്യത (സൽഭരണ ബാധ്യത) നിറവേറ്റപ്പെട്ടി ല്ലെങ്കിൽ എന്ത് ചെയ്യണമെന്നതിനെപ്പറ്റി ഒന്നും പറയുന്നില്ലെന്നതിനാൽ' അക്കാര്യം പുതിയ കരാർ ഏറ്റുപിടിച്ചിട്ടുണ്ട്. അതിന്റെ 7-ാം വകുപ്പിൽ ഇപ്രകാരം വ്യവസ്ഥ ചെയ്യുന്നുമുണ്ട്:

> ഔഡിലെ രാജാവ് തന്റെ രാജ്യത്തിലെ പൊലീസിലും നീതിന്യാ യ-റവന്യു വകുപ്പുകളിലുമുള്ള തകരാറുകൾ അവസാനിപ്പിക്കു ന്നതിനെപ്പറ്റി ബ്രിട്ടീഷ് റസിഡന്റുമായി ആലോചിച്ച് ഉടനടി വേണ്ട നടപടികൾ കൈക്കൊള്ളേണ്ടതാണ്. ബ്രിട്ടീഷ് ഗവൺമെന്റിന്റെ ഉപദേശവും അഭിപ്രായവും തിരുമനസ്സ് അവഗണിക്കുകയും ഔഡിന്റെ രാജ്യാതിർത്തിക്കുള്ളിൽ പൊതുസമാധാനത്തെ ഭംഗ പ്പെടുത്തത്തക്ക കടുത്ത മർദനവും അരാജകത്വവും ദുർഭരണവും നടമാടുകയും ചെയ്താൽ അത്തരം ദുർഭരണംനടക്കുന്ന ഏറി യതോ കുറഞ്ഞതോ ആയ പ്രദേശങ്ങളിൽ ആവശ്യമെന്ന് തോന്നു ന്നിടത്തോളംകാലം സ്വന്തം ഉദ്യോഗസ്ഥന്മാരെ വച്ച് ഭരണം നട ത്തിക്കാൻ ബ്രിട്ടീഷ് ഗവൺമെന്റിന് അവകാശമുണ്ടായിരിക്കുന്ന താണ്. അത്തരം സന്ദർഭങ്ങളിൽ സർവചെലവുകളും കഴിഞ്ഞ് എന്തെങ്കിലും മിച്ചവരുമാനമുണ്ടായാൽ അത് രാജകീയ ഖജനാ വിൽ അടയ്ക്കുന്നതും വരവുചെലവുകളെ സംബന്ധിച്ച് ശരിയും സത്യസന്ധവുമായ കണക്കുകൾ തിരുമനസിന് സമർപ്പിക്കുന്ന തുമാണ്.

* മുഹമ്മദ് അലി ഷാ

കരാറിന്റെ 8-ാം വകുപ്പിൽ ഇത്രയുംകൂടി എടുത്തുപറഞ്ഞിട്ടുണ്ട്:

> ഏഴാം വകുപ്പനുസരിച്ച് തന്നിൽ നിക്ഷിപ്തമായ അധികാരം വിനിയോഗിക്കാൻ ഇന്ത്യൻ ഗവർണർ ജനറൽ ഇൻ കൗൺസിൽ നിർബന്ധിതനായാൽ അങ്ങനെ അധികാരമേൽക്കുന്ന പ്രദേശങ്ങളിലെ നാടൻ സ്ഥാപനങ്ങളും ഭരണരൂപങ്ങളും അനുവദനീയമായ ഭേദഗതികളോടുകൂടി നിലനിർത്താൻ അദ്ദേഹം പരമാവധി ശ്രമിക്കുന്നതാണ്. പിന്നീട് തക്കസമയം വരുമ്പോൾ ഈ പ്രദേശങ്ങൾ ഔഡിലെ പരമാധികാരിയെ തിരിച്ചേൽപ്പിക്കുന്നതിന് സൗകര്യമുണ്ടാക്കുകയെന്ന ഉദ്ദേശ്യത്തോടെയായിരിക്കും അദ്ദേഹം ഇത് ചെയ്യുന്നത്.

ഇന്ത്യയുടെ ഗവർണർ ജനറൽ ഇൻ കൗൺസിലും ഔഡ് രാജാവും തമ്മിൽ ഒപ്പുവയ്ക്കുന്ന ഒരു കരാറാണിതെന്നാണ് സങ്കൽപ്പം. ഇതിൻ പ്രകാരം ഇരുകക്ഷികളും യഥാവിധി കരാറിന് അംഗീകാരം നൽകുകയും, അത് സംബന്ധിച്ച രേഖകൾ കൈമാറുകയും ചെയ്തിരുന്നു. പക്ഷേ, ഈസ്റ്റ് ഇന്ത്യാ കമ്പനിയുടെ ഡയറക്ടർ ബോർഡിന് സമർപ്പിച്ചപ്പോൾ കമ്പനിയും ഔഡ് രാജാവും തമ്മിലുള്ള സുഹൃത്ബന്ധങ്ങളുടെ ഒരു ഉല്ലംഘനവും ആ ഭൂപാലന്റെ അവകാശങ്ങളിന്മേലുള്ള ഗവർണർ ജനറലിന്റെ കൈകടത്തലുമാണ് അതെന്ന് പറഞ്ഞ് അവർ അത് റദ്ദാക്കുകയുണ്ടായി (1838 ഏപ്രിൽ 10). ഇങ്ങനെയൊരു കരാറുണ്ടാക്കാൻ പാമേഴ്സ്റ്റൺ കമ്പനിയുടെ അനുവാദം ചോദിച്ചിരുന്നില്ല. അവരുടെ റദ്ദാക്കൽ പ്രമേയം അദ്ദേഹം കണക്കിലെടുത്തതുമില്ല. ഈ കരാർ അങ്ങനെ എന്നെങ്കിലും റദ്ദാക്കപ്പെട്ട സംഗതി ഔഡ് രാജാവിനോട് പറഞ്ഞിരുന്നുമില്ല. ഡൽഹൗസി പ്രഭു തന്നെ ഇക്കാര്യം വ്യക്തമാക്കുന്നുണ്ട് (1856 ജനുവരി 5-ലെ മിനിട്ട്):

> റസിഡന്റുമായി* നടക്കാൻപോകുന്ന ചർച്ചകൾക്കിടയിൽ രാജാവ് 1837-ൽ തന്റെ മുൻഗാമിയുമായി ഉണ്ടാക്കിയ കരാറിനെപ്പറ്റി പരാമർശിക്കാൻ വളരെയേറെ സാധ്യതയുണ്ട്. ഇംഗ്ലണ്ടിൽ കിട്ടിയ ഉടൻതന്നെ ഡയറക്ടർബോർഡ് റദ്ദാക്കിക്കളഞ്ഞിരുന്നതിനാൽ കരാർ പ്രാബല്യത്തിലുണ്ടായിരുന്നില്ലെന്ന് റസിഡന്റിനറിയാം. 1837-ലെ കരാറിൽ വർധിച്ച പട്ടാളശക്തിയെപ്പറ്റി പറഞ്ഞിരുന്ന കുഴപ്പംപിടിച്ച ചില വകുപ്പുകൾ നടപ്പാക്കുന്നതല്ലെന്ന് ഔഡ് രാജാവിനെ അറിയിച്ചിരുന്നെങ്കിലും കരാറാകെത്തന്നെ റദ്ദാക്കപ്പെട്ട വിവരം തിരുമനസിനെ ഒരിക്കലും ധരിപ്പിച്ചിരുന്നില്ല. ഈ അടക്കവും ധാരണക്കുറവും ഇപ്പോൾ വളരെ വിമ്മിട്ടകരമായി തോന്നുന്നുണ്ട്. റദ്ദാക്കപ്പെട്ട കരാർ 1845-ൽ ഗവൺമെന്റ് അംഗീകാരത്തോടെ പ്രസിദ്ധപ്പെടുത്തിയ ഒരു സമാഹാരത്തിൽ ഉൾക്കൊ

---

* ജയിംസ് ഔട്ട്റാം

ള്ളിച്ചിരുന്നുവെന്നത് ഇതിലും കൂടുതൽ വിമ്മിട്ടമുളവാക്കുന്ന ഒരു സംഗതിയായിത്തീർന്നിട്ടുണ്ട്.

അതേ മിനിട്ടിൽ 17-ാം ഖണ്ഡികയിൽ ഇത്രയുംകൂടി പറയുന്നുണ്ട്:

> രാജാവ് 1837-ലെ കരാറിനെപ്പറ്റി സൂചിപ്പിക്കുകയും, ഔഡിന്റെ ഭരണത്തിന് പുതിയ നടപടികളെന്തെങ്കിലും ആവശ്യമാണെങ്കിൽ അതിനായി മേൽപ്പറഞ്ഞ കരാറനുസരിച്ച് ബ്രിട്ടീഷ് ഗവൺമെന്റിനുള്ള വമ്പിച്ച അധികാരം ഉപയോഗപ്പെടുത്താത്തത് എന്തുകൊണ്ടാണെന്ന് ചോദിക്കുകയും ചെയ്താൽ ഡയറക്ടർബോർഡിനെ കരാറിന്റെ വിവരം അറിയിച്ചപ്പോൾ അവരത് മുഴുവനായി റദ്ദാക്കിയിരുന്നുവെന്ന് തിരുമനസിനെ അറിയിക്കണം. പുതുതായുള്ള ഒരു സൈന്യത്തിന്റെ ചെലവുകൾ വഹിക്കാൻ രാജാവിനെ നിർബന്ധിതനാക്കുന്ന അതിലെ ചില വകുപ്പുകൾ റദ്ദാക്കാൻപോവുകയാണെന്നത് അന്നുതന്നെ ലക്നൗ കൊട്ടാരത്തിൽ അറിയിച്ചിരുന്ന സംഗതിയാണെന്ന് തിരുമനസിനെ അനുസ്മരിപ്പിക്കണം. അടിയന്തര പ്രാധാന്യമില്ലാത്ത വകുപ്പുകളുടെ കാര്യത്തെപ്പറ്റി അന്ന് തിരുമനസിനെ അറിയിക്കേണ്ട ആവശ്യമുള്ളതായി തോന്നാത്തതുകൊണ്ട് അത് ചെയ്യാതിരുന്നതാണെന്നും, പിന്നീട് നോട്ടക്കുറവ് മൂലം അത് വിട്ടുപോയതാണെന്നും സങ്കൽപ്പിക്കണം.

പക്ഷേ, 1845-ലെ ഔദ്യോഗിക സമാഹാരത്തിൽ ഈ കരാറും ഉൾപ്പെടുത്തിയിരുന്നുവെന്ന് മാത്രമല്ല, പ്രാബല്യത്തിലുള്ള ഒരു കരാറെന്ന നിലയ്ക്ക് 1839 ജൂലായ് 8-ന് ഔഡ് രാജാവിന് ഓക്ക്‌ലന്റ് പ്രഭു അയച്ചുകൊടുത്ത അറിയിപ്പിലും, 1847 നവംബർ 23-ന് അതേ രാജാവിനോട് ഹാർഡിൻജ് പ്രഭു (അന്നത്തെ ഗവർണർ ജനറൽ) നടത്തിയ പ്രതിഷേധത്തിലും, 1851 ഡിസംബർ 10-ന് ഡൽഹൗസി പ്രഭുവിനുതന്നെ കേണൽ സ്ലീമാൻ (ലക്നൗവിലെ റസിഡന്റ്) അയച്ച സന്ദേശത്തിലും ഇതേപ്പറ്റി ഔദ്യോഗികമായി പരാമർശിക്കുകയും ചെയ്തിരുന്നു. എന്നിട്ടും, പ്രാബല്യത്തിലുള്ളതെന്ന് ഔഡ് രാജാവുമായുള്ള എഴുത്തുകുത്തുകളിൽ തന്റെ എല്ലാ പൂർവികന്മാരും തന്റെതന്നെ കീഴുദ്യോഗസ്ഥന്മാരും അംഗീകരിച്ച ഒരു കരാറിന്റെ സാധുത നിഷേധിക്കാൻ ഡൽഹൗസി പ്രഭു ഇത്ര വെമ്പൽ കാണിച്ചത് എന്തുകൊണ്ടാണ്? ഇതിന് ഒരേയൊരു കാരണമേയുള്ളൂ. എന്തുകൊണ്ടെന്നാൽ, ഇടപെടൽ നടത്തുന്നതിന് രാജാവിന്റെ ഭാഗത്തുനിന്ന് എന്തുതന്നെ മുട്ടുന്യായമുണ്ടായാലും ആ ഇടപെടൽകൊണ്ട് ബ്രിട്ടീഷ് ഉദ്യോഗസ്ഥന്മാർക്ക് ഔഡ് രാജാവിന്റെ നാമധേയത്തിൽ ഭരണം നടത്താൻ മാത്രമേ സാധിക്കുമായിരുന്നുള്ളൂ. അപ്പോൾ ഉണ്ടാകുന്ന മിച്ചവരുമാനം രാജാവിന് നൽകേണ്ടിവരികയും ചെയ്യുമായിരുന്നു. പക്ഷേ, അത് ഉദ്ദേശിക്കുന്നതിന് നേർവിപരീതമാകുമായിരുന്നു. ഒരു കൂട്ടിച്ചേർക്കലിൽ കുറഞ്ഞ ഒന്നുകൊണ്ടും ഉദ്ദേശിച്ച

കാര്യം നടക്കുമായിരുന്നില്ല. കഴിഞ്ഞ ഇരുപത് കൊല്ലമായി പരസ്പര ബന്ധത്തിനുള്ള അംഗീകൃത ആധാരശിലയായി കണക്കാക്കപ്പെട്ടിരുന്ന കരാറുകളുടെ സാധുതയെ നിഷേധിക്കുന്ന ഈ ഏർപ്പാടിനും—അംഗീകൃത കരാറുകളെപ്പോലും പരസ്യമായി ലംഘിച്ചുകൊണ്ട് സ്വതന്ത്ര ഭൂപ്രദേശങ്ങൾ ബലാൽക്കാരമായി പിടിച്ചെടുക്കുന്ന ഈ ഏർപ്പാടിനും രാജ്യത്തിലാകെയുള്ള ഓരോ ഏക്കർ ഭൂമിയും അന്തിമമായി കണ്ടുകെട്ടുന്ന ഈ ഏർപ്പാടിനും—ഇന്ത്യയിലെ നാട്ടുകാരോട് ബ്രിട്ടീഷുകാർ കാണിക്കുന്ന വഞ്ചനാപരവും നിഷ്ഠുരവുമായ ഇത്തരം ഏർപ്പാടുകൾക്കെല്ലാം ഇന്ത്യയിൽ മാത്രമല്ല ഇംഗ്ലണ്ടിലും നല്ല തിരിച്ചടി കിട്ടാൻ തുടങ്ങിയിട്ടുണ്ട്.

(1858 മെയ് 14-ന് എഴുതിയത്. 1858 മെയ് 28-ലെ 5336-ാം ലക്കം *ന്യൂയോർക്ക് ഡെയ്‌ലി ട്രിബ്യൂണിൽ* ഒരു മുഖലേഖനമായി പ്രസിദ്ധീകരിക്കപ്പെട്ടു).

കാനിങ് പ്രഭുവിന്റെ വിളംബരവും ഇന്ത്യയിലെ ഭൂവുടമ സമ്പ്രദായവും

കാൾ മാർക്സ്

ഔഡിനെ സംബന്ധിച്ച കാനിങ് പ്രഭുവിന്റെ വിളംബരത്തെക്കുറിച്ചുള്ള പ്രധാനപ്പെട്ട ചില രേഖകൾ ഞങ്ങൾ ഇക്കഴിഞ്ഞ ശനിയാഴ്ച പ്രസിദ്ധീകരിച്ചിരുന്നു.[46] ഈ വിളംബരം ഇന്ത്യയിലെ ഭൂവുടമസമ്പ്രദായങ്ങളെപ്പറ്റി വീണ്ടുമൊരു ചർച്ചയ്ക്ക് കാരണമായിരിക്കുന്നതായാണ് കാണുന്നത്. പണ്ടുമുതൽക്കേ വളരെ വലിയ തർക്കങ്ങളും അഭിപ്രായവ്യത്യാസങ്ങളും സൃഷ്ടിച്ചിട്ടുള്ള ഒരു വിഷയമാണിത്. ഇത് സംബന്ധിച്ച അബദ്ധധാരണകൾ ബ്രിട്ടീഷ് ഇന്ത്യയിലെ ഭരണത്തിൽ ഗുരുതരമായ പല പ്രായോഗിക പിശകുകൾക്കും ഇടയാക്കിയിട്ടുള്ളതായി പറയപ്പെടുന്നുമുണ്ട്. ഇന്ത്യയിലെ സാമ്പത്തികവ്യവസ്ഥയിൽ ജമിന്ദാർ, താലൂക്ക്ദാർ അഥവാ സിർദാർ എന്നെല്ലാം പറയപ്പെടുന്നവർക്കുള്ള കൃത്യമായ സ്ഥാനം എന്താണെന്നതാണ് ഈ വിവാദത്തിലെ വലിയ തർക്കവിഷയം. അവരെ ഭൂമിയുടെ ശരിയായ ഉടമസ്ഥരായി കരുതാമോ?, അതോ വെറും കരംപിരിവുകാർ മാത്രമാണോ അവർ?

മിക്ക ഏഷ്യാറ്റിക് രാജ്യങ്ങളിലുമെന്നപോലെ ഇന്ത്യയിലും അന്തിമമായി നോക്കുമ്പോൾ ഭൂമിയുടെ ഉടമാവകാശം നിക്ഷിപ്തമായിരിക്കുന്നത് ഗവൺമെന്റിലാണെന്ന് എല്ലാവരും സമ്മതിക്കുന്നുണ്ട്. പക്ഷേ, പങ്കുകൃഷിക്കായി ഭൂമി കൃഷിക്കാർക്ക് പാട്ടത്തിന് നൽകുന്ന ഭൂവുടമയായി വേണം ഗവൺമെന്റിനെ കാണേണ്ടതെന്ന് എതിർകക്ഷികളിൽ ഒരുകൂട്ടർ ശഠിക്കുമ്പോൾ മറുഭാഗക്കാർ വാദിക്കുന്നത് മറ്റേതൊരു രാജ്യത്തിലുമെന്നപോലെ ഇന്ത്യയിലും ഭൂമി സാരാംശത്തിൽ സ്വകാര്യസ്വത്തുടമയിലുള്ളതാണെന്നാണ്. ഭൂമിയിലുള്ള ഗവൺമെന്റുടമയെന്ന് പറയുന്നത് പട്ടയം

നൽകാനുള്ള രാജാവകാശത്തിൽ കവിഞ്ഞൊന്നുമല്ലെന്നും, നാടുവാഴിത്ത നിയമത്തിലധിഷ്ഠിതമായ എല്ലാ സംഹിതകളിലും സൈദ്ധാന്തികമായി അംഗീകരിക്കപ്പെട്ടിട്ടുള്ള ഒന്നാണിതെന്നും, എല്ലാ രാജ്യങ്ങളിലും—ഉടമസ്ഥരുടെ സൗകര്യമെന്ന വെറുമൊരു നയപ്രശ്നമൊഴികെയുള്ള മറ്റെല്ലാ പരിഗണനകളിൽനിന്നും സ്വതന്ത്രമായി ആവശ്യാനുസരണം നികുതി ചുമത്താനുള്ള ഗവൺമെന്റിന്റെ അധികാരം എന്തു തന്നെയായാലും—സാരാംശത്തിൽ അംഗീകരിക്കപ്പെട്ടിട്ടുള്ള ഒന്നാണിതെന്നും ഇക്കൂട്ടർ പറയുന്നു.

ഇന്ത്യയിൽ ഭൂമി സ്വകാര്യ ഉടമയിലുള്ളതാണെന്നും, മറ്റേതൊരിടത്തെയും പോലെ നല്ല ഉറപ്പുള്ള സ്വകാര്യ പട്ടയമുള്ളതാണ് അതെന്നും സമ്മതിച്ചാൽത്തന്നെയും യഥാർഥ ഉടമസ്ഥർ ആരാണെന്നതാണ് പ്രശ്നം. രണ്ടുകൂട്ടരുടെ പേരിൽ ഈ അവകാശം ഉന്നയിക്കപ്പെട്ടിട്ടുണ്ട്. ജമിന്ദാർമാരെന്നും താലൂക്ക്ദാർമാരെന്നും അറിയപ്പെടുന്നവരുടെ വർഗമാണ് ഒരു കൂട്ടർ. യൂറോപ്പിലെ ഭൂപ്രഭുക്കൾക്കും മാടമ്പിമാർക്കും തുല്യരായാണ് ഇവർ കണക്കാക്കപ്പെടുന്നത്. ഗവൺമെന്റിലേക്ക് ചെല്ലേണ്ട ഒരു നിശ്ചിതതുക അടച്ചുകഴിഞ്ഞാൽപ്പിന്നെ ഭൂമിയുടെ യഥാർഥ ഉടമസ്ഥർ ഇവരാണെന്നും ഉടമസ്ഥരെന്ന നിലയ്ക്ക് യഥാർഥ കർഷകരെ ഇഷ്ടമുള്ളപ്പോൾ പറഞ്ഞയക്കാൻ ഇവർക്കധികാരമുണ്ടെന്നും വിശ്വസിക്കപ്പെടുന്നു. അങ്ങനെ നോക്കുമ്പോൾ ഈ യഥാർഥ കർഷകർ വെറും പാട്ടക്കുടിയാന്മാർ മാത്രമാണ്. ജമിന്ദാർമാർ നിശ്ചയിക്കുന്നതെന്തും പാട്ടമായി കൊടുക്കാൻ നിർബന്ധിതരുമാണവർ. സാമൂഹ്യ ജീവിതത്തിന്റെ ആധാരശിലയെന്ന നിലയ്ക്ക് ഒരു മാടമ്പിവിഭാഗം ഉണ്ടായിരിക്കേണ്ടതിന്റെ ആവശ്യകതയെയും ആ വിഭാഗത്തിനുള്ള പ്രാധാന്യത്തെയും സംബന്ധിച്ച ഇംഗ്ലീഷ് ധാരണയുമായി സ്വാഭാവികമായും പൊരുത്തപ്പെടുന്ന ഈ വീക്ഷണമാണ് എഴുപത് സംവത്സരങ്ങൾക്ക് മുൻപ് കോൺവാലീസ് പ്രഭുവിന്റെ ഗവർണർ ജനറൽ വാഴ്ചക്കാലത്ത് നടപ്പിലാക്കപ്പെട്ട ബംഗാൾ ഭൂവുടമ നിയമത്തിന് അടിസ്ഥാനമായെടുക്കപ്പെട്ടത്. ഇന്നും പ്രാബല്യത്തിലുള്ള ഈ സമ്പ്രദായം ഗവൺമെന്റിനും യഥാർഥ കൃഷിക്കാർക്കും ഒരുപോലെ ദ്രോഹകരമായിത്തീരുകയുണ്ടായെന്നാണ് പലരും വാദിക്കുന്നത്. ബംഗാൾ നിയമത്തിന്റെ ഫലമായുണ്ടായ സാമൂഹികവും രാഷ്ട്രീയവുമായ അസൗകര്യങ്ങളോടൊപ്പം ഭാരതീയ സമ്പ്രദായങ്ങളെപ്പറ്റി നടത്തിയ കുറെക്കൂടി സമഗ്രമായ പഠനത്തെത്തുടർന്ന് പ്രചാരത്തിൽ വന്നിട്ടുള്ള അഭിപ്രായഗതിയനുസരിച്ച് ആദ്യകാല ഭാരതീയ വ്യവസ്ഥയിൻകീഴിൽ ഭൂവുടമാവകാശം നിക്ഷിപ്തമായിരുന്നത് ഗ്രാമക്കൂട്ടങ്ങളിലാണ്. ആർക്ക് ഏത് നിലം കൃഷിചെയ്യാൻ വിട്ടുകൊടുക്കണമെന്ന് തീരുമാനിക്കുന്നതിനുള്ള അധികാരം ഈ ഗ്രാമക്കൂട്ടങ്ങൾക്കായിരുന്നു. വെറും സർക്കാർ ഉദ്യോഗസ്ഥന്മാരെന്ന നിലയ്ക്കാണ് ജമിന്ദാർമാരും താലൂക്ക്ദാർമാരും രംഗപ്രവേശം ചെയ്തത്. ഗ്രാമത്തിൽനിന്ന് കിട്ടേണ്ട കരം പിരിച്ച് രാജാവിന് നൽകുന്നതിന്റെ ഉത്തരവാദിത്വം മാത്രമാണ് അവർക്കുണ്ടായിരുന്നത്.

സമീപകാലത്തായി ഇന്ത്യൻ പ്രവിശ്യകളിൽ ഭൂവുടമയും ഭൂനികുതിയും സംബന്ധിച്ച് നടപ്പിലാക്കിയ പരിഷ്കാരത്തെ—ഇപ്പോൾ ഇതി

ന്റെയെല്ലാം നേരിട്ടുള്ള ഉത്തരവാദിത്വം ഇംഗ്ലീഷുകാർ തന്നെ ഏറ്റെടുത്തിരിക്കുകയാണ്—ഈ അഭിപ്രായഗതി വളരെയേറെ സ്വാധീനിക്കുകയുണ്ടായി. ജന്മിമാരും താലൂക്ക്ദാർമാരും അവകാശപ്പെട്ടിരുന്ന പൂർണമായ ഉടമസ്ഥതയുടെ ഉത്ഭവം സർക്കാരിനെയും കൃഷിക്കാരെയും ഒരുപോലെ തട്ടിച്ചുകൊണ്ടുള്ളതാണെന്ന ധാരണയുടെ അടിസ്ഥാനത്തിൽ യഥാർഥ കർഷകരെയും നാടിന്റെ പൊതുവിലുള്ള പുരോഗതിയേയും ശ്വാസംമുട്ടിക്കുന്ന ഈ ദുർഭൂതങ്ങളെ കടപുഴക്കിയെറിയാൻ കഴിവതെല്ലാം ചെയ്തിട്ടുണ്ട്. പക്ഷേ, ഈ ഇടനിലക്കാരുടെ അവകാശങ്ങളുടെ ഉത്ഭവം എന്തുതന്നെയാണെങ്കിലും തങ്ങൾക്കനുകൂലമായ ചാർത്തുകൾ അവകാശപ്പെടാൻ അവർക്ക് കഴിയുമായിരുന്നുവെന്നതിനാൽ അവരുടെ അവകാശവാദങ്ങൾ—അവ എത്രതന്നെ തോന്ന്യാസപരവും ജനങ്ങൾക്ക് ദുസ്സഹവുമായിരുന്നെങ്കിലും — ഒരതിരുവരെ നിയമപരമാണെന്ന് സമ്മതിക്കാതിരിക്കാൻ തരമില്ലായിരുന്നു. ഔഡിൽ നാട്ടുരാജാക്കന്മാരുടെ ദുർബലമായ ഭരണത്തിൻകീഴിൽ ഈ നാടുവാഴി ഭൂവുടമകൾ ഗവൺമെന്റിന്റെയും കൃഷിക്കാരുടെയും അവകാശങ്ങൾ ഒരുപോലെ നിലവിട്ട് വെട്ടിച്ചുരുക്കിയിരുന്നു. അതിനാൽ, ആ നാട്ടുരാജ്യം അടുത്തകാലത്ത് ബ്രിട്ടീഷ് ഇന്ത്യയുമായി കൂട്ടിച്ചേർത്തതിനെത്തുടർന്ന് ഇക്കാര്യം പുനഃപരികോധനയ്ക്ക് വിഷയീഭവിച്ചപ്പോൾ ഈ ഭൂപരിഷ്കാരത്തിന് ഉത്തരവാദപ്പെടുത്തിയിരുന്ന കമീഷണർമാർക്ക് ഇവരുടെ അവകാശവാദങ്ങളുടെ യഥാർഥ വ്യാപ്തിയെ സംബന്ധിച്ച് ഉഗ്രമായ വാക്കുതർക്കങ്ങളിൽ ഏർപ്പെടേണ്ടിവന്നു. ഇത് അവരിൽ വമ്പിച്ച അസംതൃപ്തിയുളവാക്കുകയുണ്ടായി. ശിപായി സൈന്യം കലാപത്തിനൊരുമ്പെട്ടപ്പോൾ അവരുമായി കൈകോർത്ത് പിടിക്കാൻ ഈ വർഗത്തെ പ്രേരിപ്പിച്ച സംഗതി അതാണ്.

ഭൂമിയിൽ നിന്നുള്ള ഉൽപ്പന്നങ്ങളുടെ വീതം ഗവൺമെന്റിന് ലഭ്യമാക്കുന്ന ഇടനിലക്കാരെക്കാൾ മികച്ച ഭൂവുടമാവകാശം നിക്ഷിപ്തമായിരിക്കുന്നത് യഥാർഥ കർഷകനിലാണെന്ന് കരുതുന്ന മേൽപ്പറഞ്ഞ അഭിപ്രായഗതിക്കാർ—ഗ്രാമത്തിന്റെ ഉടമാവകാശത്തിൽ വിശ്വസിക്കുന്നവർ—കാനിങ് പ്രഭുവിന്റെ വിളംബരത്തെ ന്യായീകരിക്കാനായി ഉന്നയിക്കുന്ന ഒരു വാദമുണ്ട്. മറ്റു വിധത്തിൽ അപ്രായോഗികമായിരുന്നതിനെക്കാൾ പതിന്മടങ്ങ് വ്യാപകമായ പരിഷ്കാരങ്ങൾ ഏർപ്പെടുത്തുന്നതിനുള്ള ഒരു വിടവുണ്ടാക്കുന്നതിനായി ഔഡിലെ ജമിന്ദാർമാരുടെയും താലൂക്ക്ദാർമാരുടെയും വൻസമൂഹം കൈക്കൊണ്ട നിലപാടിനെ പ്രയോജനപ്പെടുത്തുക മാത്രമാണ് ഈ വിളംബരം ചെയ്തതെന്ന് അവർ പറയുന്നു. വിളംബരം മുഖേന പിടിച്ചെടുക്കപ്പെട്ട ഭൂവുടമാവകാശം ജമിന്ദാറുടെയോ താലൂക്ക്ദാറുടെയോ മാത്രം അവകാശമാണെന്നും, ജനസംഖ്യയുടെ നന്നെ ചെറിയൊരു വിഭാഗത്തെ മാത്രമാണ് അത് സ്പർശിക്കുന്നതെന്നും, യഥാർഥ കർഷകരെ ഒരുവിധത്തിലും അത് ദ്രോഹിക്കുന്നില്ലെന്നും അവർ വാദിക്കുന്നു.

നീതിയുടെയും മനുഷ്യത്വത്തിന്റെയും ഒക്കെ പ്രശ്നം മാറ്റിവച്ചിട്ട് കാനിങ് പ്രഭുവിന്റെ വിളംബരത്തെപ്പറ്റി ഡെർബി മന്ത്രിസഭ കൈക്കൊ

ണ്ട നിലപാട് നേരെമറിച്ച് നിക്ഷിപ്താവകാശങ്ങളുടെ പവിത്രതയെയും ഒരു അഭിജാത ഭൂവുടമവിഭാഗത്തെ നിലനിർത്തുന്നതിന്റെ പ്രാധാന്യത്തെയും പറ്റി ടോറി അഥവാ യാഥാസ്ഥിതിക കക്ഷിക്കുള്ള പൊതുതത്വങ്ങളുമായി വളരെ പൊരുത്തപ്പെടുന്നുണ്ട്. നാട്ടിലെ ഭൂവുടമ താൽപ്പര്യത്തെപ്പറ്റി പറയുമ്പോഴെല്ലാം ജന്മിമാരെയും പാട്ടം കിട്ടുന്നവരെയും പറ്റിയല്ലാതെ പാട്ടം കൊടുക്കുന്നവരെയും യഥാർഥ കർഷകരെയും പറ്റി അവർ ഒരിക്കലും പരാമർശിക്കാറില്ല. അതുകൊണ്ടുതന്നെ, ജമിന്ദാർമാരുടെയും താലൂക്ക്ദാർമാരുടെയും സംഖ്യ എത്ര പരിമിതമാണെങ്കിലും അവരുടെ താൽപ്പര്യത്തെ ജനങ്ങളുടെ ആകെ താൽപ്പര്യമായി ഈയാളുകൾ കാണുന്നുണ്ടെങ്കിൽ അതിൽ അതിശയിക്കാനുമില്ലല്ലോ.

ഇന്ത്യൻ പ്രശ്നങ്ങളെപ്പറ്റിയുള്ള വീക്ഷണത്തിൽ ശുദ്ധ ഇംഗ്ലീഷ് മുൻവിധികളുടെയോ വികാരങ്ങളുടെയോ സ്വാധീനമുണ്ടാകുമെന്നതാണ് സത്യത്തിൽ ഇംഗ്ലണ്ടിലിരുന്നുകൊണ്ട് ഇന്ത്യയുടെ ഭരണം നടത്തുന്നതിന്റെ ഏറ്റവും വലിയ ഒരു അസൗകര്യവും ബുദ്ധിമുട്ടും. എന്നാൽ, ആ സാമൂഹ്യാവസ്ഥയിലും ആ സാഹചര്യത്തിലും ഇവയ്ക്കൊന്നും കാര്യമായ യാതൊരു പ്രസക്തിയുമുണ്ടാവുകയുമില്ല. ഔഡിലെ കമീഷണർ സർ ജയിംസ് ഔട്ട്റാം ഉന്നയിച്ചിട്ടുള്ള തടസ്സവാദങ്ങൾക്കെതിരായി കാനിങ്പ്രഭു ഇന്ന് പ്രസിദ്ധീകരിച്ചിട്ടുള്ള തന്റെ വാദങ്ങൾ വളരെ വിശ്വസനീയമായി തോന്നാം. എങ്കിലും കമീഷണറുടെ നിവേദനം അംഗീകരിച്ച് വിളംബരത്തിൽ ഒരു പുതിയ വാചകം കൂട്ടിച്ചേർക്കാൻ അദ്ദേഹം തയാറായിട്ടുണ്ട്. ഇംഗ്ലണ്ടിലേക്കയച്ച ആദ്യത്തെ കരടിൽ ഇല്ലാത്തതാണ് ഈ വാചകം. എല്ലൻബറോ പ്രഭുവിന്റെ റിപ്പോർട്ട് ഈ കരടിനെ ആസ്പദമാക്കിയതുമായിരുന്നു.[47]

ഔഡിലെ ജന്മിമാർ കലാപത്തിൽ ചേർന്നതിനെ എങ്ങനെ വീക്ഷിക്കണമെന്നതിനെപ്പറ്റിയുള്ള കാനിങ് പ്രഭുവിന്റെ അഭിപ്രായം ജയിംസ് ഔട്ട്റാമിന്റെതിൽനിന്നും എല്ലൻബറോ പ്രഭുവിന്റെതിൽനിന്നും വളരെയൊന്നും വ്യത്യസ്തമല്ല. കലാപകാരികളായ ശിപായിമാരുടെതിൽനിന്ന് മാത്രമല്ല, പിന്നെയോ കുറേക്കൂടി മുൻപ് ബ്രിട്ടീഷ് ഭരണം സ്ഥാപിതമായ കലാപബാധിത പ്രദേശങ്ങളിലെ ആളുകളുടെതിൽനിന്നും തികച്ചും വ്യത്യസ്തമായൊരു സ്ഥിതിയാണ് ഈ ജന്മിമാരുടെതെന്ന് അദ്ദേഹത്തിന് അഭിപ്രായമുണ്ട്. പ്രകോപനത്തിന് വിധേയരായി ചില നടപടികൾ കൈക്കൊണ്ടുപോയവരെന്ന പരിഗണനയ്ക്ക് അവർ അർഹരാണെന്നും അദ്ദേഹം സമ്മതിക്കുന്നുണ്ട്. പക്ഷേ, കലാപത്തിനൊരുമ്പെട്ടാൽ അതിന് ഗുരുതരമായ ഭവിഷ്യത്തുകളുണ്ടാകുമെന്ന് അവരെ മനസിലാക്കിക്കാതെ പറ്റില്ലെന്നാണ് അദ്ദേഹത്തിന്റെ വാദം. ഈ വിളംബരത്തിന്റെ ഫലമെന്താണെന്നും ഈ ഫലങ്ങളെപ്പറ്റി കാനിങ് പ്രഭു പറഞ്ഞതാണോ അതോ സർ ജയിംസ് ഔട്ട്റാം പറഞ്ഞതാണോ കൂടുതൽ ശരിയായി വന്നതെന്നും താമസിയാതെതന്നെ നമുക്കറിയാൻ കഴിയും.

(1858 മെയ് 25-ന് എഴുതിയത്. 1858 ജൂൺ 7-ലെ 5344-ാം ലക്കം *ന്യൂയോർക്ക് ഡെയ്‌ലി ട്രിബ്യൂണിൽ* ഒരു മുഖലേഖനമായി പ്രസിദ്ധീകരിക്കപ്പെട്ടു).

ഇന്ത്യയിലെ കലാപം (ഒന്ന്)

ഫ്രെഡറിക് എംഗൽസ്

ആദ്യം ഡൽഹിയും അതിനുശേഷം ലക്നൗയും പിടിച്ചെടുക്കുന്നതിന് – ഡൽഹിക്കുശേഷം ലക്നൗ ആയിരുന്നല്ലോ ശിപായി കലാപത്തിന്റെ ആസ്ഥാനം – ഇംഗ്ലീഷുകാർ നടത്തിയ വമ്പിച്ച സൈനികസന്നാഹങ്ങൾക്കുശേഷവും ഇന്ത്യ ശാന്തമാക്കപ്പെട്ടു കഴിഞ്ഞുവെന്ന് പറയാൻ ഇനിയും സാധ്യമല്ല. യഥാർഥ വൈഷമ്യം വാസ്തവത്തിൽ തുടങ്ങിയിട്ടേയുള്ളുവെന്ന് വേണമെങ്കിൽ പറയാം. കലാപകാരികളായ ശിപായിമാർ വൻതോതിൽ കൂട്ടംകൂടി നടന്നിരുന്നേടത്തോളം, വൻതോതിലുള്ള ഉപരോധങ്ങളുടെയും ഉഗ്രമായ പോരാട്ടങ്ങളുടെയും കാലങ്ങളിൽ, അത്തരം നടപടികൾക്കുള്ള ഇംഗ്ലീഷ് സൈന്യത്തിന്റെ വമ്പിച്ച മേന്മ അവർക്ക് വലിയൊരനുഗ്രഹമായിരുന്നു. പക്ഷേ, യുദ്ധത്തിന്റെ സ്വഭാവം മാറാൻ തുടങ്ങുന്നതോടെ ഈ അനുഗ്രഹം വലിയൊരതിരുവരെ നഷ്ടപ്പെടാനിടയുണ്ട്. ലക്നൗ പിടിച്ചെടുക്കാൻ കഴിഞ്ഞതുകൊണ്ട് ഔഡ് കീഴടങ്ങിക്കൊള്ളണമെന്നില്ല. ഔഡ് കീഴടങ്ങിയതുകൊണ്ട് ഇന്ത്യ ശാന്തമായിക്കൊള്ളണമെന്നുമില്ല. ഔഡിലുടനീളം വലുതും ചെറുതുമായ അസംഖ്യം കോട്ടകളുണ്ട്. അവയിലൊന്നിനുംതന്നെ നല്ലൊരു ആക്രമണത്തെ അധികകാലം ചെറുത്തുനിൽക്കാൻ കഴിഞ്ഞെന്ന് വരില്ലെങ്കിലും അവ ഒന്നൊന്നായി പിടിച്ചെടുക്കുകയെന്നത് വളരെ സമയവ്യയം ആവശ്യമായ ഒരു പ്രക്രിയയായിരിക്കും. എന്നുമാത്രമല്ല, തന്മൂലമുള്ള നഷ്ടം ആനുപാതികമായി നോക്കുമ്പോൾ ഡൽഹിയും ലക്നൗവും പോലത്തെ വൻനഗരങ്ങൾക്കായി നടത്തിയ യുദ്ധങ്ങളിലേതിനെക്കാൾ വമ്പിച്ചതുമായിരിക്കും.

ഔഡ് മാത്രം പിടിച്ചടക്കി നിർത്തിയതുകൊണ്ട് കാര്യം അവസാനിക്കുന്നുമില്ല. ലക്നൗവിൽനിന്ന് പുറന്തള്ളപ്പെട്ട പരാജിതരായ ശിപായിമാർ നാനാദിക്കുകളിലേക്കും ഓടിപ്പോയിട്ടുണ്ട്. അവരിൽ അസംഖ്യം പേർ വടക്കുള്ള റോഹിൽഖണ്ഡിലെ മലനാടുജില്ലകളിലാണ് അഭയം തേടിയിരിക്കുന്നത്. ഈ പ്രദേശം ഇപ്പോഴും പൂർണമായി കലാപകാരികളുടെ കൈയിലാണ്. ബാക്കിയുള്ളവർ കിഴക്കോട്ട് ഗോരഖ്പൂരിലേക്കാണ് പലായനം ചെയ്തിട്ടുള്ളത്. ലക്നൗവിലേക്കുള്ള മാർച്ചിനിടയിൽ ബ്രിട്ടീഷ് പട്ടാളം ഒരിക്കൽ ഇവിടം പിടിച്ചതാണെങ്കിലും അതിപ്പോൾ വീണ്ടും തിരിച്ചുപിടിക്കേണ്ട സ്ഥിതിയാണുള്ളത്. മറ്റ് പലരും തെക്കോട്ട് ബുന്ദേൽഖണ്ഡിലേക്കും നുഴഞ്ഞുകയറിയിട്ടുണ്ട്.

അടുത്തപടി എന്തായിരിക്കണമെന്നതിനെപ്പറ്റി സത്യത്തിൽ വലിയൊരു വിവാദം ആരംഭിച്ചിട്ടുമുണ്ട്. കലാപകാരികൾക്ക് അഭയം നൽകാനിടയുണ്ടായിരുന്ന പ്രാന്തപ്രദേശങ്ങൾ കീഴടക്കിയശേഷം ലക്നൗവിൽ കേന്ദ്രീകരിച്ചിരുന്ന അവരുടെ മുഖ്യ ദളത്തിനെതിരായി നീങ്ങുകയായിരുന്നില്ലേ ഉത്തമമെന്ന ചോദ്യവും ഉന്നയിക്കപ്പെട്ടിട്ടുണ്ട്. പട്ടാളത്തിന് ഇഷ്ടം അങ്ങനെയൊരു നടപടിക്രമമായിരുന്നെന്നും പറയപ്പെടുന്നുണ്ട്. പക്ഷേ, ഇംഗ്ലീഷുകാരുടെ പക്കലുണ്ടായിരുന്ന സൈന്യത്തിന്റെ പരിമിതി വച്ചു നോക്കുമ്പോൾ ലക്നൗവിൽനിന്ന് ശിപായിമാർ അന്തിമമായി പുറന്തള്ളപ്പെട്ടതിനുശേഷം പ്രാന്തപ്രദേശങ്ങളിലേക്കുള്ള അവരുടെ പലായനം തടയാൻ കഴിയുമാറ് ആ പ്രദേശങ്ങൾ എങ്ങനെ കൈയടക്കിവയ്ക്കാൻ കഴിയുമായിരുന്നെന്ന് മനസിലാകുന്നില്ല. അങ്ങനെ ചെയ്തിട്ടും ഗോരഖ്പൂർ തിരിച്ചുപിടിക്കേണ്ട സ്ഥിതിയാണല്ലോ ഉണ്ടായിട്ടുള്ളതും.

ലക്നൗവിന്റെ പതനത്തിനുശേഷം കലാപകാരികളുടെ മുഖ്യദളം ബാറില്ലിയിലേക്ക് പൻവാങ്ങിയിരിക്കുകയാണെന്ന് തോന്നുന്നു. നാനാസാഹിബ് അവിടെ ഉണ്ടായിരുന്നെന്നാണ് പറയപ്പെടുന്നത്. ലക്നൗവിൽനിന്ന് ഏകദേശം നൂറുമൈൽ വടക്കുപടിഞ്ഞാറായി സ്ഥിതിചെയ്യുന്ന ഈ നഗരത്തിനും ഈ ജില്ലയ്ക്കും എതിരായി ഒരു വേനൽക്കാലയുദ്ധം ആവശ്യമാകുമെന്നാണ് തോന്നുന്നത്. ഒടുവിൽ കിട്ടിയ റിപ്പോർട്ടനുസരിച്ച് സർ കോളിൻ ക്യാമ്പ്ബെൽ തന്നെ അങ്ങോട്ട് മാർച്ച് ചെയ്തുകൊണ്ടിരിക്കുകയുമാണ്.

ഇതിനിടയിൽ ഒളിപ്പോർ പല ദിക്കുകളിലേക്കും വ്യാപിച്ചു വരുന്നുണ്ടെന്നാണ് തോന്നുന്നത്. സൈന്യത്തെ വടക്കോട്ട് മാറ്റുന്ന തക്കം നോക്കി ഛിന്നഭിന്നമായ കലാപകാരി സംഘങ്ങൾ ഗംഗ കടന്ന് ഡുവാബിയിലെത്തിയിട്ട് കൽക്കത്തയുമായുള്ള ബന്ധം തടസ്സപ്പെടുത്തുകയും കൃഷിക്കാരെ കൊള്ളയടിച്ചുകൊണ്ട് ഭൂനികുതി അടയ്ക്കാനുള്ള അവരുടെ കഴിവ് ഇല്ലാതാക്കുകയും ചെയ്യുന്നുണ്ട്. കുറഞ്ഞപക്ഷം, നികുതി അടയ്ക്കാതിരിക്കാൻ കർഷകർക്ക് ഇവരുടെ പ്രവർത്തനം ഒരു മുട്ടുന്യായം ഉണ്ടാക്കിക്കൊടുക്കുന്നുണ്ട്.

ബാറില്ലി പിടിച്ചാൽപ്പോലും ഈ കുഴപ്പങ്ങൾ അവസാനിക്കുമെന്ന്

തോന്നുന്നില്ല. മറിച്ച് അതെല്ലാം വർധിക്കാനാണ് സാധ്യത. ക്രമംതെറ്റിയുള്ള ഈ യുദ്ധമുറയിലാണ് ശിപായിമാർക്കുള്ള സൗകര്യം കുടികൊള്ളുന്നത്. പോരാട്ടത്തിൽ അവരെ തോൽപ്പിക്കാൻ ഇംഗ്ലീഷുകാർക്ക് കഴിയുന്ന അതേ തോതിൽ മാർച്ചിങ്ങിൽ ഇംഗ്ലീഷുകാരെ പിന്നിലാക്കാൻ അവർക്കു കഴിയും. ഒരു ഇംഗ്ലീഷ് സൈന്യനിരയ്ക്ക് ഒരുദിവസം ഇരുപത് മൈൽ മുന്നോട്ട് നീങ്ങാൻ പ്രയാസമുണ്ട്. ഒരു ശിപായി ദളത്തിനാണെങ്കിൽ നാൽപ്പതും അൽപ്പം പാടുപെട്ടാൽ അറുപതും മൈൽ നീങ്ങാൻ കഴിഞ്ഞെന്ന് വരും. ശിപായിസൈന്യത്തിന്റെ പ്രധാനമൂല്യം ഇതാണ്. ശീതോഷ്ണാവസ്ഥയെ നേരിടാനുള്ള അവരുടെ ശക്തിയും അവരെ പോറ്റുന്നതിലുള്ള പ്രയാസക്കുറവും കൂടി ആകുന്നതോടെ ഇന്ത്യയിലെ യുദ്ധത്തിൽ അവർ അപരിത്യാജ്യരായിത്തീരുന്നു. യുദ്ധരംഗത്തെ ഇംഗ്ലീഷ് പട്ടാളത്തിന്റെ ആൾനഷ്ടം വമ്പിച്ചതാണ്; പ്രത്യേകിച്ചും ഒരു വേനൽക്കാലയുദ്ധത്തിൽ. ആൾക്ഷാമം ഇപ്പോൾത്തന്നെ വല്ലാതെ അനുഭവപ്പെടുന്നുണ്ട്. പലായനം ചെയ്യുന്ന കലാപകാരികളെ ഇന്ത്യയുടെ ഒരറ്റം മുതൽ മറ്റേ അറ്റം വരെ ഓടിച്ചിട്ട് പിടിക്കേണ്ടി വന്നേക്കാം. ഇതിലേക്ക് യൂറോപ്യൻ പട്ടാളത്തെക്കൊണ്ട് വലിയ പ്രയോജനമൊന്നുമുണ്ടാവില്ല. അതേസമയം അലഞ്ഞുതിരിയുന്ന കലാപകാരികൾ ബോംബെയിലെയും മദ്രാസിലെയും നാടൻ പട്ടാളവുമായി ബന്ധപ്പെടാനിടയായാൽ ഇതുവരെ വിശ്വസ്തരായി നിന്നിരുന്ന അവർക്കിടയിലും പുതിയ കലാപങ്ങൾ പൊട്ടിപ്പുറപ്പെട്ടെന്ന് വന്നേക്കാം.

പുതുതായി ആരും കലാപകാരികളുടെ കൂടെ ചേർന്നില്ലെന്ന് വന്നാൽ തന്നെയും ഇന്ന് രംഗത്തുള്ളവരുടെ സംഖ്യ ഒന്നരലക്ഷത്തിൽ കുറയില്ലെന്ന് ഓർത്തിരിക്കേണ്ടതുണ്ട്. സായുധരല്ലാത്ത ജനങ്ങൾ ഇംഗ്ലീഷുകാർക്ക് എന്തെങ്കിലും സഹായമോ വിവരമോ നൽകാൻ കൂട്ടാക്കുന്നുമില്ല.

ഇതിനിടയിൽ, ബംഗാളിലെ അനാവൃഷ്ടി കാരണം ഭയങ്കരമായൊരു ക്ഷാമബാധ പടർന്നു പടിക്കാനിടയുണ്ട്. പണ്ടുകാലങ്ങളിലും ഇംഗ്ലീഷ് അധിനിവേശത്തിനുശേഷം തന്നെയും ഭയങ്കര ദുരിതങ്ങൾക്കിടയാക്കിയിട്ടുള്ള ഒരു മഹാവിപത്താണിതെങ്കിലും ഈ നൂറ്റാണ്ടിൽ ആദ്യമായാണ് അങ്ങനെയെന്തെങ്കിലും സംഭവിക്കുന്നത്.

(1858 മെയ് അവസാനം എഴുതിയത്. 1858 ജൂൺ 15–ലെ 5351–ാം ലക്കം *ന്യൂയോർക്ക് ഡെയ്‌ലി ട്രിബ്യൂണിൽ* ഒരു മുഖലേഖനമായി പ്രസിദ്ധീകരിക്കപ്പെട്ടു).

ഇന്ത്യയിലെ ബ്രിട്ടീഷ് പട്ടാളം

ഫ്രെഡറിക് എംഗൽസ്

ല*ണ്ടൻ ടൈംസി*ലെ നല്ലവനും ശുദ്ധനുമായ നമ്മുടെ സ്നേഹിതൻ മി. വില്യം റസലിന് വർണശബളിമയോടുള്ള പ്രേമം ലക്നൗ കൊള്ളയടിക്കപ്പെട്ടതിന്റെ കഥ രണ്ടാമതൊരിക്കൽക്കൂടി വർണിക്കാൻ അദ്ദേഹത്തെ പ്രേരിപ്പിച്ചിരിക്കുന്നു. പക്ഷേ, അദ്ദേഹത്തിന്റെ ഈ വർണന വായിക്കുന്നവർക്ക് ബ്രിട്ടീഷുകാരനെപ്പറ്റി അത്ര വലിയ മതിപ്പ് തോന്നുകയില്ലെന്ന് മാത്രം. ഡൽഹിയും നല്ലപോലെ കൊള്ള ചെയ്യപ്പെട്ടുവെന്നും, ബ്രിട്ടീഷ് പട്ടാളക്കാരൻ നേരത്തെ അനുഭവിച്ച കഷ്ടപ്പാടുകൾക്കും അവൻ പ്രദർശിപ്പിച്ച ധീരതയ്ക്കുമെല്ലാമുള്ള പ്രതിഫലം നൽകുന്നതിൽ കൈസർബാഗിനോടൊപ്പം ലക്നൗ നഗരവും നല്ല സംഭാവന നൽകുകയുണ്ടായെന്നുമാണ് ഇപ്പോൾ മനസിലാകുന്നത്. മി. റസൽ പറഞ്ഞ കാര്യം തന്നെ ഇവിടെ ഉദ്ധരിക്കട്ടെ:

> ആയിരക്കണക്കിന് പവന്റെ സ്വത്തുള്ള സാധാരണ പട്ടാളക്കാർ തങ്ങളുടെ അണികളിലുണ്ടെന്ന് അഭിമാനിക്കാൻ പറ്റുന്ന പല സൈനികദളങ്ങളുമുണ്ട്. ക്യാപ്റ്റന്റെ പദവി കോഴകൊടുത്ത് കിട്ടുന്നതിനായി എത്ര പണവും കടമായിക്കൊടുത്ത് ഒരു ഓഫീസറെ സഹായിക്കാൻ തയാറായ ഒരാളെപ്പറ്റി ഞാൻ കേൾക്കുകയുണ്ടായി. മറ്റുചിലർ തങ്ങളുടെ സുഹൃത്തുക്കൾക്ക് വലിയ സംഖ്യകൾ അയച്ചുകൊടുത്തിട്ടുണ്ട്. ഈ കത്ത് ഇംഗ്ലണ്ടിലെത്തുന്നതിന് മുൻപായി വൈരം, മരതകം, പവിഴം തുടങ്ങിയ പല മനോഹരങ്ങളായ കല്ലുകളും കൈസർബാഗിൽ കവർച്ച ചെയ്യപ്പെട്ടതിന്റെ കഥ ശാന്തമായും സരസമായും വിവരിച്ചുകഴിഞ്ഞിരിക്കും. വെട്ടി

> ത്തിളങ്ങുന്ന ഈ പണ്ടങ്ങൾ നേടിയെടുത്തതെങ്ങനെയാണെന്ന് ഇവ ധരിക്കുന്ന കാമിനിമാർ അറിയാതിരിക്കുന്നതാണ് നല്ലത്. ഈ സമ്പത്തുകൾ തട്ടിയെടുത്ത രംഗങ്ങൾ അവർ കാണാതിരുന്നതും ഭാഗ്യമായി... ഈ ഓഫീസർമാരിൽ ചിലർ അക്ഷരാർഥത്തിൽ ത്തന്നെ സമ്പത്തുകൾ വാരിക്കൂട്ടിയിട്ടുണ്ട്... പൊട്ടിപ്പൊളിഞ്ഞ യൂണിഫോംപെട്ടികളിൽ ഒളിച്ചുവച്ചിരിക്കുന്ന ചില ചെറുപേടകങ്ങളിൽ സ്കോട്ലൻഡിലും അയർലൻഡിലുമുള്ള എസ്റ്റേറ്റുകളും ലോകത്തിന്റെ ഏത് മൂലയിലുമുള്ള നായാട്ടുകേന്ദ്രങ്ങളിലും മീൻപിടിത്തകേന്ദ്രങ്ങളിലും ചെന്നിരുന്ന് സൗകര്യമായി നായാട്ട് നടത്താനും മീൻ പിടിക്കാനുമുള്ള പ്രത്യേക സ്ഥാനങ്ങളും അടങ്ങിയിട്ടുണ്ടാകും.

അപ്പോൾ, ലക്നൗ പിടിച്ചതിനുശേഷം ബ്രിട്ടീഷ് പട്ടാളത്തിൽ കാണാനിടയായ നിഷ്ക്രിയത്വത്തിന് കാരണം ഇതാണ്. കൊള്ളയുടേതായ ആ രണ്ടാഴ്ചക്കാലം പ്രയോജനകരമായിത്തന്നെ ചെലവഴിക്കപ്പെട്ടു. കടത്തിൽ മുങ്ങി ദരിദ്രരായി നഗരത്തിലേക്ക് കടന്ന ഓഫീസർമാരും ഭടന്മാരും പൊടുന്നനെ സമ്പന്നരായാണ് അവിടെനിന്ന് പുറത്തേക്കിറങ്ങിയത്. അകത്തേക്കുപോയ മട്ടിലല്ല അവർ പുറത്തേക്ക് വന്നത്. എങ്കിലും പഴയ പട്ടാളജോലിയിലേക്ക് മടങ്ങിച്ചെന്ന് വിധേയരും നിശ്ശബ്ദരും അനുസരണശീലക്കാരുമായി ക്ഷീണവും കഷ്ടപ്പാടും സഹിച്ച് പോരാട്ടത്തിലേക്കിറങ്ങാൻ അവർ ബാധ്യസ്ഥരായിരുന്നു. പക്ഷേ, അത് നടക്കാത്ത കാര്യമാണ്. കൊള്ള നടത്താനായി അഴിച്ചുവിടപ്പെട്ട പട്ടാളം എന്നന്നേക്കുമായി മാറിക്കഴിഞ്ഞിരിക്കുന്നു. എന്ത് കൽപ്പന കൊടുത്താലും എത്ര പ്രമാണിയായ ജനറൽ വന്നാലും അതിനി പഴയ പട്ടാളമാവുകയില്ല. റസൽ പറയുന്നത് തന്നെ ഒരിക്കൽക്കൂടി ശ്രദ്ധിക്കാം:

> നാല് കാശ് കൈയിൽ വന്നാലുടൻ ആളുകൾ രോഗബാധിതരാകുന്നത് എങ്ങനെയാണെന്നത്, കൊള്ളമുതൽ കൊണ്ട് കരളിന് അസുഖം വരുന്നതും വെറും ഒരുപിടി കാർബൺ ക്രിസ്റ്റലുകൾ കാരണം വീട്ടുകാർക്കും പ്രിയപ്പെട്ടവർക്കുമിടയിൽ ഇത്ര വലിയ കലഹങ്ങളുണ്ടാകുന്നതും എങ്ങനെയാണെന്നത്, വലിയൊരതിശയം തന്നെയാണ്... വെള്ളിരൂപയും സ്വർണമൊഹറും കുത്തിനിറച്ച് വച്ചിട്ടുള്ള അരപ്പട്ടയുടെ വീർപ്പും തങ്ങളുടെ സ്വപ്നങ്ങൾ (തിരിച്ചു വീട്ടിലെത്തിക്കഴിഞ്ഞാൽ പിന്നെ സുഖസമ്പൂർണമായ ഒരു ജീവിതത്തെപ്പറ്റിയുള്ള സ്വപ്നങ്ങൾ) സാക്ഷാൽക്കരിക്കപ്പെടുമെന്നതിന് പട്ടാളക്കാർക്ക് ഉറപ്പുനൽകുന്നുണ്ട്. സ്വാഭാവികമായും എപ്പോഴുമുള്ള ഈ 'ഫോൾ ഇൻ' വിളികൾ അവർക്ക് അരോചകമായി തോന്നുന്നതിൽ അത്ഭുതത്തിന് അവകാശമില്ല... രണ്ട് മഹാസമരങ്ങളും രണ്ട് കൊള്ളകളിലെ ഓഹരിയും രണ്ട് നഗരങ്ങളിലെ കൊള്ളയടിയും വഴിനീളെയുള്ള നിരവധി മോഷണ

> ങ്ങളും എല്ലാം കാരണം നമ്മുടെ ആളുകളിൽ ചിലർ പട്ടാളപ്പ ണിക്ക് പറ്റാത്തവിധം സമ്പന്നരായിപ്പോയിട്ടുണ്ട്.

അങ്ങനെ, 150-ൽപ്പരം ഓഫീസർമാർ സർ കോളിൻ ക്യാമ്പ്ബെല്ലിന് രാജിക്കത്തുകൾ സമർപ്പിച്ചിട്ടുണ്ടെന്നാണ് അറിയുന്നത്. ശത്രുവിനെ അഭിമുഖീകരിച്ചു നിൽക്കുന്ന ഒരു സൈന്യത്തിൽ തികച്ചും അസാധാരണമായ ഒരു നടപടിയാണിത്. മറ്റേതെങ്കിലും സൈന്യത്തിലായിരുന്നെങ്കിൽ 24 മണിക്കൂറിനുള്ളിലുള്ള കാഷ്യറിങ്ങിനും ഏറ്റവും കഠിനമായ ശിക്ഷകൾക്കും പാത്രീഭൂതമാകുമായിരുന്ന ഒരു നടപടിയുമാണിത്. പക്ഷേ, ആകസ്മികമായി പണക്കാരനായി മാറിയ 'ഓഫീസറും മാന്യനുമായ' ഒരാളെ സംബന്ധിച്ചിടത്തോളം വളരെ ഉചിതമായ ഒരു നടപടിയായാണ് ബ്രിട്ടീഷ് സൈന്യത്തിൽ ഇത് കണക്കാക്കപ്പെടുന്നതെന്ന് തോന്നുന്നു. എന്നാൽ സാധാരണ ഭടന്മാരുടെ സ്ഥിതി വ്യത്യസ്തമാണ്. അവർക്കിടയിൽ കൊള്ളയടി കൂടുതൽക്കൂടുതൽ പണം വാരാനുള്ള ദാഹത്തെ വർധിപ്പിച്ചിരിക്കുകയാണ്. ഇതിലേക്ക് ഇന്ത്യൻ നിധികൾ കിട്ടാനില്ലെങ്കിൽ ബ്രിട്ടീഷ് ഗവൺമെന്റിന്റെ സമ്പത്തിൽത്തന്നെ എന്തുകൊണ്ട് കൈവച്ചുകൂടാ? ഇതേപ്പറ്റിയും മി. റസൽ പറയുന്നുണ്ട്:

> ഒരു യൂറോപ്യൻ ഗാർഡിന്റെ അകമ്പടിയോടെ പണപ്പെട്ടികൾ കയറ്റിക്കൊണ്ട് വന്നിരുന്ന രണ്ട് കൈവണ്ടികൾ സംശയകരമായ രീതിയിൽ മറിഞ്ഞിട്ടുണ്ട്. തൽഫലമായി കുറെ രൂപ കാണാതായിട്ടുണ്ട്. അത്യന്തം ബുദ്ധിമുട്ടുണ്ടാക്കുന്ന കോൺവോയ് ഡ്യൂട്ടിക്ക് നാട്ടുകാരെത്തന്നെ നിയോഗിക്കുന്നതിൽ ശമ്പളം കൊടുക്കുന്നതിന് ഉത്തരവാദപ്പെട്ട ഉദ്യോഗസ്ഥന്മാർക്ക് ഒരു പ്രത്യേക നിർബന്ധം തന്നെയുണ്ടുതാനും.

അപ്പോൾ, കാര്യങ്ങൾ ഒട്ടും മോശമല്ല തന്നെ! പട്ടാളക്കാർക്ക് എന്തുകൊണ്ടും ഒരു മാതൃകാപുരുഷനാണെന്ന് കണക്കാക്കപ്പെടുന്ന ബ്രിട്ടീഷ് ഭടനെക്കാൾ കൂടുതൽ അച്ചടക്കമുള്ളത് ഹിന്ദുവോ സിഖോ ആയ സൈനികനാണ്; മോഷണവാസനയും ആർത്തിയും അവർക്ക് കുറവുമാണ്! ഒറ്റയ്ക്കൊറ്റയ്ക്കുള്ള ബ്രിട്ടീഷുകാരുടെ കാര്യമാണല്ലോ ഇത്രയുംനേരം നാം പറഞ്ഞുവന്നത്. അടുത്തതായി, ബ്രിട്ടീഷ് പട്ടാളം കൂട്ടായ രീതിയിൽ കൊള്ളയടി നടത്തുന്നത് എങ്ങനെയാണെന്നുകൂടി നമുക്കൊന്ന് നോക്കാം:

> ഓരോ ദിവസം കഴിയുന്തോറും കൊള്ളമുതലിന്റെ തുക കൂടിവരികയാണ്. അതെല്ലാംകൂടി വിറ്റാൽ ആറുലക്ഷം പവൻ കിട്ടുമെന്നാണ് കണക്കാക്കപ്പെടുന്നത്. കോൺപൂർ നഗരത്തിൽ ലക്നൗവിൽനിന്ന് കൊള്ളയടിച്ച സാമാനങ്ങൾ കുമിഞ്ഞുകിടക്കുകയാണെന്നാണ് പറയുന്നത്. പൊതുസ്ഥാപനങ്ങൾക്കും സ്വകാര്യ കെട്ടിടങ്ങൾക്കും വരുത്തിയിട്ടുള്ള നാശവും വീടുകളുടെയും പറ

മ്പുകളുടെയും മൂല്യത്തിൽ ഉണ്ടായിട്ടുള്ള ഇടിവും ആളൊഴിഞ്ഞു പോകലിന്റെ ഫലങ്ങളും എല്ലാംകൂടി കണക്കാക്കാൻ പറ്റിയാൽ ഔഡിന്റെ തലസ്ഥാനത്തിന് അൻപതോ അറുപതോ ലക്ഷം പവന്റെ നഷ്ടം ഉണ്ടായിട്ടുള്ളതായി കാണാൻ കഴിയും.

ക്രൈസ്തവമത വിശ്വാസികളും പരിഷ്കൃതരും ആദർശധീരരും സൗമ്യരുമായ ഈ ബ്രിട്ടീഷ് പട്ടാളക്കാരുടെ പാഞ്ഞുകയറ്റം വച്ചുനോക്കുമ്പോൾ വെട്ടുകിളികളുടെ ഒരു പറ്റത്തെപ്പോലെ വഴിയിൽ കണ്ട സർവതും വെട്ടിവിഴുങ്ങിക്കൊണ്ട് ഓരോരോ നഗരങ്ങളുടെ മേൽ ചാടി വീണിരുന്ന ചെങ്കിസ്ഖാന്റെയും ടൈമൂറിന്റെയും കാൽമുക്ക് പട ഒരു വലിയ അനുഗ്രഹമായേ തോന്നൂ. കാരണം, ഇവർ പോയവഴിയേത്തന്നെ വേഗം അങ്ങ് പൊയ്ക്കൊള്ളുമായിരുന്നു. പക്ഷേ, സർവതും ചിട്ടയായി ചെയ്യുന്ന ഈ ഇംഗ്ലീഷുകാർ കൊള്ളമുതൽ സംഭരിക്കുന്നതിനുള്ള ഏജന്റുമാരുമായാണ് വരുന്നതുതന്നെ. ഇവർ കൊള്ളയെ വ്യവസ്ഥാപിതമാക്കുകയും കവർച്ചമുതൽ രജിസ്റ്റർ ചെയ്ത് ലേലത്തിൽ വിൽക്കുകയും ബ്രിട്ടീഷ് ധീരോദാത്തതയ്ക്ക് കിട്ടേണ്ട അംഗീകാരം ആരും പറ്റിച്ചെടുക്കാതിരിക്കാൻ കണ്ണിൽ എണ്ണയൊഴിച്ച് നോക്കിയിരിക്കുകയും ചെയ്യും. ഉഷ്ണകാല യുദ്ധത്തിന്റെ തളർച്ചയെ അതിജീവിക്കുന്നതിന് അങ്ങേയറ്റത്തെ അച്ചടക്കം ആവശ്യമായ ഒരു സന്ദർഭത്തിൽ വൻതോതിലുള്ള കവർച്ച കാരണം അച്ചടക്കമാകെത്തന്നെ അവതാളത്തിലാക്കിയിരിക്കുന്ന ഈ പട്ടാളത്തിന്റെ കഴിവുകൾ എന്തെന്നറിയാൻ നമുക്ക് ജിജ്ഞാസയോടെ കാത്തിരിക്കാം.

എന്നാൽ, ലക്നൗവിന്റെ അത്രപോലും യുദ്ധരംഗത്തിറങ്ങാൻ ഇന്ത്യക്കാർ ഇപ്പോൾ പ്രാപ്തരായിരിക്കില്ല. പക്ഷേ, അതല്ല പ്രധാന പ്രശ്നം. കലാപകാരികൾ ആദ്യം അൽപ്പമൊന്ന് ചെറുത്തു നിന്നിട്ട് ഇനിയും വളരെയൊന്നും കീഴടക്കപ്പെട്ടിട്ടില്ലാത്ത രജപുത്താനയിലേക്കോ മറ്റോ യുദ്ധരംഗം മാറ്റിയാൽ എന്ത് സംഭവിക്കുമെന്നതാണ് അതിലുമെല്ലാം പ്രധാനം. സർ കോളിൻ ക്യാമ്പ്ബെല്ലിന് എല്ലായിടങ്ങളിലും ഗ്യാരിസണുകളെ നിർത്തേണ്ടിവരുന്നു. യുദ്ധരംഗത്തെ അദ്ദേഹത്തിന്റെ സൈന്യബലം ലക്നൗവിലുണ്ടായിരുന്നതിന്റെ പകുതിയിൽ താഴെയായി ചുരുങ്ങിയിട്ടുണ്ട്. റോഹിൽഖണ്ഡ് കൈയടക്കിവയ്ക്കാൻ പുറപ്പെട്ടാൽപ്പിന്നെ യുദ്ധരംഗത്തേക്ക് പറ്റുന്ന എത്ര സൈനികരായിരിക്കും അദ്ദേഹത്തിന്റെ പക്കൽ ശേഷിച്ചിട്ടുണ്ടാവുക? ഉഷ്ണകാലം അദ്ദേഹത്തെ അഭിമുഖീകരിക്കാൻ തുടങ്ങിക്കഴിഞ്ഞു. ജൂണിൽ മഴ തുടങ്ങുന്നതോടെ സജീവമായ യുദ്ധം അവസാനിക്കുകയും കലാപകാരികൾക്ക് ശ്വാസം വിടാൻ അൽപ്പം സമയം കിട്ടുകയും ചെയ്തിരിക്കും. ഏപ്രിൽ പകുതി മുതൽ കാലാവസ്ഥ അത്യന്തം അസഹ്യമാകുന്നതോടെ രോഗബാധമൂലമുള്ള യൂറോപ്യൻ സൈനികരുടെ നഷ്ടം ദിനംപ്രതിയെന്നോണം വർധിച്ചിരിക്കും. ഇക്കഴിഞ്ഞ ശൈത്യകാലത്ത് ഇന്ത്യയിൽ ഇറക്കപ്പെട്ട യുവാക്കൾ കഴിഞ്ഞ ഉഷ്ണകാലത്ത് ഹാവ്‌ലോക്കിന്റെയും വിൽസന്റെയും കീഴിൽ

സമരം ചെയ്ത പഴമക്കാരായ യോദ്ധാക്കളെക്കാൾ വളരെ കൂടുതലായി ഉഷ്ണത്തിന്റെ പിടിയിലമരാനിടയുണ്ട്. റോഹിൽഖണ്ഡ് ലക്നൗവിനെക്കാളോ ഡൽഹിയെക്കാളോ നിർണായകമായ കേന്ദ്രമൊന്നുമല്ല. കലാപകാരികൾക്ക് കുത്തിപ്പിടിച്ചുനിന്ന് സമരം ചെയ്യാനുള്ള ശേഷി വളരെയേറെ നഷ്ടപ്പെട്ടിട്ടുണ്ടെന്നത് ശരിയാണ്. പക്ഷേ, ചിതറിക്കിടക്കുന്ന ഇന്നത്തെ രൂപത്തിൽ അവർ പഴയതിനെക്കാൾ അപകടകാരികളാണ്. വെയിലത്ത് മാർച്ച് ചെയ്യിക്കുന്നതിലൂടെ സ്വന്തം സൈന്യത്തിന് നാശമുണ്ടാക്കാൻ ഈ സ്ഥിതി ഇംഗ്ലീഷുകാരെ നിർബന്ധിതരാക്കുന്നുണ്ട്. ചെറുത്തുനിൽപ്പിന്റെ പുതിയ കേന്ദ്രങ്ങളിലേക്ക് ഒന്ന് കണ്ണോടിച്ചുനോക്കുക. പഴയ ശിപായി സൈന്യത്തിൽപ്പെട്ട അസംഖ്യമാളുകൾ ചെന്നടിഞ്ഞുകൂടിയിട്ടുള്ള റോഹിൽഖണ്ഡും, ഔഡുകാർ നിലയുറപ്പിച്ചിട്ടുള്ള ഗോഗ്രയ്ക്കപ്പുറത്തെ വടക്കുകിഴക്കൻ ഔഡും, ബുന്ദെൽഖണ്ഡിലെ കലാപകാരികളുടെ ഒരു കേന്ദ്രീകരണസ്ഥാനമായിട്ടുള്ള കാൽപ്പിയും എല്ലാം നമ്മുടെ മുന്നിലുണ്ട്. ബാറില്ലിയും കാൽപ്പിയും നിലംപതിച്ചുകഴിഞ്ഞെന്ന് അൽപ്പം ചില ആഴ്ചകൾക്കുള്ളിലോ അതിലും നേരത്തെത്തന്നെയോ നമുക്ക് കേൾക്കാൻ കഴിഞ്ഞെന്ന് വന്നേക്കാം. ഇതിൽ ആദ്യത്തേതിന് അത്ര വലിയ പ്രാധാന്യമൊന്നുമില്ല. ക്യാമ്പ്ബെല്ലിന്റെ നീക്കിവയ്ക്കാവുന്ന സൈന്യത്തെ ആകെത്തന്നെയോ ഏതാണ്ടാകെത്തന്നെയോ അവിടെ നിർത്തേണ്ടിവരുമെന്നേയുള്ളൂ. പക്ഷേ, കാൽപ്പിയുടെ കഥ അതല്ല. വളരെ പ്രധാനപ്പെട്ട ഒരു വെട്ടിപ്പിടുത്തമായിരിക്കും അത്. നാഗ്പ്പൂരിൽനിന്ന് ബുന്ദെൽഖണ്ഡിലെ ബന്ദയിലേക്ക് തന്റെ സൈന്യത്തെ നീക്കിയിട്ടുള്ള ജനറൽ വിറ്റ്ലോക്കും ഝാൻസിയിൽനിന്ന് അങ്ങോട്ടടുത്തുകൊണ്ടിരുന്ന ജനറൽ റോസും—അദ്ദേഹം കാൽപ്പി സൈന്യത്തിന്റെ മുന്നണിപ്പടയെ തോൽപ്പിച്ചുകഴിഞ്ഞു—കാൽപ്പിയെ ഭീഷണിപ്പെടുത്തിക്കൊണ്ട് നിൽക്കുകയാണ്. കാൽപ്പി പിടിക്കാൻ കഴിയുന്നതോടെ ക്യാമ്പ്ബെല്ലിന്റെ ആസ്ഥാനമായ കോൺപൂരിനുള്ള ഒരേയൊരു ഭീഷണി നീങ്ങിക്കിട്ടും. തന്മൂലം വിമുക്തരാകുന്ന പട്ടാളക്കാരെ ഉപയോഗിച്ച് അദ്ദേഹത്തിന് യുദ്ധരംഗത്തേക്കുള്ള തന്റെ സൈന്യത്തെ ശക്തിപ്പെടുത്താൻ സാധിച്ചെന്നും വന്നേക്കാം. പക്ഷേ, ഔഡ് ഒഴിപ്പിച്ചെടുക്കുന്നതിൽ കൂടുതലായി എന്തെങ്കിലും ചെയ്യാൻ അദ്ദേഹത്തിന്റെ സൈന്യം മതിയാകുമോയെന്നത് സംശയമാണ്.

അങ്ങനെ, ഇന്ത്യയിൽ ഏതെങ്കിലുമൊരിടത്ത് ഇംഗ്ലീഷുകാർ കേന്ദ്രീകരിച്ചതിൽ വച്ചേറ്റവും വലിയ ആ സൈന്യം ഇപ്പോൾ വീണ്ടും പല ദിക്കുകളിലായി ചിതറിപ്പോയിരിക്കുന്നു. സൗകര്യമായി ചെയ്യാൻ കഴിയുന്നതിലും കൂടുതൽ പ്രവർത്തനമാണ് ഈ സൈന്യത്തിന് ചെയ്തുതീർക്കാനുള്ളതും. വേനൽക്കാലത്തെ ചൂടും മഴയും കൂടി എന്തെല്ലാം നാശനഷ്ടങ്ങളാണ് വരുത്തിവയ്ക്കാൻ പോകുന്നതെന്ന് പറയാനാവില്ല. ഇന്ത്യക്കാരെ അപേക്ഷിച്ച് മനോധൈര്യത്തിൽ ഇംഗ്ലീഷുകാർ വളരെ മുൻപിലായിരിക്കാമെങ്കിലും ഇന്ത്യൻ വേനലിന്റെ കടുത്ത ചൂടിനെയും

മഴയെയും എതിർത്ത് നിൽക്കാനുള്ള ഇന്ത്യക്കാരുടെ കായികശേഷി വീണ്ടും ഇംഗ്ലീഷ് സൈന്യത്തിന്റെ നാശത്തിന് കാരണമാവുകയില്ലേ യെന്ന് സംശയിക്കേണ്ടിയിരിക്കുന്നു. ഇപ്പോൾ ഇന്ത്യയിലേക്ക് തിരിച്ചി ട്ടുള്ള ബ്രിട്ടീഷ് പട്ടാളത്തിന്റെ സംഖ്യ വളരെ തുഛമാണ്. ജൂലായ്-ആഗസ്ത് മാസങ്ങൾക്ക് മുൻപായി വളരെയധികം പോഷക സൈന്യ ങ്ങളെയൊന്നും അങ്ങോട്ടയയ്ക്കാൻ ഉദ്ദേശിക്കുന്നുമില്ല. അതുകൊണ്ട് ഒക്ടോബർ-നവംബർ മാസങ്ങൾ വരെ ക്യാമ്പ്ബെല്ലിന് അതിവേഗം ക്ഷയിച്ചുകൊണ്ടിരിക്കുന്ന തന്റെ ആ ഒരൊറ്റ സൈന്യത്തെത്തന്നെ ആശ്ര യിച്ച് പിടിച്ചുനിൽക്കേണ്ടിവരും. പക്ഷേ, ഇതിനിടയിൽ, രജപുത്താന യിലും മറാഠാദേശത്തും കലാപം സൃഷ്ടിക്കാൻ ഇന്ത്യൻ കലാപകാരി കൾക്ക് കഴിഞ്ഞാലത്തെ സ്ഥിതി എന്തായിരിക്കും? സിഖുകാരും കലാ പത്തിനൊരുങ്ങിയാലത്തെ സ്ഥിതി എന്തായിരിക്കും? ബ്രിട്ടീഷ് പട്ടാള ത്തിൽ അവരുടെ സംഖ്യ എൺപതിനായിരത്തോളമുണ്ട്. എല്ലാ വിജയ ങ്ങളും തങ്ങൾ കൈവരിച്ചിട്ടുള്ളതാണെന്നാണ് അവർ അവകാശപ്പെടു ന്നത്. അവരുടെ മനോഭാവം ബ്രിട്ടീഷുകാർക്ക് അത്ര അനുകൂലവുമല്ല.

മൊത്തത്തിൽ നോക്കുമ്പോൾ, ബ്രിട്ടീഷുകാർക്ക് ഇന്ത്യയിൽ കുറ ഞ്ഞത് ഒരു ശീതകാലത്തെ യുദ്ധംകൂടിയെങ്കിലും നടത്തേണ്ടിവരും. ഇതാ കട്ടെ, ഇംഗ്ലണ്ടിൽനിന്നുള്ള മറ്റൊരു സൈന്യംകൂടി ഇല്ലാതെ നടത്തിക്കൊ ണ്ടുപോകാൻ സാധിക്കുകയുമില്ല.

(1858 ജൂൺ 4-നോടടുപ്പിച്ച് എഴുതിയത്. 1858 ജൂൺ 26-ലെ 5361-ാം ലക്കം *ന്യൂയോർക്ക് ഡെയ്‌ലി ട്രിബ്യൂണിൽ* ഒരു മുഖലേഖനമായി പ്രസി ദ്ധീകരിക്കപ്പെട്ടു).

ഇന്ത്യയിലെ നികുതികൾ

കാൾ മാർക്സ്

ലണ്ടൻ പത്രികകളുടെ അഭിപ്രായത്തിൽ അടുത്ത കാലത്തായി സ്റ്റോക്ക് മാർക്കറ്റിൽ ഇന്ത്യൻ സ്റ്റോക്കിന്റെയും റെയിൽവേ കടപ്പത്രങ്ങളുടെയും വില ഇടിയുന്ന ഒരു പ്രവണതയാണ് കണ്ടുവരുന്നത്. ഇത് ഇന്ത്യയിൽ നടക്കുന്ന ഒളിപ്പോരിന്റെ സ്ഥിതിയെപ്പറ്റി ജോൺബുൾ പുറത്ത് പറയാൻ താൽപ്പര്യപ്പെടുന്ന ശുഭാപ്തിവിശ്വാസത്തെ ഒരു വിധത്തിലും ശരിവയ്ക്കുന്നില്ല. എന്തായാലും, ഇന്ത്യൻ ധനാഗമ മാർഗങ്ങളുടെ ഇലാസ്തികതയെപ്പറ്റിയുള്ള ഒരു ഉറച്ച അവിശ്വാസത്തെയാണ് ഇത് പ്രകടമാക്കുന്നത്. ഇക്കാര്യത്തിൽ രണ്ട് എതിർചിന്താഗതികൾ ആവിഷ്കരിക്കപ്പെടുന്നുണ്ട്. ഇന്ത്യയിലെ നികുതികൾ മറ്റേത് രാജ്യത്തിലേതിനെയുംകാൾ ദുർഭരവും ദുസ്സഹവുമാണെന്നാണ് ഒരു കൂട്ടർ പറയുന്നത്. മിക്ക പ്രസിഡൻസികളിലും, വിശേഷിച്ചും ഏറ്റവുമധികം കാലം ബ്രിട്ടീഷ് ഭരണം നിലവിൽ നിന്നിട്ടുള്ള പ്രസിഡൻസികളിൽ, ജനസംഖ്യയിലെ ബഹുഭൂരിപക്ഷമായ കർഷകർ തീർത്താൽ തീരാത്ത ദുരിതത്തിലും നിരാശയിലും ആണ്ടാണ് കഴിയുന്നതെന്നും, അതിനാൽ ഇന്ത്യയിലെ കരംപിരിവ് അതിന്റെ പരമസീമയിലെത്തിയിട്ടുണ്ടെന്നും, അക്കാരണത്താൽ ഇന്ത്യൻ ധനസ്ഥിതി ഇനി മെച്ചപ്പെടാൻ മാർഗമൊന്നുമില്ലെന്നുമാണ് ഇക്കൂട്ടർ പറയുന്നത്. അടുത്ത കുറെക്കൊല്ലക്കാലത്തേക്ക് അസാധാരണമായ ഇന്ത്യൻ ചെലവ് മാത്രം പ്രതിവർഷം രണ്ടുകോടി പവനിലധികമായിരിക്കുമെന്ന് മി. ഗ്ലാഡ്സ്റ്റൺ പ്രസ്താവിക്കുന്ന ഈ അവസരത്തിൽ ഇത് ഒട്ടും കേൾക്കാൻ സുഖമുള്ള ഒരു അഭിപ്രായമല്ല. അതേസമയം, മറുവശത്തുള്ളവർ പറയുന്നത് ലോകത്തിലെ ഏറ്റവും

നികുതികുറഞ്ഞ രാജ്യം ഇന്ത്യയാണെന്നാണ്. ഈ പ്രസ്താവനയ്ക്ക് ഉപോൽബലകമായി അനവധി സ്ഥിതിവിവരക്കണക്കുകൾ ഉദ്ധരിക്കപ്പെടുന്നുണ്ട്. അതിനാൽ, ചെലവ് കൂടുന്നതനുസരിച്ച് വരവും കൂടുമെന്നാണ് ഇക്കൂട്ടർ പറയുന്നത്. ഇന്ത്യക്കാർക്ക് ഇനി പുതിയ നികുതികളൊന്നും വഹിക്കാൻ കഴിവില്ലെന്ന് പറയുന്നത് വെറുതെയാണെന്നും ഇവർ വാദിക്കുന്നുണ്ട്. 'കേൾക്കാൻ സുഖമില്ലാത്ത' ആദ്യത്തെ സിദ്ധാന്തത്തിന്റെ ഏറ്റവും മികച്ച വക്താവായി കണക്കാക്കാവുന്ന മി. ബ്രൈറ്റ് പുതിയ ഇന്ത്യാ ഗവൺമെന്റ് ബില്ലിന്റെ രണ്ടാം വായനയ്ക്കിടയിൽ ചെയ്ത പ്രസ്താവനയാണ് ചുവടെ ചേർക്കുന്നത്:

> ഇന്ത്യൻ ഗവൺമെന്റിന് ഇന്ത്യക്കാരിൽനിന്ന് പിഴിഞ്ഞെടുക്കാൻ കഴിഞ്ഞതിൽ കൂടുതൽ ഇന്ത്യയുടെ ഭരണത്തിനായി ചെലവിടേണ്ടിവന്നിട്ടുണ്ട്. എന്നാൽ, നികുതി ചുമത്തുന്നതിലോ പിരിക്കുന്നതിലോ ഗവൺമെന്റിന് എന്തെങ്കിലും തത്വദീക്ഷ ഉണ്ടായിരുന്നെന്ന് പറയാൻ സാധ്യവുമല്ല. ഇന്ത്യയുടെ ഭരണത്തിന് മൂന്നുകോടിയിലധികം പവൻ ചെലവായി. കാരണം, മൊത്തം റവന്യൂ അത്രയുമായിരുന്നു. പക്ഷേ, ഇതിൽ എപ്പോഴും കമ്മിയുണ്ടായിരുന്നു. കൂടിയ പലിശയ്ക്കുള്ള വായ്പകളിലൂടെ ഈ കമ്മി നികത്തേണ്ടതുണ്ടായിരുന്നു. ഇന്ത്യയുടെ ഇപ്പോഴത്തെ കടബാധ്യത ആറുകോടി പവനാണ്. ഇത് വർധിച്ചുകൊണ്ടിരിക്കുകയുമാണ്. അതേസമയം ഗവൺമെന്റിലുള്ള കടക്കാരുടെ വിശ്വാസം നശിച്ചുകൊണ്ടിരിക്കുകയാണ്. ഒന്നോ രണ്ടോ അവസരങ്ങളിൽ കടക്കാരോട് അന്തസ്സായി പെരുമാറാതിരുന്നതാണ് ഇതിനുള്ള ഭാഗികമായ കാരണം. ഇന്ത്യയിൽ സമീപകാലത്തുണ്ടായ അനിഷ്ടസംഭവങ്ങൾ കാരണം ഈ അവിശ്വാസം ഇപ്പോൾ ഒന്നുകൂടി വർധിച്ചിരിക്കുകയാണ്. മൊത്തം റവന്യൂവിനെപ്പറ്റി സൂചിപ്പിക്കുകയുണ്ടായെങ്കിലും ഇതിൽ കറുപ്പിൽനിന്നുള്ള റവന്യൂകൂടി ഉൾപ്പെടുന്നതിനാൽ—ഇത് ഇന്ത്യക്കാരുടെ മേലുള്ള ഒരു നികുതിയാണെന്ന് പറയുക പ്രയാസവുമാണ്—യഥാർഥത്തിൽ ഇന്ത്യക്കാരുടെ മേൽ അടിച്ചേൽപ്പിക്കപ്പെട്ടിട്ടുള്ള നികുതി രണ്ടരക്കോടി പവനാണെന്ന് കണക്കാക്കാം. എന്നാൽ, ഈ രണ്ടരക്കോടി പവനെ ഈ രാജ്യത്തുനിന്ന് പിരിച്ചെടുത്ത ആറുകോടി പവനുമായി താരതമ്യപ്പെടുത്തരുത്. ഇംഗ്ലണ്ടിൽ ഒരു ദിവസത്തെ അധ്വാനംവാങ്ങാൻ നൽകുന്ന സ്വർണമോ വെള്ളിയോ കൊണ്ട് ഇന്ത്യയിൽ പന്ത്രണ്ട് ദിവസത്തെ അധ്വാനം വാങ്ങാൻ കഴിയുമെന്ന സംഗതി ഈ സഭയ്ക്ക് ഓർമയുണ്ടായിരിക്കണം. ഇന്ത്യയിൽ അധ്വാനം വാങ്ങാനായി ചെലവിട്ട ഈ രണ്ടരക്കോടികൊണ്ട് ഇംഗ്ലണ്ടിൽ 30 കോടി പവന് വാങ്ങാവുന്നത്ര അധ്വാനം ലഭ്യമാണ്. ഒരു ഇന്ത്യക്കാരന്റെ അധ്വാനത്തിന് എന്ത് വിലയുണ്ടെന്ന് ചോദിച്ചേക്കാം. ഒരു ഇന്ത്യക്കാരന്റെ ഒരു ദിവ

> സത്തെ അധ്വാനത്തിന് രണ്ടുപെനി വിലയേയുള്ളൂന്ന് സമ്മതിക്കാം. പക്ഷേ, അപ്പോൾ, അവനിൽനിന്ന് രണ്ട് ഷില്ലിങ് വരുമാനമനുസരിച്ചുള്ള നികുതി പ്രതീക്ഷിക്കാനാവില്ലല്ലോ. ഇംഗ്ലണ്ടിലും അയർലൻഡിലും കൂടിയുള്ള ജനസംഖ്യ മൂന്നുകോടിയും ഇന്ത്യയിലെ ജനസംഖ്യ പതിനഞ്ച് കോടിയുമാണ്. ഇവിടെ നാം ആറു കോടി പവൻ നികുതിയായി പിരിച്ചു. ഇന്ത്യക്കാരുടെ പ്രതിദിന അധ്വാനം വച്ച് നോക്കിയാൽ അവിടെനിന്ന് മുപ്പതുകോടി പവൻ, അതായത് ഇന്നാട്ടിൽനിന്ന് പിരിച്ചതിന്റെ അഞ്ചുമടങ്ങ്, റവന്യുവായി നമുക്ക് കിട്ടിയിട്ടുണ്ട്. ഇന്ത്യയിലെ ജനസംഖ്യ ബ്രിട്ടീഷ് സാമ്രാജ്യത്തിലേതിന്റെ അഞ്ച് മടങ്ങാണെന്നതിന്റെ അടിസ്ഥാനത്തിൽ ഇന്ത്യയിലെയും ഇംഗ്ലണ്ടിലെയും പ്രതിശീർഷനികുതി ഏതാണ്ടൊന്ന് തന്നെയാണെന്നും അതുകൊണ്ട് അവരുടെ മേൽ അത്ര വലിയ ഭാരമൊന്നും അടിച്ചേൽപ്പിച്ചിട്ടില്ലെന്നും വേണമെങ്കിൽ പറയാമായിരിക്കാം. പക്ഷേ, ഇംഗ്ലണ്ടിൽ യന്ത്രത്തിന്റെയും ആവിയുടെയും ഗതാഗതസൗകര്യങ്ങളുടെയും അങ്ങനെ മൂലധനവും മനുഷ്യന്റെ കണ്ടുപിടിത്തവും മുഖേന വ്യവസായത്തിന് നൽകാവുന്ന സഹായത്തിന്റെ ആകെയും ശക്തിയുണ്ട്. ഇന്ത്യയിൽ അങ്ങനെയുള്ള യാതൊന്നുമില്ല. ഇന്ത്യയൊട്ടാകെയെടുത്താൽപ്പോലും കൊള്ളാവുന്ന ഒരൊറ്റ റോഡ് കണ്ടുകിട്ടില്ല.

ഇന്ത്യയിലെ നികുതിയെ ബ്രിട്ടനിലെ നികുതിയുമായി ഇപ്രകാരം താരതമ്യപ്പെടുത്തുന്നതിൽ എന്തോ ഒരു അസാംഗത്യമുണ്ടെന്ന് സമ്മതിക്കേണ്ടിവരും. ഇന്ത്യയിലെ ജനസംഖ്യ ബ്രിട്ടനിലേതിന്റെ അഞ്ചിരട്ടിയും ഇന്ത്യൻ നികുതി ബ്രിട്ടനിലേതിന്റെ പകുതിയുമാണ്. ഇന്ത്യയിലെ അധ്വാനത്തിന് ബ്രിട്ടനിലെ അധ്വാനത്തിന്റെ പന്ത്രണ്ടിലൊന്നേ ചെലവ് വരൂ എന്നും മി. ബ്രൈറ്റ് പറയുന്നുണ്ട്. ആയതിനാൽ, ഇന്ത്യയിലെ മൂന്നു കോടി പവൻ നികുതി ബ്രിട്ടനിൽനിന്ന് വാസ്തവത്തിൽ കിട്ടിയിട്ടുള്ള ആറുകോടിക്ക് പകരം മുപ്പത് കോടിക്ക് സമമായി കണക്കാക്കണമെന്നും അദ്ദേഹം പറയുന്നുണ്ട്. പക്ഷേ, ഇതിൽനിന്ന് അദ്ദേഹം എത്തിച്ചേരേണ്ടിയിരുന്ന നിഗമനം എന്താണ്? ഇന്ത്യക്കാരുടെ ആപേക്ഷിക ദാരിദ്ര്യം കണക്കിലെടുത്തുകൊണ്ട് പതിനഞ്ചുകോടി ഇന്ത്യക്കാർ വഹിക്കുന്ന മൂന്നുകോടി പവൻ നികുതിയുടെ ഭാരം മൂന്നുകോടി ബ്രിട്ടീഷുകാർ വഹിക്കുന്ന ആറുകോടി പവന്റെ ഭാരത്തിന് സമമാണെന്ന് സങ്കൽപ്പിച്ചാലും സംഖ്യാബലപ്രകാരം ഇന്ത്യക്കാർ നൽകുന്ന നികുതി ഗ്രേറ്റ് ബ്രിട്ടനിലെ ആളുകൾ നൽകുന്ന നികുതിക്ക് സമമാണെന്ന നിഗമനത്തിലാണ് അദ്ദേഹം എത്തിച്ചേരേണ്ടിയിരുന്നത്. അദ്ദേഹത്തിന്റെ സങ്കൽപ്പം അപ്രകാരമായിരിക്കെ, ഒരു ദരിദ്രജനതയ്ക്ക് ഒരു ധനികജനതയുടെ അത്രതന്നെ നികുതി നൽകാൻ കഴിവില്ലെന്ന് പറയുന്നത് തീർച്ചയായും തെറ്റാണ്. എന്തുകൊണ്ടെന്നാൽ, ഇന്ത്യക്കാരൻ നൽകുന്ന നികുതി ബ്രിട്ടീഷുകാരൻ നൽകുന്നതിന് സമമാണെന്ന് പറയുമ്പോൾത്തന്നെ ഇന്ത്യക്കാരുടെ

ആപേക്ഷിക ദാരിദ്ര്യം കണക്കിലെടുത്തുകഴിഞ്ഞിട്ടുണ്ട്. പക്ഷേ, ഇവിടെ സത്യത്തിൽ ഉന്നയിക്കാവുന്ന മറ്റൊരു ചോദ്യമുണ്ട്. പ്രതിദിനം പന്ത്രണ്ട് ഡോളർ വരുമാനമുള്ള ഒരാൾക്ക് ഒരു ഡോളർ നൽകാൻ കഴിയുന്ന അതേ ലാഘവത്തോടെ പന്ത്രണ്ട് സെന്റ് പ്രതിദിനവരുമാനമുള്ള ഒരാൾക്ക് ഒരുസെന്റ് നൽകാൻ പറ്റുമോ എന്ന് ന്യായമായി ചോദിക്കാവുന്നതാണ്. ഇരുവരും ആപേക്ഷികമായി അവരുടെ വരുമാനത്തിന്റെ ഒരേ വീതാംശമായിരിക്കും നൽകുന്നതെങ്കിലും അവരുടെ യഥാക്രമമുള്ള ആവശ്യങ്ങളിന്മേൽ നികുതിഭാരത്തിന്റെ അനുപാതം വ്യത്യസ്തമായിരിക്കും. എന്നാൽ, മി. ബ്രൈറ്റ് ഈ രീതിയിൽ ചോദ്യം ഉന്നയിച്ചിട്ടില്ല. അങ്ങനെ ഉന്നയിച്ചിരുന്നെങ്കിൽ, ബ്രിട്ടീഷ് കൂലിവേലക്കാരൻ വഹിക്കുന്ന നികുതിഭാരവും ബ്രിട്ടീഷ് മുതലാളി വഹിക്കുന്ന നികുതിഭാരവും തമ്മിലുള്ള വ്യത്യാസം ഇന്ത്യൻ നികുതിയും ബ്രിട്ടീഷ് നികുതിയും തമ്മിലുള്ള വ്യത്യാസത്തെക്കാൾ കൂടുതൽ സ്പഷ്ടമാകുമായിരുന്നേനെ. കൂടാതെ, മൂന്നുകോടി പവന്റെ ഇന്ത്യൻ നികുതിയിൽനിന്ന് കറപ്പിന്റെ ഇനത്തിൽ കിട്ടുന്ന അരക്കോടി കുറയ്ക്കേണ്ടതാണെന്ന് അദ്ദേഹംതന്നെ സമ്മതിക്കുന്നുണ്ടല്ലോ. കാരണം, ഇത് ശരിക്കുപറഞ്ഞാൽ, ഇന്ത്യക്കാരുടെ മേലുള്ള ഒരു നികുതിഭാരത്തെക്കാൾ ചൈനീസ് ഉപഭോക്താവിൽനിന്ന് ഈടാക്കുന്ന ഒരു കയറ്റുമതിച്ചുങ്കമാണ്. ഇതിനു പുറമെ, 1.6 കോടി പവന്റെ വരുമാനം ഭൂനികുതിയിൽ നിന്നുള്ളതാണെന്ന വസ്തുതയും ആംഗ്ലോ-ഇന്ത്യൻ ഭരണത്തിന്റെ വക്താക്കൾ നമ്മെ അനുസ്മരിപ്പിക്കുന്നുണ്ട്. അതായത് പാട്ടത്തിന്റെ ഇനത്തിലുള്ളതാണ് ഈ വരുമാനം എന്നർഥം. ഇതാകട്ടെ, ചിരപുരാതനകാലം മുതൽക്കേ പരമജന്മിയെന്ന നിലയ്ക്ക് സ്റ്റേറ്റിന് കിട്ടിവന്നിട്ടുള്ളതുമാണ്. അത് ഒരിക്കലും കൃഷിക്കാരന്റെ സ്വകാര്യസമ്പാദ്യത്തിന്റെ ഭാഗമായിരുന്നില്ല. സത്യത്തിൽ, ബ്രിട്ടീഷ് കർഷകർ ബ്രിട്ടീഷ് പ്രഭുക്കൾക്ക് നൽകുന്ന പാട്ടം ബ്രിട്ടീഷ് നികുതിയിനത്തിൽപ്പെടാത്തതുപോലെതന്നെ ഇതും ഒരുതരത്തിലും നികുതിയുടെ ഭാഗമാകുന്നില്ല. അങ്ങനെ ഈ വീക്ഷണമനുസരിച്ച് ഇന്ത്യൻ നികുതിയുടെ സ്ഥിതി ഇപ്രകാരമായിരിക്കും:

മൊത്തം പിരിഞ്ഞു കിട്ടിയ സംഖ്യ	3,00,00,000 പവൻ
കറപ്പിന്റെ ഇനത്തിൽ കിഴിക്കേണ്ടത്	50,00,000 പവൻ
ഭൂനികുതി ഇനത്തിൽ കിഴിക്കേണ്ടത്	1,60,00,000 പവൻ
ശരിയായ നികുതി	90,00,000 പവൻ

ഈ 90 ലക്ഷം പവനിൽത്തന്നെപെടുന്ന തപാൽ, മുദ്രപ്പത്രം, തീരുവ തുടങ്ങിയ ചില പ്രധാന ഇനങ്ങൾ ബഹുജനങ്ങളുടെമേൽ അഗണ്യമായ തോതിൽ മാത്രമേ ഒരു ഭാരമായിത്തീരുന്നുള്ളൂ. ഇതെല്ലാം വച്ചു നോക്കുമ്പോൾ ഇന്ത്യക്കാരിൽ നിന്നുള്ള മൊത്തം റവന്യൂവിൽ നികുതിയിനത്തിലുള്ളത്, അതായത്, ജനങ്ങളുടെ യഥാർഥ വരുമാനത്തിൽനിന്നുള്ളത്, അഞ്ചിലൊന്നിൽ അധികമില്ലെന്ന് തെളിയിക്കാൻ സമീപകാലത്ത് ഇന്ത്യയുടെ ധനസ്ഥിതിയെപ്പറ്റി ബ്രിട്ടീഷ് സ്റ്റാറ്റിസ്റ്റിക്കൽ

സൊസൈറ്റി മുമ്പാകെ സമർപ്പിച്ച ഒരു പ്രബന്ധത്തിൽ പാർലമെന്ററി രേഖകളും മറ്റും ഉദ്ധരിച്ചുകൊണ്ട് മി. ഹെൻഡ്രിക്സ് ഒരു ശ്രമം നടത്തിയിട്ടുണ്ട്. മൊത്തം റവന്യുവിൽ നികുതിയിനത്തിൽ കിട്ടുന്നത് ബംഗാളിൽനിന്ന് 27 ശതമാനവും പഞ്ചാബിൽനിന്ന് 23 ശതമാനവും മദ്രാസിൽനിന്ന് 21 ശതമാനവും വടക്കുപടിഞ്ഞാറൻ പ്രവിശ്യകളിൽനിന്ന് 17 ശതമാനവും ബോംബെയിൽനിന്ന് 16 ശതമാനവും മാത്രമാണ്.

മി. ഹെൻഡ്രിക്സിന്റെ പ്രബന്ധത്തിൽ 1855-56 വർഷങ്ങളിൽ ഇന്ത്യയിലും ഗ്രേറ്റ് ബ്രിട്ടനിലുമുണ്ടായിരുന്ന ആളോഹരി ശരാശരി നികുതിയുടെ ഒരു തുലനാത്മക കണക്കും കൊടുത്തിട്ടുണ്ട്:

	പ്രതിശീർഷ റവന്യു പ.ഷി.പെ.	ശരിയായ നികുതി പ.ഷി.പെ.
ബംഗാൾ	0 5 0	0 1 4
വടക്കുപടിഞ്ഞാറൻ പ്രവിശ്യകൾ	0 3 5	0 0 7
മദ്രാസ്	0 4 7	0 1 0
ബോംബെ	0 8 3	0 1 4
പഞ്ചാബ്	0 3 3	0 0 9
ഗ്രേറ്റ് ബ്രിട്ടൻ	1 0 0	0 10 0

ദേശീയ റവന്യുവിലേക്ക് ഒരു വ്യക്തി നൽകുന്ന ശരാശരി സംഖ്യയുടെ മറ്റൊരു വർഷത്തിലെ കണക്ക് ജനറൽ ബ്രിഗ്സും അവതരിപ്പിക്കുന്നുണ്ട്:

ഇംഗ്ലണ്ടിൽ, 1852	1 19 4
ഫ്രാൻസിൽ	1 12 0
പ്രഷ്യയിൽ	0 19 3
ഇന്ത്യയിൽ, 1854	0 3 8 1/2

ഇന്ത്യയുടെ ആപേക്ഷികദാരിദ്ര്യം കണക്കിലെടുത്താലും ഇന്ത്യയെപ്പോലെ നികുതിഭാരം കുറവുള്ള മറ്റൊരു രാജ്യവും യൂറോപ്പിലില്ലെന്ന് ഈ കണക്കുകൾകൊണ്ട് സ്ഥാപിക്കാനാണ് ബ്രിട്ടീഷ് ഭരണത്തിന്റെ മാപ്പുസാക്ഷികളുടെ ശ്രമം. ഇപ്രകാരം നോക്കുമ്പോൾ, ഇന്ത്യൻ നികുതിയെപ്പറ്റിയുള്ള അഭിപ്രായങ്ങൾ മാത്രമല്ല, അവയ്ക്കാധാരമായെടുക്കുന്ന വസ്തുതകളും പരസ്പരവിരുദ്ധങ്ങളാണെന്ന് കാണാൻ കഴിയും. നാമമാത്രമായ ഈ ഇന്ത്യൻ നികുതി താരതമ്യേന വളരെ തുഛമാണെന്ന് നമുക്കും സമ്മതിക്കാം. പക്ഷേ, പുറമേക്ക് ലഘുവെന്ന് തോന്നുന്ന ഈ നികുതി തന്നെയും ഇന്ത്യയിലെ സാമാന്യജനങ്ങളെ ഞെരിച്ചമർത്തുന്ന ഒന്നാണെന്നും, അത് ഈടാക്കാൻ മർദനം പോലുള്ള കുത്സിതനടപടികൾ ആവശ്യമാണെന്നും സംശയാതീതമായി തെളിയിക്കുന്ന എത്രയെത്ര തെളിവുകൾ വേണമെങ്കിലും പാർലമെന്ററി രേഖകളിൽ നിന്നും ഇന്ത്യൻ കാര്യങ്ങളിൽ ഏറ്റവും പ്രാമാണികരായ എഴുത്തുകാരുടെ കൃതികളിൽനിന്നും എടുത്ത് ഹാജരാക്കാനും നമുക്ക് കഴിയും. തെളിവ് തേടി

ദൂരെയെങ്ങും പോകേണ്ടതില്ല. അനുദിനം വർധിച്ചുകൊണ്ടിരിക്കുന്ന ഇന്ത്യയുടെ കടബാധ്യതയുടെയും കുമിഞ്ഞു കൂടിക്കൊണ്ടിരിക്കുന്ന ഇന്ത്യൻ കമ്മിയുടെയും കണക്കുകൾ മാത്രം ശ്രദ്ധിച്ചാൽ മതിയല്ലോ. ജനങ്ങളുടെ മടിശീലയിൽ മുറുക്കിപ്പിടിക്കാൻ ഇഷ്ടപ്പെടാത്തതുകൊണ്ടാണ് ഇന്ത്യൻ ഗവൺമെന്റ് കടവും കമ്മിയും കുമിഞ്ഞുകൂടാൻ അനുവദിക്കുന്നതെന്ന് ആരും വാദിക്കുകയില്ലെന്ന് പ്രതീക്ഷിക്കാം. വരവുചെലവുകൾ സമമാക്കിക്കൊണ്ടുപോകാൻ മറ്റ് യാതൊരു മാർഗവും കാണാത്തതുകൊണ്ട് മാത്രമാണ് ഗവൺമെന്റ് കടത്തിൽ മുങ്ങാൻ തയാറാകുന്നത്. 1805-ൽ ഇന്ത്യൻ കടബാധ്യത 2,56,26,631 പവനായിരുന്നു. 1829-ൽ ഇത് ഏകദേശം 3,40,00,000 പവനായും 1850-ൽ 4,71,51,018 പവനായും വർധിച്ചു. ഇപ്പോഴത്തെ കടം 6,00,00,000 പവനാണ്. കൂട്ടത്തിൽ പറയട്ടെ, ഇംഗ്ലണ്ടിൽനിന്ന് എടുത്തിട്ടുള്ള ഈസ്റ്റ് ഇന്ത്യാ വായ്പ ഇതിൽ ചേർത്തിട്ടില്ല. അതും ഈസ്റ്റ് ഇന്ത്യാ റവന്യൂവിൽ നിന്നുതന്നെ കൊടുത്തുതീർക്കേണ്ടതാണ്.

1805-ൽ ഇരുപത്തിയഞ്ച് ലക്ഷമായിരുന്ന വാർഷിക കമ്മി ഡൽഹൗസി പ്രഭുവിന്റെ ഭരണകാലമായപ്പോഴേക്ക് ശരാശരി അമ്പതുലക്ഷമായി വർധിച്ചു. ആംഗ്ലോ-ഇന്ത്യൻ ഭരണത്തിന് എതിരെന്ന് ആർക്കും കുറ്റപ്പെടുത്താനാവാത്ത മി. ജോർജ് ക്യാമ്പ്ബെൽ എന്ന ബംഗാൾ സിവിൽ സർവീസ് ഉദ്യോഗസ്ഥനുപോലും 1852-ൽ ഇപ്രകാരം സമ്മതിക്കേണ്ടിവന്നു:

> ഇന്ത്യയിൽ നമുക്ക് കഴിഞ്ഞിട്ടുള്ളത്ര പൂർണമായ അധീശത്വം സ്ഥാപിക്കാനും ചോദ്യം ചെയ്യാനാവാത്ത സാർവത്രികമായ അധികാരം നിലനിർത്താനും മുമ്പത്തെ പൗരസ്ത്യ വെട്ടിപ്പിടിത്തക്കാരിൽ ആർക്കും കഴിഞ്ഞിട്ടില്ലെങ്കിലും അവരെല്ലാം ഇന്നാട്ടിൽ നിന്നുള്ള വരുമാനംകൊണ്ട് കൊഴുത്തുതടിച്ചിട്ടുണ്ട്. എന്നുമാത്രമല്ല, തങ്ങളുടെ വമ്പിച്ച വരുമാനത്തിൽ നിന്നുള്ള ഗണ്യമായ സംഖ്യകൾ ജനോപകാരപ്രദങ്ങളായ പദ്ധതികൾക്കായി അവർ ചെലവിട്ടിട്ടുമുണ്ട്... ഇതുചെയ്യാൻ നമുക്ക് നിവൃത്തിയില്ല... ജനങ്ങളുടെ ഭാരം ഒരുവിധത്തിലും കുറഞ്ഞിട്ടില്ലെങ്കിലും (ഇംഗ്ലീഷ് ഭരണത്തിൻകീഴിൽ) നമ്മുടെ പക്കൽ യാതൊരു മിച്ചവുമില്ല.

നികുതിഭാരം കണക്കാക്കുമ്പോൾ അതിന്റെ നാമമാത്രമായ തുകയ്ക്ക് അത് പിരിക്കുന്നതിന്റെ രീതിയെയും അത് ചെലവിടുന്ന രീതിയെയുംകാൾ കൂടുതൽ പ്രാധാന്യം കൽപ്പിക്കരുത്. ഇന്ത്യയിൽ കരംപിരിവ് രീതി ഏറ്റവും വെറുക്കപ്പെട്ട ഒന്നാണ്; പ്രത്യേകിച്ചും ഭൂനികുതിയുടെ രംഗത്ത്. കിട്ടുന്നതിൽ കൂടുതൽ ഉൽപ്പന്നങ്ങൾ ഇവിടെ പാഴാക്കുകയാണ് ചെയ്യുന്നത്. നികുതിയായി പിരിക്കുന്ന സംഖ്യയുടെ ഉപയോഗത്തെപ്പറ്റിയാണെങ്കിൽ, അതിൽനിന്ന് ചെറിയൊരംശംപോലും ജനോപകാരപ്രദങ്ങളായ പദ്ധതികളുടെ രൂപത്തിൽ അവർക്ക് മടക്കിക്കൊടുക്കുന്നില്ലെ

ന്നും ഇത്തരം പദ്ധതികളാകട്ടെ മറ്റേത് സ്ഥലത്തേയുംകാൾ കൂടുതൽ ആവശ്യമായിട്ടുള്ളത് ഏഷ്യാറ്റിക് രാജ്യങ്ങളിലാണുതാനും — മി. ബ്രൈറ്റ് ശരിയായിത്തന്നെ പ്രസ്താവിച്ചിട്ടുള്ളതുപോലെ, ഭരണാധികാരി വർഗ ത്തിനുവേണ്ടി ഇത്രയേറെ പണം ദുർവ്യയം ചെയ്യപ്പെട്ട മറ്റൊരു സ്ഥല വുമില്ലെന്നും പറയുമ്പോൾത്തന്നെ സംഗതി ഏറെക്കുറെ വ്യക്തമാകു മല്ലോ.

(1858 ജൂൺ 29-ന് എഴുതിയത്. 1858 ജൂലായ് 23-ലെ 5383-ാം ലക്കം *ന്യൂയോർക്ക് ഡെയ്‌ലി ട്രിബ്യൂണിൽ* ഒരു മുഖലേഖനമായി പ്രസിദ്ധീക രിക്കപ്പെട്ടു).

ഇന്ത്യൻ സൈന്യം

ഫ്രെഡറിക് എംഗൽസ്

ഇന്ത്യയിലെ യുദ്ധത്തിന്റെ ആസന്നവും ഏറ്റവും വിപൽക്കരവുമായ അടുത്തപടി യാതൊരു ക്രമവുമില്ലാത്ത ഒരു ഒളിപ്പോർ യുദ്ധമായിരിക്കുമെന്ന് ഞങ്ങൾ പലവുരു ചൂണ്ടിക്കാട്ടിയിട്ടുള്ളതാണല്ലോ. ആ ഘട്ടത്തിലേക്ക് തന്നെയാണ് അത് ഇപ്പോൾ പതുക്കെപ്പതുക്കെ നീങ്ങിക്കൊണ്ടിരിക്കുന്നത്. നേർക്കുനേരെ നിന്നുള്ള പോരാട്ടങ്ങളിലും പട്ടണങ്ങളുടെയും ഭദ്രമാക്കപ്പെട്ട ക്യാമ്പുകളുടെയും പ്രതിരോധത്തിലും നേരിട്ട തുടർച്ചയായ പരാജയങ്ങൾക്കുശേഷം കലാപസൈന്യങ്ങൾ ക്രമേണ ചെറിയ ചെറിയ ദളങ്ങളായി പിരിഞ്ഞുകൊണ്ടിരിക്കുകയാണ്. ഓരോ ദളത്തിലും രണ്ടായിരം മുതൽ ആറായിരമോ എണ്ണായിരമോ വരെ ആളുകളാണുള്ളത്. ഒരതിരുവരെ പരസ്പരബന്ധമില്ലാതെയാണ് ഈ ദളങ്ങൾ പ്രവർത്തിക്കുന്നതെങ്കിലും ഓർക്കാപ്പുറത്ത് ചെന്ന് ആക്രമിക്കാൻ പറ്റുന്ന ഏതൊരു ബ്രിട്ടീഷ് ദളത്തിനുമെതിരായി ഹ്രസ്വകാലത്തേക്ക് ഒന്നിക്കാൻ അവർ എല്ലായ്പ്പോഴും തയാറാണ്. സർ സി. ക്യാമ്പ്ബെല്ലിന്റെ സക്രിയമായ ഫീൽഡ് സൈന്യത്തെ എൺപത് മൈൽ അകലെയുള്ള ലക്നൗവിൽനിന്ന് ബാറില്ലിയിലെത്താൻ നിർബന്ധിതമാക്കിയതിനുശേഷം ഒരൊറ്റ നിറപോലുമൊഴിക്കാതെ അവിടം വിട്ടുപോയതായിരുന്നു പ്രധാന കലാപസൈന്യത്തെ സംബന്ധിച്ചിടത്തോളമുള്ള ഏറ്റവും വലിയ വഴിത്തിരിവ്. നാട്ടുകാരുടെ രണ്ടാമത്തെ ഏറ്റവും വലിയ സൈന്യം കാൽപ്പിവിട്ടുപോയതും ഇത്രതന്നെ പ്രധാനമായിരുന്നു. രണ്ടിടങ്ങളിലും പ്രതിരോധസാധ്യതയുള്ള അവസാനത്തെ കേന്ദ്രതാവളം കൈയൊഴിക്കപ്പെട്ടു. പിന്നീട് ഒരു സൈന്യമെന്ന നിലയ്ക്കുള്ള യുദ്ധം അസാധ്യമാകയാൽ

കലാപകാരികൾ ചെറുദളങ്ങളായി പിരിഞ്ഞുകൊണ്ട് ഹാലിളകിയ രീതിയിലുള്ള പിന്മാറ്റങ്ങൾ നടത്തി. എളുപ്പത്തിൽ എങ്ങോട്ടുവേണമെങ്കിലും നീങ്ങാൻ പറ്റുന്ന ഈ സൈന്യനിരകളുടെ പ്രവർത്തനത്തിന് കേന്ദ്രതാവളങ്ങളെന്ന നിലയ്ക്കുള്ള വൻനഗരങ്ങളുടെയൊന്നും യാതൊരാവശ്യവുമില്ല. എവിടെച്ചെന്നാലും ജീവിക്കാനും പുനഃസജ്ജീകരണം നടത്താനും റിക്രൂട്ട്മെന്റ് നടത്താനും ഈ ദളങ്ങൾക്ക് പ്രയാസമുണ്ടാവില്ല. ഒരു പുനഃസംഘടനാകേന്ദ്രമെന്ന നിലയ്ക്ക് ഒരു ചെറിയ പട്ടണമോ വലിയൊരു ഗ്രാമമോ കിട്ടിയാൽ അവയുടെ കാര്യം നടക്കും. കുറെക്കൂടി വലിയ സൈന്യങ്ങളെ സംബന്ധിച്ചിടത്തോളം ഡൽഹിക്കോ ലക്നൗവിനോ കാൽപ്പിക്കോ ഉള്ള പ്രാധാന്യം തന്നെയായിരിക്കും ഇവയെ സംബന്ധിച്ചിടത്തോളം ഈ ചെറുകേന്ദ്രങ്ങൾക്കുമുള്ളത്. ഈ മാറ്റം കാരണം യുദ്ധത്തിലുള്ള താൽപ്പര്യം നന്നേ ചോർന്നുപോകുന്നു. വിവിധ കലാപദളങ്ങളുടെ നീക്കങ്ങൾ വിശദമായി മനസിലാക്കാൻ സാധ്യമല്ലാതാവുകയും അവയെപ്പറ്റിയുള്ള വിവരണങ്ങൾ കുഴഞ്ഞുമറിഞ്ഞതാവുകയും ചെയ്യുന്നു. ബ്രിട്ടീഷ് കമാൻഡർമാരുടെ നടപടികൾ വിമർശനത്തിൽനിന്ന് രക്ഷപ്പെടുകയും ചെയ്യുന്നു. കാരണം, ആ നടപടികൾക്ക് ആധാരമായ സാഹചര്യങ്ങൾ അത്രയ്ക്ക് അവ്യക്തമാണ്. ജയാപജയങ്ങൾ മാത്രമാണ് പിന്നെയുള്ള ഒരേയൊരു മാനദണ്ഡം. അവ സംബന്ധിച്ച വിവരങ്ങൾ അതിലും വലിയ തട്ടിപ്പുമാണ്.

നാട്ടുകാരുടെ നീക്കങ്ങൾ സംബന്ധിച്ച ഈ അനിശ്ചിതത്വം ഇപ്പോൾത്തന്നെ വമ്പിച്ചതാണ്. ലക്നൗവിന്റെ പതനത്തിനുശേഷം അവർ ഹാലിളകിയപോലെ പലവഴിക്ക് പിന്മാറി: ചിലർ തെക്കുകിഴക്കോട്ടും വേറെ ചിലർ വടക്കുകിഴക്കോട്ടും ഇനിയും ചിലർ വടക്കുപടിഞ്ഞാറോട്ടും തിരിഞ്ഞു. വടക്കുപടിഞ്ഞാറോട്ട് തിരിഞ്ഞവരുടേതായിരുന്നു കുറെക്കൂടി വലിയ ദളം. അതിനാൽ, ക്യാമ്പ്ബെൽ അവരെ റോഹിൽഖണ്ഡിലേക്ക് പിന്തുടർന്നുചെന്നു. അവർ ബാറില്ലിയിൽ കേന്ദ്രീകരിച്ച് അണികളെ പുനഃസംഘടിപ്പിച്ചിരുന്നു. പക്ഷേ, ബ്രിട്ടീഷുകാർ എത്തിയതോടെ അവർ യാതൊരു ചെറുത്തുനിൽപ്പും നടത്താതെ അവിടെ ഉപേക്ഷിച്ചിട്ട് വീണ്ടും നാനാദിക്കുകളിലേക്ക് പിൻവാങ്ങി. ഏത് വഴിക്കെല്ലാമാണ് അവർ പിൻവാങ്ങിയതെന്ന് നിശ്ചയമില്ല. അവരിലൊരുവിഭാഗം നേപ്പാൾ അതിർത്തിയിലുള്ള പർവതപ്രദേശങ്ങളിലേക്കും, ഒന്നോ അതിലധികമോ സൈന്യനിരകൾ ഗംഗയേയും ഡുവാബിനേയും (ഗംഗയ്ക്കും യമുനയ്ക്കും ഇടയിലുള്ള പ്രദേശമാണ് ഡുവാബ്) ലക്ഷ്യമാക്കിയും പോയെന്നത് മാത്രമാണ് അറിവുള്ള ഒരേയൊരു സംഗതി. പക്ഷേ, ക്യാമ്പ്ബെൽ വന്ന് ബാറില്ലി കൈവശപ്പെടുത്തിയ ഉടൻതന്നെ കിഴക്കൻ ദിക്കിലേക്ക് പിൻവാങ്ങിയിരുന്ന കലാപകാരികൾ ഔഡിന്റെ അതിർത്തിയിൽവച്ച് മറ്റു ചില ദളങ്ങളുമായി സന്ധിച്ച് ഷാജഹാൻപൂരിന്റെ മേൽ ചാടിവീണു. ഒരു ചെറിയ ബ്രിട്ടീഷ് ഗ്യാരിസണെ അവിടെ നിർത്തിയിരുന്നു. വേറെയും ചില കലാപസൈന്യനിരകൾ ആ വഴിക്ക് നീങ്ങുന്നു

ണ്ടായിരുന്നു. ആ ഗ്യാരിസന്റെ ഭാഗ്യത്തിന് മെയ് 11-നുതന്നെ ബ്രിഗേഡിയർ ജോൺസിന് പോഷകസേനകളുമായി അവിടെ എത്തിച്ചേരാനും നാട്ടുകാരെ തോൽപ്പിക്കാനും കഴിഞ്ഞു. പക്ഷേ, ഷാജഹാൻപൂരിലേക്ക് കേന്ദ്രീകരിച്ചുകൊണ്ടിരുന്ന സൈന്യനിരകൾ അവർക്കും ബലംനൽകുകയും, 15-ാം തീയതി അവരെല്ലാംകൂടി വീണ്ടും ആ പട്ടണത്തെ വളയുകയും ചെയ്തു. അന്നേദിവസം തന്നെ ക്യാമ്പ്ബെൽ ബാറില്ലിയിൽ ഒരു ഗ്യാരിസണെ നിർത്തിയിട്ട് ഷാജഹാൻപൂരിന്റെ സഹായത്തിനായി പുറപ്പെട്ടു. എങ്കിലും 24-ാം തീയതി മാത്രമാണ് അവരെ ആക്രമിച്ച് പുറകോട്ടടിക്കാൻ അദ്ദേഹത്തിന് കഴിഞ്ഞത്. ഈ അഭ്യാസത്തിൽ സഹകരിച്ചിരുന്ന കലാപസൈന്യനിരകൾ വീണ്ടും ഓരോരോ വഴിക്ക് പിരിഞ്ഞു.

ക്യാമ്പ്ബെൽ ഇപ്രകാരം റോഹിൽഖണ്ഡിന്റെ അതിർത്തിയിൽ പ്രവർത്തനനിരതനായി നിന്നപ്പോൾ ജനറൽ ഹോപ്പ് ഗ്രാന്റ് ഔഡിന്റെ തെക്കുഭാഗത്ത് തന്റെ സൈന്യങ്ങളെ പുറകോട്ടും മുന്നോട്ടും മാർച്ച് ചെയ്യിച്ചുകൊണ്ടിരിക്കുകയായിരുന്നു. എന്നാൽ, ഇന്ത്യയിലെ ഉഷ്ണച്ചൂടിൽ തന്റെ സൈന്യങ്ങൾക്ക് നഷ്ടം സംഭവിച്ചതല്ലാതെ മറ്റൊരു നേട്ടവും ഉണ്ടാക്കാൻ അദ്ദേഹത്തിന് കഴിഞ്ഞില്ല. കലാപകാരികൾ അദ്ദേഹത്തെ വെട്ടിച്ചുകടന്നുകളഞ്ഞിരുന്നു. അദ്ദേഹം തെരയുന്നിടത്തൊഴികെ മറ്റെല്ലായിടങ്ങളിലും അവർ ഉണ്ടായിരുന്നു. അവർ മുന്നിലുണ്ടായിരിക്കുമെന്ന് വിചാരിച്ച് അദ്ദേഹം അവിടെ നോക്കുമ്പോൾ അവർ പിന്നണിയിലേക്ക് കടന്നുകളഞ്ഞിട്ടുണ്ടാകും. ഗംഗയുടെ താഴേത്തടത്തിൽ ദീനാപൂരിനും ജഗദീഷ്പൂരിനും ബക്സാറിനും ഇടയ്ക്കുള്ള പ്രദേശത്ത് ജനറൽ ലുഗാർഡ് ഇതുപോലെതന്നെയൊരു നിഴൽയുദ്ധത്തിലേർപ്പെട്ടിരിക്കുകയായിരുന്നു. ഒരിടത്തിരിക്കാൻ സമ്മതിക്കാതെ നാട്ടുകാർ അദ്ദേഹത്തെ അങ്ങോട്ടുമിങ്ങോട്ടും ഇട്ടോടിച്ചു. അങ്ങനെ ജഗദീഷ്പൂരിൽ നിന്ന് അദ്ദേഹം മാറിയ തക്കംനോക്കി അവർ അവിടെയുള്ള ഗ്യാരിസന്റെമേൽ ചാടിവീണു. ലുഗാർഡ് അവിടേക്ക് മടങ്ങിയതായും 26-ാം തീയതി ഒരു വിജയം കൈവരിച്ചതായും ഒരു കമ്പിസന്ദേശത്തിൽ പറഞ്ഞുകാണുന്നുണ്ട്. ഈ കലാപകാരികളും ഔഡിലെയും റോഹിൽഖണ്ഡിലെയും സൈന്യനിരകളും സ്വീകരിച്ചിട്ടുള്ള അടവിന്റെ ഒരേപോലുള്ള സ്വഭാവം സ്പഷ്ടമാണ്. പക്ഷേ, ലുഗാർഡിന്റെ വിജയത്തിന് കാര്യമായ യാതൊരു പ്രാധാന്യവും കൽപ്പിക്കാനാവില്ല. എത്ര പ്രാവശ്യം തോൽപ്പിക്കപ്പെട്ടാലും ഈ കൂട്ടരുടെ സമരവീര്യം അത്രവേഗം നശിക്കുകയോ അവർ അത്രവേഗം ദുർബലരാകുകയോ ഇല്ല.

അങ്ങനെ, മെയ് മാസം പകുതിയായതോടെ കാൽപ്പിയിലെതൊഴിച്ച് ഉത്തരേന്ത്യയിലാകെയുള്ള കലാപ സൈന്യങ്ങൾ വൻതോതിലുള്ള യുദ്ധമുറ ഉപേക്ഷിച്ചിരുന്നു. കാൽപ്പിയിലെ സൈന്യം വളരെ ചെറിയൊരു കാലയളവിനിടയിൽ എല്ലാംകൊണ്ടും സമ്പൂർണമായ ഒരു സമരകേന്ദ്രം സംഘടിപ്പിച്ചു കഴിഞ്ഞിരുന്നു. അവരുടെ പക്കൽ ആഹാരസാധനങ്ങളും വെടിമരുന്നുകളും മറ്റ് സ്റ്റോർസാധനങ്ങളും വേണ്ടുവോളമുണ്ടായിരുന്നു.

അവർക്ക് പീരങ്കികൾക്കും ക്ഷാമം ഉണ്ടായിരുന്നില്ല. ഫൗണ്ടറികളും തോക്കുനിർമാണശാലകളും അവർക്കുണ്ടായിരുന്നു. കോൺപൂരിൽനിന്ന് 25മൈൽ മാത്രം ദൂരമേ ഉണ്ടായിരുന്നുള്ളുവെങ്കിലും ക്യാമ്പ്ബെൽ അവരെ വെറുതെ വിട്ടിരിക്കുകയായിരുന്നു. ഡുവാബിൽ അഥവാ യമുനയുടെ കിഴക്കുവശത്ത് നിർത്തിയിരുന്ന ഒരു ചെറുസൈന്യത്തിലൂടെ അദ്ദേഹം അവരെ നിരീക്ഷിക്കുക മാത്രമാണ് ചെയ്തിരുന്നത്. ജനറൽ റോസും ജനറൽ വിറ്റ്ലോക്കും കാൽപ്പിയിലേക്ക് മാർച്ച് ആരംഭിച്ചിട്ട് കുറച്ചുകാലമായിക്കഴിഞ്ഞിരുന്നു. ഒടുവിൽ റോസ് എത്തിച്ചേരുകയും കാൽപ്പിയുടെ മുന്നിൽവച്ചുള്ള നിരവധി ഏറ്റുമുട്ടലുകൾക്കുശേഷം കലാപകാരികളെ പരാജയപ്പെടുത്തുകയും ചെയ്തു. യമുനയുടെ മറുകരയിൽ നിർത്തിയിരുന്ന നിരീക്ഷണസേന ഇതിനിടയിൽ നഗരത്തിനും കോട്ടയ്ക്കുമെതിരായി ഷെല്ലിങ് നടത്തിയിരുന്നു. കലാപകാരികൾ പൊടുന്നനെ രണ്ടു സ്ഥലങ്ങളും ഉപേക്ഷിച്ച് പോവുകയും, അവരുടെ അവസാനത്തെ വൻസൈന്യത്തെയും സ്വതന്ത്ര കോളങ്ങളായി പിരിക്കുകയും ചെയ്തു. അവർ ഏത് വഴിക്കെല്ലാമാണ് പുറപ്പെട്ടിരിക്കുന്നതെന്ന് ലഭ്യമായ വിവരങ്ങൾ ഒട്ടുംതന്നെ വ്യക്തമാക്കുന്നില്ല. ചിലർ ഡുവാബിലേക്കും മറ്റു ചിലർ ഗ്വാളിയറിലേക്കും പോയിട്ടുണ്ടെന്നത് മാത്രമാണ് നമുക്കറിയാവുന്ന ഒരേയൊരു സംഗതി.

ഇപ്രകാരം, ഹിമാലയം മുതൽ ബിഹാറും വിന്ധ്യാപർവതനിരകൾ വരെയും ഗ്വാളിയറും ഡൽഹിയും മുതൽ ഗോരഖ്പൂരും ദീനാപ്പൂർ വരെയും വ്യാപിച്ചുകിടക്കുന്ന പ്രദേശമാകെത്തന്നെ സക്രിയരായ കലാപസംഘങ്ങളെക്കൊണ്ട് നിറഞ്ഞിരിക്കുകയാണ്. പന്ത്രണ്ട് മാസത്തോളമായി നടക്കുന്ന ഒരു യുദ്ധത്തിന്റെ അനുഭവങ്ങളിൽനിന്ന് ഒരതിരുവരെ സംഘടിതരാണ് ഇവർ. നിരവധി പരാജയങ്ങളെ നേരിടേണ്ടി വന്നിട്ടുണ്ടെങ്കിലും അവയൊന്നുംതന്നെ അന്തിമമായിട്ടുള്ളതല്ലെന്നതും ബ്രിട്ടീഷുകാർക്ക് തന്മൂലമുണ്ടായിട്ടുള്ള ഗുണങ്ങൾ തുച്ഛമാണെന്നതും അവർക്ക് ആവേശം നൽകുന്നുമുണ്ട്. അവരുടെ എല്ലാ ശക്തിദുർഗങ്ങളും സമരകേന്ദ്രങ്ങളും അവരിൽനിന്ന് പിടിച്ചെടുക്കപ്പെട്ടിട്ടുണ്ടെന്നത് ശരിയാണ്. അവരുടെ സ്റ്റോർ-ആർട്ടില്ലറി സാമഗ്രികളിൽ സിംഹഭാഗവും നഷ്ടപ്പെട്ടിട്ടുമുണ്ട്. പ്രധാനപ്പെട്ട എല്ലാ പട്ടണങ്ങളും അവരുടെ ശത്രുവിന്റെ പിടിയിലാവുകയും ചെയ്തിട്ടുണ്ട്. പക്ഷേ, മറ്റുഭാഗത്തെപ്പറ്റി പറഞ്ഞാൽ, ഈ വമ്പിച്ച ഭൂഭാഗമാകെത്തന്നെ പട്ടണങ്ങളല്ലാതെ മറ്റൊന്നും ബ്രിട്ടീഷുകാരുടെ പിടിയിലില്ല. തുറസ്സായ നാട്ടിൻപുറങ്ങളുടെ കാര്യം പറഞ്ഞാൽ, അവരുടെ സൈന്യനിരകൾ നിലയുറപ്പിച്ചിട്ടുള്ള സ്ഥലത്ത് മാത്രമാണ് അവർക്ക് സ്വാധീനമുള്ളത്. ചുറുചുറുക്കുള്ള ശത്രുവിനെ പിടിക്കാൻ കഴിയുമെന്ന യാതൊരു പ്രതീക്ഷയും കൂടാതെ അവരെ പിന്തുടരാൻ ബ്രിട്ടീഷുകാർ നിർബന്ധിതരാണ്. ഏറ്റവും തൊന്തരവുണ്ടാക്കുന്ന ഈ യുദ്ധമുറ സ്വീകരിക്കേണ്ടതാകട്ടെ ഏറ്റവും വിനാശകരമായ കാലാവസ്ഥയിലുമാണ്. ഉഷ്ണകാലത്തെ ഈ നട്ടുച്ചച്ചൂടിനെ നേരിടാൻ നാട്ടുകാരായ

ഇന്ത്യക്കാർക്ക് അത്ര വളരെ പ്രയാസമില്ല. പക്ഷേ, ഈ സൂര്യരശ്മി ഒന്നു തട്ടിയാലുടൻ ചത്തുതാഴെവീഴുന്ന സ്ഥിതിയാണ് യൂറോപ്യന്റേത്. നാട്ടുകാരന് ഈ ഉഷ്ണകാലത്തും ഒരു ദിവസം നാൽപ്പതുമൈൽ ദൂരം മാർച്ച് ചെയ്യാൻ കഴിയും. പക്ഷേ, അവന്റെ വടക്കൻ പ്രതിയോഗി പത്തു മൈൽ കഴിയുമ്പോഴേക്ക് കുഴഞ്ഞ് താഴെവീഴും. നാട്ടുകാരനെ സംബന്ധിച്ചിടത്തോളം ഉഷ്ണകാലത്തെ മഴയും ചതുപ്പുവനങ്ങളും താരതമ്യേന നിരുപദ്രവങ്ങളാണ്. പക്ഷേ, മഴക്കാലത്തോ ചതുപ്പു പ്രദേശങ്ങളിലോ ഇറങ്ങിനടക്കാനിടയാകുന്ന യൂറോപ്യരുടെ സന്തതസഹചാരികളെന്ന നിലയ്ക്ക് വയറുകടിയും കോളറയും മലമ്പനിയും അവർക്ക് അകമ്പടി സേവിക്കുന്നുണ്ടാവും. ബ്രിട്ടീഷ് പട്ടാളത്തിലെ ആരോഗ്യസ്ഥിതിയെപ്പറ്റിയുള്ള വിശദമായ റിപ്പോർട്ടുകളൊന്നും ഞങ്ങളുടെ പക്കലില്ല. പക്ഷേ, ജനറൽ റോസിന്റെ സൈന്യത്തിൽ സൂര്യന്റെയും ശത്രുവിന്റെയും പ്രഹരമേറ്റ് നിലംപതിച്ചവരുടെ തുലനാത്മക സംഖ്യകളും ലക്നൗ ഗ്യാരിസൺ രോഗബാധിതമാണെന്നും ആയിരംപേരുമായി കഴിഞ്ഞ ശരത്കാലത്ത് എത്തിയ 38-ാം റെജിമെന്റിൽ ഇപ്പോൾ ശേഷിച്ചിട്ടുള്ളത് വെറും 550 പേരാണെന്നുമുള്ള റിപ്പോർട്ടുകളും മറ്റു സൂചനകളും വച്ചുനോക്കിയാൽ ഏപ്രിൽ-മെയ് മാസങ്ങളിലെ വേനൽച്ചൂട് കഴിഞ്ഞ കൊല്ലത്തെ യുദ്ധത്തിൽ പങ്കെടുത്തിരുന്ന പതംവന്ന ഇന്ത്യൻ സൈനികരുടെ സ്ഥാനമേൽക്കാനായി പുതുതായി ഇറക്കുമതിചെയ്യപ്പെട്ടവർക്കിടയിൽ അതിന്റെ പ്രവർത്തനം നടത്തിക്കഴിഞ്ഞെന്ന് അനുമാനിക്കാം. തന്റെ പക്കലുള്ള ആളുകളെ വച്ചുകൊണ്ട് ക്യാമ്പ്ബെല്ലിന് ഹാവ്ലോക്കിന്റേതുപോലുള്ള ഡബിൾ മാർച്ച് നടത്താനോ ഡൽഹിയിലേതുപോലെ മഴക്കാലത്തുള്ള ഒരു ഉപരോധം നടത്താനോ സാധ്യമാവുകയില്ല. ബ്രിട്ടീഷ് ഗവൺമെന്റ് ഇക്കൊല്ലവും സാമാന്യം വലിയ പോഷകസേനകളെ അയയ്ക്കുന്നുണ്ടെങ്കിലും തനിക്ക് അനുകൂലമല്ലാത്ത സാഹചര്യത്തിൽ ബ്രിട്ടീഷുകാരെ നേരിടാൻ തയാറില്ലാത്ത ഈ ശത്രുവിനെതിരായ ഗ്രീഷ്മകാല പോരാട്ടത്തിലുണ്ടാകുന്ന നഷ്ടം നികത്താൻ അവരെക്കൊണ്ടാകുമോയെന്നത് സംശയമാണ്.

കലാപകാരികളുടെ യുദ്ധമുറ ഫ്രഞ്ചുകാർക്കെതിരായി അൾജീരിയയിലെ ബെദൂവിൻ വിഭാഗക്കാരായ അറബികൾ നടത്തിയതുപോലെയുള്ള[48] ഒന്നായി മാറിക്കൊണ്ടിരിക്കുകയാണ്. രണ്ടും തമ്മിൽ ഒരു വ്യത്യാസമേയുള്ളൂ. ഈ ഇന്ത്യക്കാർക്ക് അറബികളുടെ മതഭ്രാന്തോ കുതിരസവാരി സാമർഥ്യമോ ഇല്ല. പരന്നുകിടക്കുന്ന വിസ്തൃതമായ ഒരു പ്രദേശത്ത് കുതിരസവാരി സാമർഥ്യം വളരെ പ്രധാനപ്പെട്ട ഒരു സംഗതിയുമാണ്. നല്ല അശ്വഭടന്മാരാകാൻ പറ്റുന്ന ധാരാളം മുഹമ്മദീയർ അവർക്കിടയിലുണ്ടെങ്കിലും, കുതിരപ്പടക്കാരായി അറിയപ്പെടുന്ന ദേശീയജനവിഭാഗങ്ങളൊന്നും ഇനിയും കലാപത്തിൽ ചേർന്നുകഴിഞ്ഞിട്ടില്ല. അവരുടെ സൈന്യത്തിന്റെ ബലം അവരുടെ കാലാൾപ്പടയാണ്. പക്ഷേ, യുദ്ധരംഗത്ത് ഇംഗ്ലീഷുകാരെ നേരിടാൻ പറ്റാത്തതാകയാൽ സമതലത്തിൽവ

ച്ചുള്ള ഒളിപ്പോരിൽ ഈ വിഭാഗം ഒരു ഭാരമാണ്. കാരണം, അത്തരമൊരു പ്രദേശത്ത് ഒളിപ്പോരിന്റെ ബാഹുബലം സ്ഥിതിചെയ്യുന്നത് കുതിരപ്പടയാളികളിലായിരിക്കും. മഴക്കാലത്ത് ഇംഗ്ലീഷുകാർ എടുക്കുന്ന നിർബന്ധിത അവധിക്കിടയിൽ ഈ കുറവ് എത്രത്തോളം നികത്തപ്പെടുമെന്ന് കണ്ടറിയണം. ഈ അവധിക്കാലം നാട്ടുകാർക്ക് മൊത്തത്തിൽ ഒരു പുനഃസംഘടനയ്ക്കും റിക്രൂട്ട്മെന്റിനും അവസരം നൽകും. അശ്വസേനയെ സംഘടിപ്പിക്കുന്നതിന് പുറമെ അവർ ശ്രദ്ധിക്കേണ്ടതായ രണ്ട് പ്രധാന സംഗതികൾ കൂടിയുണ്ട്. ശൈത്യകാലം ആരംഭിക്കുന്നതോടെ ഒളിപ്പോരുകൊണ്ട് മാത്രം കാര്യങ്ങൾ നടക്കുകയില്ല. സമരകേന്ദ്രങ്ങൾ, സ്റ്റോറുകൾ, ആർട്ടിലറി, കോട്ടകെട്ടിയുറപ്പിച്ച ക്യാമ്പുകൾ അഥവാ പട്ടണങ്ങൾ എന്നിതെല്ലാം ഉണ്ടെങ്കിൽ മാത്രമേ തണുപ്പുകാലം കഴിയുന്നതുവരെ ഇംഗ്ലീഷുകാരെ പിടിച്ചുനിർത്താനാവൂ. ഇല്ലെങ്കിൽ, അടുത്ത ഗ്രീഷ്മത്തിൽ നവചൈതന്യം വീണ്ടെടുക്കാൻ കഴിയും മുൻപ് ഒളിപ്പോരിന്റെ ദീപശിഖ അണഞ്ഞിരിക്കും. കലാപകാരികൾക്ക് ഗ്വാളിയർ സത്യത്തിൽ പിടിക്കാൻ കഴിഞ്ഞിട്ടുണ്ടെങ്കിൽ അവിടം ഇതിന് പറ്റിയ ഒരു സ്ഥാനമായിരിക്കും. രണ്ടാമതായി, കുറെക്കൂടി വിപുലമാകാൻ കഴിയുമോ എന്നതിനെ ആശ്രയിച്ചിരിക്കുന്ന ഒന്നാണ് കലാപത്തിന്റെ ഭാവി. പലതായി പിരിഞ്ഞുപോയിട്ടുള്ള സൈന്യനിരകൾക്ക് റോഹിൽഖണ്ഡ് വിട്ട് രജപുത്താനയിലേക്കും മറാഠ ദേശത്തേക്കും രക്ഷപ്പെടാൻ പറ്റുന്നില്ലെങ്കിൽ, പ്രസ്ഥാനം ഉത്തരേന്ത്യയുടെ മധ്യഭാഗത്ത് മാത്രമായി ഒതുങ്ങി നിൽക്കാൻ പോവുകയാണെങ്കിൽ, അടുത്ത ശൈത്യകാലം കൊണ്ട് ഈ കലാപദളങ്ങളെ ഛിന്നഭിന്നമാക്കി വെറും കൊള്ള സംഘങ്ങളാക്കി മാറ്റാൻ കഴിഞ്ഞെന്ന് വന്നേക്കാം. അപ്പോൾ വെള്ളക്കാരായ ആക്രമണകാരികളെക്കാളും കൂടുതലായി ജനങ്ങൾ ഇവരെ വെറുക്കാൻ തുടങ്ങിയെന്നും വന്നേക്കാം.

(1858 ജൂൺ 6-ന് എഴുതിയത്. 1858 ജൂലായ് 21-ലെ 5383-ാം ലക്കം *ന്യൂയോർക്ക് ഡെയ്‌ലി ട്രിബ്യൂണിൽ* ഒരു മുഖലേഖനമായി പ്രസിദ്ധീകരിക്കപ്പെട്ടു).

ഇന്ത്യൻ ബില്ല്

കാൾ മാർക്സ്

കോമൺസ് സഭയിൽ പുതിയ ഇന്ത്യൻ ബില്ലിന്റെ മൂന്നാം വായനയും കഴിഞ്ഞിരിക്കുന്നു. ഡെർബിയുടെ സ്വാധീനം കാരണം പ്രഭുസഭ ഇതിനെതിരായി ഒരു സമരത്തിന് പുറപ്പെടാൻ സാധ്യതയുമില്ല. അതിനാൽ, ഈസ്റ്റ് ഇന്ത്യാ കമ്പനിയുടെ വിധി എഴുതിക്കഴിഞ്ഞെന്ന് പറയാം. വീരയോദ്ധാക്കളെപ്പോലെയല്ല അവർ മരണമടയുന്നതെന്ന് പറയാതെ തരമില്ല. മറിച്ച്, അവർ തങ്ങളുടെ അധികാരത്തിന്റെ മാറ്റക്കച്ചവടം നടത്തുകയാണ് ചെയ്തിട്ടുള്ളത്. അവർ അധികാരത്തിലേക്കുയർന്നതും ഇതുപോലെ കുറെശ്ശെകുറേശ്ശെ തനി കച്ചവടരീതിയിലായിരുന്നല്ലോ. സത്യത്തിൽ അവരുടെ ചരിത്രമാകെത്തന്നെ ക്രയവിക്രയത്തിന്റേതായ ഒന്നാണ്. പരമാധികാരം വിലയ്ക്കുവാങ്ങിക്കൊണ്ടായിരുന്നു അവരുടെ തുടക്കം. അതിന്റെ വിൽപ്പന നടത്തിക്കൊണ്ടുള്ളതാണ് അവരുടെ അവസാനവും. നേർക്കുനേരെ നിന്നുകൊണ്ടുള്ള ഒരു പോരാട്ടത്തിലല്ല, പിന്നെയോ ലേലക്കാരന്റെ കൊട്ടുവടികൊണ്ടുള്ള അടിയിലാണ് അവർ തറപറ്റിയിട്ടുള്ളത്. ഏറ്റവും വലിയ തുകയ്ക്ക് ലേലം വിളികേട്ട ആളിന്റെ കൈയിലാണ് അവർ ചെന്നുവീണിരിക്കുന്നത്. 1693-ൽ ലീഡ്സിലെ ഡ്യൂക്കിനും മറ്റ് സർക്കാരുദ്യോഗസ്ഥന്മാർക്കും വലിയ സംഖ്യകൾ കൊടുത്ത് അവർ രാജാവിന്റെ പക്കൽനിന്ന് 21 കൊല്ലത്തേക്കുള്ള ഒരു തീട്ടൂരം സമ്പാദിച്ചു. 1767-ൽ കൊല്ലന്തോറും രാജകീയ ഖജനാവിലേക്ക് നാലു ലക്ഷം പവൻ വീതം അടച്ചുകൊള്ളാമെന്ന വാഗ്ദാനത്തിന്മേൽ അവർ രണ്ടുകൊല്ലത്തേക്ക് കൂടി തങ്ങളുടെ അധികാര കാലാവധി നീട്ടിവാങ്ങി. 1769-ൽ അവർ ഇതുപോലെതന്നെ അഞ്ചുകൊല്ലത്തേക്കുള്ള ഒരു വില

പേശൽ നടത്തി. പക്ഷേ, ഏറെത്താമസിയാതെ ഖജനാവിൽ വർഷന്തോറും അടയ്ക്കാമെന്നേറ്റിരുന്ന തുക ഇളവ് ചെയ്തു വാങ്ങുന്നതിന് പുറമേ നാലുശതമാനം പലിശയ്ക്ക് 14ലക്ഷം പവൻ വായ്പയായി മേടിക്കുകയും ചെയ്യുന്നതിലൂടെ അവർ പരമാധികാരിത്തിന്റെ ചില ചില അംശങ്ങൾ അന്യാധീനപ്പെടുത്തി. ഒന്നാമതായി, ഗവർണർ ജനറലിനെയും നാല് കൗൺസിലർമാരെയും നിയമിക്കുന്നതിനുള്ള അവകാശം അവർ പാർലമെന്റിന് വിട്ടുകൊടുത്തു. ചീഫ് ജസ്റ്റിസിന്റെയും അദ്ദേഹത്തിന്റെ കീഴിലുള്ള മൂന്ന് ജഡ്ജിമാരുടെയും നിയമനാവകാശം അവർ പൊന്നുതിരുമനസിന് പൂർണമായും അടിയറവച്ചു. കൂടാതെ, ഉടമസ്ഥന്മാരുടെ ബോർഡിന്റെ ജനാധിപത്യസ്വഭാവം അവസാനിപ്പിച്ചിട്ട് അതിനെ ഒരു പിടി ആളുകളുടെ ഒരു സംഘടനയാക്കി മാറ്റാൻ അവർ സമ്മതിക്കുകയും ചെയ്തു.[49] ഈസ്റ്റ് ഇന്ത്യാ കമ്പനിയുടെ ഭരണാധികാരങ്ങൾ തിരുമനസിലേക്ക് മാറ്റം ചെയ്യാനുള്ള ശ്രമത്തെ ഭരണഘടനാപരമായ എല്ലാ മാർഗങ്ങളും ഉപയോഗിച്ച് ചെറുക്കുമെന്ന് 1858-ൽ ഉടമസ്ഥ ബോർഡിന്റെ മുന്നിൽ സത്യപ്രതിജ്ഞ ചെയ്ത അവർ ഇപ്പോൾ ആ തത്വം അംഗീകരിക്കുകയും, കമ്പനിയെ സംബന്ധിച്ചിടത്തോളം ഒരു ശിക്ഷയ്ക്ക് സമമായിട്ടുള്ളതെങ്കിലും പ്രധാന ഡയറക്ടർമാർക്ക് നല്ല ആദായവും സ്ഥാനമാനങ്ങളും നേടിക്കൊടുക്കുന്നതുമായ ഒരു ബില്ലിന് സമ്മതം മൂളുകയും ചെയ്തിരിക്കുന്നു. ഷില്ലർ പറയുമ്പോലെ ഒരു വീരസേനാനിയുടെ മരണം സൂര്യാസ്തമനം പോലെയാണെങ്കിൽ, ഈസ്റ്റ് ഇന്ത്യാ കമ്പനിയുടെ തിരോധാനത്തിന് പാപ്പരായ ഒരുവൻ തന്റെ കടക്കാരുമായി നടത്തുന്ന ഒത്തുതീർപ്പുമായാണ് സാമ്യമുള്ളത്.

ഈ ബില്ലുമുഖേന പ്രധാനപ്പെട്ട ഭരണാധികാരങ്ങൾ സെക്രട്ടറി ഓഫ് സ്റ്റേറ്റ് ഇൻ കൗൺസിലിൽ നിക്ഷിപ്തമാകുന്നു. കൽക്കത്തയിൽ കാര്യങ്ങൾ നടത്തുന്നത് ഗവർണർ ജനറൽ ഇൻ കൗൺസിലാണല്ലോ. പക്ഷേ, ഈ രണ്ട് ഉദ്യോഗസ്ഥന്മാർക്കും—ഇംഗ്ലണ്ടിൽ സെക്രട്ടറി ഓഫ് സ്റ്റേറ്റിനും ഇന്ത്യയിൽ ഗവർണർ ജനറലിനും—തങ്ങളുടെ അസസർമാരുടെ ഉപദേശത്തെ അവഗണിച്ച് സ്വന്തതീരുമാനപ്രകാരം കാര്യങ്ങൾ ചെയ്യാനുള്ള അധികാരം നൽകിയിട്ടുണ്ട്. ഇപ്പോൾ ഒരു രഹസ്യകമ്മിറ്റി മുഖേന ബോർഡ് ഓഫ് കൺട്രോൾ പ്രസിഡന്റ് കൈകാര്യം ചെയ്യുന്ന അധികാരങ്ങൾ മുഴുവനും—അതായത്, അത്യാവശ്യ സന്ദർഭങ്ങളിൽ കൗൺസിലിന്റെ ഉപദേശമാരായാൻ നിൽക്കാതെ ഇന്ത്യയിലേക്ക് കൽപ്പനകൾ അയയ്ക്കുന്നതിനുള്ള അധികാരം--പുതിയ ബില്ലനുസരിച്ച് സെക്രട്ടറി ഓഫ് സ്റ്റേറ്റിൽ നിക്ഷിപ്തമാകുന്നുണ്ട്. ആ കൗൺസിൽ രൂപീകരിക്കുന്നതിൽ രാജാവിനാൽ നാമനിർദേശം ചെയ്യപ്പെട്ടവയൊഴിച്ചുള്ള സ്ഥാനങ്ങളിലേക്ക് നിയമനം നടത്തുന്നതിൽ ഈസ്റ്റ് ഇന്ത്യാ കമ്പനിയുടെ മാത്രം സഹായം തേടേണ്ടത് ആവശ്യമാണെന്നാണല്ലോ കണ്ടിട്ടുള്ളതും. കൗൺസിലിലെ തെരഞ്ഞെടുക്കപ്പെടുന്ന അംഗങ്ങളെ ഈസ്റ്റ് ഇന്ത്യാ കമ്പനിയുടെ ഡയറക്ടർമാർ അവർക്കിടയിൽ നിന്നുതന്നെയാണ്

തെരഞ്ഞെടുക്കേണ്ടത്.

അങ്ങനെ, എന്തായാലും, ഈസ്റ്റ് ഇന്ത്യാ കമ്പനിയുടെ പേര് അതിന്റെ സത്തയെ അതിജീവിക്കാൻ പോവുകയാണ്. ഡയറക്ടർ ബോർഡിലെ ഒരംഗം പരാതിപ്പെട്ടതുപോലെ ഈസ്റ്റ് ഇന്ത്യാ കമ്പനിയെ ഇല്ലായ്മ ചെയ്യുന്ന യാതൊരു വകുപ്പും തങ്ങളുടെ ബില്ലിൽ ഇല്ലെന്നും വിവിധ നിയമനിർമാണ നടപടികൾ പ്രകാരം ഉറപ്പുനൽകപ്പെട്ടിട്ടുള്ള ലാഭ വീതം വിതരണം ചെയ്യുന്ന സ്റ്റോക്ക് ഹോൾഡർമാരുടെ ഒരു കമ്പനി യെന്ന പഴയ നിലയിലേക്ക് കമ്പനിയെ മാറ്റുകമാത്രമാണ് ചെയ്തിട്ടു ള്ളതെന്നും ഡെർബി മന്ത്രിസഭ അവസാന നിമിഷത്തിൽ ഏറ്റുപറയുക യുണ്ടായി. 1784-ലെ പിറ്റിന്റെ ബില്ല് അവരുടെ ഭരണാധികാരത്തെ ഫല ത്തിൽ ബോർഡ് ഓഫ് കൺട്രോൾ എന്ന പേരിൽ മന്ത്രിസഭയുടെ നിയ ന്ത്രണത്തിലാക്കി. 1813-ലെ ആക്ട് ചൈനയുമായുള്ളതൊഴികെ വാണി ജ്യത്തിൽ അവർക്കുണ്ടായിരുന്ന കുത്തക മുഴുവനും അവസാനിപ്പിച്ചു. 1834-ലെ ആക്ട് അവരുടെ വാണിജ്യസ്വഭാവത്തിന് അപ്പാടെതന്നെ അറുതി വരുത്തി. 1854-ലെ ആക്ട് ഇന്ത്യയിലെ ഭരണച്ചുമതല അവർക്ക് വിട്ടുകൊടുത്തുകൊണ്ടുതന്നെ അവരുടെ അധികാരത്തിന്റെ ശേഷിച്ച അവസാനത്തെ അംശവും തുടച്ചുമാറ്റി. 1612-ൽ ഒരു ജോയിന്റ് സ്റ്റോക്ക് കമ്പനിയാക്കപ്പെട്ട ഈസ്റ്റ് ഇന്ത്യാ കമ്പനി ചരിത്രത്തിന്റെ പരിക്രമണ ഫലമായി വീണ്ടും അതിന്റെ പഴയ ഉടുതുണിയോടെ രംഗത്ത് അവതരി പ്പിക്കപ്പെട്ടിരിക്കുന്നു. ഒരു വ്യത്യാസമേയുള്ളൂ. കച്ചവടം കൂടാതെയുള്ള ഒരു കച്ചവട പങ്കാളിത്തത്തെയാണ് അതിപ്പോൾ പ്രതിനിധീകരിക്കുന്നത്. കൈകാര്യം ചെയ്യാനുള്ള ഫണ്ടില്ലാതെ വെറുതെ നിശ്ചിത ലാഭവീതം പറ്റിക്കഴിയുന്ന ഒരു ജോയിന്റ് സ്റ്റോക്ക് കമ്പനിയുമാണ് അതിപ്പോൾ.

ആധുനിക പാർലമെന്ററി നിയമനിർമാണത്തിൽ മുൻപൊരിക്കലും കണ്ടിട്ടില്ലാത്ത നാടകീയങ്ങളായ മാറ്റങ്ങൾ ദർശിച്ച ഒരു ചരിത്രമാണ് ഈ ഇന്ത്യൻ ബില്ലിനുള്ളത്. ശിപായികലാപത്തിന്റെ കാലത്ത് ബ്രിട്ടീഷ് സമൂഹത്തിൽപ്പെട്ട എല്ലാ വർഗങ്ങളിൽനിന്നും ഇന്ത്യൻ പരിഷ്കാരത്തി നുവേണ്ടിയുള്ള മുറവിളി ഉയർന്നിരുന്നു. മർദനത്തെപ്പറ്റിയുള്ള റിപ്പോർട്ടു കൾ ജനകീയ വികാരങ്ങൾക്ക് ഒന്നുകൂടി ചൂടുപിടിപ്പിച്ചു. നാടൻ മത ത്തിന്റെ കാര്യങ്ങളിലുള്ള ഗവൺമെന്റിടപെടലിനെ ഉന്നതരായ ഇന്ത്യൻ സൈനിക ഓഫീസർമാരും സിവിൽ ഉദ്യോഗസ്ഥന്മാരും ശക്തിയായി അപലപിച്ചു. ഡൗണിങ് സ്ട്രീറ്റിന്റെ വെറുമൊരു കരുമാത്രമായ ഡൽ ഹൗസി പ്രഭു കൈക്കൊണ്ട കൊള്ളക്കാരുടേത് പോലുള്ള കൂട്ടിച്ചേർ ക്കൽ നയം, പേർഷ്യയിലെയും ചൈനയിലെയും തീവെട്ടിക്കൊള്ളയു ദ്ധങ്ങൾ—പാമേഴ്സ്റ്റൺ നൽകിയ സ്വകാര്യ നിർദേശത്തെ തുടർന്ന് ആരം ഭിച്ചതും നടത്തിയതുമായ യുദ്ധങ്ങളാണിവ—ഏഷ്യാറ്റിക് മനസിൽ ലക്കി ല്ലാതെ ഉണർത്തിവിട്ട ക്ഷോഭം, ആവിക്കപ്പലുകൾക്ക് പകരം പായ്ക്കപ്പ ലുകളിൽ പട്ടാളത്തെ അയയ്ക്കുകയും സൂയസ് കരയിടുക്ക് വിട്ടിട്ട് ഗുഡ് ഹോപ്പ് മുനമ്പ് ചുറ്റിയുള്ള വളഞ്ഞ വഴി ഇതിനായി സ്വീകരിക്കുകയും

ചെയ്തുകൊണ്ട് ലഹളയെ നേരിടാൻ അദ്ദേഹം കൈക്കൊണ്ട ദുർബല നടപടികൾ എന്നിവ പോലുള്ള അടക്കിവച്ചിരുന്ന പരാതികളെല്ലാം പൊട്ടിത്തെറിക്കുകയും കൂടി ചെയ്തതോടെ ഇന്ത്യൻ പരിഷ്കാരത്തിനുവേണ്ടിയുള്ള, കമ്പനിയുടെ ഇന്ത്യൻ ഭരണത്തിന്റെയും ഗവൺമെന്റിന്റെ ഇന്ത്യൻ നയത്തിന്റെയും പരിഷ്കാരത്തിനുവേണ്ടിയുള്ള, മുറവിളി ഒന്നുകൂടി ഉച്ചത്തിലായി. പാമേഴ്സ്റ്റൺ ഈ ജനകീയ മുറവിളി ഏറ്റുപിടിച്ചു; പക്ഷേ, തനിക്കുമാത്രം ഗുണം ചെയ്യുന്ന രീതിയിൽ അതുപയോഗപ്പെടുത്താനായിരുന്നു അദ്ദേഹത്തിന്റെ തീരുമാനം. ഗവൺമെന്റും കമ്പനിയും ഒരുപോലെ ദയനീയമായി പരാജയപ്പെട്ടിരുന്നതിനാൽ, പാപപരിഹാരത്തിനായി കമ്പനിയെ ബലികഴിക്കുകയും ഗവൺമെന്റിനെ സർവശക്തമാക്കുകയും ചെയ്യുകയെന്നതായിരുന്നു പരിപാടി. പാർലമെന്റിനെതിരായി കിരീടത്തെയും കിരീടത്തിനെതിരായി പാർലമെന്റിനെയും പ്രതിനിധീകരിക്കുന്നതായി ഭാവിക്കുകയും അങ്ങനെ രണ്ടിന്റെയും വിശേഷാധികാരങ്ങൾ താനെന്ന ഒരൊറ്റ വ്യക്തിയിൽ കേന്ദ്രീകരിക്കുകയും ചെയ്തിരുന്ന അന്നത്തെ ഏകാധിപതിയിലേക്ക് കമ്പനിയുടെ സർവ അധികാരങ്ങളും മാറ്റം ചെയ്യുകയെന്നതായിരുന്നു പരിപാടി. പിൻബലത്തിന് ഇന്ത്യൻ പട്ടാളവും ഇഷ്ടംപോലെ ചെലവുചെയ്യാൻ ഇന്ത്യൻ ഖജനാവും വീതിച്ചുകൊടുക്കാൻ കീശയിൽ ഇന്ത്യയിൽ രക്ഷാധികാരവുമുള്ള പാമേഴ്സ്റ്റന്റെ നില ചോദ്യം ചെയ്യാനാവാത്ത വിധത്തിൽ ശക്തിപ്പെടുമായിരുന്നു.

ആദ്യവായനയിൽ അദ്ദേഹത്തിന്റെ ബില്ല് വിജയകരമായി പാസാവുകയും ചെയ്തു. പക്ഷേ, പ്രസിദ്ധമായ ഗൂഢാലോചന ബില്ല്[50] അദ്ദേഹത്തിന്റെ ഔദ്യോഗിക ജീവിതം വെട്ടിച്ചുരുക്കിക്കളഞ്ഞു. തുടർന്ന്, ടോറികൾ അധികാരത്തിൽ വന്നു.

കോമൺസിലെ ബഹുഭൂരിപക്ഷത്തിന്റെ അഭിപ്രായത്തെ മാനിച്ച് ഇന്ത്യയുടെ ഭരണം കമ്പനിയിൽനിന്ന് രാജാവിലേക്ക് മാറ്റം ചെയ്യുന്നതിനോടുള്ള എതിർപ്പ് തങ്ങൾ പിൻവലിക്കുകയാണെന്ന് ഔദ്യോഗികമായി വീണ്ടും ട്രഷറിബെഞ്ചുകളിൽ എത്തിയതിന്റെ ആദ്യദിവസം തന്നെ അവർ പ്രഖ്യാപിച്ചു. എല്ലൻബറൊ പ്രഭുവിന്റെ നിയമനിർമാണം അലസിപ്പോയത്[51] പാമേഴ്സ്റ്റന്റെ വീണ്ടുമുള്ള അധികാര പ്രാപ്തിയെ ഒന്നുകൂടി ത്വരിതമാക്കിയെന്ന് തോന്നി. ഈ ഏകാധിപതിയെക്കൊണ്ട് ഒരു വിട്ടുവീഴ്ചയ്ക്ക് സമ്മതിപ്പിക്കുന്നതിനായി ഒരു ഗവൺമെന്റ് ബില്ലെന്നതിന് പകരം പാർലമെന്റിന്റെ ഒരു പ്രമേയമെന്ന നിലയ്ക്ക് ഇന്ത്യൻ ബില്ല് പരിഗണനയ്ക്കെടുക്കാമെന്നുള്ള ജോൺ റസൽ പ്രഭുവിന്റെ നിർദേശം ഗവൺമെന്റിനെ തൽക്കാലം രക്ഷപ്പെടുത്തി. എന്നാൽ തുടർന്നുണ്ടായ എല്ലൻബറൊ പ്രഭുവിന്റെ ഔഡ് റിപ്പോർട്ടും അദ്ദേഹത്തിന്റെ പെട്ടെന്നുള്ള രാജിയും തൽഫലമായി മന്ത്രിസഭാപാളയത്തിലുണ്ടായ പടയും എല്ലാം പാമേഴ്സ്റ്റൺ സ്വന്തം കാര്യസിദ്ധിക്കായി ആവേശപൂർവം പ്രയോജനപ്പെടുത്തി. അങ്ങനെ, ഈസ്റ്റ് ഇന്ത്യാ കമ്പനി കണ്ടുകെട്ടുന്നതിനെ

തിരെ തങ്ങളുടെതന്നെ പാർട്ടിയിലുണ്ടായിരുന്ന എതിർപ്പ് അവസാനിപ്പിക്കുന്നതിനായി തങ്ങളുടെ ഹ്രസ്വകാലവാഴ്ച ഉപയോഗപ്പെടുത്തിയ ടോറികൾ വീണ്ടും പ്രതിപക്ഷത്തെ ശീതളഛായയിലേക്ക് മാറ്റിസ്ഥാപിക്കപ്പെടുമെന്ന നിലവന്നു. എങ്കിലും ഭംഗിയേറിയ ഈ കണക്കുകൂട്ടലുകളെല്ലാം എങ്ങനെ തെറ്റിപ്പോയെന്നത് പരക്കെ അറിവുള്ള സംഗതിയാണ്. ഈസ്റ്റ് ഇന്ത്യാ കമ്പനിയുടെ ചാമ്പൽക്കൂനയിൽ നിന്ന് കുതിച്ചുയരുന്നതിന് പകരം പാമേഴ്സ്റ്റൺ അവയ്ക്കടിയിൽ കുഴിച്ചുമൂടപ്പെടുകയാണുണ്ടായത്. ഇന്ത്യൻ ചർച്ചകളിലുടനീളം സിവിസ് റൊമാനസിനെ[52] അപമാനിച്ചിരുന്നതിൽ സഭ ഒരു പ്രത്യേക നിർവൃതി അനുഭവിക്കുന്നതുപോലെ തോന്നി. വലുതും ചെറുതുമായ അദ്ദേഹത്തിന്റെ ഭേദഗതികളെല്ലാം ലജ്ജാകരമായ രീതിയിൽ തിരസ്കരിക്കപ്പെട്ടു. അഫ്ഗാൻ യുദ്ധത്തെയും പേർഷ്യൻ യുദ്ധത്തെയും ചൈനീസ് യുദ്ധത്തെയും പറ്റിയുള്ള ഏറ്റവും അസുഖകരങ്ങളായ പരോക്ഷ സൂചനകൾ മുഖത്തടിക്കുമ്പോലെ അദ്ദേഹത്തിന്റെ മുന്നിലേക്ക് നിരന്തരം എടുത്തെറിയപ്പെട്ടു. ഇതിനെല്ലാം പുറമെ, ഇന്ത്യയുടെ അതിർത്തിക്ക് പുറത്ത് യുദ്ധം ആരംഭിക്കുന്നതിനുള്ള അധികാരം ഇന്ത്യൻ മന്ത്രിയിൽനിന്ന് എടുത്തുകളയുന്നത് സംബന്ധിച്ച മി. ഗ്ലാഡ്സ്റ്റന്റെ ഭേദഗതി പാമേഴ്സ്റ്റന്റെ ശക്തിയായ എതിർപ്പിനെ അവഗണിച്ചുകൊണ്ട് വമ്പിച്ച ഭൂരിപക്ഷത്തോടെ പാസാക്കപ്പെട്ടു. അദ്ദേഹത്തിന്റെ അതുവരെയുള്ള വിദേശനയത്തിനെതിരായ ഒരു അവിശ്വാസപ്രമേയം പോലെയായിരുന്നു ഈ ഭേദഗതി. പക്ഷേ, അങ്ങനെ, പാമേഴ്സ്റ്റൺ വലിച്ചു താഴെയിടപ്പെട്ടിട്ടുണ്ടെങ്കിലും അദ്ദേഹത്തിന്റെ തത്വം മൊത്തത്തിൽ അംഗീകരിക്കപ്പെട്ടിട്ടുണ്ട്. ബോർഡ് ഓഫ് കൗൺസിലിന്റെ—പഴയ ഡയറക്ടർ ബോർഡിന്റെ നല്ല ശമ്പളമുള്ള ഒരു ഭൂതമല്ലാതെ മറ്റൊന്നുമല്ല ഈ കൗൺസിൽ—തടസ്സപ്പെടുത്തൽ അധികാരങ്ങൾ എക്സിക്യൂട്ടീവിന് അൽപ്പം ചില മാർഗതടസ്സങ്ങൾ സൃഷ്ടിക്കുമെങ്കിലും ഇന്ത്യയെ ഔപചാരികമായി കൂട്ടിച്ചേർക്കാനുള്ള ഈ തിരുമാനം മുഖേന എക്സിക്യൂട്ടീവിന്റെ അധികാരങ്ങൾ നിസീമമായി വർധിച്ചിരിക്കുകയാണ്. പാർലമെന്ററി ത്രാസിന്റെ തട്ടിൽ ജനാധിപത്യകട്ടികൾകൂടി ഇട്ടാൽ മാത്രമേ ഇത് ഇനി സമനിലയിലാക്കാൻ കഴിയൂ.

(1858 ജൂലായ് 9-ന് എഴുതിയത്. 1858 ജൂലായ് 24-ലെ 5384-ാം ലക്കം *ന്യൂയോർക്ക് ഡെയ്‌ലി ട്രിബ്യൂണിൽ* ഒരു മുഖലേഖനമായി പ്രസിദ്ധീകരിക്കപ്പെട്ടു).

ഇന്ത്യയിലെ കലാപം (രണ്ട്)

ഫ്രെഡറിക് എംഗൽസ്

ഇന്ത്യയിലെ യുദ്ധം ചൂടും മഴയും കൊണ്ട് പൊറുതിമുട്ടിക്കുന്ന ഉഷ്ണകാല മാസങ്ങളിൽ ഏതാണ്ട് പൂർണമായും നിർത്തിവച്ചിരിക്കുന്ന മട്ടാണ് കാണുന്നത്. വേനലിന്റെ തുടക്കത്തിൽ ഊർജിതമായ ഒരു ശ്രമത്തിലൂടെ ഔഡിലെയും റോഹിൽഖണ്ഡിലേയും പ്രധാനപ്പെട്ട എല്ലാ സ്ഥാനങ്ങളും കൈക്കലാക്കിയശേഷം സർ കോളിൻ ക്യാമ്പ്ബെൽ ബുദ്ധിപൂർവം തന്റെ സൈന്യങ്ങളെ വിശ്രമിക്കാൻ അനുവദിച്ചിരിക്കുകയാണ്. തുറസ്സായ നാട്ടിൻപുറം കലാപകാരികൾക്ക് വിട്ടുകൊടുത്തിട്ട് ഗതാഗത-വാർത്താബന്ധങ്ങൾ നിലനിർത്തുന്നതിൽ മാത്രം ശ്രദ്ധിച്ചുകൊണ്ട് അദ്ദേഹം ഒതുങ്ങിക്കഴിയുകയാണ്. ഇക്കാലയളവിൽ ഔഡിലുണ്ടായ താൽപ്പര്യജനകമായ ഒരേയൊരു സംഭവം മാൻസിങിനെ രക്ഷിക്കാനായി സർ ഹോപ്പ് ഗ്രാന്റ് ഷാഹ്ഗഞ്ചിലേക്ക് നടത്തിയ ഒരു പര്യടനം മാത്രമാണ്. കുറെക്കാലം സൂത്രത്തിൽ ഒഴിഞ്ഞുമാറി നിന്നിട്ട് സമീപകാലത്ത് ബ്രിട്ടീഷുകാരുമായി കൂട്ടുകൂടിയ ഈ നാട്ടുപ്രമാണിയെ അദ്ദേഹത്തിന്റെ മുൻ നാടൻചങ്ങാതിമാർ തന്നെ വളഞ്ഞിരിക്കുകയായിരുന്നു. സൂര്യാഘാതവും കോളറയും കാരണം ബ്രിട്ടീഷുകാർക്ക് വലിയ ആൾനഷ്ടം സംഭവിച്ചിരിക്കാമെങ്കിലും ഇത് വെറുമൊരു ഉല്ലാസയാത്രയിൽക്കവിഞ്ഞ് ഒന്നുമായിരുന്നില്ല. ഒരു സമരത്തിന് തയാറാവുകപോലും ചെയ്യാതെ നാട്ടുകാർ പിരിഞ്ഞുപോവുകയും മാൻസിങ് ബ്രിട്ടീഷുകാരുടെകൂടെ കൂടുകയും ചെയ്തു. യാതൊരു പ്രയാസവും കൂടാതെ കൈവരിക്കാൻ കഴിഞ്ഞ ഈ വിജയം ഔഡിന്റെ ആകെയുള്ള അത്രതന്നെ പ്രയാസരഹിതമായ കീഴടക്കലിനെ സൂചിപ്പിക്കുന്നില്ലെങ്കിലും കലാപ

കാരികളുടെ അങ്ങേയറ്റത്തെ നൈരാശ്യത്തെ അത് വിളിച്ചറിയിക്കുന്നുണ്ട്. ഉഷ്ണകാലത്ത് വിശ്രമിക്കുന്നത് ബ്രിട്ടീഷുകാരുടെ താൽപ്പര്യമായിരുന്നെങ്കിൽ അവരെ ആവുംവിധം ശല്യപ്പെടുത്തുന്നത് കലാപകാരികൾ തങ്ങളുടെ താൽപ്പര്യമായി എടുക്കേണ്ടതായിരുന്നു. ശത്രുവിന്റെ കൈയിലിരിക്കുന്ന പട്ടണങ്ങൾ തമ്മിലുള്ള ഗതാഗതത്തെ തടസപ്പെടുത്തുകയും ചെറുസംഘങ്ങളെ പതുങ്ങിനിന്ന് ആക്രമിക്കുകയും ആഹാരം തേടി ഇറങ്ങുന്നവരെ ശല്യപ്പെടുത്തുകയും ആഹാരസാധനങ്ങളുടെ സപ്ലൈ അസാധ്യമാക്കുകയും — ബ്രിട്ടീഷുകാർ പിടിച്ചുവച്ചിരുന്ന വലിയ പട്ടണങ്ങൾക്കൊന്നും ഈ സപ്ലൈ കൂടാതെ ജീവിതമേ സാധ്യമായിരുന്നില്ല—ചെയ്തുകൊണ്ട് സജീവമായ ഒരു ഒളിപ്പോർ സമരം സംഘടിപ്പിക്കുന്നതിന് പകരം കരം പിരിക്കുകയും പ്രതിയോഗികൾ അനുവദിച്ചു കൊടുത്ത വിശ്രമവേള ആസ്വദിക്കുകയും ചെയ്യുന്നതുകൊണ്ട് അവർ സംതൃപ്തരായിരുന്നു. അതിലുമുപരിയായി, അവർ തമ്മിൽ കലഹം ആരംഭിച്ചിട്ടുണ്ടെന്നും തോന്നുന്നു. സ്വന്തം പട്ടാളത്തെ പുനഃസംഘടിപ്പിക്കുകയോ പടക്കോപ്പ് സംഭരിക്കുകയോ പീരങ്കികളുടെ നഷ്ടം നികത്തുകയോ ചെയ്യാനായി ശാന്തമായ ഇക്കഴിഞ്ഞ ചില ആഴ്ചകൾ അവർ ഉപയോഗപ്പെടുത്തിയിട്ടുള്ളതായും തോന്നുന്നില്ല. ഷാഹ്ഗഞ്ചിലെ പലായനം മറ്റേതൊരു പരാജയത്തെക്കാളും കൂടുതലായ ആത്മവിശ്വാസക്കുറവിനെയും നേതാക്കളിലുള്ള അവിശ്വാസത്തെയുമാണ് വിളിച്ചറിയിക്കുന്നത്. ഇതിനിടയിൽ ബ്രിട്ടീഷ് ഗവൺമെന്റ് നാട്ടുപ്രമാണിമാരിൽ മിക്കവരുമായി ഒരു രഹസ്യ കത്തിടപാട് ആരംഭിച്ചിട്ടുണ്ട്. ഔഡിലെ ഭൂമി മുഴുവനും കീശയിലാക്കുന്നത് അത്ര പ്രായോഗികമല്ലെന്ന് ബ്രിട്ടീഷുകാർക്ക് മനസിലായിട്ടുണ്ട്. അതുകൊണ്ട് ന്യായമായ വ്യവസ്ഥകളിന്മേൽ ഭൂമി പഴയ ഉടമസ്ഥർക്ക് മടക്കിക്കൊടുക്കാൻ അവർക്ക് വളരെ സമ്മതമാണ്. അങ്ങനെ ബ്രിട്ടീഷുകാരുടെ അന്തിമവിജയം ഉറപ്പായിക്കഴിഞ്ഞിരിക്കുന്ന സ്ഥിതിക്ക് സജീവമായ ഒരു ഒളിപ്പോർ ഘട്ടത്തിലൂടെ കടന്നുപോകും മുൻപ് ഔഡിലെ കലാപം കാലഗതിയെ പ്രാപിക്കുന്ന ലക്ഷണമാണ് കാണുന്നത്. ഭൂവുടമകളിൽ ഒരു നല്ല ഭാഗം ബ്രിട്ടീഷുകാരുമായി ഒത്തുതീർപ്പിലാകുന്നതോടെ കലാപസംഘങ്ങൾ തമ്മിലടിച്ചുപിരിയും. ഗവൺമെന്റിൽ നിന്ന് വളരെയധികം പേടിക്കാനുള്ളവർ കൊള്ളക്കാരായി മാറും. അവരെ പിടിക്കുന്നതിൽ സഹായിക്കാൻ കർഷകർക്ക് സന്തോഷമേ ഉണ്ടായിരിക്കൂ.

ഔഡിന്റെ തെക്കുപടിഞ്ഞാറുള്ള ജഗദീഷ്പൂർ കാടുകൾ അത്തരം കൊള്ളക്കാർക്കുള്ള നല്ലൊരു കേന്ദ്രമായിരിക്കുമെന്ന് തോന്നുന്നു. ഇല്ലിയും വള്ളിപ്പടർപ്പുകളും നിറഞ്ഞ ഈ ഘോരവനങ്ങൾ ഇപ്പോൾ അമർസിങിന്റെ നേതൃത്വത്തിലുള്ള ഒരു കലാപസംഘത്തിന്റെ പിടിയിലാണ്. ഒളിപ്പോരിൽ സാമാന്യവിവരമുള്ള ഈ കലാപനേതാവ് മറ്റാരേയുംകാൾ സജീവമാണ്. അതെന്തായാലും, ബ്രിട്ടീഷുകാർ ഇങ്ങോട്ട് വരാൻ കാത്തിരിക്കാതെ തരംകിട്ടുമ്പോഴെല്ലാം അദ്ദേഹം അങ്ങോട്ട് ചെന്ന് അവരെ

ആക്രമിക്കാറുണ്ട്. അദ്ദേഹത്തെ ഈ ശക്തികേന്ദ്രത്തിൽനിന്ന് പുറത്താക്കാൻ പറ്റും മുൻപ് ഔഡ് കലാപകാരികളിൽ ഒരു വിഭാഗം അദ്ദേഹവുമായി ചേരാനിടയുള്ളതായി സംശയിക്കപ്പെടുന്നുണ്ട്. അങ്ങനെ സംഭവിച്ചാൽ ബ്രിട്ടീഷുകാർക്ക് അടുത്ത കാലത്തേതിൽനിന്ന് വ്യത്യാസമായി അൽപ്പം വെള്ളം കുടിക്കേണ്ടിവരും. കഴിഞ്ഞ ഏതാണ്ട് എട്ട് മാസമായി ഈ വനങ്ങൾ കലാപസംഘങ്ങൾക്ക് നല്ലൊരു അഭയകേന്ദ്രമാണ്. കൽക്കത്തയിൽനിന്ന് അലഹബാദിലേക്കുള്ള ഗ്രാന്റ് ട്രങ്ക് റോഡ് തീരെ ഭദ്രമല്ലാതാക്കാൻ അവർക്ക് കഴിഞ്ഞിട്ടുണ്ട്. ഇതാകട്ടെ ബ്രിട്ടീഷുകാരുടെ മുഖ്യ ഗതാഗതമാർഗവുമാണ്.

പശ്ചിമേന്ത്യയിൽ ജനറൽ റോബർട്ട്സും കേണൽ ഹോംസും ഇപ്പോഴും കലാപകാരികളെ പിന്തുടർന്നുകൊണ്ടിരിക്കുകയാണ്. തോറ്റു പിന്മാറുന്ന സൈന്യം ഏതുവഴിക്ക് തിരിയുമെന്നത് ഗ്വാളിയർ പിടിക്കുന്ന സമയത്ത് വളരെ വലിയൊരു പ്രശ്നമായിരുന്നു. കാരണം, ഒരു കലാപത്തിന് ബീജകേന്ദ്രമെന്ന നിലയ്ക്കുള്ള സാമാന്യം കരുത്തുറ്റ ഒരു സ്ഥിരം സൈനികദളം എത്തിച്ചേർന്നാലുടൻ അവരോടൊപ്പം ഇറങ്ങിപ്പുറപ്പെടാൻ ഒരുങ്ങിയിരിക്കുകയായിരുന്നു മറാഠ ദേശമാകെയും രജപുട്ടാനയുടെ ഒരു ഭാഗവും. ഗ്വാളിയർ സൈന്യം തെക്കുപടിഞ്ഞാറുദിക്കിനെ ലക്ഷ്യമാക്കി പിൻവാങ്ങുന്നതായിരിക്കും ഇതിനുള്ള ഉത്തമനീക്കമെന്ന് തോന്നിയിരുന്നു. പക്ഷേ, എന്തുകൊണ്ടോ കലാപകാരികൾ വടക്കുപടിഞ്ഞാറ് ദിക്കിലേക്കാണ് യാത്രയായത്. അവർ ആദ്യം ജയ്പൂരിലേക്കും അവിടെനിന്ന് മറാഠദേശത്തേക്കുള്ള റോഡിലെത്താനായി ഉദയപ്പൂറിലേക്കും തിരിച്ചു. പക്ഷേ, ഈ ചുറ്റിത്തിരിഞ്ഞുള്ള മാർച്ച് റോബർട്ട്സിന് അവർക്കൊപ്പമെത്താനും നിഷ്പ്രയാസം അവരെ അമ്പേ തോൽപ്പിക്കാനും നല്ലൊരവസരമുണ്ടാക്കിക്കൊടുത്തു. പീരങ്കികളോ ശരിയായ സംഘടനയോ വേണ്ടത്ര വെടിക്കോപ്പുകളോ പ്രശസ്തരായ നേതാക്കളോ ഇല്ലാത്ത ശേഷിച്ച ദളത്തിന് പുതിയ കലാപങ്ങൾ കുത്തിപ്പൊക്കാൻ എന്തെങ്കിലും കെൽപ്പുണ്ടെന്ന് തോന്നുന്നില്ല. നേരെമറിച്ച് അവർ ഏറ്റിക്കൊണ്ടുപോകുന്ന വമ്പിച്ച കൊള്ളമുതൽ—ഇത് അവരുടെ എല്ലാ നീക്കങ്ങളെയും തടസ്സപ്പെടുത്തുന്നുമുണ്ട്—കർഷകരുടെ അസൂയയ്ക്ക് പാത്രമായിക്കഴിഞ്ഞിട്ടുള്ള ലക്ഷണമാണ് കാണുന്നത്. ഒറ്റയ്ക്ക് വഴിതെറ്റിപ്പോകുന്ന ഏതൊരു ശിപായിയെക്കണ്ടാലും ആളുകൾ അയാളെ പിടിച്ച് കൊല ചെയ്തിട്ട് അയാളുടെ പക്കലുള്ള സ്വർണമൊഹർ മുഴുവൻ തട്ടിക്കൊണ്ട് പോകുന്നുണ്ട്. ഇതാണ് സ്ഥിതിയെങ്കിൽ പിന്നെ ഈ ശിപായികളെ ശരിപ്പെടുത്തുന്ന ജോലി ഗ്രാമീണജനതയ്ക്ക് വിട്ടുകൊടുത്തിട്ട് റോബർട്ട്സിന് കൈയുംകെട്ടി ഇരിക്കാം. സിന്ധ്യയുടെ പട്ടാളം അദ്ദേഹത്തിന്റെ ഭണ്ഡാരത്തിന്റെ കവർച്ച നടത്തിയത് ബ്രിട്ടീഷുകാർക്ക് ഒരനുഗ്രഹമായി. ഹിന്ദുസ്ഥാനിലേതിനെക്കാൾ അപകടകരമായ ഒരു കേന്ദ്രത്തിൽ പുതുതായി കലാപമുണ്ടാക്കാതെ തന്മൂലം അവർ രക്ഷപ്പെട്ടു. കാരണം, മറാഠദേശത്ത് കലാപമുണ്ടായാൽ അത് ബോംബെ സൈന്യത്തിന് ഒരു കടുത്ത

പരീക്ഷണം ആകുമായിരുന്നു.

ഗ്വാളിയർ പ്രാന്തത്തിൽ ഒരു പുതിയ ലഹള പൊട്ടിപ്പുറപ്പെട്ടിട്ടുണ്ട്. സിന്ധ്യയുടെ ഒരു എളിയ സാമന്തനായ മാൻസിങ് (ഔഡിലെ മാൻസിങ്ങല്ല ഇത്) കലാപകാരികളുടെ കൂടെച്ചേർന്ന് പവോറി എന്ന കൊച്ചു കോട്ട കൈവശപ്പെടുത്തിയിട്ടുണ്ട്. പക്ഷേ, ബ്രിട്ടീഷുകാർ അവിടെ വളഞ്ഞു കഴിഞ്ഞിട്ടുണ്ട്. താമസിയാതെ അത് പിടിച്ചെടുക്കപ്പെടുകയും ചെയ്യും.

ഇതിനിടയിൽ, പിടിച്ചെടുക്കപ്പെട്ട പ്രദേശങ്ങൾ പതുക്കെപ്പതുക്കെ ശാന്തമാക്കപ്പെട്ടുകൊണ്ടിരിക്കുന്നുണ്ട്. ഡൽഹിയുടെ ചുറ്റുമുള്ള സ്ഥലങ്ങളിൽ ഒരു യൂറോപ്യന് വേണമെങ്കിൽ നിരായുധനായി അകമ്പടിയൊന്നും കൂടാതെ നിർഭയം സഞ്ചരിക്കാൻ കഴിയുമാറ് അവിടങ്ങളിൽ പൂർണമായ ശാന്തത കൈവരുത്താൻ സർ ജെ ലോറൻസിന് കഴിഞ്ഞിട്ടുണ്ടെന്ന് പറയുന്നു. ഒരു ഗ്രാമത്തിന്റെ അതിർത്തിക്കുള്ളിൽ എന്തെങ്കിലും കുറ്റകൃത്യമോ തെമ്മാടിത്തരമോ നടന്നാൽ അതിനുള്ള ഉത്തരവാദിത്വം ആ ഗ്രാമവാസികൾക്കാകെയുള്ളതായി പ്രഖ്യാപിക്കപ്പെട്ടിട്ടുണ്ടെന്നതാണ് ഇതിന്റെ ഒരു രഹസ്യം. കൂടാതെ ഒരു മിലിട്ടറി പൊലീസ് സംഘടിപ്പിക്കപ്പെട്ടിട്ടുണ്ട്. ഇതിനെല്ലാമുപരിയായി, പട്ടാളക്കോടതികളിലെ വിചാരണ കൂടാതെയുള്ള ശിക്ഷ സർവസ്ഥലങ്ങളിലും തകൃതിയായി ആരംഭിച്ചിട്ടുണ്ട്. കിഴക്കർക്ക് വളരെ പേടിയുള്ള ഒരു ഏർപ്പാടുമാണിത്. എന്നാൽ, ഇപ്പോഴും ഒരു ഒറ്റപ്പെട്ട സംഭവമായി മാത്രമേ ഈ വിജയത്തെ കാണാൻ കഴിയൂ എന്നാണ് തോന്നുന്നത്. എന്തുകൊണ്ടെന്നാൽ, മറ്റൊരിടത്തുനിന്നും ഇങ്ങനെയൊരു റിപ്പോർട്ട് ലഭിച്ചിട്ടില്ല. റോഹിൽഖണ്ഡും ഔഡും ബുന്ദെൽഖണ്ഡും അതുപോലുള്ള മറ്റ് വൻപ്രവിശ്യകളും പൂർണമായി ശാന്തമാക്കാൻ ഇനിയും ധാരാളം സമയം പിടിക്കും. ബ്രിട്ടീഷ് പട്ടാളത്തിനും പട്ടാളക്കോടതികൾക്കും അതിനായി ധാരാളം പണിപ്പെടേണ്ടതായി വരികയും ചെയ്യും.

പക്ഷേ, ഹിന്ദുസ്ഥാനിലെ കലാപം അങ്ങനെ സൈനിക പ്രാധാന്യമൊന്നുമില്ലാത്ത നിസ്സാരസംഗതിയായി മാറിയിട്ടുണ്ടെങ്കിലും അങ്ങ് ദൂരെ അഫ്ഗാനിസ്ഥാന്റെ മറുതലയ്ക്കൽ വമ്പിച്ച വൈഷമ്യങ്ങളുടെ ഭീഷണി ഉൾക്കൊള്ളുന്ന സുപ്രധാനമായ ഒരു സംഭവം നടന്നിട്ടുണ്ട്. ഡേറാ ഇസ്മയിൽ ഖാൻ എന്ന സ്ഥലത്തുള്ള വിവിധ സിഖ് റെജിമെന്റുകളിൽ അവരുടെ ഓഫീസർമാരെ കൊലപ്പെടുത്താനും ബ്രിട്ടീഷുകാർക്കെതിരായി കലാപം നടത്താനുമുള്ള ഒരു ഗൂഢാലോചന കണ്ടുപിടിക്കപ്പെട്ടിട്ടുണ്ട്. എത്ര വ്യാപകമായിട്ടുള്ളതാണ് ഈ ഗൂഢാലോചനയെന്ന് ഞങ്ങൾക്ക് നിശ്ചയമില്ല. ഒരുപക്ഷേ, ഒരു പ്രത്യേക വിഭാഗം സിഖുകാർക്കിടയിലുള്ള ഒരു പ്രാദേശിക സംഗതി മാത്രമായിരിക്കാം ഇത്. അതേപ്പറ്റി ഖണ്ഡിതമായി എന്തെങ്കിലും പറയാൻ ഞങ്ങൾക്കിപ്പോൾ നിവൃത്തിയില്ല. എന്തായാലും, വളരെ അപകടകരമായ ഒരു ലക്ഷണമാണിത്. ബ്രിട്ടീഷ് സൈന്യത്തിൽ ഇപ്പോൾ ഏകദേശം ഒരുലക്ഷം

സിഖുകാരുണ്ട്. അവരുടെ അഹന്തയെപ്പറ്റി നമ്മളെല്ലാം ധാരാളം കേട്ടിട്ടുമുണ്ട്. ഇന്ന് ബ്രിട്ടീഷുകാർക്കുവേണ്ടിയാണെങ്കിൽ നാളെ ദൈവഹിതമനുസരിച്ച് അവർക്കെതിരായിരിക്കും തങ്ങളുടെ സമരമെന്ന് അവർ പറയാറുണ്ട്. ധീരരും വാശിക്കാരും ചപലരുമായ അവർ മറ്റു കിഴക്കരെയെല്ലാംകാൾ ആകസ്മികവും അപ്രതീക്ഷിതവുമായ എടുത്തുചാട്ടങ്ങൾക്ക് വശംവദരാണ്. അവർക്കിടയിൽ കാര്യമായ ലഹള ആരംഭിച്ചാൽ ബ്രിട്ടീഷുകാർക്ക് പിടിച്ചുനിൽക്കാൻ വളരെ പ്രയാസപ്പെടേണ്ടിവരും. ഇന്ത്യയിലെ നാട്ടുകാർക്കിടയിൽ എക്കാലവും ബ്രിട്ടീഷുകാരുടെ ഏറ്റവും വലിയ എതിരാളികൾ സിഖുകാരായിരുന്നു. താരതമ്യേന സുശക്തമായ ഒരു സാമ്രാജ്യം അവർ സ്ഥാപിച്ചിട്ടുണ്ട്. ബ്രാഹ്മണമതത്തിന്റെ ഒരു പ്രത്യേക വിഭാഗത്തിൽപ്പെട്ട അവർക്ക് ഹിന്ദുക്കളോടും മുസ്ലിങ്ങളോടും ഒരുപോലെ വെറുപ്പുണ്ട്. ബ്രിട്ടീഷ് ഭരണത്തിന്റെ ഏറ്റവും വലിയ അപകടസന്ധിക്ക് അവർ സാക്ഷ്യം വഹിച്ചിട്ടുണ്ട്. അതിന്റെ പുനഃസ്ഥാപനത്തിന് അവർ ഗണ്യമായ സംഭാവന നൽകിയിട്ടുണ്ട്. തങ്ങളുടെ സംഭാവനയാണ് ഇതിൽ നിർണായകമായിരുന്നതെന്ന് അവർ ദൃഢമായി വിശ്വസിക്കുന്നുപോലുമുണ്ട്. ബ്രിട്ടീഷ് ഭരണത്തിന്റെ സ്ഥാനത്ത് ഒരു സിഖ് ഭരണം വരേണ്ട കാലം ആസന്നമായെന്നും ഡൽഹിയിലോ കൽക്കത്തയിലോ ഇരുന്നുകൊണ്ട് ഒരു സിഖ് ചക്രവർത്തി ഭരണം നടത്താൻ പോകുന്നുണ്ടെന്നുമുള്ളതിൽപ്പരം സ്വാഭാവികമായ ഒരു വിചാരം അവർക്കുണ്ടാകാനുമില്ല. ഈ വിചാരം ഇനിയും അത്ര പരിപക്വമായിട്ടില്ലായിരിക്കാം. ഒരു കലാപമുണ്ടായാൽ ഉടനടി അത് അമർച്ച ചെയ്യാൻ സാധിക്കുംവിധത്തിൽ യൂറോപ്യരെയും അവരെയും സമാസമമാക്കിയായിരിക്കാം ഓരോ യൂണിറ്റിലും നിർത്തിയിട്ടുള്ളത്. പക്ഷേ, ഈ വിചാരം അവരുടെ മനസിൽ അങ്കുരിച്ചിട്ടുണ്ടെന്നത് ഡൽഹിക്കും ലക്നൗവിനും ശേഷമുള്ള സിഖുകാരുടെ പെരുമാറ്റത്തെപ്പറ്റിയുള്ള റിപ്പോർട്ടുകൾ വായിച്ചിട്ടുള്ള ഏതൊരാൾക്കും സ്പഷ്ടമായിരിക്കുമെന്ന് ഞങ്ങൾ കരുതുന്നു.

ഇതൊക്കെയാണെങ്കിലും, തൽക്കാലം ബ്രിട്ടീഷുകാർ ഇന്ത്യ തിരിച്ചുപിടിച്ചിരിക്കുകയാണ്. ബംഗാൾ സൈന്യത്തിലെ ലഹളയെത്തുടർന്നുണ്ടായ മഹത്തായ കലാപം ഊർധ്വശ്വാസം വലിച്ചുകൊണ്ടിരിക്കുകയാണെന്നാണ് തോന്നുന്നത്. പക്ഷേ, ഈ രണ്ടാം വെട്ടിപ്പിടിത്തം ഇന്ത്യക്കാരുടെ മനസിന്റെ മേലുള്ള ബ്രിട്ടീഷ് സ്വാധീനം ഒട്ടും വർധിപ്പിച്ചിട്ടില്ല. നാട്ടുകാർ ചെയ്തതായി പറയപ്പെടുന്ന അക്രമങ്ങളെപ്പറ്റിയുള്ള അതിശയോക്തി കലർന്ന തെറ്റായ റിപ്പോർട്ടുകളുടെ അടിസ്ഥാനത്തിൽ ഒന്നുകൂടി ഊർജിതമാക്കപ്പെട്ട ബ്രിട്ടീഷ് പ്രതികാരനടപടികളുടെ ക്രൂരതയും മൊത്തമായും ചില്ലറയായും ഔഡ് കണ്ടുകെട്ടുന്നതിനുള്ള ശ്രമവും വിജയികളുടെ നേർക്ക് പ്രത്യേകമായ മമതയൊന്നും ആരിലും വളർത്തിയിട്ടില്ല. നേരേമറിച്ച്, ക്രൈസ്തവരായ വരത്തർക്കെതിരായുള്ള പരമ്പരാഗതമായ വെറുപ്പ് ഹിന്ദുക്കൾക്കും മുസ്ലിങ്ങൾക്കുമിടയിൽ ഒരുപോലെ ഒന്നുകൂടി ജ്വലിക്കുകയാണുണ്ടായിട്ടുള്ളതെന്ന് അവർതന്നെ തുറന്ന് സമ്മ

തിക്കുന്നുണ്ട്. ഇന്നത്തെ നിലയിൽ ഈ വെറുപ്പ് നിർവീര്യമായിട്ടുള്ള താണെങ്കിലും വിപൽക്കരമായ ആ കാർമേഘം സിഖുകാരുടെ പഞ്ചാബിനുമുകളിൽ വട്ടമിട്ടു നിൽക്കുന്നിടത്തോളം യാതൊരു പ്രാധാന്യവുമില്ലായെന്ന് പറഞ്ഞ് അതിനെ തള്ളിക്കളയാനാവില്ല. ഇതുകൊണ്ടും കാര്യങ്ങൾ അവസാനിക്കുന്നില്ല. ഏഷ്യയിൽ അധീശത്വമുള്ള രണ്ട് വൻശക്തികളായ ഇംഗ്ലണ്ടും റഷ്യയും സൈബീരിയയ്ക്കും ഇന്ത്യക്കുമിടയിലുള്ള ഒരു സ്ഥാനത്ത് കയറിപ്പിടിച്ചിട്ടുണ്ട്. റഷ്യയുടെയും ഇംഗ്ലണ്ടിന്റെയും താൽപ്പര്യങ്ങൾ അവിടെവച്ച് ഇടയാതിരിക്കുക സാധ്യമല്ല. പീക്കിങ്ങാണ് ആ സ്ഥാനം. ഏറെക്കാലം കഴിയുംമുൻപായി ഏഷ്യാറ്റിക് ഭൂഖണ്ഡത്തിന്റെ കുറുകെ ഒരു വര വരയ്ക്കപ്പെടുന്നതും ആ വരയിലുടനീളം ഈ രണ്ട് വിരുദ്ധതാൽപ്പര്യങ്ങളും തമ്മിൽ നിരന്തരം ഏറ്റുമുട്ടുന്നതുമാണ്. അങ്ങനെ, 'ശിപായിയും കൊസ്സാക്കും ഓക്സസ് സമതലത്തിൽവച്ച് കണ്ടുമുട്ടുന്ന' ആ കാലം അത്ര വിദൂരമായിരിക്കില്ല. അങ്ങനെ ഒരു കണ്ടുമുട്ടൽ നടക്കാനിടയായാൽ ഒന്നരലക്ഷം ഇന്ത്യക്കാരായ പട്ടാളക്കാരുടെ ബ്രിട്ടീഷ് വിരോധം അത്ര നിസ്സാരമായി തള്ളാവുന്ന ഒരു സംഗതി ആയിരിക്കുകയുമില്ല.

(1858 സെപ്തംബർ 17-നോടടുപ്പിച്ച് എഴുതിയത്. 1858 ഒക്ടോബർ 1-ലെ 5443-ാം ലക്കം *ന്യൂയോർക്ക് ഡെയ്‌ലി ട്രിബ്യൂണിൽ* ഒരു മുഖലേഖനമായി പ്രസിദ്ധീകരിക്കപ്പെട്ടു).

'ഇന്ത്യാചരിത്രത്തെപ്പറ്റിയുള്ള കുറിപ്പുകൾ'

(ഒരു ഭാഗം)

കാൾ മാർക്സ്

1856. നവാബിന്റെ ദുർഭരണം കാരണം ഔഡ് കൂട്ടിച്ചേർക്കപ്പെടുന്നു. — പഞ്ചാബിലെ മഹാരാജാ ദിലീപ് സിങ് ക്രിസ്തുമതം സ്വീകരിച്ചു. ഉദ്ധതമായ ഒരു 'വിടവാങ്ങൽ കുറിപ്പ്' എഴുതിയിട്ട് ഡൽഹൗസി പിൻവാങ്ങി. മറ്റു പല സംഗതികളോടുമൊപ്പം തോടുകളും റെയിൽവേലൈനുകളും വൈദ്യുതകമ്പി ഏർപ്പാടുകളും നിർമിക്കപ്പെട്ടു. ഔഡ് കൂട്ടിച്ചേർത്തവകയിലുള്ളതുകൂടാതെ 40ലക്ഷം പവൻ റവന്യൂവിൽ വർധനവ്. കൽക്കത്തെയിലേക്കുള്ള ചരക്കുകപ്പലുകളുടെ ടണ്ണേജ് ഏതാണ്ട് ഇരട്ടിയായി. സത്യത്തിൽ പൊതുകണക്കിൽ കമ്മി. പൊതുമരാമത്തിനുള്ള ഭീമമായ ചെലവുകളാണ് ഇതിന് കാരണം. ഈ ഹുങ്കിനുള്ള മറുപടി ശിപായി വിപ്ലവമാണ് (1857-59).

1857. ശിപായി കലാപം. കുറച്ചു കൊല്ലമായി ശിപായി സൈന്യം കുത്തഴിഞ്ഞ മട്ടിലാണ്. ഔഡിൽനിന്നുള്ള 40,000 പട്ടാളക്കാരുണ്ട് അതിൽ. ജാതിയും ദേശീയതയുമാണ് അവരെ ഒരുമിപ്പിച്ചു നിർത്തുന്നത്. പട്ടാളത്തിൽ ഒരേ നാഡിമിടിപ്പാണുള്ളത്. മേലുദ്യോഗസ്ഥന്മാർ ഒരു റെജിമെന്റിനെ അധിക്ഷേപിച്ചാൽ അത് സൈന്യത്തിന്റെ ആകെയുള്ള പരാതിയായി മാറും. ഓഫീസർമാർ അശക്തരാണ്. അച്ചടക്കം തീരെയില്ല. അനുസരണക്കേടുകൾ പതിവായിരിക്കുന്നു. ഏറെക്കുറെ വിഷമിച്ച് മാത്രമേ അതെല്ലാം അടിച്ചമർത്താൻ കഴിയുന്നുള്ളൂ. റംഗൂൺ ആക്രമണത്തിന് കടൽ കടന്നുപോകാൻ ബംഗാൾ സൈന്യം തീർത്തും വിസമ്മതിക്കുന്നു. പകരം സിഖ് റെജിമെന്റു

കളെ അയക്കേണ്ടി വരുന്നു (പഞ്ചാബിന്റെ കൂട്ടിച്ചേർക്കലിനു ശേഷം (1849) ഔഡും കൂട്ടിച്ചേർക്കപ്പെട്ടതോടെ (1856) ഇതെല്ലാം ഒന്നുകൂടി വഷളായി). കാനിങ് പ്രഭുവിന്റെ ഭരണാരംഭം സ്വേഛാപരമായ നടപടിയോടെയാണ്. അതുവരെ മദ്രാസ്, ബോംബെ സൈന്യങ്ങളിലേക്ക് ശിപായിമാരെ എടുത്തിരുന്നത് ലോകത്തെവിടെയും സേവനമനുഷ്ഠിക്കണമെന്ന വ്യവസ്ഥയിലായിരുന്നെങ്കിലും ബംഗാൾ സൈന്യത്തിലേക്കുള്ളവർ ഇന്ത്യയിൽ മാത്രം സേവനം അനുഷ്ഠിച്ചാൽ മതിയായിരുന്നു. 'പൊതുസേവന നിയമം' എന്നത് കാനിങ് ബംഗാളിനും ബാധകമാക്കി. ജാതി ഇല്ലാതാക്കാനുള്ള ശ്രമമെന്ന് പറഞ്ഞ് ഫക്കീറുകൾ ഇതിനെ അപലപിച്ചു.

1857-ന്റെ തുടക്കത്തിൽ, പന്നിയുടെയും പശുവിന്റെയും കൊഴുപ്പുപുരട്ടിയ തിരകൾ (പാമിന്റേത്) അടുത്ത കാലത്തായി വിതരണം ചെയ്തിട്ടുള്ളത് ശിപായിമാരുടെയെല്ലാം ജാതി ഇല്ലാതാക്കാനാണെന്ന് ഫക്കീറുകൾ എടുത്തുപറയുന്നു. ഇതിന്റെ പേരിൽ ബാരക്ക്പൂരിലും (കൽക്കത്തയ്ക്ക് സമീപം) റാണിഗഞ്ചിലും (ബങ്കൂറയ്ക്ക് സമീപം) ശിപായി ലഹളകൾ.

ഫെബ്രുവരി 26. ബർഹാംപൂരിൽ (മുർഷിദാബാദിന് തെക്ക് ഹൂഗ്ലീതീരത്ത്) ശിപായി ലഹള. മാർച്ചിൽ ബാരക്ക്പൂരിൽ ശിപായി കലാപം. ഇതെല്ലാം ബംഗാളിലാണ് (ബലം പ്രയോഗിച്ച് അമർച്ച ചെയ്തു).

മാർച്ച്, ഏപ്രിൽ. അംബാലയിലെയും മീറത്തിലെയും ശിപായിമാർ കൂടെക്കൂടെ രഹസ്യമായി ബാരക്കുകൾക്ക് തീ കൊളുത്തി. ഔഡിലും വടക്ക് പടിഞ്ഞാറുമുള്ള പ്രദേശങ്ങളിൽ ഫക്കീറുകൾ ഇംഗ്ലണ്ടിനെതിരായി ആളുകളെ ഇളക്കി വിടുന്നു. ബിത്തൂർ (ഗംഗാതീരത്ത്) രാജാവായ നാനാ സാഹിബ്, റഷ്യ, പേർഷ്യ, ഡൽഹി രാജാക്കന്മാർ, ഔഡിലെ മുൻരാജാവ് എന്നിവരുമായെല്ലാം ചേർന്ന് ഗൂഢാലോചന നടത്തുന്നു. കൊഴുപ്പു പുരട്ടിയ തിരകളെച്ചൊല്ലിയുള്ള അസ്വസ്ഥത ശരിക്കും ഉപയോഗപ്പെടുത്തുന്നു.

ഏപ്രിൽ 24. ലക്നൗവിൽ 48-ാം ബംഗാളികൾ (റെജിമെന്റ്), 3-ാം നാടൻ അശ്വസേന, 7-ാം ഔഡ് ഇറെഗുലേഴ്സ് എന്നിവരുടെ കലാപം. സർ ഹെൻറി ലോറൻസ് ഇംഗ്ലീഷ് പട്ടാളവുമായി വന്ന് അടിച്ചമർത്തി.

മീറത്തിൽ 11-ഉം 20-ഉം നാടൻ കാലാൾസൈന്യം ഇംഗ്ലീഷുകാരെ തിരിഞ്ഞാക്രമിക്കുകയും ഓഫീസർമാരെ വെടിവച്ചുകൊല്ലുകയും നഗരത്തിൽ കൊള്ളിവയ്പ് നടത്തുകയും ഇംഗ്ലീഷ് സ്ത്രീകളെയും കുട്ടികളെയും എല്ലാം കൊലപ്പെടുത്തുകയും ചെയ്തിട്ട് ഡൽഹിക്ക് പോകുന്നു. ഡൽഹിയിൽ, ലഹളക്കാരിൽ കുറെപ്പേർ രാത്രിസമയത്ത് അവിടേക്ക് കുതിച്ചെത്തുന്നു. അവിടെയുള്ള ശിപായിമാരും കലാപത്തിലേർപ്പെടുന്നു (54, 74, 38 എന്നീ നാടൻ കാലാൾപ്പട

കൾ). ഇംഗ്ലീഷ് കമീഷണറും പാതിരിയും ഓഫീസർമാരും കൊല ചെയ്യപ്പെടുന്നു. 9 ഇംഗ്ലീഷ് ഓഫീസർമാർ വെടിക്കോപ്പുപുരയ്ക്ക് കാവൽ നിൽക്കുന്നു. അത് തകർക്കപ്പെടുന്നു (രണ്ടുപേർ മരിച്ചു). നഗരത്തിലുള്ള മറ്റ് ഇംഗ്ലീഷുകാർ കാടുകളിലേക്ക് ഓടുന്നു. നാട്ടുകാരുടെയോ കാലാവസ്ഥയുടെയോ പിടിയിൽപ്പെട്ട് മിക്കവരും മരിക്കുന്നു. ചിലർ അപകടം കൂടാതെ പട്ടാളം ഒഴിഞ്ഞുപോയ മീറത്തിലെത്തുന്നു. പക്ഷേ, ഡൽഹി കലാപകാരികളുടെ കൈയിലാണ്.

ഫിറോസ്പൂരിൽ 45-ഉം 57-ഉം നാടൻ സൈന്യം കോട്ടപിടിക്കാൻ ശ്രമിച്ചെങ്കിലും 61-ാം ഇംഗ്ലീഷ് സൈന്യം അവരെ തുരത്തി. പക്ഷേ, അവർ നഗരത്തിലെങ്ങും കൊള്ള നടത്തുകയും നഗരത്തിന് തീ കൊളുത്തുകയും ചെയ്യുന്നു. പിറ്റേന്ന് കുതിരപ്പട വന്ന് അവരെ തുരത്തുന്നുണ്ട്.

മീറത്തിലെയും ഡൽഹിയിലെയും സംഭവങ്ങളെപ്പറ്റിയുള്ള വിവരം കേട്ടപ്പോൾ ലാഹോറിൽ ജനറൽ പരേഡ്, ജനറൽ കോർബെറ്റിന്റെ ഉത്തരവനുസരിച്ച് അവർ നിരായുധരാക്കപ്പെടുന്നു (പീരങ്കികളുമായി ഇംഗ്ലീഷ് സൈന്യം അവരെ വളഞ്ഞിരിക്കുന്നു).

മെയ് 20. പെഷവാറിൽ 64-ഉം 55-ഉം 39-ഉം നാടൻ കാലാൾപ്പട നിരായുധീകരിക്കപ്പെട്ടു (ലാഹോറിലെപ്പോലെ). ശേഷിച്ച ഇംഗ്ലീഷുകാരും വിശ്വസ്ത സിക്കുകളും ചേർന്ന് നൗഷഹർ, മർദാൻ എന്നീ കേന്ദ്രങ്ങളെ ശല്യക്കാരിൽനിന്ന് വിമുക്തമാക്കി. മെയ് അവസാനത്തിൽ ചുറ്റുപാടുമുള്ള കേന്ദ്രങ്ങളിൽനിന്ന് വരുത്തിയ പല യൂറോപ്യൻ റെജിമെന്റുകളെയും ചേർത്ത് അംബാലയിൽ വലിയൊരു പാളയം സൃഷ്ടിക്കപ്പെട്ടു. ജനറൽ ആൻസന്റെ കീഴിലുള്ള ഒരു സൈന്യത്തിന്റെ ബീജകേന്ദ്രം ഇവിടെ രൂപംകൊണ്ടിട്ടുണ്ട്... ഉഷ്ണത്തിൽനിന്ന് രക്ഷപ്പെടാനായി ചെന്ന നിരവധി ഇംഗ്ലീഷ് കുടുംബങ്ങളെക്കൊണ്ട് നിറഞ്ഞ സിംലാ സുഖവാസകേന്ദ്രം ആക്രമിക്കപ്പെടുകയുണ്ടായില്ല.

മെയ് 25. ആൻസൺ തന്റെ കൊച്ചു സൈന്യവുമായി ഡൽഹിയിലേക്ക് മാർച്ച് ചെയ്തു. മെയ് 27-ാം തീയതി അദ്ദേഹം മരിച്ചപ്പോൾ സർ ഹെൻറി ബർനാർഡ് തൽസ്ഥാനം ഏറ്റെടുത്തു. ജനറൽ വിൽസന്റെ കീഴിലുള്ള ഇംഗ്ലീഷ് സൈന്യം ജൂൺ 7-ാം തീയതി അദ്ദേഹത്തിന്റെ കൂടെ ചേർന്നു (മീറത്തിൽനിന്ന് വരുംവഴി ഇവർക്ക് ശിപായികളുമായി അൽപ്പസ്വൽപ്പം സമരം ചെയ്യേണ്ടിവന്നു).

കലാപം ഹിന്ദുസ്ഥാനിലാകെ പടർന്നു പിടിച്ചിരിക്കുന്നു. ഇരുപത് സ്ഥലങ്ങളിൽ ഒരേ സമയത്ത് ശിപായി കലാപങ്ങൾ പൊട്ടിപ്പുറപ്പെടുകയും ഇംഗ്ലീഷുകാർ കൊല്ലപ്പെടുകയും ചെയ്തു. ആഗ്ര, ബാറില്ലി, മുറാദാബാദ് എന്നിവിടങ്ങളിലാണ് പ്രധാന കേന്ദ്രങ്ങൾ. സിന്ധ്യ 'ഇംഗ്ലീഷ് നായ്ക്കളുടെ ദാസനാണെങ്കിലും' അദ്ദേഹത്തിന്റെ പട്ടാളം അങ്ങനെയല്ല. പാട്യാലാ രാജാവ് — നാണക്കേടെന്നല്ലാതെ എന്തു

പറയാൻ! — ഇംഗ്ലീഷുകാരെ സഹായിക്കാൻ വലിയൊരു സംഘം സൈന്യത്തെ അയച്ചുകൊടുത്തു. മെയിൻപുരിയിൽ (വടക്കുപടിഞ്ഞാറൻ പ്രവിശ്യകൾ) ഡി കന്റ്സോവ് എന്നൊരു കിരാതനായ യുവ ലെഫ്റ്റനന്റ് കോട്ടയും ഖജനാവും കാത്തുരക്ഷിച്ചു. 1857 ജൂൺ 6-ന് നാനാ സാഹിബ് സർ ഹ്യൂ വീലറെ വളഞ്ഞു (കോൺപൂരിൽ കലാപം നടത്തിയ മൂന്ന് ശിപായി റെജിമെന്റുകളുടെയും മൂന്ന് അശ്വസേനാ റെജിമെന്റുകളുടെയും നേതൃത്വം അദ്ദേഹം ഏറ്റെടുത്തിരുന്നു. അതേസമയം കോൺപൂർ സൈന്യങ്ങളുടെ കമാൻഡർ സർ ഹ്യൂ വീലറുടെ പക്കൽ ഒരു ബറ്റാലിയൻ (ഇംഗ്ലീഷ്) കാലാൾപ്പടയും പുറമേനിന്ന് എത്തിയ ചെറിയൊരു പോഷകസേനയും മാത്രമേ ഉണ്ടായിരുന്നുള്ളൂ. കോട്ടയും ബാരക്ക്സും വിട്ടുകൊടുക്കാതെ അദ്ദേഹം പിടിച്ചുനിന്നു. ഇംഗ്ലീഷുകാരായ എല്ലാ സ്ത്രീകളും കുട്ടികളും അവിടെയാണ് അഭയം പ്രാപിച്ചിരുന്നത്).

1857 ജൂൺ 26. കോൺപൂർ വിട്ടൊഴിഞ്ഞാൽ എല്ലാ യൂറോപ്യരെയും ഒഴിഞ്ഞുപോകാൻ അനുവദിക്കാമെന്ന് നാനാസാഹിബ് വാക്ക് കൊടുത്തു. ജൂൺ 27-ാം തീയതി (വീലർ ആ വ്യവസ്ഥ സ്വീകരിച്ചതനുസരിച്ച്) 400 പേരെ വഞ്ചികളിൽ കയറി ഗംഗയിലൂടെ പോകാൻ അനുവദിച്ചു. ഇരുഭാഗങ്ങളിൽനിന്നും അപ്പോൾ നാന അവരുടെ മേൽ നിറയൊഴിച്ചു. ഒരു വഞ്ചി രക്ഷപ്പെട്ടു. കുറെക്കൂടി താഴെ വച്ച് അതും ആക്രമിക്കപ്പെട്ടു. ആ ഗ്യാരിസണിലുണ്ടായിരുന്നവരിൽ നാലുപേർ മാത്രം രക്ഷപ്പെട്ടു. സ്ത്രീകളും കുട്ടികളും കയറിയ ഒരു വഞ്ചി മണലിൽ പൂണ്ടുപോയപ്പോൾ അവരെയെല്ലാം പിടിച്ച് കോൺപൂരിലേക്ക് മാർച്ച് ചെയ്യിക്കുകയും തടവുകാരായി പൂട്ടിയിടുകയും ചെയ്തു. 14 ദിവസം കഴിഞ്ഞപ്പോൾ ഫത്തേഗാറിലെ (ഫറൂക്കബാദിൽനിന്ന് മൂന്ന് മൈൽ അകലെയുള്ള സൈനികസ്റ്റേഷൻ) ശിപായിമാർ വേറെയും കുറെ ഇംഗ്ലീഷുകാരെ അവിടേക്ക് വലിച്ചിഴച്ചുകൊണ്ടുവന്നു.

കാനിങ്ങിന്റെ കൽപ്പനയനുസരിച്ച് മദ്രാസിലും ബോംബെയിലും സിലോണിലും നിന്നുള്ള പട്ടാളം അങ്ങോട്ട് മാർച്ച് ചെയ്തു. മെയ് 23-ാം തീയതി നൈലിന്റെ കീഴിലുള്ള മദ്രാസ് പോഷകസേന അവിടെയിറങ്ങി. ബോംബെയിൽ നിന്നുള്ള ദളം സിന്ധുനദി വഴി ലാഹോറിലേക്ക് നീങ്ങി.

ജൂൺ 17. ആൻസണെത്തുടർന്ന് ബംഗാൾ സർവസൈന്യാധിപനായ സർ പട്രിക് ഗ്രാന്റും അഡ്ജൂട്ടന്റ് ജനറലായ ജനറൽ ഹാവ്‌ലോക്കും കൽക്കത്തയിലെത്തുകയും ഉടനെതന്നെ അവിടെനിന്ന് വീണ്ടും യാത്രതിരിക്കുകയും ചെയ്തു.

ജൂൺ 6. അലഹബാദിലെ ശിപായിമാർ ലഹള നടത്തുകയും സ്ത്രീകളും കുട്ടികളും സഹിതം ഓഫീസർമാരെ (ഇംഗ്ലീഷ്) കശാപ്പുചെയ്യുകയും കോട്ട പിടിച്ചെടുക്കാൻ ശ്രമിക്കുകയും ചെയ്തു. കേണൽ

സിമ്പ്സൺ ആണ് കോട്ടയെ കാത്തുരക്ഷിച്ചിരുന്നത്. കൽക്കത്ത യിൽനിന്ന് മദ്രാസ് ഫ്യൂസിലിയർമാരുമായി വന്നിരുന്ന കേണൽ നൈൽ ജൂൺ 11-ന് അദ്ദേഹത്തിന്റെ സഹായത്തിനെത്തി. കോട്ട യിലുണ്ടായിരുന്ന സിക്കുകാരെ മുഴുവൻ പുറത്താക്കിയിട്ട് കോട്ട തങ്ങളുടെ അധീനതയിലാക്കാനും ബ്രിട്ടീഷുകാർ മാത്രം അടങ്ങിയ ഒരു ഗ്യാരിസൺ അവിടെ സ്ഥാപിക്കാനും നൈൽ നടപടികൾ കൈക്കൊണ്ടു (മാർഗമധ്യേ അദ്ദേഹം ബനാറസ് കൈവശപ്പെടു ത്തുകയും ലഹളയുടെ ആദ്യഘട്ടത്തിൽ 37-ാം നാടൻ കാലാൾപ്പ ടയെ തോൽപ്പിക്കുകയും ചെയ്തിരുന്നു. നാനാദിക്കുകളിലും നിന്ന് സൈന്യങ്ങൾ (ഇംഗ്ലീഷ്) അലഹബാദിലേക്ക് പ്രവഹിച്ചു.

ജൂൺ 30. ജനറൽ ഹാവ്ലോക്ക് അലഹബാദിൽ എത്തിയ ഉടൻ കമാൻഡ് ഏറ്റെടുത്തിട്ട് ആയിരത്തോളം ബ്രിട്ടീഷുകാരെയുംകൊണ്ട് കോൺപൂരിലേക്ക് മാർച്ച് ചെയ്തു. ജൂലായ് 12-ന് ഫത്തേപ്പൂരിൽ വച്ച് ശിപായിമാരെ തുരത്തുകയും പിന്നെയും ചില സമരങ്ങൾ കൂടി നടത്തുകയും ചെയ്തു.

ജൂലായ് 16. ഹാവ്ലോക്കിന്റെ സൈന്യം കോൺപൂർ പ്രാന്തങ്ങളിൽ ഇന്ത്യ ക്കാരെ തോൽപ്പിക്കാൻ കഴിഞ്ഞെങ്കിലും കോട്ടയിലേക്ക് കടക്കാൻ പറ്റാത്തവിധം സമയം വൈകിപ്പോയിരുന്നു. രാത്രിയിൽ നാന ഓഫീസർമാരും സ്ത്രീകളും കുട്ടികളും ഉൾപ്പെടെ എല്ലാ തടവു കാരെയും കശാപ്പുചെയ്തു; വെടിക്കോപ്പുശാല തീവച്ചു നശിപ്പി ച്ചിട്ട് നഗരം വിട്ടുപോവുകയും ചെയ്തു.

ജൂലായ് 17. ഇംഗ്ലീഷുകാർ കോട്ടയ്ക്കുള്ളിൽ പ്രവേശിച്ചു. ഹാവ്ലോക്ക് നാനയുടെ ആസ്ഥാനമായ ബിത്തൂറിലേക്ക് മാർച്ച് ചെയ്തു. യാതൊരെതിർപ്പും കൂടാതെ അവിടം പിടിച്ചശേഷം കൊട്ടാരവും കോട്ടയും തകർത്തിട്ട് അദ്ദേഹം കോൺപൂരിലേക്ക് മടങ്ങി. അവിടം കാക്കാൻ നൈലിനെ ഏൽപ്പിച്ചിട്ട് ലക്നൗവിനെ സഹായിക്കാൻ അദ്ദേഹം അവിടേക്ക് പുറപ്പെട്ടു. അവിടെ സർ ഹെൻറി ലോറൻസ് വളരെ പാടുപെട്ടിട്ടും റസിഡൻസി ഒഴികെയുള്ള നഗരമാകെത്തന്നെ കലാപകാരികളുടെ കൈയിൽപ്പെട്ടിരുന്നു.

ജൂൺ 30. ഗ്യാരിസൺ ഒന്നടങ്കം പ്രാന്തത്തിലുള്ള കലാപകാരികൾക്കെ തിരായി മാർച്ച് ചെയ്യുകയും തുരത്തപ്പെടുകയും ചെയ്തു. വീണ്ടും റസിഡൻസിയിൽ അഭയം തേടി. ഈ സ്ഥലമാകെ വളയപ്പെട്ടിരി ക്കുകയാണ്.

ജൂലായ് 4. സർ ഹെൻറി ലോറൻസ് മരണമടഞ്ഞു (ജൂലായ് 2-ാം തീയതി ഒരു ഷെല്ല് പൊട്ടിത്തെറിച്ചപ്പോൾ പറ്റിയ മുറിവിനെത്തുടർന്നാണ് ഈ ദുരന്തമുണ്ടായത്). കേണൽ ഇൻഗ്ലീസ് കമാൻഡ് ഏറ്റെടു ത്തു. ഇടയ്ക്കിടയ്ക്ക് ഉപരോധകർക്കെതിരായി ചില ആക്രമണ ങ്ങൾ നടത്തിക്കൊണ്ട് മൂന്ന് മാസം അവർ പിടിച്ചുനിന്നു. ഹാവ്ലോ ക്കിന്റെ പോരാട്ടങ്ങൾ[53] അദ്ദേഹം കോൺപൂരിൽ മടങ്ങിയെത്തിയ

പ്പോൾ വലിയ കുറെ സൈന്യങ്ങളുമായി സർ ജയിംസ് ഔട്ട്റാം അദ്ദേഹത്തിന്റെ കൂടെ കൂടുകയും വിവിധ കലാപബാധിത പ്രദേശങ്ങളിൽനിന്ന് പിൻവലിക്കപ്പെട്ട പല റെജിമെന്റുകളെയും പോഷകസൈന്യങ്ങളായി നീക്കുകയും ചെയ്തു.

സെപ്തംബർ 19. ഹാവ്‌ലോക്ക്, ഔട്ട്റാം, നൈൽ എന്നിവരുടെ നേതൃത്വത്തിൽ ആ സൈന്യമാകെ ഗംഗയുടെ മറുകര എത്തി. 23-ാം തീയതി അവർ ലക്നൗവിൽ നിന്ന് എട്ടുമൈൽ അകലെയുള്ള ആലംബാഗ് പിടിച്ചു. ഔഡ് രാജാക്കന്മാരുടെ ഗ്രീഷ്മകാല കൊട്ടാരമാണിത്.

സെപ്തംബർ 25. ലകനൗവിലേക്കുള്ള അവസാനത്തെ തള്ളിക്കയറ്റം നടത്തിക്കൊണ്ട്, അവർ റസിഡൻസിയിലെത്തി. രണ്ടുമാസത്തേക്കുകൂടി സംയുക്ത സൈന്യത്തിന് ശക്തിയായ ഉപരോധത്തെ നേരിട്ടുകൊണ്ട് ഇവിടെ കഴിയേണ്ടിവന്നു (പട്ടണത്തിൽ വച്ചുള്ള പോരാട്ടത്തിനിടയിൽ ജനറൽ നൈൽ മരിക്കുകയും ഔട്ട്റാമിന്റെ കൈക്ക് സാരമായ പരിക്കേൽക്കുകയും ചെയ്തു).

സെപ്തംബർ 20. ജനറൽ വിൽസന്റെ കീഴിൽ ആറ് ദിവസത്തെ ശരിക്കുള്ള പോരാട്ടത്തിനുശേഷം ഡൽഹി പിടിച്ചടക്കപ്പെട്ടു. മുന്നിൽനിന്നുകൊണ്ട് ഹോഡ്സൺ കൊട്ടാരത്തിനുള്ളിലേക്ക് (സീനത്ത് മഹൽ) തള്ളിക്കയറിയിട്ട് വൃദ്ധരാജാവിനെയും രാജ്ഞിയെയും പിടിച്ച് തടവുകാരാക്കി. രാജകുമാരന്മാരെ ഹോഡ്സൺ സ്വന്തം കൈകൊണ്ടുതന്നെ കൊലപ്പെടുത്തി (വെടിവച്ച്). ഒരു ഗ്യാരിസൺ ഏർപ്പെടുത്തിക്കൊണ്ട് ഡൽഹി ശാന്തമാക്കപ്പെട്ടു. ഉടൻതന്നെ കേണൽ ഗ്രേറ്റ്ഹെഡ് ഡൽഹിയിൽനിന്ന് ആഗ്രയിലേക്ക് പുറപ്പെട്ടു. ആഗ്രയ്ക്ക് അടുത്തുവച്ച് അദ്ദേഹം ഹോൾക്കറുടെ തലസ്ഥാനമായ ഇൻഡോറിൽനിന്നുള്ള ലഹളക്കാരുടെ വലിയൊരു സൈന്യത്തെ പരാജയപ്പെടുത്തി.

ഒക്ടോബർ 10. ആഗ്ര പിടിച്ചിട്ട് അദ്ദേഹം കോൺപൂരിലേക്ക് തിരിച്ചു. ഒക്ടോബർ 26-ന് അദ്ദേഹം അവിടെ എത്തി. ഇതിനിടയിൽ ആസംഗാർ, ഛാത്ര (ഹസാരിബാഗിനു സമീപം), കാജ്വ എന്നിവിടങ്ങളിലും ഡൽഹിക്ക് ചുറ്റുമുള്ള നാട്ടിൻപുറങ്ങളിലും കലാപകാരികൾ പരാജിതരാക്കപ്പെട്ടു. ക്യാപ്റ്റൻ ബൊയിലൊ, മേജർ ഇംഗ്ലീഷ്, പീൽ (നാവിക ബ്രിഗേഡായിരുന്നു ഇദ്ദേഹത്തിന്റെ കീഴിലുള്ളത്), ഷവേഴ്സ് എന്നിവർക്കായിരുന്നു ഇതിന്റെയെല്ലാം നേതൃത്വം (പ്രോബിന്റെയും ഫെയിനിന്റെയും അശ്വസേനാദളങ്ങളും നാട്ടിൽനിന്നുള്ള പോഷകസൈന്യങ്ങളും സന്നദ്ധഭടന്മാരുടെ റെജിമെന്റുകളും താമസിയാതെ രംഗത്തെത്തുന്നുണ്ട്). ആഗസ്തിൽ സർ കോളിൻ ക്യാമ്പ്ബെൽ കൽക്കത്തയുടെ കമാൻഡ് ഏറ്റെടുത്തുകൊണ്ട് കുറെക്കൂടി വലിയ തോതിലുള്ള യുദ്ധത്തിന് തയാറെടുപ്പുകൾ ആരംഭിച്ചു.

1857 നവംബർ 19. ലക്നൗ റസിഡൻസിയിൽ ഉപരോധിതമായിക്കഴിഞ്ഞിരുന്ന ഗ്യാരിസണ് സർ കോളിൻ ക്യാമ്പ്ബെൽ മോചനം നൽകി (സർ ഹെൻറി ഹാവ്ലോക്ക് നവംബർ 24-ന് അന്തരിച്ചു).

നവംബർ 25-ാം തീയതി അദ്ദേഹം ലക്നൗവിൽനിന്ന് ഠകാൺപൂരിലേക്ക് തിരിച്ചു. ആ നഗരം വീണ്ടും കലാപകാരികളുടെ കൈയിൽപ്പെട്ടിരുന്നു.

1857 ഡിസംബർ 6. കോൺപൂരിന് മുന്നിൽവച്ച് സർ കോളിൻ ക്യാമ്പ്ബെൽ നടത്തിയ വിജയകരമായ പോരാട്ടം. കലാപകാരികൾ പട്ടണം ഉപേക്ഷിച്ചിട്ട് ഓടിയപ്പോൾ സർ ഹോപ്പ് ഗ്രാന്റ് അവരെ പിന്തുടരുകയും പിടിച്ച് ശരിപ്പെടുത്തുകയും ചെയ്തു. പട്യാലയിലും മെയിൻപുരിയിലും യഥാക്രമം കേണൽ സീറ്റന്റെയും മേജർ ഹോഡ്സന്റെയും നേതൃത്വത്തിൽ കലാപകാരികൾ പരാജിതരാക്കപ്പെട്ടു. മറ്റു പല സ്ഥലങ്ങളിലും അതുതന്നെ സംഭവിച്ചിട്ടുണ്ട്.

1858 ജനുവരി 27. ഡൽഹി രാജാവ് ഡേവിസിനെ കോർട്ട് മാർഷലിന് വിധേയനാക്കപ്പെട്ടു. 'രാജദ്രോഹി' (1526 മുതൽ ഭരണത്തിലിരുന്ന മുഗൾ വംശത്തിന്റെ പ്രതിനിധിയാണ് കേട്ടോ!) എന്ന നിലയ്ക്ക് മരണശിക്ഷയ്ക്ക് വിധിക്കപ്പെട്ടു. പിന്നീട് അത് ജീവപര്യന്തം റംഗൂണിലേക്കുള്ള നാടുകടത്തലാക്കി മാറ്റപ്പെട്ടു. വർഷാവസാനത്തിൽ ശിക്ഷ നടപ്പിലാക്കപ്പെട്ടു.

1858-ൽ സർ കോളിൻ ക്യാമ്പ്ബെൽ നടത്തിയ പോരാട്ടങ്ങൾ. ജനുവരി 2-ാം ഫറൂക്കബാദും ഫത്തേഗാറും പിടിച്ചിട്ട് അദ്ദേഹം കോൺപൂരിൽ സ്ഥാനമുറപ്പിച്ചു. എല്ലാ സ്ഥലങ്ങളിൽനിന്നും ലഭ്യമായ സൈന്യങ്ങൾ, സ്റ്റോറുകൾ, പീരങ്കികൾ എന്നിവയെല്ലാം കോൺപൂരിൽ കേന്ദ്രീകരിക്കാൻ അദ്ദേഹം ഉത്തരവിട്ടു. കലാപകാരികൾ ലക്നൗവിന് ചുറ്റും വൻതോതിൽ കേന്ദ്രീകരിച്ചിരുന്നു. സർ ജയിംസ് ഔട്ട്റാം അവരെ ഒരുവിധത്തിൽ അകറ്റി നിർത്തുകയായിരുന്നു. മറ്റു പല സംഭവങ്ങൾക്കും ശേഷം മാർച്ച് 15-ാം തീയതി ലക്നൗ തിരിച്ചുപിടിക്കപ്പെട്ടു (കോളിൻ ക്യാമ്പ്ബെല്ലിന്റെയും സർ ജയിംസ് ഔട്ട്റാമിന്റെയും നേതൃത്വത്തിൽ). നഗരത്തിൽ സൂക്ഷിച്ചിരുന്ന പൗരസ്ത്യ കലാസമ്പത്തുകൾ കൊള്ളയടിക്കപ്പെട്ടു. മാർച്ച് 21-ന് പോരാട്ടം അവസാനിച്ചു. 23-ന് അവസാനത്തെ വെടി മുഴങ്ങി. ഡൽഹിയിലെ ഷായുടെ പുത്രൻ ഫിറോസ് രാജകുമാരൻ, ബിത്തൂറിലെ നാനാസാഹിബ്, ഫൈസാബാദിലെ മൗലവി, ഔഡിലെ രാജ്ഞി ഹസ്രത്ത് മഹൽ എന്നിവരുടെ നേതൃത്വത്തിൽ കലാപകാരികൾ ബാറില്ലിയിലേക്ക് പലായനം ചെയ്തു.

1858 ഏപ്രിൽ 25. ക്യാമ്പ്ബെൽ ഷാജഹാൻപൂർ പിടിച്ചു. ബാറില്ലിക്കടുത്ത് ആക്രമണം നടത്തിയ കലാപകാരികളെ മോഗ്സ് പിന്നോട്ട് തള്ളി. മെയ് 6-ാം തീയതി ബാറില്ലിക്കെതിരായി പീരങ്കികൾ ഗർജിച്ചു. മുറാദാബാദ് പിടിച്ചിട്ട് ജനറൽ ജോൺസും മുൻനിശ്ചയപ്രകാരം

അവിടെ എത്തിച്ചേർന്നു. നാനയും കൂട്ടരും ഓടി. എതിർപ്പുകൂടാതെ ബാറില്ലി പിടിച്ചെടുക്കപ്പെട്ടു. കലാപകാരികൾ ശക്തിയായി വളഞ്ഞിരുന്ന ഷാജഹാൻപൂർ ഇതിനിടയിൽ ജോൺസ് ചെന്ന് രക്ഷപ്പെടുത്തി. ലക്നൗവിൽനിന്ന് മാർച്ച് ചെയ്തുവന്ന ലുഗാർഡിന്റെ ഡിവിഷൻ കുവർസിങ്ങിന്റെ നേതൃത്വത്തിലുള്ള കലാപകാരികൾ കടന്നാക്രമിക്കപ്പെടുകയും ശക്തിയായ ആൾനാശം സഹിക്കുകയും ചെയ്തു. ഏറെത്താമസിയാതെ ഫൈസാബാദിലെ മൗലവി കൊല്ലപ്പെട്ടു. ഔഡിലെ ബീഗത്തെ സർ ഹോപ്പ് ഗ്രാന്റ് തോൽപ്പിച്ചതിനുശേഷമായിരുന്നു ഇത്. ബീഗം പുതിയ സൈന്യങ്ങളെ അണിനിരത്താനായി ഗോഗ്രാനദിക്കരയിലേക്ക് പാലായനം ചെയ്തു.

1858 ജൂൺ മധ്യത്തോടെ ലഹളക്കാർ എല്ലായിടങ്ങളിലും തോൽപ്പിക്കപ്പെട്ടു. കൂട്ടായ നടപടിക്ക് അശക്തരാണവർ. വെറും കൊള്ളസംഘങ്ങളായി പിരിഞ്ഞ അവർ പലേടങ്ങളിലായി കിടക്കുന്ന ഇംഗ്ലീഷ് പട്ടാളത്തെ വല്ലാതെ തൊന്തരവ് ചെയ്യുന്നുണ്ട്. ബീഗത്തിന്റെയും ഡൽഹി രാജകുമാരന്റെയും നാനാ സാഹിബിന്റെയും കൊടിക്കീഴിലാണ് പ്രധാനപ്രവർത്തനങ്ങൾ നടക്കുന്നത്.

മധ്യേന്ത്യയിൽ സർ ഹ്യൂ റോസ് നടത്തിയ രണ്ടുമാസത്തെ (മെയ്, ജൂൺ മാസങ്ങളിലെ) യുദ്ധങ്ങൾ കലാപകാരികൾക്കെതിരായ അവസാനത്തെ പ്രഹരമായിരുന്നു.

1858 ജനുവരിയിൽ റാഹത്ത് ഗാറും, ഫെബ്രുവരിയിൽ സാഗറും ഗാരക്കോട്ടയും പിടിച്ചിട്ട് റോസ് ഝാൻസിയിലേക്ക് മാർച്ച് ചെയ്തു. അവിടെ റാണി* ശക്തിയായി എതിർത്തുനിന്നിരുന്നു.

1858 ഏപ്രിൽ 1-ന് നാനാ സാഹിബിന്റെ ഒരു കസിൻ സഹോദരനായ താന്തിയാത്തോപ്പിക്കെതിരായി ശക്തിയായ നടപടികൾ ആരംഭിച്ചു. അദ്ദേഹം ഝാൻസിയെ രക്ഷിക്കാൻ കാൽപ്പിയിൽനിന്ന് മാർച്ച് ചെയ്യുകയായിരുന്നു. താന്തിയ തോൽപ്പിക്കപ്പെട്ടു.

ഏപ്രിൽ 4-ന് ഝാൻസി പിടിച്ചെടുക്കപ്പെട്ടു. റാണിയും താന്തിയാത്തോപ്പിയും അവിടെനിന്ന് രക്ഷപ്പെട്ട് കാൽപ്പിയിലേക്ക് പോയി.

1858 മെയ് 7-ാം തീയതി അവർ അവിടേക്ക് മാർച്ച് ചെയ്യുമ്പോൾ വലിയൊരു സൈന്യവുമായി ചെന്ന് കഞ്ച് എന്ന പട്ടണത്തിൽ വച്ച് അവരെ പിടികൂടുകയും ശക്തിയായി അടിച്ചിരുത്തുകയും ചെയ്തു.

1858 മെയ് 16-ാം തീയതി റോസ് കാൽപ്പിക്ക് അൽപ്പം ചില മൈലുകൾ വരെ അടുത്തെത്തി കലാപകാരികളെ ശരിക്കും വളഞ്ഞു.

1858 മെയ് 22-ാം തീയതി കാൽപ്പിയിൽനിന്ന് കലാപകാരികൾ രണ്ടുംകൽപ്പിച്ചുള്ള ഒരു ആക്രമണത്തിന് ഒരുമ്പെട്ടു. തോറ്റു തുന്നം പാടിയ അവർ അവിടെനിന്ന് ഓടി.

---

* റാണി ലക്ഷ്മിബായി

1858 മെയ് 23-ന് റോസ് കാൽപ്പി കൈവശപ്പെടുത്തി. ഉഷ്ണംകൊണ്ട് (ഉഷ്ണകാലത്തെ യുദ്ധം കൊണ്ടും) പരവശമായിരുന്ന പട്ടാളക്കാർക്ക് അൽപ്പം വിശ്രമം കൊടുക്കാനായി കുറച്ച് ദിവസം അദ്ദേഹം അവിടെ തങ്ങി.

ജൂൺ 2-ന് യുവാവായ സിന്ധ്യയെ (ഇംഗ്ലീഷുകാരുടെ കാവൽപ്പട്ടി) അദ്ദേഹത്തിന്റെ പട്ടാളം ഗ്വാളിയറിൽനിന്ന് തുരത്തി. കടുത്ത യുദ്ധത്തിനുശേഷം അദ്ദേഹം ജീവനുംകൊണ്ട് ആഗ്രയിലേക്കോടി. റോസ് ഗ്വാളിയറിലേക്ക് മാർച്ച് ചെയ്തുചെന്നു.

ജൂൺ 19-ന് ലോഷ്കാർ കുന്നിൽവച്ച് (ഗ്വാളിയറിന് മുന്നിൽ) ഝാൻസി റാണിയുടെയും താന്തിയാത്തോപ്പിയുടെയും നേതൃത്വത്തിൽ കലാപകാരികൾ അദ്ദേഹത്തെ ശക്തിയായി നേരിട്ടു. റാണി കൊല്ലപ്പെടുകയും വലിയൊരു കശാപ്പിനുശേഷം അവരുടെ സൈന്യം ഛിന്നഭിന്നമാവുകയും ചെയ്തു. ഗ്വാളിയർ ഇംഗ്ലീഷുകാരുടെ കൈയിലായിരിക്കുന്നു.

1858 ജൂലായ്, ആഗസ്ത്, സെപ്തംബർ മാസങ്ങളിൽ സർ കോളിൻ ക്യാമ്പ്ബെൽ, സർ ഹോപ്പ് ഗ്രാന്റ്, ജനറൽ വാൾപ്പോൾ എന്നിവർ പ്രമുഖരായ എല്ലാ കലാപകാരികളെയും വകവരുത്താനും തർക്കമുള്ള കോട്ടകളെല്ലാം പിടിക്കാനുമായി ഇറങ്ങിത്തിരിച്ചു. അവസാനത്തെ ചില ചെറുത്തുനിൽപ്പുകൾ നടത്തി നോക്കിയശേഷം ബീഗം നാനാസാഹിബുമൊത്ത് താപ്തി നദി കടന്ന് ഇംഗ്ലീഷ് കാവൽപ്പട്ടിയായ ജംഗ്ബഹദൂറിന്റെ നേപ്പാൾ ഭൂപ്രദേശങ്ങളിലേക്ക് ഓടി. കലാപകാരികളെ പിന്തുടർന്ന് തന്റെ രാജ്യത്തിലേക്ക് വരാൻ അദ്ദേഹം ഇംഗ്ലീഷുകാരെ അനുവദിച്ചു. അങ്ങനെ ആ 'സാഹസികരുടെ അവസാനത്തെ സംഘങ്ങളും ഛിന്നഭിന്നമായി.' നാനയും ബീഗവും മലയിലേക്കോടി രക്ഷപ്പെട്ടപ്പോൾ അവരുടെ അനുയായികൾ ആയുധം വച്ച് കീഴടങ്ങി.

1859-ന്റെ തുടക്കത്തിൽ താന്തിയാത്തോപ്പിയുടെ ഒളിവുസ്ഥലം കണ്ടുപിടിക്കപ്പെട്ടു. അദ്ദേഹത്തെ വിചാരണ ചെയ്ത് മരണശിക്ഷയ്ക്ക് വിധിച്ചു. നാനാ സാഹിബ് നേപ്പാളിലെവിടെയോ കിടന്ന് മരിച്ചെന്നാണ് 'സങ്കൽപ്പിക്കപ്പെടുന്നത്.' ബാറില്ലിയിലെ ഖാനെ പിടിച്ച് വെടിവച്ചുകൊന്നു. ലക്നൗവിലെ മാമുഖാനെ പിടിച്ച് ജീവപര്യന്തം തടവിന് ശിക്ഷിച്ചു. മറ്റുള്ളവരെ വിവിധ കാലയളവുകളിലേക്കുള്ള നാടുകടത്തലിനോ തടവുശിക്ഷയ്ക്കോ വിധിച്ചു. കലാപകാരികളിൽ ബഹുഭൂരിപക്ഷവും അവരുടെ റെജിമെന്റുകൾ പിരിഞ്ഞുപോയതോടെ ആയുധംവച്ച് കീഴടങ്ങുകയും പാട്ടകൃഷിക്കാരായി മാറുകയും ചെയ്തു. ഔഡിലെ ബീഗം നേപ്പാളിലുള്ള കാഠ്മണ്ഡുവിൽ ജീവിച്ചുവന്നു.

ഔഡ് ആംഗ്ലോ-ഇന്ത്യൻ ഗവൺമെന്റിന്റെ വകയാണെന്ന് പറഞ്ഞ് കാനിങ് അവിടത്തെ ഭൂമി മുഴുവൻ കണ്ടുകെട്ടി. സർ ജയിംസ്

ഔട്ട്റാമിന്റെ സ്ഥാനത്ത് സർ റോബർട്ട് മോണ്ട്ഗോമെറി ഔഡിലെ ചീഫ് കമീഷണറായി നിയമിക്കപ്പെട്ടു.

ഈസ്റ്റ് ഇന്ത്യാ കമ്പനി പൂട്ടിക്കെട്ടുന്നു. യുദ്ധം അവസാനിക്കും മുൻപ് തന്നെ അത് പൊളിഞ്ഞിരുന്നു.

1857 ഡിസംബർ, പാമേഴ്സ്റ്റന്റെ ഇന്ത്യൻ ബില്ല്, ഡയറക്ടർ ബോർഡിന്റെ ഗംഭീരമായ പ്രതിഷേധമുണ്ടായിട്ടും 1858 ഫെബ്രുവരിയിൽ അതിന്റെ ഒന്നാം വായന പൂർത്തിയായി. പക്ഷേ, ലിബറൽ മന്ത്രിസഭ പോയിട്ട് ടോറി മന്ത്രിസഭ തൽസ്ഥാനമേറ്റു.

1858 ഫെബ്രുവരി 19. ഡിസ്രേലിയുടെ ഇന്ത്യൻ ബില്ല് പരാജയപ്പെട്ടു.

1858 ആഗസ്ത് 2. സ്റ്റാൻലി പ്രഭുവിന്റെ ഇന്ത്യൻ ബില്ല് പാസായി. അതോടെ ഈസ്റ്റ് ഇന്ത്യാ കമ്പനിയുടെ കഥ കഴിഞ്ഞു. ഇന്ത്യ വിക്ടോറിയാ 'മഹാ'രാജ്ഞിയുടെ സാമ്രാജ്യത്തിലെ ഒരു പ്രവിശ്യയായി മാറി!

(1870-കളിൽ എഴുതിയത്).

ഭാഗം രണ്ട്

കത്തുകൾ

മാർക്സ് എംഗൽസിനയച്ചത്

1857 ആഗസ്ത് 15

...ഡൽഹിയെ സംബന്ധിച്ചിടത്തോളം മഴക്കാലം ശരിക്കും തുടങ്ങും മുൻപ് ഇംഗ്ലീഷുകാർക്ക് പിന്മാറ്റം ആരംഭിക്കേണ്ടി വരുമെന്നാണ് തോന്നുന്നത്. *ട്രിബ്യൂണിൽ* താങ്കൾക്കു പകരം സൈനികവിദഗ്ധനായി എഴുതേണ്ടി വന്നതിനാൽ സ്വന്തം ഉത്തരവാദിത്വത്തിന്മേൽ ഇങ്ങനെതന്നെ സംഭവിക്കുമെന്ന് പറയാനുള്ള സാഹസം ഞാൻ കാട്ടിയിരുന്നു. അടിക്കുറിപ്പ്: ഇന്നുവരെയുള്ള റിപ്പോർട്ടുകൾ ശരിയാണെന്ന സങ്കൽപ്പത്തിലാണ് ഞാനിത് ചെയ്തത്.

ഡൽഹിയുടെ പതനത്തെപ്പറ്റിയുള്ള കിംവദന്തികൾ കൽക്കത്താ ഗവൺമെന്റ് തന്നെയാണ് പറഞ്ഞുപരത്തുന്നത്. ഇന്ത്യൻ പത്രങ്ങളിൽനിന്ന് മനസിലാകുന്നതുപോലെ, മദ്രാസ്, ബോംബെ പ്രസിഡൻസികളിൽ ക്രമസമാധാനം നിലനിർത്തുന്നതിനുള്ള മുഖ്യ ഉപാധിയെന്ന നിലയ്ക്ക് ഇത് ഉപകരിക്കുന്നുമുണ്ട്. ഡൽഹിയുടെ ഒരു രൂപരേഖ ഇതു സഹിതം അയക്കുന്നുണ്ട്. വെറും രസത്തിന് വേണ്ടിയാണിത്. എങ്കിലും തിരിച്ചയച്ചുതരണം...

എംഗൽസ് മാർക്സിന് അയച്ചത്

റൈഡ്, 1857 സെപ്തംബർ 24

...ഇന്ത്യയിൽ നടക്കുന്ന സംഗതികളെപ്പറ്റിയാകെത്തന്നെയുള്ള എന്റെ അഭിപ്രായമറിയാൻ താങ്കൾക്ക് ആഗ്രഹം കാണുമെന്ന് എനിക്ക് തോന്നിയ അവസരത്തിൽത്തന്നെയാണ് ഈ ആഗ്രഹം പ്രകടിപ്പിച്ചുകൊണ്ടുള്ള താങ്കളുടെ കത്ത് കിട്ടിയത്. അതിനുശേഷം, ഒടുവിൽ കിട്ടിയ തപാലിൽ നിന്നുള്ള വിവരങ്ങൾ ഭൂപടം മുന്നിൽ നിവർത്തിവച്ചുകൊണ്ട് പരികോധിക്കാൻ എനിക്കൊരവസരമുണ്ടാവുകയും ചെയ്തു. അതിൽ നിന്ന് ഞാൻ എത്തിച്ചേർന്നിട്ടുള്ള നിഗമനം ഇതാണ്:

ഗംഗയുടെ മധ്യതടത്തിലും മേലേതടത്തിലുമുള്ള ബ്രിട്ടീഷ് സൈന്യങ്ങൾ ഭയങ്കരമായി ചിതറിക്കിടക്കുകയാണ്. അതുകൊണ്ട് സൈനികവീക്ഷണത്തിലൂടെ നോക്കുമ്പോൾ ചെയ്യാവുന്ന ശരിയായ ഒരു സംഗതി ഹാവ്‌ലോക്കിന്റെ പട്ടാളത്തെയും ഡൽഹിദളത്തെയും കൂടി ആഗ്രയിൽ സംയോജിപ്പിക്കുകയെന്നത് മാത്രമാണ്. അതിനുമുമ്പായി ആ പ്രദേശത്താകെ ഒറ്റപ്പെട്ടും വളയപ്പെട്ടും കിടക്കുന്നതായ കഴിയുന്നത്ര ഗ്യാരിസണുകളെ കൂടെ കൂട്ടാൻ അവർ ശ്രമിക്കണം. ആഗ്രയും ഗംഗയ്ക്ക് തെക്കുള്ള സമീപസ്ഥാനങ്ങളും ഗ്വാളിയറും (മധ്യേന്ത്യൻ രാജാക്കന്മാരെ ഉദ്ദേശിച്ച്) നിലനിർത്തണം. അലഹബാദും, ബനാറസും, ദീനാപ്പൂരും പോലെ ഗംഗയുടെ താഴോട്ടുള്ള സ്ഥലങ്ങൾ പ്രാദേശിക ഗ്യാരിസണുകളെയും കൽക്കത്തയിൽനിന്നുള്ള റിസർവുകളെയും കൊണ്ട് നില്നിർത്തണം. ഇതിനിടയിൽ സ്ത്രീകളെയും പോരാട്ടത്തിൽ പങ്കില്ലാത്ത മറ്റാളുകളെയും നദിയുടെ കീഴേതടത്തിലേക്ക് ഒഴിച്ചുകൊണ്ടുപോകണം. എന്നാലേ പട്ടാളത്തെ വീണ്ടും കാര്യക്ഷമമാക്കാനും മൊബൈൽ യൂണിറ്റുകൾ മുഖേന പരിസരങ്ങൾ നിയന്ത്രണത്തിൽ വയ്ക്കാനും വേണ്ടത്ര സാധനങ്ങൾ സംഭരിക്കാനും കഴിയൂ. ആഗ്രയിൽ പിടിച്ചുനിൽക്കാൻ പറ്റുന്നില്ലെങ്കിൽ കോൺപൂരിലേക്കും, വേണ്ടിവന്നാൽ അലഹബാദിലേക്കും പിന്മാറണം. അലഹബാദ് എന്തുവന്നാലും വിട്ടുകൊടുക്കരുത്. കാരണം, ഗംഗയ്ക്കും യമുനയ്ക്കും ഇടയിലുള്ള പ്രദേശത്തിന്റെ മർമ്മമാണത്.

ആഗ്ര നിലനിർത്താനും ബോംബെ സൈന്യത്തെ ഇഷ്ടംപോലെ ഉപയോഗപ്പെടുത്താനും കഴിയുമെങ്കിൽ ബോംബെ, മദ്രാസ് സൈന്യങ്ങൾ അഹമ്മദാബാദിന്റെയും കൽക്കത്തയുടെയും അക്ഷാംശരേഖയിലുള്ള ഉപദ്വീപ് കൈവശപ്പെടുത്തണം. വടക്കുമായി ബന്ധം സ്ഥാപിക്കാൻ സൈന്യനിരകളെ അയക്കുകയും വേണം. ബോംബെ സൈന്യം ഇൻഡോറും ഗ്വാളിയറും വഴി ആഗ്രയിലെത്തണം. മദ്രാസ് സൈന്യം സാഗറും ഗ്വാളിയറും വഴി ആഗ്രയിലെത്തിയിട്ട് ജബൽപ്പൂർ വഴി അലഹബാദിലെത്തണം. പഞ്ചാബ് പിടിച്ചുനിൽക്കുകയാണെങ്കിൽ അവിടെ നിന്നും ദീനാപ്പൂരും അലഹബാദും വഴി കൽക്കത്തയിൽനിന്നുമുള്ളതാണ്

ആഗ്രയിലേക്കുള്ള മറ്റു മാർഗങ്ങൾ. അങ്ങനെ ഗതാഗതബന്ധത്തിനുള്ള നാല് മാർഗങ്ങൾ ഉണ്ടായിരിക്കും. ഇക്കൂട്ടത്തിൽ പഞ്ചാബൊഴികെയുള്ളത് കൽക്കത്തെയിലേക്കും ബോംബെയിലേക്കും മദ്രാസിലേക്കും പിന്മാറ്റത്തിനുള്ള മാർഗങ്ങളായും ഉപകരിക്കും. തെക്കുനിന്നുള്ള സൈന്യങ്ങളെ ആഗ്രയിൽ കേന്ദ്രീകരിക്കുന്നതുകൊണ്ട് മധ്യേന്ത്യൻ രാജാക്കന്മാരെ അടക്കിനിർത്താനും മാർഗമധ്യേ എല്ലായിടങ്ങളിലുമുള്ള കലാപത്തെ അമർച്ച ചെയ്യാനും സഹായിക്കും.

ആഗ്ര നിലനിർത്താൻ പറ്റുന്നില്ലെങ്കിൽ മദ്രാസ് സൈന്യം മറ്റെല്ലാറ്റിനുമുപരിയായി അലഹബാദുമായി സ്ഥായിയായ ബന്ധം സ്ഥാപിച്ചിട്ട് അലഹബാദ് സൈന്യത്തോടൊപ്പം ആഗ്രയിലേക്ക് പിൻവാങ്ങണം. ബോംബെ സൈന്യം ഗ്വാളിയറിലേക്കും പിൻവാങ്ങണം.

ചപലചിത്തർക്കിടയിൽനിന്നു മാത്രം റിക്രൂട്ട് ചെയ്തിട്ടുള്ള ഒന്നാണ് മദ്രാസ് സൈന്യമെന്ന് തോന്നുന്നു. അതുകൊണ്ടുതന്നെ അത്രയ്ക്ക് വിശ്വസനീയവുമായിരിക്കും അത്. ബോംബെയിൽ ഓരോ ബറ്റാലിയനിലും 150-ഉം അതിലധികവും ഇന്ത്യക്കാരുണ്ട്. ഇവർ അപകടകാരികളുമാണ്. കാരണം, മറ്റുള്ളവരെ ലഹളയ്ക്ക് പ്രേരിപ്പിക്കാൻ ഇവർക്ക് കഴിയും. ബോംബെ സൈന്യം ലഹളയ്ക്കൊരുങ്ങിയാൽപ്പിന്നെ സൈനികമായ എല്ലാ പ്രവചനങ്ങളും തൽക്കാലത്തേയ്ക്ക് നിർത്തിവയ്ക്കേണ്ടി വരും. പിന്നെ ഉറപ്പിക്കാവുന്ന ഒരേയൊരു സംഗതി കാശ്മീർ മുതൽ കന്യാകുമാരി വരെയുള്ള ഒരു വൻകൂട്ടക്കൊല മാത്രമായിരിക്കും. ബോംബെ സൈന്യത്തെ കലാപകാരികൾക്കെതിരായി ഉപയോഗിക്കാനാവാത്ത ഒരു സ്ഥിതിയാണുള്ളതെങ്കിൽ നാഗ്പ്പൂരിന് ഇപ്പുറമെത്തിക്കഴിഞ്ഞിട്ടുള്ള മദ്രാസ് സൈന്യങ്ങളെ ശക്തിപ്പെടുത്തിയിട്ട് അലഹബാദോ ബനാറസോ ആയി കഴിയുംവേഗം ബന്ധം സ്ഥാപിക്കുകയെങ്കിലും വേണം.

ശരിയായൊരു സുപ്രീം കമാൻഡിന്റെ പരിപൂർണമായ അഭാവം മൂലം സംജാതമായിട്ടുള്ള ബ്രിട്ടീഷ് നയത്തിന്റെ പൊളിച്ചിൽ പരസ്പര പൂരകങ്ങളായ രണ്ട് സംഗതികളിലാണ് മുഖ്യമായും പ്രകടമായിക്കൊണ്ടിരിക്കുന്നത്. ഒന്നാമതായി, സ്വന്തം സൈന്യങ്ങളെ ഛിന്നഭിന്നമാക്കി നിർത്തിയിരിക്കുന്നതുവഴി എണ്ണമറ്റ നിരവധി കൊച്ചുകൊച്ചു പോസ്റ്റുകളിലിട്ട് തങ്ങളെ ശ്വാസം മുട്ടിക്കാൻ അവർ എതിരാളികളെ അനുവദിക്കുകയാണ്. രണ്ടാമതായി, എവിടേക്കും എടുത്തെറിയാൻ പറ്റുന്ന തങ്ങളുടെ ഒരേയൊരു സൈന്യനിരയെ അവർ ഡൽഹിയിൽ തളച്ചിടുകയാണ്. അവിടെ ഈ സൈന്യത്തിന് ഒന്നും ചെയ്യാൻ കഴിവില്ല. എന്നുമാത്രമല്ല, അവിടെ അത് നാശത്തെ നേരിട്ടുകൊണ്ടിരിക്കുകപോലുമാണ്. ഡൽഹിയിലേക്ക് മാർച്ച് ചെയ്യാൻ ഉത്തരവിട്ട ഇംഗ്ലീഷ് ജനറലിനെ കോർട്ട് മാർഷൽ ചെയ്ത് തൂക്കിലേറ്റേണ്ടതാണ്. കാരണം, ബ്രിട്ടീഷുകാർ തന്നെ ആ നഗരത്തിന്റെ പഴയ രക്ഷാനിരകളെ വളരെയേറെ ബലപ്പെടുത്തിയിരുന്നുവെന്ന സംഗതി നമുക്ക് ഇപ്പോൾ മാത്രമേ മനസിലായിട്ടുള്ളുവെങ്കിലും അദ്ദേഹത്തിന് അത് നേരത്തേക്കൂട്ടി ആറിയാവുന്നതായിരുന്നു.

ഈ ബലപ്പെടുത്തലിന്റെ ഫലമായി 15,000 - 20,000 ആളുകളെങ്കിലുമില്ലാതെ ചിട്ടയായ ഒരു ഉപരോധത്തിലൂടെ നഗരം പിടിക്കാൻ സാധ്യമല്ലാത്ത ഒരു സ്ഥിതിയാണ് സംജാതമായിട്ടുള്ളത്. ശരിയായ പ്രതിരോധമേർപ്പെടുത്തുകയാണെങ്കിൽ ഈ ശക്തിദുർഗം പിടിക്കുന്നതിന് പിന്നെയും നിരവധി ആളുകളെ ആവശ്യമാകും. പക്ഷേ, അവിടെച്ചെന്ന് കുടുങ്ങിക്കഴിഞ്ഞ സ്ഥിതിക്ക് രാഷ്ട്രീയ കാരണങ്ങളാൽ അവർക്ക് അവിടെനിന്ന് ഊരിക്കൊണ്ടുപോകാനും പറ്റില്ല. കാരണം, ഇപ്പോൾ അവിടെനിന്ന് പിന്മാറുന്നത് പരാജയം സമ്മതിക്കുന്നതിന് സമമായിരിക്കും. എന്നാൽ അവർക്കത് ഒഴിവാക്കാൻ പറ്റുമെന്ന് തോന്നുന്നുമില്ല.

ഹാവ്ലോക്കിന്റെ പട്ടാളം കാര്യമായ പലതും ചെയ്തിട്ടുണ്ട്. ഇങ്ങനെ ഉഷ്ണകാലത്ത് എട്ടുദിവസം കൊണ്ട് 126 മൈൽ സഞ്ചരിക്കുകയും ആറോ എട്ടോ പോരാട്ടങ്ങളിൽ ഏർപ്പെടുകയും ചെയ്യുന്നത് മനുഷ്യന്റെ സഹനശക്തിക്ക് അതീതമായിട്ടുള്ളതാണ്. പക്ഷേ, അദ്ദേഹത്തിന്റെ പട്ടാളക്കാർ പരിക്ഷീണരാണ്. അതിനാൽ, കോൺപൂരിനുചുറ്റും സമീപസ്ഥലങ്ങളിലേക്കുമുള്ള മാർച്ചുകളിലൂടെ കുറെക്കൂടി തളർന്നുകഴിയുമ്പോൾ സ്വയം തളച്ചിടാൻ, അദ്ദേഹവും നിർബന്ധിതനായേക്കാം. അതല്ലെങ്കിൽ അദ്ദേഹത്തിന് അലഹബാദിലേക്ക് മടങ്ങേണ്ടിവരും.

തിരിച്ചുപിടിക്കുന്നതിനുള്ള ശരിയായ വഴി ഗംഗാതടത്തിലൂടെ മേലോട്ടുള്ളതായിരിക്കും. ബംഗാൾ നിലനിർത്താൻ അത്ര പ്രയാസമില്ല. കാരണം അവിടെയുള്ള ആളുകൾ ഭയങ്കരമായി തകർന്നിരിക്കുകയാണ്. ശരിക്കും അപകടമേഖല ആരംഭിക്കുന്നത് ദീനാപ്പൂരിന് അടുത്തുനിന്നാണ്. ദീനാപ്പൂരും ബനാറസും മിഴ്സാപ്പൂരും അതിലും വിശേഷിച്ച് അലഹബാദും വളരെ പ്രധാനമാണെന്ന് പറയുന്നത് അതുകൊണ്ടാണ്. അലഹബാദിൽ നിന്നുകൊണ്ട് ആദ്യം ഡുവാബും (ഗംഗയ്ക്കും യമുനയ്ക്കും ഇടയിലുള്ള പ്രദേശം), അതിനുശേഷം ഈ രണ്ട് നദികളുടെയും തീരങ്ങളിലുള്ള പട്ടണങ്ങളും, പിന്നീട് ഔഡും അതുംകഴിഞ്ഞ് ബാക്കിയുള്ള സ്ഥലങ്ങളും പിടിച്ചെടുക്കാൻ ബ്രിട്ടീഷുകാർക്ക് കഴിയും. മദ്രാസിലും ബോംബെയിലും നിന്ന് ആഗ്രയിലേക്കും അലഹബാദിലേക്കുമുള്ള മാർഗങ്ങൾക്ക് വെറും രണ്ടാംനിരയുടെ പ്രാധാന്യം മാത്രമേയുള്ളൂ.

എപ്പോഴത്തെയുംപോലെ സർവപ്രധാനമായിട്ടുള്ളത് കേന്ദ്രീകരണമാണ്. ഗംഗയുടെ മേലേതടത്തിലൂടെ അയച്ചിട്ടുള്ള പോഷകസൈന്യങ്ങൾ തികച്ചും ഛിന്നഭിന്നമായി കിടക്കുകയാണ്. ഒരൊറ്റ ആൾ പോലും ഇതുവരെ അലഹബാദിൽ എത്തിയിട്ടില്ല. ഒരുപക്ഷേ, ഈ പോസ്റ്റുകൾ ഉറപ്പിക്കാൻ ഇത് അത്യന്താപേക്ഷിതമായിരിക്കാം. ഒരുപക്ഷേ, അതിന് ഇനിയും സമയമായിട്ടില്ലെന്നും വരാം. അതെന്തായാലും, പ്രതിരോധത്തിനുള്ള പോസ്റ്റുകളുടെ സംഖ്യ പരമാവധി ചുരുക്കേണ്ടതാവശ്യമാണ്. കാരണം, പട്ടാളത്തെ യുദ്ധരംഗനടപടികൾക്കായി കേന്ദ്രീകരിക്കുകയാണ് ആവശ്യം. കോളിൻ ക്യാമ്പ്ബെല്ലിന്--ധീരനാണെന്നത് മാത്രമാണ്

നമുക്ക് ഇപ്പോൾവരെ അദ്ദേഹത്തെപ്പറ്റി അറിയാവുന്ന ഒരേയൊരു സംഗതി—ഒരു ജനറലെന്ന നിലയ്ക്ക് പ്രശസ്തനാകാൻ താൽപ്പര്യമുണ്ടെങ്കിൽ അദ്ദേഹം ചെയ്യേണ്ടത്—ഡൽഹിയെ കൈയൊഴിച്ചാലും ഇല്ലെങ്കിലും—ചലനക്ഷമതയുള്ള ഒരു സൈന്യത്തെ പടിപടിയായി സംഘടിപ്പിച്ചെടുക്കുകയെന്നതാണ്. എവിടെയെങ്കിലും ഒരിടത്ത് 25,000-30,000 യൂറോപ്യൻ സൈനികരുണ്ടായാൽ പിന്നെ ഒരു മാർച്ചിനായി 5,000 പേരെയെങ്കിലും ശേഖരിക്കാൻ അദ്ദേഹത്തിന് പ്രയാസമുണ്ടാകത്തക്ക ഒരു വിഷമസ്ഥിതി ഉണ്ടാകുമെന്ന് തോന്നുന്നില്ല. ഇവർക്ക് വഴിനീളെ ഉണ്ടാകുന്ന നഷ്ടം മറ്റ് പോസ്റ്റുകളിൽ നിന്നുള്ള ഗ്യാരിസണുകളെക്കൊണ്ട് നികത്താവുന്നതാണ്. അപ്പോൾ മാത്രമേ താൻ എവിടെയാണെന്നും ഏതുതരത്തിലുള്ള പ്രതിയോഗിയെയാണ് തനിക്ക് പ്രധാനമായും നേരിടാനുള്ളതെന്നും അദ്ദേഹത്തിന് മനസിലാക്കാൻ കഴിയൂ. പക്ഷേ, ദിവസന്തോറും തന്റെ നൂറാളുകൾ വീതം മരിച്ചു വീഴുന്നത് നോക്കിക്കൊണ്ട് ഡൽഹിയുടെ മുന്നിൽ അദ്ദേഹം ഒരു വിഡ്ഢിയെപ്പോലെ കൈയും കെട്ടിനിൽക്കാനും അവരെല്ലാം ചത്തൊടുങ്ങുന്നതുവരെ അങ്ങനെ നിൽക്കുന്നത് ഭയങ്കര 'ധീരത'യാണെന്ന് കരുതാനുമാണ് കൂടുതൽ സാധ്യത. ധീരമായ വിഡ്ഢിത്തമാണ് ഇപ്പോഴും ചട്ടമായി അംഗീകരിച്ചിട്ടുള്ളത്.

വടക്ക് നേരിട്ടുള്ള ഒരു യുദ്ധത്തിന് സൈന്യങ്ങളെ കേന്ദ്രീകരിക്കുകയും മദ്രാസിന്റെയും പറ്റുമെങ്കിൽ ബോംബെയുടെയും ശക്തിയായ പിന്തുണ സംഘടിപ്പിക്കുകയും ചെയ്യുകയെന്നത് മാത്രമാണ് ഇപ്പോൾ ചെയ്യാനുള്ള ഒരേയൊരു സംഗതി. നർമദാതീരത്തുള്ള മറാഠാ രാജാക്കന്മാർ വിട്ടുപോയാൽത്തന്നെയും അത്ര സാരമുള്ള കാര്യമല്ല. കാരണം, അവരുടെ പട്ടാളം ഇപ്പോൾത്തന്നെ കലാപകാരികളുടെ കൂടെയാണല്ലോ. എന്തായാലും, ഒക്ടോബറിൽ യൂറോപ്പിൽനിന്നുള്ള പോഷകസേനകൾ എത്തിച്ചേരുന്നതുവരെ പിടിച്ചുനിൽക്കാൻ കഴിഞ്ഞാൽ, അതുതന്നെ വലിയ നേട്ടമായിരിക്കും.

പക്ഷേ, ഒന്നോ രണ്ടോ ബോംബെ റെജിമെന്റുകൾ കൂടി ലഹളയ്ക്കൊരുങ്ങിയാൽ അതോടെ പ്രശ്നമാകെ തീരുമാനിക്കപ്പെടും. കാരണം, അപ്പോൾപ്പിന്നെ അടവിന്റെയും തന്ത്രത്തിന്റെയും പ്രശ്നത്തിന് വലിയ വിലയില്ലാതാകും...

എംഗൽസ് മാർക്സിന് അയച്ചത്

3, എഡ്വേർഡ് പ്ലേസ്, ജേഴ്സി,
1857 ഒക്ടോബർ 29

...ശിപായിമാർ ഡൽഹി കോട്ടയുടെ പ്രതിരോധം നടത്തിയത് വളരെ മോശമായ രീതിയിലായിരിക്കണം. തെരുവുയുദ്ധമായിരുന്നു ഏറ്റവും വലിയ തമാശ. ഇതിൽ നാടൻ പട്ടാളത്തെയാണ് മുൻപിൽ അയച്ചിരുന്നതെന്ന് തോന്നുന്നു. അങ്ങനെ, ശരിക്കുള്ള ഉപരോധം 5-ാം തീയതി മുതൽ 14-ാം തീയതിവരെ ആയിരുന്നു. പിന്നീട് നടന്നതിനെയൊന്നും ഒരു ഉപരോധമെന്ന് പറയാനാവില്ല. കാരണം, മുന്നൂറോ നാന്നൂറോ വാര അകലെനിന്നുകൊണ്ട് ഭാരിച്ച കപ്പൽപ്പീരങ്കികൾ ഉപയോഗിച്ച് സംരക്ഷിക്കപ്പെട്ടിട്ടില്ലാത്ത ആ കോട്ടമതിലുകളിൽ ചില വിള്ളലുകളുണ്ടാക്കാൻ അത്രയും സമയം ആവശ്യത്തിലുമധികമായിരുന്നു. 5-ാം തീയതിയോ 6-ാം തീയതിയോ തന്നെ അവർക്ക് അത്രയും അടുത്തെത്താൻ കഴിയുകയും ചെയ്തിരുന്നു. കോട്ടമതിലുകളിൽ ഘടിപ്പിച്ചിരുന്ന പീരങ്കികൾ ശരിയായി പ്രവർത്തിപ്പിച്ചിട്ടുണ്ടാവില്ല. അല്ലെങ്കിൽ ഇംഗ്ലീഷുകാർക്ക് ഇത്ര വേഗം കോട്ടയുടെ അത്രയും അടുത്തെത്താൻ കഴിയുമായിരുന്നില്ല.

എംഗൽസ് മാർക്സിന് അയച്ചത്

1857 ഡിസംബർ 31

പ്രിയപ്പെട്ട മൂർ,

ഇന്ത്യൻ വാർത്തകളുള്ള പത്രങ്ങളന്വേഷിച്ച് ഞാൻ ഈ നഗരം മുഴുവൻ ചുറ്റിക്കറങ്ങി. എന്റെ *ഗാർഡിയ*ന്റെ കോപ്പികൾ എല്ലാം ഞാൻ മിനിയാന്ന് താങ്കൾക്ക് അയച്ചുതരികയുണ്ടായല്ലൊ. ആ ലക്കങ്ങൾ *ഗാർഡിയനി*ലോ *എക്സാമിനറി*ലോ കിട്ടാനില്ല. *ടൈംസി*ന്റേയും *ബെൽഫീൽഡി*ന്റെയും സ്ഥിതിയും അതുതന്നെയാണ്. താങ്കളുടെ റിപ്പോർട്ട് ചൊവ്വാഴ്ച എഴുതിത്തീർന്നിരിക്കുമല്ലൊ. ഈ സാഹചര്യത്തിൽ എനിക്ക് ആ ലേഖനം എഴുതാൻ പറ്റുമെന്ന് തോന്നുന്നില്ല. ഇത് എന്നെ വല്ലാതെ ശുണ്ഠി പിടിപ്പിക്കുന്നുണ്ട്. കാരണം, മറ്റ് അടിയന്തര സംഗതികൾ മാറ്റി വയ്ക്കാതെ അതെഴുതാൻ നാലാഴ്ചയ്ക്കുള്ളിൽ എനിക്കാദ്യമായി കിട്ടുന്ന ഒരു അപരാഹ്നമായിരുന്നു ഇത്. ഭാവിയിൽ സൈനിക ലേഖനങ്ങൾ എഴുതേണ്ടിവരുമ്പോൾ കഴിവതും നേരത്തെകൂട്ടി എന്നെ അറിയിക്കണം. ഇപ്പോൾ ഇരുപത്തിനാലുമണിക്കൂറെന്നത് എനിക്ക് തീരെ

മതിയാകാത്ത മട്ടാണ്.

എന്തായാലും, വാർത്തകൾക്ക് വലിയ പഞ്ഞമാണ്. കോൺപൂരിൽ നിന്ന് കൽക്കത്തയിലേക്കുള്ള കമ്പിസന്ദേശങ്ങളുടെ അടിസ്ഥാനത്തിലുള്ളതാണ് സർവതും. അതിനാൽ, അതിലെന്തിനെപ്പറ്റിയെങ്കിലും എന്തെങ്കിലും അഭിപ്രായം പറയുക അസാധ്യമാണ്. ആകെ അറിവുള്ള സംഗതികൾ താഴെ പറയും പ്രകാരമാണ്. ഠകാൺപൂരിൽ നിന്ന് ലക്നൗവിലേക്കുള്ള (ആലംബാഗിലേക്കുള്ള) ദൂരം 40 മൈലാണ്. ഇന്ത്യയെ സംബന്ധിച്ചിടത്തോളം 15 മൈൽ എന്നു പറയുന്നതുതന്നെ വളരെ വലിയൊരു സംഗതിയാണെന്നാണ് ഹാവ്ലോക്കിന്റെ ത്വരിതമായ മാർച്ച് സൂചിപ്പിക്കുന്നത്. ധാരാളം സമയമെടുക്കും അതിനുതന്നെ. അങ്ങനെ നോക്കുമ്പോൾ, കോളിന്* രണ്ടോ മൂന്നോ മാർച്ചുകളുടെ ആവശ്യമേ ഉണ്ടായിരുന്നുള്ളൂ. എന്തായാലും, കോൺപൂർ വിട്ടിട്ട് മൂന്നാം ദിവസം അദ്ദേഹം ആലംബാഗിൽ എത്തേണ്ടതായിരുന്നു. ഒരു അക്രമണത്തിന് ആവശ്യമായത്ര പകൽവെളിച്ചം പിന്നെയും ശേഷിക്കണമായിരുന്നു. ഇതുവച്ചുവേണം കോളിന്റെ മാർച്ചിനെ വിലയിരുത്തേണ്ടത്. തീയതികൾ എനിക്ക് ഓർമയില്ല. രണ്ടാമതായി, അദ്ദേഹത്തിന്റെ പക്കൽ 7,000 പേരുണ്ടായിരുന്നു (അതിലും വളരെ കൂടുതൽ ആളുണ്ടായിരിക്കുമെന്നാണ് കരുതിയിരുന്നത്. പക്ഷേ കൽക്കത്തയ്ക്കും കോൺപൂരിനും ഇടയ്ക്കുള്ള മാർച്ച് ഭയങ്കരമായിരുന്നിരിക്കണം. പലരും അതിനിടയിൽ മരിച്ചിരിക്കും); ഈ ഏഴായിരം പേരെ (ആലംബാഗിലേയും ലക്നൗവിലെയും ഗ്യാരിസണുകൾ ഉൾപ്പെടെ) വച്ചുകൊണ്ട് ഔഡുകാരെ തോൽപ്പിക്കാൻ അദ്ദേഹത്തിന് കഴിഞ്ഞിട്ടുണ്ടെങ്കിൽ അത് അത്ര വലിയൊരു ആനക്കാര്യമൊന്നുമല്ല. ഇന്ത്യയിലെവിടെയും തുറസ്സായ ഒരു സ്ഥലത്തുചെന്ന് എന്തും ചെയ്യാൻ 5,000-7,000 ഇംഗ്ലീഷുകാരടങ്ങിയ ഒരു സൈന്യം ആവശ്യത്തിലധികമാണെന്നാണ് എന്നും കരുതിപ്പോന്നിട്ടുള്ളത്. പ്രതിയോഗിയെ അത് ഒറ്റയടിക്ക് തോൽപ്പിക്കും. ഔഡുകാർ ഗംഗാതടത്തിന്റെ ഏറ്റവും രണശൂരരായ ഗോത്രക്കാരാണെങ്കിലും അച്ചടക്കത്തിലും ഒത്തൊരുമയിലും പടക്കോപ്പുകളുടെ കാര്യത്തിലും അവർ ശിപായിമാരെക്കാൾ വളരെ പിന്നിലാണെന്ന കാര്യം ഇത്തരുണത്തിൽ ഓർത്തിരിക്കേണ്ടതുണ്ട്. അവർ ഒരിക്കലും നേരിട്ടുള്ള യൂറോപ്യൻ ശിക്ഷണത്തിൽ കഴിഞ്ഞിട്ടില്ലെന്നത് തന്നെയാണ് ഇതിന് കാരണം. അതിനാൽ മുഖ്യമായ പോരാട്ടം ഓടിക്കൊണ്ടുള്ള ഒരു സമരമായിരുന്നു. എന്നുപറഞ്ഞാൽ, ഒരുതരം ചില്ലറ ഏറ്റുമുട്ടൽപോലെയായിരുന്നു അത്. ഇതിൽ ഔഡുകാർ ഒരു പോസ്റ്റിൽ നിന്ന് മറ്റൊന്നിലേക്ക് പിന്നോട്ട് തള്ളപ്പെട്ടുകൊണ്ടേയിരുന്നു. റഷ്യക്കാരോടൊപ്പം യൂറോപ്പിലെ ഏറ്റവും മോശപ്പെട്ട കാലാൾപ്പടയെന്ന സ്ഥാനം ബ്രിട്ടീഷുകാർക്കുംകൂടി അവകാശപ്പെട്ടതാണെന്ന സംഗതി ശരിയാണ്. എങ്കിലും ക്രിമിയയിൽനിന്ന് അവർ ചിലതെല്ലാം പഠിച്ചിട്ടുണ്ട്. എന്നുമാ

* ക്യാമ്പ്ബെൽ

ത്രമല്ല, ഔഡുകാരിൽനിന്ന് വ്യത്യസ്തമായി അവരുടെ ഏറ്റുമുട്ടലുകാർക്ക് പിക്കറ്റുകളുടെയും ലൈനുകളുടെയും കൃത്യമായ നല്ല പിൻബലമുണ്ടായിരുന്നു. അവരെല്ലാം ഒറ്റ ലക്ഷ്യത്തിനായി സഹകരിച്ചുകൊണ്ട് ഒരൊറ്റ കമാൻഡറുടെ കീഴിലുമായിരുന്നു. അതേസമയം അവരുടെ പ്രതിയോഗികൾ സാധാരണ ഏഷ്യാറ്റിക് രീതിയിൽ യാതൊരു അടുക്കും ചിട്ടയുമില്ലാത്ത കൂട്ടങ്ങളായി പിരിഞ്ഞിരുന്നു. കൃത്യമായ പിൻബലമോ റിസർവോ കൂടാതെ ഓരോ കൂട്ടവും മുൻപന്തിയിലേക്ക് തള്ളിക്കയറാൻ ശ്രമിക്കുകയും അങ്ങനെ ബ്രിട്ടീഷുകാർക്ക് വെടിക്കുറിയായിത്തീരുകയും ചെയ്തിരുന്നു. ഓരോ കൂട്ടത്തിനും ഇതര കുലനായകരിൽനിന്ന് സ്വതന്ത്രമായി പ്രവർത്തിക്കുന്ന പ്രത്യേകം പ്രത്യേകം കുലനായകരുമാണുണ്ടായിരുന്നത്. ഒരൊറ്റയിടത്തെങ്കിലും ഇന്ത്യയിലെ കലാപസൈന്യം ഒരു അംഗീകൃത മുഖ്യന്റെ കീഴിൽ ശരിയായി സംഘടിപ്പിക്കപ്പെട്ടിരുന്നതായി കേട്ടിട്ടില്ല. ഔദ്യോഗികറിപ്പോർട്ടുകളിൽ സമരത്തിന്റെ സ്വഭാവത്തെപ്പറ്റി മറിച്ചൊരു സൂചനയുമില്ല. ഇതിനെല്ലാം പുറമെ, ഭൂമിയുടെ കിടപ്പിനെപ്പറ്റി ഒരിടത്തും ഒന്നും പറഞ്ഞിട്ടില്ല. സൈന്യങ്ങളുടെ ഉപയോഗത്തിന്റെ വിശദാംശങ്ങളുമില്ല. അതുകൊണ്ട് എനിക്ക് ഇതിൽ കൂടുതലായി യാതൊന്നുംതന്നെ പറയാനാവില്ല (പ്രത്യേകിച്ചും വെറും ഓർമയിൽ നിന്ന്)...

മാർക്സ് എംഗൽസിന് അയച്ചത്

1858 ജനുവരി 14

...ശൈലിയും അവതരണരീതിയും വച്ചുനോക്കിയാൽ ഉജ്വലവും 'നോയെ റൈനീഷെ സൈറ്റുങ്ങിന്റെ'[54] ഏറ്റവും നല്ല കാലത്തെ അനുസ്മരിപ്പിക്കുന്നതുമാണ് താങ്കളുടെ ലേഖനം. വിൻഡ്ഹാം കൊള്ളരുതാത്ത സേനാനായകനായിരിക്കാം. പക്ഷേ, പുതുതായി പട്ടാളത്തിലെടുത്തവരെ പോർക്കളത്തിലേക്ക് നയിക്കേണ്ടുന്ന ദൗർഭാഗ്യം—റെഡാനിൽ അത് അദ്ദേഹത്തിന്റെ ഭാഗ്യമായിരുന്നു—ഇത്തവണ അദ്ദേഹത്തിനുണ്ടായെന്ന് ഓർക്കണം. ഇംഗ്ലീഷുകാർ ഇന്ത്യക്കാർക്കായി സമർപ്പിച്ചിട്ടുള്ള ഈ രണ്ടാം സൈന്യം—ഇതിൽപ്പെട്ട ഒരാളെങ്കിലും മടങ്ങുമെന്ന് പ്രതീക്ഷിക്കേണ്ടതില്ല—പൊതുവെ പറഞ്ഞാൽ ധീരതയിലും സ്വാശ്രയശീലത്തിലും സ്ഥൈര്യത്തിലും ഒന്നാം സൈന്യവുമായി ഒരുതരത്തിലും കിടപിടിക്കുന്ന ഒന്നല്ലെന്നാണ് എന്റെ അഭിപ്രായം. ഈ സൈന്യം ഏതാണ്ട് പൂർണമായി തുടച്ചുനീക്കപ്പെട്ടിട്ടുണ്ടെന്നാണ് തോന്നുന്നത്. കാലാവസ്ഥ കാരണം പട്ടാളത്തിന് അനുഭവിക്കേണ്ടിവരുന്ന ദുരിതത്തെപ്പറ്റി പറ

ഞ്ഞാൽ, മരണനിരക്ക് ഔദ്യോഗിക ഇംഗ്ലീഷ് റിപ്പോർട്ടുകളിൽ പറയുന്നതിലും വളരെ വമ്പിച്ചതാണെന്ന് വിവിധലേഖനങ്ങളിൽ കൊടുത്തിട്ടുള്ള—താൽക്കാലികമായി സൈനികപംക്തി ഞാൻ കൈകാര്യം ചെയ്തിരുന്നിടത്തോളം—കൃത്യമായ കണക്കുകൾ വഴി ഞാൻ തെളിയിച്ചിട്ടുണ്ട്. ഇംഗ്ലീഷുകാർക്ക് നേരിടേണ്ടിവരുന്ന ആൾനഷ്ടവും ധനനഷ്ടവും വച്ചുനോക്കിയാൽ ഇന്ത്യ ഇപ്പോൾ നമ്മുടെ ഏറ്റവും അടുത്ത സഖ്യകക്ഷിയാണ്....

മാർക്സ് എംഗൽസിന് അയച്ചത്

1859 ഏപ്രിൽ 9

...ഇന്ത്യൻ കലാപത്തിന്റെ ശരിയായ ഫലമായി വേണം കുത്തഴിഞ്ഞ ഇന്ത്യൻ ധനകാര്യങ്ങളെ കാണേണ്ടത്. പൊതുവിലുള്ള ഒരു തകർച്ച അനിവാര്യമാണെന്ന് തോന്നുന്നു. അല്ലെങ്കിൽ, ഇതുവരെ ഇംഗ്ലണ്ടിന് ഏറ്റവും ഉറച്ച പിന്തുണ നൽകിവന്നിരുന്ന വർഗങ്ങളുടെ മേൽ നികുതികൾ ചുമത്തേണ്ടിവരും. എന്നാൽ, ഇതുകൊണ്ടും സാരാംശത്തിൽ കാര്യമായ ഗുണമൊന്നും ഉണ്ടാകാൻ പോകുന്നില്ല. ജോൺ ബുള്ളിന് ആണ്ടോടാണ്ട് ഇന്ത്യയിൽ 40-50 ലക്ഷം കാശായിത്തന്നെ ചെലവിടേണ്ടിവരുമെന്നതാണ് ഏറ്റവും വലിയ തമാശ. എന്നാലേ വണ്ടി ഓടൂ. അങ്ങനെ ഈ വളഞ്ഞ വഴിക്ക് അവന്റെ ദേശീയകടബാധ്യത വീണ്ടും അതനുസരിച്ചുള്ള വർധമാനമായ അനുപാതത്തിലേക്ക് ഉയരുകയും ചെയ്യും. മാഞ്ചസ്റ്റർ പരുത്തിത്തുണിക്കുള്ള ഇന്ത്യൻ കമ്പോളത്തിനായി വളരെ വമ്പിച്ച വിലയാണ് നൽകുന്നതെന്ന് സമ്മതിക്കേണ്ടിവരും. സൈനിക കമീഷന്റെ റിപ്പോർട്ടനുസരിച്ച് അടുത്ത കുറെ കൊല്ലക്കാലത്തേക്ക് 200,000-260,000 നാടൻ പട്ടാളക്കാരോടൊപ്പം 80,000 യൂറോപ്യരെയും ഇന്ത്യയിൽ നിർത്തേണ്ടിവരും. ഇതിന് ഏകദേശം രണ്ടുകോടി പവൻ ചെലവ് വരും. എന്നാൽ അവിടെനിന്നുള്ള അറ്റ വരുമാനം രണ്ടരക്കോടി പവൻ മാത്രവുമാണ്. കൂടാതെ, കലാപം കാരണം സ്ഥിരം കടബാധ്യതയിൽ അഞ്ചുകോടി പവന്റെ വർധനവുകൂടി ഉണ്ടായിട്ടുണ്ട്. വിൽസന്റെ കണക്കനുസരിച്ചാണെങ്കിൽ സ്ഥിരം വാർഷികക്കമ്മിയിൽ 30 ലക്ഷത്തിന്റെ വർധനവുണ്ടെന്നും പറയാം. ഇതിനും പുറമെ, റെയിൽവേയുടെ പ്രവർത്തനം തുടങ്ങുന്നതുവരെ കൊല്ലന്തോറും ഗ്യാരണ്ടിയുടെ രൂപത്തിൽ കൊടുക്കേണ്ടിവരുന്ന 20 ലക്ഷം പവനും ഇതിന്റെ കൂടെ കൂട്ടേണ്ടതായുണ്ട്. റെയിൽവേയുടെ അറ്റാദായം അഞ്ചുശതമാനമാകുന്നില്ലെങ്കിൽ അത് നികത്താൻ സ്ഥിരമായി കൊടുക്കേണ്ടിവരുന്ന സംഖ്യ ഇതിലും അൽപ്പം കുറവായിരിക്കും. ഇപ്പോൾ വരെ ഇന്ത്യക്ക് ഇതുകൊ

ണ്ടെല്ലാമുള്ള ഗുണം (ഒരു ചെറിയ റെയിൽവേലൈൻ തയാറായിട്ടുണ്ടെന്നതൊഴിച്ചാൽ) ഇംഗ്ലീഷ് മുതലാളിമാർ ഇറക്കിയ മൂലധനത്തിന് അഞ്ചു ശതമാനം പലിശ കൊടുക്കാനുള്ള ബഹുമതി മാത്രമാണ്. പക്ഷേ, ജോൺ ബുൾ തന്നെയാണ് വഞ്ചിതനായിട്ടുള്ളത്. അഥവാ അവന്റെ തന്നെ മുതലാളിമാർ അവനെ വഞ്ചിച്ചിരിക്കുകയാണ്. പേരിന് മാത്രമാണ് ഇന്ത്യ കാശ് കൊടുക്കുന്നത്. സത്യത്തിൽ ഇതടയ്ക്കുന്നത് ജോൺ ബുൾ തന്നെയാണ്. ഉദാഹരണത്തിന്, സ്റ്റാൻലിയുടെ വായ്പയിൽ നല്ലൊരു ഭാഗം ഇംഗ്ലീഷ് മുതലാളിമാർ നിർമിക്കാൻ തുടങ്ങിയിട്ടില്ലാത്ത റെയിൽവേയുടെ പേരിൽ അവർക്ക് അഞ്ചുശതമാനം നൽകാൻ വേണ്ടിയുള്ളതായിരുന്നു. അവസാനമായി ഒരു കാര്യംകൂടി പറയാനുണ്ട്. ഇതുവരെ കറുപ്പിന്റെ ഇനത്തിൽ കൊല്ലന്തോറും കിട്ടിയിരുന്ന 40 ലക്ഷം പവൻ വരുമാനം ചൈനീസ് കരാറിന്റെ[55] ഫലമായി അപകടത്തിലാകും. എന്തായാലും ഈ കുത്തക പൊളിയാൻ പോവുകയാണ്. ചൈനയിൽ തന്നെ അവീൻ കൃഷി താമസിയാതെ വികസിക്കുന്നതുമാണ്. കറുപ്പ് കള്ളക്കടത്തിനുള്ള ഒരു ഇനമാണെന്നതു കൊണ്ടു മാത്രമാണ് അതിൽനിന്ന് ഈ വരുമാനം ഉണ്ടായിക്കൊണ്ടിരുന്നത്. ഇന്ത്യൻ ധനകാര്യത്തിലെ ഇപ്പോഴത്തെ തകർച്ച ഇന്ത്യൻ യുദ്ധത്തെയുംകാൾ ദാരുണമായ ഒരു സംഗതിയാണെന്ന് ഞാൻ പറയും...

കുറിപ്പുകൾ

1 ഈസ്റ്റ് ഇന്ത്യാ കമ്പനിയുടെ തീട്ടൂരം പുതുക്കുന്നത് സംബന്ധിച്ച് ബ്രിട്ടനിലെ കോമൺസ് സഭയിൽ നടന്ന ചർച്ചകളെക്കുറിച്ചുള്ളതാണ് 'ഇന്ത്യയിലെ ബ്രിട്ടീഷ് ഭരണം' എന്ന ശീർഷകത്തിലുള്ള മാർക്സിന്റെ ലേഖനം. *ന്യൂയോർക്ക് ഡെയ്‌ലി ട്രിബ്യൂൺ* എന്ന പത്രത്തിലാണ് ഇത് ആദ്യമായി പ്രസിദ്ധീകരിക്കപ്പെട്ടത്.

1841-ൽ പ്രസിദ്ധീകരണം ആരംഭിച്ച *ന്യൂയോർക്ക് ഡെയ്‌ലി ട്രിബ്യൂൺ* 1924 വരെ നിലനിന്നു. സുപ്രസിദ്ധ അമേരിക്കൻ പത്രപ്രവർത്തകനും രാഷ്ട്രീയനേതാവുമായിരുന്ന ഹൊറാസ ഗ്രീലി സ്ഥാപിച്ച ഈ പത്രം 1850-കളുടെ മധ്യം വരെ അമേരിക്കൻ വിഗ്ഗ് കക്ഷിയിലെ ഇടതുപക്ഷത്തിന്റെയും പിന്നീട് റിപ്പബ്ലിക്കൻ പാർട്ടിയുടെയും ജിഹ്വയായിരുന്നു. നാൽപ്പതുകളിലും അൻപതുകളിലും പുരോഗമനാശയഗതി പുലർത്തിയിരുന്ന ഈ പത്രം അന്നൊക്കെ അടിമത്തത്തിനെതിരായി ശക്തിയായ നിലപാട് കൈക്കൊണ്ടിരുന്നു. പ്രമുഖരായ പല എഴുത്തുകാരും പത്രപ്രവർത്തകരും അതുമായി ബന്ധപ്പെട്ടിരുന്നു. സാങ്കൽപ്പിക സോഷ്യലിസത്തിന്റെ ആശയങ്ങളിൽ വിശ്വസിച്ചിരുന്ന ചാൾസ് ഡാന 1840-കളുടെ അവസാനത്തിൽ അതിന്റെ പത്രാധിപന്മാരിൽ ഒരാളായിരുന്നു.

മാർക്സ് ഈ പത്രവുമായി സഹകരിക്കാൻ തുടങ്ങിയത് 1851 ആഗസ്തിലാണ്. 1862 മാർച്ച് വരെ, പത്തുകൊല്ലത്തിലധികം കാലം ഈ സഹകരണം നിലനിന്നു. മാർക്സിന്റെ അഭ്യർഥനപ്രകാരം എംഗൽസും ഈ പത്രത്തിനുവേണ്ടി പല ലേഖനങ്ങളും എഴുതുകയുണ്ടായി. സാർവദേശീയവും ദേശീയവുമായ പ്രധാനപ്പെട്ട പ്രശ്നങ്ങളെപ്പറ്റിയാണ് അവർ എഴുതിയിരുന്നത്. തൊഴിലാളി പ്രസ്ഥാനം, യൂറോപ്യൻ രാജ്യങ്ങളുടെ സാമ്പത്തിക വളർച്ച, കൊളോണിയൽ വെട്ടിപ്പിടിത്തം, സാമ്രാജ്യാധിപത്യത്തിൻകീഴിലുള്ള രാജ്യങ്ങളിലെ ദേശീയവിമോചനപ്രസ്ഥാനം തുടങ്ങിയവയെപ്പറ്റിയും അവർ എഴുതിയിരുന്നു. യൂറോപ്പിൽ പിന്തിരിപ്പന്മാർ കൊടികുത്തി വാണിരുന്ന കാലത്ത് വ്യക്തമായ വസ്തുതകൾ നിരത്തിവച്ച് മുതലാളിത്തത്തിന്റെ ദുഷിപ്പുകളെയും രഞ്ജിപ്പിക്കാനാവാത്ത അതിന്റെ വൈരു

ധ്യങ്ങളെയും ബൂർഷ്വാ ജനാധിപത്യത്തിന്റെ പരിമിതികളെയും തുറന്നുകാട്ടാൻ അവർ വളരെയേറെ വായനക്കാരുണ്ടായിരുന്ന ഈ അമേരിക്കൻ പത്രത്തെ ഉപയോഗപ്പെടുത്തുകയുണ്ടായി.

പ്രസ്തുത പത്രത്തിന്റെ പത്രാധിപന്മാർ ചിലപ്പോഴെല്ലാം മാർക്സിന്റെയും എംഗൽസിന്റെയും ലേഖനങ്ങളിൽ ധാരാളം കത്രികപ്രയോഗം നടത്തുകയും, പല ലേഖനങ്ങളും പേരുവയ്ക്കാതെ മുഖപ്രസംഗരൂപത്തിൽ പ്രസിദ്ധീകരിക്കുകയും ചെയ്തിരുന്നു. ചിലപ്പോഴെല്ലാം ഈ പത്രാധിപന്മാർ ലേഖനങ്ങളുടെ ഉള്ളടക്കത്തിൽത്തന്നെ കൈവയ്ക്കുകയും തോന്നിയ തീയതിവച്ച് അവ അച്ചടിക്കുകയും ചെയ്തിരുന്നു. മാർക്സ് ആവർത്തിച്ചാവർത്തിച്ച് ഇതിൽ തനിക്കുള്ള പ്രതിഷേധം രേഖപ്പെടുത്തിയിരുന്നു. 1857-ലെ ശരത്കാലത്ത് യു എസ് എയിലെ സാമ്പത്തികക്കുഴപ്പത്തിന്റെ നടുവിൽ *ന്യൂയോർക്ക് ഡെയ്‌ലി ട്രിബ്യൂണി*ന്റെ ധനസ്ഥിതി മോശമായപ്പോൾ അതിലേക്കുള്ള തന്റെ ലേഖനങ്ങളുടെ സംഖ്യ വെട്ടിച്ചുരുക്കാൻ മാർക്സ് നിർബന്ധിതനായി. അമേരിക്കയിലെ ആഭ്യന്തരയുദ്ധത്തിന്റെ ആരംഭത്തിൽ അദ്ദേഹം ഈ പത്രവുമായുള്ള ബന്ധം നിശ്ശേഷം വിച്ഛേദിച്ചു. അടിമയുടമകളായ തെക്കരുമായി സന്ധിചെയ്യണമെന്ന് വാദിച്ചിരുന്നവർക്ക് മുൻകൈ ലഭിച്ചതിനെത്തുടർന്ന് ഈ പത്രം അതിന്റെ പഴയ പുരോഗമനപരമായ നിലപാട് ഉപേക്ഷിച്ചതാണ് ഇപ്രകാരം ചെയ്യാൻ അദ്ദേഹത്തെ പ്രേരിപ്പിച്ച മുഖ്യ സംഗതി.

2 ടർക്കിഷ് പ്രശ്നം എന്നു പറയുമ്പോൾ മാർക്സ് ഉദ്ദേശിക്കുന്നത് ഒട്ടോമൻ സാമ്രാജ്യത്തിൽ, പ്രത്യേകിച്ചും ആ സാമ്രാജ്യത്തിന്റെ കീഴിലുണ്ടായിരുന്ന ബാൾക്കൺ പ്രദേശങ്ങളിൽ, താന്താങ്ങളുടെ സ്വാധീനം സ്ഥാപിക്കാൻ വേണ്ടി സമീപപൂർവദേശത്ത് കടിപിടി നടത്തിയിരുന്ന വൻശക്തികളുടെ സാർവദേശീയ സംഘട്ടനങ്ങളെപ്പറ്റിയാണ്. ഈ കടിപിടി ഒടുവിൽ 1853-56ലെ ക്രിമിയൻ യുദ്ധത്തിലാണ് കലാശിച്ചത്. ഒരുവശത്ത് റഷ്യയും മറുവശത്ത് ബ്രിട്ടൻ, ഫ്രാൻസ്, തുർക്കി, സാർഡീനിയ എന്നിവരുമായിരുന്നു ഈ യുദ്ധത്തിലെ പ്രതിയോഗികൾ. സെവസ്തോപ്പൽ എന്ന കരിങ്കടൽ തീരത്തുള്ള റഷ്യൻ നാവികത്താവളത്തെ ശത്രുക്കൾ വളഞ്ഞതോടെ ഈ യുദ്ധം അതിന്റെ ഉച്ചകോടിയിലെത്തി. പതിനൊന്ന് മാസം നീണ്ടുനിന്ന ഇത് സെവസ്തോപ്പൽ കീഴടങ്ങിയതോടെ അവസാനിച്ചെങ്കിലും റഷ്യൻ പട്ടാളം അവിടെ നടത്തിയ ശക്തിയായ ചെറുത്തുനിൽപ്പ് കാരണം ഇംഗ്ലണ്ടിന്റെയും ഫ്രാൻസിന്റെയും തുർക്കിയുടെയും സൈന്യം വളരെ പരിക്ഷീണരായി. കൂടുതൽ കടന്നാക്രമണത്തിന് പറ്റാത്ത സ്ഥിതിയിലായി അവർ. 1856-ൽ പാരീസ് സമാധാനക്കരാർ ഒപ്പുവയ്ക്കപ്പെട്ടതോടെയാണ് പ്രസ്തുതയുദ്ധം അവസാനിച്ചത്.

ആസ്ത്രിയ 1853-ൽ സാർഡീനിയയുമായുള്ള നയതന്ത്രബന്ധം

വിഛേദിച്ചതിനെത്തുടർന്നാണ് സാർഡീനിയൻ പ്രശ്നം പൊന്തിവന്നത്. 1848-49-ലെ ദേശീയ വിമോചനപ്രസ്ഥാനത്തിൽ പങ്കെടുത്തവർക്കും 1853 ഫെബ്രുവരി 6-ലെ മിലാൻ കലാപത്തിൽ പങ്കെടുത്തവർക്കും സാർഡീനിയ അഭയം നൽകിയതായിരുന്നു ഈ ആസ്ട്രിയൻ നടപടിക്കുള്ള കാരണം.

സ്വിസ് പ്രശ്നം എന്നു പറയുമ്പോൾ മാർക്സ് ഉദ്ദേശിക്കുന്നത് 1853-ൽ ആസ്ത്രിയയും സ്വിറ്റ്സർലൻഡും തമ്മിൽ ഉണ്ടായ വഴക്കാണ്. അന്ന് ആസ്ത്രിയൻ ഭരണത്തിലായിരുന്ന ഇറ്റാലിയൻ പ്രദേശങ്ങളിൽനിന്ന്, പ്രത്യേകിച്ചും ലൊബാർഡിയിൽനിന്ന്, 1853 ഫെബ്രുവരി 6-ലെ കലാപത്തിനുശേഷം ടെസിൽ എന്ന സ്വിസ് പ്രദേശത്തേക്ക് കുടിയേറിപ്പാർത്ത ഇറ്റാലിയൻ ദേശീയ വിമോചനക്കാരെച്ചൊല്ലിയുള്ളതായിരുന്നു ഈ വഴക്ക്.

3 1833-ൽ കാലാവധി അവസാനിച്ച ഈസ്റ്റ് ഇന്ത്യാ കമ്പനിയുടെ തീട്ടൂരം പുതുക്കുന്നത് സംബന്ധിച്ച് കോമൺസ് സഭയിൽ നടന്ന ചർച്ചകളെക്കുറിച്ചാണ് ഇവിടെ പരാമർശിക്കുന്നത്. 1600-ൽ സ്ഥാപിക്കപ്പെട്ട ബ്രിട്ടീഷ് ഈസ്റ്റ് ഇന്ത്യാ കമ്പനി ഇന്ത്യയിലെ ബ്രിട്ടീഷ് നയം നടപ്പിലാക്കുന്നതിനുള്ള ഒരു ഉപകരണമായിരുന്നു. 19-ാം നൂറ്റാണ്ടിൽ പൂർത്തിയായ ഇന്ത്യൻ വെട്ടിപ്പിടിത്തം നടത്താൻ ബ്രിട്ടനിലെ മുതലാളിവർഗം ഉപയോഗപ്പെടുത്തിയത് ഈ കമ്പനിയെയാണ്. തുടക്കം മുതൽതന്നെ ഇന്ത്യയുമായും ചൈനയുമായുള്ള വ്യാപാരത്തിന്റെ കുത്തക ഈ കമ്പനിക്കായിരുന്നു. ഇന്ത്യയിലെ വെട്ടിപ്പിടിച്ച പ്രദേശങ്ങളിൽ ഭരണം നടത്തുകയും അവിടങ്ങളിൽനിന്ന് നികുതി പിരിക്കുകയും ഉദ്യോഗസ്ഥന്മാരെ നിയമിക്കുകയും ചെയ്തിരുന്നതും കമ്പനിതന്നെയാണ്. വാണിജ്യവും ഭരണവും സംബന്ധിച്ച് കമ്പനിക്കുള്ള പ്രത്യേകാവകാശങ്ങൾ എന്തെന്ന് കാലാകാലങ്ങളിൽ പാർലമെന്റിൽനിന്ന് പുതുക്കിക്കൊടുത്ത തീട്ടൂരങ്ങളിൽ വ്യവസ്ഥ ചെയ്തിരുന്നു. 19-ാം നൂറ്റാണ്ടായതോടെ കമ്പനിയുടെ വാണിജ്യപ്രാധാന്യം ക്രമേണ അസ്തമിക്കാൻ തുടങ്ങി. 1813-ൽ പാർലമെന്റ് പാസാക്കിയ ഒരു നിയമപ്രകാരം കമ്പനിക്ക് ഇന്ത്യയിലുണ്ടായിരുന്ന വാണിജ്യക്കുത്തക അവസാനിച്ചു. തേയിലയിലും ചൈനാ വ്യാപാരത്തിലും മാത്രമുള്ളതായി ചുരുങ്ങി ഈ കുത്തക. 1833-ലെ തീട്ടൂരപ്രകാരം വാണിജ്യസംബന്ധമായി ശേഷിച്ചിരുന്ന എല്ലാ പ്രത്യേകാവകാശങ്ങളും കമ്പനിക്ക് നഷ്ടമായി. 1853-ലെ തീട്ടൂരം ഇന്ത്യയുടെ ഭരണസംബന്ധമായി കമ്പനിക്കുണ്ടായിരുന്ന കുത്തകയും കുറച്ചൊന്നില്ലാതാക്കി. ഈസ്റ്റ് ഇന്ത്യാ കമ്പനിയുടെ മേൽ ബ്രിട്ടീഷ് ഗവൺമെന്റിന്റെ നിയന്ത്രണം കുറെക്കൂടി വർധിച്ചു. ഉദ്യോഗസ്ഥനിയമനത്തിന് കമ്പനി ഡയറക്ടർമാർക്ക് അവകാശമില്ലാതായി. കമ്പനി ഡയറക്ടർമാരുടെ സംഖ്യ 24-ൽനിന്ന് 18 ആയി ചുരുക്കപ്പെട്ടു. ആറു ഡയറക്ടർമാരെ

നിയമിക്കാനുള്ള അധികാരം ഗവൺമെന്റിനായിരുന്നു. ബോർഡ് ഓഫ് കൺട്രോൾ പ്രസിഡന്റിന്റെയും ഇന്ത്യാകാര്യ സ്റ്റേറ്റ് സെക്രട്ടറിയുടെയും പദവികൾ സമനിലയിലുള്ളതാക്കപ്പെട്ടു. 1858-ൽ ഇന്ത്യയിലെ ബ്രിട്ടീഷ് കൈവശ പ്രദേശങ്ങളുടെ ഭരണാധികാരവും കമ്പനിയിൽനിന്ന് എടുത്തു മാറ്റപ്പെട്ടു. ഇന്ത്യയുടെ ഭരണം രാജാവിന്റെ നേരിട്ട് കീഴിലാക്കപ്പെട്ടു.

4 ഈസ്റ്റ് ഇന്ത്യാ കമ്പനിയുടെ ഡയറക്ടർ ബോർഡിനെയാണ് ഇവിടെ ഉദ്ദേശിക്കുന്നത്. ഏറ്റവും സ്വാധീനശക്തിയുള്ള കമ്പനിക്കാരുടെയും ഇന്ത്യയിലെ ബ്രിട്ടീഷ് ഗവൺമെന്റിൽപ്പെട്ടവരുടെയും ഇടയിൽനിന്ന് കൊല്ലം തോറും തിരഞ്ഞെടുക്കപ്പെട്ടിരുന്ന ഒരു സമിതിയാണിത്. രണ്ടായിരം പവൻ വിലവരുന്ന ഓഹരിയെങ്കിലുമുള്ളവർക്കേ തിരഞ്ഞെടുക്കപ്പെടാൻ അർഹത ഉണ്ടായിരുന്നുള്ളൂ. ലണ്ടനായിരുന്നു ഈ സമിതിയുടെ ആസ്ഥാനം. ആയിരം പവനിൽ കുറയാത്ത ഓഹരിയുള്ള ഷെയർഹോൾഡർമാരുടെ യോഗമാണ് ബോർഡംഗങ്ങളെ തിരഞ്ഞെടുത്തിരുന്നത്. 1853 വരെ ഈ ബോർഡിന് ഇന്ത്യയിൽ വമ്പിച്ച അധികാരമുണ്ടായിരുന്നു. 1858-ൽ ഈസ്റ്റ് ഇന്ത്യാ കമ്പനിയോടൊപ്പം ഈ ഡയറക്ടർ ബോർഡും പിരിച്ചുവിടപ്പെട്ടു.

5 ഈസ്റ്റ് ഇന്ത്യാ കമ്പനിയുടെ പുതിയ തീട്ടൂരത്തെപ്പറ്റി 1853 ജൂണിൽ കോമൺസിൽ നടന്ന വാദപ്രതിവാദങ്ങളിൽ ബോർഡ് ഓഫ് കൺട്രോൾ പ്രസിഡന്റ് ചാൾസ് വുഡും പങ്കെടുത്തിരുന്നു. ഇന്ത്യ അഭിവൃദ്ധിയിലേക്ക് നീങ്ങിക്കൊണ്ടിരിക്കുകയാണെന്ന് അദ്ദേഹം അവകാശപ്പെട്ടു. തന്റെ വാദത്തിന് ഉപോൽബലകമായി അദ്ദേഹം ഡൽഹിയിലെ അന്നത്തെ സ്ഥിതിയെ 1739-ൽ പേർഷ്യയിൽനിന്ന് വന്നിറങ്ങിയ നാദിർഷായുടെ (കുലിഖാന്റെ) തീവെട്ടിക്കൊള്ളയ്ക്ക് ശേഷമുള്ള സ്ഥിതിയുമായി താരതമ്യപ്പെടുത്തുകയുണ്ടായി.

6 മധ്യകാലത്തിന്റെ തുടക്കത്തിൽ ബ്രിട്ടൻ ഏഴ് ആംഗ്ലോസാക്സൺ രാജ്യങ്ങളായി വിഭജിക്കപ്പെട്ടിരുന്ന അവസരത്തിൽ അവിടെ നിലവിലിരുന്ന രാഷ്ട്രീയ വ്യവസ്ഥയെ സൂചിപ്പിക്കാനാണ് ഇംഗ്ലീഷ് ചരിത്രകാരന്മാർ 'സപ്തരാജഭരണം' എന്ന സംജ്ഞ ഉപയോഗിക്കുന്നത്. അതുപോലെ മുസ്ലിങ്ങൾ ആക്രമിച്ച് പിടിച്ചടക്കുന്നതുവരെയുള്ള ഡെക്കാണിലെ നാടുവാഴിത്ത ഭരണത്തെ സൂചിപ്പിക്കാനാണ് മാർക്സ് ഇവിടെ ഈ പ്രയോഗം നടത്തിയിട്ടുള്ളത്.

7 ലേസെ ഫെർ, ലേസെ അല്ലേർ എന്നത് സ്വതന്ത്ര വ്യാപാര സിദ്ധാന്തക്കാരായ ബൂർഷ്വാ സാമ്പത്തികശാസ്ത്രജ്ഞർ ഉയർത്തിപ്പിടിച്ചിരുന്ന തത്വങ്ങളാണ്. സാമ്പത്തിക കാര്യങ്ങളിൽ സ്റ്റേറ്റ് ഇടപെടാൻ പാടില്ലെന്ന തത്വത്തിന്റെ വക്കാലത്ത് ഏറ്റെടുത്തിരുന്നവരാണ് ഈ സാമ്പത്തികശാസ്ത്രജ്ഞർ.

8 ഉജ്ജ്വലവിപ്ലവം – പിന്തിരിപ്പൻ ഭൂസ്വാമിമാരുടെ പിന്തുണ ഉണ്ടായിരുന്ന ജെയിംസ് രണ്ടാമനെ മറിച്ചിട്ടിട്ട് വൻകിട ഭൂവുടമകൾ കൂടിയായ വ്യവസായികളുമായും മേലേക്കിട വണിക്ക് ശ്രേഷ്ഠന്മാരുമായും ബന്ധപ്പെട്ട വില്യം മൂന്നാമനെ അധികാരത്തിലേക്കുയർത്തിയ 1688-ലെ കൊട്ടാര വിപ്ലവത്തെ സൂചിപ്പിക്കുന്നതിന് ഇംഗ്ലീഷ് ബൂർഷ്വാ ചരിത്രകാരന്മാർ ഉപയോഗിക്കുന്ന സംജ്ഞയാണിത്. 1688-ലെ കൊട്ടാര വിപ്ലവം പാർലമെന്റിന്റെ അധികാരങ്ങൾ വളരെയേറെ വ്യാപകമാക്കി. അങ്ങനെ പാർലമെന്റ് ക്രമേണ രാജ്യത്തിലെ ഏറ്റവും ഉയർന്ന ഭരണാധികാര സമിതിയായി മാറി.

9 യൂറോപ്യൻ ശക്തികളുടെ രണ്ട് കൂട്ടുകെട്ടുകൾ തമ്മിലുള്ള ഒരു യുദ്ധമായിരുന്നു സപ്തവത്സരയുദ്ധം (1756–1763). ഒരു വശത്ത് ഇംഗ്ലീഷുകാരും പ്രഷ്യക്കാരും മറുവശത്ത് ഫ്രഞ്ചുകാരും റഷ്യക്കാരും ആസ്ത്രിയക്കാരുമാണ് ഇതിൽ ഭാഗഭാക്കായിരുന്നത്. ഇംഗ്ലണ്ടും ഫ്രാൻസും തമ്മിൽ കോളനികൾ സംബന്ധിച്ചും വ്യാപാരം സംബന്ധിച്ചും നിലവിലിരുന്ന വൈരമായിരുന്നു യുദ്ധത്തിന്റെ ഒരു മുഖ്യ കാരണം. അവർ തമ്മിലുള്ള നാവിക യുദ്ധങ്ങൾക്കുപുറമെ അവരുടെ ശത്രുത ഏറ്റവും പ്രകടമായിരുന്നത് അമേരിക്കയിലും ഏഷ്യയിലുമുള്ള അവരുടെ കോളനികളിലാണ്. ഇന്ത്യയിൽ ഫ്രഞ്ചുകാരെയും അവരുടെ സാമന്തന്മാരെയും ബ്രിട്ടീഷ് ഈസ്റ്റ് ഇന്ത്യാ കമ്പനി ശക്തിയായി എതിർത്തിരുന്നു. കമ്പനിയുടെ സായുധ സൈന്യശക്തി ഇന്ത്യയിൽ ഗണ്യമായി വർധിച്ചിരുന്നു. യുദ്ധം മുഖേന അവർ പല ഇന്ത്യൻ പ്രദേശങ്ങളും കൈയടക്കുകയും ചെയ്തിരുന്നു. സപ്തവത്സരയുദ്ധത്തിന്റെ ഫലമായി ഫ്രാൻസിന് ഇന്ത്യയിലുണ്ടായിരുന്ന പ്രദേശങ്ങൾ ഏതാണ്ടൊട്ടുമുഴുവനും നഷ്ടപ്പെട്ടു (അഞ്ച് തീരദേശ നഗരങ്ങൾ മാത്രമാണ് അവരുടെ കൈയിൽ ശേഷിച്ചത്. അവിടങ്ങളിലെ തന്നെയും സൈനികരക്ഷാ ഏർപ്പാടുകൾ പൊളിച്ചുമാറ്റാൻ അവർ നിർബന്ധിതരായി). ഇംഗ്ലണ്ടിന്റെ കൊളോണിയൽ ശേഷി അതോടെ പതിന്മടങ്ങ് ബലപ്പെടുകയും ചെയ്തു.

10 ജക്കോബിൻ വിരുദ്ധയുദ്ധം – 1793–ൽ വിപ്ലവപ്രബുദ്ധമായ ഫ്രാൻസിനെതിരെ ഇംഗ്ലണ്ട് ആരംഭിച്ച യുദ്ധമാണിത്. അന്ന് ഫ്രാൻസിൽ അധികാരത്തിലിരുന്നത് ജക്കോബിൻ എന്ന പേരിലുള്ള വിപ്ലവ-ജനാധിപത്യവാദികളുടെ ഒരു ഗ്രൂപ്പായിരുന്നു. അതിനുശേഷം നെപ്പോളിയന്റെ സാമ്രാജ്യത്തിനെതിരായും ഇംഗ്ലണ്ട് ഈ യുദ്ധം തുടരുകയുണ്ടായി.

11 പരിഷ്കരണബില്ല് പാസാക്കിയത് 1832 ജൂണിലാണ്. കോമൺസ് സഭയിലെ പ്രതിനിധികളെ തിരഞ്ഞെടുത്തയയ്ക്കുന്ന രീതിയിൽ മാറ്റം വരുത്തുന്ന ഒന്നായിരുന്നു ഇത്. ഭൂസ്വാമിമാരുടെയും പണം കൈയ

ടക്കിവച്ചിട്ടുള്ളവരുടെയും കുത്തക അവസാനിപ്പിച്ച് വ്യാവസായിക ബൂർഷ്വാസിയുടെ പ്രതിനിധികൾക്കും പാർലമെന്റിൽ പ്രാതിനിധ്യം നൽകുന്നതിനെ ഉദ്ദേശിച്ചുള്ളതായിരുന്നു ഇത്. എന്നാൽ ഈ പരിഷ്കാരത്തിന് വേണ്ടിയുള്ള സമരത്തിന്റെ മുൻപന്തിയിൽ നിന്നിരുന്ന തൊഴിലാളിവർഗത്തിനും പെറ്റിബൂർഷ്വാസിക്കും തിരഞ്ഞെടുപ്പവകാശം നൽകാതെ ലിബറൽ ബൂർഷ്വാസി അവരെ പറ്റിച്ചുകളഞ്ഞു.

12. ഇന്ത്യൻ ഭൂപ്രദേശങ്ങൾ പിടിച്ചെടുക്കാനും തങ്ങളുടെ പ്രധാന കൊളോണിയൽ പ്രതിയോഗിയായ ഫ്രഞ്ച് ഈസ്റ്റ് ഇന്ത്യാകമ്പനിയെ തുരത്താനുമായി ബ്രിട്ടീഷ് ഈസ്റ്റ് ഇന്ത്യാകമ്പനി ഇന്ത്യയിൽ നടത്തിയ നിരവധി വെട്ടിപ്പിടിത്തങ്ങളെപ്പറ്റിയാണ് മാർക്സ് വിവരിക്കുന്നത്.

കർണാട്ടിക് യുദ്ധം ഇടവിട്ടിടവിട്ട് 1746 മുതൽ 1763 വരെ നീണ്ടുനിന്നു. തദ്ദേശീയരായ അവകാശികളെ പിന്താങ്ങുകയാണെന്ന പേരിൽ കർണാട്ടിക്കിനെ സ്വന്തം ആധിപത്യത്തിലാക്കാനായിരുന്നു എതിർചേരികളിൽനിന്ന് പടവെട്ടിയിരുന്ന ബ്രിട്ടീഷുകാരുടെയും ഫ്രഞ്ചുകാരുടെയും ശ്രമം. 1761 ജനുവരിയിൽ ദക്ഷിണേന്ത്യയിൽ ഫ്രഞ്ചുകാരുടെ പ്രധാന ശക്തിദുർഗമായിരുന്ന പോണ്ടിച്ചേരി കൈവശപ്പെടുത്താൻ കഴിഞ്ഞ ഇംഗ്ലീഷുകാരാണ് ഒടുവിൽ വിജയിച്ചത്.

1756-ൽ ബ്രിട്ടീഷ് ആക്രമണം ഒഴിവാക്കാനായി ഇന്ത്യയുടെ വടക്കുകിഴക്ക് ഭാഗത്തെ പ്രധാനപ്പെട്ട ബ്രിട്ടീഷ് ശക്തികേന്ദ്രമായ കൽക്കത്ത പിടിച്ചെടുത്തുകൊണ്ട് ബംഗാളിലെ നവാബ് ഒരു യുദ്ധത്തിന് തുടക്കമിട്ടു. പക്ഷേ, ഈസ്റ്റ് ഇന്ത്യാ കമ്പനിയുടെ പട്ടാളം ക്ലൈവിന്റെ നേതൃത്വത്തിൽ വേഗംതന്നെ നഗരം തിരിച്ചുപിടിക്കുകയും ബംഗാളിലെ ഫ്രഞ്ച് കോട്ടകൊത്തളങ്ങൾ മുഴുവൻ തകർക്കുകയും ചെയ്തു. 1757 ജൂൺ 23-ാം തീയതി പ്ലാസിയിൽ വച്ച് അവർ നവാബിനെ തോൽപ്പിക്കുകയും ചെയ്തു. തുടർന്ന് കമ്പനിയുടെ ഒരു സാമന്തരാജ്യമായി മാറിയ ബംഗാളിൽ 1763-ൽ നടന്ന കലാപത്തെയും അവർ അമർച്ച ചെയ്തു. ബംഗാളിനോടൊപ്പം തന്നെ ബംഗാൾ നവാബിന്റെ ഭരണത്തിലായിരുന്ന ബിഹാറും ഇംഗ്ലീഷുകാർ കൈവശപ്പെടുത്തി. 1803-ൽ ഒറീസയും അവരുടെ അധീനതയിലായി.

1799-ൽ ഈസ്റ്റ് ഇന്ത്യാ കമ്പനി മൈസൂറിനെതിരായി രണ്ടാമതൊരു യുദ്ധം നടത്തി. മൈസൂറിലെ ഭരണാധികാരിയായ ടിപ്പു ഇംഗ്ലീഷുകാർക്കെതിരായി 1790-92-ൽ നടന്ന യുദ്ധത്തിൽ പങ്കെടുത്തിരുന്ന ആളാണ്. ബ്രിട്ടീഷ് കൊളോണിയലിസത്തിന്റെ അടിയുറച്ച ഒരു വൈരിയുമായിരുന്നു ടിപ്പു. ആദ്യത്തെ യുദ്ധത്തിൽ കമ്പനിയും പാർശ്വവർത്തികളായ നാടുവാഴി പ്രഭുക്കളും ചേർന്ന് മൈസൂറിന്റെ പകുതിയോളം സ്ഥലങ്ങൾ പിടിച്ചെടുത്തിരുന്നു. രണ്ടാം യുദ്ധത്തിൽ

മൈസൂർ പൂർണമായി പരാജയപ്പെടുകയും ടിപ്പു മരണമടയുകയും ചെയ്തു. അങ്ങനെ അത് ഒരു സാമന്തരാജ്യമായി മാറി.

ഇന്ത്യൻ നാട്ടുരാജ്യങ്ങളിലെ ഭരണാധികാരികളെ ഈസ്റ്റ് ഇന്ത്യാകമ്പനിയുടെ സാമന്തന്മാരാക്കി മാറ്റുന്നതിനുള്ള ഒരു ഏർപ്പാടായിരുന്നു ധനസഹായസമ്പ്രദായം. തങ്ങളുടെ രാജ്യങ്ങളിൽ പാർപ്പിച്ചിട്ടുള്ള കമ്പനിപ്പട്ടാളത്തിന്റെ ചെലവ് മുഴുവൻ വഹിക്കാനും അന്യായപ്പലിശയ്ക്ക് കടമെടുക്കാനും ഈ സാമന്തന്മാരെ നിർബന്ധിതരാക്കുന്ന നിരവധി കരാറുകൾ ഒപ്പുവയ്ക്കപ്പെട്ടു.

13. അഫ്ഗാനിസ്ഥാൻ പിടിച്ചടക്കാൻ വേണ്ടി ബ്രിട്ടീഷുകാർ ആരംഭിച്ച 1838-42-ലെ ഒന്നാം അഫ്ഗാൻ യുദ്ധം ബ്രിട്ടീഷ് കൊളോണിയലിസ്റ്റുകളുടെ പരാജയത്തിൽ കലാശിച്ചു.

1843-ൽ ബ്രിട്ടീഷ് കൊളോണിയലിസ്റ്റുകൾ സിൻഡ് പിടിച്ചെടുത്തു. 1838-42-ലെ ആംഗ്ലോ-അഫ്ഗാൻ യുദ്ധകാലത്ത് ബ്രിട്ടീഷ് പട്ടാളത്തിന് കടന്നുപോകാനുള്ള അനുവാദം നേടാനായി ഈസ്റ്റ് ഇന്ത്യാകമ്പനി സിൻഡിലെ നാടുവാഴി ഭരണകർത്താക്കൾക്കെതിരായി ഭീഷണിയുടെയും ബലപ്രയോഗത്തിന്റെയും മാർഗങ്ങൾ ഉപയോഗപ്പെടുത്തി. 1843-ൽ ഈ സന്ദർഭം പ്രയോജനപ്പെടുത്തിക്കൊണ്ട് കമ്പനിയുടെ സാമന്തപദവി സ്വീകരിക്കാൻ ബ്രിട്ടീഷുകാർ പ്രസ്തുത നാടുവാഴി പ്രഭുക്കളോട് ആവശ്യപ്പെട്ടു. എതിർത്തുനിന്ന ബലൂചി ഗോത്രവർഗക്കാരെ അമർച്ചചെയ്തതിനുശേഷം അവർ ആ പ്രദേശമാകെ ബ്രിട്ടീഷ് ഇന്ത്യയുടെ ഭാഗമാക്കി മാറ്റി.

1845-46-ലും 1848-49-ലും സിഖുകാർക്കെതിരായി നടത്തിയ ബ്രിട്ടീഷ് യുദ്ധങ്ങൾക്കിടയിൽ പഞ്ചാബും പിടിച്ചെടുക്കപ്പെട്ടു. സിക്കുകാരുടെ സമത്വത്തെപ്പറ്റിയുള്ള ആദർശം 17-ാം നൂറ്റാണ്ടിന്റെ അവസാനത്തിൽ ഇന്ത്യൻ നാടുവാഴികൾക്കും അഫ്ഗാൻ ആക്രമണകാരികൾക്കുമെതിരായ കർഷകപ്രസ്ഥാനത്തിന്റെ പ്രത്യയശാസ്ത്രമായി മാറുകയുണ്ടായി. കാലക്രമത്തിൽ സിഖ് രാജ്യത്തിന്റെ തലപ്പത്തുണ്ടായിരുന്ന സിഖുകാർക്കിടയിൽ ഒരു നാടുവാഴിത്ത ഗ്രൂപ്പ് രൂപം കൊണ്ടു. 19-ാം നൂറ്റാണ്ടിന്റെ ആദ്യഘട്ടത്തിൽ മുഴുവൻ പഞ്ചാബും ചുറ്റുമുള്ള പല പ്രദേശങ്ങളും ഈ സിഖ് രാജ്യത്തിന്റെ ഭാഗമായിരുന്നു. ബ്രിട്ടീഷ് കൊളോണിയലിസ്റ്റുകൾ 1845-ൽ സിഖ് രാജ്യവുമായി ഒരു സംഘട്ടനം കുത്തിപ്പൊക്കുന്നതിനായി സിഖ് ജന്മിമാർക്കിടയിൽപ്പെട്ട കുലദ്രോഹികളുടെ സഹായം തേടുകയും, 1848-ൽ ആ രാജ്യത്തെ തങ്ങളുടെ സാമന്ത നിലയിലേക്ക് താഴ്ത്തുകയും ചെയ്തു. 1848-ൽ സിഖുകാർ ഒരു കലാപത്തിന് മുതിർന്നെങ്കിലും 1849-ൽ അവർ പൂർണമായും കീഴടക്കപ്പെട്ടു. പഞ്ചാബിന്റെ വെട്ടിപ്പിടിത്തത്തോടെ ഇന്ത്യയാകെ ഒരു ബ്രിട്ടീഷ് കോളനിയായി മാറി.

14. ബ്രിട്ടീഷ് കൊളോണിയലിസ്റ്റുകൾ 19-ാം നൂറ്റാണ്ടിന്റെ തുടക്കത്തിലാണ് ബർമ ആക്രമിച്ചു പിടിക്കാനുള്ള ശ്രമം ആരംഭിച്ചത്. 1824-26-ലെ ഒന്നാം ബർമയുദ്ധത്തിൽ ഈസ്റ്റ് ഇന്ത്യാ കമ്പനിയുടെ പട്ടാളം ബംഗാളിന്റെ അതിർത്തിയിലുള്ള ആസാമും അരക്കാൻ, തെനാസെറിം എന്നീ തീരപ്രദേശങ്ങളും പിടിച്ചെടുത്തു. രണ്ടാം ബർമായുദ്ധത്തിൽ (1852) പെഗുവും അവരുടെ കൈയിലായി. രണ്ടാം ബർമായുദ്ധം കഴിഞ്ഞപ്പോൾ യാതൊരുവിധ സമാധാനക്കരാറും ഉണ്ടായിരുന്നില്ല. എന്നുമാത്രമല്ല, 1853 ഫെബ്രുവരിയിൽ സിംഹാസനാരോഹണം നടത്തിയ പുതിയ ബർമീസ് രാജാവ് പെഗുവിന്റെ പിടിച്ചെടുക്കൽ അംഗീകരിച്ചതുമില്ല. അതിനാൽ 1853-ൽ ബർമയ്ക്കെതിരായി പുതിയൊരു യുദ്ധം ഉണ്ടാകുമെന്ന് പ്രതീക്ഷിച്ചിരുന്നു.

15. 17-ാം നൂറ്റാണ്ടിന്റെ മധ്യത്തിൽ മറാത്തായോദ്ധാക്കൾ മുഗൾ നാടുവാഴികളുടെ വിദേശാധിപത്യത്തിനെതിരായി ഒരു സായുധ സമരമാരംഭിക്കുകയും മുഗൾ സാമ്രാജ്യത്തിന് ഒരു കനത്ത പ്രഹരമേൽപ്പിച്ചുകൊണ്ട് അതിന്റെ തകർച്ചയ്ക്ക് കളമൊരുക്കുന്നതിൽ സഹായിക്കുകയും ചെയ്തു. ഈ സമരത്തിന്റെ ഫലമായി സ്വതന്ത്രമായ ഒരു മറാത്തരാജ്യം രൂപംകൊണ്ടു. ഏറെത്താമസിയാതെ അതിൽപ്പെട്ട നാടുവാഴിപ്രഭുക്കൾ വെട്ടിപ്പിടിത്തങ്ങൾക്കായി രംഗത്തിറങ്ങി. 17-ാം നൂറ്റാണ്ടിന്റെ അവസാനത്തിൽ അന്തഃഛിദ്രം കാരണം മറാഠരാജ്യം വളരെ ദുർബലമായെങ്കിലും 18-ാം നൂറ്റാണ്ടിന്റെ തുടക്കത്തിൽ വീണ്ടും സുശക്തമായ ഒരു മറാത്ത കൂട്ടുകെട്ട് രൂപമെടുത്തു. ഇന്ത്യയിൽ ആധിപത്യത്തിനുവേണ്ടി അഫ്ഗാനികളുമായി മത്സരിച്ച മറാത്തനാടുവാഴിപ്രഭുക്കൾക്ക് 1661-ൽ ഭീമമായ ഒരു പരാജയം നേരിട്ടു. ഇന്ത്യയിലെ ആധിപത്യത്തിനുവേണ്ടിയുള്ള സമരവും നാടുവാഴി പ്രഭുക്കൾ തമ്മിലുള്ള അന്തഃഛിദ്രവും കാരണം പരിക്ഷീണരായിപ്പോയ മറാത്ത ഇടവകകൾ ഈസ്റ്റ് ഇന്ത്യാ കമ്പനിയുടെ മുന്നിൽ അടിയറവ് പറയേണ്ടിവന്നു. 1803-05-ലെ മറാത്ത യുദ്ധത്തിൽ കമ്പനിക്കാർ അവരെ നിശ്ശേഷം കീഴടക്കി.

16. ജമിന്ദാരി-റയത്ത്വാരി സമ്പ്രദായങ്ങൾ-18-ാം നൂറ്റാണ്ടിന്റെ അന്ത്യത്തിലും 19-ാം നൂറ്റാണ്ടിന്റെ ആരംഭത്തിലുമായി ബ്രിട്ടീഷുകാർ ഇന്ത്യയിൽ നടപ്പിലാക്കിയ ഭൂനയനടപടികൾ. മർദിത കർഷകരിൽനിന്ന് പിരിച്ചെടുക്കുന്ന ഭൂനികുതിയുടെ ഒരു നിശ്ചിതഭാഗം ഗവൺമെന്റിലേക്ക് അടയ്ക്കുന്നിടത്തോളം കാലം ജമിന്ദാർമാർക്ക് മുഗൾ ഭരണത്തിൽ ഭൂമിയിലുള്ള പിന്തുടർച്ചാവകാശം ഉണ്ടായിരുന്നു. 1793-ലെ സ്ഥിരം ജമിന്ദാരി നിയമപ്രകാരം ബ്രിട്ടീഷുകാർ അവരെ ഭൂമിയുടെ ഉടമസ്ഥന്മാരാക്കുകയും അങ്ങനെ അവർ ബ്രിട്ടീഷ് കൊളോണിയൽ അധികൃതരുടെ വർഗബന്ധുക്കളായി മാറുകയും ചെയ്തു. ഇന്ത്യയിലെ ബ്രിട്ടീഷ് ഭരണം വ്യാപകമായതോടെ ഈ സമ്പ്രദായം

ബംഗാൾ, ബിഹാർ, ഒറീസ എന്നിവിടങ്ങൾക്കുപുറമെ യു പി, സി പി, മദ്രാസ് പ്രവിശ്യയുടെ ചില ഭാഗങ്ങൾ തുടങ്ങിയ സ്ഥലങ്ങളിലേക്കും വ്യാപിപ്പിക്കപ്പെട്ടു. ഈ സമ്പ്രദായം ഏർപ്പെടുത്തിയ സ്ഥലങ്ങളിലെ റയത്തുകൾ ജമിന്ദാർമാരുടെ പട്ടാളക്കാരായി മാറി. മുൻപ് അവർ കർഷക സമുദായങ്ങളിൽ തുല്യാവകാശങ്ങളോടെ കഴിഞ്ഞിരുന്നവരാണ്.

19-ാം നൂറ്റാണ്ടിന്റെ തുടക്കത്തിൽ മദ്രാസ്, ബോംബെ എന്നീ പ്രസിഡൻസികളിൽ ഏർപ്പെടുത്തിയ റയത്ത്‌വാരി സമ്പ്രദായത്തിൻകീഴിൽ റയത്തുകൾ ഗവൺമെന്റ് വസ്തു കൈവശം വച്ചനുഭവിക്കുന്നവരായാണ് കണക്കാക്കപ്പെട്ടിരുന്നത്. ആ ഭൂമിക്ക് പാട്ടനികുതി അടയ്ക്കാൻ അവർ ബാധ്യസ്ഥരായിരുന്നു. ഇതാകട്ടെ ബ്രിട്ടീഷ് ഗവൺമെന്റ് തോന്നിയപോലെ നിശ്ചയിക്കുകയുമായിരുന്നു പതിവ്. അതേസമയം തന്നെ പാട്ടത്തിനെടുത്ത ഭൂമിയുടെ ഉടമസ്ഥന്മാരായും അവർ കണക്കാക്കപ്പെട്ടു. നിയമപരമായ പൂർവാപരബന്ധമില്ലാത്ത ഈ വ്യവസ്ഥയിൽ കർഷകരുടെ മേൽ വളരെ ഭാരിച്ച നികുതികൾ ചുമത്തപ്പെട്ടു. ദുസ്സഹമായ ഈ നികുതികൾ അടയ്ക്കാൻ കഴിയാതെ അവർ കുടിശികക്കാരായി മാറുകയും അവരുടെ ഭൂമി പതുക്കെപ്പതുക്കെ ഊഹക്കച്ചവടക്കാരുടെയും ഹുണ്ടികക്കാരുടെയും കൈയിൽപ്പെട്ടുപോവുകയും ചെയ്തു.

17. 1856-57-ലെ ആംഗ്ലോ-പേർഷ്യൻ യുദ്ധത്തെപ്പറ്റിയാണ് ഇവിടെ പറയുന്നത്. 19-ാം ശതകത്തിന്റെ മധ്യത്തിൽ ബ്രിട്ടൻ ഏഷ്യയിൽ പിന്തുടർന്നിരുന്ന ആക്രമണപരമായ കൊളോണിയൽ നയത്തിന്റെ കണ്ണികളിൽ ഒന്നായിരുന്നു ഈ യുദ്ധം. ഹെറാത്ത് എന്ന കൊച്ചുരാജ്യം പിടിച്ചെടുക്കാൻ പേർഷ്യൻ ഭരണാധികാരികൾ നടത്തിയ ശ്രമമാണ് യുദ്ധത്തിനുള്ള മുട്ടുന്യായമായി ഉപയോഗിക്കപ്പെട്ടത്. ഹെറാത്ത് 19-ാം നൂറ്റാണ്ടിലെ പ്രധാനപ്പെട്ട ഒരു വ്യാപാരനാൽക്കവലയും തന്ത്രപ്രധാനമായ ഒരു കേന്ദ്രവുമായിരുന്ന ഹെറാത്തിനുവേണ്ടി പേർഷ്യയും അഫ്ഗാനിസ്ഥാനും കടിപിടികൂടിയിരുന്നു. പേർഷ്യക്ക് റഷ്യയുടെയും അഫ്ഗാനിസ്ഥാന് ബ്രിട്ടന്റെയും പിന്തുണയുണ്ടായിരുന്നു. 1856 ഒക്ടോബറിൽ പേർഷ്യൻ പട്ടാളം ഹെറാത്ത് പിടിച്ചെടുത്തു. ബ്രിട്ടീഷ് കൊളോണിയലിസ്റ്റുകൾ അതിന്റെ പേരിൽ ഒരു സായുധ ഇടപെടലിന് ഒരുങ്ങി. അഫ്ഗാനിസ്ഥാനെയും പേർഷ്യയെയും കീഴടക്കുകയെന്നതായിരുന്നു ഇതിൽ ബ്രിട്ടന്റെ ഉന്നം. പേർഷ്യക്കെതിരായി യുദ്ധം പ്രഖ്യാപിച്ചുകൊണ്ട് ബ്രിട്ടൻ സ്വന്തം സൈന്യങ്ങളെ ഹെറാത്തിലേക്ക് അയച്ചു. പക്ഷേ, 1857-59 കാലത്ത് ഇന്ത്യയിൽ പൊട്ടിപ്പുറപ്പെട്ട ദേശീയ കലാപം ധൃതിയിലുള്ള ഒരു സമാധാനക്കരാറുണ്ടാക്കാൻ ബ്രിട്ടനെ നിർബന്ധിതമാക്കി. 1857 മാർച്ചിൽ പാരീസിൽവച്ച് ഒപ്പുവയ്ക്കപ്പെട്ട സമാധാനക്കരാറനുസരിച്ച് പേർഷ്യ ഹെറാത്തിന്മേ

ലുള്ള എല്ലാ അവകാശവാദങ്ങളും ഉപേക്ഷിച്ചു. 1863-ൽ ഹെറാത്ത് അഫ്ഗാനിസ്ഥാന്റെ ഭാഗമാക്കപ്പെടുകയും ചെയ്തു.

18. ചൈനയുമായി 1856-58 കാലത്ത് നടന്ന രണ്ടാം കറുപ്പ് യുദ്ധത്തെപ്പറ്റിയാണ് ഇവിടെ പരാമർശിക്കുന്നത്. 1856 ഒക്ടോബറിൽ ക്യാന്റണിൽ വച്ച് ചൈനീസ് അധികൃതരുമായുണ്ടായ ഒരു സംഘട്ടനമാണ് ഇതിനുള്ള കാരണമായി ബ്രിട്ടീഷുകാർ പൊക്കിപ്പിടിച്ചത്. 'ആരൊ' എന്ന ചൈനീസ് കപ്പലിന്റെ ജോലിക്കാരെ ചൈനീസ് അധികൃതർ അറസ്റ്റ് ചെയ്തതിനെത്തുടർന്നാണ് കുഴപ്പം ആരംഭിച്ചത്. കള്ളക്കടത്തിനുള്ള കറുപ്പായിരുന്നു ബ്രിട്ടീഷ് കൊടി പറപ്പിച്ചിരുന്ന ഈ കപ്പലിലുണ്ടായിരുന്നത്. 1858 ജൂൺ വരെ ചൈനയിൽ ഇടവിട്ട് നടന്നിരുന്ന ഈ യുദ്ധം അവസാനിച്ചത് തീവെട്ടിക്കൊള്ളക്കാരുടേതുപോലുള്ള വ്യവസ്ഥകളോടുകൂടിയ ടീന്റ്റിൽ കരാറോടുകൂടിയാണ്.

19. 1808 മുതൽ 1814 വരെയുള്ള വർഷങ്ങളിൽ ഐബീരിയൻ ഉപദ്വീപിലെ സ്പെയിനിന്റെയും പോർച്ചുഗലിന്റെയും ഭൂപ്രദേശങ്ങളിൽവച്ച് ബ്രിട്ടനും ഫ്രാൻസും തമ്മിൽ നടന്ന യുദ്ധത്തെയാണ് പെനിൻസുലർ യുദ്ധം എന്ന് പറയുന്നത്. ആ ഉപദ്വീപിൽ (പെനിൻസുലയിൽ) എല്ലായിടങ്ങളിലും ഒരേസമയത്ത് പൊട്ടിപ്പുറപ്പെട്ട യുദ്ധത്തിൽ സ്പെയിനിലെയും പോർച്ചുഗലിലെയും ജനങ്ങൾ ഫ്രഞ്ചുകാർക്കെതിരായി തങ്ങളുടെ സ്വാതന്ത്ര്യത്തിനുവേണ്ടി പോരാടി. നെപ്പോളിയന്റെ രാഷ്ട്രീയ-സൈനിക പദ്ധതികളെ പൊളിക്കുന്നതിൽ സ്പാനിഷ് ജനതയുടെ പോരാട്ടം ഗണ്യമായൊരു പങ്ക് വഹിച്ചു. 1812-ൽ റഷ്യയിൽ നേരിട്ട പൊളിച്ചിലിനെത്തുടർന്ന് സ്പെയിനിൽനിന്ന് തന്റെ സൈന്യങ്ങളെ പിൻവലിക്കാൻ നെപ്പോളിയൻ നിർബന്ധിതനായി.

20. പാർലമെന്റിന്റെ ഗ്രീഷ്മകാല സമ്മേളനസമയത്ത് ബ്രിട്ടനിലെ കോമൺസ് സഭാംഗങ്ങൾക്ക് തങ്ങളുടെ പാർലമെന്ററി ചുമതലകളെക്കാൾ പ്രിയങ്കരമായിരുന്നത് സ്വന്തം കാര്യങ്ങളും വിനോദവുമായിരുന്നെന്നായിരിക്കണം മാർക്സ് ഇവിടെ സൂചിപ്പിക്കുന്നത്. അതിനാൽ അക്കാലങ്ങളിൽ പ്രാസംഗികർക്ക് പലപ്പോഴും ഏതാണ്ടൊഴിഞ്ഞ സഭാതലത്തെ നോക്കി സംസാരിക്കേണ്ടി വന്നിരുന്നു.

21. വൻകിട ഇംഗ്ലീഷ് ജന്മിമാരെയും പണക്കാരെയും പ്രതിനിധീകരിച്ചിരുന്ന ടോറിപ്പാർട്ടിയെയാണ് ഇവിടെ ഉദ്ദേശിക്കുന്നത്. 17-ാം ശതകത്തിൽ സ്ഥാപിക്കപ്പെട്ട ഈ പാർട്ടി എക്കാലവും വാദിച്ചിരുന്നത് പിന്തിരിപ്പൻ ആഭ്യന്തരനയങ്ങൾക്കും കാലഹരണപ്പെട്ട ബ്രിട്ടീഷ് ഭരണസ്ഥാപനങ്ങൾക്കും വേണ്ടിയാണ്. ജനാധിപത്യപരമായ ഏത് മാറ്റത്തെയും ടോറികൾ എതിർത്തു. ഇംഗ്ലണ്ടിൽ മുതലാളിത്തം വളർച്ച പ്രാപിച്ചതോടെ ടോറികളുടെ പഴയ രാഷ്ട്രീയ സ്വാധീനവും പാർലമെന്റിൽ അവർക്കുണ്ടായിരുന്ന കുത്തകയും പതുക്കെപ്പതുക്കെ

അസ്തമിച്ചു. 1832-ലെ പരിഷ്കാരമാണ് ഈ കുത്തകയ്ക്കെതിരായ ആദ്യത്തെ പ്രഹരമേൽപ്പിച്ചത്. അതോടെ വ്യാവസായിക ബൂർഷ്വാസിയുടെ പ്രതിനിധികൾക്കും പാർലമെന്റിൽ പ്രവേശനം ലഭിച്ചു. ഭൂവുടമകൾക്ക് പ്രയോജനം ചെയ്തിരുന്ന ധാന്യനിയമം 1846-ൽ റദ്ദാക്കപ്പെട്ടതോടെ സാമ്പത്തികമായും ഇംഗ്ലീഷ് ജന്മിത്വം അവശതയിലേക്ക് നീങ്ങി. അതോടെ ടോറിപ്പാർട്ടി പിളരുകയും ചെയ്തു. അതിന്റെ വർഗപരമായ ചേരുവയിൽ മാറ്റമുണ്ടായി. ജന്മിമാരുടെയും വൻകിട മുതലാളിമാരുടെയും താൽപ്പര്യങ്ങൾ ഒന്നായി. അങ്ങനെയാണ് 1850-60 കാലത്ത് പഴയ ടോറിപ്പാർട്ടിയിൽനിന്ന് ഇംഗ്ലീഷ് കൺസർവേറ്റീവ് പാർട്ടി (യാഥാസ്ഥിതിക കക്ഷി) ഉടലെടുത്തത്.

22. 1773 വരെ ഈസ്റ്റ് ഇന്ത്യാ കമ്പനിക്ക് കൽക്കത്ത, മദ്രാസ്, ബോംബെ എന്നിവിടങ്ങളിലായി മൂന്ന് ഗവർണർമാരാണുണ്ടായിരുന്നത്. ഓരോ ഗവർണറുടെയും കീഴിൽ മേലേക്കിട കമ്പനി ഉദ്യോഗസ്ഥന്മാരുടെ ഒരു കൗൺസിൽ ഉണ്ടായിരുന്നു. 1773-ലെ റഗുലേഷൻ ആക്ടിൽ ബംഗാൾ ഗവർണർ ജനറൽ എന്ന സ്ഥാനപ്പേരോടുകൂടിയ കൽക്കത്താ ഗവർണറുടെ കീഴിൽ നാലംഗങ്ങളുള്ള ഒരു കൗൺസിൽ രൂപീകരിക്കാൻ വ്യവസ്ഥ ഉണ്ടായിരുന്നു. ഇപ്പോൾ ഗവർണർ ജനറലിനെയും കൗൺസിലിനെയും നിയമിക്കുന്ന ചുമതല കമ്പനിയിൽ നിന്ന് ബ്രിട്ടീഷ് ഗവൺമെന്റ് ഏറ്റെടുത്തിരുന്നു. അഞ്ച് കൊല്ലത്തേക്കായിരുന്നു ഈ നിയമനം. കമ്പനിയുടെ ഡയറക്ടർ ബോർഡിന്റെ അഭ്യർഥനയനുസരിച്ച് രാജാവിന് മാത്രമേ കാലാവധി അവസാനിക്കും മുമ്പ് അവരിലാരെയെങ്കിലും ഡിസ്മിസ് ചെയ്യാൻ അധികാരമുണ്ടായിരുന്നുള്ളൂ. ഭൂരിപക്ഷതീരുമാനം കൗൺസിലിനാകെ ബാധകമായിരുന്നു. വോട്ട് സമനിലയിലാകുമ്പോൾ ഗവർണർ ജനറലിന്റെ വോട്ട് നിർണായകമായിരുന്നു. ബംഗാൾ, ബിഹാർ, ഒറീസ എന്നിവിടങ്ങളിലെ സിവിൽ-പട്ടാള ഭരണത്തിന്റെ ഉത്തരവാദിത്വം ഗവർണർ ജനറലിനായിരുന്നു. മദ്രാസ്, ബോംബെ പ്രസിഡൻസികളുടെ പരമമായ നിയന്ത്രണവും ഈ ഉദ്യോഗസ്ഥനിൽ നിക്ഷിപ്തമായിരുന്നു. യുദ്ധ-സമാധാന പ്രശ്നങ്ങളിൽ ഈ പ്രസിഡൻസികൾ അദ്ദേഹത്തിന്റെ കീഴിലായിരുന്നു. ചില പ്രത്യേക സന്ദർഭങ്ങളിൽ മാത്രമാണ് ഈ രണ്ട് പ്രസിഡൻസികൾക്ക് സ്വന്തംനിലയിൽ തീരുമാനമെടുക്കാൻ അവകാശമുണ്ടായിരുന്നത്. 1784-ലെ ആക്ടനുസരിച്ച് ബംഗാൾ കൗൺസിൽ അംഗങ്ങളുടെ സംഖ്യ മൂന്നായി ചുരുക്കപ്പെട്ടു. അവരിലൊരാൾ സർവസൈന്യാധിപനായിരുന്നു. 1786-ലെ ഉപനിയമപ്രകാരം അടിയന്തരാവസ്ഥയിൽ കൗൺസിലിൽനിന്ന് സ്വതന്ത്രമായി തീരുമാനമെടുക്കാനും സർവസൈന്യാധിപന്റെയും കൂടി സ്ഥാനം ഏൽക്കാനും ഗവർണർ ജനറലിന് അധികാരം നൽകപ്പെട്ടു. 1883-ലെ ആക്ടനുസരിച്ച് ബംഗാളിന്റെ ഗവർണർ ജനറൽ ഇന്ത്യയുടെയും കൂടി ഗവർണർ ജനറലാക്കപ്പെട്ടു. അതോടെ കൗൺസിലിലെ അംഗസംഖ്യ

വീണ്ടും നാലായി ഉയർന്നു. വേണമെങ്കിൽ അഞ്ചാമതൊരു അഡീഷണൽ മെമ്പറായി സർവസൈന്യാധിപനെ എടുക്കാനും വ്യവസ്ഥയുണ്ടായിരുന്നു. ബ്രിട്ടീഷ് ഇന്ത്യക്കാകെ ബാധകമായ നിയമങ്ങൾ നിർമിക്കാൻ ഗവർണർ ജനറലിനും കൗൺസിലിനും അധികാരമുണ്ടായിരുന്നു. ബോംബെയിലെയും മദ്രാസിലെയും ഗവൺമെന്റുകൾക്ക് ഈ അധികാരം നൽകിയിരുന്നില്ല. അവിടങ്ങളിലെ കൗൺസിലുകൾ രണ്ട് അംഗങ്ങൾ വീതമുള്ളതായിരുന്നു. 1853-ലെ ആക്ടനുസരിച്ച് നിർവാഹകാധികാരങ്ങളോടു കൂടിയ നാലംഗകൗൺസിലിനോടൊപ്പം കുറെക്കൂടി വിപുലമായ ഒരു നിയമനിർമാണകൗൺസിലും രൂപീകരിക്കപ്പെട്ടു. ഗവർണർ ജനറൽ, സർവസൈന്യാധിപൻ, ബംഗാളിലെ ലോർഡ് ചീഫ് ജസ്റ്റീസ്, അദ്ദേഹത്തിന്റെ ജഡ്ജിമാരിലൊരാൾ എന്നിവരും ഇതിലെ അംഗങ്ങളായിരുന്നു.

ഗവർണർ ജനറൽ ഡൽഹൗസി പ്രഭുവിന്റെ കീഴിലുണ്ടായിരുന്ന കൗൺസിലിനെപ്പറ്റിയാണ് ഇവിടെ പരാമർശിച്ചിട്ടുള്ളത്.

23. ഈസ്റ്റ് ഇന്ത്യാ കമ്പനിയുടെയും ഇന്ത്യയിലുള്ള ബ്രിട്ടീഷ് കൈവശപ്രദേശങ്ങളുടെയും ഭരണം മെച്ചപ്പെടുത്തുന്നതിനുവേണ്ടി 1784-ലെ ആക്ടനുസരിച്ച് രൂപീകരിക്കപ്പെട്ട ഒരു സമിതിയാണ് ബോർഡ് ഓഫ് കൺട്രോൾ. പ്രിവികൗൺസിൽ അംഗങ്ങൾക്കിടയിൽനിന്ന് രാജാവ് നിയമിക്കുന്ന ആറുപേരടങ്ങിയതായിരുന്നു ഈ ബോർഡ്. ബോർഡ് പ്രസിഡന്റ് ബ്രിട്ടീഷ് ക്യാബിനറ്റിലെ ഒരംഗവും, അങ്ങനെ ഫലത്തിൽ ഇന്ത്യയുടെ സെക്രട്ടറി ഓഫ് സ്റ്റേറ്റും ഇന്ത്യയുടെ ഏറ്റവുമുയർന്ന ഭരണാധികാരിയുമായിരുന്നു. ഈ ബോർഡ് അതിന്റെ ആസ്ഥാനമായ ലണ്ടനിലിരുന്ന് കൈക്കൊള്ളുന്ന തീരുമാനം ഇന്ത്യയിലറിയിച്ചിരുന്നത് ഈസ്റ്റ് ഇന്ത്യാകമ്പനിയുടെ മൂന്ന് ഡയറക്ടർമാരടങ്ങിയ ഒരു രഹസ്യ സമിതി മുഖേനയാണ്. അങ്ങനെ 1784-ലെ ആക്ട് ബോർഡ് ഓഫ് കൺട്രോളിന്റെയും (ബ്രിട്ടീഷ് ഗവൺമെന്റ്) ഡയറക്ടർ ബോർഡിന്റെയും (ഈസ്റ്റ് ഇന്ത്യാകമ്പനി) ഒരുതരം ദ്വിഭരണ സമ്പ്രദായത്തിന് രൂപം നൽകി. 1858-ൽ ബോർഡ് ഓഫ് കൺട്രോൾ പിരിച്ചുവിടപ്പെട്ടു.

24. സഖ്യകക്ഷികൾ സെവസ്കോപ്പൽ പിടിച്ചെന്നുള്ള ഒരു കിംവദന്തി 1854 ഒക്ടോബറിൽ പാരീസിലെങ്ങും പറഞ്ഞു പരത്തപ്പെടുകയുണ്ടായി. ഫ്രാൻസ്, ബ്രിട്ടൻ, ബൽജിയം, ജർമനി എന്നിവിടങ്ങളിലെ ഔദ്യോഗിക പത്രങ്ങൾ ഈ തട്ടിപ്പിന്റെ കഥ ഏറ്റെടുത്തു. പക്ഷേ, അൽപ്പം ചില ദിവസങ്ങൾ കഴിഞ്ഞപ്പോൾ ഈ റിപ്പോർട്ട് നിഷേധിക്കാൻ ഫ്രഞ്ച് പത്രങ്ങൾ നിർബന്ധിതരായി.

25. സറഗോസ-സ്പെയിനിലെ എബ്രൊനദിക്കരയിലുള്ള നഗരം. പെനിൻസുലാർ യുദ്ധത്തിനിടയിൽ ഫ്രഞ്ച് ഉപരോധ സേനയ്ക്കെതിരായി

(1808-09) ഈ നഗരം ധീരമായ ചെറുത്തുനിൽപ്പ് നടത്തി.

26 ഡാന്യൂബിയൻ വഴക്ക് എന്ന് പറയുമ്പോൾ മാർക്സ് ഉദ്ദേശിക്കുന്നത് അന്ന് ടർക്കിഷ് ഭരണത്തിലായിരുന്ന മൊൾദാവിയ, വല്ലാഷ്യ എന്നീ ഡാന്യൂബിയൻ പ്രദേശങ്ങൾ സംയോജിപ്പിക്കുന്നതിനെച്ചൊല്ലി 1856 -ലെ പാരീസ് കോൺഗ്രസിലും അതിനുശേഷവുമുണ്ടായ നയതന്ത്രപ്പോരാട്ടത്തിന്റെ കാര്യമാണ്. ബോണപ്പാർട്ട് വംശത്തിൽപ്പെട്ട ഒരാളെ ഈ പ്രദേശങ്ങളുടെ അധിപനായി വാഴിക്കാമെന്ന മോഹത്തോടെ അവയെ ചേർത്ത് ഒരൊറ്റ റുമേനിയൻ സ്റ്റേറ്റ് രൂപീകരിക്കാനും യൂറോപ്പിൽ ഭരണത്തിലിരിക്കുന്ന രാജവംശങ്ങളിൽ ഏതിലെങ്കിലുംപെട്ട ഒരു രാജകുമാരനെ പുതിയ രാജ്യത്തിന്റെ ഭരണാധിപതി ആക്കാനും ഫ്രാൻസ് നിർദ്ദേശിച്ചു. റഷ്യയും പ്രഷ്യയും സാർഡീനിയയും ഫ്രാൻസിനെ പിന്താങ്ങി. റുമേനിയൻ സ്റ്റേറ്റ് ഓട്ടോമൻ സാമ്രാജ്യനുകം തട്ടിത്തെറിപ്പിച്ചേക്കുമോ എന്ന ഭയം കാരണം ഈ ലയനത്തെ എതിർത്ത തുർക്കിക്ക് ആസ്ത്രിയയുടെയും ബ്രിട്ടന്റെയും പിന്തുണ ലഭിച്ചു. കാലക്രമത്തിൽ പ്രാദേശിക ദിവാനുകളിലേക്കുള്ള തിരഞ്ഞെടുപ്പ് മുഖേന റുമേനിയക്കാരുടെ ആഗ്രഹാഭിലാഷങ്ങൾ കണ്ടുപിടിക്കേണ്ടതാണെന്ന് പാരീസ് കോൺഗ്രസ് തീരുമാനിച്ചു. അതനുസരിച്ച് തിരഞ്ഞെടുപ്പ് നടന്നെങ്കിലും കാപട്യം മുഖേന മൊൾദാവിയൻ ദിവാനിൽ ലയനവിരോധികളാണ് വിജയിച്ചത്. ഫ്രാൻസും റഷ്യയും പ്രഷ്യയും സാർഡീനിയയും ഇതിൽ പ്രതിഷേധിച്ചു. തിരഞ്ഞെടുപ്പ് അസാധുവാക്കണമെന്ന് അവർ ആവശ്യപ്പെട്ടു. തുർക്കി മറുപടി പറയാതെ സമയം നീട്ടിക്കൊണ്ടുപോയതിനാൽ ഈ രാജ്യങ്ങൾ 1857 ആഗസ്തിൽ തുർക്കിയുമായുള്ള നയതന്ത്രബന്ധം വിച്ഛേദിച്ചു. നെപ്പോളിയൻ മൂന്നാമന്റെ മധ്യസ്ഥതയിലൂടെ പ്രശ്നം ഒതുക്കിത്തീർത്തു. ഫ്രാൻസിനെപ്പോലെ തന്നെ ബ്രിട്ടനും പ്രയോജനകരമായ ഫ്രഞ്ച് പദ്ധതിയെ എതിർക്കാതിരിക്കാൻ അദ്ദേഹം ബ്രിട്ടീഷ് ഗവൺമെന്റിനെക്കൊണ്ട് സമ്മതിപ്പിച്ചു. അതുപ്രകാരം അവിടെ ആദ്യം നടത്തിയ തിരഞ്ഞെടുപ്പ് റദ്ദാക്കപ്പെട്ടു. പക്ഷേ, പുതിയൊരു തിരഞ്ഞെടുപ്പുകൊണ്ടും പ്രശ്നം തീർന്നില്ല. 1859-ൽ റുമേനിയക്കാർ സ്വയം ഈ പ്രദേശങ്ങളുടെ ലയനപ്രശ്നത്തിന് പരിഹാരം കണ്ടെത്തി.

27 ഹോൾസ്റ്റൈൻ, ഷ്ളെസ്വിഗ് എന്നീ ജർമൻ പ്രദേശങ്ങൾ കുറെ നൂറ്റാണ്ടുകാലത്തോളം ഡെന്മാർക്കിന്റെ ഭരണത്തിൻകീഴിലായിരുന്നു. 1852 മെയ് 8-ന് റഷ്യയും ആസ്ത്രിയയും ബ്രിട്ടനും ഫ്രാൻസും പ്രഷ്യയും സ്വീഡനും ഡെന്മാർക്കിന്റെ പ്രതിനിധികളുമായിച്ചേർന്ന് ഡാനിഷ് രാജവാഴ്ചയുടെ അവിച്ഛിന്നതയ്ക്ക് ഉറപ്പ് നൽകിക്കൊണ്ട് ഒപ്പുവച്ച ലണ്ടൻ കരാർ മേൽപ്പറഞ്ഞ രണ്ട് പ്രദേശങ്ങളുടെ സ്വയംഭരണാവകാശം അംഗീകരിക്കവേതന്നെ അവയുടെമേൽ ഡാനിഷ് രാജാവിനുള്ള പരമാധികാരം നിലനിർത്തിയിരുന്നു. പക്ഷേ, 1855-ൽ ഡാനിഷ്

ഗവൺമെന്റ് പ്രസിദ്ധീകരിച്ച പുതിയ ഭരണഘടനയിൽനിന്ന് ഈ പ്രദേശങ്ങളുടെ സ്വയംഭരണാവകാശം എടുത്തുകളഞ്ഞിരുന്നു. ഇതിൽ പ്രതിഷേധിച്ചുകൊണ്ട് 1857 ഫെബ്രുവരിയിൽ ജർമൻ പാർലമെന്റ് പാസാക്കിയ പ്രമേയത്തിൽ ഈ ഭരണഘടന നടപ്പിലാക്കുന്നതിനെ ശക്തിയായി എതിർത്തിരുന്നു. പക്ഷേ, ഈ പ്രമേയത്തിൽ ഹോൾസ്റ്റൈൻ, ലോയെൻബർഗ് എന്നീ പ്രദേശങ്ങളുടെ പേരുകൾ മാത്രമേ എടുത്തു പറഞ്ഞിരുന്നുള്ളൂ. ഷ്ളെസ്വിഗിന്റെ പേര് അതിൽനിന്ന് വിട്ടുപോയിരുന്നു. ഈ തക്കം ഉപയോഗപ്പെടുത്തിക്കൊണ്ട് ഷ്ളെസ്വിഗിനെ സ്വന്തം പ്രദേശമാക്കി മാറ്റാൻ ഡെന്മാർക്ക് തയാറെടുത്തു. ഷ്ളെസ്വിഗുകാർ ഇതിൽ ശക്തിയായി പ്രതിഷേധിച്ചു. ഹോൾസ്റ്റൈനിൽനിന്ന് വിട്ടുനിൽക്കാൻ അവർക്ക് തെല്ലും ആഗ്രഹമുണ്ടായിരുന്നില്ല. പ്രഷ്യ, ആസ്ത്രിയ, ബ്രിട്ടൻ എന്നിവരും ഡെന്മാർക്കിന്റെ നടപടിയിൽ പ്രതിഷേധം രേഖപ്പെടുത്തി. ലണ്ടൻ കരാറിന്റെ ഒരു ലംഘനമായാണ് അവർ ഈ നടപടിയെ വീക്ഷിച്ചത്.

28 അഗ്രമാന്തെ-അറിയോസ്റ്റൊ എഴുതിയ *ഒർലോണ്ടൊ ഫുറിയാസൊ* എന്ന കാവ്യത്തിലെ മൂർവംശരാജാവ്. ഷാർലമാഞ്ഞെയുമായുള്ള യുദ്ധത്തിനിടയിൽ അഗ്രമാന്തെ പാരീസിനെ വളയുകയും തന്റെ സൈന്യങ്ങളുടെ സിംഹഭാഗത്തെ നഗരഭിത്തികൾക്ക് ചുറ്റും കേന്ദ്രീകരിക്കുകയും ചെയ്തു. അഗ്രമാന്തെയുടെ പാളയത്തിൽ പട എന്നത് ഈ കാവ്യത്തിലെ ഒരു വരിയാണ്. പൊതുവിൽ വിയോജിപ്പിനെയാണ് അത് സൂചിപ്പിക്കുന്നത്. മാർക്സ് അതാണ് ഇവിടെ ഉദ്ദേശിക്കുന്നതും.

29 *ദി മൊഫുസിലൈറ്റ്* - ഇംഗ്ലീഷിലുള്ള ഒരു ലിബറൽ വാരിക. 1845 മുതൽക്ക് ഇത് ആദ്യം മീററ്റിൽനിന്നും പിന്നീട് ആഗ്രയിലും അംബാലയിലും നിന്നും പ്രസിദ്ധീകരിക്കപ്പെട്ടു.

30 പടിഞ്ഞാറൻ ഫ്രാൻസിലുള്ള വെൻഡി എന്ന പ്രവിശ്യയിൽ 1793-ൽ ഒരു പ്രതിവിപ്ലവകലാപം ഉണ്ടാക്കാൻ രാജവാഴ്ചക്കാർ പിൻനിലയിലുള്ള കർഷകരെ ഉപയോഗപ്പെടുത്തുകയുണ്ടായി. 'നീലനിറക്കാർ' എന്നറിയപ്പെട്ടിരുന്ന റിപ്പബ്ലിക്കൻ പട്ടാളം ഈ കലാപത്തെ അടിച്ചമർത്തി.

സ്പാനിഷ് ഒളിപ്പോരാളികൾ 1800-1814 കാലത്ത് ഫ്രഞ്ച് ആക്രമണകാരികൾക്കെതിരായി സ്പാനിഷ് ജനത നടത്തിയ ദേശീയ വിമോചനസമരത്തിന്റെ ഭാഗമായി നടന്ന ഒളിപ്പോരുകളിൽ പങ്കെടുത്തവർ. വെട്ടിപ്പിടിത്തക്കാരെ ഉറച്ചുനിന്നെതിർത്ത കർഷകരായിരുന്നു ഈ ഗറില്ലകളുടെ മുഖ്യശക്തി.

1848-49-ലെ വിപ്ലവത്തിനിടയിൽ ഹംഗറിയിലും ആസ്ത്രിയയിലുമുള്ള വിപ്ലവപ്രസ്ഥാനത്തെ തകർക്കുന്നതിൽ സെർബിയക്കാരും ക്രൊായേ

ഷ്യക്കാരുമായ പട്ടാളക്കാർ പങ്കെടുത്തിരുന്നു. അന്ന് ആസ്ത്രോ-ഹംഗേറിയൻ സാമ്രാജ്യത്തിന്റെ ഭാഗമായിരുന്ന ഹംഗറിയിലെ പ്രഭുവർഗം ഹംഗേറിയൻ കർഷകരോടൊപ്പം ഹംഗറിക്കാരല്ലാത്ത നിരവധി ദേശീയജനവിഭാഗങ്ങളെയും മർദിച്ചൊതുക്കിയിരുന്നു. ദേശീയ സ്വാതന്ത്ര്യമെന്ന സെർബിയക്കാരുടെയും ക്രൊയേഷ്യക്കാരുടെയും ആവശ്യത്തെ ഈ ഹംഗേറിയൻ പ്രഭുവർഗക്കാർ എതിർത്തിരുന്നു. ബുഡാപ്പെസ്റ്റിലും വിയന്നയിലും നടന്ന കലാപം അടിച്ചമർത്തുന്നതിൽ സെർബിയൻ-ക്രൊയേഷ്യൻ പട്ടാളത്തെ ഉപയോഗപ്പെടുത്താൻ ഇത് ആസ്ത്രിയൻ പിന്തിരിപ്പന്മാർക്ക് അവസരം നൽകി.

ഗാർഡ് മൊബൈൽ - 1848 ഫെബ്രുവരി 25-ലെ ഡിക്രിയനുസരിച്ച് വിപ്ലവകാരികളെ അടിച്ചമർത്താൻ ഫ്രഞ്ച് ഗവൺമെന്റ് രൂപീകരിച്ച സംഘടന. വർഗഭ്രംശം വന്നവരായിരുന്നു ഇതിൽപ്പെട്ട അധികമാളുകളും. 1848 ജൂണിൽ പാരീസ് തൊഴിലാളികൾ നടത്തിയ വിപ്ലവശ്രമങ്ങളെ അടിച്ചമർത്താൻ ഈ ദളങ്ങൾ ഉപയോഗിക്കപ്പെട്ടു. യുദ്ധമന്ത്രിയെന്ന നിലയ്ക്ക് ജനറൽ കവെന്യാക് നേരിട്ടുതന്നെ തൊഴിലാളികളുടെ കൂട്ടക്കൊല നടത്തിച്ചു.

ഡിസെംബ്രിസ്റ്റുകൾ - 1849-ൽ രൂപീകൃതമായ ഒരു രഹസ്യ ബോണപ്പാർട്ടിസ്റ്റ് സംഘടന. വർഗഭ്രംശം സംഭവിച്ചവരും രാഷ്ട്രീയ സാഹസികരും പട്ടാളമേധാവികളും മറ്റുമായിരുന്നു ഇതിലെ അംഗങ്ങളിൽ ഏറിയഭാഗവും.. 1848 ഡിസംബർ 10-ാം തീയതി ലൂയി ബോണപ്പാർട്ടിനെ ഫ്രഞ്ച് റിപ്പബ്ലിക്കിന്റെ പ്രസിഡന്റാക്കുന്നതിൽ ഇവർക്ക് വലിയൊരു കൈ ഉണ്ടായിരുന്നു (ഇതിൽനിന്നാണ് ഇവർക്ക് ഡിസംബ്രിസ്റ്റുകൾ എന്ന പേര് കിട്ടിയത്). 1851 ഡിസംബർ 2-ലെ കൊട്ടാര വിപ്ലവത്തിലും ഇവർക്ക് പങ്കുണ്ടായിരുന്നു. 1852-ൽ നെപ്പോളിയൻ മൂന്നാമൻ എന്ന പേരിൽ ലൂയി ബോണപ്പാർട്ട് ഫ്രാൻസിന്റെ ചക്രവർത്തിയായി അഭിഷേകം ചെയ്യപ്പെട്ടത് ഇതിനെത്തുടർന്നാണ്. റിപ്പബ്ലിക്കൻ വാദികളെ, പ്രത്യേകിച്ചും 1848-ലെ വിപ്ലവത്തിൽ പങ്കെടുത്തവരെ, കൂട്ടത്തോടെ അടിച്ചമർത്തുന്നതിനുള്ള നടപടികൾ സംഘടിപ്പിച്ചത് ഇവരായിരുന്നു.

31 ഒന്നാം കറുപ്പ് യുദ്ധത്തെപ്പറ്റിയാണ് (1839-42) ഇവിടെ പറയുന്നത്. ബ്രിട്ടൻ ചൈനയ്ക്കെതിരായി നടത്തിയ ആക്രമണയുദ്ധത്തെയാണ് ഈ സംജ്ഞകൊണ്ട് സൂചിപ്പിക്കുന്നത്. അതോടെയാണ് ചൈനയുടെ അർധകൊളോണിയൽ സ്ഥിതി ആരംഭിച്ചത്. ക്യാന്റണിൽ വിദേശ വ്യാപാരികൾ സംഭരിച്ചിരുന്ന കറുപ്പിന്റെ സ്റ്റോക്ക് ചൈനീസ് അധികൃതർ നശിപ്പിച്ചുകളഞ്ഞു. ഇതാണ് യുദ്ധത്തിന് ഒരു മുട്ടുന്യായമായി ഉപയോഗിക്കപ്പെട്ടത്. പിന്നോക്കാവസ്ഥയിലായിരുന്ന നാടുവാഴിത്ത ചൈന യുദ്ധത്തിൽ തോറ്റതോടെ ബ്രിട്ടീഷ് കൊളോണിയലിസ്റ്റുകൾ നാങ്കിങ് കരാറിൽ ഒപ്പുവയ്ക്കാൻ അവരെ നിർബന്ധിതരാക്കി (1842

ആഗസ്ത് 29). ഇതനുസരിച്ച് അഞ്ച് ചൈനീസ് തുറമുഖങ്ങൾ (ക്യാന്റൺ, അമോയ്, ഫൂച്ചൊ, നിംഗ്പൊ, ഷാങ്ഹായി) ബ്രിട്ടീഷ് വ്യാപാരികൾക്കായി തുറന്നുകൊടുക്കുകയും ഹോങ്കോങ് ദ്വീപിന്റെ 'ശാശ്വതമായ കൈവശാവകാശം' ബ്രിട്ടന് വിട്ടുകൊടുക്കുകയും ചെയ്തു. ഒരു ഭീമമായ സംഖ്യ യുദ്ധത്തിനുള്ള സംഭാവനയായി ചൈന നൽകണമെന്നും വ്യവസ്ഥ ഉണ്ടായിരുന്നു. 1843-ൽ ഒപ്പുവച്ച ഒരു ഉപപ്രോട്ടോക്കോൾ അനുസരിച്ച് വിദേശികൾക്ക് പ്രത്യേകാവകാശങ്ങൾ അനുവദിച്ചുകൊടുക്കാനും ചൈന നിർബന്ധിതമായി.

32 ചൈനയിലെ ബ്രിട്ടീഷ് സൂപ്രണ്ട് ജോൺ ബൗറിങ്ങിന്റെ നിർദേശപ്രകാരം ക്യാന്റണിൽ നടത്തിയ കിരാതമായ ബോംബിങ്ങിനെപ്പറ്റിയാണ് ഇവിടെ പറയുന്നത്. തൽഫലമായി നഗരപ്രാന്തങ്ങളിലുള്ള 5,000 ഭവനങ്ങൾ നശിച്ചുപോയി. ഈ ബോംബിങ് രണ്ടാം കറുപ്പുയുദ്ധത്തിന്റെ (1856-58) മുന്നോടിയായിരുന്നു (18-ാം കുറിപ്പുനോക്കുക).

സമാധാനസംഘം - 1816-ൽ ലണ്ടനിൽ ക്വാക്കർ സമിതിക്കാർ സ്ഥാപിച്ച ബൂർഷ്വാ ശാന്തിവാദി സംഘടന. സമാധാനം നിലനിൽക്കുകയാണെങ്കിൽ സ്വതന്ത്ര വ്യാപാരത്തിലൂടെ ബ്രിട്ടന് തങ്ങളുടെ വ്യാവസായിക മേന്മ മെച്ചമായി ഉപയോഗപ്പെടുത്താനും അങ്ങനെ സാമ്പത്തികവും രാഷ്ട്രീയവുമായ ആധിപത്യം കൈവരിക്കാനും കഴിയുമെന്ന് വിശ്വസിച്ചിരുന്ന സ്വതന്ത്രവ്യാപാരവാദികൾ സമാധാനസംഘത്തിന് ശക്തിയായ പിന്തുണ നൽകിയിരുന്നു.

1845-ൽ അൾജീരിയയിൽ ഉണ്ടായ ഒരു കലാപത്തെ അടിച്ചമർത്തുന്നതിനിടയിൽ പർവത ഗുഹകളിൽ ഒളിച്ചിരുന്ന ആയിരത്തോളം അറബികളെ പുകച്ച് ശ്വാസംമുട്ടിക്കാൻ ജനറൽ പെലീഷ്യെ ഉത്തരവിടുകയുണ്ടായി. പിൽക്കാലത്ത് ഫ്രാൻസിലെ മാർഷലായ ആളാണ് പെലീഷ്യെ.

33 പത്രാധിപന്മാരുടെ വകയായി ചേർത്തിട്ടുള്ളതാണ് ഈ ഭാഗം. അവരുടെ സ്റ്റാഫ് കറസ്പോണ്ടന്റായിരുന്ന ഫെറെൻസ് പുൽസ്കിയെയാണ് ഇവിടെ ഉദ്ദേശിക്കുന്നത്. 1848-ലെ വിപ്ലവം പരാജയപ്പെട്ടപ്പോൾ ഹംഗറിയിൽനിന്ന് കുടിയേറിപ്പാർത്ത ഒരു എഴുത്തുകാരനും പത്രപ്രവർത്തകനും ആയിരുന്നു ഇദ്ദേഹം. പ്രധാനമായും സാർവദേശീയക്കുറിപ്പുകളാണ് അദ്ദേഹം എഴുതിയിരുന്നത്.

34 1838-42-ലെ ഒന്നാം ആംഗ്ലോ-അഫ്ഗാൻ യുദ്ധത്തെപ്പറ്റിയാണ് ഇവിടെ പറയുന്നത്. അഫ്ഗാനിസ്ഥാനെ കീഴടക്കാനായി ബ്രിട്ടനാണ് ഇതാരംഭിച്ചത്. 1839-ൽ കാബൂൾ പിടിക്കാൻ ബ്രിട്ടന് കഴിഞ്ഞെങ്കിലും 1841 നവംബറിൽ നടന്ന ഒരു കലാപം കാരണം 1842 ജനുവരിയിൽ അവിടെനിന്ന് പിന്മാറാൻ അവർ നിർബന്ധിതരായി. അവർ പിന്തിരിഞ്ഞ്

ഇന്ത്യയിലേക്ക് പോന്നു. പക്ഷേ, ഈ പിന്മാറ്റം പേടിച്ചുവിരണ്ട ഒരു ഓട്ടമായി മാറി. 4,500 ഇംഗ്ലീഷ് ഭടന്മാരും 12,000 പരിചാരകരും ഉണ്ടായിരുന്നതിൽ ഒറ്റയ്ക്കൊരാൾ മാത്രമാണ് ഇന്ത്യൻ അതിർത്തിയിലെത്തിയത്.

35 1809-ൽ നെപ്പോളിയന്റെ ഫ്രാൻസിനെതിരായി നടന്ന യുദ്ധത്തിനിടയിൽ ഷെൽഡെ നദീമുഖത്തേക്ക് ബ്രിട്ടീഷുകാർ നടത്തിയ നാവിക സംരംഭത്തെപ്പറ്റിയാണ് ഇവിടെ പരാമർശിക്കുന്നത്. വൽച്ചേറെൻ ദ്വീപ് പിടിച്ചതിനുശേഷം ഉദ്ദേശിച്ചപോലെ മുന്നോട്ട് നീങ്ങാൻ ബ്രിട്ടീഷുകാർക്ക് കഴിഞ്ഞില്ല. അങ്ങനെ പിന്മാറാൻ നിർബന്ധിതരായ അവർക്ക് ആകെ ഇറങ്ങിയ 40,000പേരിൽ പതിനായിരത്തോളം സൈനികരെ നഷ്ടപ്പെട്ടു. പട്ടിണിയും പകർച്ചവ്യാധിയുമായിരുന്നു ഈ ആൾനഷ്ടത്തിനു കാരണം.

36 മാർക്സ് പ്രസ്തുത ലേഖനത്തോടൊപ്പം തന്നെയാണ് താൻ തയാറാക്കിയ ഈ പട്ടിക അയച്ചതെങ്കിലും ലേഖനത്തിൽനിന്ന് വേർപെടുത്തിയിട്ട് 6-ാം പേജിലാണ് പത്രാധിപസമിതി അത് പ്രസിദ്ധീകരിച്ചത്.

37 ക്രിമിയൻ യുദ്ധത്തെപ്പറ്റിയാണ് ഇവിടെ പരാമർശിക്കുന്നത്. 1854 നവംബർ 5-ാം തീയതി സെവസ്തോപ്പലിനെതിരായ ആസന്നമായ ആക്രമണത്തെ പൊളിക്കാൻവേണ്ടി റഷ്യൻ പട്ടാളം ഇങ്കർമാനിൽവച്ച് ഇംഗ്ലണ്ടിന്റെയും ഫ്രാൻസിന്റെയും തുർക്കിയുടെയും സഖ്യകക്ഷിസൈന്യത്തിനെതിരായ ഒരു പ്രത്യാക്രമണം നടത്തി. റഷ്യൻ പട്ടാളം ധീരമായി പോരാടിയെങ്കിലും സഖ്യകക്ഷികളാണ് അതിൽ വിജയിച്ചത്.

38 1854 ഒക്ടോബർ 25-ാം തീയതി ബലക്ലാവയിൽ വച്ച് റഷ്യക്കാരുടെയും സഖ്യകക്ഷികളുടെയും സൈന്യങ്ങൾ തമ്മിൽ നടന്ന പോരാട്ടത്തിൽ വളരെ അനുകൂലമായ സ്ഥാനത്തായിരുന്നിട്ടും ബ്രിട്ടീഷുകാർക്കും ഫ്രഞ്ചുകാർക്കും വമ്പിച്ച നഷ്ടം നേരിടുകയുണ്ടായി. ഇംഗ്ലീഷ് സൈന്യ നേതൃത്വത്തിന് പറ്റിയ തെറ്റു കാരണം അവർക്ക് ഒരു ലഘു അശ്വസേനയെ അങ്ങനെതന്നെ നഷ്ടപ്പെട്ടു.

39 1853-56 കാലത്തെ ക്രിമിയൻ യുദ്ധത്തെപ്പറ്റിയാണ് ഇവിടെ പരാമർശം. 1854 സെപ്തംബർ 20-നായിരുന്നു ആൽമാ യുദ്ധം. സഖ്യകക്ഷി സൈന്യമാണ് ഇതിൽ വിജയിച്ചത്.

40 1853-56 കാലത്തെ ക്രിമിയൻ യുദ്ധത്തെപ്പറ്റിയാണ് ഇവിടെ പരാമർശം. 1855 ജൂൺ 18-ാം തീയതി സെവസ്തോപ്പൽ കോട്ടയിലെ റെഡാൻ എന്ന മൂന്നാം കൊത്തളത്തിൽ സഖ്യകക്ഷികൾ നടത്തിയ അലസിപ്പോയ ആക്രമണത്തിൽ പങ്കെടുത്ത ബ്രിഗേഡിനെ നയിച്ചിരുന്നത് വിൻഡ്ഹാം ആണ്.

41 1812 ഏപ്രിൽ 6-ാം തീയതി വെല്ലിങ്ടന്റെ നേതൃത്വത്തിലുള്ള ബ്രിട്ടീഷുകാർ ഫ്രഞ്ച് അധീനതയിലായിരുന്ന ബദഹോസ് എന്ന സ്പാനിഷ് കോട്ട പിടിക്കുകയുണ്ടായി.

1813 ആഗസ്ത് 31-ന് ഫ്രഞ്ച് അധീനതയിലായിരുന്ന സാൻ സെബാസ്റ്റ്യൻ എന്ന സ്പാനിഷ് കോട്ട ആക്രമിക്കപ്പെട്ടു.

42 ഇന്ത്യയുടെ ഗവർണർ ജനറൽ കാനിങ് പ്രഭു 1858 മാർച്ച് 3-ാം തീയതി നടത്തിയ വിളംബരത്തെക്കുറിച്ചാണ് ഇവിടെ പരാമർശിക്കുന്നത്. ഈ വിളംബരം അനുസരിച്ച് കലാപത്തിൽ ചേർന്ന താലൂക്ക്ദാർമാരെന്ന വൻകിട ജന്മിമാരുടെ ഭൂമി ഉൾപ്പെടെ ഔഡിലെ സ്ഥലങ്ങൾ മുഴുവൻ ബ്രിട്ടീഷ് അധികൃതർ പിടിച്ചെടുക്കുകയുണ്ടായി. പക്ഷേ, താലൂക്ക്ദാർമാരെ സ്വപക്ഷത്ത് പിടിച്ചുനിർത്താൻ ആഗ്രഹിച്ചിരുന്ന ബ്രിട്ടീഷ് ഗവൺമെന്റ് കാനിങ്ങിന്റെ വിളംബരത്തിന്റെ സാരാംശത്തിൽ അൽപ്പം ഭേദഗതി വരുത്തുകയുണ്ടായി. അവരുടെ ഭൂമി സ്പർശിക്കുന്നതല്ലെന്ന് വാഗ്ദാനം ചെയ്യപ്പെട്ടതോടെ ഈ താലൂക്ക്ദാർമാർ കലാപത്തെ ഒറ്റുകൊടുത്ത് ബ്രിട്ടീഷ്പക്ഷത്ത് ചേർന്നു.

'ഔഡിന്റെ കൂട്ടിച്ചേർക്കൽ', 'കാനിങ് പ്രഭുവിന്റെ വിളംബരവും ഇന്ത്യയിലെ ഭൂവുടമസമ്പ്രദായവും' എന്നീ ലേഖനങ്ങളിൽ മാർക്സ് ഈ വിളംബരത്തെ വിമർശനപരമായി അപഗ്രഥിക്കുന്നുണ്ട്.

43 ബ്രിട്ടീഷുകാർക്കെതിരായി ധീരമായി പോരാടിയ സിഖ് സൈന്യം വളരെ സുസംഘടിതമായിരുന്നെങ്കിലും 1845 ഡിസംബർ 18-ാം തീയതി മുഡ്കി ഗ്രാമത്തിലും (ഫിറോസ്പൂരിന് സമീപം), 1845 ഡിസംബർ 21-ാം തീയതി ഫിറോസ്ഷഹറിലും, 1846 ജനുവരി 28-ാം തീയതി ലുധിയാനയ്ക്കടുത്തുള്ള അലിവാൻ ഗ്രാമത്തിലും നടന്ന യുദ്ധങ്ങളിൽ അവർ പരാജിതരാവുകയാണുണ്ടായത്. അങ്ങനെ, 1845-46 കാലത്തെ ഒന്നാം ആംഗ്ലോ-സിഖ് യുദ്ധത്തിൽ സിഖുകാർ തോറ്റു. സൈന്യാധിപന്മാർ നടത്തിയ വഞ്ചനയായിരുന്നു ഈ തോൽവിക്കുള്ള മുഖ്യകാരണം.

44 റഷ്യൻ സാമ്രാജ്യത്തിന്റെ ഭാഗമായിരുന്ന പോളണ്ടിൽ 1830-31 കാലത്തുണ്ടായ കലാപത്തെ റഷ്യൻ പിന്തിരിപ്പന്മാർ അടിച്ചമർത്തിയതിനെപ്പറ്റിയാണ് ഇവിടെ പറയുന്നത്.

45 ആസ്ത്രിയയും ഇറ്റലിയും തമ്മിൽ 1848-49 കാലത്ത് നടന്ന യുദ്ധത്തെപ്പറ്റിയാണ് ഇവിടെ പരാമർശിക്കുന്നത്. ഇതിന്റെ ഭാഗമായി 1849 മാർച്ച് 23-ാം തീയതി നൊവാരയിൽവച്ച് നടന്ന പോരാട്ടത്തിൽ സാർഡീനിയൻ രാജാവായ ചാൾസ് ആൽബർട്ടിന്റെ സൈന്യങ്ങൾ അമ്പേ പരാജയപ്പെട്ടു.

46 ഈ ഭാഗം പത്രാധിപസമിതി കൂട്ടിച്ചേർത്തതാണ്. ഇന്ത്യൻ ഗവർണർ ജനറൽ കാനിങ്പ്രഭുവും ഔഡിലെ ചീഫ് കമീഷണർ ഔട്ട്റാമും തമ്മിൽ ഔഡിനെപ്പറ്റിയുള്ള കാനിങ് വിളംബരത്തെ സംബന്ധിച്ച് (42-ാം കുറിപ്പ് നോക്കുക) നടന്ന കത്തിടപാടുകളുടെ കാര്യമാണ് ഇവിടെ സൂചിപ്പിക്കുന്നത്. 1858 ജൂൺ 5-ന് ഈ രേഖകൾ *ന്യൂയോർക്ക് ഡെയിലി ട്രിബ്യൂണിൽ* പ്രസിദ്ധപ്പെടുത്തിയിരുന്നു.

47 ബോർഡ് ഓഫ് കൺട്രോൾ പ്രസിഡന്റായിരുന്ന എല്ലൻബറൊ പ്രഭു 1858 ഏപ്രിൽ 19-ാം തീയതി അയച്ച റിപ്പോർട്ടിൽ കാനിങ് പ്രഭുവിന്റെ ഔഡ് വിളംബരത്തെ (42-ാം കുറിപ്പ് നോക്കുക) വിമർശനപരമായി പരാമർശിച്ചിരുന്നു. പക്ഷേ, ബ്രിട്ടീഷ് രാഷ്ട്രീയ വൃത്തങ്ങൾ ഈ റിപ്പോർട്ടിനെ നിരാകരിക്കുകയാണുണ്ടായത്. അക്കാരണത്താൽ അദ്ദേഹം രാജിവയ്ക്കാൻ നിർബന്ധിതനായി.

48 അൾജീരിയ പിടിച്ചടക്കാനായി 1830 മുതൽ 1879 വരെ ഫ്രഞ്ച് കൊളോണിയലിസ്റ്റുകൾ നടത്തിയ കൊളോണിയൽ യുദ്ധങ്ങളെക്കുറിച്ചാണ് ഇവിടെ പറയുന്നത്. വളരെ നീണ്ടുനിന്ന ഈ ആക്രമണത്തെ അൾജീരിയക്കാർ ശക്തിയായി ചെറുത്തു. അങ്ങേയറ്റത്തെ മൃഗീയതയോടെയാണ് ഫ്രഞ്ചുകാർ പടവെട്ടിയത്. 1847 ആയതോടെ അൾജീരിയൻ വെട്ടിപ്പിടുത്തം മൊത്തത്തിൽ പൂർണമായെങ്കിലും അൾജീരിയൻ ജനതയുടെ സ്വാതന്ത്ര്യസമരം അതുകൊണ്ട് അവസാനിച്ചില്ല.

49 1773-ലെ റെഗുലേറ്റിങ് ആക്ടിനെപ്പറ്റിയാണ് ഇവിടെ പരാമർശിക്കുന്നത്. ആയിരം പവനിൽ കുറവ് ഓഹരിയുള്ളവർക്ക് വോട്ടവകാശം നിഷേധിച്ചുകൊണ്ട് കമ്പനി നടത്തിപ്പിലും ഡയറക്ടർബോർഡ് തിരഞ്ഞെടുപ്പിലും പങ്കെടുക്കാൻ അർഹതയുള്ളവരുടെ സംഖ്യ ഗണ്യമായി വെട്ടിച്ചുരുക്കിയെന്നതാണ് ഈ ആക്ടിന്റെ ഒരു പ്രത്യേകത. ആദ്യത്തെ പ്രാവശ്യം ഗവർണർ ജനറലും കൗൺസിൽ അംഗങ്ങളും അഞ്ചുകൊല്ലത്തേക്ക് വ്യക്തിഗതമായ നിലയിൽ നിയമിക്കപ്പെട്ടു. കമ്പനി ഡയറക്ടർ ബോർഡിന്റെ നിവേദനമനുസരിച്ച് രാജാവിന് മാത്രമേ അവരെ പിരിച്ചുവിടാൻ അവകാശമുണ്ടായിരുന്നുള്ളൂ. തുടർന്ന് ഈ സ്ഥാനങ്ങളിലേക്കുള്ള നിയമനങ്ങൾക്ക് കമ്പനി തന്നെ നാമനിർദേശം നടത്തുമെന്നായിരുന്നു വ്യവസ്ഥ. ഈ ആക്ടനുസരിച്ച് കൽക്കത്തയിൽ ഒരു ചീഫ് ജസ്റ്റിസും മൂന്ന് ജഡ്ജിമാരുമുള്ള ഒരു സുപ്രീംകോടതി സ്ഥാപിക്കാനും വ്യവസ്ഥ ഉണ്ടായിരുന്നു.

50 ഫ്രഞ്ച് ഗവൺമെന്റിന്റെ സമ്മർദം കാരണം 1858 ഫെബ്രുവരി 8-ാംതീയതി പാമേഴ്സ്റ്റൺ പാർലമെന്റിൽ 'വിദേശികളെ സംബന്ധിക്കുന്ന ഒരു ബില്ല്' (ഗൂഢാലോചനാബില്ല്) അവതരിപ്പിച്ചു. ബ്രിട്ടനിലോ വിദേശത്തോ ഉള്ള ആരെയെങ്കിലും കൊലപ്പെടുത്തുന്നതിന് ശ്രമം നട

ത്തിയാൽ ഗ്രേറ്റ് ബ്രിട്ടനിൽ താമസിക്കുന്ന ഏതൊരാളെയും സ്വദേശിയോ പരദേശിയോ എന്ന് നോക്കാതെ ഇംഗ്ലീഷ് കോടതിയിൽ വിചാരണം ചെയ്ത് കർശനമായി ശിക്ഷിക്കുന്നതിന് ഈ ബില്ലിൽ വ്യവസ്ഥ ചെയ്തിരുന്നു. പക്ഷേ, വമ്പിച്ച ഒരു ബഹുജനപ്രക്ഷോഭത്തെത്തുടർന്ന് കോമൺസ് സഭ ഇത് തള്ളിക്കളയുകയും പാമേഴ്സ്റ്റൺ രാജിവയ്ക്കാൻ നിർബന്ധിതനാവുകയും ചെയ്തു.

51 ഡെർബി മന്ത്രിസഭ അധികാരത്തിൽ വന്നപ്പോൾ ഇന്ത്യാഭരണം മെച്ചപ്പെടുത്തുന്നതിനുള്ള ഒരു പരിഷ്കരണബില്ല് തയാറാക്കാൻ ബോർഡ് ഓഫ് കൺട്രോൾ പ്രസിഡന്റ് എല്ലെൻബറൊ പ്രഭുവിനെ അധികാരപ്പെടുത്തുകയുണ്ടായി. ഇന്ത്യൻ കൗൺസിലിന്റെ തിരഞ്ഞെടുപ്പിനുള്ള വ്യവസ്ഥകളുടെ സങ്കീർണതകാരണം ഈ ബില്ല് ഗവൺമെന്റിന് സ്വീകാര്യമായില്ല. ശക്തിയായ എതിർപ്പിനു പാത്രമായ അത് തള്ളിക്കളയപ്പെട്ടു.

52 Civis romanus sum (ഞാൻ ഒരു റോമൻ പൗരനാണ്) – 1850 ജൂൺ 25–ാം തീയതി പസിഫിക്കൊ എന്നൊരു കച്ചവടക്കാരനെപ്പറ്റി കോമൺസിൽ ചെയ്ത പ്രസംഗത്തെത്തുടർന്ന് പാമേഴ്സ്റ്റണ് നൽകപ്പെട്ട പരിഹാസപ്പേര്. പോർച്ചുഗീസ് വംശജനായ ഈ കച്ചവടക്കാരനെ രക്ഷിക്കാൻ വേണ്ടി (ഏഥൻസിലുള്ള അദ്ദേഹത്തിന്റെ ഭവനം തീവച്ചു നശിപ്പിക്കപ്പെട്ടു) ബ്രിട്ടീഷ് നാവികസേനയെ ഗ്രീസിലേക്ക് അയച്ചതിനെ ന്യായീകരിച്ചുകൊണ്ട് പാമേഴ്സ്റ്റൺ ഒരു പ്രഖ്യാപനം നടത്തുകയുണ്ടായി. റോമൻ പൗരത്വ ഫോർമുലയനുസരിച്ച് പ്രാചീന റോമാക്കാർക്ക് എല്ലായിടങ്ങളിലും മാന്യതയ്ക്ക് ഉറപ്പുണ്ടായിരുന്നു. അതുപോലെ ബ്രിട്ടീഷ് പ്രജകൾക്കും എവിടെ ചെന്നാലും സ്വന്തം ഭദ്രതയ്ക്ക് ഉറപ്പുണ്ടാക്കാൻ ബ്രിട്ടീഷ് പൗരത്വത്തിന് കഴിയണമെന്നതായിരുന്നു അദ്ദേഹത്തിന്റെ പ്രഖ്യാപനത്തിന്റെ സാരം. ഷോവനിസ്റ്റ് ചുവയുള്ള പാമേഴ്സ്റ്റന്റെ ഈ പ്രസംഗത്തെ ബ്രിട്ടീഷ് ബൂർഷ്വാസി ആവേശപൂർവം വാഴ്ത്തുകയുണ്ടായി.

53 ഈ പേജിലും അടുത്ത ചില പേജുകളിലും ബ്രായ്ക്കറ്റിൽ സൂചിപ്പിച്ചിട്ടുള്ള പേജ് നമ്പരുകൾ റോബർട്ട് സിവെൽ എഴുതിയ ഒരു ഇന്ത്യാചരിത്രകൃതിയെ സംബന്ധിക്കുന്നതാണ്. *The Analytical History of India from the Earliest TImes to the Abolition of the Honourable East India Company in 1858* എന്നതാണ് പ്രസ്തുത കൃതിയുടെ മുഴുവൻ പേര്. ഇത് 1870–ൽ ലണ്ടനിൽനിന്ന് പ്രസിദ്ധീകരിക്കപ്പെട്ടു.

54 *നോയെ റൈനീഷെ സൈറ്റുങ്* – 1848 ജൂൺ 1 മുതൽ 1849 മെയ് 10 വരെ കൊളോണിൽനിന്ന് പുറത്തിറങ്ങിയിരുന്ന ദിനപത്രം. മാർക്സ് ആയിരുന്നു ഇതിന്റെ പത്രാധിപർ. എംഗൽസും പത്രാധിപസമിതി

യിൽ അംഗമായിരുന്നു. ജനാധിപത്യ പ്രസ്ഥാനത്തിന്റെ തൊഴിലാളി വർഗ വിഭാഗത്തിന്റെ ഉശിരൻ മുഖപത്രമായിരുന്നു ഇത്. ബഹുജന ങ്ങളെ സംഘടിപ്പിച്ചണിനിരത്തുന്നതിൽ ഇത് വലിയൊരു പങ്ക് വഹിച്ചു. ജർമനിയിലെയും യൂറോപ്പിലെയും വിപ്ലവത്തിന്റെ മർമപ്ര ധാനങ്ങളായ പ്രശ്നങ്ങളെ സംബന്ധിക്കുന്ന മുഖപ്രസംഗങ്ങൾ സാധാരണയായി എഴുതിയിരുന്നത് മാർക്സോ എംഗൽസോ ആണ്. പൊലീസ് മർദനത്തെ വകവയ്ക്കാതെ ഈ പത്രം തൊഴിലാളി താൽപ്പര്യത്തിനുവേണ്ടി ശക്തിയായി വാദിച്ചിരുന്നു. മാർക്സ് നാടു കടത്തപ്പെടുകയും മറ്റു പത്രാധിപന്മാർക്കെതിരായി കടുത്ത മർദന നടപടികൾ ആരംഭിക്കുകയും ചെയ്തതോടെ ഇതിന്റെ പ്രസിദ്ധീക രണം നിലച്ചു.

55 1858-ൽ ബ്രിട്ടനും ചൈനയും ഒപ്പുവച്ച ടീന്റ്സിൻ കരാറിനെപ്പറ്റിയാണ് ഇവിടെ സൂചിപ്പിക്കുന്നത്. സമത്വത്തിന്റെ അടിസ്ഥാനത്തിലുള്ളതാ യിരുന്നില്ല ഈ കരാറ്. അത് ചൈനയുമായുള്ള രണ്ടാം കറുപ്പ് യുദ്ധ ത്തിന് (1856-58) വിരാമമിട്ടു. മഞ്ചൂറിയയിലും യാങ്ടിസി നദീതീ രത്തും തൈരാൻ, ഹൈനാൻ എന്നീ ദ്വീപുകളിലും ടീൻട്സിനിലു മുള്ള തുറമുഖങ്ങളിൽ ഈ കരാറിന്റെ ഫലമായി വിദേശവാണിജ്യം അനുവദിക്കപ്പെട്ടു. പീക്കിങ്ങിൽ വിദേശനയതന്ത്ര പ്രതിനിധികൾക്ക് സ്ഥിരമായ വാസസൗകര്യം നൽകപ്പെടുകയും ചെയ്തു. വിദേശി കൾക്ക് ഇഷ്ടംപോലെ ചൈനയിലെവിടെയും സഞ്ചരിക്കാനും തീര ദേശങ്ങളിലും നദികളിലും കപ്പലോട്ടം നടത്താനും അനുവാദം ലഭിച്ചു. മതപ്രചാരകരുടെ സുരക്ഷിതത്വത്തിന് ഉറപ്പ് നൽകപ്പെടുകയും ചെയ്തു.

നാമസൂചിക

അക്ബർ രണ്ടാമൻ (1806-37) - മുഗൾ ചക്രവർത്തി.

അപ്പാ സാഹിബ് - 1839-48 കാലത്ത് സത്താറയിലെ രാജാവ്.

അമർ സിങ് - കവർ സിങ്ങിന്റെ സഹോദരൻ. സഹോദരന്റെ മരണശേഷം (1858 ഏപ്രിൽ) ഔഡിൽ കലാപകാരികളുടെ നേതൃത്വം ഏറ്റെടുത്തു.

അരിസ്റ്റോട്ടിൽ (Aristotle, ബി സി 384-322) - പ്രാചീന യവന തത്വചിന്തകൻ.

ആൻസൺ, ജോർജ് (Anson, 1797-1857) - ഇന്ത്യയിലെ ഇംഗ്ലീഷ് സർവ സൈന്യാധിപൻ (1856-57).

ആഷ്ബേൺഹാം, തോമസ് (Ashburnham, 1807-72) - ഇംഗ്ലീഷ് ജനറൽ. ചൈനയിൽ ഒരു ആക്രമണപര്യടനത്തിനായി പുറപ്പെട്ടെങ്കിലും 1875 -ലെ കലാപം പ്രമാണിച്ച് ഇന്ത്യയിലേക്ക് തിരിച്ചു വിളിക്കപ്പെട്ടു.

ഇംഗ്ലീഷ്, ഫ്രെഡറിക് (English, 1816-78) - 1857-59 കാലത്ത് ഇന്ത്യയിലെ ദേശീയ സമരത്തെ അടിച്ചമർത്തുന്നതിൽ പങ്കെടുത്ത ഇംഗ്ലീഷ് ജനറൽ. ലക്നൗവിന്റെ ഉപരോധത്തിലും അവിടം പിടിച്ചെടുക്കുന്നതിലും പങ്കുണ്ടായിരുന്നു.

ഇൻഗ്ലിസ്, ജോൺ ഏർഡ്‌ലി വിൽമൊ (Inglis, 1814-62) - 1857-ലെ ഇന്ത്യൻ ദേശീയകലാപം അടിച്ചമർത്തുന്നതിൽ പങ്കുകൊണ്ട ഇംഗ്ലീഷ് ജനറൽ. 1857 ജൂലായ് മുതൽ സെപ്തംബർ വരെ ലക്നൗവിന്റെ ഇംഗ്ലീഷ് സൈന്യങ്ങളുടെ കമാൻഡർ.

ഇവാൻസ്, ജോർജ് ഡി ലേസി (Evans, 1787-1870) - ക്രിമിയൻ യുദ്ധത്തിൽ പങ്കെടുത്ത ബ്രിട്ടീഷ് ജനറൽ; ലിബറൽ രാഷ്ട്രീയ നേതാവ്, പാർലമെന്റംഗം.

എല്ലൻബറൊ, എഡ്വേർഡ് ലോ, പ്രഭു (Ellenborough, 1790-1871) – 1841-44 കാലത്ത് ഇന്ത്യയിലെ ഗവർണർ ജനറലായിരുന്ന ടോറി രാജ്യ

തന്ത്രജ്ഞൻ. 1846-ൽ നാവികസേനയുടെ മേധാവി; 1857-ൽ ബോർഡ് ഓഫ് കൺട്രോൾ പ്രസിഡന്റ്.

എലിസബത്ത് ഒന്നാമ (Elisabeth I, 1533-1603) — ഇംഗ്ലണ്ടിലെ രാജ്ഞി (1558-1603).

എൽജിൻ, ജയിംസ് ബ്രൂസ്, പ്രഭു (Elgin, 1811-63) — 1857-58-ലും 1860-61-ലും ചൈനയിലേക്ക് പ്രത്യേക ദൂതനായി നിയോഗിക്കപ്പെട്ട ബ്രിട്ടീഷ് നയതന്ത്ര പ്രതിനിധി. 1862-63-ൽ ഇന്ത്യയിലെ വൈസ്രോയി.

ഓക്ക്‌ലന്റ്, ജോർജ് ഈഡൻ (Auckland, (1784-1849)) — വിഗ്ഗ്പക്ഷക്കാരനായ ഇംഗ്ലീഷ് രാജതന്ത്രജ്ഞൻ. 1836-42 കാലത്ത് ഇന്ത്യയുടെ ഗവർണർ ജനറൽ.

ഓർലിയൻ (Orlean) — ഫ്രഞ്ച് രാജവംശം (1830-48).

ഓസ്കാർ ഒന്നാമൻ (Oscar I, 1799-1859) — സ്വീഡനിലെയും നോർവെയിലെയും രാജാവ്.

ഔട്ട്റാം, ജയിംസ് (Outram, 1803-63) — 1854-56 കാലത്ത് ലക്നൗവിലെ ഇംഗ്ലീഷ് റസിഡന്റ്; 1857-ൽ ആംഗ്ലോ-പേർഷ്യൻ യുദ്ധത്തിൽ ഇംഗ്ലീഷ് സൈന്യങ്ങളുടെ കമാൻഡർ; 1857-58 കാലത്ത് ഔഡിലെ ചീഫ് കമീഷണർ. ഇന്ത്യൻ ദേശീയ കലാപം അടിച്ചമർത്തുന്നതിൽ സജീവമായി പങ്കെടുത്തു.

ഔറംഗസീബ് (1618-1707) — 1658 മുതൽ 1707 വരെ മുഗൾ ചക്രവർത്തി.

കവെന്യാക്, ലൂയി യൂജിൻ (Cavaignac, 1802-1857) — ഫ്രഞ്ച് ജനറലും രാജ്യതന്ത്രജ്ഞനും. 1831-48 കാലത്ത് ആൾജിയേഴ്സ് പിടിക്കുന്നതിനുള്ള യുദ്ധത്തിൽ പങ്കുകൊണ്ടു. പൈശാചികതയ്ക്ക് കുപ്രസിദ്ധൻ. 1848-ൽ യുദ്ധമന്ത്രിയായിരിക്കെ പാരീസ് തൊഴിലാളികൾ നടത്തിയ കലാപത്തെ ക്രൂരമായി അടിച്ചമർത്തി.

ക്യാമ്പ്ബെൽ, കോളിൻ (Campbell, 1798-1863) — ബ്രിട്ടീഷ് ജനറൽ; പിന്നീട് ഫീൽഡ് മാർഷൽ. രണ്ടാം ആംഗ്ലോ-സിഖ് യുദ്ധത്തിലും (1848-49) ക്രിമിയൻ യുദ്ധത്തിലും (1854-56) പങ്കെടുത്തു. 1857-ലെ ഇന്ത്യൻ കലാപത്തിനിടയിൽ ഇംഗ്ലീഷ് സർവസൈന്യാധിപൻ.

ക്യാമ്പ്ബെൽ, ജോർജ് (Campbell, 1824-92) — 1843-നും 1874-നും ഇടയ്ക്ക് പലവട്ടം ഇന്ത്യയിൽ ഇംഗ്ലീഷ് ഉദ്യോഗസ്ഥനായിരുന്നു. പിന്നീട് (1875-92) പാർലമെന്റ് അംഗം. ലിബറൽ കക്ഷിക്കാരൻ. ഇന്ത്യയെപ്പറ്റിയുള്ള പല ഗ്രന്ഥങ്ങളും രചിച്ചിട്ടുണ്ട്.

കുലി ഖാൻ — നാദിർ ഷാ നോക്കുക.

കുൻവർസിങ് — 1857-ലെ ഇന്ത്യൻ ദേശീയ കലാപത്തിനിടയിൽ ഔഡിലെ കലാപകാരികളുടെ ഒരു നേതാവ്.

കോഡ്രിങ്ടൺ, വില്യം ജോൺ (Codrington, 1804-84) — ക്രിമിയയിൽ 1855-56 കാലത്ത് ഇംഗ്ലീഷ് സർവസൈന്യാധിപൻ.

കോൺവാലീസ് പ്രഭു, ചാൾസ് (Cornwallis, 1738-1805) — പിന്തിരിപ്പൻ ബ്രിട്ടീഷ് രാഷ്ട്രീയ നേതാവ്. 1786-93 കാലത്തും 1805-ലും ഇന്ത്യയിലെ ഗവർണർ ജനറൽ. അയർലൻഡിൽ വൈസ്രോയി ആയിരിക്കെ (1798-1801) അവിടെ നടന്ന കലാപത്തെ നിർദയം അടിച്ചമർത്തി.

കോബ്ബെറ്റ്, വില്യം (Cobbett, 1762-1835) — ഇംഗ്ലീഷ് രാഷ്ട്രീയ നേതാവ്, എഴുത്തുകാരൻ, പെറ്റിബൂർഷ്വാ തീവ്രവാദി. ഇംഗ്ലീഷ് രാഷ്ട്രീയവ്യവസ്ഥ ജനാധിപത്യവൽക്കരിക്കുന്നതിനുവേണ്ടി വാദിച്ചു. 1802-ൽ *Cobbett's Weekly Political Register* എന്ന പ്രസിദ്ധീകരണം ആരംഭിച്ചു.

കോർബെറ്റ്, സ്റ്റുവാർട്ട് (Corbett) — 1857-ലെ ഇന്ത്യൻ ദേശീയ കലാപം അടിച്ചമർത്തുന്നതിൽ പങ്കുകൊണ്ട ഒരു ഇംഗ്ലീഷ് ജനറൽ.

ക്മെത്തി, ജോർജ് (Kmety, 1810-65) — ഹംഗേറിയൻ വംശജനായ ടർക്കിഷ് ജനറൽ. ക്രിമിയൻ യുദ്ധത്തിൽ ഡാന്യൂബിലെയും (1853-54) പിന്നീട് കോക്കസസിലേയും (1854-55) ടർക്കിഷ് സൈന്യങ്ങളുടെ കമാൻഡർ.

കാനിങ്, ചാൾസ് ജോൺ (Canning, 1812-62)—ടോറി കക്ഷിക്കാരനും പിൽക്കാലത്ത് പീലിന്റെ അനുയായിയുമായ ഇംഗ്ലീഷ് രാജ്യതന്ത്രജ്ഞൻ. 1856-62 കാലത്ത് ഇന്ത്യയിലെ ഗവർണർ ജനറൽ. 1857-ലെ ദേശീയ കലാപം അടിച്ചമർത്തുന്നതിന്റെ ചുക്കാൻ പിടിച്ചു.

ക്രോംവെൽ, ഒലിവർ (Cromwell, 1599-1658) — 17-ാം നൂറ്റാണ്ടിലെ ഇംഗ്ലീഷ് ബൂർഷ്വാസിയുടെയും ബൂർഷ്വാകളായി മാറിയ പ്രഭുക്കളുടെയും നേതാവ്.

ക്ലൈവ്, റോബർട്ട് (Clive, 1725-74) — ബംഗാൾ ഗവർണർ (1757-60, 1765-67). ഇംഗ്ലീഷുകാർ ഇന്ത്യ വെട്ടിപ്പിടിച്ചപ്പോൾ ഏറ്റവും ക്രൂരമായി പെരുമാറിയിരുന്നവരിൽ ഒരാൾ.

ഗാർനിയെ-പജേ, എത്യേൻ ജോസഫ് ലൂയി (Garnier-Pages, 1801-41) — ബൂർഷ്വാ ജനാധിപത്യവാദിയായ ഫ്രഞ്ച് രാഷ്ട്രീയ നേതാവ്; 1830-ലെ വിപ്ലവത്തിനുശേഷം പ്രതിപക്ഷ നേതാവ്; പാർലമെന്റംഗം (1831-34, 1835-41).

ഗാർനിയെ-പജേ; ലൂയി അന്ത്വാൻ (Garnier-Pages, 1803-78) — മിതവാദി റിപ്പബ്ലിക്കൻ വിഭാഗത്തിൽപ്പെട്ട ഫ്രഞ്ച് രാഷ്ട്രീയ നേതാവ്; 1848-ൽ താൽക്കാലിക ഗവൺമെന്റിൽ അംഗമായിരുന്നു.

ഗിബ്ബൺ, എഡ്വേർഡ് (Gibbon, 1737-94) — ഇംഗ്ലീഷ് ബൂർഷ്വാ ചരിത്രകാരൻ.

ഗോയ്ഥെ, യൊഹാൻ വോൾഫ് ഗംഗ് (Goethe, 1749-1832) — സുപ്രസിദ്ധ ജർമൻ കവി.

ഗ്രാൻവിൽ, ജോർജ് ലെവേസൺ ഗോവർ, പ്രഭു (Granvile, 1815-91) — വിഗ്ഗ് കക്ഷിക്കാരനായ ബ്രിട്ടീഷ് രാജ്യതന്ത്രജ്ഞൻ. പിൽക്കാലത്ത് ലിബറൽ പാർട്ടിയുടെ നേതാക്കളിലൊരാൾ. വിദേശകാര്യ സെക്രട്ടറി

(1851-52, 1870-74, 1880-85). പ്രിവി കൗൺസിൽ ചെയർമാൻ (1852-54, 1855-58, 1859-66). കോളനിക്കാര്യങ്ങൾക്കുള്ള സെക്രട്ടറി (1868-70, 1886).

ഗ്രാന്റ് ജയിംസ് ഹോപ്പ് (Grant, 1808-75) — ഒന്നാം കറുപ്പ് യുദ്ധത്തിലും (1840-42) ആംഗ്ലോ-സിഖ് യുദ്ധങ്ങളിലും (1845-1846, 1848-49) പങ്കെടുത്ത ഇംഗ്ലീഷ് ജനറൽ. 1857-ലെ ഇന്ത്യൻ ദേശീയകലാപം അടിച്ചമർത്തുന്നതിലും പങ്കെടുത്തു.

ഗ്രാന്റ്, പാട്രിക്ക് (Grant, 1804-95) — ഇംഗ്ലീഷ് ജനറൽ, പിന്നീട് ഫീൽഡ് മാർഷൽ. 1856-61 കാലത്ത് മദ്രാസ് സൈന്യത്തിന്റെ സർവസൈന്യാധിപൻ. 1857-ലെ ഇന്ത്യൻ ദേശീയ സമരം അടിച്ചമർത്തുന്നതിൽ പങ്കുകൊണ്ടു. 1857 മെയ് മുതൽ ആഗസ്ത് വരെ ഇന്ത്യയുടെ സർവസൈന്യാധിപൻ.

ഗ്രേറ്റ്ഹെഡ്, വില്യം വിൽബർഫോഴ്സ് ഹാരിസ് (Greathed, 1826-78) — 1857-ലെ ഇന്ത്യൻ ദേശീയകലാപം അടിച്ചമർത്തുന്നതിൽ പങ്കുകൊണ്ട ഇംഗ്ലീഷ് സൈനിക ഓഫീസർ, എഞ്ചിനീയർ.

ഗ്ലാഡ്സ്റ്റൺ, വില്യം എവാർട്ട് (Gladstone, 1809-98) — ആദ്യം ടോറിയും പിന്നീട് പീലിന്റെ അനുയായിയുമായിത്തീർന്ന ഇംഗ്ലീഷ് രാജ്യതന്ത്രജ്ഞൻ; പിൽക്കാലത്ത് ലിബറൽ നേതാവ്; ധനകാര്യമന്ത്രി (1852-55, 1859-66); പ്രധാനമന്ത്രി (1868-74, 1880-85, 1886, 1892-94).

ചാപ്പ്മാൻ, ജോൺ (Chapman, 1801-54) — ബൂർഷ്വാ റാഡിക്കൽ ചിന്താഗതിക്കാരനായ ഇംഗ്ലീഷ് പത്രലേഖകൻ. ഇന്ത്യൻ പരിഷ്കാരങ്ങൾക്കുവേണ്ടി വാദിച്ചു.

ചാൾസ് ഒന്നാമൻ (Charles I, 1600-49) — ഇംഗ്ലീഷ് രാജാവ് (1625-49). ഇംഗ്ലീഷ് ബൂർഷ്വാവിപ്ലവത്തിനിടയിൽ ശിരഛേദം ചെയ്യപ്പെട്ടു.

ചാൾസ് അഞ്ചാമൻ (Charles V, 1500-58) — സ്പെയിനിലെ രാജാവ്; വിശുദ്ധറോമാ ചക്രവർത്തി (1519-56).

ചാൾസ് പത്താമൻ (Charles X, 1757-1836) — ഫ്രാൻസിലെ രാജാവ് (1824-30).

ചെങ്കിസ് ഖാൻ (1155-1227) — സുപ്രസിദ്ധ മംഗോളിയൻ പടയോട്ടക്കാരൻ.

ചേംബർലെയിൻ, നെവിൽ ബൗൾസ് (Chamberlain, 1820-1902) — ബ്രിട്ടീഷ് ജനറൽ. പിൽക്കാലത്ത് ഫീൽഡ് മാർഷൽ. ഒന്നാം ആംഗ്ലോ-അഫ്ഗാൻ യുദ്ധത്തിലും (1838-42) രണ്ടാം ആംഗ്ലോ-സിഖ് യുദ്ധത്തിലും (1848-49) പങ്കുകൊണ്ടു. 1857-ലെ ഇന്ത്യൻ ദേശീയകലാപം അടിച്ചമർത്തുന്നതിൽ ഭാഗഭാക്കായി. മദ്രാസ് സൈന്യത്തിന്റെ സർവസൈന്യാധിപൻ.

ചൈൽഡ്, ജോഷ്വാ (Child, 1630-99) — ഇംഗ്ലീഷ് സാമ്പത്തിക ശാസ്ത്രജ്ഞൻ. ബാങ്കുടമ, വർത്തകപ്രമാണി. മെർക്കന്റിലിസ്റ്റ്. 1681-83 കാലത്തും 1686-88 കാലത്തും ഈസ്റ്റ് ഇന്ത്യാ കമ്പനിയുടെ ഡയറക്ടർ ബോർഡ് ചെയർമാൻ.

ജംഗ്ബഹദൂർ (1816-77) — 1846 മുതൽ നേപ്പാളിലെ ഭരണാധികാരി. 1857-ലെ ഇന്ത്യൻ കലാപം അടിച്ചമർത്തുന്നതിൽ ഇംഗ്ലീഷുകാരെ സഹായിച്ചു.

ജേക്കബ്, ജോർജ് ലെ ഗ്രാന്റ് (ഖമരസീയ, 1805-81) — 1857-ലെ ആംഗ്ലോ-പേർഷ്യൻ യുദ്ധത്തിലും ഇന്ത്യൻ ദേശീയകലാപം അടിച്ചമർത്തുന്നതിലും പങ്കെടുത്ത ഇംഗ്ലീഷ് ജനറൽ.

ജോൺസ്, ജോൺ (Jones, 1811-78) — 1857-ലെ ദേശീയ കലാപത്തിനിടയിൽ ഒരു ബ്രിഗേഡിന്റെ കമാൻഡർ.

ജോർജ് ഒന്നാമൻ (George I, 1660-1727) — 1714 മുതൽ 1727 വരെ ഇംഗ്ലണ്ടിലെ രാജാവ്.

ജോർജ് രണ്ടാമൻ (George II, 1683-1760) — 1727 മുതൽ 1760 വരെ ഇംഗ്ലണ്ടിലെ രാജാവ്.

ജോർജ് മൂന്നാമൻ (George III, 1738-1820) — 1760 മുതൽ 1820 വരെ ഇംഗ്ലണ്ടിലെ രാജാവ്.

ടിപ്പു സുൽത്താൻ (1750-99) — മൈസൂർ സുൽത്താൻ (1782-99) ഇംഗ്ലീഷുകാർക്കെതിരായി നിരവധി യുദ്ധങ്ങൾ നടത്തി.

തൈമൂർ (1336-1405) — മധ്യേഷ്യൻ ദിഗ്വിജയി.

ഡൽഹൗസി, ജയിംസ് ആൻഡ്രൂസ് റാംസെ (Dalhousie, 1816-60) — 1848 മുതൽ 1856 വരെ ഇന്ത്യയിലെ ഗവർണർ ജനറലായിരുന്ന ബ്രിട്ടീഷ് രാജ്യതന്ത്രജ്ഞൻ.

ഡാനർ, ലൂയിസ ക്രിസ്റ്റീന, പ്രഭ്വി (Danner, 1815-74) — ഡെന്മാർക്കിലെ രാജാവായിരുന്ന ഫ്രെഡറിക് ഏഴാമന്റെ ഭാര്യ. രാജകുടുംബത്തിൽ പെട്ടതായിരുന്നില്ല ഈ സ്ത്രീ.

ഡിക്കിൻസൺ, ജോൺ (Dickinson, 1815-76)—സ്വതന്ത്രവ്യാപാരവാദിയായ ഇംഗ്ലീഷ് എഴുത്തുകാരൻ. ഇന്ത്യയെപ്പറ്റി പല ഗ്രന്ഥങ്ങളും രചിച്ചു. ഇന്ത്യൻ റിഫോം സൊസൈറ്റിയുടെ സ്ഥാപകരിലൊരാൾ.

ഡിസ്രേലി, ബഞ്ചമിൻ (Disraeli, 1804-81) — ബ്രിട്ടീഷ് യാഥാസ്ഥിതിക കക്ഷിയുടെ നേതാവ്. ധനകാര്യമന്ത്രി (1852, 1858-59, 1866-68), പ്രധാനമന്ത്രി (1868, 1874-80).

ഡെർബി, എഡ്വേർഡ് ജോർജ് ജ്യോഫ്റി സ്മിത്ത് സ്റ്റാൻലി (Derby, 1799-1869) — യാഥാസ്ഥിതിക കക്ഷിയുടെ നേതാവ്. ബ്രിട്ടീഷ് പ്രധാനമന്ത്രി (1852, 1858-59, 1866-68).

ഡേവിസ് (Dawes) — ബഹദൂർഷാ രണ്ടാമനെ വിചാരണ ചെയ്ത (1858) ഇംഗ്ലീഷ് ഓഫീസർ.

താന്തിയാതോപ്പി (1814 - 59) — പ്രതിഭാശാലിയായ മറാത്ത സേനാനായകൻ. 1857-ലെ കലാപനേതാക്കളിൽ ഒരാൾ. കോൺപൂരിലും കാൽപ്പിയിലും ഗ്വാളിയറിലും കലാപദളങ്ങളെ നയിച്ചു. 1859-ൽ ഒറ്റുകാരണം ഇംഗ്ലീഷുകാരുടെ കൈയിൽപ്പെട്ട് വധശിക്ഷയ്ക്ക് പാത്രമായി.

തോത്‌ലെബെൻ, ഇ ഐ (1818-84) — പ്രമുഖനായ ഒരു റഷ്യൻ സൈനിക എഞ്ചിനീയർ. 1854-55-ൽ സെവസ്തോപ്പലിന്റെ ധീരമായ ചെറുത്തുനിൽപ്പ് സംഘടിപ്പിച്ച ഒരു ജനറൽ.

ദിലീപ് സിങ് (1837-93) — രഞ്ജിത് സിങ്ങിന്റെ ഇളയ മകൻ; 1843-49 കാലത്ത് പഞ്ചാബിലെ രാജാവ്. 1854 മുതൽ ഇംഗ്ലണ്ടിൽ താമസമാക്കി.

നസ്രെദീൻ (1831-96) — പേർഷ്യൻ ഷാ (1848-96).

നാദിർ ഷാ (കുലി ഖാൻ) (1688-1747) — പേർഷ്യയിലെ ഷാ ചക്രവർത്തി. 1738-39-ൽ ഇന്ത്യയിൽ വലിയൊരു വെട്ടിപ്പിടിത്തത്തിനായി എത്തി.

നാനാ സാഹിബ് — ഇന്ത്യൻ നാടുവാഴി പ്രഭു. അവസാനത്തെ പേഷ്വാ ആയിരുന്ന ബാജിറാവു രണ്ടാമന്റെ ദത്തുപുത്രൻ. 1857-59-ലെ ദേശീയ വിമോചനപ്പോരാട്ടത്തിന്റെ നേതാക്കളിലൊരാൾ.

നാസിർ-എദ-ദിൻ — ഔഡിലെ രാജാവ് (1827-37).

നിക്കൽസൺ, ജോൺ (Nickolson, 1821-57) — ഇംഗ്ലീഷ് ജനറൽ, ഒന്നാം ആംഗ്ലോ-അഫ്ഗാൻ യുദ്ധത്തിലും (1840-42) രണ്ടാം ആംഗ്ലോ-സിഖ് യുദ്ധത്തിലും (1848-49) പങ്കെടുത്തു. 1857-ലെ ദേശീയ കലാപത്തിനിടയിൽ ഡൽഹിക്കെതിരായ ആക്രമണത്തിൽ ഒരു ഇംഗ്ലീഷ് യൂണിറ്റിന്റെ കമാൻഡറായിരുന്നു.

നിക്കൊളാസ് ഒന്നാമൻ (1796-1855) — റഷ്യൻ ചക്രവർത്തി (1825-55).

നെപ്പോളിയൻ ഒന്നാമൻ, ബോണപ്പാർട്ട് (Napoleon I, 1769-1821) — ഫ്രഞ്ച് ചക്രവർത്തി.

നെപ്പോളിയൻ മൂന്നാമൻ (ലൂയി നെപ്പോളിയൻ ബോണപ്പാർട്ട്) (Napoleon III, 1808-73) — നെപ്പോളിയൻ ഒന്നാമന്റെ അനന്തിരവൻ; രണ്ടാം റിപ്പബ്ലിക്കിന്റെ പ്രസിഡന്റ് (1848-51); ഫ്രഞ്ച് ചക്രവർത്തി (1852-70).

നേപ്പിയർ, ചാൾസ് ജയിംസ് (Napier, 1782-1853) — ബ്രിട്ടീഷ് ജനറൽ; നെപ്പോളിയന് എതിരായ യുദ്ധങ്ങളിൽ പങ്കെടുത്തു; 1842-43-ൽ ഇന്ത്യയിൽ സിൻഡ് പിടിച്ചെടുക്കുന്നതിനുള്ള യുദ്ധത്തിലെ കമാൻഡർ. 1843 മുതൽ 1847 വരെ സിൻഡിന്റെ ഗവർണർ.

നൈൽ, ജയിംസ് ജോർജ് സ്മിത്ത് (Neill, 1810-57) — ക്രിമിയൻ യുദ്ധത്തിലും ഇന്ത്യൻ ദേശീയ കലാപത്തിനെതിരായും പടവെട്ടിയ ഇംഗ്ലീഷ് ജനറൽ. കോൺപൂരിൽ നിർദയമായി പെരുമാറി.

നോർത്ത്, ഫ്രെഡറിക് (North, 1732-92) — ഇംഗ്ലണ്ടിലെ ടോറി കക്ഷിക്കാരൻ; 1767-ൽ ധനകാര്യമന്ത്രി, 1770-82 കാലത്ത് പ്രധാനമന്ത്രി, 1783-ൽ പോർട്ട്ലന്റിന്റെ കൂട്ടുമന്ത്രിസഭയിൽ ആഭ്യന്തര സെക്രട്ടറി.

പാമേഴ്സ്റ്റൺ, ഹെൻറി ജോൺ ടെമ്പിൾ, വൈക്കൗണ്ട് (Palmerston, 1784-1865) — ബ്രിട്ടീഷ് പ്രധാനമന്ത്രി. തുടക്കത്തിൽ ഒരു ടോറി കക്ഷിക്കാരനായിരുന്നു. 1830 മുതൽക്ക് വിഗ്ഗ് കക്ഷിയിലെ വലതുപക്ഷക്കാരുടെ നേതാവായിരുന്നു. 1830-34, 1835-41, 1846-51 കാലങ്ങളിൽ വിദേശ

കാര്യ സെക്രട്ടറിയും 1852-55 കാലത്ത് ആഭ്യന്തരകാര്യ സെക്രട്ടറിയും, 1855-58, 1859-65 കാലങ്ങളിൽ പ്രധാനമന്ത്രിയും ആയിരുന്നു.

പാറ്റൺ, ജോൺ സ്റ്റാഫോർഡ് (Paton, 1821-89) — ആദ്യം ഇംഗ്ലീഷ് ഓഫീസറും പിന്നീട് ജനറലും ആയിരുന്നു. ഒന്നും രണ്ടും ആംഗ്ലോ-സിഖ് യുദ്ധങ്ങളിൽ പങ്കുകൊണ്ടു. 1857-ലെ ഇന്ത്യൻ ദേശീയകലാപം അടിച്ചമർത്തുന്നതിലും പങ്കുണ്ടായിരുന്നു.

പിറ്റ്, വില്യം ജൂനിയർ (Pitt, 1759-1806) — ഇംഗ്ലണ്ടിലെ ടോറി പാർട്ടി നേതാവ്; പ്രധാനമന്ത്രി (1783-1801, 1804-06).

പീൽ, വില്യം (Peel, 1824-58) — ഒരു നേവൽ ബ്രിഗേഡിന്റെ നേതാവായി ഇന്ത്യൻ ദേശീയകലാപം അടിച്ചമർത്തുന്നതിൽ പങ്കുകൊണ്ട ഇംഗ്ലീഷ് ഓഫീസർ.

പോളെക്സ് ഫെൻ, ജോൺ (Pollexfen) — ഇംഗ്ലീഷ് വർത്തകപ്രമാണി. സാമ്പത്തിക കാര്യങ്ങളെപ്പറ്റി എഴുതിയിരുന്നു. ഈസ്റ്റ് ഇന്ത്യാ കമ്പനിയുടെ കുത്തക അവസാനിപ്പിക്കുന്നതിനുവേണ്ടി വാദിച്ചു.

പ്രോബിൻ, ഡിഗ്ട്ടൻ മക്ക്നോട്ടെൻ (Probyn)1857-ലെ ഇന്ത്യൻ ദേശീയകലാപം അടിച്ചമർത്തുന്നതിൽ പങ്കുകൊണ്ട ഒരു ഇംഗ്ലീഷ് ജനറൽ; പഞ്ചാബ് കുതിരപ്പടയുടെ കമാൻഡർ.

ഫിറോസ്ഷാ — ബഹദൂർഷാ രണ്ടാമന്റെ ബന്ധു. 1857-ലെ ദേശീയ സമരത്തിൽ മാൾവയിലും ഔഡിലുമുള്ള കലാപകാരികളുടെ നേതാവ്.

ഫെയിൻ, മാൾട്ടർ (Fane, 1828-85) — പഞ്ചാബ് കുതിരപ്പടയിൽ സേവനമനുഷ്ഠിച്ചിരുന്ന ഇംഗ്ലീഷ് ജനറൽ. 1857-ലെ ഇന്ത്യൻ ദേശീയകലാപം അടിച്ചമർത്തുന്നതിൽ പങ്കുകൊണ്ടു.

ഫെർഡിനാൻഡ് രാജകുമാരൻ -- ഫ്രെഡറിക് ഫെർഡിനാന്റ് നോക്കുക.

ഫോക്സ്, ചാൾസ് ജയിംസ് (Fox, 1749-1806) — ഇംഗ്ലീഷ് വിഗ്ഗ് കക്ഷിയുടെ ഒരു നേതാവ്; വിദേശകാര്യ സെക്രട്ടറി (1782, 1783, 1806).

ഫ്രാങ്ക്സ്, തോമസ് ഹാർട്ട് (Franks, 1808-62) — രണ്ടാം ആംഗ്ലോ-സിക്ക് യുദ്ധത്തിലും (1848-49) 1857-ലെ ദേശീയ കലാപം അടിച്ചമർത്തുന്നതിലും പങ്കുകൊണ്ട ഇംഗ്ലീഷ് ജനറൽ.

ഫ്രെഡറിക് ഏഴാമൻ (Frederick VII, 1808-63) — ഡെന്മാർക്കിലെ രാജാവ് (1848-63).

ഫ്രെഡറിക് ഫെർഡിനാന്റ് (Frederick Ferdinand, 1792-1863) -- ഡെന്മാർക്കിലെ രാജകുമാരൻ.

ബർനാർഡ്, ഹെൻറി വില്യം (Barnard, 1799-1857) — ഇംഗ്ലീഷ് ജനറൽ. 1854-55 കാലത്ത് ക്രിമിയൻ യുദ്ധത്തിൽ പങ്കെടുത്തിരുന്നു. 1857-ൽ ഇന്ത്യയിലെ ദേശീയകലാപത്തിനിടയിൽ ഡൽഹിയെ വളഞ്ഞിരുന്ന ഇംഗ്ലീഷ് സൈന്യത്തിന്റെ നേതൃത്വം വഹിച്ചിരുന്നു.

ബഹദൂർഷാ രണ്ടാമൻ (1767-1862) — അവസാനത്തെ മുഗൾ ചക്ര

വർത്തി. ഇംഗ്ലീഷുകാർ സ്ഥാനഭ്രഷ്ടനാക്കിയെങ്കിലും 1857-ലെ കലാപത്തിനിടയിൽ കലാപകാരികൾ ഇദ്ദേഹത്തെ വീണ്ടും ചക്രവർത്തിയായി വാഴിച്ചു. പക്ഷേ, ആ സെപ്തംബറിൽ ഇംഗ്ലീഷുകാർ അറസ്റ്റ് ചെയ്ത് ബർമയിലേക്ക് നാടുകടത്തി.

ബൂർഷ്യെ, ജോർജ് (Bourchier, 1821-98) — 1857-ലെ ഇന്ത്യൻ ദേശീയ കലാപം അടിച്ചമർത്തുന്നതിൽ പങ്കെടുത്ത ബ്രിട്ടീഷ് ഉദ്യോഗസ്ഥൻ.

ബെന്റിങ്ക്, വില്യം (Bentinck, 1774-1839) — ഇന്ത്യയിലെ ഗവർണർ ജനറൽ (1828-35).

ബെയ്ലി, ഹെൻറി ജയിംസ് (Baillie) — ബോർഡ് ഓഫ് കൺട്രോൾ സെക്രട്ടറിയായ ഇംഗ്ലീഷ് സർക്കാരുദ്യോഗസ്ഥൻ.

ബെൽഫീൽഡ്, ജയിംസ് (Belfield) — മാഞ്ചെസ്റ്ററിൽ എംഗൽസിന്റെ സ്നേഹിതൻ.

ബൊയിലൊ (Boileau) — 1857-ലെ ഇന്ത്യൻ ദേശീയകലാപം അടിച്ചമർത്തുന്നതിൽ പങ്കെടുത്ത ബ്രിട്ടീഷ് ഓഫീസർ.

ബൗറിങ്, ജോൺ (Bowring, 1792-1872) — ഇംഗ്ലീഷ് രാഷ്ട്രീയ നേതാവ്, ബെന്റമിന്റെ അനുയായി, സ്വതന്ത്രവ്യാപാരവാദി, പ്രമുഖ കൊളോണിയൽ ഉദ്യോഗസ്ഥൻ, ക്യാന്റണിലെ കോൺസൽ (1847-52), ഹോങ്കോങ്ങിലെ ഗവർണർ ജനറൽ (1854-57). ചൈനയുമായുള്ള വ്യാപാരത്തിന്റെ മേൽനോട്ടം വഹിച്ചു. രണ്ടാം കറുപ്പ് യുദ്ധം (1856-58) തുടങ്ങാൻ സഹായിച്ചു.

ബ്രിഗ്സ്, ജോൺ (Briggs, 1785-1875) — ഇംഗ്ലീഷ് ജനറൽ; 1801 മുതൽ 1835 വരെ ഈസ്റ്റ് ഇന്ത്യാ കമ്പനിക്കുവേണ്ടി സേവനമനുഷ്ഠിച്ചു. ഈസ്റ്റ് ഇന്ത്യാ കമ്പനി ഡയറക്ടർബോർഡിൽ അംഗമായിരുന്നു. സ്വതന്ത്രവ്യാപാരവാദി. ഇന്ത്യയെയും പേർഷ്യയെയും പറ്റിയുള്ള പല കൃതികളും രചിക്കുകയും പരിഭാഷപ്പെടുത്തുകയും ചെയ്തു.

ബ്രെറെട്ടോൺ (Brereton) — പഞ്ചാബിൽ പെട്ട ലുധിയാനാ ജില്ലയിലെ കമീഷണർ.

ബ്രൈറ്റ്, ജോൺ (Bright, 811-89) — ഇംഗ്ലീഷ് വ്യവസായി, രാഷ്ട്രീയ നേതാവ്, സ്വതന്ത്രവ്യാപാരികളുടെ നേതാവ്, ധാന്യനിയമവിരുദ്ധലീഗിന്റെ സ്ഥാപകൻ, 1860-ാം ആണ്ടുകളുടെ തുടക്കം മുതൽ ലിബറൽ പാർട്ടിയുടെ നേതാവ്, ലിബറൽ മന്ത്രിസഭകളിൽ അംഗം.

ബ്ലാക്കറ്റ്, ജോൺ (Blackett, 1821-56) — ഇംഗ്ലീഷ് പാർലമെന്റ് അംഗം.

ബ്ലാക്ക് സ്റ്റോൺ, വില്യം (Blackstone, 1723-80) — ഇംഗ്ലീഷ് നിയമജ്ഞൻ; ഇംഗ്ലീഷ് വ്യവസ്ഥാപിത രാജവാഴ്ചയുടെ വക്കാലത്ത് പിടിച്ചു.

മൻ, തോമസ് (Mun, 1571-1641) — മെർക്കന്റിലിസ്റ്റായ ഒരു സാമ്പത്തികശാസ്ത്രജ്ഞൻ. വർത്തകപ്രമാണി, 1615 മുതൽക്ക് ഈസ്റ്റ് ഇന്ത്യാ കമ്പനിയുടെ ഒരു ഡയറക്ടർ.

മാൻ സിങ് — 1858-ൽ കലാപകാരികളുടെ കൂടെ ചേർന്നെങ്കിലും

1859-ന്റെ തുടക്കത്തിൽ താന്തിയാതോപ്പിയെ ഒറ്റിക്കൊടുത്ത ഇന്ത്യൻ രാജാവ്.

മാൻ സിങ് – ഔധിലെ ഒരു വൻകിടജന്മി. 1857-ലെ ദേശീയ കലാപത്തിൽ ഇംഗ്ലീഷ് കൊളോണിയലിസ്റ്റുകളുടെ പക്ഷത്തുചേർന്നു.

മാമുഖാൻ – 1857-ലെ ദേശീയകലാപത്തിൽ ഔധിലെ കലാപകാരികളുടെ കമാൻഡർ,

മാസൺ, ജോർജ് ഹെൻറി മോങ്ക് (Mason, 1825-57) – ജോധ്പ്പൂരിലെ ഇംഗ്ലീഷ് റസിഡന്റ്. കലാപത്തിനിടയിൽ കൊല്ലപ്പെട്ടു.

മാൾബറൊ, ജോൺ ചർച്ചിൽ, ഡ്യൂക്ക് (Marlborough, 1650-1722) – സ്പാനിഷ് അനന്തരാവകാശ യുദ്ധത്തിൽ ബ്രിട്ടീഷ് സർവസൈന്യാധിപൻ (1702-11).

മിനി, ക്ലോഡ് എത്യേൻ (Minie, 1804-79) – പുതിയതരം ഒരു റൈഫിൾ കണ്ടുപിടിച്ച ഫ്രഞ്ച് സൈനികോദ്യോഗസ്ഥൻ.

മിൽ, ജെയിംസ് (Mill, 1773-1836) – ബൂർഷ്വാ സാമ്പത്തികശാസ്ത്രജ്ഞൻ, ദാർശനികൻ. *ബ്രിട്ടീഷ് ഇന്ത്യയുടെ ചരിത്രം* എന്ന കൃതിയുടെ രചയിതാവ്.

മുഹമ്മദ് അലി ഷാ – ഔധിലെ രാജാവ് (1837-42).

മുറെ, ചാൾസ് (Murray, 1806-1895) -- ഈജിപ്തിലെ ഇംഗ്ലീഷ് കോൺസൽ ജനറൽ (1846-53), ടെഹ്റാനിലെ സ്ഥാനപതി (1854-59).

മൊണ്ടേസ്ക്യു, ചാൾസ് ദേ (Montersquieu, 1689-1755) – സാമൂഹികശാസ്ത്രജ്ഞനും സാമ്പത്തികശാസ്ത്രജ്ഞനും സാഹിത്യകാരനുമായ ഫ്രഞ്ചുകാരൻ. വ്യവസ്ഥാപിത രാജവാഴ്ചയുടെ സൈദ്ധാന്തികൻ.

മൊസാർട്ട്, വോൾഫ്ഗംഗ് അമദ്യൂസ് (Mozart, 1756-91) – സുപ്രസിദ്ധ ആസ്ട്രിയൻ സംഗീതരചയിതാവ്.

മോണ്ട് ഗോമറി, റോബർട്ട് (Montgomery, 1809-87) – 1858-ൽ ഔധിലെ ചീഫ് കമീഷണർ, 1859-65 കാലത്ത് പഞ്ചാബ് ഗവർണർ.

മോളിയെർ, ജാൻ ബറ്റിസ്റ്റ് (Moliere, 1622-73) – സുപ്രസിദ്ധ ഫ്രഞ്ച് നാടകകൃത്ത്.

മൗലവി അഹമ്മദ് ഷാ – 1857-ലെ ഇന്ത്യൻ ദേശീയ കലാപത്തിന്റെ ഒരു സമുന്നത നേതാവ്. ജനകീയ താൽപ്പര്യത്തിന്റെ വക്താവ്. ലക്നൗവിന്റെ പ്രതിരോധത്തിന് ധീരമായ നേതൃത്വം നൽകി. 1858 ജൂണിൽ ചതിയിൽ കൊല്ലപ്പെട്ടു.

രൺബീർ സിങ് – 1857-ലെ കലാപത്തിൽ ഇംഗ്ലീഷുകാരുടെ പക്ഷം ചേർന്ന കാശ്മീർ രാജാവ്.

ലക്ഷ്മി ബായി (1835-58) – ഝാൻസിയിലെ റാണി. 1857-ലെ ദേശീയ കലാപത്തിൽ പങ്കെടുത്ത് വീരചരമമടഞ്ഞ ഇന്ത്യൻ ധീരവനിത.

ലീഡ്സ്, തോമസ് ഒസ്ബോൺ, 1689 മുതൽക്ക് മാർക്വിസ് കർ

മാർതെൻ, 1694 മുതൽക്ക് ഡ്യൂക്ക് (Leeds, 1631-1712) — ഇംഗ്ലീഷ് പ്രധാനമന്ത്രി (1674-79, 1690-95). 1695-ൽ പാർലമെന്റിൽ അഴിമതി ആരോപണത്തിന് വിധേയനായി.

ലുഗാർഡ്, എഡ്വേർഡ് (Lugard, 1810-98) — ആംഗ്ലോ-പേർഷ്യൻ യുദ്ധത്തിലും ഇന്ത്യൻ ദേശീയകലാപം അടിച്ചമർത്തുന്നതിലും പങ്കുകൊണ്ട ഇംഗ്ലീഷ് ജനറൽ.

ലൂയി നെപ്പോളിയൻ — നെപ്പോളിയൻ മൂന്നാമൻ നോക്കുക.

ലൂയി ഫിലിപ്പ് (Louis Philippe, 1773-1850) — ഓർലിയൻസിലെ ഡ്യൂക്ക്; ഫ്രാൻസിലെ രാജാവ് (1830-48).

ലേസി ഇവാൻസ് — ഇവാൻസ്, ജോർജ് ഡി ലേസി നോക്കുക.

ലോറൻസ്, ജോൺ ലെയിഡ് മെയർ (Lawrence, 1811-79) —1853-57 കാലത്ത് പഞ്ചാബിലെ ചീഫ് കമീഷണർ, 1864-69 കാലത്ത് ഇന്ത്യയിലെ വൈസ്രോയി.

ലോറൻസ്, ജോർജ് സെന്റ് പട്രിക് (Lawrence, 1804-84) — 1857-ലെ ദേശീയ കലാപം അടിച്ചമർത്തുന്നതിൽ പങ്കുകൊണ്ടിരുന്ന ഇംഗ്ലീഷ് ജനറൽ. രജപുത്താനയിലെ റസിഡന്റ് (1857-64).

ലോറൻസ്, ഹെൻറി മോണ്ട്ഗോമറി (Lawrence, 1806-57) — ഇംഗ്ലീഷ് ജനറൽ, നേപ്പാളിലെ റസിഡന്റ് (1843-46), പഞ്ചാബ് ഭരണ ബോർഡിന്റെ പ്രസിഡന്റ് (1849-53), ഔഡിലെ ചീഫ് കമീഷണർ (1857); ഇന്ത്യൻ ദേശീയകലാപത്തിനിടയിൽ ലക്നൗവിന്റെ ബ്രിട്ടീഷ് സൈന്യാധിപൻ.

വജീദ് അലി ഷാ — ഔഡിലെ രാജാവ് (1847-56).

വാൻ കോർട്ട്ലാൻട്ട് ഹെൻറി ചാൾസ് (Van Cortlandt, 1815-88) — ഇംഗ്ലീഷ് ജനറൽ, 1832-39 കാലത്ത് സിഖ് ഗവൺമെന്റിനുവേണ്ടി സൈനികസേവനമനുഷ്ഠിച്ചു. ഒന്നും രണ്ടും ആംഗ്ലോ-സിഖ് യുദ്ധങ്ങളിൽ (1845-46, 1848-49) ഇംഗ്ലീഷ് പക്ഷത്തിനുവേണ്ടി പടവെട്ടി. 1857-ലെ ഇന്ത്യൻ ദേശീയവിമോചനസമരം അടിച്ചമർത്തുന്നതിലും പങ്കുകൊണ്ടു.

വാൽപ്പോൾ, റോബർട്ട് (Walpole, 1808-76) — ഇംഗ്ലീഷ് ജനറൽ. 1847-56 കാലത്ത് കോർഫു ദ്വീപിൽ ആയിരുന്നു. 1857-ലെ ഇന്ത്യൻ ദേശീയ കലാപത്തിനെതിരായി ഒരു ബ്രിഗേഡിനെ നയിച്ചു.

വാറൻ, ചാൾസ് (Warren, 1798-1866) — 1816-19 കാലത്തും 1830-38 കാലത്തും ഇന്ത്യയിൽ സേവനമനുഷ്ഠിച്ചിരുന്ന ഒരു ഇംഗ്ലീഷ് സൈനികോദ്യോഗസ്ഥൻ. ക്രിമിയൻ യുദ്ധത്തിൽ പങ്കെടുത്തിരുന്നു. 1858-ൽ ജനറൽ ആയി ഉയർത്തപ്പെട്ടു.

വിക്ടോറിയ (Victoria, 1819-1901) — ബ്രിട്ടീഷ് രാജ്ഞി (1837-1901).

വിൻഡ്ഹാം, ചാൾസ് ആഷ് (Windham, 1810-70) — ഇംഗ്ലീഷ് ജനറൽ; 1854-56 കാലത്തെ ക്രിമിയൻ യുദ്ധത്തിൽ പങ്കെടുത്തു. 1857-61 കാലത്ത് ലാഹോറിലെ കമാൻഡർ; 1857-ലെ ദേശീയ കലാപം അടിച്ചമർത്തുന്നതിൽ സജീവമായി പങ്കെടുത്തു.

വില്യം മൂന്നാമൻ, ഓറഞ്ച് രാജകുമാരൻ (William III, 1650-1702) – നെതർലൻഡ്സ് സ്റ്റാറ്റ്ഹോൾഡർ (1672-1702), ഇംഗ്ലീഷ് രാജാവ് (1689 -1702).

വില്യം നാലാമൻ (William IV, 1763-1837) – ഇംഗ്ലണ്ടിലെ രാജാവ് (1830-37).

വില്യംസ്, വില്യം ഫെൻവിക് (Williams, 1800-83) – ഇംഗ്ലീഷ് ജനറൽ, 1855-ൽ ക്രിമിയൻ യുദ്ധത്തിൽ കാഴ്സിന്റെ പ്രതിരോധത്തിന് നേതൃത്വം നൽകി; 1856-59 കാലത്ത് പാർലമെന്റംഗം; വൂൾവിച്ച് ഗ്യാരിസൺ കമാൻഡർ.

വിൽസൺ, ആർച്ച്ഡേൽ (Wilson 1803-74) – ഇംഗ്ലീഷ് ജനറൽ; 1857-ൽ ഡൽഹിക്കെതിരായി ഉപരോധം നടത്തുകയും ഡൽഹി പിടിച്ചെടുക്കുകയും ചെയ്ത സൈന്യങ്ങളുടെ കമാൻഡർ. ലക്നൗ പിടിച്ചെടുക്കുന്നതിനിടയിൽ ആർട്ടിലറിയുടെ കമാൻഡറായിരുന്നു.

വിൽസൺ, ജെയിംസ് (Wilson, 1805-60) – ഇംഗ്ലീഷ് സാമ്പത്തികശാസ്ത്രജ്ഞൻ. *ഇക്കണോമിസ്റ്റ്* സ്ഥാപക പത്രാധിപർ, സ്വതന്ത്രവ്യാപാരവാദി, എം പി, ട്രഷറി സെക്രട്ടറി (1853-58).

വിറ്റ്ലോക്ക്, ജോർജ് കോർനിഷ് (Whitlock, 1798-1868) – ഇംഗ്ലീഷ് ജനറൽ. 1818-ൽ ഈസ്റ്റ് ഇന്ത്യാ കമ്പനിയുടെ സേവനം ആരംഭിച്ചു. ദേശീയകലാപം അടിച്ചമർത്തുന്നതിൽ സജീവമായി പങ്കുകൊണ്ടു.

വീലർ, ഹഗ്ഗ് മാസി (Wheeler, 1789-1857) – ഇംഗ്ലീഷ് ജനറൽ; 1838-39 -ലെ ആംഗ്ലോ-അഫ്ഗാൻ യുദ്ധത്തിലും ആംഗ്ലോ-സിഖ് യുദ്ധങ്ങളിലും പങ്കെടുത്തു. 1857-ലെ ഇന്ത്യൻ ദേശീയ കലാപം നടക്കുമ്പോൾ കോൺപൂർ ഗ്യാരിസൺ കമാൻഡറായിരുന്നു.

വുഡ്, ചാൾസ് (Wood, 1800-85) – വിഗ്ഗ് കക്ഷിക്കാരൻ, ഇംഗ്ലീഷ് ധനകാര്യമന്ത്രി (1846-52), ബോർഡ് ഓഫ് കൺട്രോൾ പ്രസിഡന്റ് (1852-55), നാവിക വകുപ്പ് അധ്യക്ഷൻ (1855-58), ഇന്ത്യാകാര്യ സെക്രട്ടറി (1859-66).

വെല്ലസ്ലി പ്രഭു, റിച്ചാർഡ് കോളി (Wellesley, 1760-1842) – ഇന്ത്യയുടെ ഗവർണർ ജനറൽ (1798-1805); വിദേശകാര്യ സെക്രട്ടറി (1804-12).

വോൻ, ജോൺ ലൂതർ – 1857-ലെ ഇന്ത്യൻ കലാപം അടിച്ചമർത്തുന്നതിൽ പങ്കെടുത്ത ഒരു ഇംഗ്ലീഷ് ജനറൽ.

വോൾട്ടയർ, ഫ്രാൻസ്വാ മാരി (Voltaire, 1694-1778) – സുപ്രസിദ്ധ ഫ്രഞ്ച് ദാർശനികൻ.

ഷില്ലർ, ഫ്രീദ്രിഹ് (Schiller, 1759-1805) – സുപ്രസിദ്ധ ജർമൻ കവിയും നാടകകൃത്തും.

ഷോർ, ജോൺ ടൈൻമൗത്ത് (Shore, 1751-1834) – ഇന്ത്യയുടെ ഗവർണർ ജനറൽ (1793-98).

സൽത്തിക്കോവ് എ ഡി (1806-59) – റഷ്യൻ സഞ്ചാരി, സാഹിത്യകാരൻ, ചിത്രകാരൻ; 1841-43 കാലത്തും 1845-46 കാലത്തും ഇന്ത്യ സന്ദർശിച്ചു.

സിന്ധ്യ (ബാഗീരഥ് റാവു) — ഗ്വാളിയറിലെ മറാത്ത രാജാവ്. ദേശീയ കലാപത്തിൽ ഇംഗ്ലീഷുകാരുടെ പക്ഷം ചേർന്നു.

സിമ്പ്സൺ, ജെയിംസ് (Simpson, 1792-1868) — ഇംഗ്ലീഷ് ജനറൽ; 1855-ൽ ക്രിമിയയിൽ സ്റ്റാഫ് കമാൻഡറും (ഫെബ്രുവരി-ജൂൺ) പിന്നീട് കമാൻഡർ ഇൻ ചീഫും (ജൂൺ-നവംബർ) ആയിരുന്നു.

സീസർ, ഗെയ്യസ് ജൂലിയസ് (Caesar) — സുപ്രസിദ്ധ റോമൻ രാജ്യതന്ത്രജ്ഞൻ.

സീറ്റൺ, തോമസ് (Seaton, 1806-76) — 1822 മുതൽ ഈസ്റ്റ് ഇന്ത്യാ കമ്പനിക്ക് വേണ്ടി സേവനമനുഷ്ഠിച്ച ഇംഗ്ലീഷ് ജനറൽ. 1857-ലെ ദേശീയകലാപം അടിച്ചമർത്തുന്നതിൽ പങ്കുണ്ടായിരുന്നു.

സ്മിത്ത്, ജോൺ മാർക്ക് ഫ്രെഡറിക് (Smith, 1790-1874) — ഇംഗ്ലീഷ് ജനറൽ, സൈനിക എഞ്ചിനീയർ, പാർലമെന്റംഗം.

സ്മിത്ത്, റോബർട്ട് വെർനോൺ (Smith, 1800-73) — 1855-58 കാലത്ത് ബോർഡ് ഓഫ് കൺട്രോൾ പ്രസിഡന്റ് ആയിരുന്നു ബ്രിട്ടീഷ് രാഷ്ട്രീയ നേതാവ്.

സ്ലീമാൻ, വില്യം ഹെൻറി (Sleeman, 1788-1856) — ഗ്വാളിയറിലും (1843-49) ലക്നൗവിലും (1849-54) ഇംഗ്ലീഷ് റസിഡന്റായിരുന്ന ജനറൽ.

സ്റ്റാൻലി, എഡ്വേർഡ് ഹെൻറി (Stanley, 1826-93) — 60കളിലും 70കളിലും യാഥാസ്ഥിതികനും പിന്നീട് ലിബറലും ആയ ഇംഗ്ലീഷ് രാജ്യതന്ത്രജ്ഞൻ; കോളനി സെക്രട്ടറി (1858, 1882-85), ഇന്ത്യാകാര്യ സെക്രട്ടറി (1858-59), വിദേശകാര്യ സെക്രട്ടറി (1866-68, 1875-78).

സ്റ്റിവാർട്ട്, ഡൊണാൾഡ് മാർട്ടിൻ (Stewart, 1824-1900) — ഫീൽഡ് മാർഷൽ; 1857-ലെ ഇന്ത്യൻ ദേശീയ കലാപം അടിച്ചമർത്തുന്നതിൽ പങ്കുകൊണ്ടു.

ഹസ്രത്ത് മഹൽ — ഔഡിലെ ബീഗം; ദേശീയ കലാപത്തിൽ ഔഡിലെ കലാപകാരികൾക്ക് നേതൃത്വം നൽകി.

ഹാർഡിൻജ്, ഹെൻറി (Hardinge, 1785-1856) — ഇംഗ്ലീഷ് ഫീൽഡ് മാർഷൽ, ടോറി കക്ഷിക്കാരൻ, ഇന്ത്യയിലെ ഗവർണർ ജനറൽ (1844-48).

ഹാവ്‌ലോക്ക്, ഹെൻറി (Havelock, 1795-1857) — ഇന്ത്യൻ ദേശീയകലാപം അടിച്ചമർത്തുന്നതിൽ പങ്കുകൊണ്ട ബ്രിട്ടീഷ് ജനറൽ.

ഹോഗ്, ജെയിംസ് വൈർ (Hogg, 1790-1876) — ഇംഗ്ലീഷ് പാർലമെന്റംഗം; 1846-47 കാലത്തും 1852-53 കാലത്തും ഈസ്റ്റ് ഇന്ത്യാ കമ്പനി ഡയറക്ടർ ബോർഡ് ചെയർമാൻ; ഇന്ത്യാ കൗൺസിൽ അംഗം (1858-72).

ഹോഡ്സൺ, വില്യം സ്റ്റീഫൻ റെയിക്ക്സ് (Hodson, 1821-58) — 1845 മുതൽ ഈസ്റ്റ് ഇന്ത്യാ കമ്പനിക്ക് വേണ്ടി സേവനമനുഷ്ഠിച്ച ഇംഗ്ലീഷ് ഓഫീസർ. കലാപകാലത്ത് ഇറെഗുലർ കവൽറി റെജിമെന്റിന്റെ കമാൻഡർ. ഡൽഹിയും ലക്നൗവും പിടിക്കുന്നതിൽ പങ്കെടുത്തു. ക്രൂരതയ്ക്ക് കുപ്രസിദ്ധൻ.

ഹോംസ്, ജോൺ (Holmes, 1808-78) — ഒന്നാം ആംഗ്ലോ-അഫ്ഗാൻ യുദ്ധത്തിലും (1838-42) 1857-ലെ കലാപം അടിച്ചമർത്തുന്നതിലും പങ്കെടുത്ത ഇംഗ്ലീഷ് ജനറൽ.

ഹോൾക്കർ, തുക്കാജി — ഇൻഡോറിലെ മറാത്ത ഭരണാധിപതി; ദേശീയകലാപകാലത്ത് ഇംഗ്ലീഷുകാരുടെ പക്ഷം ചേർന്നു.

ഹ്യൂം, ജോസഫ് (Hume, 1777-1855) — ഇംഗ്ലണ്ടിലെ റാഡിക്കൽ കക്ഷി നേതാവ്. പാർലമെന്റംഗം.

റസൽ, ജോൺ (Russell, 1792-1878) — വിഗ്ഗ് കക്ഷി നേതാവ്, പ്രധാന മന്ത്രി (1846-52, 1865-66), വിദേശകാര്യ സെക്രട്ടറി (1852-53, 1859-65), പ്രിവി കൗൺസിൽ ചെയർമാൻ (1854-55).

റസൽ, വില്യം ഹോവാർഡ് (Russell, 1820-1907) — *ടൈംസ്* പത്രത്തിന്റെ യുദ്ധകാര്യ ലേഖകനായിരുന്ന ബ്രിട്ടീഷ് പത്രപ്രവർത്തകൻ.

റാഗ്ലൻ, ഫിറ്റ്സ്റോയ് ജെയിംസ് ഹെൻറി സോമർസെറ്റ്, ബാരൺ (Raglan, 1788-1855) — ഇംഗ്ലീഷ് ഫീൽഡ് മാർഷൽ. 1854-55 കാലത്ത് ക്രിമിയയിലെ സർവസൈന്യാധിപൻ.

റാഫിൾസ്, തോമസ് സ്റ്റാംഫോർഡ് (Raffles, 1781-1826) — 1811-16 കാലത്ത് ജാവയിലെ ലെഫ്. ഗവർണർ; *ജാവയുടെ ചരിത്രം* എന്നൊരു ഗ്രന്ഥരചന നടത്തിയിട്ടുണ്ട്.

റീഡ്, തോമസ് (Reed, 1796-1883) — 1857-ലെ ഇന്ത്യൻ ദേശീയകലാപത്തിനെതിരായി പോരാടിയ ഇംഗ്ലീഷ് ജനറൽ.

റോബർട്ട്സ്, ഹെൻറി (Roberts, 1800-60) — 1857-ലെ ഇന്ത്യൻ ദേശീയകലാപം അടിച്ചമർത്തുന്നതിൽ പങ്കെടുത്ത ഇംഗ്ലീഷ് ജനറൽ.

റോസ്, ഹ്യൂ ഹെൻറി (Rose, 1801-85) — ഇംഗ്ലീഷ് ഫീൽഡ് മാർഷൽ, 1854-56 കാലത്തെ ക്രിമിയൻ യുദ്ധത്തിലും 1857-ലെ ഇന്ത്യൻ ദേശീയ കലാപം അടിച്ചമർത്തുന്നതിലും പങ്കെടുത്തു.

www.ingramcontent.com/pod-product-compliance
Lightning Source LLC
LaVergne TN
LVHW060436051026
849518LV00002B/476

* 9 7 8 8 1 2 6 2 0 4 4 8 9 *

9 788126 204489